ለወገንና ለአ

ሜጀር ጄኔራል መርዕድ ንጉሤ እና ኢትዮጵያ

በልጆቻቸው የተጻፈ

ለወገንና ለአገር ክብር

ሜጀር ጄኔራል መርዕድ ንጉሤ እና ኢትዮጵያ

በልጆቻቸው የተጻፈ

ግንቦት 2011

መርዕድ ንጉሤ

ለአገር ክብርና ለወገን ፍቅር ለተሠዉ ኢትዮጵያውያን

አስተያየትዎን በዚህ ኢሜይል ይላኩልን፤

info@meridnegussie.com

ISBN: 9781646060450

ምስጋና

የአባታችንን የጄኔራል መርዕድ ንጉሤን መጽሐፍ ለንባብ እንዲበቃ በርካታ ሰዎች ከፍተኛ ዕርዳታ አድርገውልናል። ይህን መጽሐፍ እንድንጽፍ መረጃ በመሰብሰብ፣ የሚረዱንን ሰዎች በማገናኘትና እጅግ ጠቃሚ የሆኑ ሐሳቦችን በማቅረብ የተባበሩንን ሁሉ ከልብ እናመሰግናለን።

- የቀድሞው ሠራዊት አባሎች መጠይቃችንን በመሙላት፣ ቃለ ምልልሳችንን ካለመሰልቸት በመመለስና በተደጋጋሚ ለምናቀርብላችሁ ጥያቄዎች መልስ ለሰጣችሁን ሁሉ በተለይም ለብ/ጄኔራል ተስፋዬ ሀብተማርያም፤ ኮሎኔል አምሳሉ ገብረዝጊ፤ ብ/ጄኔራል ዋሲሁን ንጋቱና ሻለቃ ማሞ ለማ
- ይህንን መጽሐፍ ለመጻፍ ላይ ታች ስንል ከአባታችን ትዝታና ከእኛ ውጣ ውረድ ጋር አብራችሁን ለተንገላታችሁ የትዳር ጓደኞቻችንና ልጆቻችን
- የአባታችንን ማስታወሻዎችና ቪዲዮዎች በጥንቃቄ አስቀምጣችሁ ለዚህ መጽሐፍ ግብዓት እንዲሆን ላበቃችሁልን ለአቶ ተስፋዬ ዳባና ለወይዘሮ ገነት መብራህቱ
- “እገሌ የሚባል ሰው ታውቃለህ? መረጃ ፈልገን ነበር” ስንል ሳትውል ሳታድር የጠየቅንህን ሁሉ ላሟላህልን ወዳጃችን አቶ ተክሌ መንግሥቱ
- በየጊዜው እየደወልክ በመጎትጎት፣ ሰዎች በማገናኘትና መረጃዎች በመስጠት ለረዳኸን ለክርስትና ወንድማችን አቶ ደረጀ ደምሴ ቡልቶ
- የመጀመሪያውን ረቂቅ በማንበብና ያሏቸውን የታሪክ ሰነዶች ላጋሩን ለፕሮፌሰር ገብሩ ታረቀ
- የዚህን መጽሐፍ ረቂቅ አንብበው፣ “በርቱ” ብለው፣ እጅግ ጠቃሚ ሐሳቦችን ለሰጡን ለፕሮፌሰር ሽፈራው በቀለ፣ ዶክተር ዳኛቸው አሰፋ፣ አርቲስት ዓለምፀሐይ ወዳጆና አቶ ሞገስ ከበደ
- ገና ሥራችንን ስንጀምር እጃችንን ይዞ የአባታችንን ታሪክ እንድንጽፍ አቅጣጫ ላስያዘንና አርትኦታዊ ዕርዳታ ላደረገልን ለአቶ ሺበሺ ለማ
- የአባታችንን ማስታወሻዎች በኮምፒውተር ዕርዳታ ለጻፈችልን ለወ/ሮ አዜብ የማነ
- ግድፈቶችንና አባባሎችን በማረምና በማስተካከል የረዱንን ዶክተር ታደለ ገድሌና ወይዘሪት ሕርይቲ ይባልህ
- እዚህ መጽሐፍ ውስጥ የተካተቱትን የዘመቻ ካርታዎች ላበረከተልን ሻምበል የጎራው ተገኝ
- ትዕግሥት በተላበሰው ፀባዩና ልዩ ችሎታው መጽሐፋችንን ለቀረጸልንና ላስዋበልን ዳዊት ይትረፍ

ከልብ የመነጨ ምስጋናችን ይድረሳችሁ።

ልዩ ምስጋና፤ የዚህን መጽሐፍ ከንውን ከመጀመሪያው በማቀድ፣ መልክ በማስያዝ፣ በመከታተል፣ በየጊዜው የተለያዩ ሐሳቦችን በማቅረብ፣ በማረም፣ በመጨረሻም ለሕትመት እንዲበቃ ለረዳኸን የሁላችንም ታናሽ የሆንከው አንታችን አቶ አሸናፊ ተሰማን (አሹን) እንዴት አድርገን ብናመሰግንህ እንረካ ይሆን? “እንኳን ደስ ያለህ፤ እንኳን ደስ አለን” ከማለት በስተቀር...

ማውጫ

ምዕራፍ አሥር፡

ምዕራፍ አሥራ አንድ፡

መጽሐፉን መጻፍ ስንጀምር...

ከንዴ ወቅት የጦር ከለፉ ነበርኩ።
ከለሁኝ [illegible] ወቅት [illegible] ለታወለዱኩ፡
በወቅቱ ብዙ ነገሮች ተፈራርቀውብኛል
ከ[illegible] ከ[illegible].
[illegible] ሆነ [illegible] ለአከለቸው ፊርዱ ፊርዱ
[illegible] ለ[illegible] [illegible]።

አባታችን ጄኔራል መርዕድ ንጉሤ ጀመርመር እንዳደረገው የሕይወት ታሪኩን፣ በሕይወቱ ውስጥ ያጋጠሙትን ችግሮች፣ ያሳለፋቸውን ውስብስብ ሁኔታዎች፣ ውድቀቱንና ድሉን እሱ ራሱ ቢጽፈው እንዴት ባማረ ነበር። "ስለራስ ከማውራት ሌሎች ቢናገሩት ይሻላል" ብሎ የእሱን የጎላ ሚና እያንኳሰሰ ይተርካል ብለን ብንጠራጠርም ያለፈባቸውን ታሪካዊ ክንውኖች ትክክለኛ ገጽታ፣ በጊዜው የተወሰዱ ውሳኔዎች የነበራቸውን አሉታዊና በጎ ጎኖች ከስሜታዊነት በጸዳ ነገር ግን እጅግ ጠንካራ ከሆነ የአገርና የወገን ፍቅር ስሜት ጋር እያዋሐደ ይተርክልን እንደነበረ አንጠራጠርም። ጀምሮ ያልጨረሰው የሕይወት ታሪኩ፣ በማስታወሻዎቹ ላይ ያሰፈራቸው መጣጥፎቹ፣ ለእኛ ለልጆቹ ይጽፋቸው የነበሩት ደብዳቤዎቹ፣ ለአገሩ የነበረውን የማይናወጥ ፍቅር፣ ነገሮችን ከተለያየ አቅጣጫ የመመልከት ችሎታውን፣ የተለያዩ ሐሳቦችን የማዳመጥ ፈቃደኝነቱንና ክህሎቱን ጥርት አድርገው ያሳዩናል። ማስታወሻዎቹን ስናገላብጥ ሁኔታው የጣለበትን የታሪክ ግዙፍ ኃላፊነት ተረድቶ "የ42 ሚሊዮን ሕዝብ አደራ ማክበር" የየዕለት ተግባሩን ለመወጣት የሚጠቀምበት ቀዳሚ መርሑ እንደነበረ እናስተውላለን።

የሚወዱትን ሰው ማጣት ይጎዳል፤ ሞቱ ያሳምማል። ከሠላሳ ሰባት ዓመት በፊት እናታችንን የወሰደብን ሞት እሷ ካለፈች ከሰባት ዓመታት በኋላ እንደገና ጎበኘን። ይህ ሞት የሚባለው ጨካኝ ጉልበተኛ የምንወደውን አባታችንን ካለምንም ማስጠንቀቂያ ግንቦት 8 ቀን 1981 ዓ.ም. ድንገት ነጠቀን። ፍቅሩን ግን ሊወስድብን አልቻለም። አባታችን በሕይወት እያለ አንድም ሳንወደው ያለፈበት ቀን አልነበረም። ከሞተ በኋላ ደግሞ እሱን ሳናስብ ያለፈ አንድም ቀን የለም። ከተለየን ጊዜ ጀምሮ እስከዛሬ ትዝታው ከአእምሯችን አልጠፋም። "ጊዜ ያስረሳል፤ ጊዜ ያሽራል" የሚባለው እጅግ ለሚወዱትና ለሚሳሱለት ሰው እንደማይሠራ ተረዳን። ጥሎልን የሄደው ፍቅር ሥቃይ ሆነብን። እኛም ይህን በፍቅር የመጣን ሥቃይ በጸጋ ተቀበልነው።

አባታችን ከዚህ ዓለም በሞት ከተለየን በኋላ ማስታወሻዎቹን አገላበጥናቸው። የጻፈልንን ደብዳቤዎች በተደጋጋሚ አነበብናቸው። በልጅነት አስተሳሰባችን ዘልቀው ያልገቡን ምክሮቹን፣ በማስታወሻው ላይ ያየናቸው አስተያየቶቹን፣ አንዳንዴም ሥጋቶቹን፣ እቅዶቹን ተመላለስንባቸው።፣ እርስ በርሳችን "ይህቺን አይተሃታል? አይተሻታል?...እዚህስ ጋር ምን

ለማለት ፈልጎ ይሆን? ምን ተሰምቶት ነበር?" እያልን ሐሳቦች ተቀያየርን። በእነዚህ ውይይቶች ላይ በመመርኮዝ አንድ ቀን የአባታችንን የሕይወት ታሪክ መጻፍ አለብን ብለን ተስማማን። በማስታወሻ ደብተሮቹ ላይ ያሰፈራቸውን ጽሑፎቹን አያይዘን ደስታውንና ኃዘኑን፣ ምኞቱንና ሥጋቱን የሚያንጸባርቁትን ጽሑፎቹን ለንባብ እንዲበቁ እናደርጋለን ብለን ወሰንን።

ሐሳባችን አባታችን በውትድርና ሙያው ያሳለፈውን የሕይወቱን ጉዞ አብረን እየተጓዝን፣ ስብዕናው ላይ እያተኮርን ምን ዓይነት ጓደኛ፣ ወንድም፣ ከሁሉም በላይ እንዴት ዓይነት መልካም አባት እንደነበረ ማሳየት ላይ ያተኮረ ነበር። ለእኛ የአባታችንን ማኅበራዊና ቤተሰባዊ ሕይወት ለአንባቢ ማቅረብ ከባድ ተግባር አልነበረም። ከተለያዩ የኅብረተሰቡ ክፍሎች ጋር የነበረው መቀራረብና ትስስር፣ የሰውን ችግር ለማዳመጥና ለመረዳት የነበረውን ችሎታ፣ ትዕግሥቱንና ሰውን ተሻሽሎ የማየት ፍላጎቱን ካየንበት አጋጣሚዎች መካከል አዲስ አበባ አዲሱ ቄራ በሚገኘው መኖሪያ ቤታችን መግቢያ መንገድ ዳር ቁጭ ብሎ ከሚለምነው እምዬ ደጉ ከሚባለው የኔብጤ ጋር የፈጠረውን ወዳጅነት እንደ አንድ ምሳሌ መጥቀስ እንችላለን። ለእምዬ ደጉ ገንዘብ ሰጥቶ ማለፍ ብቻ ሳይሆን አንዳንዴ ቆም ብሎ ስለ ቤተሰቡና ስለ ኑሮው ያወራዋል። ደጉ አንድ ቀን አባታችን ያዘጋጀለትን አሮጌ ልብሶች ለመውሰድ ሲመጣ እሱና ጓደኞቹ የአካል ጉዳተኞች ቢሆኑም ተረዳድተው ከወንዝ ዳርቻ አትክልት እየተከሉ ያመረቱትን ጎመን፣ ቲማቲም፣ ቃሪያና የመሳሰሉትን ከተማ በመውሰድ እየሸጡ እንደሚተዳደሩ ነገር ግን የሚያገኙት ገቢ የዕለት ወጪያቸውን ስለማይሸፍን ለመለመን እንደተገደዱ ያጫውተዋል። አባታችንም ካበረታታው በኋላ አንድ ቀን እንግዲህ አትክልታችሁን ታስጎበኘኛለህ ይለዋል። ደጉ በልቡ እንደማይሆን በመገመት "እንዴ ጌታዬ! ጎብኝተውልን ነው? በደስታ" ይላል። አባታችን ቀልዱን አልነበረም። እሱን ከሚያስደስቱት ነገሮች መኻል አንዱ ሰዎች ለመሻሻል የሚያደርጉትን ጥረት ማበረታታትና መደገፍ ነበር። አደርገዋለሁ ባለው መሠረት ሄዶ የሥራቸውን ፍሬ አይቶ አበረታቶና ሸልሟቸው ተመለሰ። ዘመዶቹና አብረውት የሚሠሩት የሥራ ባልደረቦቹ ሁሉ ተገረሙ። አንዳንድ ጓደኞቹም "ኤታማዦር ሹሙ የቆ...ችን እርሻ ጎበኙ!" ተብሎ በሬድዮ ሲነገር ሰማን እያሉ አሾፉበት።

አባታችን ሰዎችን የመቅረብ ልዩ ተሰጥኦ ነበረው። በተለያየ ዘርፍ ከተሠማሩ ባለሙያዎች፣ በምንም ደረጃ፣ በማንኛውም የዕድሜ እርከን ከሚገኙና የተለያየ አመለካከት ካላቸው ሰዎች ጋር መወያየት ይወዳል። በልጅነቱ አብሮት ፈረስ ይገራ የነበረው ዳኜ ተካ፣ ሐረርጌ የተዋወቀው ጎፈሬው ላይ ማበጠሪያውን ሰክቶ ሜንጫውን ከጎኑ የማይለያት አሊ፣ በተለያየ የሥራ ዘርፍ የተሠማሩትና ውትድርና አብረውት የተቀጠሩት ጓደኞቹ፣ የእኛ የልጆቹ ጓደኞች ሳይቀሩ የቅርብ ወዳጆቹ ነበሩ። ከእነዚህ ሰዎች ጋር ስለ ቤተሰብና ስለ ኑሮ በሰፊው ይወያያል። ሁሉም የልብ ልባቸውን ያጫውቱታል። የድሮውን እያነሡ ያስቁታል። ለወጣቶችና ለልጆች ክብር ሰጥቶ፣ ቆም ብሎ ጊዜውን ወስዶ አነጋግሮ እንዲቀርቡትና ሳይፈሩት ዘና ብለው እንዲያወያዩት የማድረግ ልዩ ችሎታም ነበረው። ከአባታችን ጋር አብረን በተዘዋወርንባቸው ከተሞች በሙሉ በሕፃናት ስፖርት ትምህርት ቤት ግንባታና ሌሎችም ማኅበራዊ እንቅስቃሴዎች ሁልጊዜም

መሪና ተሳታፊ ነበር።

እነዚህን መሰል እንቅስቃሴዎች ውስጥ በሥራ ብዛት እንደልቡ መሳተፍ በማይችልበት ጊዜ እንኳን ከቤት ሲወጣና ሲገባ የሚያገኛቸውን ሕፃናት ቆም ብሎ ሳያነጋግር አያልፍም። ልዩ በሆነው የማስታወስ ችሎታው የእያንዳንዳቸውን ስም ብቻ ሳይሆን የትምህርት ሁኔታና ደረጃም ያውቅ ነበር። ቆም ብሎ ሲያናግራቸው "አሁንም አንደኛ ነው የምትወጣው? የሒሳብ ውጤትህስ ተሻሻለ ወይንስ እንደዚያው ነው?" እያለ ይጠይቃል። አብረውት የሚሠሩ ረዳቶቹን በሬድዮ ምን ዜና እንደሰሙና ምን መጽሐፍ እንደሚያነቡ ይጠይቃቸዋል፤ በተለያዩ አስተያየቶች ላይ ውይይት ጭሮ ሐሳባቸውን እንዲሰጡ ያደርጋል። የሰውን አስተሳሰብ ለመስማትና ከሌሎች ለመማር ሁልጊዜም ራሱን ያዘጋጃል። በሥራውም ላይ መጠየቅና መወያየት ከዚያም ውሳኔ ላይ መድረስ ዋነኛ የአሠራር ዘዬው እንደሆነ አብረውት የሠሩት ሁሉ ይመሰክራሉ። ይህ የማዳመጥና አስተያየቶችን መዝኖ የተሻለውን የመምረጥ ክህሎቱ ከቤተሰብ አስተዳደር ጀምሮ ትልልቅ ውሳኔዎችን እስከመወሰን ድረስ የሚጠቀምበት ልዩ ስጦታው ነበር።

ለእኛም ለልጆቹ በየጊዜው የሚጽፍልን ደብዳቤዎች1 ቅርበቱን፣ ምኞቱንና ፍቅሩን የሚያንጸባርቁ ነበሩ።

> ...ምን ያህል እንደምወድሽ፣ ላንቺ የትምህርት ውጤት ጥሩ መሆን የዘለቄታ ኑሮሽ ጥሩ እንዲሆን ከሰው ሁሉ በላይ እንድትሆኚ ምኞቴ፣ ጥረቴና ፍላጎቴ ምን ያህል እንደሆነ ታውቂያለሽን? በምንም ዓይነት እኔን መፍራት፣ ፍላጎትሽን ችግርሽን ከኔ መደበቅ እንደሌለብሽና በኔና ባንቺ መካከል ምሥጢር መኖር እንደሌለበት ታውቂያለሽን? ዛሬ አንቺ ሕፃን ካለመሆንሽም ሌላ ካንቺ ሊቀርበኝ የሚችል ስለሌለ በሐሳብ ልትረጂኝ የሚገባ መሆኑንስ ተረድተሻልን? ካልተረዳሽ ከአሁን ጀምሮ በብዙ ነገር ላይ እንድንወያይ ፈቃደኛ ነሽን?

እያለ በደብዳቤዎቹ ለእኛ ለልጆቹ ፍቅሩን ያካፍለናል፤ ቅርበቱን ያስታውሰናል።

> ዋናው ቁምነገር ሁላችንም በያለንበት ሰላም መሆንና አገርና ወገን ከኛ የሚጠብቀውን ለመሥራት ራሳችንን ማዘጋጀቱ ነው። በዚህ አንጻር አንቺም ቀን ተሌት እያሰብሽ እንደምትሠሪ አልጠራጠርም። ይህንን በተመለከተ አደራ ማለት የምፈልገው ብዙውን ጊዜ ብዙ ሰዎች ይህንን ሠርተናል፣ ይህንን ለመሥራት ራሳችንን አዘጋጅተናል የሚሉ ሳይሆኑ የሆነና ያልሆነ ነገር እያገናኙ የሚያወሩ፣ ከዕድሜያቸውና ካለባቸው ኃላፊነት ጋር ያልተጣጣመ ሥራ የሚሠሩ፣ ራሳቸውን ችለው ለሰው መትረፍ ሲገባቸው ማድረግ የሚገባውን እንዳያደርጉ ሌላው ወገን እንቅፋት እንደሆነባቸው አድርገው የሚያዩ ስላሉ፣ ከነሱ ርቀሽ ራሳቸውን ሰው ከሚያደርጉት ተጠግተሽ ሰው ለመሆን እንድትጥሪ ነው። እንደምታውቂው ለሰው ልጅ ከጓደኛው ከማነስ ያለ ሞት የለምና...

1 የደብዳቤዎቹን ሙሉ ቃል አባሪ ገጾች ላይ ማንበብ ይቻላል።

በማለት እንደ ዜጋ እያንዳንዳችን ላይ የተጣለብንን አደራ ሲያስታውሰንና ከሰው በታች እንዳንሆን ሲመክረን እናያለን። የዓላማ ቆራጥነት፣ በራስ የመተማመንንና የእውቀትን ማዳበር አስፈላጊነትን ሲያስታውሰን፡-

> ...እነኚህ ሁሉ ዋጋ የሚኖራቸውና ከታሰበው ለመድረስ የሚቻለው ቆራጥ ስሜት ሲኖር ነው። በራስ መተማመን ሲኖር ነው። ጠይቆ የመረዳት ፍላጎት ሲኖር ነው። "የጠየቀ አወቀ፤ ተጠይቆ ያልመለሰ አፈረ" የተባለው ሲታወቅ ነው። እነኚህ ሁሉ ሊዳብሩ የሚችሉት ደግሞ ሁሉንም ነገር በመመራመር ምሥጢሩን ለመረዳት በመከራከር፣ ተከራክሮ ለመርታት የሚያስችል አስረጂ በመሰብሰብ፣ ለዚህ ሲባል ብዙ በማንበብ በሁሉም ነጽብ ላይ በጥልቀት በመወያየት፣ ውይይት ሲካሄድ ራስን በመተማመን በማስረዳት፣ ሌሎች የሚናገሩትን ጥሩ አድርጎ በመቅሰም ነው። ማንኛውንም ነገር ማመስገን ወይም መውቀስ ይገባል፤ አፈጻጸሙ ግን በበቂ ምክንያትና በስሩት መሆን አለበት። አንዱ ሲል በመስማት ብቻ ሳይሆን በተጨባጭ መሆን ይገባዋል።

ይለናል...በራስ መተማመንን፣ በእውቀት መበልጸግን፣ በበቂ ማስረጃ ላይ ተመርኩዞ የመወያየትን አስፈላጊነትና ጠቃሚነት ሲያሳስበን።

ስለዚህ ቤተሰቡን አፍቃሪ፣ አሳቢና አገር ወዳድ ስለሆነው ውድ አባታችን እንዴት እንደምንጽፍ፣ ምን እንደምንጽፍ እያሰላሰልን ሳለ ኮሎኔል መንግሥቱ ኃይለማርያም ለምን ከአገር እንደወጡ፣ ጦሩ እንዴት ሊፈታ እንደቻለ፣ ለጦሩ መሸነፍ እነማን መጠየቅ እንዳለባቸው የሚዘረዝረውን ንግግራቸውን በቴፐ ቀርጸው ከዚምባብዌ አሰራጩ። በዚህ ቴፐ እሳቸው ራሳቸው ለኢትዮጵያ ያበረከቱትንና ለዚህች አገር የደከሙትን በሰፊው ከደረደሩ በኋላ አብረዋቸው ይሠሩ የነበሩትን የደርጉን አባላት፣ ወታደራዊና ሲቪል ባለሥልጣኖችን እያጥላሉ ተናገሩ። ብዙዎቹንም ዘለፉ። ወዳጆቻቸውን ሳይቀር አብረዋቸው የሠሩትን ሁሉ በመወንጀል ራሳቸውን ከጥፋት ነፃ አድርገው አቀረቡ።

ሁላችንም እንደጠበቅነው አባታችንን ለብዙ ነገሮች ተጠያቂ አደረጉት። በደርግ መንግሥት የመጀመሪያው ጄኔራል አድርገው እንዳልሾሙት፣ እጅግ አደገኛና ወሳኝ በነበሩ ጊዜያቶች ግዙፍ የሆነ ኃላፊነት እንዳላሸከሙት፣ "እሳቸው ባይኖሩ ጉድ ሆነን እኮ ነበር..." እያሉ ሰዎች ፊት እንዳላወደሱት፣ በስድብ እንዲሁም በብልግናና በሐሰት የተሞላ ክስ ሰነዘሩበት። የኮሎኔል መንግሥቱ መስመር የለቀቀ ወቀሳና ዘለፋ ያልጠበቅነው ባይሆንም ተሽቆልቁሎ እዚህ ደረጃ ይደርሳል ብለን አልገመትንም።

ከጥቂት ዓመታት በኋላም ኮሎኔል መንግሥቱ "ትግላችን ቅጽ 1 እና 2" ብለው የሰየሟቸው መጻሕፍት ገበያ ላይ ዋሉ። እንዲሁም ወ/ሮ ገነት አየለ ከኮሎኔል መንግሥቱ ጋር ቃለ ምልልስ አድርገው ሁለት ክፍሎች ያሉት መጽሐፍ አወጡ። እነዚህን መጻሕፍት ስናነብ ኮሎኔል መንግሥቱ ካለፈው ልምዳቸው በመማር ቢያንስ እጅግ ዓይን ያወጡ ቅጥፈቶችን በማረም፣

እርስ በርሱ የሚቃረን አስተያየት ከመስጠትና ጥፋቶችን ሁሉ ጠላቴ ባሏቸው ጓዶቻቸው ላይ ከመቆለል ይቆጠባሉ ብለን አስበን ነበር። ነገር ግን በጽሑፎቻቸው የሰፈሩትን ግድፈቶች፣ ክሕደቶችና አሉባልታዎች ስናይ መሳሳታችንን ተረዳን። እርስ በርስ የሚጣረሱ ቅጥፈቶችን ስንሰማ በእርግጥም የኮሎኔል መንግሥቱ አእምሮ እሳቸው ራሳቸው በየጊዜው የሚፈጥሩትን ውሸት ማስታወስና መሸከም እንዳዳገተው ተረዳን። "ሁሌም እውነቱን የሚናገር ምንም ነገር ማስታወስ የለበትም"2 የሚለው የታላቁ አሜሪካዊ ደራሲ የማርክ ትዌይን አባባል ታወሰን።

የኮሎኔሉ መጽሐፍ ለብዙዎች ኢ-ተአማኒ ፌዝ ከመሆን ባያልፍም ለወዳጆቻቸው ግን ተስፋ ፈነጠቀ። በኮሎኔል መንግሥቱ መኮብለል አንገታቸውን ደፍተው የነበሩ አፍቃሪዎቻቸው አንገታቸውን ቀና ቀና ማድረግ ጀመሩ። እነዚህ ተከታዮቻቸው የኮሎኔል መንግሥቱን አገር አፍቃሪነት እያጎሉ፣ ሥልጣን ላይ በነበሩ ጊዜ እንደ ዓፄ ቴዎድሮስ ራሳቸውን ለመሠዋት የተዘጋጁ ናቸው እንዳላሉን ሁሉ ከሥልጣን ከወረዱ በኋላ ደግም "እሳቸው ብቻቸውን ባይሆኑ፣ የበታቾቻቸው አሻጥር ባይሠሩባቸው..." እያሉ ሐቁን ሊያደበዝዙ የሚችሉ ምክንያቶች መደርደር ጀመሩ። እንዲያውም አንዳንዶቹ "...አልፎ አልፎ ሰው ቢገድሉም ('ቢፈጁም' አይሉም) ለአገራቸው ካላቸው ፍቅር ነው" እያሉ በድፍረት ተናገሩ፤ ጻፉ። ተከታዮቻቸው ልክ እንደ አለቃቸው በአሉባልታና በስም ማጥፋት ዘመቻ ተሠማሩ። ኮሎኔል መንግሥቱ የጀመሩትን የስም ማጥፋት ዘመቻ ታማኝ ተከታዮቻቸው በየቦታው ማሰራጨት ጀመሩ። በዚህም ምክንያት ስለአባታችን ልንጽፍ ያሰብናቸውን አንኳር ሐሳቦች እንደገና እንድንነበኛቸው ተገደድን። የሕይወት ታሪኩን ስንጽፍ በቤተሰቡ፣ በሥራውና በሰፈሩ እንዴት ዓይነት መልካም አባትና ጥሩ ዜጋ እንደነበረ ብቻ ጠቅሰን ማለፍ እንደማንችል ተረዳን።

ባላሰብነውና ባልፈለግነው መንገድ የአባታችንን ታሪክ መጻፍ ብቻ ሳይሆን ቅን አስተሳሰቡን፣ ለአገሩ ያለውን ፍቅርና ለወገኖቹ ያለውን ታማኝነት ለኢትዮጵያ ሕዝብ ማሳየት የእኛ የልጆቹ ዕጣ ፈንታ ሆነ። ከዚያም ተነሥተን ለዚህ ዝግጅት ማግኘት የቻልነውን ያህል ማስረጃ ሰበሰብን፤ ከዘመዶቹ ጀምረን አብረው የሠሩትን ጠየቅን፤ የራሱን ማስታወሻዎች ደጋግመን አገላበጥን። መጠይቅ እንዲሞሉልን የጠየቅናቸውና ፊት ለፊት ቃለ ምልልስ ያደረግንላቸው አብዛኞቹ የቀድሞው ጦር አባላት ስለአባታችን ሥራዎች፣ ስለ ብርቱ ሠራተኛነቱ፣ ደፋርነቱ፣ ቅንነቱና የአመራር ችሎታው የሚያውቁትን አካፈሉን። አንዳንዶቹም ደካማ ጎኑ ብለው የሚገምቱትን ፊት ለፊት ምንም ሳያቅማሙ ነገሩን። "የጄኔራል መርዕድ ጉዳይማ የራሴ ጉዳይ ነው፤ ስንት መከራ አብረን አሳልፈናል..." እያሉ በአፋቸው ከፍ አድርገውትና አሞግሰውት ከሸሹን ጥቂት የሥራ ባልደረቦቹ በስተቀር ብዙዎቹ አብረው ያሳለፏቸውን የመከራ ጊዜያት እያነሱ በሰፊው አወሱን።

ባለፉት ዓመታት በቀድሞው ጦር አባሎች የተጻፉ በርካታ መጽሐፎች ለንባብ በቅተዋል። አንዳንዶቹ ጦሩ የተሳተፈባቸውን ውጊያዎች፣ የወታደሩን ኑሮና በጦሩ ውስጥ የነበሩትን

2 "If you tell the truth, you don't have to remember anything." - Mark Twain

ችግሮች ለመቃኘት ሞክረዋል። የተለያዩ ማስረጃዎችን በማቅረብና የራሳቸውንም ገጠመኞች በመጨመር ለታሪክ ሊጠቅሙ የሚችሉ ትረካዎችን አቅርበዋል።

የጦሩን የሰቆቃ ኑሮ፣ በኤርትራና በትግራይ የተካሄዱትን ውጊያዎች፣ በመከላከያ ሚኒስቴር ውስጥ የነበረው የዘመቻ መምሪያ የቀን ተቀን ውሎ ምን ይመስል እንደነበረ ለመረዳት፣ ከየግንባሩ ሪፖርት የሚደረገው ችግር እንዴት ለአለቆች እንደሚቀርብና እንደሚፈታ ለማየት የሻለቃ ማሞ ለማን "የወገን ጦር ትዝታዬ" እና የሻለቃ ንጋቱ ቦጋለን "ትውልድን ያናወጠ ጦርነት" መነበብ የሚገባቸው መጻሕፍት ናቸው። በሰሜን በተለይም በ1969 ናቅፋ በኤርትራ ዐማፅያን ተከቦ የነበረውን 3ኛ ሻለቃን ለመርዳት ከአይሮፕላን በጃንጥላ ወርዶ ሲዋጋ የነበረውን ጦር አዝማች የነበሩት ብርጋዴር ጄኔራል ተስፋዬ ሀብተማርያም "የጦር ሜዳ ውሎ" እና የኮሎኔል አምሳሉ ገብረግዚ "የኤርትራ መዘዝ" በተወሰነ ደረጃ በአገራችን ሲፈስ የነበረውን ደምና የሰውን ልጅ ጥንካሬ አጉልተው የሚያሳዩ መጻሕፍት ናቸው። ከእነዚህ በተጨማሪ የኮሎኔል እስጢፋኖስ ገብረመስቀል "ለሀገር ፍቅር የተከፈለ መስዋዕትነት" በተለይ በ1969 እና በ1970 በሰሜን የነበረውን የጦርነቱን ሁኔታ፣ በተለያዩ ጊዜያት የተነደፉትን የጦር እቅዶችና ውጤታቸውን እንዲሁም በአመራሩ ውስጥ የነበረው ውጥንቅጥ ምን ይመስል እንደነበረ የዓይን ምስክርነታቸውን ይሰጣሉ። ከእነዚህ ሥራዎች በተጨማሪ በአያሌ ውጊያዎች ላይ በአመራር ደረጃ የተሳተፉ የሠራዊቱ አባሎች የጦሩን ተጋድሎና የሠራዊቱን ሕይወት የሚዳስሱ መጻሕፍት ለእይታ በቅተዋል።

በምሁራን ደረጃም በምርምር፣ በበርካታ ቃለ ምልልሶች፣ ከመከላከያና ከጸጥታው ክፍል በተገኙ ደብዳቤዎችና ቃለ ጉባዔዎች ላይ በመመሥረት "Ethiopian Revolution: War in the Horn of Africa" በሚል ርእስ የተጻፈው የፕሮፌሰር ገብሩ ታረቀ መጽሐፍ የቀድሞው ጦር ከየት ተነሥቶ የት እንደደረሰ በሰፊው የሚያትት ትልቅ ሥራ ነው። ይህንን ሥራ ከሌሎቹ መጻሕፍት ለየት ከሚያደርጉት ነጥቦች መካከል አንዱ የሁለቱንም ወገኖች (የቀድሞውን ጦር እና ተቃዋሚዎቹን ሻዕቢያ፣ ሕወሓት፣ ሶማሊያ ወዘተ) ስትራቴጂ፣ ብርታትና ደካማ ጎን መመርመሩና መተንተኑ ነው። የአሸናፊዎችን ድልና የተሸናፊዎችን ውድቀት ከኢትዮጵያ አጠቃላይ የፖለቲካ፣ ኢኮኖሚና ማኅበራዊ ሁኔታዎች ጋር በማገናዘብ ይገመግማል። እንደዚሁም "The Ethiopian Army: From Victory to Collapse" በሚል ርእስ በዶ/ር ፋንታሁን አየለ የተጻፈው መጽሐፍም የጦሩን ታሪክ ከተለያዩ አቅጣጫዎች ይመረምራል።

የሠራዊቱን መሸነፍ በተመለከተ ብዙዎቹ የቀድሞው ሠራዊት አባላት በግልጽና በቀላሉ የሚታየውን የቀለብና ቁሳቁስ አቅርቦት፣ የአመራር፣ የሥልጠናና የመሳሰሉትን ችግሮች በሰፊው ቃኝተዋል። ሆኖም አብዛኛዎቹ የሠራዊቱን ታሪክና ተጋድሎ ከዓለም አቀፋዊና ከኢትዮጵያ ፖለቲካ፣ ኢኮኖሚና ማኅበራዊ ሕይወት ጋር እያገናዘቡ የሚመረምሩ አልነበሩም። ስለሆነም ከተመደቡበትና ከሠሩበት የጦር ክፍል ተሻግረው የሠራዊቱን ዐበይት ችግሮችና ምንጫቸውን በትክክል መጠቆም ይሳናቸዋል።

የሠራዊቱ ከፍተኛ አመራር ላይ በነበሩ ጄኔራሎች የተጻፈ፣ በአመራሩ ውስጥ የነበሩትን ስትራቴጂያዊ አመለካከቶችና ልዩነቶችን በሚገባ የተነተነ መጽሐፍ ገና አላገኘንም። አብዛኛዎቹ በከፍተኛ አመራር ላይ የነበሩት ጄኔራሎች በኮሎኔል መንግሥቱ የተፈጁ ሲሆን የተቀሩትም በዕድሜና በበሽታ ከዚህ ዓለም በሞት ተለይተውናል። በአመራር ላይ የነበሩ አሁንም በሕይወት ያሉ አንድም ሁለትም ከፍተኛ ጄኔራሎች ከግል ጥላቻ የጸዳ እውነተኛ ተሞክሯቸውንና ታሪካዊ ምሥጢሮችን ይዘው ወደ ዘለዓለማዊ መኖሪያቸው ባይወርዱ እንመኛለን። አንድ ቀን ታሪካቸውን በጽሑፍ ያበረክቱልናል ብለንም በጉጉት እንጠብቃለን።

አባታችን ማስታወሻ ደብተሮቹ ላይ ያሰፈራቸውን ጽሑፎቹን እያጣቀስን ደስታውን፣ ኃዘኑን፣ ምኞቱንና ሥጋቱን ለቀን ብርሃን እንዲበቁ እናደርጋለን ስንል ቀናት፣ ወራትና ዓመታት አለፉ። ይህን እያሰላሰልን ሳለ በደርግ ዘመን በጦሩ ውስጥ በአመራር ላይ የነበሩ እንዲሁም በወታደራዊ መረጃና ፖለቲካ ውስጥ ያገለገሉ መኮንኖችና ባለ ሌላ ማዕረጎች የጻፏቸው መጻሕፍት በብዛት ታተሙ። ከላይ እንደገለጽነው ብዙዎቹ ያኔ የተካሄዱት ውጊያዎች ምን እንደሚመስሉና የጦሩን ችግሮች አፍታትተው መግለጽ የቻሉ ሲሆኑ አንዳንዶቹ ግን በአሉባልታ፣ በጥላቻና ባልተጣራ መረጃ ላይ የተመሠረቱ ሆነው አገኘናቸው። አንዳንዶቹ እንዲያውም ቀናትን እንኳን ሳያጣሩ አንዱን ከአንዱ እያምታቱ ካለ ጥንቃቄ የተጻፉ መሆናቸውን አስተዋልን። ድሎችንና ውድቀቶችን መለስ ብለው አይተው ለታሪክ ይበጃል የሚሉትን ከማቅረብ ይልቅ የሚወዱትን ለማሞገስ፣ የሚጠሉትን ለማጥላላት የተጻፉ ሆነው አገኘናቸው።

ገና ብዙም ሳንራመድ የአባታችንን "የሕይወት ታሪክ" በተለይም ወታደራዊ ሕይወቱን ለመጻፍ ችሎታውም ሆነ ሙሉ ማስረጃው እንደሌለን ተረዳን። ጽሑፋችን በሕይወት በነበረ ጊዜ ከተጋራነው ሕይወቱ ጋር ተያያዘብን። የእሱ ሕይወት ከእያንዳንዳችን ሕይወት ጋር በተለያየ ገመድ መተሳሰሩን ተገነዘብን። ስለሆነም ይህ መጽሐፍ የጄኔራል መርዕድ ንጉሤ ታሪክ ሳይሆን "የአባታችን ትዝታ" ሆነ።

ጽሑፋችን ሥራዎቹን በሙሉ የሚዳስስ እንዳልሆነ እናውቃለን። ሥራውንና ቤተሰቡን በደመቀ መስመር ለይቶ ይኖር ለነበረና የራሱን ሚና የሚያኮስስን ሰው ታሪክ ለመጻፍ መሞከር እንዴት አስቸጋሪ እንደሆነም ተረዳን። እኛም ይህን መጽሐፍ ለመጻፍ ብዙ ዓመታት የፈጀውን የአባታችንን ታሪክ የመሰብሰብ ጥረት ቆም አድርገን በእጃችን ላይ ያለውን አጠናቅረን የማቅረቢያ ጊዜው አሁን ነው ብለን ወሰንን። ብዙ ጥንቃቄ ብናደርግም አንዳንድ ክንውኖችን፣ ቀናትንና የመሳሰሉትን ልንሳሳት እንችላለን ብለን እንገምታለን። እርማቶችን ለመቀበልና ለመታረም ዝግጁዎች ነን።

አንዳንድ አንባቢዎች ይህንን መጽሐፍ ሲያነቡ ትረካችሁ "ወገናዊ" ነው ሊሉን ይችላሉ። ወገናዊነታችንን መካድ አንችልም። የሚገርመውና የሚያስጠይቀን በአባታችን ጉዳይ እኛ ልጆቹ ወገናዊ ባንሆን ነበር። ቢሆንም ግን ስለ ሥራዎቹ እንዲሁም ለአገሩና ለወገኑ ስለነበረው ልዩ ፍቅርና ቅን አስተሳሰቡ ስንተርክ ማስረጃ ማቅረብ እንዳለብን እንረዳለን።

ስለሆነም እዚህ መጽሐፍ ላይ ከአባታችን ከራሱ ማስታወሻዎች አንዳንዴም በተለያየ መንገድ ከተለያዩ ምንጮች ልናገኛቸው ከቻልናቸው ሰነዶችና የሰበሰብናቸውን ማስረጃዎች በሰፊው እንጠቅሳለን። ስለአባታችን መጥፎ ነገር መጻፍ ባንሻም ምንም ስሕተት የማይፈጽም መልአክ አድርገን ለማቅረብም አንሞክርም።

ይህ መጽሐፍ ልባቸው በጥላቻ የተደፈነ ሰዎችን አመለካከት ይቀይራል የሚል የዋህ አስተሳሰብ የለንም። በማስረጃ የተደገፈና ከተራ አሉባልታ የጸዳ ታሪክ ለሚሹ ወገኖቻችን ግን በበርካታ ማስረጃዎች ተደግፎ የተጻፈውን የአባታችንን ታሪክ ይወዱታል ብለን እናምናለን። አባታችንን ለሚጠሉ ምንም ያህል ማስረጃ ብናቀርብ፣ ድርጊቶችን አመክንዮዋዊ በሆነ መንገድ ብንተርክ ጥላቻቸውን አጽድተን በንጹሕ ልባቸው እንዲረዱልን የማድረግ ችሎታ እንደሌለን እናውቃለን። እነዚህ ሰዎች "ማስረጃ" የሚባል ነገር የሚጠሉና የደስታቸውም ምንጭ ሕዝቡን ወሬና አሉባልታ መጋት ስለሆነ ከእኛ እምነትና አቀራረብ መጣላታቸው አይገርመንም። እንደ ጨዋታ የሚጥም፣ በመጠጥና በሁካታ መኻል "ማንም የሚያውቀው ነው፤ ለኔ ነው እንዴ የምትነግረኝ፤ እዚያ የነበረ ሰው በዓይኑ አይቶ የነገረኝ..." እያሉ የአሉባልታው ዕድሜ በረዘመ ቁጥር እየደለበና እየፋፋ የሚመጣ ወሬን አስፋፍቶ መጻፍ፣ ካለአንዳች ማስረጃ ለአገራቸው የሠሩና የተሠዉ አርበኞችን ስም ማጉደፍ "ዝናን" ለመሸመትና መለስተኛ "ጥሪት" ለማፍራትም ይረዳ ይሆናል። ነገር ግን ታሪክን ማጣመምና ስም ማጥፋት በታሪክ፣ በሕዝብና በሕግ ፊት የሚያስጠይቅ ትልቅ ወንጀል ነው። የሆነውንና የተፈጸመውን እውነት እያወቁ "የሠራዊቱን ስም ለመጠበቅ" በሚል ታሪክን ማድበስበስና ትናንት የትግል ጓዳቸው የነበረ ጀግና ስም ሲጠፋ ዝም ብሎ ማየትም ትልቅ ስሕተት ነው፤ የአንድ ግለሰብ ስም ካለአግባብ ሲጠፋ እግረ መንገዱን ታሪክም ይደፈጠጣልና...

በውይይቱና በመጻፉ ሂደት ልባችን በተደጋጋሚ ይደማል። ቁስላችን እንደገና ያመረቅዛል። ኃዘናችን እንደገና ትኩስ ይሆናል። የአባታችንን ሥቃይ አብረን እንሠቃያለን። ኃዘኑን አብረን እናዝናለን። ሕመሙን አብረን እንታመማለን። ምኞቱን፣ ዓላማውን፣ የባሕርይውን ጽናት፣ ከምንም በላይ ለአገሩ ያለውን ፍቅር እንደገና እናስታውሳለን። በምናባችን ወደኋላ ተጉዘን የቤተሰብ ሕይወታችንን እንዳስሳለን። ያ ፈገግታው፣ ጨዋታው፣ ዓይናችን ላይ ይመጣል፤ ብዙም ሳይቆይ ያ የሚያርበደብደን ቁጣው፣ ያቺ የምንፈራት አለንጋው፣ አንዳንዴ ማለቂያ የሌለው የሚመስለን ምክሩ ይመጣብናል። የምንወደው ጨዋታውና የምንጠላው ቁጣው በአንድነት ይናፍቁናል።

ይህን መጽሐፍ የጻፍነው በእንደዚህ ዓይነት ማለቂያ በሌለው የደስታና የኃዘን ፍርቅርቆሽ ነው። አዎን...ማንም ሐኪም የማያድነውን የልባችንን ቁስል እንደያዝን ምንጊዜም የማይጠፋውንና ጊዜ የማይሽረውን የአባታችንን ፍቅር ስንቃችን አድርገን ትዝታችንን ጻፍነው።

ልጆቻቸው

ግንቦት 2011

ሐቅ እንዳይጎሳቆል...

በመረጃ ያልተደገፈ፣ በአሉባልታና ባልተጣራ ወሬ ላይ ተመሥርቶ የተጻፈ መጽሐፍ የአንባቢን አእምሮ ይበክላል። በጽሑፍ የቀረበ ትረካ ከትውልድ ትውልድ የሚሸጋገር እንደመሆኑ ታሪክ ነክ ጽሑፎችን የሚያቀርቡ ደራስያን ከፍተኛ ጥንቃቄ ማድረግ እንዳለባቸው ይታወቃል። እኛም ይህንን መርሕ በመከተል ጽሑፋችን ሐቅን የተከተለና በማስረጃ የተደገፈ እንዲሆን እጅግ ብዙ ጥረት አድርገናል። የአባታችንን ማስታወሻዎች በማጣቀስ፣ የምናውቀውና እርግጠኛ የሆንበት ታሪክ ላይ ብቻ በመመርኮዝ፣ ተአማኒነት ያላቸውን መጽሐፎች ዋቢ በማድረግና በተለያየ ደረጃና ቦታ ከአባታችን ጋር አብረውት የሠሩትን ቃለ መጠይቅ በማድረግ ይህንን መጽሐፍ እነሆ ለአንባቢ አቅርበናል።

የመጽሐፋችን ዋና መሠረት የአባታችን የራሱ ማስታወሻዎች ናቸው። አባታችን ራሱን ከሠዋ በኋላ የደርግ የጸጥታ መሥሪያ ቤት ባልደረቦች ቤታችንን ፈትሸው ብዙ ጽሑፎችን ወስደዋል። ሌሎች ማስታወሻዎቹም በጥንቃቄ ጉድለት ጠፍተውብናል። ልናገኛቸው የቻልናቸው ከ1973 ዓ.ም. በኋላ የተጻፉትን ብቻ ነው። በተለይም በርካታ መረጃዎች ይኖሩታል ብለን የገመትነው የመጨረሻውን ማስታወሻ ደብተር ልናገኝ አልቻልንም። በዚህ መጽሐፍ አማካኝነት ከአባታችን ጋር የተዋወቀ አንባቢ በጠፉት ማስታወሻዎች ላይ ምን ቁም ነገሮች ሊሰፍሩ እንደሚችሉ በቀላሉ ሊገምት ይችላል ብለን እናምናለን።

እነዚህ ደብተሮች በየዕለት ተግባሩ ላይ ሊሠራ ያቀዳቸውን፣ የሚያስባቸውን እንዲሁም ሰዎች ሲናገሩ የያዛቸውን ማስታወሻዎች ያጠቃልላሉ። ከዚህም በተጨማሪ ብስጭቱን፣ ሥጋቱን፣ ምኞቱን፣ ደስታውን፣ ኃዘኑን፣ ምስጋናውንና ትዝብቱን በጽሑፍ ይገልጻል። እኛም ጽሑፎቹን በሰፊው በመጥቀስ በተቻለን መጠን ማስታወሻዎቹ ላይ የሰፈሩት ሐሳቦቹ አባታችንን ራሱን ሆነው እንዲናገሩ ጥረት አድርገናል። በተለይም እነዚህ ጽሑፎች የተጻፉበትን ጊዜ ከነበረበት ኃላፊነትና ተግዳሮት እንዲሁም ከኢትዮጵያ የፖለቲካና ማኅበራዊ ሕይወት ጋር አያይዘን ሐሳቡንና መፍትሔ ይሆናል ብሎ የሚያስበውን ከሌሎች ማስረጃዎች ጋር በማጣመር አቅርበናል። በራሱ የእጅ ጽሑፍ የተጻፉትን ማሳየት ሐሳቦቹን የበለጠ አጉልቶ ያወጣል ብለን በማሰብም አንዳንዶቹን አባሪ አድርገናል።

መጽሐፋችን ላይ ከማስታወሻ ደብተሮቹ ያገኘናቸውን ፍሬ ነገሮች በብዛት አስገብተናል። አባታችን ማስታወሻ ሲይዝ አንዳንዶቹ ላይ ቀኖችን እያስገባ አንዳንዴም ቀኖችን እየዘለለ ስለሚያልፍ የተወሰኑ ጽሑፎቹን በወቅቱ ከነበሩት ክንውኖች ጋር ማያያዝ ያስቸግራል። ከስብሰባና ከውይይቶች በኋላ ወይንም የሠራዊቱን አባሎች ሲያነጋግር የሚይዛቸው ማስታወሻዎች አብዛኛዎቹ ቀናት ስላለባቸው ቀናቶቹን እንዳለ አስቀምጠናቸዋል። ወታደራዊ ውጥረቶች፣ ሥጋቶችና ሊደረጉ ይገባል ብሎ የሚያቀርባቸውን የመፍትሔ ሐሳቦች ለአንባቢዎች አቅርበናል። የአባታችን እጅ ጽሑፍ ላይ በጉልህ የሚታዩ ግድፈቶችን ከማስተካከል በቀር

እርማት ሳናደርግ ለአንባቢ አቅርበናቸዋል። ከዚህም ሌላ ለወደፊቱም የታሪክ ተመራማሪዎች እንዲጠቀሙበት ማስታወሻዎቹን ለጥናትና ምርምር ተቋም ለመስጠት ወስነናል።

አባታችን ምንም ሥራ ቢበዛበት እንደምንም ብሎ ለሁላችንም በወር አንድ ደብዳቤ ለመጻፍ ይሞክር ነበር። እኛ መልስ ጻፍንም አልጻፍንም እሱ ሐሳቡንና ምክሩን ካለበት ቦታ በደብዳቤ ከማስተላለፍ ችላ ብሎ አያውቅም። ከእነዚህ ለልጆች ከተጻፉ ደብዳቤዎች የተወሰኑትንና ከማስታወሻ ደብተሮቹ ሌላ፣ ሥራ ላይ በነበረ ጊዜ የተጻፉለት ደብዳቤዎችንና እሱም የጻፋቸውን አንባብያን ቢያዩት ይጠቅማል ያልናቸውን እንደ አባሪ አስገብተናል።

ይህንን ጽሑፍ ለማዘጋጀት በርካታ መጽሐፎችን፣ መጽሔቶችን፣ ድረ-ገጾችንና የምርምር ሥራዎችን ተጠቅመናል። የተለያዩ ወገኖች ስለአባታችን የጻፉዋቸው አዎንታዊና አሉታዊ አስተያየቶችን መርምረናል። በአጠቃላይ ልናገኝ የቻልናቸውን ማስረጃዎች ባለፉት ዓመታት ስንከታተልና ስናነብ ቆይተናል። መልስ ማግኘት አልቻልንም እንጂ ከመከላከያ ሚኒስቴር ሰነዶችን ለማግኘት ማመልከቻ አስገብተናል። ባይሳካልንም ለአሜሪካ መንግሥት መከላከያ መሥሪያ ቤት፣ ለውጪ ጉዳይና ለስለላው ድርጅት ስለ ጄኔራል መርዕድ ያላቸውን ማስረጃ እንዲያካፍሉን ጠይቀናል።

ስለአባታችን በትክክልም ይሁን በተዛባ መረጃ ላይ ተመርኩዘው የተጻፉም መጽሐፎች፣ መጽሔቶችና ጋዜጦች ላይ የወጡትን አብዛኛዎቹን አንብበናል። ትክክል ናቸው ብለን ያሰብናቸውን እንደ ማስረጃ ተጠቅመንባቸዋል። አባታችን ለአንደኛዋ እኅታችን በጻፈው ደብዳቤ (አባሪው ላይ ይመልከቱ) “ማንኛውንም ነገር ማመስገን ወይም መውቀስ ይገባል፤ አፈጻጸሙ ግን በበቂ ምክንያትና በስፋት መሆን አለበት። አንዱ ሲል በመስማት ብቻ ሳይሆን በተጨባጭ መሆን ይገባዋል” እንዳለው እኛም በማስረጃ ሳይደገፉ ስለአባታችን ለተሰጡ የተሳሳቱ አስተያየቶች መረጃዎቻችንን እያቀረብን እንሞግታቸዋለን።

ከላይ ከጠቀስናቸው ምንጮቻችን በተጨማሪ ከቤተሰቦች እንዲሁም በሥራና በጓደኝነት ከሚያውቁት በርካታ ሰዎች መረጃ ሰብስበናል። ለዚህም ይረዳን ዘንድ ያዘጋጀነውን መጠይቅ በማስሞላት፣ ቃለ ምልልስ በማድረግ እንዲሁም ከአንዳንድ ሰዎች የጽሑፍ ምስክርነት በመሰብሰብ ግኝቶቻችንን አጠናክረናል።

በመጨረሻም እኛ ልጆቹ ነፍስ ካወቅን በኋላ ያየነውንና የምናስታውሰውን እያንዳንዳችን ለመጽሐፉ ግብዓት እንዲሆን የየበኩላችንን አበርክተናል። በዚያ ዘመን አባታችን የጻፋቸውን ማስታወሻዎቹን አመሳክረን፣ መጽሐፎችን አገላብጠን፣ ከዚያም ከተከናወኑ ድርጊቶች እስከ ቃላት አጠቃቀም ድረስ ተከራክረንና ተወያይተን ወደ መጻፍ አመራን። በመጨረሻም እንደ አባት አንዳንዴም እንደ ታላቅ ወንድምና የልብ ጓደኛ የምናውቀውን የአባታችንን ታሪክ ከላይ ከጠቀስናቸው መረጃዎች ጋር አዋሕደን ትዝታችንን መጻፍ ጀመርን። የአስተሳሰብና የአጻጻፋችንን ቅጥ ለማቀራረብ የሚከተሉትን አምስት መሥፈርቶች የጽሑፋችን መለኪያ

እንዲሆኑ ወሰንን።

- አባታችን "በዕድሜም ሆነ በማዕረግ የሚልቅ ሰው መከበር እንዳለበት ይታወቃል። ለመከበሪያው ምክንያትና አስተማማኝ ሁኔታ መፍጠር እንዳለበትም መታወቅ አለበት" እንዳለው ሁሉ ቅያሜያችንንና ተቃውሟችንን ሳናመነታ እየገለጽን፣ ነገር ግን በዚህ መጽሐፍ ላይ የምናነሣቸውን ግለሰቦች በአክብሮት ማስተናገድ፣
- አባታችን ይህንን መጽሐፍ ቢያየው የሚያፍርብን አንዳችም ነገር እንዳይኖረው የተቻለንን ጥረት ማድረግ፣
- የምንጽፈው ሁሉ በማስረጃ የተደገፈ፣ በእማኞች የተመሰከረ፣ በማስረጃ ከተደገፉ መጽሐፎች የተገኘ፣ እኛ ራሳችን ካየነው ከምናውቀው ወይንም ከሁነኛ ሰዎች የሰማነው መሆን እንዳለበት ማረጋገጥ፣
- በማስረጃዎች ላይ ተደግፈው የሚገለጹት እውነታዎችንና የእኛን የግል አስተያየቶች አንባቢ በቀላሉ እንዲለያቸው በሚያስችል መልኩ ማቅረብ፣
- ከአሉባልታና ከተራ ወሬ መራቅ።

እነዚህን መሠረት በማድረግ ተገቢ ጥንቃቄ አድርገናል። ለተራ ወሬ፣ ለአሉባልታና ለውሸት ያለንን ጥላቻና ንቀት ለመደበቅ ፍላጎት የለንም። "ሐቅና አቀራረብ ካልተጣጣሙ ሐቅን ያጎሳቁለዋል" ይል ነበር አባታችን...በአቀራረብ ጉድለት ሐቁን እንዳላጎሳቆልነው ተስፋ እያደረግን ይህንን የአባታችንን መዘክር ለውድ አንባብያን በትሕትና እናቀርባለን።

ሐቅና አቀራረብ ካልተጣጣሙ ሐቅን ያጎሳቁለዋል።

መርዕድ እና አምኃ

ሁለቱ የማዘጋጃ ቤት ሠራተኞች ወለል ብሎ ተከፍቶ እንዲገቡ የሚጋብዘውን በር ዘልቀው ገብተው ሲቀመጡ እማማ ድንቄ ሁለት ጣሳ ጠላ በማቅረብ ተቀበሏቸው። ደንበኞቻቸው እጅ እየነሱ የቀረበላቸውን ጠላ ባንድ ትንፋሽ ጭልጥ አደረጉት። እማማ ድንቄ ድጋሚውን አንቆርቁረውላቸው አረፍ ሲሉ አንደኛው "ውኃ ጥም ሞተናል! ጉድጓድ ቆፍረን ሁለት ሰዎች አንድ ላይ አንድ ጉድጓድ ውስጥ ቀብረን ነው የመጣነው" ሲል ሁለተኛው ቀጠል አድርጎ "ባለሥልጣኖች እንደሆኑ ያስታውቃሉ፤ በቀደም በሬድዮ ከተነገረላቸው መኻል ሳይሆኑ ይቀራሉ? ቀባሪ እንደሌለው ሰው አንድ ጉድጓድ ወርውረናቸው መጣን" አለ ጠላውን እያጣጣመ።

ወይዘሮ ድንቄ ኡርጌ አንዳች ዓይነት መጥፎ ስሜት ወረራቸው። ትንሽ ቆየት ብለው ትንፋሻቸውን ሳብ አድረገው "እንዴት ዓይነት ጉድ ነው? እንዲያው ዘመድም የላቸው?" ይላሉ እንደመጠየቅም አስተያየት እንደመስጠትም አድርገው። አንደኛው ፈጠን ብሎ "ጀነራሎች ወይ ኮረኔሎች ሳይሆኑ አይቀርም፣ ሁለቱም ቀያዮች ናቸው፣ አንዱ ረጅም ሌላኛው ደግሞ አጠር ያለ ነው። ፊታቸው በተለይ የአንደኛው በጥይት ስለተበላሸ በደንብ አይለይም" ሲል ሌላኛው ፈጠን ብሎ "በሬድዮ ተነግሯል፣ ስማቸው ጠፋኝ፣ በሬድዮ ሲነገር አልሰማችሁም እንዴ?" ይላል እንደመጠየቅ እያደረገ። እማማ ድንቄ "አይ እናት...ጉድሽን አላየሽ!" እያሉ ዓይናቸውን እየጠራረጉ ወደ ጓዳ ይገባሉ።

እማማ ድንቄ ጓዳ ገብተው ቁጭ አሉ። የራሳቸውን ጉድ ሁለት ደንበኞቻቸው እዚያው ፊት ለፊት ነገሯቸው። ልባቸው ጉሮሯቸው ውስጥ የተሰነቀረ መሰላቸው፤ ደነገጡ። ለወገን ዋይ ተብሎ የሚለቀስበት ጊዜ ስላልነበረ በሰሙት ወሬ ቢደነግጡም ኃዘናቸውን ዋጥ አድርገው ደንበኞቻቸውን ሸኙ። ይህን ለዘመድ ቢያወያዩት የሚመጣውን መዘዝ እያሰላሰሉ ፈንቅሎ የሚፈስሰውን ዕንባቸውን በነጠላቸው እያባበሱ ሲነጋ የሚያደርጉትን ሲያወጡ ሲያወርዱ አደሩ።

በማግስቱ በጠዋት ከኮልፌ አጠና ተራ ቤታቸው ወደ አጎታችን አቶ ጌታቸው ንጉሤ ቤት ሄዱ። አቶ ጌታቸው አክስቱ ለቅሶ ሊደርሱ ነው የመጡት ብሎ አብሯቸው ተቀመጠ። ትንሽ ከተቀመጡ በኋላ እማማ ድንቄ ወደ ጓሮ ወጣ ብለው ጋሽ ጌታቸውን አስጠሩት። አንድ ጉዳይ አለኝ ብለው የሚናገሩትን ሰው እንዳይሰማ ራቅ አድርገው ወደ አጥሩ ወስደው ከሁለቱ የማዘጋጃ ቤት ሠራተኞች የሰሙትን አካፈሉት።

ከሦስት ቀን በኋላ ጋሽ ጌታቸውና ታናሽ ወንድሙ ሽመልስ ንጉሤ እነዚህን ሁለት የማዘጋጃ ቤት ሠራተኞች አነጋገሩ። ከትንሽ ማንገራገርና ድርድር በኋላ እነዚህ ሁለት ሰዎች የተቀበሩበትን ቦታ ለማሳየት ቀነ ቀጠሮ ያዙ። ለልፋታቸውም 300 ብር ሊከፍሏቸው ተስማሙ። ጉድጓዱን ከፍቶ ለማሳየት ቀጠሮ ተያዘ።

ጠዋት ሲነጋጋ 11 ሰዓት ላይ ማዘጋጃ ቤት ቀባሪ ዘመድ የሌላቸውን ሟቾች የሚቀብርበት ጴጥሮስ ወጳውሎስ ቤተ ክርስትያን ጋር ተያይዞ ባለው መቃብር ቦታ ለመገናኘት ቀጠሮ ተያዘ። የማዘጋጃ ቤቱ ሠራተኞች ቀደም ሲል በጥብቅ ባስጠነቀቁት መሠረት ጋሽ ጌታቸው፣ ሽመልስና እማማ ድንቂ በተባለው ሰዓት ደርሰው ራቅ ብለው ቆሙ። ድምፅ እንዳያሰሙ፣ እንዳያለቅሱ ጥብቅ ማስጠንቀቂያ ከማዘጋጃ ቤቱ ሠራተኞች ተሰጥቷቸዋል። መንግሥት ቢያውቅ ሁሉም ትልቅ አደጋ ላይ እንደሚወድቁ በሚገባ ተረድተዋል። ሁለቱ የማዘጋጃ ቤት ሠራተኞች ጉድጓዱን ከፍተው እንደጨረሱ መምጣት ትችላላችሁ የሚል ምልክት ሰጥተው ዞር አሉ። ጠረኑን ለመከላከልና መቃብሩን በቀላሉ ለመለየት ይረዳ ዘንድ አረንጓዴ መድኃኒት በመቃብሩ ዙርያ ተረጨ።

ጉድጓዱ ውስጥ ረዘምና አጠር ያሉ የሁለት ሰዎች የሰነበተ ሬሳ፣ የአየር ኃይል የበራሪ ክንፍ ምልክትና በጭቃ የተለወሰ የወታደር ልብስ ይታያል። ጋሽ ጌታቸውና ሽመልስ ወንድማቸውን ጄኔራል መርዕድ ንጉሤን ለመለየት ጊዜ አልፈጀባቸውም። ልክ እንደተነገራቸው ጠዋት ከቤት ሲወጣ የለበሰውና ያደረገው ጫማ፣ ኮሌታው ላይ ያለችው የጄኔራል ምልክት በዓይናቸው ካዩት ጋር አንድ ዓይነት ነበር። የአየር ኃይል በራሪ ምልክቱም የጄኔራል አምኃ ደስታ እንደሆነ አወቁ። ጉድጓዱን አዘግተው ምልክት አድርገውበት በአፋጣኝ ከአካባቢው ራቁ...

...ከሁለት ዓመት በኋላ በ1983 ዓ.ም. ግንቦት ወር የደርግ መንግሥት ወደቀ። አዲሱ የኢሕአዴግ መንግሥት ሥልጣን ሲይዝና በደርግ ዘመን በየቦታው የተወረወሩና የተቀበሩ ዜጎች አፅም በክብር እንዲቀበር ሲፈቅድ አጎታችን ጋሽ ጌታቸውም ዘመዶቹን አስከትሎ ወደ አዲስ አበባ ማዘጋጃ ቤት አመራ። የማዘጋጃ ቤቱ የክፍል ኃላፊ ቀደም ሲል ከጋሽ ጌታቸው ጋር ትውውቅ ስለነበረው ለመርዳት ዝግጁ ሆኖ ተገኘ። "የተቀበሩበትን ቦታ ታውቁታላችሁ ወይ?" ብሎ ጠየቀ። ቦታው ላይ ምልክት ቢደረግበትም ጋሽ ጌታቸው ሙሉ ለሙሉ እርግጠኛ አልነበረም። "እኔ ቦታውን በመጠኑ አስታውሰዋለሁ፣ ቢሆንም ግን እባክህ ያኔ ከቀበሩት መካከል አንዱን ሠራተኛ መድብልን" ይለዋል። የክፍል ኃላፊው እነ ጋሽ ጌታቸውን እንዲረዳ የጠራው ሠራተኛ "እኔ አሁን ቸኩያለሁ፣ 12 ጄኔራሎች ፈረንሣይ ለጋሲዮንና አቦ ቤተ ክርስቲያን ስለተቀበሩ እዚያ ሄደህ ቦታውን አሳይ ተብዬ ታዝዣለሁ፤ እቸኩላለሁ" ብሎ ሮጦ ይወጣል። "አይ ምን ይሻላል..." እያሉ መላ ሲፈልጉ ከሁለት ዓመት በፊት መቃብሩን ከፍተው ካሳዩዋቸው የማዘጋጃ ቤት ሠራተኞች መካከል አንደኛው ድንገት ብቅ አለ። ቦታው ደርሰው መቃብሩ ሲቆፈር መጀመሪያ እዚያው ጉድጓድ ውስጥ በሁለቱ አስከሬን ላይ ተደርቦ ተቀብሮ የነበረ የሕፃን ልጅ አፅም ወጣ። የጄኔራል መርዕድ ቅጠልያ ልብስና እነ ጋሽ ጌታቸው መጀመሪያ ያዩት የአየር ኃይል በራሪ ክንፍ ምልክት ተገኙ። ጋሽ ጌታቸው የባለቤታቸውን አፅም ሊያስነሱ አብረውት ወደመጡት ወደ ጄኔራል አምኃ ባለቤት በመዞር "ይህ የባለቤትሽ አይደለም?" ብሎ የጄኔራል

አምኃን የአየር ኃይል የበረራ ክንፍ ሲሰጣቸው እያለቀሱ ተቀበሉት። ከዚያም የአንደኛ ደረጃ የጀብዱ ሜዳልያና የላቀ ጀብዱ ጀግና ሜዳልያ ተሸላሚ የነበሩት የሁለቱ ጀግኖች አፅም በሁለት ሳጥኖች ተከትቶ በክብር ቅዱስ ዮሴፍ ቤተ ክርስትያን እንዲያርፍ ተደረገ።

ምዕራፍ አንድ

ታኅሣሥ ፲፱፻፸፬ ዓ. ም.

ዓርብ ፱

DECEMBER 1981

FRIDAY 18

ምዕራፍ አንድ፡
የሃደ ኩሊ ልጅ፤ ዕድገት በሙሎ

...ከተመልካቾቹ አንዱ የነበረው መስኮቱን ዘግቶ የቀን መቁጠሪያ ላይ ዓይኑን ጣል ሲያደርግ 1973 ዓ.ም. የሚል ያሸበረቀ ፅሑፍ ያያል፣ ወሩ ጥር 13 ቀን ነው። ወዲያው ሐሳቡን መለስ አድርጎ ወደ ኋላ ሲያሰላ ከ1973 ዓ.ም. የተወለድኩበትን ዘመን ብቀንስ ዕድሜዬ ዛሬ 47 ዓመት መሆኑ ነው በማለት ይጀምርና ከሕይወት ታሪኩ ጋር መጫወት ይጀምራል። በመጀመሪያ ትዝ ያለችው ሃደ ኩሊ ናት። ሕይወትን የጀመረው በሷ ጉያ ሆኖ ጡቷን እየጠባ ነበርና ያደገው የሃደ ኩሊ ነገር ሲነሣ በንጉሥ ታግደሃል አትናገር ቢሉትም የማይሆንለት ስለሆነ “ወይ እማማ” ብሎ ይጀምራል...

ይህ አባታችን ጄኔራል መርዕድ በራሱ የእጅ ጽሑፍ ትቶልን ካለፈው ማስታወሻው በከፊል የተወሰደ ሲሆን ትረካውን እንደሦስተኛ ሰው አድርጎ ቢጀምረውም ተራኪውም ባለቤቱም አባታችን ነው። ቦታው ፒያሳ ያለው አርቲስቲክ በመባል በሚታወቀው ሕንፃ አራተኛው ፎቅ ላይ ነው። ያን ጽሑፍ በጻፈበት በ1973 ዓ.ም. አባታችን ወደ ፊት እዚህ መጽሐፍ ላይ በምናብራራው በአንድ አጋጣሚ ከረጅሙ የውትድርና ሙያ አገልግሎቱ ገለል ተደርጎ ነበር። በዚያ የእፎይታ፣ የጡረታ፣ የቁም እሥር ወይንም የቁጭት ጊዜ ወደራሱ መለስ ብሎ ከልጅነት እስከ እውቀት የተጓዘበትን የሕይወት መንገድ ለመቃኘት ፋታ አገኘ። እንዳሰበውም ብዕሩን ከወረቀት ጋር በማገናኘት ግለ-ታሪኩን መጻፍ ጀመረ። አጠናቆ ለመጨረስ የሚያስፈልገውን በቂ ጊዜ ለማግኘት ግን የታደለ አልነበረም።

አባታችን ተወልዶ የልጅነት ጊዜውንና በከፊል የጉርምስና ዘመኑን ያሳለፈው በቀድሞው አጠራር በሸዋ ጠቅላይ ግዛት መናገሻ አውራጃ በሱሉልታ ከሚታወቁት ምክትል ወረዳዎች አንዷ በሆነችው በሙሎ ነው። በልጅነታችን ከአዲስ አበባ ተነሥተን በጎጃም መንገድ ሠላሳ አምስት ኪ.ሜ. ተጉዘን ወደ ግራ ወደ ደርባ የሚወሰደውን መንገድ ይዘን ትንሽ ከተጓዝን በኋላ የሲቢሉን ወንዝ ተሻግረን ሮብ ገበያ እንደርሳለን። ድሮ እጅግ በጣም ድሮ የሲቢሉ

ወንዝ ድልድይ በእንጨት ወጋግራ የተዘረጋ የሚያስፈራ መሸጋገሪያ ነበር። በግራና በቀኝ የመውደቅ አደጋን የሚከላከል የእጅ መያዣ አልነበረውም። ራቅ ራቅ ተደርጎ በተደረደረው የፍልጥ እንጨት መኻል ቁልቁል ሲያዩት እየተንሣ እየወደቀ የሚገማሸረው የሲቢሉ ድፍርስ ውኃ እጅግ ያስፈራል። "ስትሻገሩ ወደ ታች አትዩ፤ ያዞራችኋል" እያሉ አዋቂዎች ደጋግመው ስለሚነግሩን የተመደበልንን አዋቂ እጅ ጥፍር አድርገን ይዘን ፊት ለፊት እያየን እየተንቀጠቀጥን ሲቢሉን እንሻገራለን። ያንን ወንዝ መሻገር እንደዚያ ቢያስፈራም ፈረሶችና በቅሎዎች አስቀድሞ ተወርውሮ በጎረምሳ በሚሳብ ጠፍር እየተመሩ ዋኝተው ሲሻገሩ ማየት ለዓይን የሚያስደስት የልጅነት ትዝታ ነበር። የደርባ ሲሚንቶ ፋብሪካ ሲቋቋም መንገዱ ተሠራ፤ ሲቢሉም ዘመናዊ ድልድይ በላዩ ላይ ተገንብቶበት የሚያስፈራ ግርማ ሞገሱን አጣ። በመንገዱና በድልድዩ መሠራት የተነሣ ጫንጮ ሳይደርሱ ወደ ደርባ ከሚገነጠለው መንገድ ተነሥቶ ሮብ ገበያ መድረስ አሁን የጥቂት ደቂቃዎች ጉዳይ ሆነ።

ሮብ ገበያ ከመድረሳችን በፊት ወደ ዳሞቱ ሜዳ እንታጠፋለን። መኪና ውስጥ አይሰማም እንጂ የዳሞቱ ብርድ አይቻልም። "ዳሞቱ" በኦሮምኛ ብርዳማ ማለት ነው። ከዚያም በእርሻ ማሳዎች መኻል መጓዝ እንደጀመርን ጂፓችን የጎለሌ መንገን ዳገት እሪ እያለች መውጣት ትጀምራለች። ይህቺን በግራር ዛፎች ያጌጠች ቦታ አንዳንዶቹ ጎለሌ ላፍቶ ይሏታል። የምንጓዝባት የጦር ሠራዊቷ ጂፕ እየነጠረች ሜዳውን፣ ገደሉንና ዳገቱን ስትምዘገዘግ ቁጭ ብድግ ስለምታደርገን መነጫነጭ እንጀምራለን። በተለይም በሁለቱ የኋላ ጎማዎች ትክክል የሚቀመጥ ሰው ከማንም የበለጠ እየተናጠ ይጎዳል። በዚህ ጉዞ ካለማቋረጥ የሚደሰተው አባታችን ይመስለናል። ወደ ተወለደባትና ወደ አደገባት መንደር ሲጠጋ ደስታው ፊቱ ላይ ይነበባል። በመንገዳችን ላይ አልፎ አልፎ የሚያጋጥሙንን ሰዎች መኪና ቆም አድርጎ "አከም ጂርቱ? ነጉማ? ቢያ ነጉማ?..." እያለ ሰላምታ ያቀርብላቸዋል። ቀረብ የሚሉት ሰላምታ ሰጥተው ቀጠል በማድረግ የመንደሩን ወሬ፣ የወለደ፣ የሞተ፣ አዲስ አበባ የገባውን...እያነሡ ያጫውቱታል። እኛም ያ የልጅነት ትዝታው ሲቀሰቀስ እናስተውላለን።

ልጆች ለጨዋታ ይሁን ለከፋት የደረደሯቸውን ድንጋዮች በመንገዳችን ላይ እናያለን። መኪናዋ እንድታልፍ ወንዶቹ ልጆቹን ድንጋዮቹን ከመንገድ ዞር እንድናደርግ አባታችን ያዛል። ለቅመን ጨርሰን ወደ መኪናዋ ተመልሰን ልንሳፈር ስንል ጥሎን ይነዳል፤ እኛም መኪናዋ ጋር ለመድረሰ ልባችን እስኪጠፋ እንሮጣለን። ሮጠን ስንዳከም መኪናዋን ያቆምልንና እያለከለክን ተመልሰን እንሳፈራለን። የመኪናዋ ማንገላታት አይበቃ ይመስል እኛን እያስሮጠን የሚያገኘው ደስታ ያናድደናል። እንዲህ ዓይነት ጨዋታ በሌላ ሲሆን እንጂ በራስ ሲደርስ ደስ አይልም። አባታችን ግን ተንከትክቶ እየሳቀ "ሰውነታችሁ እንዲነቃቃ ብዬ እኮ ነው!" እያለ ያሾፍብናል።

ወደ ተወለደበትና ያደገበት መንደር ሲጠጋ የልጅነት ትውስታውን እያነሣ ማውራት ይጀምራል። ስንት ኪሎ ሜትር በቀን በእግሩ እንደሚሄድ፣ ፈረስ እንዴት እንደሚጋለብ፣ ከጓደኞቹ ጋር ሚዳቋና ጥንቸል እንዴት እንደሚያጠምዱ እያጫወተን የመንገዱን እንግልት ሊያረሳሳን

ይሞከራል። አንዳንዴ "እዚህች ጋር ጥንቸል ስናሳድድ...ከብቶች ስንጠብቅ...ፈረስ አምልጦን..." እያለ ይተርክልናል። ሌላም ጊዜ በጥያቄ ያጣድፈናል..."ይሄ በግራ በኩል የምታዩት ገብስ ነው ስንዴ? እንዴት ትለዩታላችሁ? ይህስ ያለፈው በቅሎ ነው ፈረስ?..." እያለ ያፋጥጠናል። ሁሌም የማይገባን ነገር፣ ለምንድነው ስንዴና ገብስን መለየት ያለብን? ፈረስና በቅሎስ ቢሆን ቢመሳሰሉ ቢለያዩ ለእኛ ምን ይጠቅመናል? ብለን በአባታችን ጥያቄዎች እንገረማለን። ይሄ ቀላሉ ነው፤ ጭቃ አብኩታችሁ ቤት ለጥፉ ብሎን በባዶ እግራችን ጭቃ ያቦካንበትም ጊዜ ነበር። እናታችን ደርሳ "እግራቸውን የተሰበረ ብርጭቅ ቢቆርጣቸውስ?" ብላ እስከታስቆመን ድረስ! አህያ መጫን፣ ማረም፣ እህል ማበራየት እወቁ ተብለን ዓይናችን ውስጥ ገለባ ገብቶ ያለቀስንበትም ጊዜ ነበር።

በጥንቃቄ እንደተጠና ውዝዋዜ በነፋስ ጉልበት ለሽ ብሎ ወርዶ እንደገና ቀና እያለ በሙዚቃ ስልት የሚወዛወዝ የሚመስለው የጤፍ፣ የስንዴ፣ የገብስ አዝመራና በየቦታው የበቀለው የተፈጥሮ ተክል ከአካባቢው መልከዐ ምድር ጋር ዓይንን ይማርካል። አልፎ አልፎ እረኞች ከአንዱ ኮረብታ ወደ ሌላው ኮረብታ መልእክት ሲያስተላልፉ ይሰማል። አንዳንዴም ከብቶቹን የሚቆጣ ገበሬ፣ የሚያጓራ በሬ፣ የላሞች፣ የበጎች፣ የፈረሶች ድምፅ፣ የአዕዋፍ ዝማሬ ጸጥታውን ይሰብሩታል። በዚህ ጉዞ በአባታችን ጥያቄዎችና ትረካዎች እንደተጠመድንና አካባቢውን እየቃኘን የድሬን አምባ እና ዛፎች ጥቅጥቅ ያሉባትን የለኩ ገማን ኮረብታ ከሩቅ ማየት እንጀምራለን።

የድሬን አምባ ስንቀርብ የአያቶቻችን የተንጣለለ ግቢ ብቅ ይላል። ያኔ እየተጯጯህን "የአካከዩ ቤት"፣ "የአከዎ ቤት" ማለት እንጀምራለን። ፈረስም ሆነ አህያ ያገኘነውን የምንጋልብባት፣ በቅጡ እንኳን ሳናጥብ ከቢረዳ እርሻ የነቀልነውን ካሮት የምንጨረግድባት፣ ከእረኞች ጋር ተሻርከን እንኩቶ የምናነኩትባት፣ በየስርቻው ዶሮዎች የጣሉትን እንቁላል በየምድጃው አብስልን የምንበላባት ሙሎ እንደርሳለን። ያቺን በተፈጥሮ የቀዘቀዘ ውኃ የምታፈልቀውን የሂደ ቦሪን ምንጭ በምናባችን እናያታለን። ከቢረዳ እርሻ የነቀልነው ካሮትና ከየጥሻው የለቀምነው የቀጋ፣ የአጋምና የእንኮይ ፍሬ የሚታጠበው በዚችው ምንጭ ውኃ ነው። በጭቃ ያበላሸነውን ልብሳችንንና ጫማችንን ወላጆቻችን ሳያዩት እንደነገሩ የምናጣጥበው በሂደ ቦሪ ንጹሕ ውኃ ነው። ከሁሉም በላይ ሮጠን አልቦን ደክሞን የውኃ ጥማችንን የምናረካው አካከዩ ከምንጯ የሚመጣውን ውኃ እንዲወርድበት ባሠሩት የቀርከሃ አሸንዳ ላይ አፋችንን ደቅነን ነው። ያንን መልካም ሽታ እያጣጣምን የምንደሰተው ሂደ ቦሪ ዙሪያ ከበቀሉት አበቦችና ተክሎች የሚወጣውን መዓዛ እየማግን ነው። ሂደ ቦሪ ሰውን ብቻ ሳይሆን በኅብረቀለማት ያማሩ ቢራቢሮዎችን፣ ንቦችን...በዙሪያዋ በበቀሉት ተክሎችና አበቦች ማርካ ቤተኛ ማድረግ የቻለች የምድር ላይ ገነት ነች ማለት ይቻላል።

ስለ ሙሎ ብዙ ትዝታዎች አሉን። አባታችን አዲስ አበባ አካባቢ የሚሠራ ከሆነ ቢያንስ በዓመት አንዴ ወደ ሙሎ መምጣታችን አይቀርም። በገና አንዳንዴም በፋሲካ፣ በአዲስ ዓመት ወይንም

በመስቀል ሙሉን እናያታለን። ሩቅም ስንሆን ከሆለታ፣ ከነጌሌ፣ ከኤርትራም ሲመለስ አባታችን ሁላችንንም ሙሉ ይዞን ይመጣል። በተለይ ከሁሉም በዓላት የመስቀል በዓል ሁላችንንም ያስደስተናል። ከአዲሱ ዓመት ጀምሮ እስከ መስቀል ጎረምሶች በየቤቱ እየዞሩ ይዘፍናሉ፣ ይጨፍራሉ፣ ይመረቃሉ፣ ይሸለማሉ። ከዚያም በሰበሰቡት ገንዘብ ሙክት ወይ ወይፈን ተገዝቶ ይታረዳል፤ የመንደሩ ሰው ተሰብስቦ ይበላል። ዲጪሳ ወይም ረገዳ እየተጫወቱ የከንፈር ወዳጅ ያጠምዳሉ። የሙሉ ጎረምሶች ሙሉንና አካባቢዋን ያስተዋውቁናል፣ ባህሏን ይተርኩልናል። የአካባቢውን ተረትና ጨዋታ ያስኮምኩሙናል። ቅርብ ቦታዎችን ያስጎበኙናል። በግዙፍ የሾላ ዛፎች የተዋበውንና ዳኝነት የሚካሄድበትን ሀርቦን፣ ረባዳውን የቡርቃ ሰሬን ሸለቆና የመሳሰሉትን ከሩቅ በጣታቸው እያመለከቱ ያሳዩናል።

በመስቀል ዋዜማ የደመራ ዕለት አያታችን አሥራ ሁለቱን ልጆቻቸውን በዕድሜ ቅደም ተከተል አሰልፈው ደመራውን ያበራሉ። ከዚያም ዘፈኑ፣ ረገዳው ይቀጥላል። ገና ደመራው ሳያልቅ በማግስቱ የመስቀል ዕለት ቅድመ አያታችን ጊፍቲ ሸዋ[3] ቤት ስለሚበላው ቁንጬ መወራት ይጀምራል። የመስቀል ዕለት የአለልቱንና የዶሮባ ወንዞች ተሻግረን ዲሎ ተራራን በግራ አልፈን ወደ ጊፍቲ ሸዋ ቤት ሄጦ በከር እንሄዳለን። የአካኮዩና የአከዎ አሥራ ሁለት ልጆችና የልጅ ልጆች ከዚህ የበለጠ የመገናኛና የመጫወቻ ቦታ ስለማናገኝ ይህንን አጋጣሚ በደስታ እናጣጥመዋለን። ደስታችንን የሚያበላሸው በመስቀል ማግስት ተሯሩጠን ትምህርት ቤት መመለሳችን ነበር። ትምህርት ቤት በመስቀል ማግስት እንዲከፈት የወሰነው ባለሥልጣን ስለኛ ደስታ ብዙ ያሰበበት አይመስልም።

ወንዱ አያታችን አቶ ንጉሤ ሞሩ፣ በእኛ አጠራር "አካኮዮ" በግብርና ሥራ ይተዳደሩ ከነበሩ ጠንካራ ቤተሰቦች መካከል ስላደጉ እሳቸውም ያንኑ በመከተል ሀብትና ልጆች አፍርተው፣ የአገር ባህልና ወጉን ጠብቀው ተወደው ተከብረው ኖረዋል። አሥራ ሁለት ልጆች ወልደው የአያት፣ የቅድመ አያትና የቅም አያትነት ወጉን አጣጥመዋል። አካኮዩ በጣም ረጋ ያሉና ከማንም ሰው ጋር በቀላሉ መግባባት የሚችሉ ነበሩ። እንደ ሴት አያታችን ፈርጠም ብለው ከማዘዝ ይልቅ ለስለስ ብለው አስተያየታቸውን የሚሰጡ በመሆናቸው ቀረብ ብሎ ለማነጋገር ይቀላሉ።

ሴቷ አያታችን ወይዘሮ ፈለቀች ያኢ ይባላሉ። በኛ በልጅ ልጆቻቸው አጠራር "አከዎ" በልጆቻቸው፣ በዘመድ አዝማድና በጎረቤት ወይም እንዲያው በዓይን በሚያውቋቸው ዘንድ ሁሉ ደግሞ "አበባ" ናቸው። አከዎ (አበባ) ሰጥተውና አብልተው የማይጠግቡ ደግ የደግ መጨረሻ ነበሩ። በጎረቤትና በቀያቸው ነፍሰ ጡሮችን በማዋለድ፣ የተቀጨን ልጅ በማሸትና በማከም፣ በቤታቸውም ውስጥ ከማለዳ አንሥቶ ጀምበር እስክትጠልቅ ካለ ምንም ዕረፍት የሚሠሩና ደከመኝን የማያውቁ ብርቱ ሴት ነበሩ። አጠር ደንደን ያለው ሰውነታቸው፣ እርምጃና እንቅስቃሴያቸው ብርቱነታቸውን ለመገመት ያስችላል። መደበቅና ነገር ማድበስበስ የማይወዱት አያታችን አከዎ የመሰላቸውን ካለአንዳች ይሉኝታ ፍርጥ አድርገው ስለሚናገሩ

3 ጊፍቲ ሸዋ የክብር ስማቸው ሲሆን መጠሪያ ስማቸው ግን ሸዋአነሰሽ አረዶ ነው።

በግልጽነታቸው አንዳንዴ ሰዎችን ያስደነግጣሉ። እርጋታ የተሞላበት ትእዛዝ አሰጣጣቸውና ቁርጥ ያለ ውሳኔያቸው በሁሉም ዘንድ ክብርና ተደማጭነትን አትርፎላቸዋል። ፍርሐትን ብዙ የማያውቀው አባታችንም እንኳን ከአከዎ ትእዛዝ ሲቀበል እጆቹን ወደ ኋላ አጣምሮ አንገቱን ዝቅ አድርጎ ነበር።

አያቶቻችን ፈለቀች ያኢ (አከዎ) እና ንጉሤ ሞሩ (አካከዩ)

አያቶቻችን አዲስ አበባ መጥተው ሲኖሩ ቤታችን ጎን ለጎን ስለነበረ ይበልጥ ከአያቶቻችን ጋር የመቀራረብ ዕድል ነበረን። እኛም ይህንን ሁኔታ በመጠቀም ስለልጅነታቸው፣ ስለአባታችንና ስለሙሉ በጥያቄ እናጣድፋቸዋለን። አካከዩ አከዎን እንዴት እንዳገቡ ሲተርኩልን፦

> ቤተሰቦቼ ሚስት ልታገባ ነውና አዲስ አበባ ትሄዳለህ ሲሉኝ ለማግባት ደርሻለሁ ብዬ አስቤም ስለማላውቅ ደነገጥኩ። እንዴት እንደማመልጥ መላ አጥቼ ስጨነቅ ቀኑ ደረሰብኝ። ፈረሴን ውኃ ላጠጣ ነው ብዬ ይዤ ወጣሁና እንዲጠፋ ገመዱን ፈትቼ ለቀቅኩት፤ ግን ዘዴዬ አልሠራም። በሰው ብዛት ብዙም ሳይቆይ ፈረሱ ተያዘና በአብሮ አደጎቼና በዘመድ አዝማድ ታጅቤ ወደ አዲስ አበባ መጣሁ።
>
> ከነአጃቢዎቼ አዲስ አበባ እንደደረስኩ አራዳ ገበያ ጎራ ብለን ከመሐሙዲ እና ከአቡጀዲ ልብሶች ተመርጦ ነጭ ሱሪና እጀጠባብ ተሰፋልኝ። የተገዛልኝን ለብሼ ወደልጅቷ ቤት ሄድን። መስተንግዶው ዘፈኑና ምርቃቱ ሲያበቃና ገለጥ ሲያደርጉዋት ቅላትዋ እንደጨረር ዓይኔን ወጋኝ። አልቅሳ አልቅሳ የቀሉት

> ጉንጮችዋ እንጆሪ መስለዋል። ደስ አለችኝ። በሆዴ በዚያው እምቢ ብዬ ብቀር ኖሮ ይቺን የመሰለች ልጅ ልታመልጠኝ ነበር እያልኩ ምርቃቱ እንዳበቃ እንዳመጣጤ ታጅቤ ይዣት ገባሁ። ከዚያማ ይኸው የናንተን አባትም ሆነ ሌሎችን ሁሉ ወልደን፣ የልጅ ልጅ ልጅ አይተን፣ ንብረት አፍርተን እንኖራለን...

ብለው የዘመናት ትዝታቸውን አጫወቱን። አከዎና አካከዩ እንዴት ዓይነት ጥሩ የትዳር ዘመን እንደነበራቸውና እንዴት የተባረከ ኑሮ እንደኖሩ ከልጅነታችን ጀምሮ እያየን ብናድግም እንደዚህ በእሳቸው አፍ ሲነገር የበለጠ ይጥም ነበር።

ወሬያቸውን አቋርጠን “እንዴ በቃ! ሄዶ ሚስት ብድግ አድርጎ መመለስ?!” ስንላቸው “አዬ መች እንደዚህ ቀላል...” ብለው ታሪኩን በሰፊው ያብራሩልን ጀመር...

> እኔ ሳላውቅው ወላጆቼ ውስጥ ውስጡን ለካ ቀድሞውንም ትውውቅ በነበራቸው በእነ አቶ ያኢ ዱላ ቤተሰብ ላይ አዘንብሏል። ያኔ እኔ ገና የአሥራ ሰባት ዓመት ጎረምሳ እሷ ደግሞ የአሥራ ሁለት ዓመት ልጅ ነበረች። ስለዚህ እኔ ያለቀ ነገር ውስጥ ነው የገባሁት...

እያሉ ትውስታቸውን ያጫውቱን ነበር። አካከዩና አከዎ ሲጋቡ የነበራቸው ዕድሜ አስደንግጦናል። ረጋ ብለን ስናስበው በእነሱ ዘመን ይህ ልማድ በመላ አገራችን የተስፋፋ እንደነበረ ይታወሳል። እስከ ቅርብ ጊዜ ድረስ ያለዕድሜ ጋብቻ በአገራችን የተስፋፋ ስለነበረ የሴት ልጅ የጋብቻ ዕድሜ ከሰባት እስከ አሥራ ሁለት ሆኖ ቆይቷል። በሌላ በኩል ግን በኦሮሞ ማኅበረሰብ ዘንድ ለጋብቻ የሚፈቅድ የዕድሜ ገደብን ባህሉ ደንግጎት ይገኛል። ይህ ሕጋዊ ግዴታ ባይኖረውም ለሚጋቡ ወጣቶች ይጠቅማል ተብሎ ታምኖበት በስምምነት ሲፈጸም ኖሯል።

ይህንኑ በሚመለከት ባላንባራስ ጆቤሳ ኤጄታ “የኦሮሞ ብሔር ባህልና አጭር ታሪክ” በሚል ርእስ ባሳተሙት መጽሐፋቸው ላይ፡-

> ወንድ ከ25 እስከ 30፣ ሴት ከ18 እስከ 20 ሲሞላቸውና ከዚህ ባለፈ እንዲጋቡ ሲሆን ከዚህ ባነሰ ዕድሜ ግን እንዲጋቡ አይፈቀድም። ይህን የጋብቻ ዕድሜ ጣሪያ እስከዚህ ከፍ ያደረጉበት ምክንያት ከዚህ ዕድሜ በፊት ቢጋቡ...ወንዶች አቅመቢስ በመሆን ኃይል ያንሳቸዋል። ኃይል ያነሰው ወንድ ጋሻና ጦር ይዞ ለመሮጥ፣ ዘልሎ ከፈረስ ላይ መውጣት፣ ወንዝም ሆነ ጉድቢያ መዝለል፣ ዳገት ቁልቁለት መውጣት መውረድና የመሳሰሉትን መቋቋም የማይችል ስለሚሆን ከጥቃት ለመዳን ወይም ማጥቃት ይሳነዋል። ለሌላውም የኑሮ ተግባራት ደካማ ይሆናል።...ሴትዋም ከዚህ ዕድሜ ባነሰ ብታገባ ብዙ ጊዜ ጤናማ አለመሆን ስለሚታይና አእምሮዋ ለጋ ሆኖ ቤት ንብረት ይዛ ማስተዳደር ይሳናታል።[4]

4 ባላንባራስ ጆቤሳ ኤጄታ ፤ የኦሮሞ ብሔር ባህልና አጭር ታሪክ

በማለት አስፍረዋል። በዚህ መሠረት ይህንን ያልተደነገገ ሕግ ለማክበር፣ አከዎና አካከዩ እንደ ባልና ሚስት አብሮ መኖር የተፈቀደላቸው ሙሎ ከተመለሱ ከሠርጉ በኋላ ስድስት ዓመት ቆይተው ነው።

በዚያ የሩቅ ዘመን ቅድመ አያቶቻችን የጣሉት የአካከዩና የአከዎ ጋብቻ መሠረቱ ሳይናወጥ መልካም ዘርን እያፈራ ዓመታትን ዘለቀ። አያቶቻችን በአንድ ጎጆ ጥላ ሥር ኖረው እነሱም እንደ እንደአባቶቻቸው ሁሉ የራሳቸው ቤትና ንብረት መሪና አስተዳዳሪ ሆኑ። ውሎ ሲያድርም ትዳራቸው በልጆች በረከት ሞቅ ደመቅ እያለ መጣ። እነዚህ ጠንካራ አያቶቻችን ደጋጎች፣ የአገር ሰው ሁሉ የሚረዱ፣ የተወደዱ ሰዎች ሲሆኑ አሥራ ሁለት ልጆች ወልደው አሳድገው ለፍሬ አብቅተዋል። የመጀመሪያዋ አክስታችን ወ/ሮ ፀሐይ ንጉሤ ስትሆን ከዚያ ሦስት ወንዶች፤ ጌታቸው፣ ተፈራና አባታችን መርዕድ ይከተላሉ። ከእነሱ በኋላ፤ ጸዳለ፣ ጉግሣ፣ ግርማ፣ ወይንሸት፣ ልሳኑ፣ አስቴር፣ ሽመልስና በልዩ ንጉሤ ቁጥራቸውን የተሟላ ያደርጉታል።

ወ/ሮ ፈለቀችና አቶ ንጉሤ ከአሥራ ሁለቱ ልጆቻቸው ጋር በ1981 ዓ.ም. በመጋቢት ወር 65ኛውን የጋብቻ በዓላቸውን ሲያከብሩ የተነሡት ፎቶ (ከግራ ወደ ቀኝ የቆሙት በልዩ፣ ሽመልስ፣ ልሳኑ፣ ግርማ፣ ጉግሣ፣ ጸዳለ፣ መርዕድ እና ተፈራ ሲሆኑ ቁጭ ያሉት ከግራ ወደ ቀኝ አስቴር፣ ወይንሸት፣ ፀሐይ፣ ፈለቀች፣ ንጉሤ እና ጌታቸው ናቸው)

የፋሺስት ጣልያን ወረራ

መርዕድ ንጉሤ ጥር 13 ቀን 1926 ዓ.ም. ተወለደ። አንድ ዓመት ሳይሞላው በኢትዮጵያ ላይ አንድ አስጊ የአደጋ ጥላ ማንዣበብ ጀመረ። ቀድሞውንም ቢሆን አገራችንን በቅኝ ግዛትነት ለመያዝ ተደጋጋሚ ወረራ ያካሄደችብን ጣልያን ለሌላ ወረራ ዳር ዳር እያለች መሆኗ ታወቀ።

በ1927 ዓ.ም. ሦስተኛው ወር ላይ የጣልያን ወታደሮች ቅኝ ግዛታቸው ከነበረችው ከደቡብ ሶማሊያ በመንቀሳቀስ፣ በቀድሞዋ ሐረርጌ ጠቅላይ ግዛት በኦጋዴን አውራጃ በምትገኘው በወልወል በኩል 100 ኪ.ሜ. ርቀት ያህል ድንበር ጥሰው ወደ ኢትዮጵያ ክልል ዘልቀው ገቡ። በአካባቢው ከነበሩ የኢትዮጵያ ወታደሮች ጋርም ግጭት በመፍጠር ኅዳር 26 ቀን 1927 ዓ.ም. በአውሮፕላን፣ በታንክና በመድፍ የታገዘ ውጊያ አካሄዱ። በዚያ ውጊያም ከሁለቱም ወገኖች መካከል በርካቶች መሥዋዕት ሆኑ።

በመቀጠልም የፋሺስት ጣልያን ጦር ከኤርትራ በመንቀሳቀስ የመረብ ወንዝን ተሻግሮ መስከረም 22[5] ቀን 1928 ዓ.ም. ኢትዮጵያን ወረረ። በተከታታይም ወራሪው ጦር በአገሪቱ የተለያዩ ክፍሎችም እንዲሁ ድንበር እየጣሰ ወደ ውስጥ መዝለቁን ተያያዘው።

ለምን ዝም ትላለህ አገርህን ሲወረው
ተነሥ ያገሬ ልጅ ይህ ዕዳ የኛው ነው
ደግ አባቶቻችን ያቆዩትን አገር
እንዴት ትመኛለህ ወይ ነገር ወይ ነገር!

የመሳሰሉ ወኔ ቀስቃሽ የቀረርቶና የሽለላ ግጥሞች በየጎራዎች መሰማት ጀመሩ። ሠራዊቱ በየጦር እና ጎበዝ አለቃው እየተደራጀ ለማይቀረው ጦርነት ዝግጁ ሆነ። ከእነዚህ ለዘመቻው ከቀረቡት አያሌ የሸዋ አርሶ አደሮች መካከል አያታችን ንጉሤ ሞሩ አንዱ ነበሩ።

አካከዩ ወደ ሰሜን ጦር ግንባር ከተንቀሳቀሰው ከራስ ካሣ ኃይሉ ሠራዊት ጎን በመሰለፍ ከጓዶቻቸው ጋር የውጊያ ትእዛዙን ለመፈጸም ዝግጁ ሆነው ቆዩ። ከወራሪው ጠላት ጋር ሊደረግ የታሰበው የሞት ሽረት ፍልሚያም መጋቢት ወር 1928 ዓ.ም. ተግባር ላይ ዋለ። ጀግኖች ኢትዮጵያውያን ከጠላት ጦር ጋር ተመጣጣኝ ባልሆነ ኋላቀር መሣሪያና በጋለ የአገር ፍቅር ወኔ ወራሪውን ኃይል ገጥመው ተፋለሙት። በውጊያው በወገንም ሆነ በጠላት በኩል ብዙ ጉዳት ደረሰ። ለሽንፈት የተቃረበው የፋሺስቱ ጦርም ከአውሮፕላን የሚወረወር ቦንብና የተከለከለ የመርዝ ጋዝ ጢስ በወገን ጦር ላይ በማዝነብ ከፍተኛ ጉዳት አደረሰ። በዚህ የተዳከመው ተራፊ ጦራችንም ተረታ። የአገሪቱ ዋና ከተማ አዲስ አበባም በሚያዝያ ወር በጠላት እጅ ወደቀች።

አከዎም ሆኑ ሌሎች ዘመዶቻችን አያታችን አካከዩ በዘመቻው ይሙቱ ወይ ይዳኑ የሚያውቁት ነገር አልነበረም። የተረዱት ነገር ቢኖር ስፍር ቁጥር የሌለው የወገን ዘማች ሠራዊት በጠላት ጥቃት ማለቁንና የተረፈውም ተዳክሞ መበታተኑን ነው። ይህ ሁኔታም ዘመዶቻችንን ከባሰ ኃዘንና ሥጋት ላይ ጣላቸው።

እንደሌሎቹ የተለያዩ የአገሪቱ ክፍሎች ዘማች ሠራዊት ሁሉ ከአደጋው የተረፈውና የተዳከመው የሸዋ ሠራዊትም በተበታተነ ሁኔታ ወደየአካባቢው ለመመለስ የሞት ሽረት ጉዞውን አደረገ።

5 እ.አ.አ. October 3, 1935

በጉዞው ላይም በየአካባቢው ከሚኖር ከራሱ ወገን ዝርፊያና የሕይወት ማጥፋት ጥቃት ደረሰበት። ይህን ሁሉ ችግር በአሳር በመከራ ተቋቁሞ የተረፈውም ወገን ወደየአካባቢው ተመልሶና አገግሞ ጠላትን መልሶ እያጠቃ ለመታገል ወሰነ። በዚያ የመከራ ወቅት ሞትን ድል ነስተው "ኋላ ቀሪ፣ ወሬ ነጋሪ" ለመሆን ከበቁት የሸዋ ተመላሽ ዘማች ሠራዊት መካከል አንዱ አያታችን ንጉሤ ሞሩ ነበሩ።

ከጦር ግንባር ተመላሹ አያታችን አካከዩም እንደ ሌሎቹ የወገን ጦር ሁሉ ከትግሉ ጎን ለጎን የዕለት ተዕለት ተግባራቸውን እየተወጡ ሌሎች ልጆችንም ለማፍራትና ለማሳደግ በቁ። በ1933 ዓ.ም. ወራሪው የጣልያን ጦር ከአገር ተባሮ ከወጣና ነፃነት ከተመለሰ በኋላ የድሉን ፍሬ ለማየትና ለመቅመስም የታደሉ አባት ሆኑ።

እማማ ሃደ ኩሊ

አባታችን እንኳን ስለልጅነቱ ቀርቶ ሕይወቱን ሙሉ ስላጋጠመውና ስላሳለፈው ሲያወራን ሃደ ኩሊን ሳያነሣ ማለፍ አይችልም ነበር። የአባታችን ሞግዚት ሃደ ኩሊ ሙሉ ስሟ ዋሪቴ ደበሉ ነው። አገር ምድሩ የሚጠራት ሃደ ኩሊ (በኦሮምኛ "የኩሊ እናት") እያለ ነበር፤ አባታችን ደግሞ "እማማ" እያለ ያሳምራታል።

ሃደ ኩሊ ከአባታችን ሌላ ሁለት ወንድሞቹን (ጉግሣንና ግርማን) አሳድጋለች። አባታችን ባይቀበለውም ከሌሎቹ ሁሉ ለእርሱ እንደምታዳላ በግልጽ ይታወቅ ነበር። ሃደ ኩሊ በኃላፊነት የተሰጧትን ልጆች ከመንከባከብ በላይ ሥርዓትን በማስተማር ትታወቅ ነበር። አቶ ንጉሤና ወ/ሮ ፈለቀች በራሳቸው ልጆች ጉዳይ ጣልቃ ገብተው አንዳች አስተያየት እንዲሰጡ ወይንም ውሳኔ እንዲወስኑ አትፈቅድም ነበር። እንግዳ እንኳን መጥቶ ልጆቹ ቀርበው እጅ ይንሱ ሲባል የእሷ ፈቃድ መጨመር ነበረበት። አጎታችን ጋሽ ጉግሣ "እቤታችን እንግዳ ሲመጣ እንኳን እጅ ለመንሳት እሷ ፈቅዳ ነው የምንሄደው። 'ሂዱና እንግዳ የተባለውን ሰው ሳሙና ቶሎ ተመለሱ' ትለናለች። ወላጆቻችንም ያከብሯታል" በማለት አጫውቶናል። አባታችን ስለእሷ ተናግሮ አይጠግብም። ስለ ሃደ ኩሊ እንደሚያወራ እያወቅንም በማሾፍ መልክ "ማንን ማለትህ ነው? ስለማን ነው?" ብለን እንጠይቀዋለን። ስሟን ደጋግሞ በመጥራቱ ተመልሳ ትመጣለት ይመስል "ሌላ ማን ይሆናል...እማማ ናታ!" ሲል ድምጹ ላይ ያለው ቀለም ከልብ ይወዳት እንደነበረ በግልጽ ያስታውቃል።

ሃደ ኩሊን እሱ ብቻውን አውቋት፣ እሱ ብቻውን ወዷት፣ እሱ ብቻውን አድንቋት እንድትቀር አልፈለገም። በእሱ ማንነት ውስጥ ያላት ቦታ እንዲታወቅላት ስለፈለገ በራሱ የእጅ ጽሑፍ ለእሷ ያለውን ፍቅርና አክብሮት ሲገልጽ...

> ሞግዚቴ (እማማ ሃደ ኩሊ) እኔና ወንድሞቼን አሳድጋናለች። እማማ ከኦሮምኛ ቋንቋ ሌላ የማትናገር፣ ገጠር ተፈጥራ ገጠር ያደገች፣ እስከመጨረሻውም

የኖረች ሲሆን የግንዛቤዋ ሁኔታ ከፍተኛ ነው። በሕፃንነቴና በወጣትነት ዕድሜዬ ስትነግረኝ የነበረው እስከ ዛሬ በሕሊናዬ ውስጥ ቦታ አለው። ጥቂቶቹን ብጠቅስ ከቤት ስወጣ ሁልጊዜ ዱላ እንድይዝ ታስገድደኝ ነበር። “ባዶ እጅ ያስጠቃል፣ ስትመታም ብልት አይተህ ነው። ከብልቶች አንዱ ቁርጭምጭሚት ነው፤ ቁርጭምጭሚቱን ደኅና አድርገህ ካበሰልክ ሊከተልህ አይችልም፤ እኔ ዘንድ ከደረስክ እኔ አለሁልህ” ትለኛለች።

“ከልጆች ስትጣላ እንዳትቀደም፤ ድንገት ቢቀድሙህና ቢያምህም ጩኸን እንጂ አታልቅስ፤ ካለቀስክ ይደፍሩሃል” ትለኛለች። ውጪ ቆይቼ ስመጣ “ሰዎች ምን አወሩ?” ትለኛለች። ገና መናገር ስጀምርና የተናገሩትን ሰዎች ስጠራ የማይረቡ ሰዎች መስለው ከታዩዋት “እነሱን ተዋቸው ቦተሊከኛ (ወሬኞች) ናቸው” ትለኛለች። ደኅና ሰዎች ከመሰሏት እስከመጨረሻው ካዳመጠችኝ በኋላ “ሌላም ቀን አዳምጣቸው” ትለኛለች። ከዚህ ሌላ ማታ ማታ እሳት እየሞቅን ስለአካባቢያችን ብዙ ነገር ትነግረኛለች። ሁሉን ነገር ካለች በኋላ “ትሸነፋና ልብ አድርጉ፣ መሸነፍ ነውር ነው። እናንተ ወተት እየጠጣችሁ ኀመን የሚበሉ ልጆች ካሸነፏችሁ ዋጋችሁን ነው የምሰጣችሁ” ትለናለች። እውነትም አልቅሰን ከገባን መግቢያ የለንም። በጉሜዋ[6] ትከሰክሰናለች።

...እማማ እኮ ብዙ ነገር አስተምራኛለች። “ራስን ከመቻል የበለጠ ነገር የለምና ታግለህ ራስህን ቻል። የመጣው ይመጣል እንጂ ልጄን ማንም አይነካውም። እሺ እቴ ብርድ ከማንቀጥቀጥ ሌላ ምን ያመጣል? ከውርደት የበለጠ ምን ሞት አለ? ቁምነገር የማይሠራ ሰው ያለመፈጠሩ ይሻላል። ውሽታቸውን ነው እንጂ በርኖስ ለባሾችም ይበርዳቸዋል። በሰፈሩት ቁና መስፈር አይቀርም። ለሁሉም ጊዜው አለው” በሚሉ ምሳሌዎች እየተነሣች አንዴ በማባበል አንዴም በማጋጨት ታስረዳኝና ታስተምረኝ የነበረው ሁሉ ትዝ ይለኛል። አብዛኛውንም ማመዛዘንና መገንዘብ የቻልኩት በኋላ ነው።

ከጣልያን ወረራ መልስ

በ1933 ዓ.ም. የጣልያን ጦር ከአገር ተባሮ ከወጣና ነፃነት ከተመለሰ በኋላ አያታችን አካከዩ ከቤተሰቦቻቸው ጋር በመቀላቀል ከግብርናው ሌላ በአዲስ የቤተሰብ ኑሮ መደጎሚያ የሥራ መስክ ላይ ተሠማሩ። በሬ ጠምደው አርሰው ጤፍ፣ ገብስ፣ ባቄላና ሌሎች ጥራጥሬዎችንም ማምረት ጀመሩ። ከእርሻው ሥራ በተጨማሪ ከሙሎ ኮረብታ በምትንቆረቆረው ሂደ ቦሪ በመባል በምትታወቀው ምንጭ በመጠቀም በመስኖ ሽንኩርት፣ ቃሪያ፣ ኀመን የመሳሰሉትን የጓሮ አትክልቶች እያበቀሉ ከራሳቸው መጠቀሚያ አልፈው ለአካባቢው ሰው ይተርፉ ነበር።

6 የብረት (የነሐስ) አምባር

በሂደ ቦሪ ውኃ ስንት አብሲት ተጥዶባታል? ስንት ሊጥ፣ ስንት ዱቄት ተቦክቶባታል? ስንት ጠላ ተጠምቆባታል? ስንት አረቄ ወጥቶባታል? ስንት ጠጅ ተጥሎባታል? ሂደ ቦሪ ዙሪያ በነበረው ቁጥቋጦ ላይ የሰፈሩ ስንት ባለ ብዙ ቀለማት አዕዋፋትን አይተንባታል? ስንት የሚማርክ የአዕዋፋት ዝማሬ ሰምተንባታል? ቀደም ሲል እንደገለጽነው ሂደ ቦሪ ከልባችን ሳትጠፋ ለብዙ ዓመታት አብራን ኖራለች፤ አሁንም ትኖራለች።

አያቶቻችን በእርሻ ሥራ ብቻ ሳይወሰኑ ጎን ለጎን ለገበያ የሚቀርቡ አሳማና ተርኪም ያረቡ ነበር። አሳማዎቹ ከሙሎ እስከ አዲስ አበባ በእግር እየተነዱ መጥተው ፖፓላሬ (ገነት ሆቴል አካባቢ) ይገኙ ለነበሩ ግሪኮችና አርመኖች ይሸጣሉ። አሳማ በክርስትና ሃይማኖት ተከታዮች ዘንድ የተወገዘ እንስሳ ቢሆንም የሥራን ክቡርነት ብቻ በማመን በዚያን ጊዜ አሳማን ለሽያጭ የሚያቀርቡ ገበሬ አያታችን ብቻ ነበሩ። በተጨማሪም አያቶቻችንና እዚያው ሙሎ ውስጥ ይኖር የነበረ ሚሼል ከሚባል የግሪክ ዜጋ ጋር ያካሂዱት የነበረው ንግድ ነው። ሚሼል ከአካባቢው ገበሬዎች ወተት እያሰባሰበ ይገዛል። አያቶቻችን ግቢ ውስጥ በተተከለው መሣሪያ በመጠቀም ከወተቱ ፎርማጆ/ቺዝ እያመረተ አዲስ አበባ ለሚገኙ ዘመናዊ ሆቴሎች በሽያጭ ያቀርባል። አያቶቻችን የዚህም ንግድ ሥራ ተጠቃሚዎች ነበሩ።

አከዎና አካከዩ ከብዙ የአካባቢው ገበሬ የተሻለ ኑሮ ቢኖሩም የገጠር ኑሮ ከሚያስከትለው ችግርና መጎሳቆል ሙሉ ለሙሉ መላቀቅ የቻሉ አልነበሩም። አባታችን ነፍስ ካወቀና ጣልያን ካገራችን ከተባረረ በኋላ ያስተዋለው የዚያን ጊዜ የገጠር ሕይወት ምንኛ ከባድና መራር እንደነበረ...

> ከድርጊቶቹ ጥጃ እገዳው፣ እንጨት ለቀማው፣ ጥጃ መልቀቁ፣ በጥጃው እግር መረገጡ፣ የላሚቷ በጭቃ ጅራቷ መጋረፍ፣ ዝናቡ፣ የልብስ መበስበሱ፣ የመኝታ ቦታ ያለመመቸቱ፣ የቁርበቱ ቅዝቃዜ፣ የትኋኑ፣ የቁንጫው፣ የጉንዳኑ፣ የብርዱ፣ የጣሪያው ፍሳሽ፣ የሌሊቱ ጭለማ... በሕይወታችን ያደርሰው የነበረው ግፍ የማልረሳው ነው። የረዳኝ ነገር ልጅነቴ፣ ያለማወቄ፣ ያለመገንዘቤ ነው እንጂ ግፍና ችግሩ ይህ ነው አይባልም።

በማለት በዚያ ዘመን እና በዚያ ቦታ ያደጉ ልጆች ራሱንም ጨምሮ የነበረባቸውን ምሬት ከመግለጹም ሌላ ያንን ሁኔታ አድጎ በውትድርና ሕይወቱ ውስጥ የሚያጋጥሙትን አንዳንድ ችግሮች በትዕግሥት ለማለፍ እንደተጠቀመበት ጠቅሶታል። በሌላ በኩል "ሳይደግስ አይጣላም" እንደሚባለው በአካባቢው ልምላሜና መላው ቤተሰብ ባዳበረው የጠንካራ ሠራተኝነት ባህል የተነሣ የምግብ ዋስትናቸውን ከማረጋገጥ አልፈው ለገበያ የሚያቀርቡትን ያህል ማምረት አስችሏቸው ነበር። አባታችን ያኔ የነበረውን የኑሮውን ሌላ ገጽታ እንዲህ ሲል ያስታውሰዋል።

> ሆዴ ግን ችግር ስላልነበረበት ለመሰንበት ረድቶኛል። በአካባቢያችን የሚካሄዱትን ጉልህና መልካም ተግባሮችንም አስተውላለሁ። ከነዚህም አንዳንዶቹ የአትክልትና የእርሻ ሥራ፣ የላም እርባታና የወተት አጠቃቀም ሌላ

> በአንካሳው ቄስ ይሰጥ የነበረው የትምህርት ሂደት ነው።...ወላጆቼ ያልተማሩ፣ የትምህርትን ጣዕም ያላወቁ፣ ከአማርኛ ኦሮምኛ የሚቀናቸው ኦሮሞዎች ቢሆኑም የትምህርትን ጥቅም ከተማረ ሰው በላይ የተገነዘቡ ናቸው። በዚሁ ምክንያት አንካሳ ቄስ አምጥተው የአካባቢው ልጅ ሁሉ ይማራል። እኔና ወንድሞቼም እንማራለን። እኅቶቼ ክብረነክ ድርጊት መስሏቸው እንደሆነ አልገባኝም አይማሩም።

የአባታችን ወላጆች ገና ከጠዋቱ ልጆቻቸው መሐይማን ሆነው እንዳይቀሩ የጸና ፍላጎት ነበራቸው። ይህንንም ወደተግባር ለመለወጥ ጥረት አድርገዋል። ለዚህም ከጎንደር የመጡ የኔታ ተስፋ የሚባሉ ቄስ ተቀጥረው እዚያው እቤት ውስጥ ማስተማር እንዲጀምሩ አደረጉ። መኖሪያቸውም የአያቶቻችን ግቢ ውስጥ ሲሆን የሚመገቡትንና ሁሉንም ነገር የሚያገኙትም እዚያው ነበር። ይህ የትምህርት ዕድል ለአቶ ንጉሤና ለወ/ሮ ፈለቀች ልጆች ብቻ ሳይሆን በዚያ አካባቢ ለሚኖሩ ልጆች ሁሉ መልካም አጋጣሚ ነበር።

ሃደ ኩሊ አባታችን የማያምንበትን ነገር በዝምታ መቀበል እንደሌለበት ላመነበት ደግሞ እስከመጨረሻው መቆም እንዳለበት ገና ከቄስ ትምህርት ቤት ዕድሜው ጀምራ ትመክረው ነበር። አባታችን ስለ ሃደ ኩሊ ጠንቃቃነት፣ አልሸነፍ ባይነት፣ ልበ ሙሉነትና በራስ መተማመን ባገኘው አጋጣሚ ሁሉ ሳይጠቅስ አያልፍም። የሃደ ኩሊን እምቢተኝነትና እልህ ከቄስ መምህሩ ጋር የተፈጠረውን ግጭት አስታኮ ሲተርክ...

> እማማ በቄሱ ምክንያት ብዙ ነገር አስተምራኛለች። በተቻለ መጠን ለቄሱ እንዳልገዛ ሆኖም ፊት ለፊት እንዳልጋጭ ትመክረኛለች። ቄሱ ብዙውን ጊዜ ያካባቢው ሰው ሁሉ እንዲጾም ይፈልጋሉ። እማማ ይህንን ትቃወማለች። እኔንም በድብቅ ወተት እንድጠጣ ትጋብዘኛለች፤ ታጠጣኛለች። በአንድ የጾም ቀን ወተት በጮጮ ሰጥታኝ ጠጥቼ ወደ ትምህርት ቤት ሄድኩኝ። እንደደረስኩ ልጆቹ ተሳሳቁብኝ። ወዲያው ለቄሱ ነገሩ። ለካ ወተቱን ስጠጣ የጮጮው አንድ ወገን በዓይኖቼ መካከል ባለው ቦታ አፍንጫዬን ነክቶኝ ኖሮ ወተቱ ተለጥፎብኛል። ብዙ ነገር የሚያዩት ዓይኖቼ ይሄን አይተው አልነገሩኝምና ቄሱ ተቆጥተው እንደትምህርት መርጃ በሚጠቀሙበት የጉማሬ አለንጋቸው ክፉኛ ገረፉኝ። በጣም ግርፉ ቢበዛብኝ ወደ እማማ ቤት ሸሸሁ። አመጣጤ በሩጫ ነበርና ተደናግጣ ብድግ ብላ በመቆም "ምነው ልጄ? ምን ሆንክ?" ብላ ሳትጨርስ አንካሳው ቄስ ጋቢያቸውን እንዳጣፉ ደርሰው ሊመቱኝ ሲሉ ግብግብ ተያያዙ። እኔም የማማን ወተት ውጤት የማሳይበትና ቂሜን የምወጣበት አጋጣሚ ስላገኘሁ እግራቸውን ዘረጠጥኩ። ቄሱ ባንድ በኩል ከእማማና ከኔ ሲታገሉ በሌላ በኩል ጋቢያቸው እንዳይወድቅና እርቃናቸው እንዳይታይ ቢጥሩም አልሆነላቸውም። ወደቁ፤ ጋቢያቸውንም ገፈፍናቸው። ቀድሞውኑ ጓያ ይመስል የነበረ መልካቸው ብሶበት ሌላ ሆኖ ታየ። ያንለት ነው የየኔታ ተስፋ አንካሳነት በእሳት ተቃጥለው ተኮማትረው እንደሆን ያየሁት። ቄሱ እንደወጡ እማማ

መደብ ላይ ቁጭ አለችና "አየህ የዚህን ሸባ ጥጋብ? አባትህ የማታውቀውን እንዲያስተምርህ ቢያመጣው እሱ ደግሞ ሊገድልህ ይፈልጋል። ዛሬ ለብቻው ስናገኘው ባንሠራለት፣ ደብድቦህ ቢሄድ ኖሮ አንጀቴ ያር ነበር፤ ግን ሠራንለት። ያደረግነው ነገር ከኔና ካንተ ማለፍ የለበትም። እንዲያውም አባትህ ሲመጣ ቄሱ ቤቴ ድረስ እየመጣ ስለሚደበድበኝ ልጆቻችሁን ተረከቡኝ ብዬ ቀደም ብዬ እናገራለሁ፤ አንተም ሁለታችንንም ደበደበን በል እንጂ ደበደብነው አትበል፤ ገባህ? ሙያ በልብ ነው" ካለች በኋላ እስኪ ምን እንደምትል ንገረኝ አለችና ምን እንደምል አዳምጣኝ ወጣሁ።

ሃደ ኩሊ አባታችንም ሆነ ሌሎቹ የምታሳድጋቸው የቤተሰቡ ልጆች በራሳቸው የሚተማመኑ፣ በማንነታቸው የሚኮሩ፣ ውርደትና ጥቃትን የማይቀበሉ፣ በድካምና በትግል ራሳቸውን ለቁምነገር የሚያበቁ ትውልድ እንዲሆኑ ከማስተማር ቦዝና አታውቅም። አባታችንና ወንድሞቹ ከእረኝነቱ፣ ከመላላኩና ከመሳሰሉት የየዕለት ተዕለት ግዳጃቸው ተመልሰው በምሽት ሰዓት በምድጃ እሳት አካባቢ በሚሰባሰቡበት ሰዓት በሃደ ኩሊ እንቆቅልሽና ጨዋታ እያውካኩና እየተዝናኑ ያመሻሉ። ከተረታ ተረቶቹና ምሳሌዎቹ እንዲሁም ከእንቆቅልሾቹ ጠቃሚ የሕይወት ተሞክሮዎችን ይቀስማሉ።

ስለ ሃደ ኩሊ ጠንካራ ስብእና፣ ለምታሳድጋቸው ልጆች ምን ያህል ፍቅር እንደነበራትና እንዴትም ትንከባከባቸው እንደነበር ከአባታችን ትረካ መረዳት ይቻላል። ሃደ ኩሊን በሚያሞግስበት ብዕሩም የመጀመሪያ መምህሩ በሕይወቱ ላይ ስለነበራቸው መልካም አስተዋፆም ይዘክራል። እንዲሁም በልጅነት አእምሮው የሃደ ኩሊንም ደካማ ጎን ጥሩ አድርጎ እንዳስተዋለና እንደታዘበ ማስታወሻው ላይ አስፍሯል። በእነዚሁ ጉዳዮች ዙሪያም የነበረውን ትውስታ በጽሑፍ ከማስቀመጥ ቸል ብሎ አላለፈውም....

እማማ ከምትጠላቸው ነገሮች አንዱ አማርኛ የሚናገር ሰው ነው። በአማርኛ የሚናገር ሰው ሁሉ የሚያማት ይመስላታል፤ ያናድዳታል። ግን ዛሬም የዚህ ዓይነት ሁኔታዎች ይታያሉ፤ ሰዎች ከሚያውቁት፣ ከለመዱት ውጪ የሚሆነው ነገር ሁሉ አይጥማቸውም፤ አይዋጥላቸውም። ሁሉንም ማወቁና አመዛዝኖ መጠቀሙ እንደሚጠቅም መታመን አለበት። ጠቃሚ ነገር ደግሞ እንዲሁ በቀላሉ የሚገኝ ያለመሆኑን መገንዘብና በጥረት ማሸነፍ ግድ ነው።

የእማማ ትምህርት ይህ ብቻ አልነበረም። በየምሽቱ በተለመደው የእሳት ዳር አቀማመጥና ውይይት ጊዜ ብዙ ዓይነት ተረቶች፣ ምሳሌዎች፣ እንቆቅልሾች፣ አእምሮን የሚያሠሩ ልዩ ልዩ መጠይቆችን ለኔና ለታናናሽ ወንድሞቼ ታቀርባለች። የቻልነውን ያህል ከሞከርን በኋላ ትክክለኛ መልሱን ትነግረናለች። ከነዚያ መኻል የማስታውሰው፤ በአካባቢያችን ያሉ ሰዎች የቤተሰብ ብዛት፣ ወንድ፣ ሴት፣ ባልቴት፣ እነዚህን በሙሉ ለይተን መናገር አለብን። ስንናገርም ስም እየጠራን በግልጽ ሳይሆን በኮድ ነው፤ ለምሳሌ:- አባወራ (የቤቱ ባለቤት፣

ባልየው) ሲሆን ሃደወራ (ባለቤቲቱ፣ ሚስቲቱ) ወይፈን (ወጣት ወንድ) ጊደር (ወጣት ሴት) ጥጃ (ትንሽ ልጅ)...እያልን ነው። ይሄ ለምሳሌ ያህል ነው እንጂ ሌሎችም ብዙ የዚህ ዓይነት መለማመጃዎች አሉ።

እማማ በዚህ መልክ ነው ያሳደገችኝ። ታዲያ ከፍ ብዬ ኃላፊነት መቀበል ስጀምር እያንዳንዱን ነጥብ ከሁኔታዎች ጋር በማገናዘብ ተጠቅሜበታለሁ። የጎረቤትን ብዛት እንደዚህ ለይቶ ማወቅ ከወታደራዊ ድርጊቶች ውስጥ በመረጃ ክፍል ከሚያስፈልገው አንዱ ነው። እማማ በዚህ ዓይነት የረዳችኝ ቢሆንም ቄሱም ሥራቸውን ሠርተዋል፤ ከፊደል እስከ ክህነት አስተምረውኛል። በመጨረሻም ከወንድሞቼ ጋር አዲስ አበባ አምጥተው በቅድስት ማርያም ቤተ ክርስቲያን ክህነት እንድንቀበል አድርገዋል።

ከሙሎ ወደ ሸገር

አባታችንና ወንድሞቹ አዲስ አበባ ሲገቡ ብዙ የገረሟቸው አጋጣሚዎች ነበሩ። አንዱ አጎታችን ገጠር ውስጥ ወተት ስለማይፈላ መጀመሪያ ያረፈበት ቤት ሠራተኛዋ ወተት ስታፈላ አይቶ ሲደነቅ መሰንብቱን ሁሌም በቤተሰብ ጨዋታ ላይ ያነሣው ነበር። ሌላው አጎታችን ለላቫጀ (ለእጥበት) የተሰቀለች መኪና እንዴት ብላ ዘላ መስቀያው ላይ እንደወጣች ሲገርመው እንደሰነበተ አጫውቶናል። አባታችንም የራሱን ገጠመኝ እንዲህ ሲል ጽፎታል።

> በዚህ አጋጣሚ የማልረሳውና ልገልጸው የምወደው ነገር ቢኖር በየመጽሐፉ ላይ የሚታዩት ሥዕሎች ቀይ ከሆነ መልአክ ጥቁር ከሆነ ሰይጣን እየተባለ ነበር የተማርነው። ይህ በኔ አእምሮ ውስጥ ደኅና አድርጎ ተቀርጿል። ጉዳዩ በእንዲህ እንዳለ ቅድስት ማርያም ለክህነት የመጣሁ ዕለት ሁለት አይቼ የማላውቃቸው ሁኔታዎች አጋጠሙኝ። አንደኛው የኤሌክትሪክ መብራት ነው፤ ሁለተኛው ግብፃውያን የነበሩ ቀሳውስት ናቸው። መብራቱንና ቀሳውስቱን ቤተ ክርስቲያን ውስጥ ባየሁ ጊዜ የተሰማኝ ቀሳውስቱ እግዚአብሔርና አማልክት፣ ቦታው መንግሥተ ሰማያት፣ እኛ ደግሞ በጎ ሥራ በመሥራት ለዚያ ቦታ የበቃን ነን የሚል ነበር። በቤተ ክርስቲያኑ ውስጥ ማድረግ የሚገባንን ከጨረስን በኋላ የተነገረኝ እዚህ የሰማችሁት ያያችሁትና የቀመሳችሁት ሁሉ ምሥጢር ነውና ለማንም አትናገሩ ተብሎ ነው። ለብዙ ዘመን ለማንም አልገለጽኩም፤ ያልገባኝንም አልጠየቅኩም።
>
> መላእክት ናቸው ብዬ ያመንኩባቸው የግብፅ ቀሳውስት እንጂ መላእክት ያለመሆናቸውን ያወቅኩት ኢትዮጵያ የራሷን ፓትሪያርክ ሾመች በተባለ ጊዜ ቢያንስ ከአሥር ዓመት ልዩነት በኋላ ነው። ከዚህም ሁለት ነገሮች ተገንዝቤያለሁ:- አንደኛው በልጅነት ዕድሜ ለልጆች የሚገለጽ ነገር ሁሉ እውነተኛ መሆን እንዳለበትና ሁለተኛው ደግሞ ምሥጢር መጠበቅ ከተፈለገ የሚቻል መሆኑን

> ነው። ይህ በወታደር አገልግሎት ውስጥ አጋጥሞኛል። ከመጀመሪያ ጀምሮ ዓላማውን እንዲያውቅ፣ ዓላማውን ካወቀ በኋላ በዓላማው መሠረት ተግባሩን መፈጸም እንዲችል ምን ማድረግ እንዳለበት ያወቀ፤ ለማወቁም ማረጋገጫ የተበጀለት ጠቃሚ ሰው መሆን መቻሉን ነው።

ስለምሥጢር ሲያብራራም "ምሥጢር አንዴ ከአፍ ከወጣ ምሥጢር መሆኑ ያቆማል" ይላል። ከልጅነቱ ጀምሮ በውስጡ የተቀረጸ ስለሆነ እኛንም ሁልጊዜ "ምን እንደምትናገሩ፣ ለማን እንደምትነግሩ፣ ለምን እንደምትናገሩ እርግጠኛ ካልሆናችሁ ያለመናገር ይመረጣል" ይለን ነበር።

ከየኔታ ወደ ዘመናዊ የትምህርት ገበታ

አባታችን እነሱ ሳይማሩ የትምህርትን ጥቅም ከተማረ ሰው ባልተናነሰ ያወቁ የሚላቸው አያቶቻችን በሕይወቱ ላይ ያላቸውን አስተዋፆ በማድነቅና በማመስገን እንዲህ ሲል ያስታውሰዋል።

> የወላጆቼን ማለትም የአቶ ንጉሤ ሞሩና የወይዘሮ ፈለቀች ያኢን ሁኔታ ለየት ባለ መልክ ነው የማየውም የማደንቀውም። ምክንያቱም 1ኛ ያልተማሩ ሰዎች ሆነው ሳለ አመለካከታቸው ከተማረ ሰው ቢሻል እንጂ የሚያንስ ያለመሆኑ ያስደስተኛል። ከዚህ አመለካከታቸው ከመነጨ ድርጊታቸው አንዱን ብጠቅስ እነሱ ያለመማራቸው ስለሚቆጫቸው እኛም ያለትምህርት እንዳንቀር በመጀመሪያ እቤት አስተማሪ ቀጥረው በኋላም ከገጠር ወደ አዲስ አበባ ካመጡን በኋላ ቀለባችንን እያመላለሱ እንድንማር ያደረጉት ጥረት ነው። የሚገርመው ማስተማራቸው ሳይሆን ጊዜው ስለ ትምህርት ጥቅም ባልታወቀበት ወቅት መሆኑና እነሱ ግን ስለ ትምህርት ቀድሞ መረዳታቸው ነው። ከዚህ ሌላ ከሕዝብ ጋር የነበራቸው አስተዳደራዊ ሁኔታቸው ነው።

የታሪክ ማኅደራት እንደሚያስታውሱት ከ1928 ዓ.ም. የጣልያን ፋሽስት ወረራ በፊት በነበሩት የተወሰኑ ዓመታትና ወራሪው ከአገር ከወጣ ከ1933 ዓ.ም. በኋላም በርከት ያሉ ዘመናዊ የመንግሥት መሥሪያ ቤቶች በአገራችን ተከፍተው ነበር። በአውሮፓ ፈሊጥ ከተከፈቱት ከነዚያ ተቋማት በተጨማሪ የውጭ አገር ንግድ ድርጅቶች፣ የቆንሲልና የለጋሲዮን ጽሕፈት ቤቶችም እየበዙ ሄዱ። እነዚህ አዳዲስ መሥሪያ ቤቶች በፈረንጅኛው ፈሊጥ የሚሠሩ የሠለጠኑ ጸሐፊዎች፣ አስተርጓሚዎችና ሌሎች ሙያተኞችም አስፈለጓቸው። በዚህም ምክንያት ዘመናዊ የቀለም ትምህርት እጅግ ተፈላጊ እየሆነ መጣ። ከሌሎች የሙያ መስኮች ይልቅ ይህ ክብርንም ሆነ ሐብትን በአጭር ጊዜ የሚያስገኝ ሆነ።

ይህ አዲሱ ተስፋ የታያቸው አያቶቻችን ወደዚህ ዓለም የሚያደርሰው ጎዳና ትምህርት ብቻ

መሆኑን ስለተገነዘቡ አባታችንን ዘመናዊ ትምህርት እንዲቀስም አዲስ አበባ ላኩት። እሱም የመጀመሪያዎቹን የትምህርት ዓመታት እንደሚከተለው ያስታውሳቸዋል።

> አዲስ አበባ መጥቼ ጥቂት ከተማርኩ በኋላ ከአጎቴ ከአቶ ወልደመድኅን ያኢ ጋር ወሊሶ በመሄድ ዘመናዊ ትምህርት ቤት ገብቼ እስከ 6ኛ ክፍል ተማርኩ። ከዚያም ትምህርት ቤት ተዘግቶ ለዕረፍት ወደ ሙሎ በመሄድ መመለስ በሚገባኝ ጊዜ ሳልመለስ ቀርቼ ትምህርቴን አቋረጥኩ። በዚህም የተነሣ ከተማርኩት አብዛኛውን ዘነጋሁት። ሆኖም በዚያው መቀፀሉ የበለጠ ጉዳት እንደሚያስከትልብኝ የተረዱት ወላጆቼ አዲስ አበባ በማምጣት ትምህርቴን እንድቀፅል አደረጉ።

አያታችን አቶ ንጉሤ ሞሩ በትምህርት እውቀትን ጨብጦ ራስን ለተሻለ ሕይወት ማብቃት እንደሚቻል የተገነዘቡ እንደነበሩ አንዱ ማረጋገጫ ቀደም ሲል የተጠቀሰው በራሳቸው ምድረግቢ ውስጥ ለሕፃናት ያመቻቹት የቤተ ክህነት የትምህርት ማዕድ ነበር። ያንን መልካም ተግባራቸውን ያልተረዱ አንዳንድ የአካባቢያቸው ወላጆች "እነ አቶ ንጉሤ እረኛ ልጅ ሊያሳጡን ነው" በሚል ወቀሳ ልጆቻቸውን የዕድሉ ተጠቃሚ ሳያደርጓቸው ቢቀሩም ሌሎች ግን ተጠቀሙበት። በመሆኑም እነዚያ ዕድለኛ ልጆች ከፊደል ቆጠራ እስከ ዳዊት መድገም ለመድረስና ከኦሮምኛ በተጨማሪ የአማርኛ ቋንቋ እውቀትንም ለመጨበጥ በቁ። ከእነዚያ ዕድለኞች መካከል አባታችን መርዕድ ንጉሤ አንዱ ነበር። አጎታችን ጋሽ ተፈራ ስለልጅነት ትምህርታቸው የነበረውን ትዝታ እንዲህ ሲል አካፍሎናል።

> ወላጆቻችን እኛ ልጆቻቸው እንድንማርላቸው ከፍተኛ ፍላጎት ነበራቸው። ለዚህም በቅድሚያ ያደረጉት ከጎንደር የመጡ የኔታ ተስፋ የሚባሉ ቄስ ተቀጥረውልን እቤታችን እንዲያስተምሩን ሆነ። መኖሪያቸውም እኛው ቤት ግቢ ውስጥ ሲሆን የሚመገቡትና ሁሉንም ነገር የሚያገኙት ከዚያው ከቤታችን ነበር። ወላጆቻችን ለእኛ ለልጆቻቸው ብቻ ሳይሆን በአካባቢው የሚገኙ ሕፃናትና ልጆችም ይህንን ዕድል እንዲያገኙ ፍላጎት ነበራቸው። ስለዚህ በሩ ለእነሱም ክፍት ነበር። ነገር ግን ብዙዎች ወላጆች ጥቅሙን ስላላወቁትም ይሁን ልጆቻቸው በእረኝነትና በመላላኩ ሥራ እንዲያገለግሏቸው በማሰብ ያንን ዕድል አልተጠቀሙበትም። ሆኖም ከእኛ ጋር የዘመድና የአንዳንድ ወላጆች ልጆች ይማሩ ነበር።

በተለይ ለልጆቻቸው ያንን የባህላዊውን የትምህርት መሠረት ያስጨበጡት እነዚያ ወላጆች በዚህ ብቻ የሚረኩ ሆነው አልተገኙም። ቀደም ሲል እንደተጠቀሰው በዘመኑ የፈረንጅ ትምህርትን መማር ለአገርና ለነፃነት መከበር ከሚያስገኘው ፋይዳ በተጨማሪ ኢኮኖሚያዊና ማኅበራዊ ጠቀሜታ እንደሚኖረውም ከተገነዘቡት ጥቂት የአካባቢው ወላጆች መኻል ስለነበሩ ነው። ይህም ዕድል ልጆቻቸው እንዳያመልጣቸው ፈለጉ። ዕድሉ የሚገኝበትንም ዘዴ ሲያፈላልጉ ቆይተው እውን ለማድረግ በቁ።

አያቶቻችን ልጆቻቸው አድገው ሁሉም ራሳቸውን ከቻሉ በኋላ ትምህርት ሚኒስቴርን በማነጋገር ከአንድ እስከ ስምንተኛ ክፍል ያሉ ተማሪዎችን ማስተናገድ የሚችል ትምህርት ቤትም እዚያው ሙሎ አቋቁመዋል። ድሬ አንደኛ ደረጃ ትምህርት ቤት በመባል በሚታወቀው በዚህ ትምህርት ቤት በአካባቢው ያሉ ወጣቶች እንዲሁም የወ/ሮ ፈለቀችና የአቶ ንጉሤ የልጅ ልጆች ተምረውበታል።

አያቶቻችን እዚህ ውሳኔ ላይ ለመድረስ ካነሣሧቸው ምክንያቶች መካከልም አንዱ የሕልውና ዋስትና ጉዳይ እንደነበር በኋለኛው ዕድሜአቸው አረፍ ሲሉ ለዘመድ ወዳጅ ያጫውቱ ነበር ይባላል። ጭውውቱን ከተከታተሉትና ከሌላም ወገን ከሰሙት የቅርብ ቤተሰቦቻችን መካከል አጎቶቻችን ሻለቃ ተፈራና አቶ ጉግሣ ንጉሤ ይገኙበታል።

እንደ እነዚሁ አጎቶቻችን ገለጻ ከዕለታት ባንዱ ቀን እነዚያ አያቶቻችን አረፍ ብለው በውስጣቸው ሲጉላላ የቆየውን አንድ ሁነኛ ነገር አንሥተው እንዲህ እየተባባሉ ይወያዩ ነበር።

> መተዳደሪያችን ይህችው አነስተኛ ጋሻ መሬት ናት። እግዚአብሔር በልጆች ጸጋ ቢባርከንም በዚች ባለችን ርስት እነሱን አብልቶ አጠጥቶና አልብሶ ማሳደጉ እንዲህ ቀላል አይሆንም። ሴቶቹ ልጆች እንኳን አግብተው ስለሚሄዱ በእነሱ በኩል ችግር የለብንም። ችግሩ ያለው ወንዶቹ ጋር ነው። እነሱ ለጋብቻ ከደረሱ በኋላ ሴት ይዘው መጥተው እዚሁ ጎጆ ቀልሰው ሊኖሩ ነው። በዚህ ላይ ልጆች ይወለዳሉ። ታዲያ እንዴት ተደርጎ ሊኖር ነው?

በዚህ መንፈስ ነበር አባታችን ትምህርቱን ለመቀጠል እንደገና አዲስ አበባ የሄደው። በዚያን ጊዜ ታላቅ ወንድሙ ጋሽ ተፈራ ለዚሁ ዓይነት ትምህርት ከሙሎ ወደ አዲስ አበባ መጥቶ ነበር። ሁለቱ ወንድማማቾች ትምህርታቸውን የሚከታተሉበት ሁኔታም እዚያ ይኖሩ በነበሩ ዘመድ ወዳጆች ተመቻቸላቸው። ይህንኑ አስመልክተው አጎቶቻችን ጋሽ ተፈራና ጋሽ ጉግሣ በቅርቡ ያጫወቱንን እንደሚከተለው ጠቅለል አድርገን አቅርበነዋል።

ጋሽ ተፈራ በአያቶቹ በአቶ ያኢ ዱላ ቤት ሲያርፍ አባታችን ደግሞ እዚያው አጎራባች በነበሩት በአቶ ያኢ አሸከር በአቶ ሆርዶፋ ዳቢ ቤት እንዲቀመጥ ሆነ። አቶ ሆርዶፋም ለአባታችን ጎኑን የሚያሳርፍበት ሰሌን የተነጠፈበትን መደብ አዘጋጁለት። የልጆቹ ወደ አዲስ አበባ አመጣጥ ለትምህርት ነበርና አቶ ደግፌ የሚባሉ መምህር ያካሂዱት በነበረ አንድ አነስተኛ ትምህርት ቤት ውስጥ ገብተው መማር ጀመሩ። የትምህርቶቹ ዓይነትም አራቱን የሒሳብ መደቦችና የእንግሊዝኛ ፊደላትን ያካተተ ነበር።

ሁለቱ ወንድማማቾች ከእኚሁ መምህር ዘንድ እየተማሩ እያሉ የሺመልስ ሀብቴ ትምህርት ቤት ተከፈተ። አባታችንና ጋሽ ተፈራ ሌሎችንም ጨምሮ ሁሉም የመምህር ደግፌ ተማሪዎች ወደዚሁ ወደተሻለው ትምህርት ቤት ተሸጋገሩ። ሺመልስ ሀብቴ ትምህርታቸውን ከተከታተሉ በኋላ ለገሀር አካባቢ በነበረው በየነ መርዕድ ትምህርት ቤት ተዛውረው መማር ቀጠሉ።

ከዚያም በ1941 ዓ.ም. አባታችን በበየነ መርዕድ ትምህርት ቤት ትምህርቱን ካጠናቀቀ በኋላ ለቀጣዩ ትምህርት ቀበና ወደሚገኘው ወደ ኮከበ ጽባሕ ቀዳማዊ ኃይለሥላሴ ትምህርት ቤት እንዲገባ ተደረገ።

በ1924 ዓ.ም. የተቋቋመውና ብዙ ታላላቅ የሙያ ሰዎችን ያፈራው ይህ ትምህርት ቤት በአምስቱ የጠላት ወረራ ዓመታት ተማሪዎቹ ሲበታተኑ ሥራው ተቋርጦ ነበር። የትምህርት ቤቱ ሕንፃም ለጣልያን ወታደሮች መሥፈሪያ ሆኖ ቆየ። ከዚያም ቤቶቹ ለመማሪያ ሆነው እንዲያገለግሉ ከተስተካከሉ በኋላ በ1940 ዓ.ም. ትምህርት ቤቱ እንደገና ተከፈተ።

አባታችን በዚያ የውጭ አገር መምህራን በዛ ብለው ይገኙ በነበረበት ዝነኛ ትምህርት ቤት እስከ 1943 ዓ.ም. ሲማር ቆየ። ማረፊያውም በአባቱ ጓደኛ በአቶ መንግሥቴ አሳምኔ ቤት ነበር። በዚያ ሁኔታ የሰባተኛ ክፍል ትምህርቱን በመከታተል ላይ እያለ ሌላ የሕይወት ጎዳና በር ተከፈተለት። አዲሱን የሕይወት ጎዳና መከፈቻውን እንደዚህ ሲል ያስተዋውቀናል።

> ክህነት ብቀበልም በዚያ መስመር አልገፋሁም። አዲስ አበባ በመምጣት የፈረንጅ ትምህርት ጀመርኩ። ትምህርቱን ደኅና በማፋፋም ላይ እያለሁ ወጣት የክብር ዘበኛ መኮንኖች ጥቁር ጠይም ገበርዲን ካኪ ቁምጣ በመልበስና የክብር ዘበኛ ባርኔጣ በማድረግ ትምህርት ቤት ድረስ መጡ። "እንደኛ መሆን የምትፈልጉ መጥታችሁ ተፈተኑ" አሉን። አለባበሳቸው በሚገባ ከተጠበቀ ሰውነታቸው ጋር እጅግ የሚያጓጓ ነበር። ውሎአቸውም ከንጉሥ ጋር መሆኑን ስናውቅ ከጓደኞቼና ከታላቅ ወንድሜ ከተፈራ ንጉሤ ጋር ሄጄ ተፈተንኩ።

ካዴት ተፈራ እና ካዴት መርዕድ ንጉሤ

ምዕራፍ ሁለት

ውጭ ደጋፊና - ምንደኛው?
ዋነኞቹስ?
[illegible] የሚያ[illegible] መቼ ነው
የመደብ [illegible] [illegible]?
የመደብ [illegible] [illegible] [illegible]፡ [illegible]
መደብ [illegible] [illegible]?
[illegible] [illegible] የሚያደርገው ምንደኛው.
መደብን [illegible] [illegible] [illegible] ===========
[illegible] [illegible] [illegible]

△ △ △ መሠረታዊ ነጥቦች።
1፡ አንድነት
2. ተግባራዊ አንድነት
3. የተመሰረተ [illegible] [illegible] አንድነት
4. ገለልተኛ ሆኖ በሚገባ ተመቀ[illegible]
5. የመደብ [illegible] [illegible] [illegible]
6. በጋራ [illegible] በ[illegible] አንድነት[illegible]
7. መዛግብት ሆኑ ከ[illegible] [illegible] አንድነት.

△ የሠራዊቶችን ትግል ለሕዝብ ይጠቅማል:

ይህ ሠራዊቶችን-
ያስወድዳል፣ ያስከብራል
ድጋፍ፣ እንዲያገኙ ይረዳል:
ችሎታዎቻቸውን ያዳብራል:

ምዕራፍ ሁለት፡
ውትድርና፤ የኃላፊነት ሀሁ

ዕጩ መኮንን መርዕድ

የክብር ዘበኛ ዕጩ መኮንንነት ኮርስ ለመግባት ከመሥፈርቶቹ አንዱ አመልካቹ 18 ዓመት የሞላው መሆን እንዳለበት ይደነግጋል። የ17 ዓመቱ መርዕድ ንጉሤ ክብር ዘበኛ አካዳሚ ገብቶ እንደዚያ በአለባበስና በቁመናቸው እንደማረኩት መልማይ መኮንኖች የመሆን ሕልሙ በአንድ ዓመት ምክንያት ሲከሽፍ ማየት አልቻለም። ይህን ዕድል ዓይኑ እያየ እንዲያመልጠው ስላልፈለገ በውትድርና ምልመላው ቅጽ ላይ ዕድሜውን 18 ብሎ ሞላ።

አባታችን በዚያ የወጣትነት ዕድሜው ሊገባበት የተመኘው የክብር ዘበኛ የተቋቋመው በ1917 ዓ.ም. ነው። ይህ "የክብር ዘበኛ" በሚል ስያሜ የታወቀው የጦር ክፍል ከቤልጂግ (ቤልጂየም) በመጡ የጦር መኮንኖች 4075 ተመልማዮችን በዘመናዊ የውትድርና ሙያ በማሠልጠን ሥራውን ጀመረ። የሠራዊቱ ዋነኛ ተልዕኮም የአገር መሪውን ክብር እንዲሁም የእሱንና የቤተሰቡን ደኅንነት መጠበቅ ነበር። በዚያን ጊዜ እነዚያ ምልምል ወታደሮች የደንብ ልብሳቸውን ለብሰው አምረውና ደምቀው በጃንሜዳ የሰልፍ ሥልጠና ላይና በሌሎችም ሥፍራዎች ሲታዩ የብዙዎችን ትኩረት መሳብ ችለው ነበር።

ስለእነዚሁ ቀደምት የክብር ዘበኛ ወታደሮች የሚጠቀሰው ሌላው ዐቢይ ጉዳይ በ1928 ዓ.ም. ፋሽስት ጣልያን አገራችንን በወረረች ጊዜ በማይጨው ጦር ግንባር ተሰልፈው ከጠላት ጋር ያደረጉት አኩሪ ተጋድሎ እና የከፈሉትም መሥዋዕትነት ነው። በዚያ ጦርነት ላይ ከ500 በላይ የዚሁ ሠራዊት አባላት ተሳታፊ ሆነው እንደነበር ታሪክ ያስታውሰዋል።

በዚህ መልክ ተደራጅቶ ግዳጁን ሲወጣ የቆየው ይህ የክብር ዘበኛ ጦር ዘመኑ ከሚጠይቀው የጦር ሙያና ትምህርት ጋር ተዛምዶ መራመድ እንደሚያስፈልገው ከጊዜ በኋላ ታመነበት። በዚህም መሠረት ለዚሁ ዓላማ ተፈጻሚነት በሚያዝያ ወር 1938 ዓ.ም. የክብር ዘበኛ የጦር ትምህርት ቤት ተቋቋመ። በ1927 ዓ.ም. የገነት ቀዳማዊ ኃይለሥላሴ ጦር ትምህርት ቤት በሆለታ ሲቋቋም እንደተደረገው ሁሉ የዚህም አዲስ የተቋቋመው የጦር ትምህርት ቤት አሠልጣኞች እንዲሆኑ የተመደቡት የስዊድን የጦር መኮንኖች ነበሩ።

ከመኮንኖቹ ጋር ተረዳድተው እንዲያስተምሩ የሃምሳ አለቅነት ማዕረግ የነበራቸው 10 ኢትዮጵያውያንም ተመደቡ። የእነዚህ ኢትዮጵያውን ዋና ተግባርም የሰላማዊ ሰልፍና የጦር ሜዳ ትምህርት መስጠት ነበር።[7] የጦር ትምህርት ቤቱ በዚህና በሌሎቹም አደረጃጀቶች

7 ዳምጤ አሰማኸኝ ፤ ጠቅልና ሠራዊቱ

ተጠናክሮ ዝግጁ ከሆነ በኋላ ቀጣዩ ሥራ የዕጩ መኮንኖች ምልመላን ማካሄድ ነበር። በዚህም መሠረት ለመጀመሪያው ኮርስ ዕጩ መኮንንነት ሥልጠና 120 ወጣቶች ከየትምህርት ቤቱ ተመረጡ። አመራረጡም ከአካላዊና ሥነ-ልቦናዊ ብቃት ሌላ በተለይ የእንግሊዝኛ ቋንቋ ችሎታቸውን ከግምት ውስጥ ያስገባ ነበር። ምክንያቱም ትምህርቱ የሚሰጠው በዚሁ ቋንቋ ነበርና ነው።

ከላይ የተጠቀሱት 120 የአንደኛው ኮርስ ዕጩ መኮንኖች የሦስት ዓመት ትምህርታቸውን ጨርሰው መስከረም 5 ቀን 1941 ዓ.ም. እንዲሁም ብዛታቸው 101 የሆነው የሁለተኛው ኮርስ ዕጩ መኮንኖችም ሚያዝያ 6 ቀን 1943 ዓ.ም. የምስክር ወረቀታቸውን ተቀበሉ።

የሦስተኛው ኮርስ ዕጩ መኮንኖች ሥልጠና

ወጣቱ መርዕድና ታላቅ ወንድሙ ተፈራ ንጉሤ ለውትድርና ምልመላ የወጣውን ማስታወቂያ በማየት ከተመዘገቡ በኋላ የተሰጠውን ፈተና አለፉ። የጤና ምርመራ ተደርጎላቸው ለወታደራዊ ሥልጠናና ግዳጅ ብቁ መሆናቸውም ተረጋገጠ። የጦር ትምህርት ቤቱ የሚከፈተው በሚቀጥለው ዓመት መስከረም 20 ቀን 1944 ዓ.ም. ስለነበር ወንድማማቾቹ የክረምቱን ጊዜ ከወላጆቻቸውና ከቤተዘመድ ጋር ለማሳለፍ ወደ ሙሎ ሄደው እዚያው ሲዝናኑ ከረሙ። አንዳንድ የቤተሰብ አባላት መርዕድና ተፈራ ወታደሮች ከሆኑ ጦር ሜዳ ተልከው ይሞቱብናል ብለው በመሥጋት ውትድርናቸውን ባይወዱትም አብዛኛው ቤተዘመድና ወላጆቻቸው ልጆቻቸው በሚመኙትና በሚጓጉለት የውትድርና የሙያ መስክ ውስጥ በመግባታቸው ተደሰቱ።

በዚህ ዓይነት ክረምቱን ያሳለፉት ወንድማማቾቹ በቀጣዩ ዓመት መጀመሪያ ወር የዋለውንም የመስቀልን በዓል ያከበሩት እዚያው ሙሎ ነበር። አያታችን አካከዩ ጥርኝና ዳማ የሚባሉ ምርጥ ምርጥ ፈረሶች ስለነበሯቸው አባታችንና ጋሽ ተፈራ ከዘመዶቻቸውና ከአብሮ አደግ ጓደኞቻቸው ጋር በበዓሉ ላይ የፈረስ ጉግሥ ሲጫወቱና ሲዝናኑ ዋሉ። ከዚህ የመንፈስ ዕረፍት በኋላ ነበር አዲስ አበባ በመምጣት ወደ ጦር ትምህርት ቤቱ ማሠልጠኛ ተቋም የገቡትና የቀደምት አባቶቻቸውን ዓርማ አንግበው አገርና ወገንን የማገልገል ተልዕኮን "ሀ" በማለት የጀመሩት።

አባታችን የዚያን ዝነኛ የጦር ትምህርት ቤት ቆይታውን ትዝታ በማስታወሻው ላይ እንዲህ ሲል ይገልጸዋል።

> በዕጩ መኮንንነት የቆየሁት 2 ዓመት ከ8 ወር ሲሆን የትምህርት ቤቱ ዋና አስተማሪዎች ስዊድኖች ሲሆኑ ረዳቶቹ ኢትዮጵያውያን መኮንኖች ናቸው። ትምህርቱ ይሰጥ የነበረው በእንግሊዝኛ ቋንቋ ሲሆን የቋንቋ ችግር ነበረብን። የማይታበልና ጠቃሚ ሆኖ የተገኘውም የሚሰጡት ትምህርቶች እጅግ ዝርዝር

ከመሆናቸውም ሌላ ዕጩ መኮንኑ ፍጹም እስኪገባው ድረስ በቲዎሪና በድርጊት ስለሚማር አንዳችም ነገር አያመልጠውም። በትምህርቱ አሰጣጥና ጥንቃቄ የተነሣ ደንቆሮና እውርም ሊረዳ ይችላል ለማለት ያስደፍራል። ትምህርት ቤቱ ለመግባት የሚፈቀደው ከ18 ዓመት ዕድሜ ጀምሮ ቢሆንም የኔ ዕድሜ ያኔ 17 ነበር፤ ፎርሙ ላይ የሞላሁት ግን 18 ብዬ ነው። ትምህርቱን የምከታተለው ፈተና ላለመውደቅ እንጂ ይጠብቀኝ ከነበረው ኃላፊነት ጋር አገናዝቤ አይደለም። ፈተና የማለፉን አስፈላጊነት እንጂ ቀደምት (ሲኔሪይቲ) የሚባለውን አላውቅም፤ በመሆኑም አላስብበትም ነበር። በመሆኑም ጎበዝ ከሚባሉት ዕጩ መኮንኖች መካከል አልነበርኩም። በጊዜው የነበርነው ዕጩ መኮንኖች ከፍተኛ የሆነ ወታደራዊ መንፈስ ነበረን። ለዚህ ዋና ምክንያት የሆነው በ1943 ዓ.ም. ከክብር ዘበኛ ሠራዊት አንዳንድ ሻለቃ ወደ ደቡብ ኮሪያ ይዘምት ስለነበርና የዚያ ሠራዊት ዝና እጅግ የገነነና ተወዳጅ በመሆኑ ነው። ከዚህም ሌላ በዚያ ጦርነት ላይ የነበሩት መኮንኖች ከጦር ሜዳው የቀሰሙትን ልምድና ጦርነቱን በአሸናፊነት ለመወጣት በጦር ሜዳ አካባቢ የሚሰጣቸውን ልምዶች ለእኛ ለዕጩ መኮንኖች ገለጻ ያደርጉ ስለነበር ነው።

አባታችን ቀደም ሲል ያነሣውን የእንግሊዝኛ ቋንቋ ጉዳይ በተመለከተ፡-

> ...በየሳምንቱ ሰኞ ሰኞ ማንኛውም ዕጩ መኮንን በአማርኛ ቋንቋ እንዲናገር አይፈቀድለትም። ቁጥጥሩም እንደሚከተለው ይፈጸማል። ሦስት ካርዶች ለሦስት የሳምንት ኃላፊ ዕጩ መኮንኖች ይሰጣሉ። በእነዚህ ካርዶች ላይ "I hate to be on guilty's neck" ተብሎ ተጽፎባቸው ማንጠልጠያ ሲባጎም ተሠርቶላቸዋል። ካርዱን የያዘው ዕጩ መኮንን በአማርኛ መናገር ይፈቀድለታል። ካርዱን ከራሱ ለማሳለፍ በድንገት አንዱን ዕጩ መኮንን በአማርኛ ያናግራል። ሌላው ዕጩ መኮንን ረስቶ በአማርኛ ከመለሰ ካርዱ ወደ እርሱ ተላልፎ አንገቱ ላይ እንዲንጠለጠል ይደረጋል። ከዚያም እርሱም በተራው ሌላ ዕጩ መኮንን በአማርኛ እስኪመልስለት አንጠልጥሎ ይዞራል። ይህ እንቅስቃሴ እስከ ምሽቱ 3 ሰዓት ይቀጥላል። እስከ ምሽቱ 3 ሰዓት ማስተላለፍ ያልቻለው ዕጩ መኮንን በቀጣዩ ቅዳሜና እሑድ ከግቢ መውጣት አይፈቀድለትም። ከግቢ መውጣት መከልከል እንደትልቅ ቅጣት ይታያል። ይሄ ዘዴ ዕጩ መኮንኖቹ የእንግሊዝኛ እውቀታቸውን እንዲያሳድጉ ተብሎ የታቀደ ነበር።

በማለት አጎታችን ጋሽ ተፈራ አጫውቶናል። ዕጩ መኮንን መርዕድ በዚያ የጦር ትምህርት ቤት የሚሰጠውን የወታደራዊ ሳይንስ፣ መደበኛ የአካዳሚክ ትምህርት፣ የአስተዳደርና የአመራር ጥበብ፣ የአካላዊ ብቃት፣ የሥነ-ሥርዓት አጠባበቅና የመሳሰሉትን እውቀቶች እየተከታተለ እያለ ከኮሪያ ዘማቾች ጋር የሚያገናኘው ሌላ ጉዳይ አጋጠመው። ይህንን አጋጣሚ "በ1945 ዓ.ም. ወደ ኮሪያ እንዲሄድ ለተመረጠው ጦር በኮርስ ላይ የነበርነው ዕጩ መኮንኖች በረዳት አሠልጣኝነት ለሦስት ወር እንድንሠራ በመደረጉ ኃላፊነትና ዝግጅት መምራትና ማዘዝን

ይበልጥ እንድማር አድርጎኛል" ሲል ያስታውሰዋል።

ካዴት መርዕድ ንጉሤ (1945 ዓ.ም. አካባቢ)

በዕጩ መኮንንነት ሁለት ዓመት ከስምንት ወር ከቆየ በኋላ እሱም ሆነ የኮርስ ጓዶቹ ለመመረቅና ወደሚቀጥለው ከፍተኛ እርከን ለመሸጋገር ብቁ ሆነው ተገኙ። የምረቃው ሥነ-ሥርዓትም ሚያዝያ 7 ቀን 1946 ዓ.ም. ተከናወነ። በምክትል መቶ አለቅነት ሲመረቅ 20ኛ ዓመት ዕድሜውን አጠናቅቆ ወደ 21ኛው መሸጋገሪያ የመጀመሪያዎቹ ጥቂት ወራት ላይ እንደነበር የሕይወት ታሪኩ ያስታውሰናል።

የውትድርና ግልጋሎት ጅማሮ

እንደ መቶ አለቃ መርዕድ ለዚህ ሙያ ተመልምለው ትምህርቱን ለመቋደስና ሠልጥነውም ለመመረቅ የበቁ ቀደምት ወጣቶችን አገሪቱ በምን መልክ እንደምትመለከታቸውና የሚጣልባቸው አደራም ምን ያህል ከባድ እንደነበረ የክብር ዘበኞችንና የኢትዮጵያን ሠራዊት ታሪክ በመጻፍ የሚታወቁት ዳምጤ አሰማኸኝ እንዲህ ሲሉ ያቀርቡታል።

> በክብር ዘበኛ የጦር ትምህርት ቤት የተማሩት መኮንኖች ተመርቀው ከወጡ በኋላ በየክፍሉ ተደልድለው የተሰጣቸውን የአሠልጣኝነት አደራ ፍጹም በሆነ ትጋት ማስተማራቸውን ሲቀጥሉ በእነሱም እግር ከየትምህርት ቤቱ ወጣቶች እየተመረጡ ወደዚሁ ትምህርት ቤት በየጊዜው ይጎርፉ ጀመር። በክብር ዘበኛ ዕጩ መኮንኖች ትምህርት ቤት የተማሩ ወጣቶች ራሳቸውን ችለው የክብር ዘበኛ ሠራዊታቸውን ማሠልጠን ከጀመሩ ብዙ ጊዜ ሲሆን በእነዚህ መኮንኖች እየተመሩ የሠለጠኑት ወታደሮችና መኮንኖች ለተላኩበት አደራ ያስገኙት ክብር[8] ዛሬ የዓለም ሰዎች የታሪክ

8 በኮሪያ ጦርነት የቃኘው ሻለቃ ያስገኘውን ታላቅ ድል ይመለከታል።

መጀመሪያ እያደረጉ አጋንነውታል።[9]

ከዚያ ከሠለጠኑበት የጦር ትምህርት ቤት ተመርቀው ሠራዊቱን በልዩ ልዩ ሙያ በማገልገል አገርና ሕዝብ የጣሉባቸውን አደራ ለመወጣት የሥራ ዓለም ሕይወትን "ሀ" ብለው ከጀመሩት የዚያን ጊዜው 119 ወጣት መኮንኖች መካከል የሦስተኛው ኮርስ ምሩቅ ምክትል መቶ አለቃ መርዕድ ንጉሤ አንዱ ነበር።

ወደዚሁ የውትድርና አገልግሎት የተደረገውን ሽግግርና በዚያ የነበረውንም ቆይታ በተመለከተ ማስታወሻው ላይ፡-

> በ1946 ዓ.ም. ሚያዝያ ወር በም/መቶ አለቅነት ተመርቄ በክብር ዘበኛ አንደኛ ሻለቃ ውስጥ በመቶ መሪነት ተመደብኩ። ከዚያም በዚሁ መደብ በ5ኛ ሻለቃ፣ በ2ኛ ሻለቃ፣ በ6ኛ ሻለቃ ውስጥ አገለገልኩኝ። ከዚያም ወጣት ሻምበል በሚባለው ክፍል በመቶ መሪነት ሠራሁ።

ይላል። አባታችን ገና በወጣትነቱ በ6ኛ ሻለቃ ውስጥ ተመድቦ ለሰጠው አገልግሎት መስከረም 9 ቀን 1950 ዓ.ም. ከዚህ በታች የተመለከተውን የምስጋና ደብዳቤ ለማግኘትም ችሏል።

መቶ አለቃ መርዕድ እስከ 1950 ዓ.ም. ድረስ በዚያው በክብር ዘበኛ ዋና መሥሪያ ቤት በተለያዩ የሥራ ክፍሎች በመመደብ ሲያገለግል ቆየ። በዚያ የቆይታ ጊዜ ከሚታወስባቸው ጉዳዮች አንዱም "ወታደርና ጊዜው" በሚል ስያሜ በ1945 ዓ.ም. ለተቋቋመው የሠራዊቱ ጋዜጣ የተለያዩ ጽሑፎችን ያቀርብ የነበረ መሆኑ ነው። ጋዜጣው እየታተመ መውጣት ከጀመረበት ዕለት አንሥቶ ለጋዜጣው የተለያዩ ጽሑፎችን አቅርበው ከታተመላቸው 107 የሠራዊቱ አባላት መካከል መቶ አለቃ መርዕድ ንጉሤ አንዱ እንደነበረ ይኸው ጋዜጣ አስታውሶታል። በእነዚያ ዓመታት ውስጥም አራት ጽሑፎችን ማቅረቡን ከጋዜጣው ለማረጋገጥ ብንችልም ጽሑፎቹ የታተሙባቸውን ጋዜጦች ለጊዜው ባለማግኘታችን በምን አርእስት ላይ እንደተጻፉና ይዘታቸውም ምን ምን እንደነበር ለማወቅ አልቻልንም።

ሆኖም በ1949 ዓ.ም. የሠራዊቱ የስድስተኛ ሻለቃ ባልደረባ በነበረበት ጊዜ በዚሁ በተጠቀሰው ዓመተ ምሕረት በጋዜጣው ላይ የወጣለትን ጽሑፍ ለማግኘት ችለናል። ጥቅምት 8 ቀን 1949 ዓ.ም. "ሥራህን ማወቅ ምንኛ ያኰራሃል?" በሚል ርእስ በ"ወታደርና ጊዜው" ጋዜጣ ላይ የወጣው ጽሑፍ በዚያ በወጣትነት ዕድሜው በሥራ መጠንከርና ኃላፊነትን በአግባቡ መወጣትን በተመለከተ የነበረውን የበሰለ አስተሳሰብ ያሳያል።

9 ዳምጤ አሰማኸኝ ፤ ጠቅልና ሠራዊቱ

[illegible]
[illegible]

የምስክር ወረቀት

ለ[illegible].....የመለያ ቁጥር [illegible].......
ከመስከረም 1 1949 ዓ.ም. እስከ ነሐሴ 30 1949 ዓ.ም. በክቡር ዘበኛ 6ኛ ሻ
ለቃ በ[illegible]...ወሪነት በሠራ

ክፍልያን በመቆጣጠር
በትጋት
በታዛዥነትና በአዛዥነትም
በንጽሕና
በታማኝነት

በመልካም አርአያነና በቀና አገልጋይነትም ለክፍላችን የመልካም ምሳሌ ከመሆንም በላ
ይ በአሳዩት የሥራ ፍሬ ከፍ ብለው በመገኘትዎ ይህችን የሥራ ፍሬ መግለጫ የምስክር ወረ
ቀት ሳበረክትልዎት ይህ ዝግጅታየ እንደማያድርጉ በማመን ነው፡

ገልባጭ:-

ለክቡር ዘበኛ ጦር ዘበኛ ቀና አዛዥ
አዲስ አበባ

የምስክር ወረቀት ፤ በክብር ዘበኛ 6ኛ ሻለቃ

"ሥራህን ማወቅ ምንኛ ያኰራሃል?"

ሥራህን ፡ ማወቅ ፡
ምንኛ ያኰራሃል?
ከመቶ ፡ አለቃ ፡ መርዕድ ፡ ንጉሤ ።

ሰው ፡ ተፈጥሮ ፡ ወደዚህ ፡ ዓለም ፡
ሲመጣ ፡ በመጀመሪያ ፡ ያወቃቸው ፡ እሱን ፡
የሚጐዱትን ፡ ብቻ ፡ ችግርን ፡ ረኃብን ፡
ጥማትን ፡ ብርድንም ፡ ነበር ፡ እንጂ ፡
ሌላ ፡ የሚያውቀው ፡ ወይም ፡ የሚያ
ስተውለው ፡ ላቅ ፡ ያለ ፡ ነገር ፡ አልነበ
ረም ። በኋላ ፡ ግን ፡ ከመኖል ፡ ከማደር ፡
ከመሰንበትም ፡ የተነሣ ፡ ብዙ ፡ ነገሮችን ፡
መመራመር ፡ ጀመረ ። በዚህም ፡ ጊዜ ፡
ቀና ፡ ብሎ ፡ ቢመለከት ፡ ሰማይን ፡ ምድ
ርና ፡ ሰውንም ፡ ቢያገኛቸው ፡ በጣም ፡
የተለያዩ ፡ ነገር ፡ ሆኖ ፡ አገኘ ።
በዚህም ፡ ልዩነቱ ፡ በጣም ፡ የተራ

ከ"ወታደርና ጊዜው" ጋዜጣ ጥቅምት 8 ቀን 1949 ዓ.ም. እትም የተወሰደ ቅጂ

ከሙቶ አለቃ መርዕድ ንጉሤ የ6ኛ ሻለቃ ባልደረባ

ሰው ተፈጥሮ ወደዚህ ዓለም ሲመጣ በመጀመሪያ ያወቃቸው እሱን የሚጎዱትን ብቻ ችግርን፣ ረኃብን፣ ጥማትን፣ ብርድንም ነበር እንጂ ሌላ የሚያውቀው ወይም የሚያስተውለው ላቅ ያለ ነገር አልነበረም። በኋላ ግን ከመዋል ከማደር ከመሰንበትም የተነሣ ብዙ ነገሮችን መመራመር ጀመረ። ከሥልጣኔና ከመሻሻል የተነሣ የሰው ልጅ እውቀት አግኝቶ በአንጎሉ የዓለምን ነገር መመራመር ሲጀምር እንደ ውቅያኖስ ባሕርና እንደ ሰማይ ጠፈር ወሰን ለሌለው ሰፊ ለሆነ ሐሳቡ ወሰን ማበጀትና ዓላማ መስጠት አስፈላጊ ሆኖ አገኘው። ይህንንም ለመፈጸም ብዙ ማስተዋልና ጥበብ የሚጠይቅ በመሆኑ ስሙን ልንረሳው የማይገባን ፕላቶን (አፍላጦን) የተባለ የግሪክ ሊቅ እንዲህ ሲል ለሰው ልጅ ሐሳብ ወሰንና ዓላማን ወስኖ ሰጠ።

- የሚጠቅመንና የሚስማማን መልካም የሆነ ነገር ሁሉ ነው
- የምንሻውና የምንፈልገው የምንከተለውም እውነት የሆነውን ነገር ሁሉ ነው
- የምንወደውና የምናፈቅረው ደስ የሚያሰኘውንም ውብ የሆነ ነገር ሁሉ ነው

ብሎ ለሰው ልጅ ይኸን ሦስት ዓላማ ስለሰጠ የሰው ልጅ በሙሉ በዚህ በሦስት መንገድ ብቻ ሲሠራ ይገኛል። ስለዚህ የሰው ሐሳብ መልካም ዓላማው ሦስት ብቻ ነው ቢባል ከእውነት መስመር ውጭ አይሆንም። ይህንንም አውቆ መሥራት ትንሽ ነገር አይደለም። ይኸንን ለምሳሌ ያህል ማተት [ያስፈለገው] ስለስድስተኛ ሻለቃ የሥራቸውን ዓላማ ጠንቅቀው እንዲያውቁ መግለጫ ለመስጠት እንዲያመች ነው። የስድስተኛ ሻለቃ አባሎች ወይም አብዛኞቹ ምራቃቸውን የዋጡ መሆናቸውን የማያውቅ ይኖር አይመስለኝም።

ስለዚህ ሰው በዕድሜው እንደማደጉ መጠን በአእምሮም ይጠነክራል፤ ልምድንም ያገኛል፤ አርቆ ማስተዋልንም ያተርፋል፤ ክፉና በጎውንም ለይቶ ያውቃል፤ መከራና ተድላን ለይቶ ያውቃል፤ መከራና ተድላም ጎን ለጎን ስለሆኑ ይፈራረቁበታል። ከዚህ ሻለቃ አብዛኛውን ከላይኛው መስመር የጠቀስኳቸውን ነገሮች ለይተው ያወቁ በመሆናቸው እውነተኛ ወታደር የሆኑ ሁሉ ለግል ጥቅም ወይም ስለድካሙ ማሰብ ሳይሆን እስከመጨረሻው ለንጉሠ ነገሥቱና ለአገር መሥዋዕትነት እንዳለባቸው በመረዳት የዕለት ድካማቸውን ሳይመለከቱ ዘመናዊ የሆነውን ጥበብ ለዘመናውያን ወጣቶችን ማሳተፍ [ይጠበቅባቸዋል]...

ስለዚህ፣ ይህን ስመ-ጥር ሻለቃ ባለኝ ችሎታዬ ሳላመሰግን አላልፍም።... [አንዳንድ] የዚህ ሻለቃ ባልደረቦች ያገር ጥቅም ሳይገባቸው በመቅረቱ

> በማይረባ ውስልትና በሥራቸው ላይ በመታከት...የሚገኙትን የልጅነት ባሕርይ የተጠናወታቸውን እንዲሠምሩ በምክርና በዘዴ የሚመለሱ [ይሆናሉ]።
>
> ወንድሞቼ ሆይ! እንግዲህ የዚህን ኋለቃ ሥራ ወይም ባህል ከመከተል አትቦዝኑ።[10]

በተለይ ይህን የኋለኛ ጽሑፉን አዘጋጅቶ ለጋዜጣው በላከበት ጊዜ ዕድሜው ወደ 23 ዓመት እየተጠጋ ነበር። ይህም በሠራዊቱ ውስጥ በዕጩ መኮንንነትና በአገልግሎት የነበረው ቆይታ በድምሩ አምስት ዓመት ያህል እንደነበረ ያመላክታል። በዚያ የወጣትነት ዕድሜው ያቀረባቸው ጽሑፎች በጋዜጣው ተቀባይነትን አግኝተው መታተማቸው ጽሑፎቹ ለሠራዊቱ ጠቀሜታ ነበራቸው ተብሎ መታመኑንም ያሳያል። በዚህ ዕድሜው ብዕርን ከወረቀት ጋር አገናኝቶ ተቀባይነትና ተነባቢነት ያለውን ጽሑፍ ማቅረብ መቻሉ የሥነ-ጽሑፍ ዝንባሌ እንደነበረውም ይጠቁማል። ከዚህ ምክር አዘል ጽሑፍ፣ ከላይ ከጠቀስናቸው ችሎታዎቹና ዝንባሌው በተጨማሪ ገና በዚያ በጉርምስና ዕድሜው የሥራና የዲሲፕሊን አክባሪነት ባሕርይን አስፈላጊነት ተረድቶ እንደነበረ እንገነዘባለን።

ከዕጩ መኮንንነት ትምህርት ቤት የተመረቁት ም/የመቶ አለቆች (ከግራ ወደ ቀኝ ደርቤ ደስታ፣ መርዕድ ንጉሤና ተስፋዬ አሰፋ)

10 የኢትዮጵያ ንጉሠ ነገሥት የክብር ዘበኛ "ወታደርና ጊዜው" ጋዜጣ ፤ ጥቅምት 8 1949 ዓ.ም.

ትዳርና ልጆች

አባታችን ትዳር የያዘው በወጣትነት ዕድሜው ነው። አብረውት ከነበሩት የሦስተኛ ኮርስ ምሩቆች ውስጥ በጊዜ ካገቡት መካከል አባታችን መቶ አለቃ መርዕድ አንዱ ነበር። ከተመረቀ በኋላ ሁለት ዓመት እንኳን ሳይሞላው እናታችንን አገባ። የኋላ ኋላ ውድ እናታችን ለመሆን የበቃችው የዚያን ጊዜዋ ወይዘሪት አሰለፈች ኃይለማርያም በአዲስ አበባ ከአጎቷ ከአቶ ወንድምአገኘሁ ኃይሌ ጋር እየኖረች ትምህርቷን በመከታተል ላይ ነበረች። እኚሁ አጎቷም “ወንድሜ አቶ ኃይለማርያም ኃይሌ አሰለፈችን እኔ ጋር የላካት እንድትማር ስለሆነ ትምህርቷን ሳትጨርስ አታገባም” ብለው ትንሽ ቢያንገራግሩም በመጨረሻ የሽማግሌዎችን ልመና ተቀብለው ይሁን አሉ። እናታችንም በበኩሏ “በመጀመሪያ አባታችሁን ከነዩኒፎርሙ ሳየው በቁመናውና በአለባበሱ ከመማረኬም በላይ የሚያብለጨልጨው የኮቱ ቁልፍ የእውነት ወርቅ መስሎኝ ሀብታም ነው ብዬ ነበር። እንዲህ መናጢ ደሃ መሆኑን ባውቅማ ኖሮ መች አገባው ነበር!” እያለች ትቀልድ ነበረ።

ወ/ሮ አሰለፈች ኃይለማርያም እና መቶ አለቃ መርዕድ ንጉሤ

እናታችን አሰለፈች በቁመናዋና በደም ግባቷ ብቻ ሳይሆን በሥነ-ምግባሯ፣ በተግባቢነቷ፣ በአሳቢነቷና ኅብረተሰቡ ውስጥ በምታደርገው እንቅስቃሴ የታወቀች ነበረች። ልጆቿ ስለሆናችሁ በአድሏዊ አእምሮ የተናገራችሁት ነው ልንባል ብንችልም የእናታችንን የውስጥም ሆነ የውጪ ሁለንተናዊ ቁንጅና ሳንናገር ማለፍ እንደሌለብን ይሰማናል። እናታችንን በቅርብ የሚያውቋትና አብረዋት የኖሩ ሁሉ ካለምንም ማመንታት ይህንኑ እንደሚያረጋግጡ እናውቃለን። እናትና አባታችን ሀብታሞች አልነበሩም፤ ቤታችን ግን ሁሌም በደስታ፣ በፍቅርና

በሰላም የተንበሸበሸ ነበር። አባታችን ራሱ ስለአፍላ ትዳራቸው ትዝታ “የኔና የአሰለፈች ሁኔታ እንደዛሬው አልነበረም። ምንም ያልነበረን ድሆች ነበርን። ሀብታችን ፍቅር ብቻ ነበር። ከኔ የምትጠብቀው ሌላ ነገር አልነበረም፤ ትፈልግ የነበረው ሰላምና ፍቅር ብቻ ነበር። የሱ ባለጸጎች ነበርን” በማለት ያስታውሳል። በዚያ የትዳር ጉዞ አባታችንና እናታችን የሁላችንም ታላቅ የሆነውን የመጀመሪያ ልጃቸውን ወለዱ። እናታችንም “አስተዋይ” ብላ ስም አወጣችለት። ይህንን ደስታቸውንና የልጃቸውን ፍቅር ከዓመታት በኋላ አባታችን ማስታወሻው ላይ እንዲህ ሲል አስፍሮታል።

> የመጀመሪያ ልጄ የሆነው አስተዋይ መርዕድ...እጅግ ደስ የሚል መልክና ሁኔታ ስለነበረው ከኔ ከወላጅ አባቱ ይልቅ ቤተዘመዶቼና ጓደኞቼ በተለየ መልክ ያዩታል። ይወዱት፣ ይንከባከቡት ነበር። የተወለደውና አምስት ዓመት እስኪሆነው የቆየው በናቱ ወላጆች ቤት በሰላሌ አውራጃ ሲሆን የተለየ ይዞታ ነበረው። ከስድስት ዓመት ዕድሜው በኋላ ከኔና ከናቱ ጋር በመሆን ትምህርቱን ጀመረ።

ከአስተዋይ በኋላ እንዳልካቸው፣ ሶስና፣ መታገስ (ሕይወቴ)፣ ኤፍሬም፣ ንጉሤ፣ ድንቅነሽ፣ ዜናዬና ዴቦራ ተወለዱ።

ከመጀመሪያ ልጃቸው ከአስተዋይ መርዕድ ጋር

በገነት ጦር ትምህርት ቤት በአሠልጣኝነት

ወጣቱ መኮንን መቶ አለቃ መርዕድ በዚያ በሠለጠነበት የክብር ዘበኛ ሠራዊት ልዩ ልዩ ክፍሎች ውስጥ ተመድቦ እስከ 1950 ዓ.ም. ድረስ ሲያገለግል ቆየ። በእነዚያ ዓመታት ውስጥ ያበረከተው የሥራ ፍሬ ከሙያውና ከገበያቸው ልምዶች ጋር ተደምሮ ለሌላ ላቅ ላለ ኃላፊነት አሳጨው። በዚህም መሠረት በዚሁ ከላይ በተጠቀሰው ዓመተ ምሕረት በታሪካዊው የሆለታ የቀዳማዊ ኃይለሥላሴ (ቀ.ኃ.ሥ.) ገነት ጦር ትምህርት ቤት በአሠልጣኝነት ተመደበ።

በዚህ ማዕከል በአሠልጣኝነት በቆየበትም ጊዜ 18ኛ እና 19ኛ ኮርስ ተሳታፊ የነበሩትን ዕጩ መኮንኖች አስተምሯል። ካስተማራቸው ዕጩ መኮንኖች መካከል ከ18ኛው ኮርስ፤ የደርግ አባል የነበሩት ጄኔራል ዘለቀ በየነ፣ በ1981 መፈንቅለ መንግሥት ሙከራ ወታደሮች ይዘው ከአሥመራ አዲስ አበባ ድጋፍ ለመስጠት የመጡትና የሁለተኛው አብዮታዊ ሠራዊት ምክትል አዛዥ የነበሩት ጄኔራል ቁምላቸው ደጀኔ እንዲሁም ከ19ኛው ኮርስ፤ ኮሎኔል መንግሥቱ ኃይለማርያምን ጨምሮ የጦሩ ዋና የፖለቲካ ኮሚሳር የነበሩትን ጄኔራል ገብረየስ ወልደሐና፣ የመከላከያ ሚኒስትር የነበሩትና ኮሎኔል መንግሥቱ ወደ ዚምባብዌ ሲሸሹ ለጥቂት ቀናት ርእሰ ብሔር ለመሆን የበቁት ጄኔራል ተስፋዬ ገብረኪዳን፣ ከአባታችን ጋር ተጣልተው ከሠራዊቱ የተሰናበቱት ጄኔራል ገብረክርስቶስ ቡሊና ሌሎችም ይገኙበታል።

ደርግ ከመውደቁ በፊት የ604ኛው ኮር አዛዥ የነበሩት የ19ኛው ኮርስ ምሩቅ ጄኔራል ጥላሁን አርጋው "በገነት ጦር ትምህርት ቤት በ1951-1952 እኔ ካዴት ሆኜ ከክብር ዘበኛ 1ኛ ክፍለ ጦር አስተማሪ ሆነው ከመጡት መኮንኖች ሻለቃ ጌታቸው እሸቴ፣ ሻለቃ ወንጌለ ቆስጣና ጄኔራል መርዕድ የማደንቃቸው አስተማሪዎቼ ነበሩ። ዕጩ መኮንኖችም ሆነን የስልት፣ ማለት የጓድ ማጥቃትና መከላከል አስተማሪያችን ነበሩ። በችሎታቸውና በወታደራዊ እንቅስቃሴያቸው ከምናደንቃቸው መኮንኖች የመጀመሪያው ነበሩ" በማለት ስለአባታችንና አብረውት በአሠልጣኝነት ስለተመደቡት ወጣት የክብር ዘበኛ መኮንኖች ትዝታቸውን አካፍለውናል።

መቶ አለቃ መርዕድ ሆለታ ጦር ትምህርት ቤት በአሠልጣኝነት

የሰላም ማስከበር ተልዕኮ በኮንጎ ፤ የ1953ቱ መፈንቅለ መንግሥት ሙከራ

እ.አ.አ. በ1960 ዓ.ም. ከቤልጂየም ቅኝ አገዛዝ የተላቀቀችዋ ኮንጎ ጠቅላይ ሚኒስትር የነበሩት ፓትሪስ ሉሙምባ በአገራቸው መረጋጋትን ለማስፈን የተባበሩት መንግሥታትን ዕርዳታ ጠየቁ። ያኔ የተባበሩት መንግሥታት ዋና ጸሐፊ የነበሩት ዳግ ሐመርሾልድ ኮንጎ ሕግና ሥነ-ሥርዓት እንዲኖር፣ ሌሎች አገሮች ጣልቃ እንዳይገቡ ለመከላከል፣ የአገሪቱን ኢኮኖሚ ለመገንባት የሚደረገውን ጥረት ለማገዝና የፖለቲካ መረጋጋትን ለማስፈን የሚረዳ የጦር ኃይል ወደ ኮንጎ ላኩ። በዚህም ውሳኔ መሠረት የኢትዮጵያ መንግሥት ይህን ዓላማ ለማሳካት የሚያግዝ ጦር ለመስጠት ተስማማ።

የገነት ጦር ትምህርት ቤት ተልዕኮውን የጨረሰው አባታችንም ከሚዘምተው ሠራዊት ጋር አብሮ ወደ ኮንጎ ተጓዘ። በድልድሉም መሠረት በ1952 ክረምት የአንደኛ ጠቅል ብርጌድ ከተባለው የሰላም አስከባሪ ሠራዊት ጋር ረዳት የዘመቻ መኮንን በመሆን ወደ ኮንጎ ዘመተ። ኮንጎ ከገባ ከ6 ወር በኋላ በ1953 ዓ.ም. ታኅሣሥ የክብር ዘበኛ አዛዥ ጄኔራል መንግሥቱ ንዋይ ከአሜሪካ ከተመለሰው ተራማጁ ወንድማቸው ከገርማሜ ንዋይ፣ ከፖሊስ አዛዡ ከጄኔራል ፅጌ ዲቡና ከጸጥታ ኃላፊው ከኮሎኔል ወርቅነህ ገበየሁ ጋር በመሆን የቀዳማዊ ኃይለሥላሴን መንግሥት አውርዶ በምትኩ ሕገ-መንግሥታዊ ዘውዳዊ ሥርዓት ለመተካት የመንግሥት ግልበጣ ሙከራ አደረጉ።

በአባታችን ትረካ እንደምናየው በክብር ዘበኛ የጦር አካዳሚ የሦስት ዓመት ወታደራዊ ሥልጠና የወሰዱት ወጣቶቹ የጦር መኮንኖች በችሎታቸው፣ በአካል ብቃታቸውና በራሳቸው ላይ የነበራቸውም እምነት እጅግ ከፍተኛ ነበር። የክብር ዘበኛ ሠራዊት ንጉሡን እንዲያጅብና እንዲጠብቅ የተቋቋመ ልዩ ጦር ስለነበረ በአቋም፣ በመሣሪያና በአለባበስ ከሌላው ሠራዊት ይበልጥ ጎልቶ ይታይ ነበር። ከሁሉም በላይ የክብር ዘበኛ መኮንኖች ከሌላው ሠራዊት በበለጠ የመቀራረብ ጓዳዊ መንፈስ (esprit de corps) ነበራቸው።

መቶ አለቃ መርዕድ ከሥራ ባልደረቦቹ ጋር በኮንጎ (ከግራ ወደ ቀኝ ሌ/ኮሎኔል ግዛው በላይነህ፣ የክብር ዘበኛ ጋዜጣ ዋና አዘጋጅ [ስማቸውን ማግኘት አልተቻለም]፣ መቶ አለቃ መርዕድና የታወቁት የስፖርት ጋዜጠኛ ፍቅሩ ኪዳኔ)

በኋላ እንደታየው ያ ሁሉ እንክብካቤ ቢደረግላቸውም ክብር ዘበኞች የራሳቸው ብሶት ነበራቸው። ዝቅተኛ መኮንኖችም የራሳቸው ቅሬታ እንደነበራቸው መቶ አለቃ መርዕድ በማስታወሻው ላይ እንዲህ ይገልጸዋል።

> ኮንጎ በነበርኩበት ጊዜ አንዳንድ ሁኔታዎች ነበሩ። አንዱ ሁኔታ በክብር ዘበኛ መሥሪያ ቤት ውስጥ አንዳንድ ያለመግባባቶች እንዳሉ መሰማት፣ ሌላው የክብር ዘበኛ መኮንኖች በኃይለሥላሴ አስተዳደር ላይ ያላቸው ጥላቻ እየከፋ መሄድ፣ ሌላው ደግሞ ከንጉሡ ጀምሮ ያሉት ባለሥልጣኖች ከክብር ዘበኛ መኮንኖችም ሆነ ከወታደሮች የሚፈልጉት ሥራ፣ አለባበስና ዲሲፕሊን ከሚከፈለው ገንዘብ ጋር ያለመመጣጠን፣ በዚህም የተነሣ የሠራዊቱ ውስጥ ውስጡን መድበን፣ ሌላው ደግሞ ኮንጎ የዘመተው ጦር ብዙ ገንዘብ ይከፈለዋል እየተባለና እየተወራ ገንዘቡ ያለመሰጠት፣ ሌላው ኮንጎ ከዘመትነው መኮንኖች ከጦር ሠራዊቱ ለሄዱት

> አክስለሬሽን (ቅድሚያ ሹመት) ሲሰጥ ከክብር ዘበኛ ለሄድነው የበለጠ ኃላፊነት ላይ ተመድበን ማዕረጉን ያለማግኘት የመሳሰሉት ናቸው።
>
> ምድቤ ረዳት ዘመቻ መኮንን በመሆኑና ማንኛውም ሥራ ባብዛኛው የሚካሄደው በዚህ መስመር በመሆኑ ድርጊቶቹንና ስሜቶችን ሁሉ የማየትና የመስማት ዕድል ነበረኝ። በተጨማሪ ከሥራ ምድባቸው ወደ ጠቅላይ ሰፈር የሚመጡ መኮንኖች ሁሉ ወደ ቢሮዬ ስለሚመጡ ብዙ የመወያየት ዕድል ነበረኝ።
>
> ይህን አጋጣሚ በመጠቀም መኮንኖችን ሁሉ መቀስቀስ፣ የቀሰቀስኳቸውን መኮንኖች ስሜት ኢትዮጵያ ውስጥ ላሉት ጓደኞቼ ማስተላለፍ ከሥራዬ አንዱ አደረኩ። ከመኮንኖቹ ጋር ጥሩ ተቀባይነት ማግኘቴን እንዳረጋገጥኩ መብታችንን መጠየቅ እንዳለብን ለመኮንኖች ገለጽኩ፤ ተስማሙ። ከዚያም አድራሻውን ለንጉሡ በማድረግ የብርጌድ አዛዦችንና የክብር ዘበኛ ዋና አዛዥ እንዲያውቁት አድርገን ጻፍን። እንደተዘጋጀም የብርጌዱ አዛዥ ጉዳዩን አውቀው የራሳቸውን ሐሳብ ጨምረው በአንድ ሰው እጅ እንዲላክልን ጠይቀን ተስማሙ። ሻለቃ ኃይለሥላሴ በሚባለው መኮንን እጅ ላኩ። መልስ ከመምጣቱ በፊት የታኅሣሥ ወር 53 ዓ.ም. ኩዴታ (ዐመፅ) ፈነዳ። ይህ ጠቅላላ ሁኔታውን ለወጠው።

ኮንጎ በነበረበት ጊዜ የመፈንቅለ መንግሥቱ ወሬ ሲሰማ በአጠቃላይ የነበረውን ሁኔታና ያኔ ኮንጎ ተመድበው የነበሩ መኮንኖችን ስሜት፡-

> ለውጥ መደረጉን በመጀመሪያ በውጪ ሬዲዮ በVoice of America እና በBBC ሰማን። ወዲያውም በጊዜው የክብር ዘበኛ ዋና አዛዥ ከነበሩት ከብ/ጄኔራል መንግሥቱ ንዋይ "ለውጥ አድርገናል፤ ድርጊቱን ወይም ዕድገቱን በተከታታይ እንገልጽላችኋለን፤ እናንተ በኃላፊነታችሁ መሠረት በርቱ" የሚል ቴሌግራም ደረሰ። ማወቅ ለሚገባቸው ተገለጸ፤ ታላቅ ደስታ ሆነ። በዚያን ጊዜ በኮንጎ የተባበሩት መንግሥታት ሰላም አስከባሪ ጦር ጠ/ኤታማዦር የነበሩት ሜ/ጄኔራል እያሱ መንገሻ፣ የብርጌዱ አዛዥ ብ/ጄኔራል ወ/ዮሐንስ ሽታ፣ የዘመቻ መኮንን የነበሩት ሌ/ኮ እምሩ ወንዴ፣ የብርጌዱ ም/አዛዥ የነበሩት ሌ/ኮ ግዛው በላይነህ በለውጡ መስማማታቸውን በመጥቀስ ደስታቸውን የሚገልጽ ቴሌግራም ጻፉና ይተላለፍ ብለው ሰጡኝ። ቴሌግራሙ ተራ እየጠበቀ ሳለ አዲስ አበባ ውስጥ ያለው ሁኔታ አሻሚ በሆነ ሁኔታ በመለወጡ ቴሌግራሙ እንዲቀር ተደረገ። በለውጡ መደሰታችንን ገልጸን የነበርነው ሁሉ ውሸታችንን ነው በማለት የሚቻለንን ጥረት አደረግን። የተሳካው ግን ለጥቂቶች ብቻ ነው።

በማለት ይገልጸዋል። የታኅሣሥ ግርግር በመባል የሚታወቀው የ1953ቱ የጄኔራል መንግሥቱና የወንድማቸው የገርማሜ ነዋይ የመፈንቅለ መንግሥት ሙከራ ያለመሳካት የክብር ዘበኞችን ተስፋ፣ ምኞትና የወደፊት እቅድ ከፋኛ አናጋው። ከሙከራው ውድቀት በኋላ ጊዜው ለክብር ዘበኞች በጣም አስቸጋሪ ሆነ። በመፈንቅለ መንግሥቱ ሙከራ የተጠረጠሩ

ገሚሶቹ ሲታሠሩ ሌሎችም በግዞት በየቦታው ተቀመጡ። ከአባታችን ጋር አብሮ ክብር ዘበኛ የተቀጠረው ታላቅ ወንድሙ ተፈራ ንጉሤ ከሠራዊቱ ተባሮ ለግዞት ተዳረገ። ያኔ ከግዞትና ከእሥር የተረፉት በመፈንቅለ መንግሥቱ ሙከራ ጊዜ አዲስ አበባ ስላልነበሩ ከእንቅስቃሴው ጋር ንክኪ ያልነበራቸው ብቻ ነበሩ። መቶ አለቃ መርዕድም የተረፈው ግዳጅ ላይ የነበረው የጠቅል ብርጌድ ረዳት የዘመቻ መኮንን ሆኖ ኮንጎ ስለተመደበ ነበር። ከመፈንቅለ መንግሥቱ ሙከራ በኋላም አሁንም መንግሥት ለመገልበጥ ሙከራ ያደርጋሉ ተብለው የተጠረጠሩት የክብር ዘበኛ መኮንኖችን መንግሥት መከታተል ጀመረ። የቀድሞ ክብር ዘበኞችን በቀላሉ ለመለየት እንዲቻል በመለያ ቁጥራቸው ላይ ከፊት "0" እንዲጨመር ታዘዘ። በዚህ መሠረት የአባታችን መለያ ቁጥር የነበረው 2066 ወደ 02066 ተቀየረ። የክብር ዘበኞች መለያ የነበረችው "0" የተነሣችው አዲሱ የደርግ መንግሥት የሠራዊቱ መለያ ቁጥር አንድ ዓይነት ዚቅ (pattern) የተከተለ እንዲሆን ካዘዘ በኋላ ነበር።

የቀድሞ የክብር ዘበኛ አባሎች እንደ ድሮዋቸው ከጓደኞቻቸው ጋር መጨዋወት፣ አብሮ መሰብሰብ የሚያስፈራና የሚያሸማቅቅ ክንውን ሆነ። ይህ ፍራቻ በ1956 ዓ.ም. እነ ኮሎኔል እምሩ ወንዴና ሌሎችንም የቀድሞ ክብር ዘበኛ መኮንኖች (የአባታችን ኮርስ የነበረው ሻምበል ዘውዴ ወልደቂርቆስ፣ ሻምበል በቀለ ሠጉና ሌሎችም) ባደረጉት ያልተሳካ ሙከራና በመሪዎቹ ላይ በተወሰደው የእሥራት ፍርድ ምክንያት ይብልጥ እየበረታ መጣ። እናታችን እጅግ ከመሥጋቷ የተነሣ ኳስ ስንጫወት የቀድሞዎቹን የብሔራዊ ቡድናችንን ታዋቂ ኳስ ተጫዋቾችን ስም እያነሣን "አሁን ሉቻኖ ኳሱን ለኢታሎ አቀበለው፣ ኢታሎ ለመንግሥቱ አሳለፈለት፣ መንግሥቱ እያታለለ ነው..." እያልን እንደ ሬዲዮ ተናጋሪው ጮክ ብለን እየተናገርን ስንጫወት በጣም ትቆጣን ነበር። "በሉ አባታችሁን ችግር ላይ ጣሉታ! 'መንግሥቱ...መንግሥቱ' እያላችሁ ይታሠርላችሁ?" ስትለን እኛ የምናወራው ስለ መንግሥቱ ወርቁ እንጂ ስለ መንግሥቱ ነዋይ እንዳልነበር የገባን ቆይተን ካደግን በኋላ ነበር።

በታኅሣሥ ግርግር ጊዜ እስራኤል በሥልጠና ላይ የነበረውና ከእሥርና ከግዞት የተረፈው የአባታችን ኮርስና ጓደኛ ጋሽ እስጢፎ (ኮሎኔል እስጢፋኖስ ገብረመስቀል) "ለሀገር ፍቅር የተከፈለ መስዋዕትነት" በተሰኘው መጽሐፉ ከመፈንቅለ መንግሥቱ መክሸፍ በኋላ በክብር ዘበኞች ላይ ይደርስ ስለነበረው እንግልት እንደሚከተለው ገልጾታል።

> ...ከክብር ዘበኛ ወደ ጦር ሠራዊት የተዘዋወርን ሁሉ የተለያዩ ተፅዕኖዎች ይደረግብናል። በ53ቱ ያልተሳካ መፈንቅለ መንግሥት ሳቢያ ምድር ጦር እኛን አጥኗቸው በሚል ከጦር ሠራዊት ቁጥራችን ፊት የ"0" ቁጥር ምልክት እንዲጨመር አደረገ። ማንም አባል ቁጥራችንን ሲያይ ከክብር ዘበኛ ሠራዊት የመጣን መሆናችንን እንዲረዳ። ከዚህ በተጨማሪ ወታደራዊ ምሥጢርና ሠነዶች እንዳናይ ተከልክለናል። በዚያ ወቅት ከክብር ዘበኛ ወደ አየር ወለድ የተዛወረው ም/አሥር አለቃ (በኋላ ሌ/ኮሎኔል) አስፋው ማርዬ ብቻ በጸሐፊነት ያገለገል ነበር። ለካ እሱም ባለመታወቁ ኖሮ ሲደረስበት እንዲነሣ

ተደረገ።

ኮንጎ ከነበረው ሠራዊት ጋር ወደ ኢትዮጵያ የተመለሰው መቶ አለቃ መርዕድ አገሩ ሲመለስ የደረሰበትንና ያጋጠመውን ሁኔታ እንደሚከተለው ይገልጸዋል።

በዚሁ ዓመት ማለት በ1953 ዓ.ም. ዓመት መጨረሻ ላይ ወደ ኢትዮጵያ ከጦሩ ጋር ተመለስኩ። ጦሩ የወር ፈቃድ ተሰጠው። እኔ ፈቃድ ከመሄድ ታግጄ ቢሮ እንዳቋቁም በሻለቃ አዛዤ በመታዘዜ ፈቃድ አልሄድኩም። "የቀድሞውን መንግሥት ነው እኛ የምንደግፈው፣ አዲሶቹን ተቀብለናል ያልነው ውሸታችንን ነው" የተባለውን ድርጊት ለማጠናከር የፈለጉት ሰዎች እኔን እና ሌሎች ጓደኞቼን በቀንደኝነት አሳልፈው ሰጡን።[11] የኔ ቀንደኝነት ባይካድም ከምንም ከምንም የሌሉ ሰዎች ተቀላቅለዋል። በዚህም የመለያ ቁጥራችንን መነሻ በማድረግ በቀላሉ እንድንታወቅ ተደርጎ ወደየጠረፉ እንድንባረር ተወሰነ። እኔም ሰሜን ሁለተኛ ክፍለ ጦር ውስጥ ተመደብኩ። ይህ ወሬ እንደደረሰን ወደ ኤርትራ ከመሄዴ በፊት በገጠር ያሉትን ዘመዶቼን እንዳይ ፈቃድ ጠየቅሁ፤ በደንቡ መሠረት ተሰጠኝና ሄድኩኝ። እወደድ ባዮች "ሽፍቶ ጫካ ገብቷል" ሲሉ አስወሩ። የበላይም ሌሊት ሌሊት መጥቶ ከተማ እያደረ የሚፈልገውን ይዞ ይወጣል የሚል ተጨማሪ ወሬ ስለተገኘ ታድኜ እንድያዝ ለወታደር ፖሊስ ትእዛዝ ተሰጠ። ይህ ሐቅ ነው። በዚያን ጊዜ ይህንን ትእዛዝ የተቀበለውና ቤቴን ከቦ ያድር የነበረው የመቶ አለቃ መስፍን በላይ ነው። (ዛሬ ኮሎኔል መስፍን) መኮንኑ የቅርብ ጓደኛዬ ስለሆኑ ሁኔታውን ያውቁታል፤ በጎንም ለዘመዶቼ ነግረዋል።

ፈቃዴ ሊያልቅ ሲቃረብ ወደ አዲስ አበባ መጥቼ ምድር ጦር ለግል ጉዳዬ ሄድኩኝ። የኔን መሸፈት የሰሙ የነበሩ ሲያዩኝ ሮጠው ለአስተዳደር መምሪያ ነገሩ። ኃላፊው ኮሎኔል ሙላቱ ታምሩ ወዲያው አስጠርተው በፖሊስ በማሳጀብ ለምድር ጦር ዋና አዛዥ አቀረቡኝ። ጀኔራል ኢሳያስ እንዳዩኝ "አንተ ምን ለመሆን ፈልገህ ነው የሸፈትከው? ከተማውን ለቀህ የኮበለልከው?" አሉኝ። "ኧረ ጉዳዩ ይህ አይደለም" ስል "እኮ የት ነበርክ?" አሉኝ። ዘመዶቼን ለመጠየቅ ፈቃድ ተቀብዬ ደርሼ መምጣቴ ነው አልኩኝ። "ወረቀቱ የታል?" ሲሉኝ ገና አምስት ቀን እንደሚቀረኝ የሚገልጽ የፈቃድ ወረቀቴን አሳየኋቸው። ቀና ብለው ኮሎኔሉ እኔን በመመልከት "እናንተ ሕዝብና መንግሥትን ለማጋጨት ነው እንዴ?" በማለት ንግግር ጀመሩና "ወንደሜ አንድ ጊዜ ውጭ ቆይ" ብለውኝ ወጣሁ። ምን እንደተባባሉ አላወቅኩም፤ እንደተቆጧቸው ገምቻለሁ። ከጥቂት ደቂቃዎች በኋላ ኮሎኔል ቆጣ ቆጣ እያሉ "ከነኚህ ጋር እንዴት ይሠራል?" በማለት የበታቾቻቸውን በተራቸው በማማረር አሁን በፍጥነት ማረፊያ ሰፈር ሂድና እነሱ አስፈላጊውን ጽፈው ያሳፍሩሃል አሉኝ።

11 የቀድሞ መንግሥት ማለት የቀዳማዊ ኃይለሥላሴን መንግሥት ለማለት ሲሆን "አዲሶቹ" እነ ጀኔራል መንግሥቱንና ገርማሜ ነዋይን ለማለት ነው።

ማረፊያ ሰፈር እንደደረስሁ በመነጽር ሳይሆን በመነጽር ሥር የሚያዩት ኮሎኔል "አንተ ነህ የመቶ አለቃ መርዕድ? ሸፍተህ የነበርከው?!" አሉኝ። አልሸፈትኩም እንጂ ነኝ አልኳቸው። "እነ ሙላቱ ስምህን ሲያጠፉ ነበር። ይገርማል ዛቢያ ከእንጨት ተፈጥራ የእንጨት ፀር ትሆናለች የሚባለው ሆኖ ነው እንጂ እሱስ የናንተ ሰው አልነበረም?" አሉ። መልስ አልሰጠሁም። "የሃምሳ አለቃ" በማለት ተጣርተው "በል ቢፈልግ በአይሮፕላን ቢፈልግ በአውቶቡስ ነገውኑ አሳፍረው" አሉ።

ከሃምሳ አለቃው ጋር ተያይዘን ወጣን። አሮጌ ጂፕ [መኪና] ወይም አንድ መቶ አራት ብር ለአይሮፕላን መሳፈሪያ ተፈቅዷል። "ታሥረው እንዲሄዱ የሚል ትእዛዝ ነበር። አሁን ግን ኮሎኔል በፈቀዱት ብለዋል። የቱን ነው የሚመርጡት?" አለኝ። ለማሰላሰያ ጊዜ ለማግኘት ስል ቶሎ መልስ አልሰጠሁም። "ጌታዬ አይፍሩ! ዘንግተው ይሆናል እንጂ ሆለታ አስተማሪዬ ስለነበሩ እንተዋወቃለን። የአምሳ አለቃ ጉልላት[12] እባላለሁ። እንደኔ እንደኔ ቤተሰብና ዕቃ ካለዎት በአውቶቡስ ቢሄዱ ይሻላል፣ ያለዚያ ገንዘቡ አይበቃዎትም" አለ። ባንተ ሐሳብ እስማማለሁ አልኩት። አውቶቡስ ተራ ሄደን ለኔ፣ ለባለቤቴ ለወይዘሮ አሰለፈች ኃ/ማርያምና ለአንዲት ሠራተኛ ትኬት አስቆረጥን። ቀኑ ማክሰኞ ነበር። ሐሙስ ጳጉሜ 3 ተነሥተን ጳጉሜ 5 ቀን 53 ዓ.ም. አሥመራ ገባን። አሥመራ የገባነው እኔ አሰለፈችና ልጆቼ አስተዋይና እንዳልካቸው ነን። ሠራተኛዋ ከዳች አልሄደችም። አይፈረድባትም አሥመራ መሄድ ከአገር መውጣት ይባላልና። ጳጉሜ 5 ቀን 53 ዓ.ም. ምሽት ላይ አሥመራ ከተማ ደረስን። ሻምበል ወንጌለ ቆስጣና ባለቤታቸው ወይዘሮ ምንትዋብ ደነቀ ተቀብለው ቤታቸው አሳረፉን።

ኤርትራን መተዋወቅ

መቶ አለቃ መርዕድና ቤተሰቡ አሥመራ ከተማ የገቡት በ1954 አዲስ ዓመት ዋዜማ ላይ ነበር። ጊዜ ሳያጠፋ በማግስቱ በከተማዋ ለሚገኘው ለሁለተኛ ክፍለ ጦር መምሪያ ሪፖርት አደረገ። በመፈንቅለ መንግሥቱ ሙከራ ቀጥተኛ ተሳትፎ ባይኖራቸውም በክብር ዘበኛ ሠራዊት አባልነታቸው ብቻ በጥርጣሬ ዓይን ይታዩ እንደነበሩት ጓዶቹ እሱም ስለሚመደብበት ቦታ ማሰብና መጨነቁ አልቀረም ነበር። ይህንንም ከዓመታት በኋላ መለስ ብሎ፡-

> ...ማንነቴና በምን መልክ መያዝ እንዳለብኝ ቀድሞ ወረቀት ደርሷል። በዚያው መሠረት መጨረሻ ጠረፍ ላይ ለመወርወር ቦታ እየተመረጠልኝ መሆኑን ሰምቻለሁ። ይህን ደግሞ ቀደም ብዬ ማሰብ ሲገባኝ ባለማሰብ ባለቤቴንና

12 ከ1963-1966 ሌ/ኮሎኔል መርዕድ የ28ኛ ሻለቃ አዛዥ በነበረ ጊዜ አምሳ አለቃ ጉልላት መጋቢ ሻለቃ ባሻ ነበሩ። በተለምዶ አነጋገር አር.ሲ.ኤም. ይባሉ ነበር። አባታችን እንዳስረዳን ትክክለኛው አባባል RSM (Regimental Sargent Major) ነው።

ልጆቼን ይዤ መሄዴ ትልቅ ጥፋት እንደሆነ አስገንዝቦኛል። ቢሆንም "ጅብ ከሄደ ውሻ ጮኸ" እንደሚባለው ሆነብኝ። ታዲያ እኔ እንዳሰብኩት ሳይሆን አዲሱ የክፍለ ጦር አዛዥ ደቀመሐሪ ላይ የበታች ሹማምንት ማሠልጠኛ ትምህርት ቤት ለማቋቋም ሐሳብ ነበራቸው። ለዚህ ቦታ በተለይ ጥሩ የዘመቻ መኮንን ይፈልጉ ነበርና ለጊዜው በዚህ ቦታ እንድመደብ ተደረገ። ይህ ከባለቤቴና ከልጆቼ ጋር ለመኖር ዕድል ሰጠኝ። በዚያን ጊዜ ከመኻል አገር አሥመራ መሄድ ከአገር እንደመውጣት ነበርና በማያውቁት በሰው አገር ወስጄ የትም ጥያቸዋለሁ ያልኩት ጭንቀት ተቀነሰልኝ።

በማለት ያስታውሰዋል። አባታችንም ሆነ እናታችን የኤርትራን ምድር በአካል ሲተዋወቁት የመጀመሪያ ጊዜአቸው ነበር። መንገዱ፣ የከተማዎቹ ሕንፃዎች፣ የሕዝቡ ቋንቋና ባህል ከመኻል አገሩ ትንሽ የተለየ ሆኖ አገኙት። አባታችን ቤተሰቡን ይዞ አሥመራ በኋላም ደቀመሐሪ የገባው ኤርትራ ከኢትዮጵያ ጋር በፌዴራላዊ አገዛዝ ከተቀላቀለች ከዘጠኝ ዓመት በኋላ ነበር። ስለሆነም ኤርትራን ያስተዳድሩ የነበሩት የጣልያንና የእንግሊዝ ገዢዎች ጥለውት የሄዱት ባህልና ልምድ ከመኻል አገር ለሄደ ሰው ግር ያሰኝ ነበር። የትግርኛ፣ የዐረብኛና የጣልያንኛ ቋንቋዎች ድብልቅ ከሆነው ገበያ ሄዶ ተገበያይቶ የፈለጉትን እንደልብ ተከራክሮ መግዛትን የሚያስችሉ አልነበሩም። ይህም ሆኖ ወላጆቻችን እጅግ በአጭር ጊዜ ለብዙ ዘመናት የቆዩ ወዳጆች አፈሩ። አገሩን በተለይም ደቀመሐሪን በጣም ወደዷት።

እናታችን ወ/ሮ አሰለፈች፣ እንዳልካቸው፣ አስተዋይና መቶ አለቃ መርዕድ ፤ ደቀመሐሪ፣ ኤርትራ

በዚያች ከተማ ተመድቦ ያገለግል በነበረበት ወቅት ኤርትራ የሁለተኛ ክፍለ ጦር ባልደረባ የነበሩት ሻለቃ ዳዊት ወልደጊዮርጊስ "የደም ዕንባ" በሚል ርእስ በጻፉት መጽሐፋቸው ደቀመሐሪን፡-

> ከአሥመራ 25 ኪሎሜትር ርቃ የምትገኝ ከተማ ነች። ኢጣሊያኖች ከኢጣሊያ ትንንሽ ከተሞች ጋር ተመሳሳይነት ስላላት "ትንሿ ሮማ" ብለዋታል። መኖሪያቸውን በደቀመሐሪ ያደረጉ በዕድሜ የገፉ የኢጣሊያ ተወላጆች ነበሩ። የፍራፍሬ ዛፎች፣ የመዝናኛ ቦታ፣ አነስተኛ ፋብሪካዎች የነበሯትና በጣም ተወዳጅ የወይን ጠጅ የሚመረትባት ውብ ከተማ ነበረች።[13]

በማለት ገልጸዋታል። በዚያች የምድብ ቦታው እርካታን ያገኘው መቶ አለቃ መርዕድም የሚጠበቅበትን የውትድርና አገልግሎት አቅሙን አሟጦ ለማበርከትና ስሙንም ለማደስ መንቀሳቀስ ጀመረ።

> ...ይህን ዕድል ላለማጣትና በመጥፎነት የተጻፈብኝን ለማስተባበል ምላሴን ተቆጣጥሬ ቀን ተሌት ወደ ሥራዬ ማቀርቀር ምርጫ የሌለው ድርጊት በመሆኑ በዚሁ ቀጠልኩ። የክፍለ ጦሩ አዛዥም ከጊዜ ወደ ጊዜ በሥራዬ እየረኩ መሄድ ጀመሩ። የኔም መንፈስ እየተረጋጋ ሄደ። ከሁለት ወር በኋላ የትምህርት ቤቱ አዛዥ ታመው በመሄዳቸው የትምህርት ቤቱ አዛዥ ተባልኩ። ከዚያማ የማስበውን ሁሉ በመሥራት የአዛዥ እርካታ እንዲጨምር አደረግሁ። በእውነትም ቀን ተሌት በመሥራትና በማሠራት ትምህርት ቤቱን አስመሰገንኩ። በዚያን ጊዜ በአማካሪነት ይሠሩ የነበሩት አሜሪካኖችም ሌሎችም መኮንኖች እንደ ጥሩ ሠራተኛና መልካም አዛዥ ያዩኝ ጀመር።
>
> በመኻከሉ የኤርትራ ክፍለ አገር ጸጥታ መደፍረስ ጀመረ። ለዚህም አንድ እርምጃ እንዲወሰድ ታዘዘ። እንዲወሰድ የታዘዘው ዕርምጃ በአካባቢው አንድ ከፍተኛ ትርዒት ማሳየት ነው። ይህን ድርጊት የሚፈጽሙት ከየጦር ክፍሉ ተውጣጥቶ እንዲሆንና አስፈጻሚው 2ኛ ክፍለ ጦር እንዲሆን የሚል ነበር። እኔም ሁለተኛ ክፍለ ጦርን ወክዬ ሌሎቹን እንዳስተባብር ታዘዝኩኝ። ቀን ተሌት ተሠርቶ መግለጫው በግንቦት ወር 54 ዓ.ም. አቀርዳት ላይ ታየ፤ አድናቆትም አገኘ። እኔም ተመሰገንኩ። ጄኔራሎቹና ከፍተኛ መኮንኖቹም ስለኔ ተወያዩ። "ከአዲስ አበባ ተባሮ የመጣው አይደለም እንዴ?" እስከማለት ደረሱ።

13 ዳዊት ወልደጊዮርጊስ (ሻለቃ) ፤ የደም እንባ (ደበበ እሸቱ እንደተረጎመው)

የደቀመሐሪ ማሠልጠኛ ትምህርት ቤት አዛዥ መቶ አለቃ መርዕድ በአቆርዳት የውጊያ ልምምድ ገለጻ ላይ (መቶ አለቃ መርዕድ በስተቀኝ ብቻውን ይታያል)

ይህን መልካም ስም ለማትረፍ የበቃው መቶ አለቃ መርዕድ የውትድርና ሙያ እውቀቱና የሥራ ተሞክሮ ልምዱ አሁንም ለሌላ የኃላፊነት ቦታ እንዲታጭ መንገድ ከፈቱለት። በዚህም መሠረት ከአንድ ዓመት የኤርትራ ቆይታ እና ትውውቅ በኋላ ቤተሰባችን የወደዷትንና የለመዷትን ደቀመሐሪን ተሰናብተው ወደ መኻል አገር አቀኑ።

ከኤርትራ መልስ ፤ ደብረዘይት ከዚያም ፍቼ

ከኤርትራ መልስ መቶ አለቃ መርዕድ የአየር ወለድና የኮማንዶ ኮርስ ለመከታተል ወደ ደብረዘይት አመራ። ኮርሱን ለመከታተል ፍላጎት ያደረበትም "እነ ደምሴ [ጄኔራል ደምሴ ቡልቶ] እና እስጢፋኖስ [ኮሎኔል እስጢፋኖስ ገብረመስቀል] ከአውሮፕላን ዘለልን እያሉ ሲዘንጡብኝ እኔስ እንዴት ይቀርብኛል?" በሚል ነበር። ኮርሱን ለመጨረስ ትንሽ ሲቀረው ሐረር የጦር አካዳሚ በአስተማሪነት እንደተመደበና ትምህርቱን እንደጨረሰ ወደዚያው እንዲያመራ ይነገረዋል። ቤተሰባችንም ወደ ሐረር ለመጓዝ ይዘጋጃል። ዕቃችንም በባቡር ተጭኖ ወደ ሐረርጌ ይላካል። ከእኛ ቀደም ብሎ አዲሱን ሥራ ለመጀመርና የቤተሰቡን መኖሪያ ለማስተካከል ወደ ሐረር ይጓዛል።

ይህ ወቅት በሶማሊያና በኢትዮጵያ መካከል የነበረው ግንኙነት ሻክሮ የድንበር ግጭቶች መታየት የጀመሩበት ጊዜ ነበር። ቀስ በቀስ ወደ ሙሉ ጦርነት ለተሸጋገረው ጦርነት ኢትዮጵያ መዘጋጀት ነበረባት። የዚህም ዝግጅት አንዱ ክፍል ተዋጊ ወታደሮችን በአስቸኳይ ማሠልጠንና ማዘጋጀት ነበር። በዚህ ጊዜ ነበር በአስቸኳይ ከሐረር ወደ ፍቼ እንዲሄድ የታዘዘው። ያንን

ከኤርትራ ሐረር፣ ከሐረር ፍቼ አስፈንጥሮ የወሰደውን ዘመን እንደዚህ ሲል ያስታውሰዋል።

> የአየርወለድን ኮርስ ከወሰድኩ በኋላ በአካዳሚው ውስጥ ብዙም ሳልቆይ ምድር ጦር ፍቼ ማሠልጠኛ ጣቢያ ማቋቋም ስላስፈለገ በትምህርት መኮንንነት ወደዚያ ተመደብኩኝ። ደቀመሐሪ ያገኘሁትንና አሁን በኮርስ ላይ የተለማመድኩትን በማዋሐድ አዲስ ቅጥሮችን በአጥጋቢ ሁኔታ ማሠልጠን ጀመርኩ። በ1956 ዓ.ም. የኢትዮጵያና የሶማሌ ግጭት ተፈጠረ። ወታደር በብዛት አስፈለገ። የማሠልጠኑ ሥራ በስፋትና በፍጥነት እንዲሆን ተወሰነ። ይህን ሥራ ሳቀላጥፍ የትምህርት ቤቱ አዛዥነት ሥልጣን ተሰጠኝ፤ አጣደፍኩት። የሠለጠኑትን ወደ ኦጋዴን ላከሁ፤ አለቆቼ ተደሰቱ።

ፍቼ የሥልጠናው ሂደት በጥሩ ሁኔታ እየተከናወነ ሳለ ሌላ ትልቅ ችግር ተፈጠረ። ማሠልጠኛ ጣቢያው ውስጥ ይሠለጥኑ በነበሩት ምልምል ወታደሮችና በከተማው ፖሊሶች መካከል ጸብ ተነሥቶ ወደ ሁከት አመራ። በቡድን በተጀመረው ድብድብ ውስጥ የብሔራዊ ጦር አባላትም በከፊል ገቡበት። አባታችንም በዚያን ጊዜ ፍቼ ከተማ ውስጥ በተነሣው ሁከት ምክንያት ትልቅ ፈተና ውስጥ ገባ። በማስታወሻው ላይ ይህንን አሳዛኝና ፈታኝ ሁኔታ፡-

> ፍቼ በነበርሁ ጊዜ በመሠልጠን ላይ ባሉት ወታደሮችና በአውራጃው ፖሊሶች መካከል በተነሣውና እስከ ከፍተኛ ደረጃ በደረሰው ጸብ ምክንያት የደረሰብኝን ውዝግብ እስከ ዕድሜዬ መጨረሻ አልዘነጋውም።

በማለት በምሬት ያስታውሰዋል።

በፖሊሶችና በወታደሮች መካከል እርቅ ሲወርድ ፤ ፍቼ (ሻምበል መርዕድ ጥግ ላይ ባርኔጣ ያደረገው ነው)

በአዛዥነትና የመምሪያ መኮንንነት (ስታፍ ኮሌጅ) በተማሪነትና በአስተማሪነት

ከፍቼ አንድ ዓመት ከስድስት ወር ቆይታ በኋላ አዲስ የቦታ ዝውውር ትእዛዝ ይደርሰዋል። በአዲሱ ትእዛዝ መሠረት ሁላችንም ጓዛችንን ጠቅልለን አዲስ አበባ ገባን። ከ1950 ዓ.ም. እንሥቶ ለሁለት ዓመት በአሠልጣኝነት ወደአገለገለበት ሆለታ ገነት ጦር ትምህርት ቤት የአዛዥነትና መምሪያ መኮንንነት ኮሌጅ ገባ። ይህንኑ የሥልጠና ዘመኑን በማስታወሻው ላይ እንዲህ ሲል በአጭሩ ይገልጸዋል።

> በ1957 ዓ.ም. ሆለታ ገነት በእስራኤሎች ይመራ በነበረው እስታፍ ኮሌጅ ገባሁ። በ1958 ዓ.ም. ኮርሱን እንደጨረስኩ በስታፍ ኮሌጁ ውስጥ በአስተማሪነት ተመደብኩ። እስከ 1961 ዓ.ም. በአስተዳደር መኮንንነትና በአስተማሪነት ሠራሁ። ብዙ ልምድ የቀሰምኩበት ጊዜና ቦታ ነው። በማዕረግም ሻለቃ ሆንኩ።

የአዛዥነትና የመምሪያ መኮንንነት ኮሌጅ ስሙ እንደሚያመለክተው ከፍተኛ የጦር መኮንኖች የጦር አዛዥነትና የመምሪያ መኮንንነት የሚማሩበት ኮሌጅ ነው። አንድ ዓመት ኮርሱን ከወሰደ በኋላ እዚያው አስተማሪ እንዲሆን ተመርጦ ቀረ። በ1958 ዓ.ም. አንድ ዓመት በአስተማሪነት አገለገለ። በቀጣዩ ዓመት ኮርሱ በአመራር ላይ ለነበሩ ከፍተኛ መኮንኖች በስፋት እንዲደርስ መጽሐፎችና የትምህርት መርጃዎች በሙሉ ወደ አማርኛ እንዲተረጎሙ ተወሰነ። ትምህርት ቤቱም ለአንድ ዓመት ተዘግቶ መጻሕፍቱ ወደ አማርኛ ሲተረጎሙ ከውጪ ለዚህ ሥራ ከመጡት ባለሙያዎች ጋር በመሆን ሲሠራ ቆየ። የትርጉም ሥራው ሲጠናቀቅ እስከ 1960 ዓ.ም. መጨረሻ ድረስ በአስተማሪነትና አስተዳዳሪነት አገለገለ።

የአዛዥነትና መምሪያ መኮንንነት ኮሌጅ በትምህርት ላይ
(ከግራ ወደ ቀኝ 3ኛው ሻለቃ መርዕድ ንጉሤ፣ 4ኛው ሻለቃ ደምሴ ቡልቶ)

አራተኛ ክፍለ ጦር ፤ አዲስ አበባ፣ ባሌ፣ ነጌሌ ቦረና

በ1961 ከሆለታ ዕቃችንን ጭነን ሻለቃ መርዕድ ረዳት የዘመቻ መኮንን ሆኖ ወደተመደበበት አራተኛ ክፍለ ጦር አዲስ አበባ አመራን። የአዲስ አበባ ቆይታው ግን እጅግ አጭር ነበር። ብዙም ሳይቆይ በመጀመሪያ ባሌ 7ኛ ብርጌድ ከዚያም በዋቆ ጉቱ የሚመራውን ዐመፅ ለማስቆም የታቀደውን ዘመቻ ለመምራት ወደ ተቋቋመው የአራተኛ ክፍለ ጦር ቀዳሚ መምሪያ ተዛወረ። ይህንንም፦-

> በ1962 ዓ.ም. በረዳት ዘመቻ መኮንንነት ወደ 4ኛ ክፍለ ጦር ተዛወርኩ። ብዙ ጊዜ ሳይቆይ ባሌ ውስጥ የነበረውን የጸጥታ መደፍረስ ለማስተካከል በተደረገው ዘመቻ ተካፋይ በመሆን በዘመቻ መኮንንነት ዘመትኩ። በኢትዮጵያ ውስጥ የሚካሄደውን ወታደራዊ ንቅናቄዎችና አኗኗር በድርጊት ያየሁበት የመጀመሪያው ጊዜ ነው።

በማለት ያስታውሰዋል።

የባሌ ዐመፅ በመባል የሚታወቀው እንቅስቃሴ ከ1955 እስከ 1962 ዓ.ም. በባሌና በሲዳሞ ገበሬዎችና አርብቶ አደሮች የተካሄደ ዐመፅ ነበር። በኢትዮጵያ ውስጥ በተለይም በጎጃም፣ በትግራይና በባሌ ውስጥ ስለነበሩ የገበሬ ዐመፆች የምርምር ሥራ ያቀረቡት ፕሮፌሰር ገብሩ ታረቀ የግጭቱ ዋነኛ መነሻ ከዓፄያዊ ግዛት ምሥረታ ጋር የተያያዘ፣ ሥር የሰደደ ችግር መሆኑንና በየጊዜው ይወጡ የነበሩት የመንግሥት ደንቦችና ሕግጋት በኅብረተሰቡ ውስጥ ልዩነቶችን እንደፈጠሩ በመጽሐፋቸው ላይ ከአብራሩ በኋላ "...መንግሥት ግብር አልተከፈለበትም በሚል ሰበብ የሚታረሱ ለም መሬቶችን በመውሰዱ በርካታ ገበሬዎች መሬት አልባ ገባሮች ሆኑ። ይህ የፖለቲካ ሥጋት የነበረበት መንግሥት ሰዎች እንደልባቸው ከክፍለ አገር ክፍለ አገር እንዳይንቀሳቀሱና ዓለም አቀፋዊ ድንበሮችን አቋርጠው እንዳይዘዋወሩ በማገዱ የተነካ የንግድ እንቅስቃሴዎችና የአርብቶ አደሩ የኑሮ ዑደት ተናጋ። የእስልምና እምነት ተከታዮች የሆኑት ኦሮሞዎችና ሶማሌዎች ከሰሜን የመጡትን ክርስቲያን ሰፋሪዎችና የማዕከላዊ መንግሥት የጫነባቸውን ቢሮክራሲያዊ ወከባን አምርረው ጠሉት"[14] በማለት የባሌውን ዐመፅ ዋና ምክንያቶች ያቀርባሉ።

ገበሬውና አርብቶ አደሩ ላይ ከላይ የተጫነው የማዕከላዊ መንግሥት ጨቋኝ አስተዳደር ገበሬው መሬቱን ተቀምቶ በራሱ መሬት ገባር እንዲሆን መገደዱ፣ የአርብቶ አደሩ እንቅስቃሴ መገታት፣ በየጊዜው ለሚነሡ የኅብረተሰቡ ችግሮች መንግሥት ምላሽ ለመስጠት ያለመቻሉና የአካባቢው ባለሥልጣኖች ፍርደ ገምድልነት ለባሌው ዐመፅ መነሣትና መባባስ ዐበይት ምክንያቶች ነበሩ። የሶማሊያ መንግሥትም በበኩሉ ኢትዮጵያን የማተራመስ ዓላማውን ለማስፋፋት የባሌውን ዐማፅያን ማሠልጠንና መርዳት ጀመረ። ይህም ሁኔታውን ይበልጥ የተወሳሰበ አደረገው።

14 Gebru Tareke. Ethiopia: Power and Protest.

በብሶት የተጀመረው በዋቆ ጉቱ የሚመራው የዐማፅያን ኃይል ከሶማሊያ በሚያገኘው ዕርዳታ በመጠናከሩና በርካታ ተከታዮችም እያገኘ በመሄዱ ዐመፁ በአካባቢው ፖሊስ ኃይል መገታት የማይችልበት ደረጃ ደረሰ።

በ1961 ዓ.ም. የሁኔታውን መባባስ የተረዳው የቀዳማዊ ኃይለሥላሴ መንግሥት 4ኛ ክፍለ ጦር ዐመፁን እንዲደመስስ ትእዛዝ አስተላለፈ። በዚህ መሠረት የ4ኛ ክፍለ ጦር አዛዥ የነበሩት ሌተና ጄኔራል ጃገማ ኬሎ ነጌሌ ቦረና ላይ ቀዳሚ መምሪያቸውን አቋቁመው ገስጥ በመባል የሚታወቀውን ዘመቻ መምራት ጀመሩ። ኢትዮጵያ ከሶማሊያ ጋር ባደረገችው ጊዜያዊ የእርቅ ስምምነት በዋቆ ጉቱ የሚመሩት ዐማፅያኑ ከሶማሊያ ይደረግላቸው የነበረውን ዕርዳታ ከማጣታቸውም በላይ በየአቅጣጫው የተሰነዘረባቸውን ከፍተኛ ጥቃት መከላከል ባለመቻላቸው እየተዳከሙ መጡ። የንቅናቄው ዋና መሪ ዋቆ ጉቱ ውጊያ ካቆሙ ምሕረት እንደሚደረግላቸው ቃል ከተገባላቸውና ካረጋገጡ በኋላ ለጄኔራል ጃገማና ረዳቶቻቸው እጃቸውን በሰላም ሰጡ። ዘመቻውም በአጭር ጊዜ ተጠናቆ የባሌው እንቅስቃሴ በዚሁ አከተመ።

ገስጥ ዘመቻ ፤ የዘመቻ መኮንኑ ሻለቃ መርዕድ በካርታ እየተረዳ ገለጻ ሲያደርግ

ከዘመቻው መጠናቀቅ በኋላ ሻለቃ መርዕድ ነጌሌ ተቋቁሞ የነበረው ቀዳሚ መምሪያ የዘመቻ መኮንን ስለነበረ ስለዘመቻው ገለጻ እንዲሰጥ አለቃው ጄኔራል ጃገማ ኬሎ ቀደማዊ ኃይለሥላሴ ዘንድ ያቀርቡታል። የዋቆ ጉቱና ጓዶቻቸው ዐመፅ ለንጉሡ መንግሥት በጣም አሳሳቢ ነበርና የዘመቻው መጠቃለልና የዋቆ ጉቱ እጅ መስጠት አመራሩን ያስደሰተ ትልቅ ድል ነበር። ሻለቃ መርዕድም የንጉሡ ደስታ ሽልማትና ማዕረግ ያስገኝልኛል ብሎ ጠብቆ ነበር። የጠበቀውን ያለማግኘቱና በንጉሡ "ይባርክህ" ብቻ ተብሎ መሸኘቱ ስላላስደሰተው ከዓመታት በኋላ ስሜቱን በቅሬታ መልክ በጽሑፍ አስፍሮታል።

> በ1962 ዓ.ም. የ4ኛ ክፍለ ጦር ቀዳሚ መምሪያ የዘመቻ መኮንን በመሆን በዋቆ ጉቱ የሚመራው ዐመፅ ያስከተለውን የጸጥታ መደፍረስ ለመቀልበስና ሰላምን ለማስፈን ነጌሌ ቦረና ከተቋቋመው ክፍል ጋር ዘመትኩ። መልካም ውጤት ተገኘ። ተመሰገንኩ። ንጉሡ ዘንድ ቀርቤ ስለዘመቻው መግለጫ ሰጠሁ። “ይባርክህ” በማለት ብቻ አሰናበቱኝ።

የ4ኛ ክፍለ ጦር አዛዥ የነበሩት ሌተና ጄኔራል ጃገማ ኬሎ ሻለቃ መርዕድ የቀዳሚ መምሪያው የዘመቻ መኮንን በነበረ ጊዜ ስላሳየው የሥራ ብቃት ከዚህ በታች የሠፈረውን የምስጋና ወረቅት ለምድር ጦር አዛዥ ለሌተና ጄኔራል ደበበ ኃይለማርያም ጻፉለት። ከደብዳቤው በተጨማሪ ላሳየው የአመራር ችሎታ የቅዱስ ጊዮርጊስ የጀግና ሜዳልያም ለመሸለም በቅቷል። በሥራ ላይ ባሳየው ወታደራዊ ብቃት የ28ኛ ሻለቃ አዛዥ ሆኖ ተሹሟል። የሻለቃ ጦር ሌተና ኮሎኔልነት ማዕረግ በደረሰ መኮንን መመራት ቢኖርበትም ማዕረጉ ሻለቃ በነበረ ጊዜ ይህ ኃላፊነት ሊሰጠው መብቃቱ አለቆቹ በሥራው እንዳመኑበት የሚያረጋግጥ ነው።

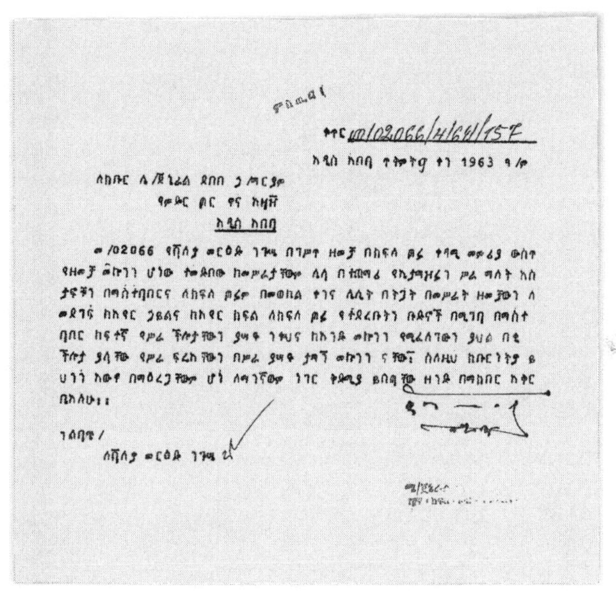

ቁጥር ወ/02066/4/64/157
አዲስ አበባ ጥቅምት ቀን 1963 ዓ/ም

ለክቡር ሌ/ጀኔራል ደበበ ኃ/ማርያም
የምድር ጦር ዋና አዛዥ
አዲስ አበባ

ወ/02066 የሻለቃ መርዕድ ንጉሤ በገምቦ ዘመቻ በክፍለ ጦሩ ቀዳሚ መምሪያ ውስጥ የዘመቻ መኮንን ሆነው ተመድበው ከመሥራታቸውም ሌላ በተጨማሪ የኢታማዦር ሥራ ግለት አስታዮችን በማስተባበርና ለክፍለ ጦሩም በመወከል ቀንና ሌሊት በትጋት በመሥራት ዘመቻውን ለመደገፍ ከአየር ኃይልና ከአየር ክፍል ለክፍለ ጦሩ የተደረጉትን ቡድኖች በሚገባ በማስተባበር ከፍተኛ የሥራ ችሎታቸውን ያሣዩ ንቁህና ከአንጋፋ መኮንን የሚፈለገውን ያህል በቂ ችሎታ ያላቸው የሥራ ፍሬአቸውን በሥራ ያሣዩ ታማኝ መኮንን ናቸው፤ ስለዚህ ክቡርነትዎ ይህንን አውቀው በማዕረጋቸውም ሆነ ለሚገኘውም ነገር ቅድሚያ ይሰጣቸው ዘንድ በማክበር አቀርባለሁ፡፡

ግልባጭ/
ለሻለቃ መርዕድ ንጉሤ

የጄኔራል ጃገማ የምስጋና ደብዳቤ

ዋቆ ጉቱ እጃቸውን ሰጥተው ሰላማዊ ኑሮ መኖር ከጀመሩበት ጊዜ አንሥቶ ተመልሰው ጫካ እስከገቡበት ጊዜ ድረስ ከአባታችን ጋር ጥሩ ወዳጅ ሆነው ቆይተዋል። እንዲያውም “አንተ ለመሆኑ ባሌ ድረስ የመጣኸው እኔን ልትይዝ ነበር?” እያሉ ይቃለዱ እንደነበረ ሰዎች ሲያወሩ ሰምተናል። ነገር ግን ብዙም ሳይቆይ ዋቆ ጉቱ የኦሮሞ ነፃነት ተዋጊዎችን ተቀላቀሉ። በአመራር ደረጃም የዐማፅያኑን ጦር በመምራት የጄኔራልነት ማዕረግ ለበሱ። በአንጻሩም ከዋቆ ጉቱ ጋር

ከባሌ ጀምሮ የሚተዋወቀው አባታችን ለኢትዮጵያ አንድነት ለመዋጋት ወደ ሰሜን አቀና። የታሪክ ዕድል ሆኖ የደርግ መንግሥት ወድቆ ኢሕአዴግ ሥልጣን ሲይዝ ጄኔራል ዋቆ ጉቱም በድል አድራጊነት አዲስ አበባ ገቡ። ያን ጊዜ አባታችን ከዚህ ዓለም በሞት ከተለየ ሁለት ዓመት አልፎት ነበር። ጊዜው ቢረዝምም ዋቆ ጉቱ ለእሱ በነበራቸው አክብሮት የኃዘናችን ተካፋይ መሆናቸውን ለመግለጽ ቤታችን መጥተው ለቅሶ ደርሰዋል።

ዋቆ ጉቶ እጃቸውን ሲሰጡ ፤ ከጄኔራል ጃገማ ጎን በስተግራ በኩል ሻለቃ መርዕድ ንጉሤ

ምዕራፍ ሦስት

ጓዶ፡ ፋና፡ በፍርሃዶን፡ ሰቆቃን ቀስ፡ ንጉሠን፡
ከማጨረድ፡ ለኅብረተሰባችን በኢትዮጵያ፡ ምድር
ሰሜናዊን፡ ከቆንጠረቆ። ዕውነታን፡ ለመናገር
ለሰ ከላካነዶና፡ በምድር፡ ጦር፡ ወንጀ
ለሠዓጠን፡ ሳይ፡ ያሉ፡ ጸጸሀለጀንና፡
ከገጠ፡ በልበ ከቋጠረዉን፡ በንጉሠና፡ በሠራ
ዊቶ፡ ለዛንደ፡ ለማጋለጥ፡ ነው።
እንደሰበበቡትም፡ በዘመቻ፡ በመንፈ፡ ሠራዊቶ፡
ሲጋለጡ። ከንዳንዶቹ፡ ዛሬም ጃና፡ ሠራቶና
ተበለው፡ ከሉ፡

ጓዶ፡ ምንጊዜም፡ ሥዛን ሰኔጋገር።
መገሰዳና፡ ሰጸምደጨዎ፡ የሚደረገው
ንጉሠን፡ ማምገስ፡ ንጉሠ፡ ገለ፡ ምንም፡ እንደሚ
ኑሮን፡ ከኢትዮጵያ፡ ፋይዳን፡ ዕድገቷን፡ እንደሚጠበቆት
እንደምናገር፡ ለለምናገር፡ እንደ ዕውነት፡ ወከለው
ነው። የበርሃው፡ ጦር፡ ከምሽ፡ መሣሪያ፡ በማጠጣ፤
ሰበንሰዓትን፡ ሁሉ፡ ገሠረ፡ ኃይሌ፡ በጠቅላላ፡
በበሰበ፡ ካዩ፡ በመገኛት፡ የነገርኋችሁ፡ ነገር
ንጉሠን፡ እንዲያስቀጠው፡ የደንበኞችን፡
ንበሩ፡ እንዲያጋዝሟት። ከንደሂደሁ፡ እንዲያደሬጋ፡
የሚሉ፡ ገበር። ከሁንም፡ ሊሆን፡ የደንበር
ጠበቆና፡ ከንዲገናኙ፡ ገዳዩ፡ ቀደሚዎ፡ የሚስጠው
ነው፡ የሚስበው፡ ዕምነቱ፡ እንደሆና፡ ነው።

ምዕራፍ ሦስት፡
ነጌሌ ቦረና፤ የጦሩ ብሶትና የሠራዊቱ ዐመፅ ጥንስስ

ወደ ነጌሌ ዝውውር

1963 ዓ.ም. ኅዳር ላይ ከአባታችን ጋር ተያይዘን ወደ ነጌሌ አመራን። በሻለቅነት ማዕረግ የ28ኛ ሻለቃ አዛዥ መሆን ትልቅ ሹመት ነበር። በ4ኛ ብርጌድ ሥር ካሉት 3 ሻለቃ ጦሮች፣ ከ28ኛ በስተቀር 21ኛ እና 27ኛ ሻለቆች የሌ/ኮሎኔልነት ማዕረግ ባላቸው መኮንኖች ነበር የሚታዘዙት። ሻለቃ መርዕድ የሌ/ኮሎኔልነት ማዕረግ የተሰጠው ከሁለት ዓመት በኋላ በ1965 ዓ.ም. ነበር። ቀደም ባለው ምዕራፍ እንደጠቀስነው ለዚህ ሹመት መታጨቱ በአዛዡ በጄኔራል ጃገማ ኬሎና በሌሎች አለቆቹም ዘንድ ባሳየው ውጤት አመኔታን በማትረፉ ነበር።

ለእኛ ግን ከደመቀው የአዲስ አበባ ከተማ ርቆ ይህን ሁሉ መንገድ ተጉዞ ነጌሌ ድረስ መሄድ እንዴት ሹመት ሊሆን እንደሚችል በልጅነት አእምሮዋችን ሊገባን የሚችል ጉዳይ አልነበረም። ሁለተኛም የአባታችን ማለቂያ የሌለው ቅያሬ፣ አዲስ ከለመድነው ሰፈርና ከተዋወቅናቸው ጓደኞቻችን ነጥሎ ስላራቀን የነጌሌ ቦረና መንገዳችንን አልወደድነውም። በእንደዚህ ዓይነት ጉዳይ ላይ ውሳኔ ለመቀበል እንጂ ሐሳብ ለመስጠት መብት ስላልነበረን እየተነጫነጭን ለአዲሱ ጉዞ መዘጋጀት ጀመርን።

ዕቃችን በትልቅ የወታደር ካሚዮን ተጭኖ ጉዞ ሲጀምር እኛም በአውቶቡስ ወደ ነጌሌ አመራን። በአውቶቡስ ሙሉ ቀን ተጉዘን፣ አዳር ሻሸመኔ ላይ አድርገን በማግስቱ ረፋዱ ላይ ነጌሌ ገባን። ነጌሌ ከተማ እስከዛሬ ከኖርንባቸው ከተሞች ሁሉ ለየት ያለች መሆኗን ለመረዳት ብዙም ጊዜ አልፈጀብንም። የኖርንባቸው ከተሞች እያንዳንዳቸው የየራሳቸው የሆነ ልዩ ባሕርያት ቢኖራቸውም ብዙ የሚያመሳስላቸው ገጽታዎችም ነበሯቸው። የልጅነት ትዝታ የሌለንን ደቀመሐሪን ትተን የምናስታውሳቸው ሌሎቹ ከተሞች ሆለታ፣ ፍቼ፣ አዲስ አበባ የሕዝቡ ባህልና ቋንቋ ተመሳሳይነት አለው። ነጌሌ ቦረና ስንገባ ያየነው የሕዝቡ አለባበስ፣ ቋንቋው፣ ከተማ ውስጥ ዕቃ ለመሸከምና ለማራገፍ የሚመጡት በሥዕል እንጂ በእውን አይተናቸው የማናውቃቸው ግመሎች፣ ቀዩ አፈር፣ አቧራው፣ ሙቀቱ ካየነውና ከለመድነው የተለየ ነበር።

የ4ኛ ብርጌድ የጦር ሰፈርም በቅርብ ከኖርንበት ከሆለታ የጦር ትምህርት ቤት በጣም የተለየ ነበር። ሆለታ በአረጓዴ ቅጠሎችና ዛፎች የደመቀ፣ የግቢው አበቦችና አትክልቶች በእንክብካቤ የተያዙ፣ ዋነኛው መንገድ በአስፋልት ያማረ ነበር። ቢሮዎቹ፣ የመኮንኖቹ ክበብ፣ መጻሕፍት ቤቱ አብዛኛዎቹ የግንብ ቤቶች ነበሩ። የመኮንኖች መኖሪያ ቤቶች እያንዳንዳቸው መታጠቢያና ዘመናይ ማዕድቤት ነበራቸው። ነጌሌ የ28ኛ ሻለቃ አዛዥ መኖርያ ተብሎ የተሰጠን ቤት ከግቢው ስፋትና ከሌሎቹ ለየት ብሎ የታጠረ ግቢ ከመሆኑ በስተቀር ቤቱን

የተማረ መሐንዲስ እንዳላቀደውና እንዳልሠራው ያስታውቃል። ከአዛዡ ቤት ቀጥሎ በተርታ የተደረደሩ የመኮንኖች መኖሪያ ቤቶች እጅግ ጠባቦች ከመሆናቸው የተነሣ ብዙ ልጆች ላሉት ቤተሰብ የሚመቹ አልነበሩም። ትዳር የያዙ ወታደሮችና የበታች ሹማምንቶች የሚኖሩባቸው ቤቶች ፈንጠር ብለው ሰፊ ቦታ ላይ ሰፍረዋል። ቤቶቹ እጅግ የተጎሳቆሉና የተጎዱ በመሆናቸው በተፈጥሮ አደጋ ለተፈናቀሉ ስደተኞች ከአካባቢው በተገኘው ቁሳቁስ ተውገርግረው የተሠሩ እንጂ የሰው ልጅ ቋሚ መኖሪያ አይመስሉም።

ቤተሰባችን በነጌሌ ቦረና ፤ በ1963 ዓ.ም.

ከግራ ወደ ቀኝ የቆሙት ሻለቃ መርዕድ፣ ንጉሤና ኤፍሬም፣ የአክስታችን ልጅ ሽታዬ፣ ወ/ሮ አሰለፈች፣ ሶስናና እንዳልካቸው ሲሆኑ የተቀመጡት ከግራ ወደ ቀኝ ድንቅነሽና ሠራተኛችን አስካለ

ሻለቃ መርዕድ መጀመሪያ ነጌሌ እንደገባን አንዱ ዋነኛው ሥራ እነዚህን ቤቶች ማሳደስና ማሠራት ነበር። ለዚህም ሥራ ጦሩን አስተባብሮ እሱ ራሱም በቅርብ እየተከታተለ ቤቶቹ እንዲታደሱ አደረገ። ከብዙ ወራት ልፋት በኋላ ቤቶቹ ከድሮ የተሻለ መልክ ያዙ። አብዛኛዎቹ ጣሪያቸው ተቀይሮ፣ ግድግዳቸው ተጠናክሮ ቆሙ።

በነጌሌና አካባቢው የውኃ እጥረት እጅግ ሥር የሰደደና አሳሳቢ ነበር። ሶሮ በመባል የምትታወቀው በክረምት ብን ብን የምትለው ዝናብ በነጌሌ ቃጠሎና ሙቀት የደረቀውን መሬት አጠጥታ የምታረካ አልነበረችም። ይህቺ ውኃ ራሷ ነች ተጠራቅማ መጠጥም፣ መታጠቢያም፣ ማብሰያም የምትሆነው። በዚህም የተነሣ ነጌሌ ከውኃ ችግር ተላቃ አታውቅም። 4ኛ ብርጌድ ላለው ጦርና ለቤተሰቡ ፍጆታ የሚሆን ውኃ 27ኛ ሻለቃና የብርጌዱ ጠቅላይ ሰፈር መኻል በተቆፈረ ትልቅ ጉድጓድ ውስጥ ይጠራቀማል። ይህ ውኃ “መስተዋት ውኃ” በመባል ይታወቃል። ያን ጊዜ ጠይቀን ባናውቅም አሁን ስናስበው የውኃውን ድፍርስነት ለማሽሟጠጥ የወጣለት ስም ሳይሆን አይቀረም ብለን እንገምታለን። የ21ኛና 28ኛ ሻለቃ ቤተሰቦች ረጅም

መንገድ አቋርጠው በበርሜልና በላስቲክ ያንን የደፈረሰ ውኃ እየቀዱ ወደ ቤታቸው ይወስዳሉ። ልጆች ከትምህርት ቤት ሲመለሱ ከአቅማቸው በላይ በሆነ ዕቃ ውኃ ተሸክመው ሲፍጨረጨሩ ማየት የተለመደ ነበር። ለመኮንኖች ተብሎ ከዶሎ መንገድ አካባቢ ለመጠጥ የሚመጣ ውኃም ነበር። ይህ ደግሞ "የመሰላል ውኃ" በመባል ይታወቃል። ለምን የመሰላል ውኃ እንደተባለ አናውቅም። ከዚያም በተጨማሪ ለረጅም ጊዜ ፍጆታ ሊያገለግል ያልቻለ 28ኛ ሻለቃ ግቢ ውስጥ የነበረ "የልማት ውኃ" የሚባል ነበረ። ግቢያችን ውስጥ ከጣሪያው ላይ የሚፈሰው ውኃ ከሥር በተቀመጠ የወደቀ ቦቴ ይጠራቀማል። ጎረቤታችን ያሉ የመኮንኖች ቤተሰቦች በበርሜል ከተጠራቀመው ውኃ ለመጠጥ የሚሆን ያህል ይወስዳሉ። የነጌሌ የውኃ እጥረት እጅግ የከፋ ስለነበረ መታጠብ እንደ ድሎት ይቆጠር ነበር ማለት ይቻላል።

ነጌሌ 21ኛ ሻለቃ የወታደር ቤተሰቦች መኖርያ ሰፈር

ወንደላጤ ወታደሮች በወጡ ያለመጣፈጥ፣ በእንጀራው ውፍረትና አንዳንዴም አሸዋ ብዙ ስላለበት ሲበሉት ቀጭ ቀጭ ይላል እያሉ ያማርራሉ። ነጌሌ በነበርንበት ጊዜ ከወታደሮቹ ጋር አብረን ኳስ ስለምንጫወትና ስለምንቀራረብ ሜሳቸው (የመመገቢያ አዳራሽ) ሄደን አብረን እንበላለን፤ ልብስ ሲተኩሱ፣ መሣሪያ ፈታትተው ሲያፀዱና መልሰው ሲገጣጥሙ እናስተውላለን። የሚወዷቸውን መኮንኖች ሲያመሰግኑና የሚጠሏቸውን ሲያብጠለጥሉ፣ የአለቆቻቸውን ባሕርይና እውቀት ሲገመግሙ እኛም ቁጭ ብለን እንሰማለን።

የሰልፍና የቀጠራው ሜዳ ከቤታችን ፊት ለፊት ስለሆነ ወታደሮች ተሰልፈው በተረኛ መኮንን ሲጎበኙ፣ መሣሪያቸው፣ የልብሳቸውና የሰውነታቸው ጽዳት ሲፈተሽ ከቤታችን በረንዳ ሆነን እናያለን። በተለይም በንጽሕና አንደኛ የሆነው "ንጹሕ ዘብ" ሲመረጥ ሁሌም እንደ አዲስ ብርቅ ሆኖብን በጉጉት እንጠብቃለን። ንጹሕ ዘብ ተብሎ የተመረጠው ወታደር ዩኒፎርሙን ድርቅ አድርጎ ይተኩስና ልብሱ እንዳይጨማደድበት እጆቹን ዘርግቶ ጉልበቱን ሳያጥፍ ግትር ግትር እያለ ወደ ሰልፉ ሜዳ ይመጣል። አሸናፊው ንጹሕ ዘብ እንደ ሌሎቹ በጥበቃ ሥራ ከመሰማራት ይድናል፤ በምትኩ አዛዡን አጅቦ ይውላል። ምሳ ሰዓትና የቀኑ ሥራ ሲያልቅ የሚያስታውስ ጥሩንባ ይነፋል። ካምፕ ውስጥ የምንኖረው ልጆች ሁሉ ጥሩንባውን ስንሰማ የአባቶቻችን መምጫ መሆኑን ስለምናውቅ ጨዋታ አቁመን ወደየቤታችን እንሮጣለን።

በዚህ ሁሉ ችግርና የኑሮ ያለመመቸት መኻል 28ኛ ሻለቃም ውስጥ ሆነ 4ኛ ብርጌድ ውስጥ ቀልድና ጨዋታም ነበር። ስፖርትን በተመለከተ በ4ኛ ብርጌድ ሥር ባሉ ሻለቆች መኻል እንዲሁም በእያንዳንዱ ሻለቃ ሥር ባሉ ሻምበሎች መካከል በጉጉት የሚጠበቁ የስፖርት ውድድሮች ነበሩ። ምንም መዝናኛ በሌለበት በዚህች አቧራማ ከተማ ስፖርት ሊያመልጥ የማይገባ ጊዜ ማሳለፊያ ነበር።

ሻለቃ መርዕድ ነጌሌ እንደገባ ራሱን፣ ቤተሰቡንና ጦሩንም ከዚህ በፊት ታይቶ በማይታወቅ መንገድ አንቀሳቀሰው። ጦሩን በተመለከተ ቋሚ ወታደራዊና የቀለም ትምህርት ፕሮግራም አዘጋጅቶ ፕሮግራሙን በሥራ ላይ ማዋል ጀመረ። በተለይም ወጣት መኮንኖችን የመቅረብ ችሎታውን በመጠቀም ከሐረር አካዳሚ ተመርቀው ነጌሌ የተመደቡን በማስተማሩ ሥራ በሙሉ ጉልበታቸው እንዲሳተፉ አደረገ። እንግሊዝኛ ቋንቋ አንብበው መረዳት የሚችሉ ወጣት መኮንኖች ያን ጊዜ ለአባታችን በየሳምንቱ ይላክለት የነበረውን የታይም፣ ኒውስዊክና ከቻይና የሚላከውን ፔኪንግ ሪቪው መጽሔቶችን እየተዋሱ ማንበብና መወያየት ጥሩ ጊዜ ማሳለፊያ ሆነላቸው። ወጣት መኮንኖቹ መጽሔቶቹን ካነበቡ በኋላ መወያየትና መመካከር የተለመደ ነበር። በሻምበል መብራቱና ሲናገር ድምጹ በማይሰማው በሻምበል ተሾመ አምባዬ መካከል የሚደረገው ውይይትና ክርክር በ28ኛ ሻለቃ መኮንኖች የሚታወስ ትዝታ ነበር። በምን እንደሆነ ባናውቅም ሻምበል መብራቱ ቀደም ሲል ከዚህ ዓለም በሞት ተለይቷል። ሻምበል ተሾመ ደግሞ ኋላ ላይ ኤርትራ ውስጥ ከኮሎኔል ካሣ ገብረማርያም ጋር በአንድነት ሲዋጋ ጦር ሜዳ ላይ መሠዋቱን ሰማን።

የአሜሪካ ልዑካን መሪ ለ28ኛ ሻለቃ የብቁነት ሽልማት ለአዛዡ ለሌ/ኮሎኔል መርዕድ ንጉሤ ሲያበረክቱ

አባታችን ጦሩና ቤተሰቡ እንዳይሰላች የተለያዩ ፕሮግራሞች በማሰናዳት የሠራዊቱ አባሎች እንዲዝናኑና ይበልጥም እንዲቀራረቡ ያደርግ ነበር። ሴቶች በሚደረጉት ዝግጅቶች ላይ

እንዲገኙና እንዲሳተፉ በጣም ያበረታታ ነበር። በሌተና ኮሎኔል መርዕድ ትጋትና አዲስ አስተሳሰብ 28ኛ ሻለቃ እንዲሁም "ሁልጊዜም ወደፊት" በመባል የሚታወቀው 4ኛ ብርጌድ ከዚህ በፊት አይተውት በማያውቁት አዝናኝና ትምህርታዊ ፕሮግራሞች መሳተፍ ጀመሩ። እነዚህ የተለያዩ የትምህርትና የመዝናኛ ፕሮግራሞች በሠራዊቱ ውስጥ ትብብርን፣ ፍቅርንና መተሳሰብን በማደርጀት ከፍተኛ ሚና መጫወታቸውን ያኔ እዚያ የነበሩ ሰዎች እስከዛሬ ያነሡታል።

እናታችን ወ/ሮ አሰለፈች በየሳምንቱ ለሦስት ቀናት የ28ኛ ሻለቃ ወታደሮች ሚስቶችን ሰብስባ ታስተምራለች። የልጆች አስተዳደግ፣ የገንዘብ አጠቃቀም፣ የቤት አያያዝና ጽዳት አጠባበቅ፣ የምግብ አሠራር፣ የእጅ ሥራ፣ የልብስ ስፌት…የመሳሰሉትን በተመለከተ እሷ የምታውቀውን ለሌሎች ታካፍላለች፤ ከውጪም የበለጠ እውቀት ያላቸውን እየጋበዘች እንዲያስተምሩ ታደርጋለች።

የሥልጠናው ሰዓት ካበቃ በኋላ የታመሙ፣ የወለዱ፣ ኃዘንተኞችንና ሌሎች ችግር ያጋጠሟቸውን ሰዎች ትጎበኛለች። እናታችን በዚያ ወታደራዊ ካምፕ ውስጥ የነበራት ተሳትፎ በዚህ ብቻ የተወሰነ አልነበረም። በዚያን ጊዜ በመከላከያ ሚኒስትሩ ባለቤት በወ/ሮ ደስታ ገብሩ የሚመራ የወታደር ሚስቶች በጎ አድርጎት ድርጅት ቅርንጫፍ በ28ኛ ሻለቃ አቋቁማ ትመራ ነበር። የ28ኛ ሻለቃን ሠራዊት ሚስቶች አስተባብራ፣ አነባበሮ፣ ጭኮ፣ ዳቦቆሎ የመሳሰሉ ምግቦች፣ እንዲሁም የአልጋ ልብስ፣ የሶፋ ጌጥና ሌሎችም የተለያዩ የእጅ ሥራዎችን በማሠራትና ለሽያጭ በማቅረብ ገንዘብ የማግኛ መንገድ ቀይሳ ብዙ ወላጆቻቸውን ያጡ ልጆች እንዲረዱበትም አድርጋለች።

"የ28ኛ ሻለቃ የወታደር ሚስቶች በጎ አድራጎት ማኅበር" (በግራ ጥግ የቆመችው እናታችን ወ/ሮ አሰለፈች)

ነጌሌ ሁለተኛ ደረጃ ትምህርት ቤት ስለሌለ ይርጋዓለምና አዲስ አበባ የሁለተኛ ደረጃ

ትምህርታቸውን የሚከታተሉ የጦሩ አባላት ልጆች ትምህርት ቤት ሲዘጋና ወደ ወላጆቻቸው ለዕረፍት ሲመጡ ሻለቃ መርዕድ ጊዜያቸውን የሚያሳልፉበት ዘዴ ቀየሰ። የአንደኛ ደረጃ ተማሪዎች (ከ1ኛ እስከ 7ኛ) የሆኑትን ካምፑ ውስጥ ባሉ ነፃ ክፍሎች ወይም የወታደሮች መሰብሰቢያ ዳስ ውስጥ የክረምት ትምህርት ቤት ከፍቶ ትልልቆቹ (ከሁለተኛ ደረጃ የመጡት) ትንንሾቹን እንዲያስተምሩ አመቻቸ። ይህንን ያደረገበት ምክንያት በዚህ በክረምት ትምህርት ቤት የተረዱ ልጆች መስከረም ጠብቶ ወደዋናው ትምህርት ሲመለሱ ያለ ምንም ችግር መከታተል እንዲችሉ በማሰብ ነው። እንዳሰበውም ወላጆች በልጆቻቸው ውጤት ላይ ትልቅ ለውጥ ለማየት በቅተዋል። ትምህርቱ ሲያበቃ በአስተማሪነት የቆዩት የሁለተኛ ደረጃ ተማሪዎች ከመመለሳቸው በፊት የወላጆች ቀን ይዘጋጃል። የብርጌዱ አዛዥ፤ የነጌሌ አውራጃ ገዢ፤ የኪዳነ ምሕረት ጳጳስና ሌሎችም ሹማምንት ይጋበዛሉ። በዕለቱ የሚዘጋጀውን ቲያትር፣ ስፖርት፣ መዝሙርና ዘፈን ተማሪዎችና አስተማሪዎች በመተባበር ያቀርባሉ። ያስተማሯቸውን ተማሪዎች በየውጤት ደረጃቸው ያስመርቃሉ። አባታችን እነዚህን ክንውኖች በማስተማርም ሆነ በመማር፣ በቲያትርና በስፖርትም እንድንካፈል ያደርጋል። ከአዲስ አበባና ከይርጋዓለም የሚመጡት ተማሪዎች ወታደሮችንም በቀለም ትምህርት ይረዱ ነበር። በነጌሌ ቆይታችን ራሱንም ቤተሰቡንም በተለያዩ የኅብረተሰቡ እንቅስቃሴዎች በማሳተፍ ጠቃሚ የሆኑ ሥራዎችን የሠራበት ጊዜ ነበር። ይህንኑ ቆይታውን ሲገልጽ፡-

> በእነዚህ አገልግሎት ዘመኔ ግልጋሎት የሰጠሁት ለነበርኩበት ሻለቃ ብቻ ሳይሆን ለብርጌዱ ሠራዊትና ለአውራጃው ሕዝብ ጭምር ነው። ያገለገልኩት ብቻዬን ሳይሆን ከባለቤቴና ከልጆቼ ጭምር ነው። ለዚህ ማረጋገጫ ከብርጌድ አዛዡ፣ ከአውራጃው ጽ/ቤትና ከሕዝባዊ ድርጅቶች የተጻፉልኝ የምስጋና ደብዳቤዎች ያረጋግጣሉ።

ይላል። ከዚህ በታች የሚታየው ከአራተኛ ብርጌድ አዛዥ ከኮሎኔል ፍቅሩ ወ/ተንሳይ የተጻፈው ደብዳቤ አባታችን ሻለቃ መርዕድ የጦሩን መኖሪያ ቤቶች ችግር ለማቃለልና የብርጌዱ መኮንኖችና የ28ኛ ሻለቃ ጦርን እውቀት ለማሻሻል ያደረገውን ጥረት ይመሰክራል።

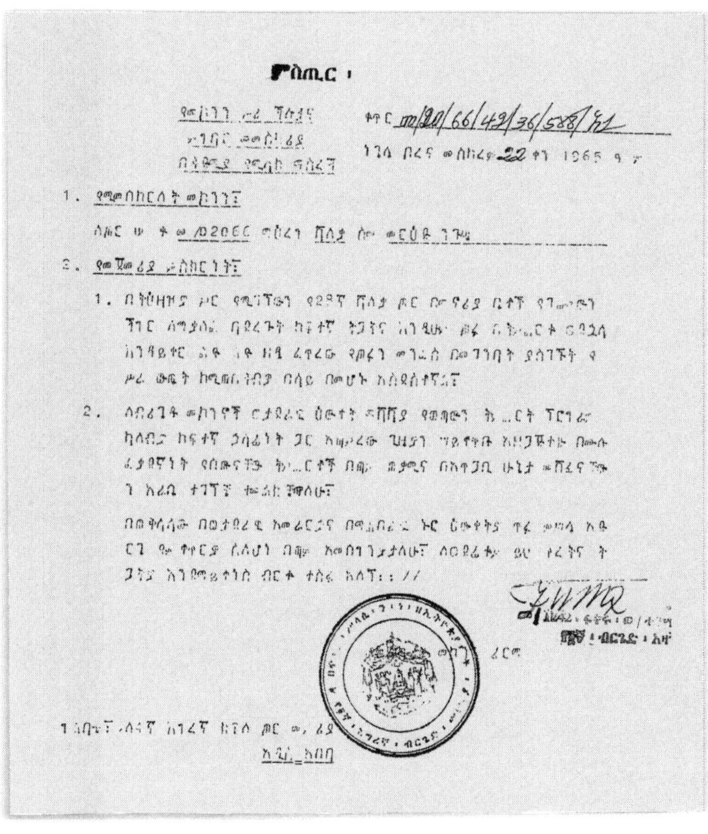

ምስጢር ፣

[illegible]

ቁጥር መ/20/66/42/36/588/ጀ1
ነጌሌ ቦረና መስከረም 22 ቀን 1965 ዓ.ም

1. የሚመሰከርለት መኮንን፤

[illegible] ሻለቃ [illegible] መርዕድ ንጉሤ

2. [illegible] ምስክርነት፤

1. በትዕዛዝዎ ሥር የሚገኘውን የ2ኛ ሻለቃ ጦር [illegible] ቤቶች የገጠመውን ችግር ለማቃለል ባደረጉት ከፍተኛ ትጋትና [illegible] ሥራ ውጤት ከሚጠበቅብዎ በላይ በመሆኑ አስደስቶኛል፤

2. [illegible] ከፍተኛ ኃላፊነት ጋር [illegible] በሙሉ ፈቃደኝነት [illegible] በአጥጋቢ ሁኔታ [illegible] ተገኝተው [illegible]

[illegible] ብርቱ ተስፋ አለኝ፡፡ //

[illegible] ብርጌድ ፡ አዛዥ

[illegible] አዲስ አበባ

የምስክርነት ደብዳቤ ፤ ከአራተኛ ብርጌድ አዛዥ

ኮሎኔል መርዕድ በጦሩ ሥራ ብቻ ሳይሆን የአውራጃው ትምህርት ቤቶች ዕድገት ምክትል ፕሬዚዳንት እንዲሁም ነጌሌ ቦረና የሚገኘው የዓፄ ካሌብ ትምህርት ቤት የወላጆች ኮሚቴ አባል በመሆንም አገልግሏል። በዚህም ጊዜ የትምህርት ቤቱ የውስጥ ቁሳቁሶች እንዲሟሉና ሁለተኛ ደረጃ ትምህርት ቤት እንዲቋቋም ብዙ ጥረቶችን አድርጓል። ከዚህ በታች የሰፈረው የትምህርት ቤቱ ዳይሬክተር የምስጋና ደብዳቤ የሥራውን አስተዋፆ አጉልቶ ያሳያል።

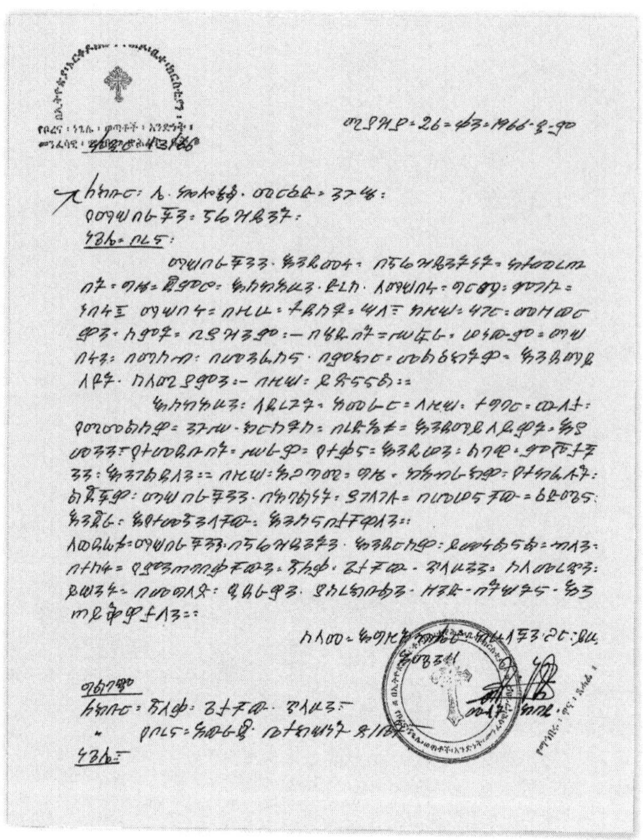

የምስጋና ደብዳቤ ፤ የነጌሌ የወጣቶች መንፈሳዊ ማኅበር

ከላይ ከተጠቀሱት የኅብረተሰብ ግልጋሎቶች በተጨማሪ የከተማውን የወጣቶች መንፈሳዊ ማኅበር በሊቀመንበርነት መርቷል። ከዚህ በታች የሰፈረው የምስጋና ደብዳቤ በሁለገብነት በተለያዩ የማኅበረሰቡ ክፍሎች የነበረውን ጉልህ ተሳትፎ ይመሰክራል።

አባታችን ከወጣቶች ጋር የመስማማትና የመቀራረብ ልዩ ተሰጥኦ አለው። ትልቅ ሰዎችን ረጋ ብሎ እንደሚያዳምጠው ሁሉ ወጣቶች ምን እንደሚያስቡና ምን እንደሚፈልጉ ጆሮውን ሰጥቶ ያዳምጣቸዋል። ነጌሌ በነበርንበት ጊዜ እያንዳንዱ ሻለቃ ጦር ተራ በተራ ለጥበቃ ወደ ሶማሌ ድንበር ይመደባል። የ28ኛ ሻለቃ ተራ ደርሶ ጦሩ የሶማሌያ ድንበር ላይ ወዳለችው ወደ ዶሎ ሲሄድ በቀሪው የጦሩ ቤተሰብ ኑሮ ላይ ችግር እንዳይደርስ ይቆጣጠራል። ከዚህም ቁጥጥር አንዱ የጦሩ ልጆች የትምህርት ሁኔታ ነበር።

አሁን በቅርቡ ነጌሌ የምናውቀው ጓደኛችን ይህንን ከወጣቶች ጋር የመግባባት ችሎታውን አንሥቶ “ከትምህርት ቤት ስመጣ እናቴ ጠራችኝና ‘አንተ ጉደኛ! ደግሞ ምን አድርገህ ይሆን? አዛዡ ቤት ትፈለጋለህ አሉ። ሰርቲፊኬትህንም አምጣ ብለውሃል። ገና ለገና አባቴ ጠረፍ ነው

ያለው አያየኝም ብለህ ነው አይደል የማይሆን ጠባይ ያመጣኸው?’ ስትለኝ ደንግጬ በላብ ተጠመቅሁ። ከካምፕ ወጥቼ ከተማ ሄጄ ለመደበቅ ሁሉ አሰብኩ። ግን ስለመሸ ፈራሁ። በመጨረሻ እንደማይቀርልኝ ስላወቅሁ ወደቤታችሁ መጣሁ። በደንብ ሰላም ብለውኝ ምግብ ከቀረበልኝ በኋላ እያንዳንዱን የትምህርት ዓይነት እየጠየቁኝ ሰርቲፊኬቴን አይተው ‘ጎበዝ! በርታ! አባትህ በሌለ ጊዜ ለእናትህ ያለህላት አንተ ነህ፤ ስለዚህ ኃላፊነት ሊሰማህ ይገባል’ ብለው ያነጋገሩኝን አልረሳውም” በማለት ከስንት ዓመት በፊት የሆነውን አስታውሶ አጫወተን።

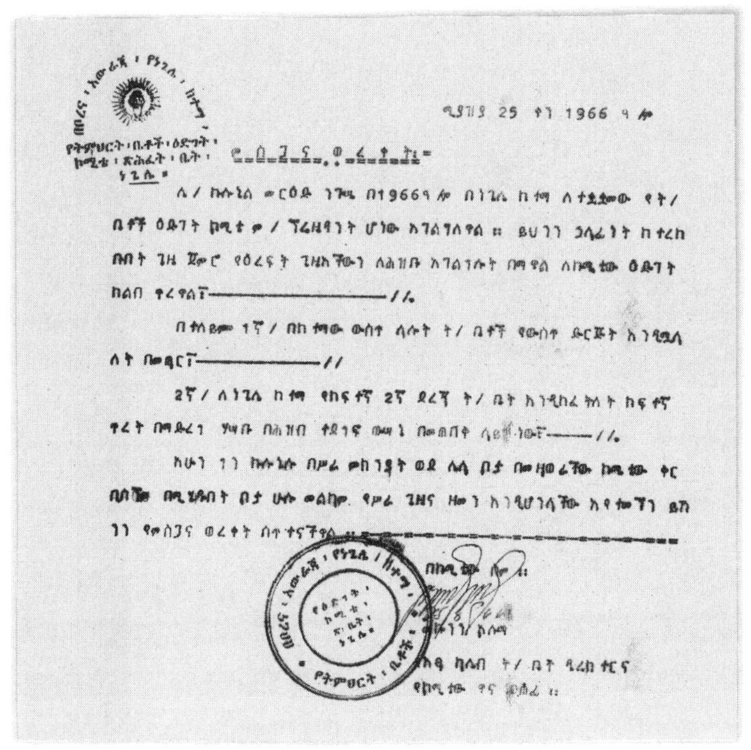
ሲዳሞ ፡ አውራጃ ፡ የነገሌ ፡ ከተማ ፡
የትምህርት ፡ ቤቶች ፡ ዕድገት ፡
ኮሚቴ ፡ ጽሕፈት ፡ ቤት ፡
ነጌሌ ።

ሚያዝያ 25 ቀን 1966 ዓ/ም

የምስጋና ወረቀት ።

ሌ/ኮሎኔል መርዕድ ንጉሤ በ1966 ዓ/ም በነጌሌ ከተማ ለተቋቋመው የት/ ቤቶች ዕድገት ኮሚቴ ም/ ፕሬዚዳንት ሆነው አገልግለዋል ። ይህንን ኃላፊነት ከተረከቡበት ጊዜ ጀምሮ የዕረፍት ጊዜአቸውን ለሕዝቡ አገልግሎት በማዋል ለኮሚቴው ዕድገት ከልብ ተረባርበዋል፤——————//

በተለይም 1ኛ/ በከተማው ውስጥ ላሉት ት/ ቤቶች የውስጥ ድርጅት እንዲሟላ ለት በመሟር፤——————//

2ኛ/ ለነጌሌ ከተማ የከፍተኛ 2ኛ ደረጃ ት/ ቤት እንዲከፈትለት ከፍተኛ ጥረት በማድረግ ሃሣቡ በሕዝቡ ተደገፍ ሙሉ በሙጠበቅ ሳይ[illegible]ነው፤———//

አሁን ግን ኮሎኔሉ በሥራ መከንደት ወደ ሌላ ቦታ በመዛወራቸው ኮሚቴው ቀር በበኩሉ በሚሄዱበት ቦታ ሁሉ መልካም የሥራ ጊዜና ዘመን እንዲሆንላቸው እየተመኘን ይኸንን የምስጋና ወረቀት ሰጥተናቸዋል ።

በኮሚቴው ስም ፡
[illegible]
አቶ ካሌብ ት/ ቤት ዲሬክተርና
የኮሚቴው ዋና ፀሐፊ ።

ምስጋና ደብዳቤ ፤ ዓፄ ካሌብ ትምህርት ቤት

ሠራዊቱ እምቢ አለ

የ4ኛ ብርጌድና የሻለቃ አዛዦቹ በየጊዜው ለሚነሡት የወታደሩ ችግሮች ምላሽ ለመስጠት ቢሞከሩም ሥር ለሰደደው የሠራዊቱ መሠረታዊ ችግሮች መፍትሔ ለማቅረብ አልቻሉም። ችግሩ ሊፈታ የሚችለው ከፍተኛ ደረጃ ላይ ባሉ የመንግሥት በተለይም የጦሩ መሪዎች ብቻ ነበር። ነገር ግን የመንግሥት ባለሥልጣኖች የሠራዊቱን ችግር ለመፍታት የወሰዱት እርምጃ ዘላቂነት ስላልነበረው በቂ ሙከራ አድርገው ነበር ለማለት የሚያስደፍር አልነበረም።

በሠራዊቱ ውስጥ የነበረው ችግር ተባብሶ የአገሪቱ የመከላከያና የፖለቲካ አመራር፣ ከዚያም ቀዳማዊ ኃይለሥላሴ ዘንድ ሲደርስ ንጉሡ "በግርማዊነታቸው መልካም ፈቃድ" ሰባት ብር የቀለብ ድጎማ እንዲያገኝ ተወሰነ። ይሁንና ድጎማው ነጌሌ የነበረውን ሠራዊት ችግር የሚቀርፍ አልነበረም። የነጌሌ 4ኛ ብርጌድ ሠራዊት፡-

- ከላይ በአጭሩ ያቀረብነው የውኃ ችግር ተወግዶ ሠራዊቱና ቤተሰቡ የሚጠቀሙበት ንጹሕ ውኃ እንዲቀርብለት
- ከአሸዋና አፈር ጋር በተደባለቀ የእህል ዱቄት ምትክ ለጤና የሚስማማ ቀለብ እንዲቀርብለት
- የተሻለ የሕክምና አገልግሎት እንዲቀርብለት
- የመኖሪያ ቤት እንዲሻሻልለትና እንዲታደስለት
- የቀለብ ድጎማ የተባለው 7 ብር ወደ ደሞዝ ጭማሬ እንዲቀየርለት

ጥያቄውን አቀረበ። ከመንግሥት ምላሽ ያጣው የነጌሌው ሠራዊት ታኅሣሥ 7 1966 ዓ.ም. በራሱ ውሳኔ መሣሪያ ግምጃ ቤቱን ከፍቶ ሁሉም የጦሩ አባል መሣሪያ እንዲታጠቅ አደረገ። ለየጦሩ ክፍሎች ማመፁን በቴሌግራም አሳወቀ። መኮንኖች ከቤታቸው እንዳይወጡ ትእዛዝ አስተላለፈ።

ዐመፁ እየከረረ ሲመጣ የምድር ጦር አዛዥ የነበሩት ጄኔራል ድረሴ ዱባለ ሁኔታውን ለማጥናትና ውሳኔ ለመስጠት ወደ ነጌሌ ተጓዙ። ጄኔራል ድረሴ ችግሩን ተረድተው መፍትሔ የሚሆን ሐሳብ ከማቅረብ ይልቅ ሠራዊቱ በቁም እሥር ያዋላቸውን መኮንኖች ፈትቶ ወደ መደበኛው ሥራ እንዲመለስ በቁጣ አዘዙ። ይህ ትእዛዛቸውና የንቀት አስተያየታቸው ሠራዊቱን ይበልጥ አስቆጣው። ሠራዊቱም ለተነሡት ጥያቄዎች ተገቢ መልስ እስካላገኘ ድረስ ጄኔራል ድረሴና አብረዋቸው የመጡት መኮንኖች ወደ አዲስ አበባ እንዳይመለሱ ውሳኔ አስተላለፈ። በነጌሌ ቆይታቸው ሠራዊቱ የሚበላውን ለጤና ተስማሚ ያልሆነ ምግብ እንዲበሉ፣ የደፈረሰውን ውኃ እንዲጠጡ አደረገ።

የነጌሌው ዐመፅ ዜና በሠራዊቱ ውስጥ ከዳር እስከዳር ተሠራጨ። የ4ኛ ብርጌድ ሠራዊትም ከምሥራቅ፣ ከሰሜንና ከመላው የአገሪቱ የጦር ክፍሎችም የድጋፍ መልእክት ይደርሰው ጀመር። የነጌሌውን ጦር ተከትሎ በየቦታው የነበረው ሠራዊትም አለቆቹን እያሰረ የፍትሕ ጥያቄዎቹን ማቅረብ ጀመረ። ሠራዊቱ የብሶት ጥያቄዎችን ሲያቀርብ መንግሥት ችግሮቹን መርምሮ በአፋጣኝ መፍትሔ መስጠት በተገባው ነበር። መንግሥት ግን መፍትሔ ከመፈለግ ይልቅ የዐመፁን መሪዎች ማንነት ማጣራትና መከታተል ላይ አተኮረ። የዐመፁ ፍጥነትና መስፋፋት እንዲሁም በመላው ኢትዮጵያ መቀጣጠል የጀመረው የለውጥ እንቅስቃሴ የቀዳማዊ ኃይለሥላሴን መንግሥት አሸመደመደው። መንግሥት ለችግሩ ዘላቂ መፍትሔ ማቅረብም ሆነ በጉልበት ዐመፁን ማቆም የማይችልበት ደረጃ ደረሰ።

ከዚህ ቀደም ሲል እንደጠቀስነው ከወታደራዊ ትምህርቶች ሌላ ለወታደሩ ይሰጡ የነበሩት የታሪክ፣ የጂኦግራፊና ሌሎችም ኅብረተሰብ-ነክ ትምህርቶች በሠራዊቱ አመለካከት ላይ ተፅእኖ ነበራቸው ማለት ይቻላል። የሌሎች አገሮችን ተሞክሮ የሚዳስሱ የታሪክ ትምህርቶች የሕዝብን ብሶትና አቤቱታ የማይሰማ መንግሥትን መቃወምና ማሸነፍም እንደሚቻል ያስተምራሉ። ለዚህም በሠራዊቱ ውስጥ የነበሩት ወጣት መኮንኖችና በክረምት ከይርጋዓለምና አዲስ አበባ የሚመጡት የሁለተኛ ደረጃ ተማሪዎች ስለኢትዮጵያ ተማሪዎች ንቅናቄ ከወታደሮች ጋር ያደርጓቸው የነበሩት ጭውውቶች የማመፅን መንፈስ በሠራዊቱ አንዳንድ አባላት ላይ እንዳሳደሩ መገመት ይቻላል።

ነጌሌ የመስክ ጉብኝት (ከቀኝ ወደ ግራ ሌ/ኮሎኔል መርዕድ ንጉሤ የ28ኛ ሻለቃ አዛዥ፣ ኮሎኔል ፍቅሩ ወልደተንሳይ የ4ኛ ብርጌድ አዛዥ እና ስማቸውን ያላወቅናቸው የ28ኛ ሻለቃ ባልደረባ የሻምበል አዛዥ)

ይህ እንቅስቃሴ በበታች ሹማምንቶችና ወታደሮች የተመራ ቢሆንም ኮሎኔል መርዕድ የነጌሌውን እንቅስቃሴ ከጀርባ ሆኖ ሲመራና ሲደግፍ የነበረ መሆኑን ነጌሌ የነበሩ የሠራዊቱ አባላት የሚያውቁት ሐቅ ነው። የንቅናቄው መሪዎችም ሌሎች መኮንኖች ከቤት እንዳይወጡ ሲከለክሉ የመጀመሪያዎቹን ጥቂት ቀናት እሱ ብቻ ቢሮ ገብቶ እንዲሠራ ፈቅደውለት እንደነበረም ይታወሳል። ማስታወሻው ላይም እንዲህ ይላል፡-

> በዚሁ ሥራ ላይ እያለሁ በ1966 ታኅሣሥ ወር የ4ኛ ብርጌድ ጦር አስተዳደራዊ በደል ስለደረሰበት ይህንን ከነበረው መንግሥት ጋር በመታገል እንዴት

> እንደሚያስወግድ በምሥጢር መመሪያ በመስጠት ከአንድ ሐቀኛ መኮንን የሚጠበቅ ተግባር ፈጸምኩ።

በነጌሌው እንቅስቃሴ ስለነበረው ሚና ነጌሌ የነበሩ የሠራዊቱ አባላት ስለ ዐመፁ ባነሱ ቁጥር ያስታውሱታል። ሌላው ቀርቶ ሌተና ኮሎኔል መርዕድ በሠራዊቱ ውስጥ የነበረውን አስተዋፆ ለማንኳሰስ የሚሞክሩት ሻምበል ገስጥ ተጫኔ እንኳን ገና ከመጀመሪያው ከዐመፁ ጋር አብሮ መቆሙን እንደዚህ በማለት በመጽሐፋቸው አስፍረውታል።

> በማግስቱ አንድ ሻለቃ ባሻ ከብርጌዱ ጠቅላይ ሰፈር ተሰውሮ ወጥቶ በቅርብ ወደሚገኘው የ28ኛ ሻለቃ ጦር ሄደ። "...ጥቂት የበታች ሹሞች ጠቅላይ ሰፈሩን በቁጥጥራቸው ሥር አድርገው በመንግሥት ላይ የዐመፅ ተግባር እያካሄዱ ናቸው..." በማለት የሻለቃው ጦር አዛዥ ሻለቃ መርዕድ ንጉሤ እርምጃ እንዲወስዱ ነገራቸው። እሳቸውም ባመጣላቸው ሰብቅ ተናደው "ጓደኞችህ የተነሡት ያንተንም ችግር ለማስወገድ አይደለምን?" ብለው ካሳፈሩት በኋላ ድርጊቱን ለኮሚቴው ነገሩበት። ከዚያ በይቅርታ ጠያቂነት ድንጋይ ተሸክሞ ጠቅላይ ሰፈሩን እንዲዞር ኮሚቴው ቀጣው።
>
> ሻለቃ መርዕድ ንጉሤ የሻለቃ ባሻውን ሰብቅ ማጋለጣቸው አንዳንድ መኮንኖችም የሠራዊቱ ዐመፅ አግባብ እንደነበረ እምነታቸውን የገለጡበት ነበር ማለት ይቻላል።[15]

ከሻምበል ገስጥ ባልተናነሰ ስለአባታችን ጥሩ ነገር መናገር የሚተናነቃቸው ኮሎኔል መንግሥቱ ኃይለማርያም ከደርግ መቋቋም በፊት ስለነበረው ወታደራዊ እንቅስቃሴና ስለራሳቸው ሲተርኩ፣ ሌተና ኮሎኔል መርዕድ ለነጌሌው ዐመፅ የነበረውን አስተዋፆ፦

> በወቅቱ በአገራችን ሁኔታ ላይም የጋራ ግንዛቤ፣ የጋራ ዓላማና የተግባር ትብብር ያስፈልገናል ብዬ ያቀረብኩትን ሐሳብ ተቀብለው ወደ ውሳኔ ከማምራታቸው በፊት ሌ/ኮሎኔል መርዕድ ንጉሤን እናማክራቸው አሉኝ። ከመኮንኖቹ ሁኔታ ለመገመት እንደቻልኩት ያለፈውን ዐመፅ የመራው ኮሚቴ እንደሆነና ኮሚቴውንም በኅቡዕ የመሩት ሌ/ኮሎኔል መርዕድ መሆናቸውን ነበር። እንደሚታወሰው የጦር ኃይሎች ሦስተኛው ንቅናቄ በሻለቃና ከዚያ በታች ባሉ መኮንኖች ይመራ ሲል አብዛኛው የመኻል አገሩ መለዮ ለባሽ ከያዘው አቋም ጋር ለማስተባበርና በዚህም ርእስ ላይ ከሌ/ኮሎኔል መርዕድ ንጉሤ ጋር መነጋገሩ በኔ በኩል አስቸጋሪ ሆነ።[16]

በማለት ይመሰክራሉ። አባታችን እንደ ሌሎች ሥራዎቹ ሁሉ በንቅንናቄው ላይ የእርሱ ሚና ምን እንደነበረ አያወራም። ስለራሱ ማውራት ስለማይወድ "በቦታው የነበሩ ሌሎች ይናገሩት" ብሎ ያልፋል። ይሁንና ማስታወሻው ላይ የነጌሌ ትዝታውንና የራሱን የሥራ ሁኔታ እንደሚከተለው

15 ገስጥ ተጫኔ ፤ የቀድሞው ጦር 1927-1983

16 መንግሥቱ ኃይለማርያም (ኮሎኔል) ፤ ትግላችን፡ የኢትዮጵያ ሕዝብ አብዮታዊ የትግል ታሪክ

ይገልጸዋል።

በ1966 ዓ.ም. ነጌሌ ቦረና ያለውን 4ኛ ብርጌድን በምን መልክ እንደቀሰቀስኩና እንደመራሁ የ4ኛ ብርጌድ ሠራዊት ቢናገረው ይበልጥ ስለሚያምር አሳጥራለሁ። ከብርጌዱ ዐመፅ በኋላ በ3 ጄኔራሎች፣ በ3 ኮሎኔሎች፣ በአንድ ሻለቃ የተቋቋመ ቡድን የዐመፁን ምክንያት እንዲያጣራ፣ ቀንደኞቹን እንዲያወጣ ወደ ነጌሌ ተላከ። በአዲስ አበባ በተለይ በ4ኛ ክ/ጦርና በምድር ጦር ጠ/መምሪያ ወሬውና ውይይቱ ይህ እንደሆነ ተሰማ። እኔንም ከቀድሞው ሁኔታዬ ጋር እያገናዘቡ እሱ ድሮም በንጉሡ ላይ ሲያሳምፅ የነበረ ነው እየተባለ ሲያነሡና ሲጥሉ እንደሚውሉ ከስብሰባው ተካፋዮች ወሬ ደረሰኝ። በስብሰባ ላይ ከተሰጡት ውሳኔዎች አንዳንዱ በተቻለ መጠን ቀንደኞቹን ማወቅ፣ ክፍሎችን መበታተን፣ መኮንኖችን በረቀቀ ዘዴ መቆጣጠርና አስፈላጊና አመቺ ሲሆን እርምጃ መውሰድ የሚል እንደሆነ ሰማሁ፤ በድርጊትም ታየ። እኔም ጦሩን ይዤ ለጠረፍ ጥበቃ ወደ ዶሎ እንድሄድ ተደረገ። መልካም አጋጣሚ በመሆኑ ጊዜ ሳልወስድ ወደ ዶሎ ሄድኩኝ። እዚያ እያለሁ በሐረርጌ፣ በአዲስ አበባና በአሥመራ ንቅናቄዎች ከዕለት ወደ ዕለት መፋፋማቸውን መስማት ጀመርኩ። ያኔ 4ኛ ብርጌድን መቀስቀስ ንጉሡን ለማውረድ፣ ሶሻሊዝምን በኢትዮጵያ ምድር ለማስፈን አልነበረም። እውነቱን ለመናገር በመከላከያና በምድር ጦር ውስጥ በሥልጣን ላይ ያሉ ጄኔራሎችንና አጎብጓቢዎቻቸውን በንጉሡና በሠራዊቱ ዘንድ ለማጋለጥ ነው።

እንዳሰብኩትም ብዙዎቹ በመጥፎ ሥራቸው ሲጋለጡ አንዳንዶቹ ዛሬም ጥሩ ሠራተኛ ተብለው አሉ። የማልረሣው ከምድር ጦሩ አዛዥ ዘንድ የማይለይ እንዲያውም ተመሳሳይ ገበርዲን ያሰፋ የነበረው ሰውዬ አንድ ቀን "እኚህ ሰውዬ የምድር ጦር አዛዥ እንዲሆኑ እግዚአብሔር የፈቀደው የዚህን ሠራዊት ጉዳት አይቶ ነው። ታውቃለህ በሠራዊቱ ውስጥ ብስክሌት እንኳን እንዳይገዛ ከልክለዋል" አለኝ። ምን ማለቱ እንደሆነ አልገባኝም፤ አሁንም በሠራዊቱ ውስጥ ትልቅ ቦታ ይዞ ያለ አነጋገር አሳማሪ ነው።

ዶሎ እያለሁ የእኔን ሐሳብ የማያውቁ አንዳንድ መኮንኖችና ወታደሮች ስለተደረገው ንቅናቄ መጥፎነት እኔም ሆንኩ እነሱ ከደሙ ንጹሕ መሆናችንን፣ የንጉሡ ታማኝ መሆናችንን ይነግሩኛል።

ከራሳቸው እምነት በላይ ይህን ለኔ እንዲነግሩኝ ከሚገፋፉቸው ነገሮች አንዱ እኔ ምን ጊዜም ጦሩን ሳነጋግር መግቢያና መደምደሚያ የማደርገው ንጉሡን ማሞገስ፣ ንጉሡ ካሉ ምንም እንደማንሆን፣ ኢትዮጵያ ይህን ዕድገቷን እንደጠበቀች እንደምትኖር ስለምናገር እንደ እውነት ወስደው ነው። የብርጌዱ ጦር ዐምዖ መሣሪያ ባወጣና መኮንኖችን ሁሉ ባሠረ ጊዜ በጠቅላላ ስብሰባ ላይ በመገኘት የነገርኳቸው ነገር "ንጉሡን እንዳታስቀይሙ፤ የድንበራችንን ጥበቃ

> እንዳትዘነጉ፤ አንድነታችሁ እንዳይፈርስ" የሚል ነበር። አሁንም ቢሆን የድንበር ጥበቃና አንድነት ጉዳይ ቅድሚያ የሚሰጠው ነው የሚለው እምነቴ እንደጸና ነው።

የሶማሌ ጠረፍ ከተማ በሆነችው ዶሎ ከሠራዊቱ ጋር ሁለት ወር ያህል ከቆየ በኋላ ወደ አዲስ አበባ እንዲዛወር ትእዛዝ ይደርሰዋል። ዝውውሩን እንዳልወደደውና ውሳኔውን እንደተጠራጠረው እንዲህ ሲል ያስቀምጠዋል።

> ሁለት ወር ያህል ዶሎ እንደቆየሁ ወደ 4ኛ ክ/ጦር በዘመቻ መኮንንነት ተዛውረሃል የሚል ወሬ ደረሰኝ። ከእምነቴና ከማዘወትራቸው ሥራዎች ውስጥ የመጀመሪያው ጦሩን ማለማመድና በይሆናል ላይ የተመሠረተ እቅድ ማዘጋጀት ስለሆነ ማቋረጤ አላስደሰተኝም። በረሃ ይገፔ የወጣሁትንም ጦር ትቼ ያውም ወደ አዲስ አበባ መመለሱ አልታየኝም። ከዚህም ሌላ ወደ አዲስ አበባ ያዛወሩኝ በምን መንፈስ እንደሆነ ስላልገባኝ ጉዳዩን እንዳሰላስል ገፋፋኝ። መዛወሬን በጭምጭምታ በመገናኛ ሠራተኞችና በጸሐፊዎች ውስጥ ከሰሙት ግማሾቹ እንዳይሄዱብን አቤት እንበል ሲሉ ግማሾቹ ደግሞ ነጋ ጠባ ትምህርት እያለ ከሚያስቸግረን በሄደ ይላሉ። "ሁል ጊዜ ትምህርት፣ ዘወትር ልምምድ እያለ ሥቃይ አሳይቶናል" በማለት በሻለቃው ጦር ስም ለብርጌዱ አዛዥ ጽፎ ጉዳዩን ለማየት ከነጌሌ ዶሎ ያስመጣቸውን ወታደር አሞን ጦሩ በሙሉ እንደማይዘነጋው አምናለሁ።

ከነዚህ ሁሉ ዓመታት በኋላ እኛ ዛሬም ነጌሌን በፍቅር እናስታውሳታለን። የነጌሌ ጓደኞቻችንን እንዲሁም የቤተሰባችንን ወዳጆች ስናገኝ የጠፋ ዘመድ ያገኘን ያህል በደስታ ተቃቅፈን ሰላምታ እንለዋወጣለን። የወላጆቻችን የነጌሌ ጓደኞችና የሥራ ባልደረቦች ለአባታችንና ለእናታችን የነበራቸውን ፍቅርና አክብሮት ያጫውቱናል። አብረው ያሳለፉትን የሚያሳዝንና የሚያስቅ ገጠመኞችን ያወሩናል። ነጌሌ የውኃ እጥረት ቢኖርባትም፣ አቧራማ ብትሆንም፣ የጠረፍ ከተማ ነች ብትባልም ጣፋጭ ትዝታዋ እስከዛሬ ከልባችን አልጠፋም።

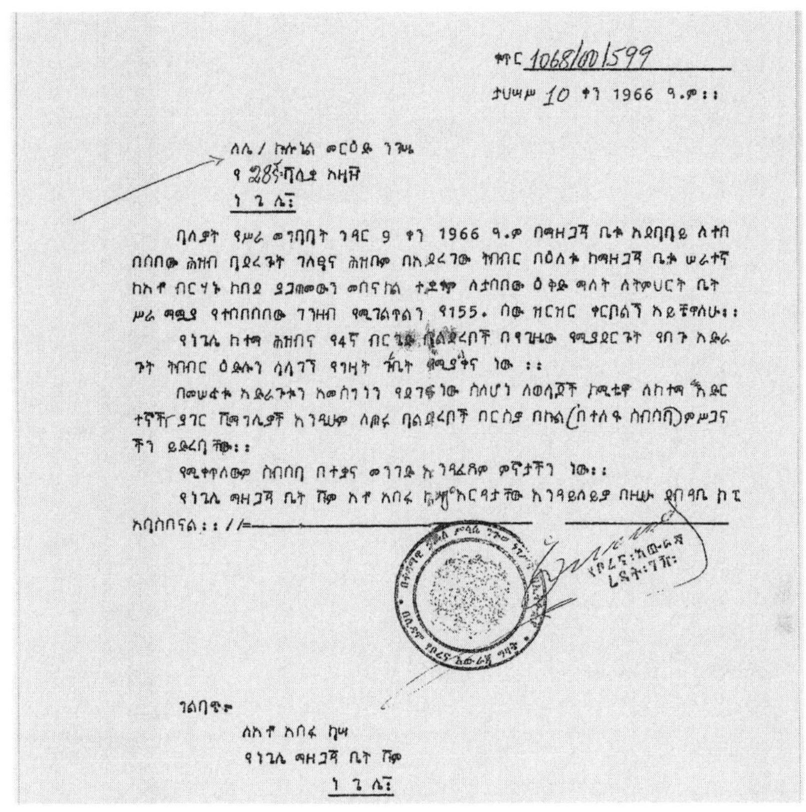

ቁጥር 1068/መ/599

ታህሣሥ 10 ቀን 1966 ዓ.ም::

ለሌ/ኮሎኔል መርዕድ ንጉሤ
የ28ኛ ብርጌድ አዛዥ
ነ ገ ሌ፤

ባለፉት የሥራ መግባባት ኅዳር 9 ቀን 1966 ዓ.ም በማዘጋጃ ቤቱ አደባባይ ለተሰበሰበው ሕዝብ ባደረጉት ገለፃና ሕዝቡም በአደረገው ትብብር በዕለቱ ከማዘጋጃ ቤቱ ሠራተኛ ከአቶ ብርሃኑ ከበደ ያጋጠመውን መበናከል ተደገፍ ለታሰበው ዕቅድ ማለት ለትምህርት ቤት ሥራ ማሟያ የተሰበሰበው ገንዘብ የሚገልፅልን የ155. ሰው ዝርዝር ቀርቦልኝ አይቼዋለሁ::

የነጌሌ ከተማ ሕዝብና የ4ኛ ብርጌድ ባልደረቦች በየጊዜው የሚያደርጉት ዓበይ አድራጎት ትብብር ዕድሉን ሳያገኝ የገዛት ንቢት የሚያቀና ነው ::

በመሠረቱ አድራጎቱን አመስግነን የደገፍነው ስለሆነ ለወሳጆች ኮሚቴዎ ለከተማ እድርተኞች ጋር የማገሌያቸ እንዲሁም ለጠሩ ባልደረቦች በርስዎ በኩል (በተለዩ ስብሰባ) ምሥጋናችን ይድረስ ቸው::

የሚቀጥለውም ስብሰባ በተቃና መንገድ እንዲፈጸም ምኞታችን ነው::

የነጌሌ ማዘጋጃ ቤት ሹም አቶ አበሩ ካሣ አርዓያቸው እንዳይለይዎ በዚሁ ደብዳቤ ከፒ አሳስበናል:: //=

ገልባጭ
ለአቶ አበሩ ካሣ
የነጌሌ ማዘጋጃ ቤት ሹም
ነ ገ ሌ፤

የምስጋና ደብዳቤ ፤ ከቦረና አውራጃ

ሌተና ኮሎኔል መርዕድም ቢሆን ነጌሌን ብዙ ትምህርት የተማርኩባት እያለ ሁሌም ያስታውሳት ነበር። ወደ አዲስ አበባ ሲዛወር እንዳለው "ጠረፍ ላይ የወሰደውን ጦር ጥሎ መመለስ" ደስ ባይለውም የዝውውሩን ትእዛዝ የመቀበል ግዴታ ነበረበት።

> ወደ 4ኛ ክ/ጦር መምሪያ የመሄዱ ጉዳይ የማይቀር መሆኑ ሲታወቅ ጦሩ ለብቻው፣ የከተማ ነዋሪ ለብቻው እኔንና ባለቤቴን ጋብዞ ሸልሞ ሸኘን። ሚያዝያ 30 ቀን 1966 ዓ.ም. አዲስ አበባ ገባሁ።

በማለት ነጌሌ ቦረናን ተሰናብቶ አዲስ አበባ መግባቱን ይነግረናል።

ቁጥር ____________

ነገሌ ቦረና ሚያዝያ ቀን 1966 ዓ.ም

ለክቡር የ4ኛ እግረኛ ብርጌድ አዛዥ

ነገሌ ቦረና

ሌ/ኮሎኔል መርዕድ ንጉሤ ከ1963 ዓ.ም እስከ 1966 ዓ.ም ድረስ የ28ኛ እግረኛ ሻለ ጦር አዛዥ በመሆን ተረክበው በሚመሩበት ጊዜ እንስቶ ያደረጉት በጉ አድራጎት ከፍ ያለ እና እጅግ የበዛ በመሆኑ አሁን ከኛ በትዕዛዝ ሲዛወሩብን በጣም አያዘንን ቢሆን በሣቸው ቦታ የተተኩት ሌ/ኮሎኔል ታደሰ በልሁን በሣቸው ዓይን የምንመለከታቸው መሆናችንን ሁሉቱ መኮንኖች ሲረካከቡ ጦሩ በቀን መንፈስ የተቀበላቸው መሆኑን ይህ ደብዳቤያችን በአረካከቢ ጊዜ በሆኑት በሻለቃ አምባዬ ልኬለህ አማካይነት ለክብርነትዎ እንዲቀርብልን በማክበር እናመለከታለን።

ሌ/ኮሎኔል መርዕድ ንጉሤ የ28ኛ እግረኛ ሻለቃ አዛዥ ሆነው ከመጡ ጊዜ እንስቶ ያደረጉት በጉ አድራጎት እና ለጦሩ የሠሩት ሥራ እንደሚከተለው በአጭሩ እንዘረዝራለን ፤

1ኛ ጦሩን በትምሕርት አድርገዋል አጎልምሰዋል።

2ኛ የጦሩን ቤተሰብና የጦሩንም ልጆች በሚገባ በማስተማር ከፍ ያለ ውለታ የሠሩ ከፍ ያ/ ኢትዮጵያዊ መኮንን ናቸው።

3ኛ የብርጌዱን የሕፃናት ኢንሹራንስ መስርተው ለመላው የኢትዮጵያ ጦር መልካም ጉ ቤተሰብ ልጆች እንዲሆን የመሰረቱ ትልቅ ሰው ናቸው።

4ኛ የቤቶች አክስነት መብት እንዲጠበቅ በማለት በማንኛውም ቦታ ገብቶ ቢደረግ ባል ከሚስ የሚለይበት የለም በማለት በ4ኛ ብርጌድ ይህንን የመሰለ አክስነት መብት የመሰረቱ ዐ ነተኛ ትልቅ መኮንን ናቸው።

5ኛ ዱንቾርና እንዲጠሩ በማለት በሚሰጠው መመሪያ መሠረት ቤተሰቦቻቸውን በሚገባ በማስተማር አራዣቸው ማንበብ ፤ መፃፍ ሂሣብ 4 መደብ በሚገባ አስተምረዋል።

6ኛ በክረምት ጊዜ ትምሕርት ቤት ሲዘጋ ከ1ኛ እስከ 7ኛ ድረስ በሁለተኛ ደረጃ የመጡትን ልጆች ወገኖቻቸውን እንዲያስተምሩ በማስቻቢር 3 ወራት በሙሉ ልዩ ልዩ የትምሕርት ዕቃዎችን በመርዳት ያስተማሩ ሰው ናቸው።

7ኛ በነገሌ የምትገኘውን ቅድስት ኪዳነ ምሕረትን ቤተክርስቲያን በዘመናዊ አቅድ ለማሰራ የደከሙና የረዱ መኮንን ናቸው።

8ኛ በነገሌ ሁለተኛ ደረጃ ትምህርት እንዲከፈት ጦሩንም ሆነ የሲቪል ሠራተኞችን በማገባበ እና ገንዘብ በማቀጣት የመጀመሪያው መኮንን ስለሆኑ እኝህ ታላቅ ሰው ከዚህ ከፍል / ዘወሩ የአቀዱትን በሣቸው ምትክ የተተኩት እንደአሣቸው ሆነው እንዲሰሩ ተስፋ እያ ረግን የሄዱበት ሥራ እንዲቃናላቸው ከልብ እንመኛለን። //

የ28ኛ እግረኛ ሻለቃ ጦር በሙሉ።

የስንብት ደብዳቤ ፤ ነገሌ ቦረና

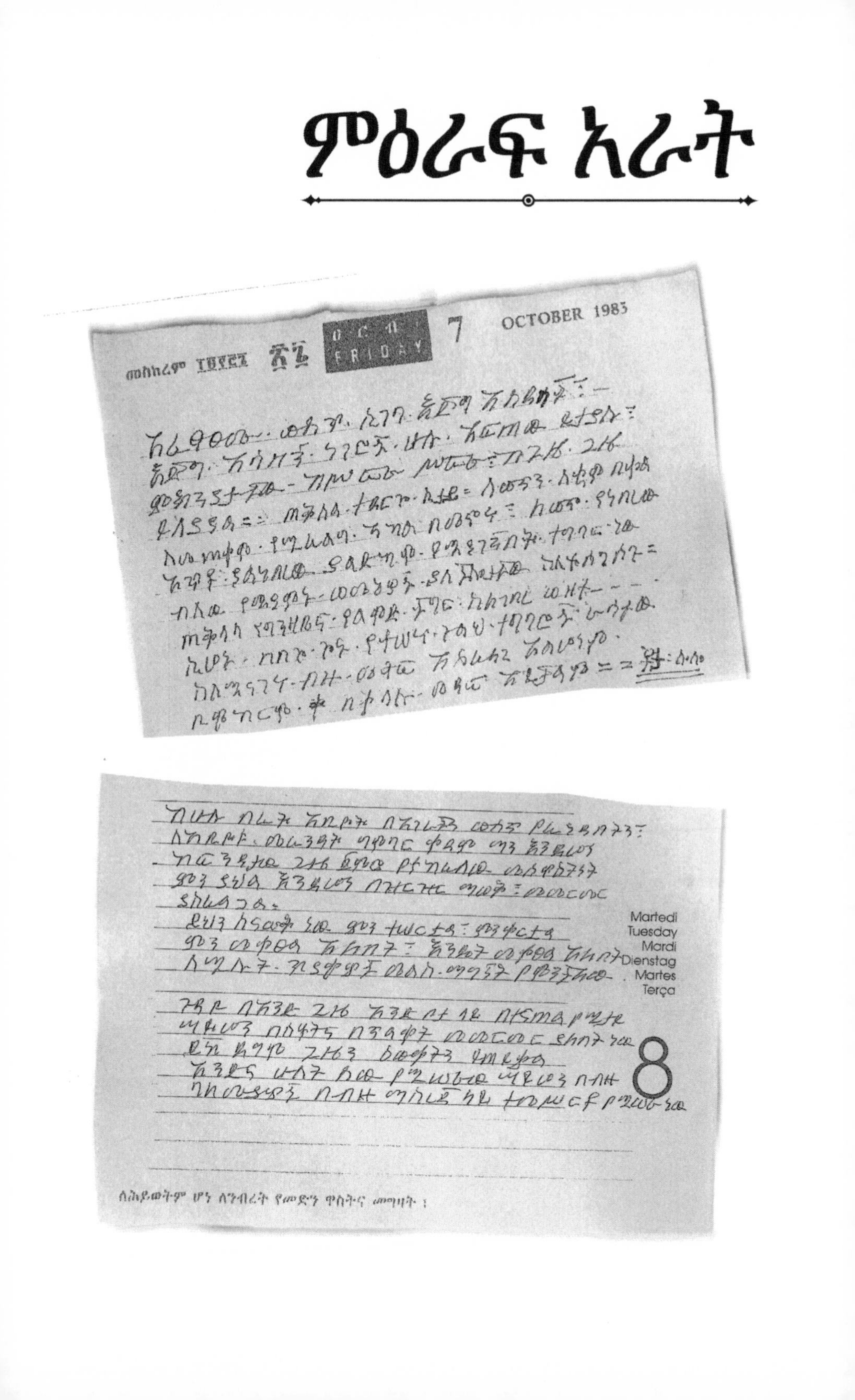

ምዕራፍ አራት

መስከረም ፲፱፻፸፮ ፳፮ ዐርብ FRIDAY 7 OCTOBER 1983

[illegible]

[illegible]

Martedì
Tuesday
Mardi
Dienstag
Martes
Terça

8

ለሕይወትም ሆነ ለንብረት የመድን ዋስትና መግዛት ፤

ምዕራፍ አራት፡
የየካቲቱ አብዮትና ደርግ፤ *ከአራተኛ ክፍለ ጦር እስከ ቤተ መንግሥት*

ሌተና ኮሎኔል መርዕድ ንጉሤ ከነጌሌ ቦረና ወደ አዲስ አበባ ተቀይሮ ሲመጣ የሠራዊቱ አባላት በያሉበት አቤቱታቸውን የሚያሰሙበትና ብሶታቸውን አዛዦቻቸውን በማሠር የሚገልጹበት ጊዜ ነበር። የሕዝቡ ቁጣ ገንፍሎ ኢትዮጵያ በሕዝባዊ ተቃውሞ እየተናጠች ነበር። በተለይም ከነጌሌ ቦረና በኋላ የተመደበበት አዲስ አበባ የሚገኘው የ4ኛ ክፍለ ጦር ዋና መምሪያ በሠራዊቱ የተለያዩ ክፍሎች ውስጥ የነበረው ተቃውሞ የሚስተዋልበት ማዕከል ነበር። በወቅቱ የ4ኛ ክፍለ ጦር የዘመቻ መኮንን ሆኖ ከተመደበበት ጊዜ ጀምሮ ያስተዋለውንና የታዘበውን በትክክል የሚያንጸባርቀውን ማስታወሻውን ከማቅረባችን በፊት ስለ 1966ቱ አብዮት መንደርደሪያ የሚሆኑና የወቅቱን ሁኔታ በመጠኑ የሚያስታውሱ ክንውኖችን በጥቂቱ እናቀርባለን። ይህ መንደርደሪያ በዚያን ዘመን የነበሩ ሰዎች ጊዜውን መለስ ብለው እንዲያስታውሱ፣ ከአብዮቱ ዘመን በኋላ ለተወለዱትና ታሪኩን ለማያውቁ ወጣቶች ደግሞ 1966 የካቲትና ከዚያ በፊት የነበረው ሁኔታ ምን እንደሚመስል በጥቂቱ እንዲረዱ ያስችላቸዋል ብለን እንገምታለን። ሆኖም ግን ይህ አስተያየት ለትረካችን አግባብ እንዲሆን ተብሎ የተዘጋጀ እንጂ ጥልቅ የሆነ የታሪክ ትንታኔ ያለመሆኑን አንባቢ እንዲረዳልን እንጠይቃለን።

ዓፄ ኃይለሥላሴ አልጋ ወራሽ በነበሩበትና በነገሡበት የመጀመሪያ ዓመታት ኢትዮጵያን ወደ ዘመናዊ ሥልጣኔ ሊያሸጋግሯት የሚችሉ እርምጃዎችን ወስደዋል። ማዕከላዊ አስተዳደር፣ ትምህርት ቤቶች፣ ሆስፒታሎች፣ የመገናኛ አውታሮች ተዘርግተዋል። በርካታ ወጣቶች ውጪ አገር ለትምህርት የተላኩትም በዚሁ ዘመን ነው። ኢትዮጵያ የዓለም መንግሥታት ማኅበር አባል የሆነችውና በዓለም አቀፉ ማኅበር መታወቅ የጀመረችው ዓፄ ኃይለሥላሴ አልጋ ወራሽ በነበሩበት ዘመን ነው። ከዚህም በተጨማሪ ቀደም ባሉት ነገሥታት (በዓፄ ቴዎድሮስ፣ በዓፄ ዮሐንስና በዓፄ ምኒልክ) ዘመን የተጀመሩ ኢትዮጵያን ወደ ዘመናዊነት የሚያሸጋግሩ እርምጃዎች ዓፄ ኃይለሥላሴ አልጋወራሽ በነበሩበትና በነገሡበት መጀመሪያ ዓመት የተከናወኑ ጉልህ እርምጃዎች ነበሩ።

እነዚህ የተጀመሩት የሥልጣኔ እርምጃዎች እንዲስፋፉና እንዲሠምሩ ጉልታዊው የመሬት ስሪት መቀየር ነበረበት። ነገር ግን በየአካባቢው የነበሩትንና አዲሱን የሥልጣኔ ጎዳና ያልወደዱትን መሳፍንት ለማረጋጋት ሲባል መሬት የመኳንንቱና የመሳፍንቱ ሆኖ ቀጠለ። ከደቡብ፣ ከምዕራብና ከምሥራቅ መሬቶች በየጊዜው ለሚሾሙ ገዢዎችና ባለሥልጣኖች በሰፊው ታደለ። በአጠቃላይ መሬት በአብዛኛው የንጉሡና የንጉሣውያን ቤተሰብ፣ የመኳንንቱ፣ የመሳፍንቱና የባላባቶች ስለነበረ በእርሻ የሚተዳደረው ገበሬ ድርሻ ለዕለት ኑሮው የሚበቃ አልነበረም።

በንጉሡ ዘመን የኢትዮጵያ ሕዝቦች የፖለቲካ ተሳትፎም ሆነ ነፃነት አልነበራቸውም። ተሻሽሎ

ወጣ የተባለው 1948ቱ ሕገ መንግሥት የንጉሡን ፍጹማዊ አገዛዝ የሚያጸድቅ፣ በዛ ቢባል ኢትዮጵያ የሠለጠነችና የራሷ ሕገ መንግሥት ያላት ለማስባል የወጣ እንጂ የሕዝቡን መሠረታዊ ሙብቶች የሚያረጋግጥና የአዲሲቱን ኢትዮጵያ ራዕይና የዕድገት ጎዳና የሚያንጸባርቅ አልነበረም።

ዓፄ ኃይለሥላሴ ንጉሠ ነገሥት ተብለው የኢትዮጵያ መሪ ከሆኑ ከአምስት ዓመታት በኋላ በ1928 ዓ.ም. ጣልያን ኢትዮጵያን ወረረች። የአገሩ መደፈር ያስቆጣው የኢትዮጵያ ሕዝብ ከዳር እስከዳር የአገሩን ዳር ድንበርና ነፃነቱን ለመከላከል ተነሣ። የኢትዮጵያ አርበኞች በቆራጥነትና በጀግንነት ቢዋጉም የጣልያንን ጦር በዘመናዊ መሣሪያ፣ ቦንብና የመርዝ ጢስ በመጠቀም የከፈተውን ጦርነት መክቶ መመለስ አልቻሉም። የጣልያንን ወረራ ፊት ለፊት ገጥመው ማሸነፍ ያልቻሉት እነዚህ አርበኞች በዱር በገደሉ ትግላቸውን ቀጠሉ። የጣልያንን አገዛዝ ተቀብለው የጣልያን መንግሥት በቆረጠላቸው አበል ከሚተዳደሩ ባንዳ መኳንንት በስተቀር ሰፊው የኢትዮጵያ ሕዝብ እምቢተኝነቱን በተለያየ መልክ አሳየ። በአንዳንድ ሰዎች አስተሳሰብ በማይጨው ግንባር የዘመቱት ዓፄ ኃይለሥላሴ የውጭ ዕርዳታ ለመጠየቅና ኢትዮጵያ ላይ በግፍ የተሰነዘረባትን ወረራ ለዓለም ሕዝብ ለማስረዳት በጅቡቲ በኩል ወደ እንግሊዝ አገር ተሰደዱ። በሌላ በኩል የንጉሡ ውሳኔ ከእኛ ጋር ተቀላቅለው የፋሺስትን ወረራ ይዋጋሉ ብለው ተስፋ አድርገው በዱር በገደል ለመታገል የተነሡትን የኢትዮጵያ አርበኞች አስቀየመ።

የጣልያን ፋሺስት ጦር በአምስት ዓመታት የአርበኞች ተጋድሎና በእንግሊዝ ጦር ዕርዳታ ድል ተደረገ። ዓፄ ኃይለሥላሴም ከስደት ወደ ኢትዮጵያ ተመለሱ። ሕዝቡም በወራሪው ኃይል መሸነፍና በባንዲራው ዳግም መውለብለብ ተደሰተ። በሕይወት የተረፉ አርበኞችም የትግላቸውን ፍሬ ለማየት በቁ። ነገር ግን በዚህ ደስታ መኻል ቁጥራቸው ጥቂት የማይባል በዱር በገደል ሲታገሉ በነበሩ አርበኞች አስተያየት፣ የጣልያን ጉልበት በበረታበት ጊዜ ጥለዋቸው በሄዱትና ጣልያን ሲሸነፍ ከስደት ኑሮዋቸው ተመልሰው ኢትዮጵያን ለመምራት በመጡት ዓፄ ኃይለሥላሴ ላይ ቅሬታቸውን መግለጽ ጀመሩ። በኋላ እንደታየው አንዳንድ የታወቁ አርበኞች በንጉሡ ላይ ያመፁት "አርበኞች አምስቱን ዓመት በመከራና በሥቃት አሳልፈው እሳቸው (ንጉሡ) ከተደላደለ የስደት ኑሮ ተመልሰው ሥልጣን ላይ በመቀመጣቸው ቅሬታን መግለጫ መንገድ ነው ሊባል ይቻላል። በተለይም ለባንዳዎች ማዕረግና ሥልጣን መሰጠቱ ቅሬታውን ይበልጥ አባባሰው። በዚህ ረገድ በዓፄ ኃይለሥላሴ ላይ ያመፁ ሦስት የቀድሞ አርበኞች ደጃዝማች በላይ ዘለቀ፣ ቢትወደድ ነጋሽ በዛብህና ብላታ ታከለ ወልደሐዋርያት ይጠቀሳሉ።"[17]

በጎጃም ጣልያንን በደፈጣ ውጊያ ሲያስጨንቁት የነበሩት ደጃዝማች በላይ ዘለቀ በንጉሡ ላይ ዐምፀው ከነበሩበት ከጎጃም ተይዘው አዲስ አበባ ከመጡ በኋላ በስቅላት ተቀጡ። ቢትወደድ ነጋሽ ከሌሎች ተቃዋሚዎች ጋር በመሆን ንጉሡን ገድለው በሕዝብ የተመረጠ መንግሥት

17 ባሕሩ ዘውዴ (ዶ/ር) ፤ የኢትዮጵያ ታሪክ ከ1847 እስከ 1983

ለማቋቋም ሲያሤሩ ስብሰባ ላይ እንዳሉ ተይዘው በእሥራትና ስደት ተቀጡ። ብላታ ታከለ ወልደሃዋርያት በንጉሡ ላይ በነበራቸው ተቃውሞ ከአንዴም ሁለቴ ታስረዋል። ከእሥር ከተፈቱ በኋላ ንጉሡን ለመግደል ያደረጉት ሙከራ አልሳካ ሲል ሊይዟቸው ከመጡ ወታደሮች ጋር ተዋግተው በመጨረሻም እጄን አልሰጥም ብለው ራሳቸውን አጥፍተዋል።

እነዚህ ሁሉ ሙከራዎች ንጉሡን ከሥልጣን ማውረድ ባይሳካላቸውም የዓፄ ኃይለሥላሴን መንግሥት ተቀባይነት ጥያቄ ላይ እንዲወድቅ ያደረጉ ክስተቶች ነበሩ። ከዚህም በላይ አምላክ ለኢትዮጵያ መረጣቸው የተባሉት ንጉሥ ሊደፈሩ እንደሚችሉ ምልክቶችን ያሳዩ እንቅስቃሴዎች ነበሩ ማለት ይቻላል።

የዓፄ ኃይለሥላሴ መንግሥት እጅግ ወግ አጥባቂ በነበሩ መሳፍንትና መኳንንት ተጽዕኖ ሥር በመውደቁ፣ መለስተኛ የሚባሉ የሕዝቡን ኑሮ ሊያሻሽሉ የሚችሉ ጥገናዊ ለውጦችን ለማድረግ እንኳን ፈቃደኝነትን ሊያሳይ አልቻለም። በተለይም 90 ከመቶ የሚሆነው የኢትዮጵያ ሕዝብ የሚተዳደርበት የእርሻ ምርት ዋና መሠረት የሆነው የመሬት ይዞታን ጥያቄ መንግሥት መመለስ አቃተው። እንዲያውም ንጉሡ በገፍ ለመኳንንቱና ለባለሥልጣናቱ የሚያደርጉት የመሬት ስጦታ በርካታ አርሶ አደሮችን መሬት አልባ ገባር አደረጋቸው። ይህም በጎጃም፣ በወሎ፣ በሲዳሞ፣ በአርሲ፣ በወለጋ፣ በጎንደርና በባሌ የገበሬዎች ቁጣ እንዲቀሰቀስ ምክንያት ሆነ። በአገዛዙ ውስጥ በነበሩ ሁለት አንጃዎች ማለትም ንጉሣዊ አገዛዝ ምንም መሻሻል ሳያደርግ እንደዚሁ እንዲቀጥል በሚፈልጉና ጥገናዊ ለውጥ እንዲኖር በሚገፉ ኃይሎች መካከል የነበረው ፉክክር የዓፄ ኃይለሥላሴን መንግሥት ይበልጥ አዳከመው።

ከውጪ አገሮች ትምህርታቸውን ጨርሰው የተመለሱ ብዙ ወጣቶች አገራቸውን በተማሩት ትምህርትና ባገኙት ልምድ ለመለወጥ የነበራቸው ሕልም በሥርዓቱ መሰናከሎች በአጭር ተቀጨ። የአገራቸው የፖለቲካ ሥርዓት ካልጣማቸውና ለሕዝባቸው ብልጽግና ራዕይ ከነበራቸው ወጣቶች መካከል አንዱ ትምህርታቸውን ጨርሰው ወደ አገራቸው የተመለሱት ገርማሜ ነዋይ ነበሩ። ገርማሜ ነዋይ ወደ ኢትዮጵያ እንደተመለሱ የወላይታና የጅጅጋ አውራጃ ገዢ ሆነው ሠርተዋል። በሥራ ዘመናቸውም የሕዝቡን ኑሮ ለማሻሻል በወሰዷቸው ሥር-ነቀል እርምጃዎች የመንግሥት ባለሥልጣኖች ይጠሏቸውና ይከታተሏቸው እንደነበረ ይነገራል። የሕዝቡን በደልና ይደርስበት የነበረውን ግፍ ካስተዋሉ በኋላ የክበር ዘበኛ አዛዥ ከነበሩት ወንድማቸው ከጄኔራል መንግሥቱ ጋር በመሆን በዓፄ ኃይለሥላሴ መንግሥት ላይ ያልተሳካ የመፈንቅለ መንግሥት ሙከራ አደረጉ። ሙከራው ባለመሳካቱ ጄኔራል መንግሥቱ ተይዘው በስቅላት ሲቀጡ ገርማሜ ነዋይ እጄን አልሰጥም ብለው ራሳቸውን አጠፉ።

የ53ቱ የመፈንቅለ መንግሥት ሙከራ አንዳንዴም የታኅሣሥ ግርግር በመባል የሚታወቀው ዓፄ ኃይለሥላሴን ከሥልጣን ለማውረድ ከተደረጉት ሙከራዎች መኻል የጎላና ሊሳካለት ትንሽ የቀረው ንቅናቄ ነበር። ንቅናቄው እንደታሰበው ባይሳካም የንጉሡ መንግሥትና ሥርዓት ሊደፈር እንደሚችል ያሳየ ድርጊት ነበር ማለት ይቻላል።

ከ1953ቱ ሙከራ መክሸፍ በኋላ መፈንቅለ መንግሥቱን ደግፈው ሰልፍ ወጥተው የነበሩ የዩኒቨርሲቲ ተማሪዎች መጀመሪያ ራሳቸውን ይበልጥ በማደራጀት ለድሆችና ለተቸገሩ በመቆርቆር ተቃውሟቸውን ማሰማት ጀመሩ። የ1953ቱ ሙከራ ከተደረገ ከአምስት ዓመታት በኋላ ተማሪዎች "መሬት ላራሹ" በሚል መፈክር ሥር ተሰልፈው ወጡ። ከዚያም በተከታታይ በኑሮ ውድነት፣ በመሬት፣ በሙብት፣ በፍትሕ መጓደል በአጠቃላይ በዘውዱና በፊውዳላዊ አገዛዝ ላይ ተቃውሟቸውን በተለያየ መንገድ መግለጽ ጀመሩ።

ከተማሪዎች ንቅናቄ ሌላ በኤርትራ የተጀመረው ሽምቅ ውጊያ፣ በሜጫና ቱለማ ሥር የኦሮሞ ተወላጆች መረዳዳትና መደራጀት፣ በገጠር በተለይም በጎጃም፣ በትግራይና በባሌ የአርሶ አደሮች ዐመፅ የንጉሡን መንግሥት በየአቅጣጫው አሯሯጠው። የትግሉ በየቦታው ቦግ ቦግ ማለት የዓፄ ኃይለሥላሴን መንግሥት ስላሳሰበው የተቃውሞውን መሪዎች በእሥራት፣ ግዞትና ሞት መቅጣት ጀመረ። በዚህ ረገድ ይበልጥ የሚታወሰው በንጉሡ መንግሥት የተማሪዎች መሪ የነበረው የጥላሁን ግዛው መገደልና በማግስቱ እርሱን ለመቅበር በተሰበሰቡ የዩኒቨርሲቲው ተማሪዎች ላይ የተካሄደው እጅግ አሰቃቂ የሆነ ግድያ ነው። መንግሥት ጥላሁን ግዛውን ደብቆ ለመቅበር ቢፈልግም በመጨረሻ ተማሪዎች ሬሳውን አጅበው እንዲሄዱ ፈቀደ። ነገር ግን ተማሪዎች ሬሳውን አጅበው ለመሄድ እየተዘጋጁ ሳለ ወታደሮች ተኩስ ከፍተው ብዙ ተማሪዎች ሊቆስሉና ሊሞቱ ቻሉ። ይህ ኃላፊነት የጎደለው አሰቃቂ የመንግሥት እርምጃ በመላ ኢትዮጵያ የሚገኙትን የአንደኛና የሁለተኛና ደረጃ ትምህርት ቤት ተማሪዎችን አስቆጣ። ትግሉም ወደ ከፍተኛ ደረጃ ተሸጋገረ።

የ1960ዎቹ አሥርት ዓመታት ኢትዮጵያ ብቻ ሳትሆን ዓለም በተራማጅ የለውጥ እንቅስቃሴዎች ስትናጥ የነበረበት ዘመን ነበር። በአውሮፓ የነበሩ የሰላም ንቅናቄዎች፣ በአሜሪካ በማርቲን ሉተር ኪንግና በሌሎች የለውጥ መሪዎች ይካሄድ የነበረው የእኩልነትና የፀረ-ዘረኝነት ትግል፣ በአፍሪካ አህጉር የነበሩ በርካታ የፀረ-ቅኝና ፀረ-አፓርታይድ አገዛዝ ትግሎች፣ ቬትናም፣ ካምቦዲያና ላኦስ የነበሩ ፀረ-አሜሪካ የነፃነት ውጊያዎች፣ በደቡብ አሜሪካ ይካሄዱ የነበሩ አያሌ የሽምቅ ውጊያዎችና ሌሎችም ለነፃነትና ለእርነት ይደረጉ የነበሩ ተጋድሎዎች የኢትዮጵያን ተማሪዎችና የለውጥ ፈላጊዎችን ያነቃቁ ክንውኖች ነበሩ። እስከ 1966ቱ አብዮት ድረስ የተማሪዎች ንቅናቄ እየጎለበተና ይበልጥም ግራ ዘመም እየሆነ የንጉሡን መንግሥት መፋለሙን ቀጠለ።

በሌላ በኩል የኢትዮጵያ ገዢዎች ሀብት በመሰብሰብ፣ እርስ በርሳቸውም በነበራቸው ሽኩቻ መጪውን ጊዜ ለማየት ባለመቻላቸውና አርቆ ለማሰብ ባለመፍቀዳቸው የአገሪቱን ችግር ለማቃለል የወሰዱት የረባ ጥገናዊ ለውጥ አልነበረም። እንዲያውም ከ1960ዎች መጀመሪያ ጀምሮ ኑሮ እየተወደደ፣ ሥራ አጥነት እየተስፋፋና የአገሪቱም ኢኮኖሚ ይበልጥ እያሽቆለቆለ መጣ። ይህም ሁሉ ሲሆን በተለይም ዘጠና ከመቶ የሚሆነውን የገጠሩን ነዋሪ ሕይወት በቀጥታ የሚመለከተውን የመሬት ይዞታ ሕግ ለማሻሻል አንዳችም ሙከራ አልተደረገም። እንዲያውም

ንጉሡ ተቃዋሚዎቻቸውን ለማረጋጋትና መኳንንቱን ለማስደሰት ቀደም ሲል የጀመሩት የመሬት ችሮታ ከበፊቱ በበለጠ ተስፋፋ። ይህም በሚሊዮን የሚቆጠሩ አርሶ አደሮች ከመሬታቸው እንዲነቀሉና ገባር እንዲሆኑ ምክንያት ሆነ። እጅግ በርካታ አርሶ አደሮችም የተሻለ ሕይወት ፍለጋ ወደ ከተሞች ጎረፉ።

በ1966ቱ ዋዜማ በወሎና በትግራይ ከፍተኛ ረሃብ ገብቶ በሚሊዮን የሚቆጠሩ አርሶአደሮች አለቁ። የኑሮ ውድነት መባባስ ከተሜውን አስመረረው። የነዳጅ ዋጋ መወደድ፣ ሥራ አጥነትና የመሳሰሉት ኢትዮጵያን ወደ ኢኮኖሚያዊ ዝቅጠት ጎተቷት። ሆኖም ግን የኢትዮጵያ ልጆች መራብና መቸገር፣ የንጉሡን መንግሥት እንዲራራና እርምጃ እንዲወስድ አላደረገውም። እንዲያውም በ1964 ዓ.ም. የንጉሡን 80ኛ የልደት በዓል ለማክበር ከፍተኛ ዝግጅት ተደረገ። ለበዓሉ የሚቆረጠው ኬክ፣ የሚጠጣው ውስኪ ከውጭ አገር ተጭኖ መጣ። የአዲስ አበባ ከተማ በከፍተኛ ወጪ በሚያብለጨልጩ መብራቶች ተዋበች። የንጉሡን የልደት በዓል እንከን የለሽ ለማድረግ በየመንገዱ የወደቁ የከተማው ድሆችና ረሃብን ሸሽተው የመጡ አርሶ አደሮች ታፈሱ።

ይህ በእንዲህ እንዳለ በ1966 ዓ.ም. ታኅሣሥ ወር የችግሮቹን አቤቱታ የሚሰማው ያጣው የነጌሌ ቦረናው 4ኛ ብርጌድ ጦር ዐምፆ፣ መኮንኖችና የምድር ጦር አዛዡን አሥሮ በአስቸኳይ መልስ እንዲሰጠው ጠየቀ። የነጌሌ ቦረናን ጦር አርአያነት በመከተል በአራቱም ማዕዘናት የሚገኙ የሠራዊቱ አባሎች ጥያቄዎቻቸውን አቀረቡ። አዛዦቻቸውን አሠሩ።

በየካቲት ወር መጀመሪያ በተማሪዎች ተቃውሞ፣ በመምህራንና በታክሲ ነጂዎች ሥራ ማቆም፣ በአዲስ አበባ ሕዝብ የተቃውሞ ሰልፍ ፀረ-መንግሥት እንቅስቃሴ የንጉሡን አገዛዝ አስጨነቀው። በዚሁ ወቅት የንጉሣውያን ቤተሰቦች ንብረት ነው በሚል ተቃዋሚዎች የአንበሳ አውቶብሶችን ሰባበሩ። መንግሥትም ይህንን ለማስቆም ያደረገው የኃይል እርምጃ ሕዝቡን ይበልጥ አስቆጣው፤ ትግሉም እየተስፋፋና እየተጠናከረ መጣ። መንግሥት በሕዝባዊው ትግል በመጨነቅ የነዳጅ ዋጋ እንደሚቀንስ፣ የወታደሩ ደሞዝ እንደሚጨምር አሳወቀ። በ1953 ዓ.ም. ጄኔራል መንግሥቱ ነዋይ ሞት ለፈረዱባቸው ዳኞች በተናገሩት የመጨረሻ ቃል "ዋ! ዋ! ዋ! ለናንተና ለጌቶቻችሁ! የኢትዮጵያ ሕዝብ ሐሳቤ በዝርዝር ገብቶት በአንድነት በሚነሣበት ጊዜ የሚደርስባችሁ መዓት የሚያሰቅቅ ይሆናል"[18] ብለው ነበር። በእርግጥም ይህ ትንቢታዊ ቃላቸው እውነት ሆኖ በ1966 የካቲት የኢትዮጵያ ሕዝብ በአንድነት ተነሥቶ የንጉሡን መንግሥት አርበደበደው።

ሠራዊቱን በተመለከተ በየካቲትና ሚያዚያ ወሮች ብቻ አሥመራ በሁለተኛ ክፍለ ጦር፣ ደብረዘይት በአየር ኃይል፣ አዲስ አበባ በ4ኛ ክፍለ ጦር፣ ሐረር በ3ኛ ክፍለ ጦር የተለያዩ እንቅስቃሴዎች ሲካሄዱ ከረሙ። ሠራዊቱ ከደሞዝ ጭማሪ ሌላ የመሰብሰብ፣ ሰላማዊ ሰልፍ

18 ነገደ ጎበዜ (ዶ/ር) ፤ ይድረስ ለግንቦት ከየካቲት

የማድረግ መብቶችን፣ የሕዝቡን ንብረት የዘረፉ ባለሥልጣኖች ለሕግ እንዲቀርቡ፣ መሬት ለአራሹ እንዲሰጥ ጠየቀ። እነዚህ ጥያቄዎች በትክክል መልስ አግኝተው በሥራ ላይ መዋላቸውን የሚከታተል ከወታደሩና ከሲቪሉ የተውጣጣ ኮሚቴ እንዲቋቋም ጠየቀ። ከዚያም በማከታተል ሚኒስትሮችን፣ ከፍተኛ የመከላከያና የፖሊስ አዛዦችን በቁጥጥር ሥር አደረገ።

ሠራዊቱ አንዴም ከሕዝብ ጎን ሆኖ ጥያቄዎችን ሲያቀርብ፣ አንዳንዴም አዲሱ ካቢኔ ሥራውን በትክክል እንዳይሠራ "መሰናክል" የሚፈጥሩትን ሲያስፈራራ፣ በሌላ በኩል የንጉሡ ዘውድ እንዳይነካ እያለ ሲያስጠነቅቅ፣ የንጉሡን ባለሥልጣናት ሲሽር፣ ሲለውጥና ሲያስር የሚያዝያ ወር ተጠናቀቀ።

ቀደም ሲል እንዳሳሰብነው ከላይ የተጻፉት መስመሮች የየካቲትን ገድሎች ለማውሳትና በዚያን ጊዜ የነበረውን የፖለቲካ ኃይሎችን አሰላለፍ፣ ትግልና ዋና አንቀሳቃሽ ምክንያቶችን ለመተንተን አይደለም። የዚህ መንደርደሪያ ዓላማ ከደርጉ መቋቋም በፊት አጠቃላይ ሁኔታው ምን ይመስል እንደነበረ ለማስታወስና በዚህን ጊዜ አባታችን የት እንደነበረና ምን እንደሠራ ለማሳየት እንዲረዳን ብቻ ነው።

በቀደመው ምዕራፍ እንዳቀረብነው ሚያዚያ 30 ቀን 1966 ዓ.ም. ሌተና ኮሎኔል መርዕድ ከነጌሌ ወደ አዲስ አበባ የ4ኛ ክፍለ ጦር ዘመቻ መኮንን ሆኖ ተዛወረ። ጀምሮ ካልጨረሰው የሕይወት ታሪኩ የመጀመሪያ ረቂቅ "አራተኛ ክፍለ ጦር የደርግ ጥንስስ" በሚል ርእስ የጻፈውን እንዳለ አስቀምጠነዋል። በጽሑፉ ላይ በደንብ ያልተብራሩትን አንዳንድ ሐሳቦች በግርጌ ማስታወሻ እየደገፍን አቅርበናል።

አራተኛ ክፍለ ጦር ፤ የደርግ ጥንሰሳና ምሥረታ

በምድቤ መሠረት የ4ኛ ክ/ጦር ዘመቻ መኮንን ሆኜ መሥራት ጀመርኩ። ለሥራዬ እቅድ ለማውጣት እንዲያመቸኝ ያስቀደምኩት የአካባቢ ጥናት ነው። የአካባቢውን ሁኔታ በሚገባ ለመረዳት ቢያስቸግርም፡-

1. ጥቂት ባለሥልጣኖች ታስረው ጎፋ ጦር ሰፈር መኖራቸውንና የዚህ ጥበቃ የበላይ ኃላፊ 4ኛ ክ/ጦር መሆኑን
2. ጸጥታ ኮሚሽን የሚባል ከየክፍሉ በተውጣጡ መኮንኖችና ባለሌላ ማዕረጎች የሚመራ መቋቋሙ፤ ይህን ክፍል በበላይነት የሚመራው ምድር ጦርና መከላከያ መሆኑን
3. እንዳልካቸው መኮንን የአክሊሉ ሀብተወልድን ቦታ ይዞ የመሰለውን ሰዎች በመምረጥ የኢትዮጵያን አስተዳደር (አመራር) ለማሻሻል ጥናት ላይ መሆን እና ለዚህም በየጊዜው ፋታ እየጠየቁ መሆናቸውን
4. የፓርላማ አባሎች በየበኩላቸው የተለያየ ዘመቻዎች የሚያካሄዱ መሆኑን

5. በወታደሩ በኩል ያለው ጠቅላላ ሁኔታና ዲሲፕሊን ከተለመደው የተለየ መሆኑን

6. በየቦታውም ማለት በአዲስ አበባ ከተማና በሌሎች ገጠር ከተሞች እንዲሁም በተለያዩ የእርሻ ድርጅቶች፣ ሌሎች ድርጅቶች ሁሉ አንዳንድ ውዝግብ የሚያካሂዱ መሆኑን፣ ወታደራዊ ክፍሉም ውዝግቡን ለማብረድ ጥረት የሚያካሂድ መሆኑን

7. በመከላከያና በምድር ጦር ውስጥ ያሉ ጄኔራሎችና መኮንኖች ከወታደራዊ ሥርዓት ውጭ በሆነ ሁኔታ ግንኙነት ሲያደርጉ በድብቅም ስብሰባ የሚያካሂዱ መሆኑን

8. በአዲስ አበባ ከተማና በየክፍለ አገሩ ያሉት የጦር ክፍሎች አንዳንድ ወሬ የሚለዋወጡ መሆኑን

9. የመንግሥት ወገን፣ የባለሥልጣኖች ወሬ አቀባይ፣ ሥርዓተ-አልባ እየተባባሉ የጎሪጥ የሚተያዩ መኮንኖችና ወታደሮች መኖራቸውን

10. ጦሩን ይቀሰቅሱታል በሚባሉት መኮንኖችና ወታደሮች ላይ ብርቱ ክትትል እየተደረገ ፈጣን እርምጃ ይወሰድ መባሉን፣ ያወቁት ደግሞ በፍርሐት መዋጣቸውንና የፈሩት እንዳይደርስ ጥረት እያደረጉ መሆኑን ተገንዝቤአለሁ።

በመሆኑም አንድ ዓይነት አመለካከት ሊኖረኝ አልቻለም፤ የማምነውና የማላምነውን መረዳት ተሳነኝ። አንዳንዶቹ እየቀረቡኝ አንዳንድ ወሬ ይነግሩኛል፤ ሌሎች ደግሞ ከጄኔራሎቹ ወገን እየቆጠሩ ይሸሹኛል። የክፍለ ጦሩ አዛዥም በጠቅላላ ሥራ ሊያቀርቡኝ እየፈለጉ ምሥጢር እንዳላውቅ ደግሞ ይፈልጋሉ። እንዲያውም አንድ ቀን የክፍለ ጦሩ አዛዥ ጠርተውኝ "ያንተ ረዳት የሆነው ሻለቃ አጥናፉ አባተ[19] እየዞረ ያሳድማል ሲሉ ሰምቻለሁ። የጉዳዩ ተባባሪ በመሆንህ ነው? ወይስ ለምንድነው የማትቆጣጠረው?" አሉኝ። ጉዳዩን የማላውቅ መሆኔን ነገርኳቸው። በል ከእንግዲህ ተከታተል ብለው አሰናበቱኝ።

በሁለተኛው ቀን ከፓርላማ አባሎች ጥቂቶቹ "የታሠሩት ባለሥልጣኖች ይፈቱልን" የሚል ጥያቄ በክፍለ ጦሩ ግቢ ውስጥ አቀረቡ። ይህ ደግሞ ጦሩን በጣም አስቆጣው፤ ስብሳባው ከሥርዓት ውጭ በሆነ ሁኔታ ተበተነ። በነበረው

19 ሻለቃ (በኋላ ሌተና ኮሎኔል) አጥናፉ በ4ኛ ክፍለ ጦር ዘመቻ መምሪያ የሌተና ኮሎኔል መርዕድ ረዳት (የትምህርት መኮንን) ነበሩ። በ1970 ኅዳር በኮሎኔል መንግሥቱ ተገደሉ። ኮሎኔል መንግሥቱ ትግላችን በተባለው መጽሐፋቸው ኃላፊነቱን ከራሳቸው ላይ አውርደው ደርግ ላይ በመላከክ "...ከኛ እስከተለየበት ቀን ድረስ አብዮታዊ ጓዳችን ነበር። በተግባር የሦስቱም የጦር ኃይሎች ንቅናቄ አባልና ንቁ ተሳታፊ ብቻ ሳይሆን የአብዮታዊው ደርግ ፈጣሪም ነበር። በየዋህነቱና በክፉ መካሪዎቹ ወደ ኋላ ቃል ኪዳኑን ሳተ። አብዮት ልጆቿን ትበላለች እንደሚባለው ጓድ አጥናፉንም የፈጠረው ደርግ በላው" ይላሉ።

ሁኔታ መደፍረስ የተነሣ የመከላከያና የምድር ጦር ባለሥልጣኖች ተለዋውጠው ስለነበረ፣ ሜ/ጄኔራል ግዛው በላይነህ የምድር ጦር ዋና አዛዥ ሆነው ተመድበው ስለነበረ፣ 4ኛ ክ/ጦርን ለመጎብኘት ፕሮግራም ወጥቶ ነበር። በጉብኝቱ ጊዜ በሠራዊቱ ውስጥ ዲሲፕሊን በመጥፋቱ የተነሣ መኮንኖች "ክብራችን አልተጠበቀም፣ የመንግሥቱንም ሥራ ማካሄድ አልቻልንም፣ ይህ ደግሞ ውሎ አድሮ አገሪቷን ሊበድል ስለሚችል አንድ ውሳኔ እንዲሰጥ እንጠይቃለን" በማለት ጥቂት መኮንኖችን አሳምኜ ለክፍለ ጦሩ አዛዥ በጉዳዩ ስላላመኑና ግኑኝነት የነበራቸውም የመከላከያ ሚኒስትር ከነበሩት ከጄኔራል አብይ ጋር ስለነበረ ፕሮግራም አልተያዘልንም። በዚሁ በመበሳጨት ከጉብኝቱ በኋላ በቀጥታ ወደ ቤቴ ሄድኩኝ። በማግስቱ ቅዳሜ በዕለቱ መለበስ የሚገባውን ካኪ ልብስ ለብሼ ከ4ኛ ክ/ጦር ቅጥር ግቢ ውስጥ ስደርስ እጅግ ብዙ የሆኑ ከየጦር ክፍሉ የመጡ መኮንናችና ወታደሮች ሲተረማመሱ አየሁ።

ጉዳዩ ግር እንዳለኝ ከቢሮዬ በራፍ ስደርስ "ኮሎኔል መርዕድ መምጣታቸውን ለሻለቃ አጥናፉ ንገሩ" የሚል ቃል ደጋግሜ እየሰማሁ ቢሮዬ ገባሁ። እንደደረስኩም ሻለቃ አጥናፉ መጥቶ "እንግዲህ ስለከተማው ጥበቃ አንድ ነገር አድርግ፤ እኛ ለሊቱን በሙሉ ስንሠራ ነው ያደርነው" አለኝ። "ምንድነው ስትሠሩ ያደራችሁት? የሚቀፅለውስ ሥራ ምንድነው?" አልኩት። "እንደምትመለከተው ጦሩ በሙሉ ዐምፆ ተነሥቷል፤ ዓላማው የኃይለሥላሴን መንግሥት መለወጥ ነው፤ ስለአሠራሩ እንነጋገራለን፤ ጦሩን በሙሉ ባንተ ቁጥጥር አድርግ" አለኝ።

ሁኔታው ጥጥር መሆኑን ተገነዘብኩኝ። ወዲያው ብድግ ብዬ ወደ ቤቴ በመሄድ የጦር ሜዳ ልብስ ለውጬ፣ ሽጉጤን ታጥቄ በየመንገዱ ስለሁኔታው እያሰላሰልኩ ወደ ክፍለ ጦር ተመለስኩ። አሁንም የክፍሉ አባሎችም ሆኑ ከየጦር ክፍሉ የመጡት በምድረ ግቢው ውስጥ ሥርዓት በሌለው መልክ ተሰብስበው አየኋቸው። አንዳንድ ነገር ለማዳመጥ ስሞክር ለመረዳት የሚፈልግ እንጂ ለማስረዳት የሚችል ያለመኖሩን አስተዋልኩ። በመሆኑም አንድ ሙከራ ለማድረግ ቆርጬ ወደ ውጭ በመውጣት አብሮኝ ከነበረው ወታደር ፖሊስ ፊሽካ ወስጄ በመንፋት በግቢው ውስጥ ያለው ሁሉ ወደኔ እንዲጠጋ ነገርኩ፤ ሁሉም ያለማመንታት ተጠጋ። በቅድሚያ ራሴንና ኃላፊነቴን በመግለጽ ለምን እንደጠራኋቸው በሚከተለው ሁኔታ ገለጽኩ። "እንደምታውቁት የአዲስ አበባ ጥበቃ ኃላፊነት የ4ኛ ክ/ጦር ነው። ጥበቃውን ተግባራዊ የሚያደርገው ደግሞ የክ/ ጦሩ ዘመቻ መምሪያ ነው። እኔም የዘመቻ መምሪያ ኃላፊ መሆኔን ታውቃላችሁ፤ የማታውቁኝ ብትኖሩ ሌ/ኮ መርዕድ ንጉሤ እባላለሁ። እዚህ ያለነውም ሆነ ሌላ ቦታ ያለው ሠራዊት በጸጥታ ረገድ ከፍተኛ ኃላፊነት እንዳለብን ይታወቃል። በተለይም የአዲስ አበባን ጸጥታ በሥርዓት የመምራት ኃላፊነት የኔ በመሆኑ ማንኛውንም ትእዛዝና መመሪያ የምትቀበሉት ከኔ ነው። በዚህ ስትተባበሩ ነው ሌላውን በተከታታይ መሥራት የሚቻለው፤ ስለዚህ የክፍለ ጦሩ አባሎች

በቢሮዎቻችሁ አካባቢ በመሆን ትእዛዝ ተጠባበቁ። ከየክፍሉ የመጣችሁት ኳስ ሜዳ ላይ ሆናችሁ ተመዝገቡና መሣሪያ ይታደላችኋል፤ አስፈላጊ መመሪያም ይሰጣችኋል። በሉ ፈጽሙ!" ስላቸው ያለምንም ማመንታት ሄዱ።

ቢሮ ተመልሼ በመጀመሪያ የፖሊስ ጠ/አዛዥን ቀጥዬ የክ/ዘበኛ ዋና አዛዥን በስልክ አነጋገርኩ። ትእዛዝ መቀበል ያለባቸው ከኔ መሆኑን ነገርኳቸው፤ ያለምንም ቅሬታ ተስማሙ። እውነትም እኔ ድረስ በመምጣትና ስልክ በመደወልም እያነጋገሩኝ ከኔ በሚሰጣቸው ትእዛዝ በመፈጸም ተባበሩ። ወደ ረፋዱ ላይ በጊዜው የጦር ኃይሎች ኤታማዦር ሹም የነበሩት ሌ/ጀኔራል ወ/ሥላሴ በረካና የምድር ጦር ዋና አዛዥ የነበሩት ሜ/ጀኔራል ግዛው በላይነህ ክ/ጦሩ አዛዥ ቢሮ ድረስ በመምጣት የክ/ጦሩን አዛዥ፣ ሻለቃ አጥናፉንና እኔን "ምንድነው የሚካሄደው? ለምንስ አትገልጹልኝም? በዚህ ሳቢያ በከተማው ውስጥ ሁከት ቢፈጠርስ?" አሉ። "የምናደርገውን ለናንተ መግለጽ ምን ያስፈልጋል? ሁከት እንዳይፈጠር ለሚለው የሚገባውን ጥንቃቄ ማድረግ የናንተ ፈንታ ነው" ሲሉ ሻለቃ አጥናፉ አባተ መለሱ። በመልሱ ስላልተደሰቱ ቅሬታ እያሳዩ ሄዱ።

ሻለቃ አጥናፉና እኔ ወደ ስብሰባ አዳራሽ ሄድን። ክፍሎቻችንን ወክለን ነው የመጣነው የሚሉት ተሰብስበው ያወካሉ። ሁካታውን በጽሑፍ ለመግለጽ ቢሞከር በትክክል ማስቀመጥ የማይቻል ከመሆኑም ሌላ ለአንድ ትልቅ ቁምነገር የተሰበሰቡ ሰዎች ይህን አደረጉ ቢባል ሙሉ ተቀባይነት አይኖረውም። ቢሆንም አንዳንድ ነጥቦችን እጠቅሳለሁ። ይህም ጠቅላላውን ድርጊት ለመጥቀስ ሳይሆን በዚህ ድርጊት ውስጥ እኔን የሚመለከተውን ለመግለጽ ያህል ነው። ስብሰባው ውስጥ ተመልሰን ገባን። የስብሰባው ሁኔታ ሥርዓት አልነበረውም፤ ግማሹ ወንበር ላይ፣ ግማሹ መሬት ተቀምጧል፤ በግድግዳ ዙሪያም የቆሙ አሉ። መዝጊያውን ይዞ የፈለገው የሚያስገባና የሚያስወጣ፣ የፈለገውን የሚከለክል አለ። አጋጣሚ ሆኖ እኔን የሚከለክል አልነበረም፤ እንደልቤ እገባለሁ እወጣለሁ። በገባሁ ቁጥር የምሰማው ጫጫታ፣ ድንፋታ፣ ሁካታ ነው። ዘወትር ከሚሰሙት ጥያቄዎች ዋናው "ለምንድነው የተሰበሰብነው?" የሚለውን ነው። ለዚህ ጥያቄ እያንዳንዱ የፈለገውን መልስ ይሰጣል፤ ተቀባይነት ግን የለውም። እኔም እጠየቃለሁ፤ ተገቢ መልስ ለመስጠት ዝግጅት አልነበረኝም። ይሰጡ ከነበሩት ጥቂቶቹ መልሶች "የተሰበሰብነው ንጉሡን ለማስወገድ ነው... ከሥር ያሉትን ሁሉን ሳይሆን መጥፎዎቹን ለማስወገድ ነው...ሲቪል አስተዳደር አስወግደን ወታደራዊ መንግሥት ማቋቋም ነው..." የሚሉ ናቸው። ታዲያ ከሁሉ የሚያስደንቀው ዘውዱን ማስወገድ የሚለው ቃል ሲሰነዘር ብዙዎቹን በጣም ያስጮሃል...መሆኑ ላይቀር። በመካከሉ ደግሞ ብዙዎቹ ከአሁን አሁን ታፈንን ብለው የሚፈሩት "ስለጥበቃችን ምን ያስባሉ? አንድ ነገር ቢመጣ እንዴት ያደርጉናል?" የሚል ነው።

ከሁለትና ከሦስት ቀን በኋላ የምሥራቅና የሰሜን ጦር ተወካዮች መጡ። እነኚህ ተወካዮች ጊዜ አግኝተው ከክፍሎቻቸው ጋር ውይይት አካሂደው አቋም ይዘው የመጡ ስለሆነ የነበራቸው አመለካከት የተሻለ ነበር። ለምን ተሰበሰብን ለሚለው ጥያቄም የተሻለ መልስ ይሰጡ ነበር። በዚህን ጊዜ እኔ ትእዛዝ እቀበል የነበረው ከሁለት አቅጣጫ ነው። አንዱ ከነበረው መንግሥት ማለትም ከ4ኛ ክ/ጦር አዛዥ፣ ሌላው ከአስተባባሪ ኮሚቴ ነው። ይህን ለመፈጸም ሁለት መስመር አበጀሁ፤ የመጀመሪያ ቀደም ሲሉ በነበሩት እስታፍ መኮንኖች እየተጠቀምኩ የክፍለ ጦሩ አዛዥ የሚሰጡትን ትእዛዝ ዘዴ በተመላው ሁኔታ መፈጸም፣ ሁለተኛው አዲስ ባቋቋምኩት አስታፎች ከአስተባባሪው ኮሚቴ የሚሰጠውን ትእዛዝና ራሴም የመሰለኝን በክፍለ ጦሩ ሠራዊት ብቻ ሳልወሰን እንደ አስፈላጊነቱ የትኛውንም ክፍል በማዘዝ ማስፈጸም ነው።

ይህ ወቅት በየትኛውም ወገን ላይ የመሰለኝን ለማድረግ የምችልበት ጊዜ ነበር። በዚህም ምክንያት በሁለቱም በኩል ይጠራጠሩኛል። በተጨማሪ ንቅናቄውን የሚመሩት ከተራ ወታደር እስከ ሻለቃ ማዕረግ ያላቸው ብቻ ናቸው የሚል እምነት ሲኖር እኔ የነበረኝ ማዕረግ ሌ/ኮሎኔል ነው። የንቅናቄው ተካፋዮች ከላይ የተገለጹት መሆን አለባቸው ቢባልም ሁለት አስቸጋሪ ሁኔታዎች ነበሩ። እነሱም፡-

1. ጦሩን የሚያዙትና ሥልጣን ያላቸው ከፍተኛ መኮንኖቹ ናቸው፤ የኮሚቴው አባልና ሌላውም አይለይም ነበር። ኋላ ደርግ ተብሎ መታወቂያ ተሰጠን።
2. ይህንን የሚያውቁትና እኛም የመንግሥቱ ተቃዋሚዎች ነን የሚሉ ስላሉ በምን
   ምክንያት ለያችሁን የሚል ጥያቄ ይቀርባል።

ይሰጥ የነበረው መልስ "አለየናችሁም። ሁላችሁን በአንድ ጊዜ እዚህ መሰብሰብ ባለመቻላችን ነው እንጂ...ሌ/ኮሎኔል መርዕድ ከኛ ጋር ይሠሩ የለም እንዴ?" የሚል ነው። በዚህና በሌላም ምክንያቶች ብዙዎቹ ከውጭ እየመጡ ያነጋግሩኛል። ከሚያነጋግሩኝ አብዛኞቹ የክብር ዘበኛ መኮንኖች የነበሩና በ53 ዓ.ም. እና ከዚያ በኋላም በየምክንያቱ ወደ ሲቪል ዓለም የዞሩት ናቸው። የሚሉኝም "የደከምንበት ጉዳይ እንደገና ሊሠምር ስለሆነ በርቱ! በየቦታው ያላችሁ ድጋፍ ከፍተኛ ነው፤ እኛም የሚቻለንን ሁሉ እናደርጋለን። ክፉ ነገር ሲታቀድ ወዲያው እንነግርሃለን፤ እኛም በተቻለን እንቋቋመዋለን" ነው። እርግጥ ብርቱ የሆነ የአገር ጉዳይ ስላለኝ ቀጠሮ ይሰጠኝ ብሎ ከመጣ በኋላ ስለግለሰብ የሚያወራና በመጨረሻም የራሱን ታማኝነት ገልጾ ወረታ የሚጠይቀውም ቀላል አልነበረም። በዚህ መካከል አንዳንድ አሳዛኝ ሁኔታዎች ደርሰውብኛል። ዋና ዋናዎቹን ብጠቅሳቸው፡-

በዚያን ጊዜ አሜሪካኖች ከኛ ጋር ይሠሩ ስለነበረ የክ/ጦሩ አማካሪ ይመጣል። የሚያነጋግረውም እኔን ነው። ስለእውነት ከሆነ አንድ ቀንም ስለንቅናቄው አነጋግሮኝ አያውቅም። አንድ ቀን ስለ ትምህርት ፕሮግራም ስንነጋገር እንዳለ[20] አየን። ወዲያው ሮጦ በመሄድ ለአስተባባሪ ኮሚቴው ኃላፊ[21] "ኮሎኔል መርዕድ ከአሜሪካኖች ጋር እየተማከረ ነው፤ ከመታፈሣችን በፊት እርምጃ ይወሰድበት" ሲል ተናገረ። ኃላፊው ድርጊቱን ባያምንም ስለተጠራጠረ፣ ለምን እንደዚህ ትሠራለህ? በማለት ጠይቆኝ ከፍተኛ ውዝግብ ላይ ደረስን። በመጨረሻ ሐቁን ነግሬው ተግባባን። አልፈረድኩባቸውም። በጭንቀት ላይ ያለ ሰው...በሌላ ጊዜ ደግሞ በተደጋጋሚ "ኮሎኔል መርዕድ በክብር ዘበኞች አማካይነት ሊያስፈጀን ነው!" የሚል መረጃ በመረጃ መኮንኑ ይቀርባል። እርምጃ እንዲወሰድብኝ ብዙ ጊዜ ይታሰባል፤ በቅርብ በሚያውቁኝ ሰዎች አማካይነት "እስቲ ይቆይ" እየተባለ ይሰነብታል። ቢሆንም ፍርሐት እየጨመረ በመሄዱ ምሥጢር ነክ ነገሮች ከኔ ተመሥጥረው እኔ ለመደብኩት ዘመቻ መኮንን ለሻለቃ ዳንኤል[22] መነገር ተጀመረ። ይህን ጥርጣሬ ሊያበረክት የቻለ ሌላ ሁኔታም ነበር፦

የእንዳልካቸው ካቢኔ አባል የነበሩት ሁሉ አንዳንድ ጊዜ እኔ ዘንድ ይደውሉ ነበር። እጃቸውን እንዲሰጡ፤ ካልሰጡ ንብረታቸው እንደሚወረስ የተገለጸው መኳንንትና መፈለጉን የሰማ ሁሉ እየደወሉ "በመምጣት ላይ ነኝ፤ እወቅልኝ" ሲል፣ አንዳንዶቹም "ከኔ ወዲያ ታማኝ እንደሌለ የምታውቀው ነው" ከማለት ጀምሮ ብዙ የልመና ቃሎች ያወርዳሉ።

"ወንጀለኞች ናቸውና ይያዙ" የሚል ውሳኔ ሲሰጥ ለጦሩም ሆነ ጉዳዩ ለሚመለከተው ሁሉ ትእዛዝ የማስተላልፈውና የማስፈጽመው እኔ በመሆኔ አንድን ባለሥልጣን ለመያዝ የሚላከው ሁሉ ማን ፈለገኝ ተብሎ ሲጠየቅ "እኔ አላውቅም፤ የታዘዝኩት በኮሎኔል መርዕድ ነው" ሲል፣ ባለሥልጣኑ "እሱንማ አውቀዋለሁ፤ ቆየኝ..." በማለት ይደውልና በምን ምክንያት ብሎ በመጠየቅ መልስ ያሳጣኝ ነበር። አንዳንዱ ደግሞ በቀጥታ ቢሮዬ ድረስ ይዘው ስለሚመጡ "...ምን አጥፍቼ ነው ያስመጣኸኝ? ጥፋቴን ካልገለጽክልኝ ወደ እሥር ቤት አልሄድም" ሲለኝ ማጣፊያው ያጥረኛል። በየበሩ፣ በየመንገዱና ቤቴ ድረስ እየመጡ "... ባሌ፣ ወንድሜ፣ አባቴ፣ አጎቴ ምን አጥፍቶ ነው የታሠረው? ምን ትረዳኛለህ?

---

20 "እንዳለ" የሚለው የደርግ አባል የነበሩትን ኮሎኔል እንዳለ ተሰማን ነው።

21 ሻለቃ (ሌተና ኮሎኔል) መንግሥቱ ኃይለማርያም

22 ሻለቃ ዳንኤል አስፋው የደርግ ዘመቻ መምሪያ ኃላፊ ሆነው እስከ ጥር 1969 ድረስ አገልግለዋል። ጥር 26 1969 የኮሎኔል መንግሥቱን ተቃዋሚዎች (ጄኔራል ተፈሪ በንቲ፣ ሻምበል ሞገስ ወ/ሚካኤል፣ መ/አለቃ ዓለማየሁ ኃይሌና ጓደኞቻቸውን በአጠቃላይ 7 የደርግ መሪዎችን) ያስወገደውንና ኮሎኔል መንግሥቱ ኃይለማርያምን ፈላጭ ቆራጭ መሪ ያደረገውን እርምጃ ከመሩ በኋላ የኢሕአፓ አባል/ደጋፊ ናቸው ተብለው በሚጠረጠሩት በሻለቃ ዮሐንስ ምትኩ በዚያኑ ቀን ተገደሉ።

ከዚህ ጉድ አውጣኝ!" የሚለው ብዛቱ ያለመመዝገቡ የሚቆጭ ነው። የነበረኝ መልስ ግን ታገሡ የሚል ብቻ ነው። ትዝ ከሚለኝ ነገር አንዱ አንድ ባላቸው የታሰሩባቸው ሴት "ባለቤቴ የቤተ ክህነት ሰው ነው። ንቡረዕድ .....[23] ይባላል። ፍጹም የእግዚአብሔር ሰው ነው። ሌላ ቀርቶ ውጭ አገር ለሥራ ሲሄድ እንኳን ለቀን ወጪ የሚሰጠውን በሳንቲም ቤት ተቆጣጥሮ የሚመልስ ነው። እኔና ልጆቹ ከሸራ ጫማ ወጥተን አናውቅም" አሉኝ። ለብሰው የሚመጡት ልብስና ጫማ፣ የሚመጡበት መኪና ግን ይህን ሐቅ የሚያስተባብሉ ነበሩ።

"ለሥራ ማስኬጃ ከተሰጠ የመንግሥት ገንዘብ ውስጥ 50,000 (ሃምሳ ሺህ ብር) ወስደዋል የሚል አስረጂ ስለተገኘ እናንተ ዘንድ በሥራ ላይ ካሉት ከድረሴ ተቀብላችሁ ላኩልኝ" የሚል ደብዳቤ ከምድር ጦር በደረሰ ጊዜ መልሱን ስጠይቅ የተሰጠኝ መልስ "እንደምታውቀው እኔ ያለሥራ የማውቀውና ለራሴ ያልኩት ነገር ባለመኖሩ ቤት ለመሥራት ብዬ ይህቺን ገንዘብ አምጥቼ ነበር። ትንሽ የከተማ ቦታ ስላለችኝ ሸጬ እከፍላለሁ፤ ወይም ጃንሆይን ይቅርታ እጠይቃለሁ። በዚሁ መልክ መልስ ይሰጥልኝ" የሚል ነበር። እኔ የማውቃቸውና የነበራቸው ንብረት ከገለጹት ፍጹም የተለየ ነው፤ ለምን በይፋ ያለውን ምሥጢር ለማድረግ እንደፈለጉ አልገባኝም።

የአስተባባሪ ኮሚቴ አባሎች ተብለው የተላኩትና ጠጋ በማለት አባል የሆኑት ሁሉ ለኑሮ የሚያስፈልጋቸውን ይዘውና ተዘጋጅተው ያልመጡ ከመሆኑም ሌላ፣ ኮሚቴው ለሥራ ማከናወኛ የሚያውለው ገንዘብም ሆነ ነዳጅ ወይም ሌላ ማቴሪያል አልነበረውም። ከውጭ ክፍል የመጡት ለጊዜው የውሎ አበል ቋጥረዋል፤ በአ/አበባ ከተማና ከአካባቢው የመጡት የሚኖሩትና የሚመገቡት ከግል ቤታቸው ነው፤ ከውጭ የመጡት ሆቴል ይመገባሉ፤ ከሆቴሎቹ አንዱ ደብረዘይት መንገድ ላይ ያለው አደአ ሆቴል ነው። በተለይ ከ3ኛ ክ/ጦርና አካዳሚ የመጡት እዚያ ነው ያረፉት። ይዘው የመጡት ገንዘብ ወደ ማለቁ በመድረሱና በአካባቢ ያሉትም አልፎ አልፎ ሆቴል መብላት ግድ ስለሆነባቸው የካንቲን ሹም የነበሩት የተሻለ ሁኔታ ነበራቸው።

"ገንዘብ አበድረን" እያሉ እኔ ዘንድ የሚመጡት ከቀን ወደ ቀን እየጨመሩ መጡ። "ቤንዚን እዘዝልን" የሚሉም እንደዚሁ፤ ቤንዚን የማዘዝ መንገድ ስለነበረኝ ትንሽ ትንሽ እሰጣቸዋለሁ፤ ገንዘብ ለማዘዝ ግን መንገድ አልነበረኝም። ጊዜያዊ ችሎታዬ ሻይ መጋበዝና መንገድ እንደሌለኝ በመግለጽ ከንፈሬን መጥጬ "አይዞህ አንድ ቀን ያልፍልሃል" ብሎ መስደድ ነው። አንዳንዱ አምኖኝ ሲሄድ፣ አንዳንዱ አውቄ እንደከለከልኩት ቆጥሮ በቅሬታ ይሄዳል። ይህ ችግር በመብዛቱ ኮሚቴው ተነጋግሮ ከምድር ጦር፣ ከፖሊስ፣ ከአየር ኃይልና ከክብር ዘበኛ ጦር ገንዘብና ነዳጅ በችሮታ ተሰጠ። የገንዘቡ ጠቅላላ ብዛት 15,000 (አስራ አምስት

23 የአባታችን ማስታወሻ ላይም ንቡረዕዱ ማን እንደሆኑ አይጠቅስም።

ሺህ ብር) መሆኑ ትዝ ይለኛል። በዚህች ገንዘብ ነው ኮሚቴው ትንሽ መንቀሳቀስ የጀመረው። ታዲያ ይህን ገንዘብ አበድረኝ የሚለው ከቀድሞው ይበልጥ ያስቸግረኝ ነበር። ቢሆንም ስለገንዘብ አጠቃቀም የተለየ ጥንቃቄ ማድረግ ግድ ስለነበረ እንደልብ ለማንም ማበደር አይቻልም ነበር።

ከየክፍሉ የመጡት የኮሚቴ አባሎች ብዛት 120 ሲሆኑ ለሥራ ያመቻል በሚል አቋም እንዲፈጠር ተደረገ። የእቅድ፣ የኢኮኖሚ፣ የፖለቲካ ወዘተ...የነዚህ ክፍል አባሎች ደግሞ የተለየ ቢሮ፣ የተለየ መኪና፣ ወንበርና ጠረጴዛ ስልክና ሌላም ያስፈልገናልና አምጣ ማለት ጀመሩ። እሥረኛው ከዕለት ወደ ዕለት እየጨመረ ከመሄዱ ጋር የታሠሩት በጎፋ ሰፈር፣ ልዑል መኮንን ቤት ውስጥ (ንጉሣውያን ቤተሰብ)፣ አሮጌ አውሮፕላን ማረፊያ ጎልፍ ክለብ፣ ኮልፌ ፈጥኖ ደራሽ፣ ጃንሜዳ ሬሲንግ ክለብ፣ አራተኛ ክ/ጦር ወታደር ፖሊስ ውስጥ ስለነበረ ያመልጣሉ የሚል ሥጋት ነበር። ከዚሁ ጋር ደግሞ ንጉሡ በሥልጣን ላይ ስለነበሩና "የነኚህ የታሠሩ ባለሥልጣኖች ወገንም ስለማይተኙልን ያሳፍሱናል፤ ባለንበት እንደ 53 ዓ.ም. ጊዜ በከባድ መሣሪያ ያስደበድቡናል። አንድ የተወሰነ ጦር ምናልባትም (ክብር ዘበኛ) በታንክ መጥቶ ይወረናል፤ እሥረኛውንም ያስፈቱታል፤ አሜሪካኖች በዚህ ይተባበራሉ፤ ቢያስፈልግም ንጉሡን በሄሊኮፕተር ይዘው ከወጡ ብዙ ድብልቅልቅ ነገር ይፈጠርና ከቁጥጥር ውጭ ይሆናል" የሚል ሥጋት ስለነበረ ኮሚቴው ለዚህ ሁሉ ምን ጥንቃቄ ወስደሃል እያሉ ይጠይቁኛል፤ ያደረግኩትን እናገራለሁ። አንዳንዴ ያምኑኛል፤ [ሳያምኑኝ] ሲቀር የመሰላቸውን እርምጃ [ይወስዳሉ]። በተለይም እሥረኛን በሚመለከት ረገድ ተንፈስ ያልኩት እሥረኛ ኮሚቴ የሚባለው ከተቋቋመ በኋላ ነው።

ከዚያ በፊት በእሥረኛ ረገድ ከነበሩት ችግሮች አንዱ "እሥረኞች ወሬ እየሰሙ ለቤተሰባቸው በማስታወሻ ይልካሉ፤ ያን ወሬ ከየት ያገኛሉ? ከኛ መካከል ወኪል አላቸው" የሚል ነበር። ይህ ብዙ ካወዛገበ በኋላ አንድ ቀን ፍተሻ ሲደረግ የሌ/ጄኔራል አብይ አበበ[24] መነፅር ሬዲዮ እንደነበረውና እሥረኛው ወሬ የሚያገኘው በሱ መሆኑ ከታወቀ በኋላ እርስ በርስ የነበረው ውዝግብና መተማማት ቀነሰ። አንድ ቀን አንዱ የኮሚቴ አባል ደወለልኝና "እንዳልካቸውን እንዴት ነው የሚቆጣጠሩት?" አለኝ። ሰውዬው ሲሣይ ሀብቴ[25] ነው። "እስከአሁን አልተቆጣጠርኳቸውም" አልኩት። "መቆጣጠር ያስፈልጋል!"

24 ጄኔራል አብይ አበበ በልጅ እንዳልካቸው መንግሥት ውስጥ የመከላከያ ሚኒስትር ነበሩ። ከ1953ቱ መፈንቅለ መንግሥት ሙከራ በኋላ የዓፄ ኃይለሥላሴ መንግሥት የሕዝብን ስሞታ እንዲሰማና አሠራሩን እንዲያሻሽል ከሚገፉት ባለሥልጣኖች መኻል አንዱ ነበሩ። በ1955 ዓ.ም. ጄኔራል አብይ ይህንን ሐሳባቸውን የሚያራምድ "አውቀን እንታረም" የሚል መጽሐፍ ጽፈዋል።

25 ሻለቃ ሲሣይ ሀብቴ አየር ኃይልን ወክለው ደርግ ውስጥ በተለያዩ የኃላፊነት ቦታዎች ሠርተዋል። ከኮሎኔል መንግሥቱ ጋር በነበራቸው ያለመግባባት የከፍለ አገር አስተዳዳሪና የጦሩ የበላይ አዛዥ ከነበሩት ከጄኔራል ጌታቸው ናደው ጋር አብረው መንግሥት ለመገልበጥ በመሞከር ክስና የሲ.አይ.ኤ. ወኪል ናቸው በሚል አሉባልታ ተከስው ተገድለዋል።

አለኝ። "እንዲታሠሩ ላድርግ?" አልኩት። "አይሆንም፤ ድንገት እንዳይሰወር ነው እንጂ እንዲታሰር አይደለም፤ እንዲያውም ይህን ስሜታችንን እንዳያውቅ" አለኝ።

ጉዳዩ በጣም ስለአሳሰበኝ ልጅ እንዳልካቸው ዘንድ ደውዬ፣ "ለመሆኑ በቂ ጥበቃ አለዎት ወይ?" ብዬ ጠየቅሁ። "ምን በቂ ነው? እኔ ወደ ሥራዬ እንጂ ወደዚያ ትኩረት ባለመስጠቴና የጥበቃው ኃላፊነት የሠራዊቱ ስለሆነ ብቻ ነው" አሉኝ። እንግዲያው ተጨማሪ ጦር እልካለሁና እንዲያውቁት ብዬ ተሰናበትኳቸው። ተጨማሪ ጦር ላኩኝ። የሰጠሁት ትእዛዝ "ሰውዬው በምንም ዓይነት ከከተማ ውጭ አይሄዱም፤ ለመሄድ ቢፈልጉ ሌሎች በሕይወታቸው ላይ ጉዳት ማድረስ የሚፈልጉ ገፋፍተዋቸው ሊሆን ይችላል፤ ስለዚህ እናንተ ተቃወሙ፤ ከዚህ ሌላ 24ቱን ሰዓት አደጋ እንዳይደርስባቸው ጠብቁ፤ በተለይ በጭለማ የሚገቡትን ሰዎች መዝግቡ" የሚል ነበር። ከጥቂት ቀናት በኋላ እንዳልካቸው በቁጥጥር ሥር መዋል አለባቸው ተባለ። ያነታረከውና ያወዛገበው መታሰር ያለመታሰራቸው አይደለም፤ የት ይታሰሩ የሚለው ነው። ግማሾቹ 4ኛ ክ/ጦር ሲሉ፤ ግማሾቹ ጎፋ ሰፈር ይላሉ። አንዳንዶቹም ለብቻ ቦታ ይፈለግለት ይላሉ። የሚሰጡት ምክንያት "ትናንት ሲያስራቸው ከነበረው ሰዎች ጋር ወስዶ መደባለቁ ልክ አይደለም" ሲሉ ሌሎች ደግሞ "አህያ ለአህያ ቢራገጥ ጥርስ አይሳበር" ነው ይላሉ። በመጨረሻ ጎፋ ሰፈር እንዲሆን ተወሰነ። ግን በሁለትና በሦስት ቀን ውስጥ ወደ 4ኛ ክ/ጦር ተዛወሩ። (ጎፋ ሰፈር የታሠሩትን ለመጠየቅ የሚመላለሱት የባለሥልጣን ቤተሰቦች ይሠራ ለነበረው መንገድ ከፍተኛ የገንዘብ መዋጮ እንዳደረጉ ይነገራል)

አሁን ደግሞ ሌላ ችግር ተፈጠረ። ችግሩ "ለእሥረኛ ደሞዝ ይከፈል አይከፈል? ምግባቸውን እንዴት ያግኙ? የሚነበብ ነገር ይግባላቸው አይግባ?" የሚል ነው። ይህንን ጉዳይ አስጠንቼ እንዳቀርብ በኮሚቴው ታዘዝኩኝ። ጥናቱ በጣም አስቸጋሪ ነው፤ ቢሆንም በመሰለኝ ሦስት አማራጭ አቅርቤ "በቀን 3 ብር ሂሳብ፣ ማለት በወር 120 ብር ለምግብ ይሰጣቸው" ተብሎ ተወሰነ። ይህ ገንዘብ የሚሰጠው ለቤተሰብ ሲሆን፣ ምግብ ሠርተው አንድ ቋሚ ሰው መድበውና ፎቶግራፍ ሰጥተው ምግብ አቀባይ በመባል በ24 ሰዓት አንድ ጊዜ ስንቅ ያቀብላል። ቤተሰብ ምግቡ እየተፈተሸ ነው የሚገባው፤ ቢሆንም ቤተሰብ ወሬ መለዋወጡ አልቀረም። አንዳንዱ በእንጀራ ላይ ይጽፋል ሌላው እንጀራውን ቆራርጦ በማስቀመጥ ተገጣጥሞ እንዲነበብ ያደርጋል፤ በዚህ ደግሞ ተጠርቼ እጠየቃለሁ። ቤተሰብ የሌላቸው ከየክፍለ አገሩ የመጡት ደግሞ ገንዘቡ ለታላቁ ቤተ መንግሥት አስተዳደር ይሰጥላቸውና በጥበቃ ላይ ካለው ሠራዊት ጋር አንድነት በስሎ ይላከላቸዋል። ለዚህ ምግብ ማመላለሻ መኪናና ነዳጅ የመንግሥት ነው። ይህንን ያውቁትና ጥፋቴ አነስተኛ ነው ምንም አይሉኝም ብለው የሚያምኑ አንዳንድ እሥረኞችም ቀለብ ለሚያመጣላቸው

ሰው የትራንስፖርት መጠየቅ እንዳለባቸው ማውራት ተጀምሮ ነበር፤ ግን በይፋ አልጠየቁም። ከዚህ ከገታቸው ነገሮች ዋንኛው አንድ ጊዜ ስለምግባቸው ከመወሰኑ በፊት በነበረው ውዝግብ ምግብ ሳይገባላቸው ከቆየ በኋላ በመጨረሻ ለሁሉም ከአ/አበባ ወኅኒ ቤት መጥቶላቸው የበሉትና የደረሰባቸው ነገር ተመልሶ እንዳይደርስባቸው በማሰብ ነው።

ሁኔታው በእንዲህ እንዳለ መስከረም 2 ቀን 67 ዓ.ም. ደረሰና ንጉሥ ኃይለሥላሴ ወደ 4ተኛ ክ/ጦር በመምጣት በእሥረኛ መልክ እንዲጠበቁ ተወሰነ፤ መጡ። መጠነኛ ዝግጅት ተደርጎላቸው መኖር ጀመሩ። የጥበቃው ኃላፊ በአንድ ሻምበል የሚመራ የአየር ወለድ ጦር ነው። ከዓፄ ኃይለሥላሴ ጋር ሆነው እንዲያጫውቷቸው ልጃቸው ልዕልት ተናኘወርቅ ይገኛሉ። አንዳንድ ጊዜ ራስ እምሩ ኃይለሥላሴ መጥተው ያነጋግሯቸዋል። ዓፄ እንደ እሥረኛ ሳይሆኑ ከሙሉ ሥልጣናቸው ጋር እንዳሉ ሆነው በመዝናናት ይታያሉ። ይህ ሁኔታ አንድ የተመኩበት ነገር አለ የሚል በስሜታችን ፈጠረ። በዚህ ምክንያት ስለጥበቃቸው በየጊዜው መጠየቅ ብቻ ሆነ። እውነትም አሳሳቢ ነበር። ምክንያቱም ከኮሚቴ አባሎችም ግማሾቹ "ንጉሣችንን አዋረድን! እሳቸውን ማዋረድ ኢትዮጵያን ማዋረድ ነው!" እያሉ ማንሾካሾካቸው ስላልቀረና ከጠባቂዎቹም ቢሆኑ አንዳንዶቹ የሚያሳዩት አስተያየት ከወታደራዊ ዲሲፕሊን ውጭ ስለሆነ ለቀዋቸው "ሳናየው ሄደ!" ቢሉ የሚደረግ ነገር የለምና። ከዚህ ሌላ የልዕልቲቱ መጮል እጅግ አሳሳቢ ነበር። የተፈራውን ያህል ባይሆንም የጥበቃ ኃላፊ የነበረው ሻምበል መብራቱ መከዳቱ አንድ ቀን ተነገረ። በዚያን ቀን ደግሞ "የማይታመን ሰው በጠባቂነት መድበህ እንደዚህ ሆነ፤ አሁንስ ሁለተኛ እንዳይሆን ምንድን ነው የምታደርገው?" የሚል ጥያቄ ቀረበልኝ።

ጠባቂዎችን አሰባጥሬ እጥፍ አደርጋለሁ ብዬ ለጊዜው ተገላገልሁ፤ ደግነቱ አልጠፉም። ዓፄ እዚያ በነበሩ ጊዜ ከማስታውሰው አንዱ አንድ ቀን ጽ/ሚኒስቴር ውስጥ ከነበሩት "ከአቶ ዩሐንስ ኪዳነማርያም ጋር ሁናችሁ ንጉሡ ስዊስ ባንክ ያስቀመጡትን እንዲያመጡ የኢትዮጵያ ሕዝብ እንደሚፈልግና ኮሚቴውም ይህን እንዲያስፈጽም ከሕዝብ የተጠየቀ መሆኑን ገልጻችሁ ሁኔታውን ጠይቁ" ተብለን ሄድን። ዓፄና ልዕልት ተናኜ ቁጭ ብለው ያወራሉ። እኔና አቶ ዮሐንስ ቀደም በማለት ገብተን እጅ ነሣን። አፀፋውን መለሱልንና ዮሐንስን "ምነው ጠይቀኸን አታውቅም?" አሉ። በቁጥጥር ሥር መሆኑን በማወቅ ወይም ባለማወቅ እንጃ...፤ "አላመቸኝም፤ አሁንም ስዊስ ባንክ ውስጥ አለዎት ስለሚባለው ገንዘብ እንድንጠይቅዎ ከኮሚቴው ተልከን ነው የመጣነው" አላቸው። ዓፄ ምንም ሳይናገሩ ልዕልት ተናኜ ፈጠን በማለት እንዲህ ነው በማለት ጀመሩ። "ይህ ወሬ በየቦታው ይነፍሳል። 'ጃንሆይ ስዊስ ባንክ ውስጥ ገንዘብ አላቸው፤ የሰዓት ፋብሪካ አላቸው' እየተባለ ይወራል። ጃንሆይ እንኳን ገንዘብ ሊያስቀምጡ እንኳን የሰዓት ፋብሪካ ሊኖራቸው ቀርቶ ስለስዊስ ሰዓት ጥሩነት እንኳን ያወቁት

አንድ ቀን ከምሳ በኋላ ቁጭ ብለን ስንጨዋወት የሰዓት አድቨርትስሜንት ሲነገር ነው! 'ምን ማለቱ ነው?!' ብለው እስከመጠየቅ ነው የደረሱት፤ ስለዚህ ይህንን የሚያወሩት የጃንሆይን ማንነት የማያውቁ ናቸው። ጃንሆይ ለሕዝባቸው ሲሉ እኛን ልጆቻቸውን እንኳን ይለውጣሉ። አንተስ እሳቸውን በቅርብ የምታውቀው ይህን ጠይቅ ሲሉህ እዚያው መልስ አትሰጥም" ብለው ካፈጠጡበትና መልስ ካሳጡት በኋላ ወደኔ ዞር ብለው "ያልኩት ነገር ትክክል አይደለም?" አሉ። መልስ ለመስጠት ስላላመቸኝ ዘግየት ስል ዓዬ ትንሽ ፈገግ በማለት "ምስክርነት ነው ዳኝነት የምትጠይቂው? መልሱን መስጠት የነበረበት ዮሐንስ ነበር። እሱም ቢሆን በጥያቄው ባያምን ይሆናል" ካሉ በኋላ እንደገና ወደኔ መለስ በማለት "ለመሆኑ አንተ ይህን ወሬ ታምናለህ? ሌላስ የምትጠይቁን ነገር አለ?" አሉኝ። "ለዚሁ በቂ መልስ ብናገኝ ይበቃናል" አልኳቸው ጠንቀቅ ከማለት ጋር። "ይበቃል" ብለው አሰናበቱን።

እንደተመለስን የኢኮኖሚ ክፍል ኃላፊ ነኝ በሚሉት በሙቶ አለቃ ሞገስ ወልደሚካኤል[26] ተጠየቅን፤ ያሉትን ነገርናቸው። "ታዲያ እንደዚህ ሲያሾፉ ምን አላችኋቸው? አንቃችሁ አትገሏቸውም ነበር?" አሉ። "ገንዘቡን ሳያመጡ አጉል ነው" በማለትና "እንድናንቃቸውም ባለመታዘዛችን ነው" ስላቸው እንደማኩረፍ ብለው ትተውን ወጡ።

በዚህን ሰሞን አስተባባሪ ኮሚቴውን የሚያስጨንቁ ብዙ ድርጊቶች በየአቅጣጫው ይካሄዳሉ። ኮንጎ ዘምቶ የነበረው ጦር "ገንዘባችን ይሰጠን" ይላል፤ መሐንዲስ ሥራችሁ አልጣመኝም ይላል፤ ሻለቃ ተፈራ ተክለአብ[27] ለብቻው ሌላ መንገድ ለመቀየስ ይጥራል፤ የአንደኛ ክ/ጦሩ ሻምበል ደምሴ ሽፈራው ለብቻው አፈንግጦ ጦሩን ለመለየት ይጥራል፤ አርሚ አቬሺን ፍጹም ራዲካል ሆኗል፤ እነ ፀሐዩ እንቁሥላሴ ሸፍተዋል። በየፋብሪካው ያለው ውዝግብ ይህ ነው አይባልም። ሠራተኛው ማኅበር "ያለኔ ማን አለ!" ይላል፤ ተኩስ በየቦታው ይሰማል፤ የጦር ክፍሎች አለቆቻቸውን ማሠር፣ ማባረር የዕለት

---

26 ሻምበል ሞገስ ወልደሚካኤል በደርግ ውስጥ በተለያዩ ኃላፊነቶች የሠሩ ናቸው። ሻምበል ሞገስ ጥር 26 1969 ዓ.ም. ኮሎኔል መንግሥቱ ሊገለብጡኝ ነው በሚል አስቀድመው "ለምሳ ያሰቡንን ቁርስ አደረግናቸው" ብለው ከገደሏቸው (ከጄኔራል ተፈሪ በንቲ፣ መ/አለቃ ዓለማየሁ፣ ሻለቃ አሥራት ደስታ ወዘተ) መካከል አንዱ ናቸው። በክፍሉ ታደሰ "ኢትዮጵያ ሆይ፤ ቅፅ 1" ላይ እንደተጠቀሰው ሻምበል ሞገስና ሙቶ አለቃ አለማየሁ የኢሕአፓ አባሎች ነበሩ።

27 ሻለቃ ተፈራ ተክለአብ ከኮሎኔል አጥናፉ አባተ ጋር በመሆን ደርግን ለማቋቋም የረዱና ከዚያም በፊት በነበረው የሠራዊቱ ዐመፅ ጉልህ ሚና የነበራቸው መኮንን ነበሩ። እነ ኮሎኔል መንግሥቱ ከምሥራቅ የመጡት በአግባቡ ተመርጠው አይደለም በሚል ተቃውሞ በማሰማታቸውና ከደርግ ጋር በመጣላታቸው ለረጅም ዓመታት ታሥረው ተፈተዋል። ሻለቃ ተፈራ ከኮሎኔል መንግሥቱ ጋር የ19ኛው ኮርስ ምሩቅና ልክ እንደ ኮሎኔል መንግሥቱ የ3ኛ ክ/ጦር አባል ቢሆኑም ደርግ ሲቋቋም በቀዳማዊ ኃይለሥላሴ (አዲስ አበባ) ዩኒቨርሲቲ የምሕንድስና ኮሌጅ ተማሪ ነበሩ። ኮሎኔል መንግሥቱ ከሻለቃ ተፈራ ጋር ስለነበራቸው ቅርበትና ደርግ ሲቋቋም በመካከላቸው ስለተፈጠረው አለመግባባት "ትግላችን፤ ቅፅ 1" ብለው በሰየሙት መጽሐፋቸው በሰፊው ተርከዋል።

ተግባር አድርገዋል። ይህን ሁሉ ለመቆጣጠር ብዙ ዝግጅት፣ ብዙ መነቃነቅ ያስፈልጋል። ለዚሁ ሁሉ እጠየቃለሁ፤ መኪና ይዘጋጅ፣ የውሎ አበል ይሰጥ ወዘተ...አሥር ሊትር ነዳጅ ጠይቆኝ የለም ያልኩት ወደ ኮሚቴው ተመልሶ "መታሠር ያለበት አጠገባችን እያለ የሩቁን እንፈልጋለን" ይላል።

4ኛ ክ/ጦርን ለቀን ወደ ታላቁ ቤተ መንግሥት መጠቃለል አለብን የሚል ሐሳብ መጣ። አስፈላጊው ዝግጅት እንዲደረግ ታዘዘ። ቦታው ድረስ ሄጄ አጥንቼ እንዳቀርብ ትእዛዝ ተሰጠኝ። ለመጀመሪያ ጊዜ አብረውኝ የሚሠሩትን መኮንኖች ይዤ ሄድኩኝ፤ ተዘዋውረን ተመለከትን። ግቢው በጣም ሰፊ ነው፤ ድርጅቱ በዚያ ልክ ነው። መኝታ ቤቶቹን፣ ጽ/ቤቶቹን ከሙሉ ድርጅታቸው ጋር አየን። የቆዩበት ሰዎች ባይመሩን ኖሮ ምንጣፎቹን መርገጥ፣ ከአንዱ ክፍል ወደ ሌላው ያለማመንታትና ስሕተት ለመዛወር ከብዶኝ እንደነበረ የማልደብቀው ነው።

ከተሰጠኝ ትእዛዝ ውስጥ አንዱ በየቦታው ያሉትን እሥረኞች ወደዚያ አካባቢ ማጠቃለል የሚቻልበት ዘዴ ይፈለግ የሚል ስለነበረ ለዚህ አመቺ የሚሆን ቦታ ጠየቅሁ። መጠጦች አሉበት እንጂ አንድ ምድር ቤት አለ ሲል አንዱ ተነፈሰ፤ አሳየን አልኩት፤ ወሰደን። በመጠጥ ተሞልቷል የተባለው ቦታ መጠጦች የራሳቸው የአቀማመጥ ጠባይ እንዳላቸው ያወቅሁት ያን ቀን ነው። ማስታወሻ ይዤ ተመልሼ ሁኔታውን አስረዳሁ። በሁለተኛው ቀን ከጥቂት የደርግ አባሎች ጋር ሄድኩኝ። በ3ኛው ቀን በዚያን ጊዜ 1ኛ ም/ሊቀመንበር ከነበሩት ከሌ/ኮ መንግሥቱ ጋር ሄደን አየን። የሚጎለው ተስተካክሎ ለጽ/ቤትና ለእሥር ቤት በሚያመች ሁኔታ ይዘጋጅ ተባለ። ቤቱ ቀደም ሲል ያገለግል የነበረው ለአንድ ንጉሥና ለጥቂት ሰዎች ነበር። አሁን እንዲዘጋጅ የተባለው ለ120 የደርግ አባሎችና ሌሎች የሥራ ረዳቶች ጭምር ነው።

በዚህ ላይ እያንዳንዱ የደርግ አባል በአንድ በኩል ያን የመሰለ ምንጣፍ በወታደር ጫማ መርገጥና ያን በመሰለ ወንበር ላይ በወታደር ልብስ ተቀምጦ መሥራት የማይጣጣም ነገር ቢመስለውም በሌላ አቅጫጫ ደግሞ የተሻለውን ወይም የበለጠውን ለመውሰድ የነበረው ሽሚያ ይሉኝታ አልነበረውም። እንዲያውም በዚህን ጊዜ ደርግ አቋሟን አሻሽላ ስለነበረ "በአቋማችን ሲኔሪቲ ይሰጠን" የሚሉም ነበሩ። ለምሳሌ አስተዳደር ክፍል ከኢኮኖሚ ክፍል ይበልጣል፣ ከኢኮኖሚ ክፍል ከሶሻል ኮሚቴ የበላይነት አለው ወዘተ...ናቸው። በዚህን ወቅት ደርግ ካዋቀረው አቋም አንዱ የሥራ አስፈጻሚ መምሪያ የሚባል ነበር። ይህ መምሪያ አስተዳደር መረጃ፣ ዘመቻና ንብረት ክፍል ነበረው። የኔ ምድብ የሥራ አስፈፃሚ መምሪያ ሹም በመባል ይታወቃል። በደርግ ውስጥ ያሉት ኮሚቴዎችም ሆነ ሊቀ መንበሮች ማለትም፣ ዋናው ሊቀ መንበር፣ 2ቱ ም/ሊቀመንበሮች የሚያስተላልፉትን ትእዛዝ ተቀብዬ የማስፈጽመው እኔ ነኝ። ይህ

መምሪያ የተሰጠው ጽ/ቤት ቀድሞ የጽሕፈት ሚኒስትር ቢሮ የነበረውና የልዩ ኤታማዦር የነበረው ነው።

ደርግ የሚባል ስያሜ ለአስተባባሪ ኮሚቴ እንደተሰጠ "አንድ የታወቀና ሕዝብ የሚያምንበት፣ በንጉሡ ላይ ጥላቻ ያለው ከፍተኛ የጦር መኮንን በሊቀ መንበርነት መምረጥ አለብን" የሚል ሐሳብ በመቅረቡ ደርግ ከ4ኛ ክ/ጦር ከመልቀቁ በፊት ቀደም ባለው ጊዜ የ3ኛ ክ/ጦር አዛዥ በመሆን መልካም ስም የነበራቸው በኋላ በበሽታ ይሁን ከአለቆቻቸው ባለመግባባት ይሁን ባልታወቀ ምክንያት የፓርላማ አባል፣ ከዚያም ጡረታ ላይ የነበሩት ሜ/ጀኔራል አማን ሚካኤል አንዶም በሊቀ መንበርነት ተመረጡ። በተለይም እሳቸውን ለምርጫ ያበቁት የምሥራቁ ጦር ተወካዮች ናቸው።

ለጀኔራል አማን ይህ ሥልጣን የተሰጠው በንጉሡ ነው።[28] ጽሕፈት ቤታቸው መከላከያ ሚኒስቴር ውስጥ ነበር። ጀኔራሉ ሥልጣኑን እንደያዙ ደርጉን መምራት ጀመሩ። የጦር ክፍሎችንም ከምሥራቅ በመጀመር ጎበኙ፤ አነጋገሩ። ሰሜንም ሄዱ፤ ሕዝቡንም ጦሩንም አነጋገሩ። ከዚያም ወደ አ/አበባ ተመለሱ። ስለኤርትራ ሲጠየቁ ያላቸው አመለካከት ለየት ያለ ሆኖ ተገኘ። ይህም በደርግና በሳቸው መካከል የነበረውን ጤናማ ግንኙነት አደፈረሰው። ደርግ ባላት መረጃ መሠረት ኤርትራን ከመገንጠል ለማዳን ጦር መላክ አስፈላጊ ነው ስትል፣ ጀኔራሉ አያስፈልግም ይላሉ። የዚህ ዓይነት ስሜት በመፈጠሩ ቀደም ሲል በየክፍሉ የነበረው መወናበድ ሁሉ እየጨመረ ሄደ። ሰዎች በተናጠል ወይም በቡድን እየሆኑ ከአንዱ ቦታ ወደ ሌላ የጦር ክፍል እየሄዱ ማወናበድ ጀመሩ። ደርግ በዚህ ጉዳይ ራስ ምታት ላይ መውደቅ የየዕለቱ ተግባር ነበር።

ይህን መሰል ሁኔታ በተፈጠረ ቁጥር ሁኔታውን አጣርቶ ለማወቅ፣ በአድራጊዎቹ ላይ ዕርምጃ ለመውሰድ፣ የሚወሰደው ዕርምጃ ምን መሆን እንዳለበት፣ ዕርምጃውን ማን ተግባራዊ እንደሚያደርግ ለመወሰን ያለው ውዝግብ ይህ ነው አይባልም። ከዚህ በላይ የመረጃ ክፍሉ የሚያቀርበው ወሬ ሁልጊዜ የተጋነነና ከሲ.አይ.ኤ. ጋር የተያያዘ ስለሆነ አስደንጋጭ ነው። አንድ ቀን አየር ኃይል ተነሥቶ ሊደበድበን እየተዘጋጀ ነው ሲል በሌላው ቀን ደግሞ የክብር ዘበኛ መድፈኛ የፊት ተመልካቾች ቦታ ይዘዋል፤ በመድፍ ሊያስደበድቡን ነው ይላል። እነዚሁ እያንዳንዱ የጦር ክፍልና የታወቁ ግለሰቦችን በመጥራት ግራ ያጋባል። በኋላ የመረጃ ክፍል ሹም የነበረው ሻለቃ ንጉሤ ኃይሌ ተነቃበትና በቁጥጥር ሥር ዋለ። ከዚያ በኋላ የማወናበዱ ተግባር ጋብ አለ፤ ይህም ማለት ንቅናቄዎች ቆሙ ማለት አይደለም።

በዚህ በማወናበዱ ሥራ ላይ ከፍተኛ ተሳትፎ የነበራቸው ሴቶች ናቸው፤ እጅግ

28 ዓፄ ኃይለሥላሴ ለጀኔራል አማን የሰጡት የመከላከያ ሚኒስትርነትና የጦር ኃይሎች ጠቅላይ ኤታማዦር ሹምነትን ነው።

የረቀቀ አቀራረብ አላቸው። አንድ ሁለት ጊዜ ጉዳይ ለማስፈጸም ከመጡ በኋላ ከሦስተኛው ጊዜ ጀምሮ ቀጠሮው ቢሮ መሆን ይቀራል። በኃላፊነት ላይ ከነበሩት ብዙዎቹ ስሕተት ላይ የወደቁት በዚህ መልክ ነው (በተለይ በመረጃ ሥራ ላይ ያሉ)። ቆራጦችና ሐቀኞች ይህን ሁሉ አልፈው ዛሬ ላለንበት ደረጃ በቅተናል ወደፊትም እንቀፅላለን።

ወደ ታላቁ ቤተ መንግሥት መዛወር

ከ.....[29] ጀምሮ ደርግ ወደ ታላቁ ቤተ መንግሥት ተዛወረ። ዋና ሊቀ መንበር የነበሩት የሜ/ጀኔራል አማን ቢሮ ጠ/ሚኒስትር ቢሮ የነበረው ውስጥ ሲሆን የሁለቱ ም/ሊቀመናብርቶች አሁን ያለበት ቦታ ላይ ሆነ። የሊቀመንበሩ ረዳት መለሰ ማሩ ይባል ነበር፤ ኋላ ከዳ። ለሌሎችም እንደየሥራቸው ጠባይ በኮሚቴ እየተከፋፈለ የቢሮ ድልደላ ተደረገ። እኔ እመራው የነበረው የሥራ አስፈጻሚ መምሪያም ጽሕፈት ሚኒስቴርና ልዩ ካቢኔ ይባል በነበረው ውስጥ ተቋቋመ። የፖለቲካ እሥረኞችም እዚያ ግቢ ውስጥ በተዘጋጀላቸው እሥር ቤት ውስጥ እንዲሰበሰቡ ተደረገ። ዓፄ ኃይለሥላሴም አንድ ቤት ለብቻ ተዘጋጅቶላቸው ከ4ኛ ክፍለ ጦር ተመለሱ። እሥረኞቹን ለመቆጣጠርና አስፈላጊውን ሕክምናም ለመስጠት እንዲቻል ክሊኒክ ተሠራ። የምርመራ ክፍልና የጦር ፍርድ ቤት ተቋቋመ። የደርግ አሠራር ከበፊቱ መልክ እየያዘ ሄደ። ቢሆንም ፕሮብሌሞች እየጨመሩና እየጠጠሩ ሄዱ እንጂ አልቀነሱም። ሌላ ቀርቶ ለጥበቃ ተብለው ከየክፍሉ የመጡት ጦሮች እንኳን የሚያቀርቡት የዕለት ምግባቸው የሚሻሻልበትንና ከሌሎች ሻል የሚሉበትን መንገድ ነበር። ይህን ጥያቄ ለመመለስ ጓድ ሊቀመንበር መንግሥቱ ጦሩ ፊት የቀረቡበት ጊዜ ነበር።

ይህ ትንሹን ለመጥቀስ ሲሆን የነበሩትን ችግሮች ጣሪያ ለማሳየት እጅግ ከባድ ነው። ይህ ጠቅላላው ጉዳይ ሲሆን ወደ ትንንሾቹ ችግሮች ስንመለስ በርከት ይላል። ጥቂቶቹን ለመጥቀስ፡-

- በቤተ መንግሥት ውስጥ የነበሩትን ዕቃዎች ለመከፋፈል ከፍተኛ መሯሯጥ ነበር።
- በሌላ በኩል ደግሞ ዕቃው በሙሉ በትክክል እንዲመዘገብ የሚል ትእዛዝ ሲኖር ሌሎች የደርግ አባሎች ደግሞ ቤት እንዲሠራላቸው ቤቱ በዕቃ እንዲሞላላቸው ይፈልጋሉ። ስብሰባ ላይ ሲሆኑ ደግሞ የቤተ መንግሥት ንብረት የሕዝብ ንብረት ስለሆነ በጥንቃቄ መያዝ አለበት ይባላል።

29 በአባታችን ማስታወሻ ላይ ቀኑ ክፍት ተደርጎ ተትቷል። ትክክለኛውን ቀን ማግኘት አልተቻለም። ትረካው ላይ በመመሥረት 1967 ዓ.ም. መጀመሪያ ላይ እንደነበረ እንገምታለን።

- በግለሰብ ደረጃ እያንዳንዱ እየመጣ እኔን ጠይቆ የሚፈልገውን ሲያጣ ከ2ኛ ም/ሊቀመንበሩ ከኮሎኔል አጥናፉ ትእዛዝ ያመጣል።

ቤትም ቢሆን ለዚህ ሁሉ ሰው (120) ለማግኘት ባለመቻሉ በያለበት ያሉት ቤቶች እየታደሱ እንዲሰጣቸው በመደረጉ በቤተ መንግሥት አካባቢ፣ በአፍንጮ በር አካባቢ እየተሠራ እንዲሰጥ በመወሰኑ እየታደሰ ተሰጠ። ይህ በሚሆንበት ጊዜ "ይህ ልክ ነው… አይደለም… ጠቦኛል… ይህ ይጎለዋል… ይህ ተበላሽቷል…" እየተባለ የሚደርሰው ጭቅጭቅ ይህ ነው የሚባል አልነበረም። ሌላ ቀርቶ ቤተሰቦችና ልጆች እንኳን አስተያየት ይሰጡ ነበር።

ይህ በቤት በኩል ሲሆን "ጠላቶቻችን ብዙ ናቸውና ዘብ ይደረግልን" የሚለው ጥያቄ ደግሞ ሌላ ነው። የመኪናና የነዳጅ ጥያቄ ደግሞ ከዚህ የባሰ ነው። ስለመኪና ሲነሣ ሊታወሱ የሚገባቸው ነጥቦች አሉ። የመጀመሪያው መኪና ለያንዳንዱ የደርግ አባል ይገባል አይገባም? አይገባም ይገባል ቢባልስ ከየት ይመጣል? መኪናስ ቢገኝ ሁሉ ሰው ስለማይነዳ እንዴት ይሆናል? የሚል ጥያቄ ነበር።

መኪና መስጠት ይገባል ወይስ አይገባም የሚለው ብዙ አጨቃጫቂ ነበር። መነሻው "የምንቃወማቸው ባለሥልጣኖች የሕዝቡን ንብረት ዘርፈው መኪና በመግዛት በሕዝብ ላይ ተንቀባረሩ ስንል እንዴት ከነሱ የተነጠቀውን የሕዝብ መኪና እንጠቀማለን? ሕዝቡስ ምን ይለናል?" የሚል ሲሆን በውስጥ ደግሞ እንዴት ተደርጎ ለያንዳንዱ የበታች ሹምና ወታደር መኪና ይሰጣል የሚል ስሜት አለ። ቢሆንም አብዛኛው ነገር በድምፅ ብልጫ ስለነበረ የሚወሰነውና በብዛት የበታች ሹምና ወታደር ይበልጥ ስለነበር በይፋ ይታደል ባይባልም ሁሉም በስሜት ተስማማ። ከዚህ በኋላ አብዛኞቹ ከሥራ ይልቅ ስለመኪና፣ ስለቤትና የቤት ዕቃ ጉዳይ ማሳደድ ሆነ። ጉዳዩን በጽሞና ሲያዩት ሁኔታው ያስገድዳል፤ ምክንያቱም ጥዋት ማልዶ መግባት፣ ማታ እጅግ ዘግይቶ መውጣት የተለመደ በመሆኑ የትራንስፖርት ችግር አለ። በእግር ለመሄድም ተቃዋሚው በርካታ በመሆኑ ያሠጋል።

ከደርግ አባሎች ጋር የቻይና ጉብኝት (ኮሎኔል መርዕድ ከግራ ወደ ቀኝ ከተቀመጡት 4ኛው)

ከደርግ ጽሕፈት ቤት ወደ ሰሜን

የሶማሌ ወረራና የኤርትራ ዐማፅያን ሲጠናከሩ ሌ/ኮሎኔል መርዕድ ንጉሤ ደርግ ጽሕፈት ቤት ውስጥ በነበረው ኃላፊነት ላይ በተጨማሪ ወታደሮችን በመቅጠርና በማሠልጠን የመከላከያ ሚኒስቴር አመራርን መርዳት ጀመረ። ለተወሰኑ ወራት ሁለቱም ጋር እያፈራረቀ ሲሠራ ከቆየ በኋላ የደርግ ጽ/ቤት ሥራውን አስረክቦ ታኅሣሥ 1969 አካባቢ አንድ ክፍለ ጦር በአስቸኳይ እንዲያቋቁም ታዘዘ። አባታችን ይህንን ጊዜ ወደ ኋላ መለስ ብሎ በማስታወስ እንዲህ ይላል።

> በ1969 የኢትዮጵያ ሁኔታ ጥያቄ ላይ በመውደቁና ሐቀኛ ልጆቿ የሚቻላቸውን ሁሉ እንዲያደርጉ በተጠየቀ ጊዜ እኔም አንድ እግረኛ ክ/ጦር ባጭር ጊዜ ውስጥ እንዳሠለጥን ተመደብኩ። ክ/ጦሩን በሚገባ በማሠልጠን በ1969 ግንቦት ወር ዝግጁ እንዳደረግሁ 7ኛ ክ/ጦር የሚባል ስያሜ ተሰጥቶት አዛዥ በመሆን ይዤው ወደ ኤርትራ እንድዘምት በተሰጠኝ ትእዛዝ መሠረት በሐምሌ ወር ኤርትራ ይዤ በመግባት አንዱን ብርጌድ ሑመራ፣ ሁለተኛውን ብርጌድ አቆርደት፣ ሦስተኛውን ብርጌድ አሥመራ ላይ በማሰለፍ ሥራዬን ጀመርኩ።

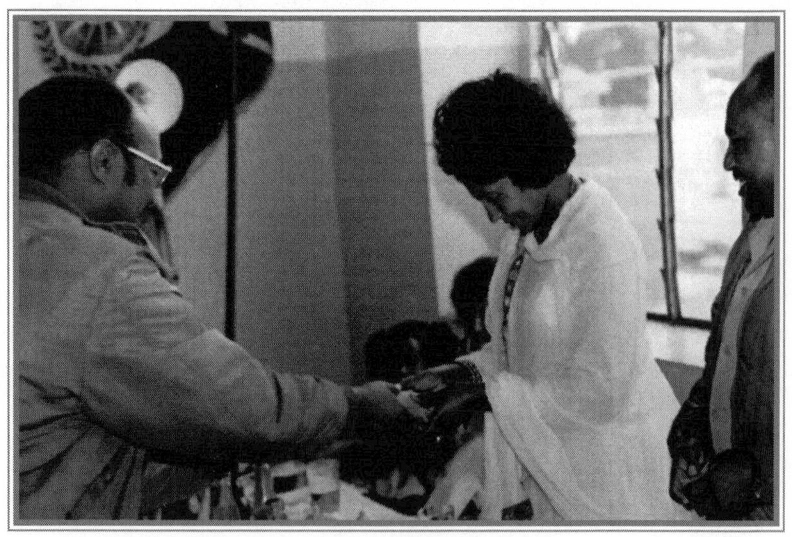

7ኛ ክፍለ ጦር ወደ ኤርትራና ጎንደር ከመሄዱ በፊት የሸኘት ሥነ-ሥርዓት ላይ መኮንኖች ያዘጋጁትን ሽልማት እናታችን ወ/ሮ አሰለፈች ስትቀበል፣ በስተግራዋ የ7ኛ ክ/ጦር አዛዥ ኮሎኔል መርዕድ ንጉሤ

ከ1969 ዓ.ም. መጨረሻ ጀምሮ ኮሎኔል መርዕድ ንጉሤ ኤርትራ የሚኖርባት፣ የሚሠራባት፣ የሚኅበኛት፣ ጉልበቱንና ልፋቱን ብቻ ሳይሆን ደሙን የሚሰጥባት ምድር ሆነች። “የ42 ሚሊዮን ሕዝብን አደራ”[30] ተሸክሞ ወደ ኤርትራ ተጓዘ። እስከ መጨረሻው የዚህችን የኤርትራ ምድርን ምሥጢር እንደተመራመረ፣ እንደገረመው፣ እንዳስጨነቀችው...

30 ጄኔራል መርዕድ ንጉሤ ሕይወቱ ከማለፉ ጥቂት ቀናት በፊት በሰጠው ቃለ ምልልስ “...ያስጨንቀኝ የነበረው በግንባር ያለው ጦርነት ብቻ አልነበረም። የዚያን ግንባር ኃላፊነት እኔ ስረከብ በዚያን ጊዜ የኢትዮጵያ ሕዝብ 42 ሚሊዮን ይባል ነበረ። የ42 ሚሊዮን ሕዝብ አደራ ማክበር ወይንም መብላት ነው። ይህ ደግሞ የሚያስከትለውን መገመት ይቻላል። ስለዚህ ጭንቀቴ ይህንን የ42 ሚሊዮን ሕዝብ አደራ እንዴት አድርጌ እወጣዋለሁ ነው” ብሎ ነበር።

ምዕራፍ አምስት

ታኅሣሥ ፲፱፻፸፬ ዓ. ም.

ሐሙስ ፰

DECEMBER 1981

THURSDAY 17

ምዕራፍ አምስት፡
“ያለቀላት” ኤርትራ፤ የምት ሽረት ትግል

የ1969 አጋማሽ በሰሜን የኤርትራ ተገንጣዮች፣ በምሥራቅ የሶማሊያ ወራሪዎች እንቅስቃሴ የበረታበት ወቅት ነበር። ኢትዮጵያ ያኔ የነበራት የጦር ኃይል የመገንጠሉን እንቅስቃሴም ሆነ የሶማሌን ወረራ መቋቋም የሚችል አልነበረም። ከ1966 ዓ.ም. በፊት የኢትዮጵያ ሠራዊት ወደ አርባ ሺህ ገደማ ቢገመትም በአመራር ላይ የነበሩ የጦር መኮንኖች እንደሚሉት ረዳት ክፍሎችን ሳይጨምር ለውጊያ ዝግጁ የነበረው ተዋጊ ጦር ከ30 ሺህ የሚበልጥ አልነበረም። በዚህም የተነሣ ደርግ ወደ ሦስት መቶ ሺህ የሚሆኑ ገበሬዎችን ታጠቅ ጦር ሰፈር አስገብቶ ማሠልጠን ጀመረ። ከሚሊሺያ ሥልጠና በፊትም 6ኛ (ነበልባል) ክፍለ ጦር[31] የሚባል መቋቋሙም ይታወሳል። ከዚያም በመቀጠል በ1969 ጥር/የካቲት አካባቢ ጦሩን ለማጠናከር አንድ ክፍለ ጦር በአስቸኳይ እንዲቋቋም ተወሰነ። ክፍለ ጦሩን የማቋቋምና የማሠልጠን ኃላፊነትም ለኮሎኔል መርዕድ ተሰጠ።

ሰባተኛ ክፍለ ጦር በዝግጅት ላይ በነበረበት ጊዜ ይወራ የነበረው ጦሩ ወደ ምሥራቅ እንደሚዘምት ነበር። ነገር ግን በስተመጨረሻ ክፍለ ጦሩ አሥመራ እንዲሄድ ተወሰነ። በዚህ መሠረት የሰሜንና የደቡብ እዞች ተቋቁመው ኮሎኔል ኃይሉ ገብረሚካኤል የሰሜን፣ ኮሎኔል አበራ ኃይለማርያም የምሥራቅ እዝ አዛዥ ሆነው ተሾሙ። በሰሜን በኮሎኔል ኃይሉ ገብረሚካኤል ሥር ኮሎኔል መርዕድ ንጉሤና ኮሎኔል ደምሴ ቡልቶ የሰባተኛና የሁለተኛ ክፍለ ጦር አዛዥ ሆነው ተመደቡ። ነገር ግን ብዙም ሳይቆይ ኮሎኔል ደምሴ የደቡብ እዝ አዛዥ፣ ኮሎኔል ኃይሉ ደግሞ ወደ ምድር ጦር ሲዛወሩ ኮሎኔል መርዕድ መስከረም 1 1970 የሰሜን እዝ ምክትል፣ ከዚያም ከጥቅምት 30 1970 ዓ.ም. ጀምሮ ዋና አዛዥ ሆኖ ማገልገል ጀመረ።

እዚህ ላይ አንዴ ቆም ብለን በ1966ቱ ለውጥ ማግስት የኤርትራ ሁኔታ ምን ይመስል እንደነበረ እንመልከት። ደርግ ሥልጣን ከያዘ በኋላ ሊቀመንበሩ የነበሩት ጄኔራል አማን የኤርትራን ጉዳይ ሰላማዊ በሆነ መልክ ለመጨረስ ወደ አሥመራ ተጓዙ። አሥመራ የአገር ሽማግሌዎችንና ያን ጊዜ እርስ በእርስ ይዋጉ የነበሩትን የሻዕቢያና የጀብሃን መሪዎች አነጋገሩ። የጄኔራል አማንን የሰላም ጥረት የቀሩት የደርግ አባላት በበጎ ዓይን ሊመለከቱት አልቻሉም። እንዲያውም ጄኔራል አማን ጊዜያቸውን ያጠፉት ሁለቱን ድርጅቶች በማግባባት ላይ እንደነበረ፣ ሠራዊቱ የተገንጣይ

---

31 ከኮሎኔል እስጢፋኖስ ባገኘነው መረጃ የመጀመሪያው ነበልባል እዝ በኮሎኔል ሞላልኝ በላይና በኋላም በኮሎኔል ጸጋዬ ወንድምአገኘሁ መሪነት አዋሽ አርባ ላይ ከሠለጠነ በኋላ ጦሩ መጀመሪያ ትግራይ ከዚያም ኤርትራ ተመድቦ አገልግሏል። 2ኛው ነበልባል እዝ አሁንም አዋሽ አርባ ላይ ከሠለጠነ በኋላ በኮሎኔል እስጢፋኖስ አዛዥነት የተለያዩ ግዳጆችን አከናውኗል። ኮሎኔል እስጢፋኖስ በኮሎኔል መርዕድ ይመራ የነበረውን 7ኛ ክፍለ ጦርን በአዛዥነት ሲረከቡ ኮሎኔል አሥራት ብሩ የነበልባል እዝ አዛዥ ሆኑ። የነበልባል እዝም ሌሎች ክፍሎች ተሟልተውለት 6ኛ ክፍለ ጦር ተብሎ ተሰየመ። ኮሎኔል አሥራት ወደ ሌላ ሥራ ሲመደቡ የክፍለ ጦር አዛዥነቱን ለኮሎኔል ታሪኩ ዓይኔ አስረከቡ።

ኃይሎችን ከመምታት እንዲቆጠብና ስትራቴጂያዊ ቦታዎችን እንዲለቅ በማዘዝ ሻዕቢያና ጀብሃ ወደ ዋና ዋና ከተሞች ቀርበው እንዲሰፍሩ አመቻችተዋል በማለት ከሰሷቸው። በሌላ በኩል በኤርትራ ነዋሪዎች ላይ የሚደርሱ በደሎችን ለማስቀረት ከመሞከር ባሻገር ሻዕቢያንና ጀብሃን ወደ ድርድር ሊጋብዝ የሚችል የቀድሞውን ፌዴሬሽን የመመለስ ሐሳብ ለማቅረብ እንኳን ፍላጎት አልነበራቸውም የሚሉም ነበሩ።

ከደርጉ የመጨረሻ ቀናት ጥቂት ቀደም ሲል የአገሪቱ ምክትል ፕሬዚዳንት የነበሩት ሌተና ኮሎኔል ፍሥሐ ደስታ ዐማፅያኑ ስለ ጄኔራል አማን የሰላም ሙከራዎች የነበራቸውን አስተሳሰብ እንደሚከተለው ይገልጹታል።

> የጄኔራል አማን ጥረት በኤርትራ ሕዝብ በኩል ድጋፍ የነበረው ቢሆንም በወንበዴዎቹ በኩል ግን አማን የአማራ ቡችላ ስለሆነ የኤርትራ ችግር በአማራ ቡችላ አይፈታም በማለት የመፍትሔውን ሐሳብ አልተቀበሉትም። እንዲያውም ወንበዴዎቹ የጄኔራል አማን አካሄድ ከኤርትራ ሕዝብ እየነጠላቸው መምጣቱ ስላሳሰባቸውና የሻዕቢያው መሪ ሳላህ ሳቤ የተዋጊ ሞራልና የሕዝቡን ድጋፍ ለማግኘት ሲል ተገንጣዮች ከምንጊዜውም ተጠናክረው አዲስ ማጥቃት እንደሚሰነዝሩ የይምሰል ፕሮፓጋንዳ ነዛ።[32]

ኮሎኔል መርዕድ ወደ ኤርትራ ከመሄዱ (1969 ክረምት) በፊት የተነሣነው የቤተሰብ ፎቶ

ያም ሆነ ይህ የጄኔራል አማን ሙከራ ሻዕቢያ እና ጀብሃን ለመርዳት ወይንም አዲስ የሰላም ጥረት ለማስጀመር መሆኑ በቅጡ ሳይለይ በደርጉና በጄኔራሉ መካከል የነበረው ቅራኔ ከርሮ በጄኔራሉና በስድሳ የቀድሞ ባለሥልጣናት ግድያ ይደመደማል።

ደርግ የኤርትራን ጉዳይ በሚመለከት የፖለቲካም ሆነ ወታደራዊ ሁኔታ ምን እንደነበረ፣ ወዴት ሊያመራ እንደሚችልና በአብዮቱም ሆነ በአገሪቱ ሕልውና ላይ ምን አንድምታ ሊኖረው

32 ፍሥሐ ደስታ ፤ አብዮቱና ትዝታዬ

እንደሚችል በትክክል የተገነዘበ መንግሥት አልነበረም። በኮሎኔል መንግሥቱ አገላለጽ "የኤርትራን ወንበዴዎች እንደ ጎርፍ እናጥለቀልቃቸዋለን" በማለትና ሁኔታውን በመናቅ ወታደራዊ መፍትሔን ማራመድ ጀመረ። የረባ ውጤት ባያስገኝም ይህ ወታደራዊ መፍትሔ ለመጀመሪያ ጊዜ የመለወጥ መልክ ያሳየው በ1968 ግንቦት ወር "የግንቦት 8 ፖሊሲ" በመባል የሚታወቀውንና ደርጉ ለሰላም ድርድር ፈቃደኛነቱን በገለጸበት ጊዜ ነው። ደርግ እጅግ ቆይቶ የሁኔታውን ክብደት ቢረዳም የኮሎኔል መንግሥቱ አመራር በኤርትራ ጉዳይ ላይ የረጅም ጊዜ ፖለቲካዊም ሆነ ወታደራዊ ስትራቴጂ መንደፍ የቻለ አልነበረም። የደርግን የኤርትራ ፖሊሲና በኤርትራ የነበሩትን ወታደራዊ እንቅስቃሴዎች ከአባታችን ሕይወት ጋር እያገናኘን በመጪዎቹ ምዕራፎች ላይ በመጠኑ እንዳስሳለን።

በ1966ቱ አብዮት ምክንያት የተፈጠረውን አለመረጋጋትና የደርግን መንግሥት ደካማነት በመጠቀም፣ እንዲሁም በጄኔራል አማን ጉብኝት ወቅት አዲስ የያዟቸውን ስትራቴጂያዊ ነጥቦችን መከታ በማድረግ፣ ሻዕቢያና ጀብሃ አሥመራን ለመያዝና ነፃ የኤርትራ መንግሥት ለማቋቋም ጥር 10 1967 ዓ.ም. መጠነ ሰፊ ዘመቻ ጀመሩ። የአሥመራን ከተማ ለመያዝ በሮኬት ድብደባ የተጀመረው ውጊያ በአሥመራ አካባቢና ዙሪያዋ ባሉ መንደሮችም ተሠራጨ። በቁጥሩ አነስተኛ የነበረው ሠራዊት የዐማፅያኑን አሥመራ የመግባት ምኞት ማምከን ቢችልም፣ ብዙ መንደሮችንና ከተሞችን ከሻዕቢያና ከጀብሃ ማስጣል አልቻለም።

አሥመራን ለመያዝ ከተደረገው ሙከራ በኋላ የኢትዮጵያ ሠራዊት አብዛኛውን ጊዜ በየአቅጣጫው የሚሰነዘረውን የተገንጣዮችን ጥቃት በመከላከል ተወሰነ። በአንጻሩ ሻዕቢያና ጀብሃ በተናጠል የሰፈሩ የጦር ካምፖችን እያጠቁ መያዝ ቀጠሉ። ተሠነይ፣ ሑመራ፣ ቃሮራና ሠገነይቲ የሰፈረውን የኢትዮጵያን ጦር ደመሰሱ። ናቅፋ የነበረው ጦር ተከቦ ለረጅም ጊዜ ሲዋጋ ከርሞ የተረፈው ከበባውን በጥሶ ወጣ።[33]

በተጨማሪም ሻዕቢያና ጀብሃ ታጣቂ ኃይሎችን አሥመራ ከተማ በማስረግ የሽብር ጥቃታቸውን አስፋፉ። ይህንን ሽብር ለመቋቋምና ወደ ተገንጣዮቹ የሚጎርፈውን የወጣት ተማሪዎች፣ የፋብሪካ ወዛደሮችና የመንግሥት ሠራተኞች ፍልሰትን ለመቀነስ የመንግሥት ወታደሮች እጅግ አሰቃቂ የሆኑ የአጸፋ እርምጃዎችን መውሰድ ጀመሩ።

በዚያን ጊዜ የተፈጸሙትን አሰቃቂ እርምጃዎች በትክክል ለማሳየት አሌክሳንደር ደዋል መጽሐፉ ላይ፡-

> ከአማን (ጄኔራል) ሞት በኋላ ሻዕቢያና ጀብሃ የአሥመራ ከበባን በአጠናከሩበት ወቅት፣ ከተማ ውስጥ ግድያ በጣም ተስፋፋ። ታኅሣሥ 13 [1967] ቀን ሽምቅ ተዋጊዎች ከተማ ውስጥ ሰርገው ገቡ። መንግሥትም 50 ወጣት ኤርትራውያንን በመግደል

33 ስለ ናቅፋ ከበባና ከበባውን ጥሶ ለመውጣት የተደረጉትን ውጊያዎች ጄኔራል ተስፋዬ ሀብተማርያም "የጦር ሜዳ ውሎ" ብለው በሰየሙት መጽሐፍ በዝርዝር አትተውታል።

> አጸፋውን ሲመልስ ከተገደሉት መካከል 18ቱ ታጋሥ 14 በፒያኖ ገመድ ታንቀው የሞቱ ናቸው። የሻዕቢያና የጀብሃ ኮማንዶዎችም ከተማ ውስጥ ያሉ ተቋሞችና ሲቪሎች ላይ ጥቃት አድርሰዋል። ታጋሥ 13 በእጅ ቦንብ 6 ሲቪሎች ተገድለዋል። በጥር አጋማሽ ላይ በአሜሪካን ኢንፎርሜሽን መሥሪያ ቤትና በፖስታ ቤቱ ላይ ጥቃት ደርሷል።[34]

ብሎ በጊዜው የነበረውን አደገኛ ሁኔታ ያስረዳል። በዚያን ጊዜ መንግሥት ተደጋጋሚ የመልሶ ማጥቃት እርምጃዎች ቢወስድም እንዳቸውም ሊሳኩ አልቻሉም። በአንጻሩ ተገንጣዮቹ በተለያዩ መንደሮችና ከተሞች የሚገኙትን የጦር ካምፖች እያጠቁ ድላቸውን ማስፋፋት ቀጠሉ። በተጨማሪም እጅግ በጣም ብዙ የአሥመራ ወጣቶች ተገንጣዮቹን ተቀላቀሉ።

የተገንጣዮቹ ድልና መስፋፋት ያሳሰበው ደርግ በ1968 ዓ.ም. በደርጉ ምክትል ሊቀ መንበር በሌተና ኮሎኔል አጥናፉ አባተ አቀነባባሪነት ገበሬዎችን በማሰለፍ "የራዛ ዘመቻ"ን አወጀ። ከጎንደር፣ ወሎ፣ ጎጃም፣ ትግራይ፣ አርሲና ሸዋ የተውጣጡ አርሶ አደሮች "የኤርትራን ወንበዴዎች እንደ ጎርፍ እንዲያጥለቀልቁ" ታስቦ ዘመቻው ተጀመረ። ይህ በቅጡ ያልታጠቀ፣ በጊዜ ድል መትተህ ትመለሳለህ የተባለ የአርሶ አደር ሠራዊት በቂ መሣሪያ፣ ወታደራዊ ልምምድም ሆነ ዲሲፕሊን ስላልነበረው ወዲያውኑ ተፍረከረከ። ዘመቻው የትም እንደማይደርስ ታውቆ እንዲቆም ተደረገ።

በ1969 መጨረሻ አካባቢ ከአሥመራ፣ ከምጽዋ፣ ከመንደፈራ፣ ከባሬንቱ፣ ከአዲቀይሕና ከደቀመሐሪ በስተቀር የኤርትራ ምድር ዘጠና ከመቶ በሻዕቢያና በጀብሃ ቁጥጥር ሥር ወደቀ። በዚያን ጊዜ የኢትዮጵያ ሠራዊት ትግል እነዚህን ከላይ የተጠቀሱ ከተሞች በተገንጣዮች እጅ እንዳይወድቁ በመከላከል ላይ ያተኮረ ነበር።

በዚህ ሁኔታ ነው ኮሎኔል መርዕድ ንጉሤ ካቋቋመውና ካሠለጠነው 7ኛ ክፍለ ጦር ጋር በመሆን ሐምሌ 1969 ኤርትራ የገባው።

እንግዳ አስተናጋጇ ደቀመሐሪ ፣ በጥይት ተቀባይዋ ደቀመሐሪ

ከኮንጎ መልስ ከሁለቱ ትልልቅ ልጆቻቸው ጋር የኖሩባትን ደቀመሐሪን እናታችንና አባታችን ሁሌም በፍቅር ሲያነሷት እንሰማ ነበር። ቤታችን ውስጥ ስለ ጣልያን ምግብ፣ ስለ ትግርኛ ቋንቋ፣ ስለ ትግሬ ሹሩባ ወሬ በተነሣ ቁጥር ከአሥመራና ከምጽዋ በላይ ደቀመሐሪ ትነሣለች፤ ትወደሳለች። እናታችን "አዬ! ከዘመድ መራቁ ነው እንጂ ደቀመሐሪን የመሰለ ከተማ የትም አይገኝም" ትል ነበር። ከዚህም በላይ አባታችን የ53ቱ ግርግር በመባል ከሚታውቀው ከመንግሥቱ/ገርማሜ ነዋይ መፈንቅለ መንግሥት ሙከራ በኋላ የነበረውን ክትትልና ወከባ

34 Alexander De Wall. Evil Days: Thirty Years of War and Famine in Ethiopia.

ማምለጥ የቻለው፣ አንድም በቅጣት መልክ የተላከባት ደቀመሐሪ ውስጥ "በመረሳቱ" ሳይሆን አይቀርም።

ኮሎኔል (በኋላ ብርጋዴር ጄኔራል) መርዕድ ንጉሤ ፤ የሰሜን እዝ አዛዥ

በአዲስ አበባ የሐምሌው ክረምት የማያቋርጠው ዝናብ፣ የቄራ አካባቢ ጭቃ፣ ብርዱና ደመናው ያስጠላል። ሬዲዮኑ ቴሌቪዥኑ ስለ ኢትዮጵያ መወረር፣ ስለ መሥዋዕትነት፣ ስለ ዳር ድንበር ያለማቋረጥ ይለፍፋል። ቀረርቶ፣ ፉከራና የአገር ፍቅርን የሚቀሰቅሱ ዜማዎች ይደመጣሉ። ቤተሰባችን ከፍተኛ ጭንቀት ላይ ወድቋል፤ እናታችን በማያቋርጥ ለቅሶና ኃዘን ተውጣለች። ስሜቷ የከፋ ነገር እየመጣ እንደሆነ ነግሯታል። ጭንቀታችንንና ፍርሐታችንን እንደተሸከምን፣ በዚያ ጭጋጋማ ክረምት አባታችንን ወደ ኤርትራ ሸኘነው። ያ ጉዞ የጥቂት ቀናት ጉብኝት እንደማይሆን እያወቀው፣ ሲሰናበተን ደረስ ብሎ እንደሚመለስ ለማስመሰል ጣረ።

የአባታችን ወሬ ለቀናት ይጠፋብናል። በመኻል ፋታ ሲያገኝ በሚንጫጫ ስልክ ደኅንነቱን ይነግረንና እንደተለመደው "በትምህርታችሁ በርቱ፤ እናታችሁን እርዱ" ብሎ ይሰናበተናል። አልፎ አልፎ በምናገኘው የስልክ ጥሪ እየተደሰትንና ድምፁ ሲጠፋብን እየተጨነቅን የሐምሌ ወር ተገባደደ።

ነሐሴ ወር መጀመሪያ ላይ ዛሬ ማን እንደሆነ የማናስታውሰው ሰው ደውሎ "ኮሎኔል ትንሽ ስላመማቸው ወደ ቤት እያመጣናቸው ነውና ቤቱን አዘጋጅታችሁ ጠብቁ" አለን። ብዙም ሳይቆይ ቤት ደርሶ ከመኪና የወረደው ሰው ግን ድሮ የምናውቀው፣ ደረቱን ነፍቶ ቀጥ ብሎ የሚራመደው ኮሎኔል መርዕድ አልነበረም። ደረቱና እጁ በፋሻ ተጠቅሏል፤ ሲራመድም ጎበጥ ብሎ ነው። በሥቃዩ መኻል ያቺን የምናውቃትን የምታረጋጋ ፈገግታውን አሳየን። ፈገግታዋ ግን የቤተሰቡን መረበሽና ለቅሶ ማስቆም አልቻለችም። አያታችን አከዎ "የምን ማሚረት ነው!" ብለው ተቆጥተው እስኪያቆሙን ድረስ ሁላችንም ተንሰቅስቀን አለቀስን። ጊዜው ካለፈ በኋላ

የደረሰበትን ጉዳት...

> በወቅቱ የወምበዴ ድርጊት የገነነበት ስለነበረና ደቀመሐሪ በወምበዴ እጅ ስለወደቀች፣ ሐምሌ 28 ቀን 1969 ይህንን ወረዳ ነፃ ለማውጣት በተደረገው ዘመቻ ላይ እያለሁ ቆሰልኩ። ጥቂት ቀን ቃኘው ሆስፒታል እንደቆየሁ ለከፍተኛ ሕክምና ወደ አ/አበባ ተላኩ። ከጥቂት ቀናት ሕክምና በኋላ ወቅቱ ተመልሶ መታገልን የሚጠይቅ ስለነበር ከሆስፒታል ወጥቼ ወደ ኤርትራ በመሄድ ለአንድ ወር ያህል የሰሜን እዝ ም/አዛዥ ሆኜ ሠራሁ። ከዚያም በ1970 መጀመሪያ የሁለተኛ ክ/ጦርና የሰሜን እዝ አዛዥ ሆኜ ተመደብኩ።

እያለ ያስታውሰዋል። በ1954 መጀመሪያ ቤተሰባችንን በሰላም ያስተናገደችው ደቀመሐሪ፣ በ1969 አባታችንን በጥይት ተቀበለችው። በመቶዎች የሚቆጠሩ ወታደሮችን ያሠለጠነባት ደቀመሐሪ ላይ ደሙ ፈሰሰ። ይህንን ሁኔታ ያኔ ኤርትራ የነበሩት መቶ አለቃ (በኋላ ኮሎኔል) አምሳሉ ገብረዝጊ ስለ አባታችን የሚያውቁትን ባካፈሉን የጽሑፍ ማስታወሻቸው ላይ በጦር ሜዳ መቁሰሉን አስመልክተው የሚያስታውሱትን፦

> ሜ/ጀ መርዕድ ንጉሤን መጀመሪያ ያወቅኋቸው እሳቸው በኰሎኔልነት ማዕረግ የ7ኛ እግረኛ ክ/ጦር ዋና አዛዥ ሆነው በ1969 ከአሥመራ ከተማ ደቡብ ምሥራቅ ውጊያ ቀጠና ውስጥ አመራር እየሰጡ ቆስለው እዚያው በአካባቢው ጊዜያዊ ሕክምና እየተደረገላቸው በነበረበት ጊዜ ነው። እኔ በወቅቱ በመ/አለቅነት ማዕረግ የ31ኛ እግረኛ ሻለቃ ዘመቻ መኮንን ስለበርኩ ከእኛ ሻለቃ ለዕርዳታ ተልከን በነበረበት ወቅት ነው። ለከፍተኛ ሕክምና ወደ 2ኛ ክ/ጦር ሆስፒታል ተልከው ወደ አ/አበባ እንዲሄዱ ቢጠየቁ፣ ይህ የማዘው ጦር ውጊያ ላይ እያለ መሄድ የለብኝም በማለት ለመሄድ ፈቃደኛ ባለመሆናቸው አዚያው እየታከሙ፣ እየመሩ ጥቂት ቀናት መቆየታቸውን አውቃለሁ። በዚያን ጊዜ ወጣት መኮንን ስለነበርኩ ወደ አ/አበባ ላለመሄድ የሰጡት ምክንያት ለእኔ በጥሩ ምሳሌነት እንድመዘግባቸው አድርጎኛል።

በማለት ገልጸውታል። ኮሎኔል መርዕድ ፊትለፊት የወደቀው የላውንቸር ጥይት በደረቱና በትከሻው እንዲሁም በእጁ ላይ ከፍተኛ ጉዳት አድርሶበታል። ደረቱ ላይና በከፊልም ትከሻው ላይ የተሰገሰጉትን ፍንጥርጣሪዎች መልቀም ጊዜ የሚወስድና የሚያሰቃይም ነበር። ከሰውነቱ ላይ የተለቀሙት አልሙኒየም ቁርጥራጮች እኛ ልጆቹ ከአገራችን እስከምንወጣ ድረስ በጨርቅ ተጠቅልለው ቤታችን ተቀምጠው ነበር። ማስታወሻ መያዝ የሚወደውና ሁሌም የሚጽፈው አባታችን በቀኝ እጁ መጻፍ ባለመቻሉ በግራ እጁ መጻፍ እንዲማር ተገደደ። እንደ ቀኝ እጁ አይመርለት እንጂ እስከመጨረሻው በሁለቱም እጆቹ እያፈራረቀ መጻፍን ችሎ ነበር።

ከሁሉም በላይ ዕረፍት ማድረግ አለብህ ቢባልም ከሆስፒታል ሆኖ በየቀኑ ግንባር ላይ ከነበሩ የጦር አዛዦች ጋር መነጋገሩን አላቋረጠም። ሰውነቱ ውስጥ የነበሩት ፍንጥርጣሪዎች

ተለቅመው እንዳለቁ አንዲት ደቂቃም የመቆየት ፍላጎት ስላልነበረው "ዕረፍት ያስፈልግሃል፣ ለጥቂት ቀናትም መታየት አለብህ" እየተባለ የዶክተሩን ትእዛዝ ጥሶ ወደ ኤርትራ ተመለሰ። "የሌላውን ቁስለኛ ሥቃይ ብታዩ ምን ልትሉ ነው?! ከዚህ በላይማ ከወታደሮቼ ተነጥዬ መቆየት አልችልም!" ብሎ ነሐሴ አጋማሽ ላይ ወደ አሥመራ እንደገና አቀና።

የአሥመራ ማነቆ

ሻዕቢያና ጀብሃ አሥመራ፣ ባሬንቱና ምጽዋ ላይ የሚያደርጉትን ግፊት አጠንክረውታል። በተለይም አሥመራ ዛሬ ነገ ትያዛለች የሚል ፍርሐት በከተማዋ ነግሷል። በዚህ ውጥረት ላይ ነው ኮሎኔል መርዕድ አሥመራ ተመልሶ ከላይ እንደጠቀስነው መጀመሪያ በምክትል የእዝ አዛዥነት፣ ከዚያም ከ38 ቀናት በኋላ ከጥቅምት 30 1970 ዓ.ም. ጀምሮ በሰሜን እዝ ዋና አዛዥነት የኤርትራ ክፍለ አገር ጸጥታ ኃላፊነትን የተረከበው።

ጄኔራል መርዕድ 18ኛ ብርጌድ የማረካቸውን መሣሪያዎች ሲጎበኝ

በጊዜው መርዘምና በተለይም በኤርትራ የተከናወኑ በአሸናፊነትና በተሸናፊነት የተደመደሙ ብዙ ዘመቻዎች በ1969ና በ1970 ዓ.ም. የነበሩትን ከባድ የውጊያ ታሪኮች "እንዲረሱ" አድርገዋቸዋል ማለት ይቻላል። ከዚህም ሁሉ በላይ ሊናገሩና ሊመሰክሩ የሚችሉ ብዙ መኮንኖችና ባለሌላ ማዕረጎች ዛሬ በሕይወት የሉም። ጄኔራል መርዕድና ከእርሱ በፊትም ሆነ በኋላ ሕይወታቸው ያለፈ የሠራዊቱ አባላት ያዩትንና ያለፉበትን ብቻ ሳይሆን ጭንቀታቸውን፣ ተስፋቸውንና ሕልማቸውን ሳያጋሩን አልፈዋል። በዚህም ምክንያት ከ1969 ዓ.ም. መጀመሪያ ጀምሮ የነበረውን የአሥመራ ከተማ ከበባን በዝርዝር የሚገልጹ መጻሕፍት በብዛት አልታተሙም። በየጊዜው ስለ ሁኔታው ለመጻፍ የሞከሩ አንዳንድ ጸሐፊዎች በዓይናቸው

ያዩትን መልካም ሥራ በዝርዝር ይተነትኑና፣ ዋናዎቹን ተዋንያን ካልወደዷቸው ተሳታፊዎቹንም ሆነ ድርጊቶቹን እንዳልነበሩ አድርገው ያልፏቸዋል። ይህንን መጽሐፍ ለመጻፍ ባደረግነው ጥናት በወቅቱ ዐውደ ውጊያው ላይ የነበረው የኮሎኔል እስጢፋኖስ ገ/መስቀል[35]፣ የብርጋዴር ጄኔራል በኃይሉ ክንዴ፣ የብርጋዴር ጄኔራል ውበቱ ፀጋዬንና የኮሎኔል አምሳሉ ገብረዝጊን ትረካዎች በጣም ጠቃሚ ሆነው አግኝተናቸዋል። በተጨማሪም በጽሑፍና በቃለ መጠይቅ ያገኘናቸውን ማስረጃዎች አካትተናል።

ጦርነቱ ከመበርታቱ በፊት አሥመራ ከመኻል አገር ጋር ከአዲስ አበባ ጀምሮ በደሴና በመቀሌ በኩል በሚያልፈው ዋና ጎዳናና በጎንደር፣ በአድዋ አድርጎ አሥመራ በሚገባው ጎዳና ትገናኛለች። በ1970 ዓ.ም. እነዚህ መንገዶች ተዘግተዋል። አሥመራ ላለው ሕዝብ ሠራዊቱን ጨምሮ ያለው አንድ መገናኛ መስመር የምጽዋ-አሥመራ መንገድ ነው። አቆርዳት የነበረውና በኋላ ባሬንቱ የተቀላቀለው ጦር እንዲሁም ናቅፋ የነበረው ጦር ቀለቡን የሚያገኘው ከአይሮፕላን እየተወረወረለት ነበር። ሻዕቢያና ጀብሀ "ዛሬ ገቡ፤ ነገ ገቡ" እየተባለ አሥመራ በሥጋት ተውጣለች።

በምሥራቅ ጦርነቱ እጅግ እየበረታ በመሄዱ፣ ኤርትራ የሚገኘውን ሠራዊት መርዳት አልተቻለም። በዚህም ላይ በአስቸኳይ የተመለመሉት አርሶ አደር ሚሊሺያዎች በደንብ የሠለጠኑና ከኤርትራ መልከዓ ምድርና የአየር ጠባይ ጋር የተላመዱ ስላልነበሩ ከአንድ ወታደራዊ ኃይል የሚጠበቀውን የመከላከልም ሆነ የማጥቃት ተግባራትን ሊያሟሉ የሚችሉ አልሆኑም። በአጠቃላይ ኮሎኔል መርዕድ ወደ ኤርትራ ሲመለስ የተከበበች አሥመራ፣ ባሬንቱና አዲህቀይህ፣ ወረራ የሚያንዣብብባት ምጽዋ፣ እንደገና በድጋሚ የአሥመራ ሕዝብ እስትንፋስ የተንጠለጠለባት የአሥመራ-ምጽዋ መንገድ ከፍተኛ አደጋ ላይ ሆነው ጠበቁት።

ያን ጊዜ የኮሎኔል መርዕድ ጓደኛና የሰሜን እዝ ምክትል አዛዥ የነበረው ኮሎኔል እስጢፋኖስ ገብረመስቀል በመጽሐፋቸው ላይ እንደገለጹት የአሥመራ-ምጽዋን መንገድ ለማስከፈት በኮሎኔል መርዕድ፣ በኮሎኔል ኃይለጊዮርጊስና (በጊዜው የጦር ኃይሎች ኤታማዦር ሹም የነበሩት) ራሱን ኮሎኔል እስጢፋኖስን ጨምሮ የተነደፈው ፕላን ሊሠራ አልቻለም። እንዲያውም ውጊያውን በዚያ መልክ መቀጠሉ ጉዳት ሊያመጣ እንደሚችል በመገንዘብ ሁሉም በአንድነት እንዲቆም ወሰኑ። ላለመሳካቱ አንደኛው ምክንያት በውጊያው ላይ ካለበቂ ልምምድ የተሰለፉት ሚሊሺያ ወታደሮች ልምድ ማነስና መሠረታዊ የሆኑ ወታደራዊ ደንቦችን ያለማወቅ ነው።[36] ይህንኑ የማሠልጠን ችግር ጄኔራል በኃይሉ ክንዴ ሲገልጹ:-

በትምህርት ወቅት ምንም መሣሪያ ስላልነበረን ለእያንዳንዱ ወታደር ዱላ ቆርጠን

35 ኮሎኔል እስጢፋኖስ አባታችን የሰሜን ኣዝ አዛዥ የነበረ ጊዜ ምክትሉ የነበረ ሲሆን ሁለቱም የክብር ዘበኛ አካዳሚ 3ኛ ምሩቆች ነበሩ። በእኛ አጠራር "ጋሽ እስጢፎ" የቤተሰባችን በጣም ቅርብ ወዳጅ፣ እናታችንና አባታችን በጣም የሚያከብሩትና የሚወዱት ቅን ሰው ነው።

36 እስጢፋኖስ ገብረመስቀል (ኮሎኔል) ፤ ለሀገር ፍቅር የተከፈለ መስዋዕትነት

> እንደመሣሪያ በማስያዝ ነበር እናስተምር የነበረው፤ መሬቱም ለወታደራዊ የስልት ትምህርት አመቺ አልነበረም። ማስተማር አይበለው እንደነገሩ የነፍስ ወከፍና የጓድ ደረጃ ስልትን ገረፍ ገረፍ አድርገን የመሣሪያዎች ትምህርትን ከሌሎች ክፍሎች ተውሰን አስተማርን። ከዚያም ኤርትራ ሄደው እዚያው ይማራሉ ተብሎ ጦሩ ወደ አሥመራ አቀና። ያን ጊዜ መገናኛ ሬድዮ፣ ሌላ ቀርቶ የቡድን መሣሪያ መትረየስ እንኳን አልነበረውም።[37]

ብለው በመቀጠል ጦሩ የመሣሪያ አያያዝና አጠቃቀም ገና ስላልለመደ መሣሪያውን እያባረቀ እርስ በእርስ መቆሳሰል እንደበዛና በኋላም ባሬንቱና አቆርዳት የነበሩ ውጊያዎች ላይ እንደተጋፈጠ ይዘረዝራሉ። በኤርትራ ለረጅም ዓመታት የተዋጉትና በደርጉ መጨረሻ ቀናት ኤርትራ የነበረው የሁለተኛው ሠራዊት አዛዥ የነበሩት ጄኔራል ሁሴን አህመድም፡-

> ሁሉም አዛዥና ገበሬው ሠራዊት በመሣሪያው በመልክ በመልኩ በቂ የተኩስ ልምምድ አላደረገም።....የማጥቃትና የመከላከል ውጊያ አልተለማመዱም።...የአካባቢ የመሬት ትውውቅ ለማድረግ ጊዜ አልተገኘም። አቅጣጫ እየተነገረው ብቻ ጉዞ ሆነ። አንድ ትልቅ አስተማማኝ መሣሪያ ግን አለ፤ ኅብረትና ወኔ።[38]

በማለት የነበረውን ሁኔታ ይተርካሉ። ኮሎኔል መርዕድ ይህ የልምምድና የመሠረታዊ ወታደራዊ እውቀት ችግር ሳይፈታ የትም መድረስ እንደማይቻል ተረድቷል። ስለዚህ በኤርትራ ለረጅም ጊዜ በተለያየ ደረጃ ሲዋጉና ሲያዋጉ የነበሩትን ኮሎኔል አምሳሉ ገብረዝጊና ሌሎች መኮንኖችን አስጠርቶ በአስቸኳይ ሚሊሺያውን ማሠልጠን እንዲጀምሩ መመሪያ ይሰጣቸዋል። ኮሎኔል አምሳሉ ከአባታችን የመጀመሪያ ትእዛዝ የተቀበሉበትን ቀን ሲያስታውሱ፡-

> በወቅቱ አዛዥ መኮንኑ ስለ ትምህርትና ሥልጠና በዝርዝር መግለጫ ከሰጡን በኋላ አራታችን በአንድ ምድብና በሻምበል ተስፋዬ ትርፌ መሪነት በወገን በተያዙ ቦታዎች የሚገኙትን የሚሊሺያ ጦር አባላት እንድናሠለጥን ትእዛዝ ሰጡን። እኛም ኃላፊነቱን በደስታ ተቀብለን ከቢሮአቸው ወጣን።"[39]

ብለዋል። ሁኔታው ፋታ የሚሰጥ አልነበረም፤ በየቀኑ አዳዲስ ፈተናዎች ይገጥማሉ፤ ጦሩ ደግሞ ልምድም፣ ችሎታም አልነበረውም። ጦሩ ብቻ ሳይሆን በአመራር ላይ የነበሩት ኮሎኔል መርዕድንም ጨምሮ እንደዚህ ዓይነት የተወሳሰበና ቆም ብሎ ለማሰብ እንኳን ፋታ የማይሰጥ ውጊያ ውስጥ ተሳትፈው የሚያውቁ አልነበሩም። በዚህ ሁኔታ ነው ቀደም ሲል የተቋረጠው የምጽዋ ውጊያ እንደገና እንዲጀመር የተወሰነው። በዚያን ጊዜ ከሩሲያ አማካሪዎች ጋር በመሆን

37 በኃይሉ ክንዴ (ብ/ጄኔራል) ፤ የኢትዮጵያ ጠላት ማነው?

38 ሁሴን አህመድ (ሜ/ጄኔራል) ፤ መስዋዕትነት እና ፅናት

39 አምሳሉ ገብረዝጊ (ኮሎኔል) ፤ የኤርትራ መዘዝ

በተደረገው ውይይት በአጠቃላይ ስምምነት ላይ ቢደረስም በታንኮች አሰላለፍ ላይ ልዩነት ተፈጠረ። ኮሎኔል መርዕድና ኮሎኔል እስጢፋኖስ በአንድ በኩል፣ የሩሲያ አማካሪዎች በሌላ በኩል ሆኑ። ኮሎኔል እስጢፋኖስ በመጽሐፉ ላይ ያኔ ስለተፈጠረው ልዩነት፡-

> በዚህ በእኔና በኮ/ል መርዕድ ንጉሤ ሐሳብ አማካሪዎቻችን ተናደዱ፤ ጦፉ! "ስለ ታንኮቻችን ችሎታ የምናውቀው እኛ እንጂ እናንተ አይደላችሁም!" በሚል ከድንፋታ ጋር ተናገሩ። እኛም አልተበገርንም። በታንክ አሰላለፉ ላይ ሳናምንበት ጦሩን ለግዳጅ ማሰማራት በሕይወት ላይ እንደ መፍረድ ስለቆጠርነው አምርረን ተከራከርን። በዚህ መካከል የጦር ኃይሎች ኤታማዦር ሹም (በኋላ የአገር መከላከያ ሚኒስትር) ሜ/ጄ ኃይለጊዮርጊስ ኃ/ማርያም ክርክራችን መኻል ጣልቃ ገቡ። የሜ/ጄኔራሉ ውሳኔ ለአማካሪዎቻችን ያደላ ሆነ። የጉዳዩ ስሕተትና አደገኛነት ጠፍቷቸው ሳይሆን ሳያምኑበት በአማካሪዎቻችን ላይ ቅሬታ እንዳያድር አቋምን የያዙ ይመስላል። እናም "በእነሱ ሐሳብ መሠረት ፈጽሙ!" ሲሉ ወሰኑ። በአማካሪዎቻችን ሐሳብ መሠረትም በምጽዋና በዶጋሊ መካከል ልምምድ ተደርገ። እቅዳችንና ክርክራችን የታጠፈብን ወገኖች አንድ ነገር ግልጽ ሆኖ ታይቶናል። እሱም የጄኔራል ኃይለጊዮርጊስ ውሳኔ አማካሪዎቻችንን ለማስደሰት የተሰነዘረ ነገር ግን በወገን ጦር ላይ የሞት ፍርድ አካሄድ ያለው መሆኑ ገብቶናል።

በማለት ይተርካል። ቢሆንም ግን ልምምድ ተደርጎ ውጊያው ተጀመረ። ነገር ግን በታንኮቹ አሰላለፍ ውሳኔና እንዲሁም በሌሎች ስሕተቶች ምክንያት የተፈለገው ውጤት ሳይገኝ ቀረ። ጦሩም በማፈግፈግ ላይ እያለ ሻዕቢያ ምጽዋን ማጥቃት ይጀመራል። የምጽዋ ሕልውና ራሱ ጥያቄ ውስጥ ይገባል።

የምጽዋ ትንቅንቅ ፤ "የማያቋርጥ የ24 ሰዓት ሥራ"

መጀመሪያ ምጽዋ ላይ የተሰነዘረውን የሻዕቢያን ጥቃት ማስቆም ቢቻልም ጦሩ ላይ የደረሰው ጉዳት ከፍተኛ ነበር። በዚህ ጊዜ የሰሜን እዝ አዛዥ የነበረው ኮሎኔል መርዕድ በአስቸኳይ ከአሥመራ ወደ ምጽዋ ሄዶ የመከላከሉን እንቅስቃሴ እንዲመራ ታዘዘ። ታኅሣሥ 3 1970 ዓ.ም. ከጦር ኃይሎች ጠቅላይ ኤታማዦር የደረሰው ቴሌግራም በከፊል እንደሚከተለው ይነበባል።

ምጽዋ የነበረውን አጠቃላይ ሁኔታና በሻዕቢያና በጦሩ መካከል የነበረውን ውጊያ የሰሜን እዝ ምክትል አዛዥ የነበሩትና የመልሶ ማቋቋሙን ሥራ ያስተባበሩት ኮሎኔል እስጢፋኖስ ገብረመስቀል ዘርዘር ባለ መልኩ ቀደም ሲል በጠቀስነው መጽሐፍ ላይ አቅርቦታል። በተጨማሪም የኮሎኔል አምሳሉ መጽሐፍ በየዕለቱ የተከናወኑትንና ምጽዋን ለመከላከል የተደረጉትን ጥረቶች ይዘረዝራል። የእኛ ትረካ በይበልጥ ኮሎኔል መርዕድ ምጽዋን ለማዳን

በተደረገው ውጊያ ከሠራዊቱ ባልደረቦች ጋር በመሆን በግል በፈጸማቸው ድርጊቶችና አጠቃላይ ክንውኖች ላይ ያተኩራል።

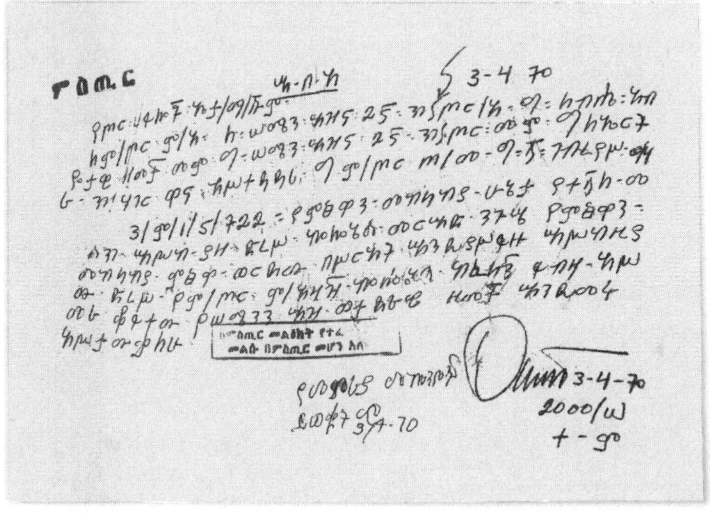
ምስጢር

3-4-70

3-4-70
2000/ሠ

ኮሎኔል መርዕድ ከአሥመራ በአስቸኳይ ወደ ምፅዋ ሄደው ጦሩን እንዲያስተባብሩ ከጦር ኃይሎች ኤታማዦር ሹሙ የተላከ ቴሌግራም

> የምፅዋን መከላከያ ሁኔታ የተሻለ መልክ እሥከ ያዘ ድረሥ፣ ኰሎኔል መርእድ ንጉሤ የምፅዋን መከላከያ ምፅዋ ወርደው በሥርአት እንዲያሥይዙ፣ እሥከዚያው ድረሥ የም/ጦር ም/አዛዥ ኰሎኔል ከፈለኝ ይብዛ አሥመራ ቆይተው የሠሜንን እዝ ወታደራዊ ዘመቻ እንዲመሩ አሥታውቃለሁ።[40]

ኮሎኔል መርዕድ በምጽዋ በኩል የመልሶ ማቋቋም ኃላፊነቱን ለኮሎኔል እስጢፋኖስ አስረከበ። የመልሶ ማቋቋም ከዚያም የምሽግ ቁፋሮና ዝግጅት ቢደረግም ቁጥራቸው ትንሽ የማይባል ወታደሮች የመከላከያ መስመራቸውን እየተዉ አብዛኞቹ ያለ ትእዛዝ ማፈግፈግ ጀመሩ። የጦሩን በተዝረከረከ መንገድ ማፈግፈግ የተመለከተው በቁጥሩ እጅግ ከፍተኛ የሆነው የሻዕቢያ ተዋጊ ከባድ ጦርነት ከፈተ። በኢትዮጵያ በኩልም በጣም ብዙ የሚሊሺያው አባሎች ሳይዋጉ አፈገፈጉ። የተቀሩትም በቂ የውጊያ ልምድ ስላልነበራቸው የተጠበቀውን ውጤት ማግኘት ሳይቻል ቀረ። ቢሆንም ግን ባለው ሠራዊትና በተጨማሪም ለዕርዳታ በመጣ ጦር አማካኝነት የምጽዋን ወደብ መከላከል ተቻለ።

ለቢቢሲ፣ ሮይተር፣ ቦስተን፣ ግሎብና ሌሎችም ታላላቅ ጋዜጦች ይሠሩ የነበሩትና በአፍቃሬ ኤርትራነታቸው ይታወቁ የነበሩት ዳን ኮኔል ከሻዕቢያ የማጥቂያ መስመሮች ላይ ሆነው

40 ከጠቅላይ ኤታማዦር ሹም የተላከ ቴሌግራም

ያዩትን፡-

> ...በምሥራቁ ውጊያ ዋና አዛዥ የነበረው ጴጥሮስ ሰለሞን እንዳለው በዚህ ውጊያ ወደ 200 የሚጠጉ የሻዕቢያ ወታደሮች ሲሞቱ ወደ 400 የሚሆኑ ቆስለዋል። ይህ ቁጥር እስከ ዛሬ ሻዕቢያ ላይ ከደረሰው ጉዳት እጅግ የበለጠ ነው...ወደ ኋላ ዞር ብለን ስናይ በውጊያው ላይ ሶቪየቶች የጨመሩትን የመሣሪያ ብዛት እያዩ፣ ሻዕቢያዎች በጣም የተጠናከረውን የምጽዋን ወደብና ሁለቱን ደሴቶች ለመያዝ መሞከራቸው ትልቅ ስሕተት እንደነበረ ግልጽ ነው። ከመጀመሪያው ውጊያ በኋላ ዕረፍት መውሰድና እንደገና መልሶ መቋቋሙን ትተው ወደ ወደቡ እየሸሹ የገቡትን የኢትዮጵያ ወታደሮች አሳደው መምታት ነበረባቸው። ለነገሩ ከዚህ ውጊያ በኋላ ሻዕቢያዎች ምንም ቢያደርጉ ምንም የረባ ለውጥ ማምጣት አይችሉም ነበር። የጦር ጉልበቱ ሚዛን ወደ እነሱ እያደላ አልነበረምና። እኔም ሻዕቢያዎች ሌላ ዘመቻ ይከፍቱ እንደሆነ ብዬ ለአንድ ወር ያህል እዚያው ቁጭ ብዬ ጠበኩኝ። ሌላ ዘመቻ ግን ሳይጀምሩ ቀሩ።[41]

በማለት ጽፈዋል። ከዚህ በፊት በነበሩት ምዕራፎች እንደዘረዘርነው ዋነኛው ችግር በቂ ተዋጊ ጦር ያለመኖሩና ያለውም አብዛኛው በቂ ሥልጠና ያላገኘና ምንም ልምድ የሌለው መሆኑ ነበር። ስለሆነም የሚሰጡትን ወታደራዊ ትእዛዞች መቀበልና በሥራ ላይ ማዋል፣ በቀላሉ ያለመረበሽ፣ ስልታዊ ማፈግፈግን በሥነ-ሥርዓት የማከናወን ችግር ነበረበት። ጦሩን ይመሩ የነበሩ አዛዦች እንደሚሉት ሚሊሺያው በጀግንነት ሲዋጋ የሚታየውን ያህል አንዳንዴ መሣሪያውን ጥሎ ይሸሽ ነበር። በዚህ ትርምስ መኻል ነበር ኮሎኔል መርዕድ ወደቡ ላይ ከሄሊኮፕተር የወረደውና ውጊያውን መምራት የጀመረው። ምጽዋ ዋነኛውን የመከላከያ ነጥብ ለቀው ቀይ ባሕር በቀላሉ የሚሻገሩት ወንዝ እየመሰላቸው የገቡበትና ሰምጠው የቀሩ ቁጥራቸው በርካታ ነበር። እነዚህን የሚሸሹ ወታደሮች "ስለ ኢትዮጵያ፣ ስለ አገርህ ስትል..." እያሉ እየቀሰቀሱና እየተማጸኑ ነበር ኮሎኔል መርዕድና የሥራ ባልደረቦቹ ሲያዋጉ የነበሩት።

በኤርትራ ክብርጌድ አዛዥነት እስከ ሁለተኛው አብዮታዊ ሠራዊት ዋና አዛዥነት ሲያገለግሉ የነበሩት ጀኔራል ሁሴን አህመድ በምጽዋ የነበረውን ሁኔታ ሲገልጹ፡-

> በጠቅላላው ሠራዊቱ የመከላከያ ስፍራውን ለቅቆ ምጽዋ ወደብ ላይ ተከማቸ። የውኃ ስፍራ ደንጎሎ በመያዙ በጠቅላላው ለምጽዋ ሕዝብ ውኃ ጠፋ። በእንደዚህ ያለ ቀውጢ ሁኔታ ቆራጥና ጀግና መሪዎች የሚፈለጉበት ጊዜ ሆነ። ከወደቡ ጀርባ ቀይ ባሕር ነው። መሬቱ አልቋል። ስለዚህ የተረፈው ሠራዊት ስፍራውን በወደቡ ፊት ለፊት በጨው ሜዳ ላይ እንዲይዝ ተገደደ። በምጽዋ በረሃ በጨው ላይ ውኃ በሌለበት ሥፍራ ሠራዊቱ ይዋጋል ብሎ ያሰበ አንድም ሰው አልነበረም። ሆኖም ሰው ፍላጎት ካለው ምንም ዓይነት ከባድና አስቸጋሪ ሁኔታን ሊቋቋም እንደሚችል ታየ። ሠራዊቱ በጨው ላይ

41 Dan Connell. Against All Odds: A Chronicle of the Eritrean Revolution.

> መከላከያ ስፍራ ያዘ።የጠላትን ከባድ ማጥቃት ሁለት ጊዜ አከሸፈ። ይህ ብቻ ሳይሆን በአጥቂው ላይ ከፍተኛ ጉዳት በማድረሱ ጠላት ማጥቃቱን አቆመ።...ታሪካዊውን የምጽዋን ወደብና ቀይ ባሕርን ለማዳን የተከፈለው የሕይወት መስዋዕትነትና የደረሰው የማቴሪያል ጉዳት እጅግ ብዙ ነበር ከማለት በስተቀር በስታትስቲክስ ለመግለጽ ሰፋ ያለ ጥናት ያስፈልገዋል...

ካሉ በኋላ ስለ ጄኔራል መርዕድ የነበራቸውን ትውስታ ሲጠቅሱም፡-

> የሰሜን እዝ አዛዥ ብ/ጄኔራል (በዚያን ጊዜ ኮሎኔል) መርዕድ ንጉሤ በምጽዋ ወደብ ላይ ሆነው ውጊያውን ሲመሩ እንባ ከዓይናቸው ይወርድ እንደነበረ የዓይን ምስክር ነኝ።[42]

በማለት መጽሐፋቸው ላይ አስፍረውታል። ከታኅሣሥ 3 ጀምሮ የሻዕቢያ ጦር ያለመታከት በተደጋጋሚ ጥቃት ሰነዘረ። የሻዕቢያ ጦር በቁጥር ምጽዋ ከነበረው ጦር ከመብዛቱ ሌላ ዶጋሊ ላይ ባገኘው ድል የኢትዮጵያ ጦር ጥሎት የሄደውን መሣሪያ መጠቀም በመቻሉ በኢትዮጵያ ወታደሮች የተያዙ ቦታዎችን በከባድ መሣሪያ መደብደብ ችሎ ነበር። የኢትዮጵያ ጦር በመለስተኛ ማጥቃትና በመከላከል ተወስኖ ቆየ። በኋላ ግን በኢትዮጵያ ታሪክ ለመጀመሪያ ጊዜ የምድር ጦር፣ የባሕር ኃይልና የአየር ኃይልን በአንድነት በማቀነባበር በተደረገ ውጊያ የሻዕቢያን ግፊት ለማቆምና ምጽዋን በከፊል ለማቆየት ተቻለ። ምጽዋና አካባቢዋ ከሻዕቢያ ሙሉ ለሙሉ የጸዱት የ505ኛ ግብረ ኃይል 1970 ሰኔ አካባቢ ባደረገው ዘመቻ ነው።

በዚያን ጊዜ እጅግ ከባድ የሆነውን ሁኔታ ኮሎኔል መርዕድ እንዴት እንደተወጣው ኮሎኔል አምሳሉ ገብረዝጊ በሰጡን የጽሑፍ ማስታወሻ ላይ እንዲህ የሚለው ይገኝበታል፡-

> ሻዕቢያ ኅዳር 12 ያገኘውን ድል በማስፋፋት ሙሉ በሙሉ ምጽዋን በመቆጣጠር ውጤቱ በፈንጠዝያ በመስከሩ ለወገን ጦር የሁለት ቀን የዝግጅት ጊዜ ሰጠን። ከታኅሣሥ 12 ማታ ተጀምሮ ያለማቋረጥ ኮሎኔል መርዕድ ንጉሤ በአነስተኛ መሬት ላይ ሠፍሮ የነበረውን ጦር በማበረታታት፣ በማዘጋጀትና በማቀናጀት ላይ ይረባረቡ ነበር። ጊዜው አጭር ቢሆንም ኰሎኔል መርዕድና መምሪያ መኮንኖቻቸው፣ የሻለቃ አዛዦች... ወዘተ ወደር የሌለው አመራር በመስጠት ጦሩን በጋራ አዘጋጀን። ጠላት ያገኘውን ድል በማስፋፋት የምጽዋን ከተማና ወደብ ለመቆጣጠር በማቀድ ታኅሣሥ 14/1970 ዓ.ም. በ0300ሰ (ታኅሣሥ 13/ ከሌሊቱ 9 ሰዓት) ማጥቃት ጀመረ። የወገን ጦር ባደረገው ርብርብና የቅንጅት ውጊያ ጠዋት አነጋጉ ላይ ብዙ የሻዕቢያ አባል ምርኮኞችን በመያዝ፣ የሻዕቢያ ጦር ተዝረክርኮ እንዲያፈገፍግ ሆነ። ታኅሣሥ 15 እንደገና መልሶ መቋቋሙ ተጀምሮ በመካሄድ ላይ እንዳለ፣ ታኅሣሥ 29 ጠላት እንደገና ማጥቃት ሠንዝሮ ብዙ

42 ሁሴን አህመድ የሹምነሽ (ሜ/ጄኔራል) ፤ ሬትና ማር

ጉዳት ከደረሰበት በኋላ አፈገፈገ። የኰሎኔል መርዕድ ንጉሤ የማቀናጀት፣ የማስተባበርና የአመራር ችሎታን በመገንዘብ አንድ ትልቅ ቁም ነገር አድርጌ በጭንቅላቴ መዘገብኩ።

በዚያን ጊዜ ኮሎኔል መርዕድ ንጉሤ በደርግ ዘመነ መንግሥት የመጀመሪያው የጄኔራልነት ማዕረግ ተሰጠው። ታኅሣሥ 18 1970 ከኮሎኔል መንግሥቱ ኃይለማርያም የተላከው ቴሌግራም "...በዚህ ወሳኝና ታሪካዊ ተጋድሎ በአሳዩት ቆራጥ አመራር የመጀመሪያው አብዮታዊ ጄኔራል ማለትም የብርጋዴር ጄኔራል ማዕረግ ተሠጥቶዎታል..."[43] ይላል።

እዚህ ላይ እግረ መንገዳችንን ኮሎኔል መንግሥቱ ኃይለማርያም "ትግላችን" ብለው በሰየሙት መጽሐፋቸው ላይ ጄኔራል መርዕድ ምጽዋ እንደደረሰ ያቀረበላቸውን ሪፖርት በማናናቅ መልክ ካቀረቡ በኋላ፣ ራሳቸው ስለሰጡት ሹመት ሳያነሡ፣ እሱም ቀርቶ ውጊያው ምን ይመስል እንደነበረ እንኳን በቅጡ ሳይገልጹ ያልፉታል። ምንም እንኳን የምዕራፋቸው ረጅም ርእስ ስለ ዶጋሊ መያዝና ስለ ምጽዋ መከበብ ቢሆንም እንደ ማርያም መቀነት በሚውዘገዘጉ ረጃጅም አርፍተ ነገሮች፣ ስለ ቀይ ባሕር አሳዎችና ዶልፊኖች፣ እንዲሁም ዘለው በየመኻሉ ስለ ሶማሊያ ጦርነት አውርተው ስለ ምጽዋ ጦርነትም ሆነ ስለ ጄኔራል መርዕድ ምንም የረባ ነገር ሳይናገሩ ይደመድማሉ።

ከጓድ፡ ሌ/ኮ. መንግሥቱ፡ ሃ/ማ.
ኰ/መርዕድ፡ ንጉሤ፡ ም/ለሃገር፡ መከላከያ፡ ሚኒስተር፡
18/4/70

ቁ.ወ.መ. 1/6/1/239 ① በቁ. 040/70 የ16/4

ጸርሣኛል፡ 1ኛ፡ በዚህ፡ ወሳኝና፡ ታሪካዊ፡ ተጋድሎ፡ በአሣዩት፡ ቆራጥ፡ አመራ
ር፡ የመጀመሪያው፡ አብዮታዊ፡ ጀኔራል፡ ማለትም፡ የብርጋዴር፡ ጀኔራል፡ ማዕረግ
ተሠጥቶዎታል፡ 2ኛ፡ ማዕረግ፡ የጠየቁላቸው፡ የ101ኛ፡ አየር፡ ወለድ፡ ሻለቃ፡ አዛ
ዥ፡ ሌ/ኮ፡ ሃይሉ፡ ወ/ገብርኤል፡ ከዛሬ፡ ጀምሮ፡ የሙሉ፡ ኮሎኔልነት፡ ማዕረግ፡
ተሠጥቶአቸዋል፡ በመጀመሪያው፡ አብዮታዊ፡ ሠራዊቱ፡ ወሥነን፡ እንዲያገኙልኝ፡ ተወ
ሥኖል፡ 3ኛ፡ በዚህ፡ ተጋድሎ፡ ከሁለታችሁ፡ ሌላ፡ አብረው፡ አመራርና፡ ቆራጥነት
ያሣዩ፡ መኮንኖችና፡ የሚገባቸው፡ ጀብዱ፡ የፈፀሙትን፡ አባሎች፡ [illegible]፡
የሚሉትን፡ የማዕረግ፡ እድገት፡ ወሥነው፡ ለሁኔታ፡ እንዲያቀርቡ፡ እሥ-

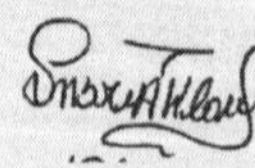

ኮሎኔል መርዕድ ንጉሤ ምጽዋ ላይ ላሳየው ተጋድሎና አመራር በደርግ ዘመን የመጀመሪያውን የጄኔራል ማዕረግ እንደተሰጠው የሚያበስረው ቴሌግራም

43 ቁ.ወ.መ 1/6/1/239 ቀን 18/4/1970

ሹመቱ እንደተሰማ የቤታችን ስልክ ያለማቋረጥ መጮህ ጀመረ። የእንኳን ደስ አላችሁ ጋጋታ ቤታችንን ሞላው። ከቤተ መንግሥት ጠጅና መጠጦች ተላኩ። እናታችን ግን ደስተኛ አልነበረችም። አባታችን ያለበት አስጨናቂ ሁኔታና የትልቁ ልጇ እሥር ቤት መሆን ከአእምሮዋ ሊወጣ አልቻለም። ቀይ ሽብር በተስፋፋበት ዘመን እንደማንኛውም እናት ትምህርት ቤት ውለው የሚመጡት ልጆቿ በሰላም ውለው በሰላም መመለሳቸው ያሳስባታል። ከዚህ ሁሉ በላይ በኋላ አሠቃይቶ ለሞት ያበቃት በሽታዋ ጉልበቷን ይፈታተናታል።እናታችን ግን ጠንካራ ነበረች። ይህን ሁሉ ጉድ ተሸክማ እኛን ልጆቿን ወገቧን አሥራ ታሳድጋለች። ትልቁ ጉልበቷ የማይቋረጥ ጸሎቷ ነበር።

ጄኔራል መርዕድ በምጽዋ ሁኔታዎች እስኪረጋጉና መልክ እስኪይዝ ድረስ እዚያው ቆየ። ጦሩ የሚቀጥለውን የሻዕቢያ ወረራን ለመከላከል እንዲችል ከሌሎች የሥራ ጓዶቹ ጋር በመሆን አመራር እየሰጠ የምጽዋ የመከላከያ ወረዳን አጠናከረ። የሻዕቢያ የማጥቃት ግፊትም ተገታ። የ1970 ዓ.ም. ምጽዋን ከሻዕቢያ መከላከል መቻል ትልቅ ስትራቴጂያዊ ጠቀሜታ ነበረው። ምጽዋ ያንጊዜ በሻዕቢያ ብትያዝ ኖሮ አሥመራን ለመከላከልና በኋላም ሻዕቢያን ከብዙ ከተሞችና ስትራቴጂያዊ ቦታዎች ለማስለቀቅ በተደረገው የ"ግብረ ኃይሎች" ጦርነትና ከዚያም በኋላ በነበሩ ውጊያዎች ላይ አሉታዊ ተፅዕኖ ይኖረው እንደነበረ አያጠራጥርም። በኋላ እንደታየውም በ1983 ዓ.ም. ኤርትራን ሙሉ ለሙሉ ሻዕቢያ እጅ ያስገባው የመጨረሻው ወሳኝ ግፊት የተጀመረው ምጽዋ የነበረውን የኢትዮጵያን ሠራዊት በመደምሰስ እንደነበረ አይዘነጋም።

በዚህ ሁሉ ውጥንቅጥ መኻል አባታችን እንደልማዱ ለቤተሰቡ እንደምንም ብሎ ደብዳቤዎች ከመላክ ተቆጥቦ አያውቅም። ጊዜ ሲኖረው ለእያንዳንዳችን ለየብቻ ደብዳቤ ይጽፍልናል። ጊዜ ሲያጣ በጥቅል ለሁላችንም አንድ ደብዳቤ ይልካል። ከለመድነው ምክር ውጪ አንዳንዴ እንደ ሁኔታው ቀልድ ጣል ያደርግልናል። ቤተሰቡ በዚህ ጭንቀት ውስጥ ሲዋዥቅ ከምጽዋ በአንድ ጊዜ ሦስት ደብዳቤ ይኾንደጎዳል። እንደዛሬው ኢንተርኔትና ሶሻል ሚዲያ በሌለበት ዘመን ደብዳቤ ከወዳጅ ማግኘት ዘመድን በአካል ያገኙት ያህል የሚያስደስት ነበር። ከዚህ በታች ለእናታችን የጻፈውን ደብዳቤ ለናሙና ያህል አስፍረናል። የቀሩትንም በመጽሐፋችን መጨረሻ ላይ አባሪ አድርገናል።

ከምጽዋ ከጄኔራል መርዕድ ለወ/ሮ አሰለፈች የተላከ ደብዳቤ (27-4-70 ዓ.ም.)

ውድ ባለቤቴ ወይዘሮ አሰለፈች ኃይለማርያም

እጅጉን ለጤናሽ እንደምን ሰንብተሽልኛል? ቸሩ መድሐኒዓለም ይመስገን እኔ ለጤናዩ በጣም ደህና ነኝ። ንጉሤ በጻፈልኝ ደብዳቤ ግርጌ የላክሽልኝ መልዕክት በ26-4-70 ደርሶኛል አመሰግናለሁ።

ሆኖም ከፍተኛ ሃሳብ ላይ ነው የጣለኝ ይኸውም አጭር ደብዳቤ መጻፍ እንደማትወጂ አውቃለሁ። ይህቺን ያደረግሽው ከፍተኛ የጤና መታወክ

ደርሶብሽ እንደሆነ ተገንዝቤአለሁ። ይሁንና ሁኔታሽን በግልፅ ብትጽፊልኝ ደስ ባለኝ ነበር እርግጥ የማደርግልሽ ነገር ላይኖር ይችላል። ሆኖም ማወቁ ጠቃሚ ነው። አሁንም ሁኔታሽን በልጆችም ቢሆን አጽፈሽ ብትልኪልኝ በጣም ደስ ይለኛል ያለበለዚያ ካለብኝ ሥራ ጋር ሌላ ጭንቀት ውስጥ መግባቴን ዕወቂ። እርግጠኛውን ብትገልጪልኝ በጣም የሚረዳኝ መሆኑን አትዘንጊ። በኔ በኩል ደጋግሜ እንደገለፅኩት ሁሉ 24ቱን ሰዓት የማያቋርጥ ሥራ ላይ ነኝ። እሱም ቀይ ባሕራችንን ላለመስጠት ነው። የመላው ኢትዮጵያ ሕዝብ ፀሎትና መረባረብ ትግላችንን እንደሚባርክ ተስፋዬ ፅኑ ነው። ኧረ ለመሆኑ ምነው እንኳን ደስ አለህ ያላልሽኝ? ተቀይሜአለሁ የተሾምኩት በዘመድ መሰለሽ እንዴ?

ከዚህ ሌላ የገና በዓላችሁን በጥሩ ሁኔታ እንድታሳልፉ እፈልጋለሁ። እኔ ገንዘብ ስለማያስፈልገኝ $200 ብር ልኬአለሁ። ከዚህ ውስጥ $50.00 ለእማማ ጫማ፣ $25.00 ለአበባ ሹራብ፣ $25.00 ለጋሼ የውስጥ ልብሶች ገዝተሽ ስጪልኝ ሌላውን እናንተ ምናምን ግዙበት። ለነ ወይዘሮ መንበረ ለጋሽ ወንድማገኘሁና ለሌሎችም ሠላም በይልኝ በሚቀፅለው ስለምፅዋ እጽፍልሻለሁ።

በተረፈ በሰላም ያገናኘን።

መርዕድ ንጉሤ

27-4-70

ከምጽዋ ደብዳቤ

ይህ ደብዳቤ ሲደርሰን ምጽዋ ትንሽም ቢሆን ተንፈስ ያለችበት ጊዜ ነበር። ጄኔራል መርዕድ ግን ብዙም መተንፈሻ ጊዜ አልነበረውም። ከሁለት ሳምንታት በኋላ "የምጽዋን እዝ ለኮሎኔል እስጢፋኖስ አስረክበው በአስቸኳይ አሥመራ ይመለሱ" የሚል ቴሌግራም ከብሔራዊ ዘመቻ መምሪያ ይደርሰዋል።

ጄኔራል መርዕድ ከምጽዋ አሥመራ በአስቸኳይ እንዲመለስ የሚያዝ ቴሌግራም

በወቅቱ በአሥመራና በምጽዋ ስለነበረው አስጨናቂ ሁኔታ በማስታወሻው ላይ እንደሚከተለው ይገልጸዋል።

> በዚሁ ዓመት ኅዳር ወር የወምበዴ ንቅናቄ በመብዛቱና በተለይም የምጽዋ ሁኔታ አስጊ ስለሆነ ሁኔታውን በቅርብ ለመቆጣጠር ወደ ምጽዋ ሄድኩኝ።...እስከ ጥር ወር 1970 ምጽዋ ላይ የተቻለኝን ያህል የሞት ሽረት ትግል እያደረግሁ ሳለ የአሥመራ አካባቢ ሁኔታ አሳሳቢ ሁኔታ ላይ ስለወደቀ በአስቸኳይ ወደ አሥመራ እንድትመለስ ስለተባልኩ አሥመራ ተመለስኩ። እንደተባለውም የወቅቱ ሁኔታ በዚያ አካባቢ እጅግ ቀውጢ ነበር።

እንደገና የአሥመራ ማነቆ

አንድ ቀን ሰብሰብ ብለን ስንጫወት "አባዬ፣ ለመሆኑ ትጸልያለህ ወይ? ስትጸልይ አይተንህ አናውቅም" አልነው። ለአፍታ ዝም ብሎ ቆየና፣ "አዎ እጸልያለሁ። ስቸገር አምላኬን ዕርዳታ እጠይቀዋለሁ፤ የለመንኩትን ደግሞ ሁሌ ያደርግልኛል" አለና ጨዋታውን ቀጠለ።

ከግራ ወደ ቀኝ፡- ኮሎኔል እስጢፋኖስ ገብረመስቀል (የሰሜን እዝ ምክትል አዛዥ)፣ ብ/ ጄኔራል መርዕድ ንጉሤ (የሰሜን እዝ ዋና አዛዥ) እና ኮሎኔል(በኋላ ብ/ጄኔራል) ለሜሳ በዳሳ (የኤርትራ ፖሊስ አዛዥ)

> አሥመራ ዙርያ ኃይለኛ ጦርነት ነበረ። ከሌሊቱ 8 ሰዓት አካባቢ ቢሮዬ ሆኜ ከየግንባሩ የሚመጣውን ሪፖርት አያለሁ። አንድም ተስፋ የሚሰጥ ዜና አልነበረም። በሁኔታው እጅግ ተስፋ በመቁረጥ፣ እስጢፋኖስና (ኮሎኔል እስጢፋኖስ ገብረመስቀል) ሌሎችም በመገናኛ ሬድዮ “የኛ ነገር አልቆልናል፣ እየተዋጋን ሕይወታችን ታልፋለች፤ የምንተያይ አይመስለንም” ይሉኛል።

አባታችን ይህን ሲያወራን ሁላችንም ተመስጠን እንሰማለን። ቤቱ ሲገባ ስለ ሥራው በተለይ ስለ ውጊያ አውርቶን ስለማያውቅ ደስ አለን። ከሾፌሮችና አብረው ከሚሠሩ ሰዎች አልፎ አልፎ የምንሰማውን ወሬ ለማረጋገጥ ስንሞክር “በትምህርታችሁ በርቱ፤ ወሬ ምን ያደርግላችኋል?” ስለምንባል ዛሬ ትንሽ ከፈት ብሎ ወሬ ስለጀመረልን ደስ ብሎን ተመስጠን ማዳመጣችንን ቀጠልን።

> ያለው ሁለት አማራጭ ተጨማሪ ጦር ፈልጎ ወደ ግንባር መላክ ሌላው ደግሞ የአየር ኃይል ዕርዳታ እንዲያገኙ ማድረግ ነው። ያን ሰሞን አሥመራና አካባቢው በጣም ዳመናማ ስለነበረ ለአየር ውጊያ አመቺ አልነበረም። ለማንኛውም መጀመሪያ ለኮሎኔል ለሜሳ[44] ደውዬ ዕርዳታ የሚሰጥ ጦር ይኖራቸው እንደሆነ ጠየኳቸው። “ልጄ፣[45] እንደመጠባበቂያ የያዝኩት አንድ ሻምበል ጦር አለኝ፤ ውሰድ” አሉኝ። ከዚያ ለአምኃ[46] ደውዬ እባክህ ጠዋት የአውሮፕላን ዕርዳታ

44 በኋላ ብርጋዴር ጄኔራልና የኤርትራ ክፍለ አገር የፖሊስ አዛዥ

45 ጄኔራል ለሜሳ በዳሳ አባታችንን “ልጄ” ነበር የሚሉት። ከሥራም ውጪ ከአባታችን ጋር ቅርበት ስለነበራቸው እናታችን ታማ በነበረ ጊዜ ተመላልሰው ይጠይቋት ከነበሩ የቤተሰባችን ወዳጆች መካከል ነበሩ።

46 ኮሎኔል (በኋላ ጄኔራል) አምኃ ደስታ ያን ጊዜ አሥመራ የሁለተኛው አየር ምድብ አዛዥ ነበሩ።

ያስፈልገናል፣ የአየር ድጋፍ ካላገኘን ግንባር ያለው ሠራዊት የጠላትን ጥቃት መከላከል መቻሉ እጅግ አጠራጣሪ እየሆነ ነው አልኩት። አምኃም "ያው እንደምታየው አየሩ በጣም አስቸጋሪ ነው፣ እስቲ ጠዋት ሲነጋ እንነጋገር" አለኝ። ከዚያ ከቢሮዬ በስተጀርባ ወደ አለችው ሠገነት ወጥቼ ተንበርክኬ ጸለይኩ። አምላኬን ለግማሽ ሰዓት ያህል ሰማዩን ክፈትልን ይህን ዳመና ገሸሽ አርግልን ብዬ ለመንኩና ወንበሬ ላይ ተመልሼ ቁጭ እንዳልኩ ሸለብ አደረገኝ። ስነቃ ደመናው ትንሽ የገለጠ ይመስላል። አምኃ ጋ ደውዬ "እንዴት ነው? ደመናው የገለጠ ይመስላል፣ ከትናንቱ መቼም ዛሬ ትንሽ የሚሻል ይመስላል" አልኩት። "ከትናንቱ ይሻላል፤ ግን አሁንም በበቂ አልገለጠም፤ ልጆቹን ለማበረታታት መጀመሪያ እኔ ራሴ የመጀመሪያውን ሚሺን እጀምራለሁ" ብሎ ራሱ ጥቂት ቦታዎችን ሄዶ ደብድቦ ተመለሰ። ሌሎችም እሱን ተከተሉት፤ ያ አስፈሪ ጊዜ ለጊዜው አለፈ።

እና ልጆች በአጭሩ እጸልያለሁ። ስጸልይም አምላኬ የለመንኩትን ከልክሎኝ አያውቅም።

ስለ ጦር ሜዳ የማይተነፍሰው አባታችን ያለፈ ታሪክ ቢሆንም ዝርዝር ውስጥ ስለገባልን የጸሎቱን ጥያቄያችንን ረስተን አፋችንን ከፍተን ማዳመጥ ጀመርን። የጦር ሜዳው ትረካ ግን በዚሁ አከተመ።

ከምጽዋ በአስቸኳይ አሥመራ እንድትሄድ የተባለው፣ እሱም በማስታወሻው እንዳሰፈረው ሻዕቢያና ጀብሃ አሥመራን ለመያዝ ከፍተኛ ወጊያ ያካሄዱ ስለነበረ ነው። በአሥመራ አካባቢ የነበረውን ጦር ይዞ አመራር በመስጠት ሻዕቢያንና ጀብሃን መከላከል ብቻ ሳይሆን ትንሽ ከአሥመራ አካባቢ ማራቅ ተችሎ ነበር።

ጄኔራል መርዕድ በተለያዩ ጊዜያት አሥመራን ለማዳን የተደረጉትን የሞት የሽረት ትግሎች በተለይም ሰኔ 27፣ 28ና 29ን እየጠቀሰ በሞት የተለዩትን ጓዶቹን በመረረ ኃዘን ያስታውሳል። በማስታወሻ ደብተሩ ላይም ያንን ዘመን መለስ ብሎ ሲያስታውስ የነበረውን ስሜት እንደሚከተለው ይገልጸዋል።

በሕይወቴ ውስጥ ያስጨነቀኝና ያስደሰተኝ ነገር ቢኖር የሰሜን እዝ ዋና አዛዥ ሆኜ እሠራ በነበረ ጊዜ በየዕለቱ ያጋጥሙኝ የነበረው ጭንቀትና በመጨረሻ የሕዝብ አደራ ሳልበላ ግዳጄን ለመወጣት በመቻሌ የተሰማኝ ደስታ ነው።

ከግብረ ኃይሎች ዘመቻ በፊት አሥመራን ለመካላከል የተደረገውን ትግል ኮሎኔል እስጢፋኖስ በመጽሐፉ ላይ በሰፊው ይተርከዋል።

በሁለት አቅጣጫዎች ሻዕቢያን በመግፋት ይዞታችንን ካስፋፋን በኋላ ለረጅም ጊዜ ፀጥ ብሎ የነበረው የአሥመራ ዙሪያ እንደነበረ አልቀጠለም። ሰኔ 24 እና 25 ቀን 1970

ዓ.ም. ሻዕቢያ በደቡብ አቅጣጫ የመጀመሪያውን ማጥቃት ሰነዘረ። ...ከሁለት ቀን በኋላ በሰኔ 27 ሁለተኛ ቅርበት ባለው በሰሜን አቅጣጫ ሌላ ማጥቃት ሰነዘረ። በበለዛ፣ በእንባ ደርሆና ባዲነፋስ በኩል አሥመራን ለመያዝ የታቀደበት ይህ ማጥቃት በጠንካራ መከላከል ሊከሽፍ ችሏል።

ኮሎኔል እስጢፋኖስ በተለይም አሥመራ በጉም በተሸፈነችበት ቀን ሻዕቢያ ያደረገውን እንዲህ ሲል ያስታውሰዋል።

እንደጠረጠርነውም ሆነ። ሰኔ 27 ሊነጋጋ ሲል አጠቃ። አሥመራ በቅርብ ርቀት እንኳን ለእይታ በሚያስቸግር አኳኋን በጉም ተሸፈነች። የሚያሳዝነው ወደ ምሽጉ እንዲመለስ የተነገረው ጦር እዚያው ሜዳ ላይ ነበር። የሻዕቢያን መቃረብ ለማየት እንኳን በማይችልበት ቦታ ላይ ሆኖ ድንገት የደረሰበትን ጥቃት መከላከል ባለመቻሉ አፈገፈገ። ወደ ምሽጉ ተመልሶ ሊገባ የሚችልበትን ዕድል ሊያገኝ አልቻለም...

የአየሩ ሁኔታ እየተባባሰ ከተጫጫነው ጉም በተጨማሪ ዝናብ መጣል ጀምሮ ነበር። እኔና ኮ/ል (ሜ/ጄ) ቁምላቸው በኃይለኛ ዝናብ ውስጥ ለሦስት ሌሊትና ቀን ማጥቃቱን ለማከሸፍ ጥረት አደረግን። በዚያ ጉም በሸፈነው ኃይለኛ ዝናብ ውስጥ ጦሩ ከመከላከያ ምሽጉ ውጪ በዝናብ እየተመታ የማይታመን ጀብዱ ፈጽሞ ሻዕቢያን ወደ መኻል እንዳያልፍ አግዶ አቆመው።[47]

አሥመራን ለማዳን ሌላ ትልቅ አስተዋጽኦ የነበረው በጄኔራል መርዕድ አመራር የተሠራው ምሽግ ነበር። የሩሲያ አማካሪዎች አይተውት በጣም እንደተደነቁበትና "ጄኔራል መርዕድ የምሽግ ኤክስፐርት ናቸው" ብለው ያምኑ እንደነበረ አሁን ስማቸውን የዘነጋናቸው በአሥመራ የአባታችን ሾፌር የነበሩ አሥር አለቃ አጫውተውናል።

የሰሜን እዝ ዘመቻና ትምህርት መኮንን የነበሩት ጄኔራል ውበቱ ፀጋዬ ስለዚሁ ምሽግ፡-

በተለይ ከጓድ መቶ፣ ከመቶ ሻምበል፣ ከሻምበል ሻለቃ ድረስ ከዚያም ከፍ ብለው ያሉት ተቋሞች ድረስ የሚያገናኘው በሰው ቁመት ልክ የተቆፈረው የመገናኛ ቦይን (communication trench) ስመለከት በጣም ተገርሜያለሁ። ከምድር በታች አንድ ሻምበል አጠናቆ ስብሰባና ትምህርት መስጠት የሚችል መሰብሰቢያ አዳራሽ ተቆፍሮ፣ ኤሌክትሪክ መብራት ገብቶለት፣ ከተማ መስሎ ተዘጋጅቶ አየሁ። በመከላከያው ግንባር የጠላትን መዳረሻ የሚቆጣጠሩ መትረየሶች፣ የፀረ ታንክ መሣሪያዎች ተጠምደው ተመለከትኩ። ሞርተሮች የተኩስ ርቀታቸውን በጥልቀት ቦታ ቦታቸውን ይዘዋል። እነዚህ ሁሉ መሣሪያዎች በየትኛውም አቅጣጫ ጠላትን ተኩሰው ማስቀረት እንደሚችሉ በአቀማመጣቸው ተገነዘብኩ። በእውነቱ በዚህ ዝግጅትና አቋም የምሰጠው ምክርም

47 እስጢፋኖስ ገብረመስቀል (ኮሎኔል) ፤ ለሀገር ፍቅር የተከፈለ መስዋዕትነት

ሆነ ትችት የለኝም። ሁሉም ተደርጓልና።

በማለት በመጽሐፋቸው ላይ ገልጸዋል። ጄኔራል ውበቱ በዚህ ብቻ ሳይወሰኑ ይህ የተወሳሰበ ግን ጽኑ የሆነ መከላከያ ምሽግ አስተማማኝነቱን በየቀኑ ለማረጋገጥ በጄኔራል መርዕድ አመራር የተዘረጋው የቁጥጥር ዘዴ (control mechanism) ምን እንደሚመስል ሲገልጹም፡-

ከሻለቃ እስከ ክፍለ ጦር ደረጃ የሚያገናኙ የጦር ሜዳ ሬዲዮኖች፣ በመከላከያ ምሽግ ቦዮች ውስጥ ስለተዘረጉ የስልክ መስመሮችና መልእክት የሚያመላልሱ ተሽከርካሪዎች፣

ስለ ጠላት እንቅስቃሴና በዘመቻ ጊዜ ስለታዩ ድክመቶችና ስሕተቶች የተገኙ ትምህርቶችን ለመወያየት በሰሜን እዝ አዛዥ መሪነት ስለሚደረጉ ውይይቶች፣

ተዘጋጅተው ስለሚጠባበቁና ያልተቋረጠ ልምምድ ስለሚያደርጉ ተጠባባቂ ጦሮች ዝግጅት፣

በብረትና በሲሚንቶ ተጠናክረው ከተሠሩት ምሽጎች ሌላ ከከተማው ፖሊሶች ጋር በአንድነት ከተማውን እየተዘዋወሩ ስለሚጠብቁ መትረየስ ስለተጠመደባቸው ጂፖች

በማለት በሰፊው ከዘረዘሩ በኋላ፡-

የመከላከያን ፅንሰ ሐሳብና ፕሪንስፕል ተከትለው እያንዳንዱ ተከላካይ ጦር መከላከያውን በሚገባ በእቅድ መሥርቶ እንደሆነ ለማወቅ በሰሜን እዝ አዛዥ[48] የተፈረመና የተዘጋጀ በወረቀት መጠይቆችን ይዞ የኢንስፔክተር ቡድን በየመከላከያው በድንገትና ቅድመ ማስጠንቀቂያ ሳይሰጥ ተዘዋውረው ይቆጣጠራል [ይፈትሻል]።

በማለት አሥመራን ለመከላከል ስለነበሩ ክንውኖች በዝርዝር ጽፈዋል። በኤርትራ ብዙ ዓመት የተዋጉ፣ ከፍተኛ ልምድ ያላቸውና የመድፈኛ ውጊያ አዋቂ የሆኑት ብርጋዴር ጄኔራል ካሣ ወልደሰማያትም ስለዚሁ ምሽግ ሲናገሩ "የመከላከያ ምሽጋችን የማይበገርና በጣም አስተማማኝ በመሆኑ ሻዕቢያ አንድም ጊዜ ተዋግቶ ሊቆጣጠረው አልቻለም። ምክንያቱም በዘመቻ ጥበብ ወይም (Operational Art) መርሕ መሠረት በጣም ጠንካራና የማይበገር ምሽግ ራሱም ጥሩ ማጥቂያ በመሆኑ ነው" ይላሉ።

የፖለቲካ ሽኩቻና የቃኘው ቃጠሎ

አዛዦችና ወታደሮች በቅንነትና በጀግንነት በየአቅጣጫው ሲዋደቁ ጥቂት የፖለቲካ ካድሬዎች የሚቀጥሉትን የፖለቲካ ሰለባቸውን ፍለጋ ይሯሯጣሉ። የአብዮቱም ሆነ የጦርነቱ መሳካት

48 ጄኔራል ውበቱ የሰሜን እዝ አዛዥ የሚሉት ጄኔራል መርዕድ ንጉሤን ነው።

በነሱ ቋንቋ "የውስጥ አርበኞችን" በመጠቆም፣ በማስፈራራት፣ በማሳሰርና በመግደል ላይ የተመሠረተ ነበር። በተለይ ሽንፈት ሲያጋጥም ለምን ስሕተት ተፈጠረ? ከዚህስ ምን መማር ይቻላል? ስሕተቱ እንዳይደገም ምን መደረግ አለበት? ብሎ መፍትሔ ከመፈለግ ይልቅ ግለሰቦችን ግዳይ ጥሎ የተቀሩትን ማስፈራራት ይመርጣሉ። ለዚህም ያልተቋረጠ ድጋፍና ዕርዳታ ከኮሎኔል መንግሥቱ ኃይለማርያምና ከቀኝ እጃቸው ከሻምበል ለገሰ አስፋው ያገኛሉ።

በሠራዊቱ ውስጥ የነበሩት አንዳንድ ካድሬዎች በቀለምና በወታደራዊ እውቀታቸው የዳበሩ ስላልነበሩ በሠራዊቱ ውስጥ ያላቸውን ዕድገትና በኅብረተሰቡ ዘንድ ያላቸውን ከበሬታ ሊያሳድጉ የሚችሉት ለበላዮቻቸው ስለ አዛዦች በሚያቀርቡት ሪፖርት ታማኝነታቸውን በማሳየት ነበር። ለአብዮቱና ለአገሪቷ ከማንም በላይ እንቆረቆራለን በሚል ግብዝነትና ነገሮችን አመዛዝኖ ከማየት ብቃት ማነስ የተነሣ በውጊያ ላይ የሚያዩትን እንቅስቃሴዎች ሁሉ "በአብዮተኛነትና በፀረ-አብዮተኛነት" ይፈርጃሉ። ለካድሬዎቹና ለአለቆቻቸው ዓለም ጥቁርና ነጭ ነው፤ ሌላ ቀለም አይታያቸውም።

የደርጉን ካድሬዎች ለሁለት ከፍለው ውስጥ ለውስጥ ይፋተጉ በነበሩ ድርጅቶች መካከል አንዱ ሌላውን ለመጣልና ለማሳጣት በመጨረሻም ሥልጣን ለመያዝ ያላቸውን ፍላጎት ለማሟላት የተለያዩ መሠሪ ድርጊቶችን ያከናውኑ ነበር። ከነዚህ ድርጊቶች መኻል በከፍተኛ ወታደራዊ ካድሬዎች ይመራ የነበረው "የወዛደር ሊግ" የሚባለው ነው። ይኸውም በኮሎኔል መንግሥቱና በሻምበል ለገሰ የሚመራውና "ሰደድ" በመባል የሚታወቀው ድርጅት ሲሆን ይህንኑ ድርጅት ለማዳከም ሰደድ ውስጥ አባላቶቹን አስርጎ በማስገባት ምሥጢራዊ እንቅስቃሴዎችን ያደርግ ነበር።

በዚህ የውስጥ ሽኩቻ መኻል በነሐሴ ወር 1970 ዓ.ም. አሥመራ "ቃኘው ስቴሽን" በመባል በሚታወቀው የጦር ካምፕ ውስጥ ያለው ትልቅ የመሣሪያ ግምጃ ቤት በፈንጂ ይጋያል። በቃኘው ካምፕ ውስጥ የሰሜን እዝ ዋና መምሪያና የሠራዊቱ ባልደረቦች መኖሪያ ቤቶች ይገኛሉ። ይህ ፍንዳታ የደረሰው አብዛኛው ሰው ከተኛ በኋላ ሌሊት ከምሽቱ 7 ሰዓት ስለነበረ ትልቅ መደናገጥን ፈጠረ። የሠራዊቱ አዛዦች ዋናው ጥያቄ "ሻዕቢያና ጀብሃ እንዴት አድርገው ያን ሁሉ የመከላከያ ምሽግ ሰብረው የመሣሪያ ቤቱን ግምጃ ቤት አቃጠሉት?" የሚለው ነበር።

ፍንዳታው እንደተሰማ ጄኔራል መርዕድ በአካባቢው ለነበሩት ረዳቶቹ የፍንዳታውን ሁኔታ እንዲከለታተሉ መመሪያ በአስቸኳይ ሰጥቶ አሥመራ ዙሪያ ወደነበረው ሠራዊት በማምራት እያንዳንዱ ግንባር ላይ ያለውን ሁኔታ አጣርቶ ጠሩ እንዳይፈታና ነቅቶ እንዲጠብቅ ትእዛዝ ይሰጣል። ትልቁ ሥጋቱ በዚህ ግርግር ሻዕቢያ አሥመራ ከተማ ሰርጎ ሊገባ ስለሚችል በብዙ ጥንቃቄና መሥዋዕትነት የተገነባውን የመከላከያ መስመር አስተማማኝነቱን እንደገና ማረጋገጥ ነበር።

ከአሥመራው ፍንዳታ በኋላ በሻምበል ለገሰ አስፋው የሚመራ ቡድን ጥፋተኛ ናቸው ያላቸውን

ካድሬዎችና የሠራዊቱን አባሎች በሞትና በእሥር ቀጣ። እንደተለመደው ማን ወንጀሉን እንደፈጸመና ቅጣቱ እንዴት እንደተከናወነ ለሕዝብ የተገለጸ ነገር የለም።

ከጥቂት ቀናት በኋላ ጦሩን ለማረጋጋትና ለማስተባበር በፍጥነት ወደ ግንባር መሄዱን ወደ "መሸሽ" ቀይረውት አንዳንድ ካድሬዎች አሉባልታ ማሰራጨት ጀመሩ። ብዙውን ጊዜ ወደ ማሳደምና ከዚያም እስከሞት ድረስ የሚደርሱ እርምጃዎች የሚጀምሩት በአሉባልታ መሆኑ አይዘነጋም። ከአሥመራው ፍንዳታ በፊትም ሆነ በኋላ በርከት ያሉ ክሶች በጄኔራል መርዕድ ላይ መነሣታቸው የሚገርም ነገር አይደለም። በተለያዩ ወቅቶች አዛዦችና ሌሎች የሠራዊቱ አባሎች በሐሰት ወሬ እሥራትና ሞት ደርሶባቸዋል።

የአሥመራ-ምጽዋ መንገድን የማስለቀቅ እቅድ

የግብረ ኃይሎች ዘመቻ በመባል የሚታወቀው ሰፊ ዘመቻ ከመጀመሩ ጥቂት ወራት በፊት፣ ሠራዊቱን ከተከላካይነት ለማውጣትና የውኃ ችግሩን ለማሸነፍ ያን ጊዜ የጦር ኃይሎች ኤታማዦር ሹም በነበሩት በጄኔራል ኃይለጊዮርጊስ፣ በጄኔራል መርዕድ፣ በኮሎኔል አይተነው በላይና በኮሎኔል እስጢፋኖስ አዘጋጅነት የአሥመራ-ምጽዋ መንገድን ለማስከፈት እቅድ ወጣ። እቅዱም በበላይ ጸድቆ፣ ልምምድ ተደርጎ ውጊያው እንደተጀመረ ብዙም ሳይገፋ እንዲቆም ከበላይ ታዘዘ። ይህ ውሳኔ ጦሩን በጣም ከማስቆጣቱም በላይ ለተለመደው የካድሬዎች አሉባልታና ዐድማ ምቹ ሁኔታን ፈጠረ።

ይህ ከጥቂት ቀናት ማጥቃት በኋላ እንዲቆም የተደረገው ዘመቻ ምክንያቱ ምን እንደሆነ ሳይነገር እንዲቆም በመደረጉ በጦሩ ዘንድ ከፍተኛ ተቃውሞ አስነሣ። እንደተለመደው የአዛዦች አሻጥር ነው በማለት አንዳንድ ካድሬዎች በነዙት ወሬ ሁኔታው ይበልጥ እየከረረ መጣ። ሁኔታው ሊረግብ የቻለው፣ ውጊያው የቆመው ሌላ ትልቅ ዘመቻ እየተዘጋጀ እንደሆነ ለጦሩ ከተነገረ በኋላ ነበር። እንደተለመደው ወሬውን አስፋፍተው ችግር ፈጥረዋል በተባሉትም ላይ ለማንም ሳይነገር እርምጃ እንደተወሰደባቸው ኮሎኔል እስጢፋኖስ በመጽሐፉ ላይ አስፍሮታል።

ይህ ዘመቻ በተጀመረበት ጊዜ ሶማሊያ ተሸንፋ ደርግ ትንሽ ፋታ አግኝቶ ነበር። የሶማሊያ ጦርነት ይካሄድ በነበረበት ጊዜ ሰሜን ለነበረው ጦር ብዙ ዕርዳታ መስጠት ስላልተቻለ ጄኔራል መርዕድና የሥራ ባልደረቦቹ "ባላችሁ ኃይል በርትታችሁ ተከላከሉ" እየተባሉ በታላቅ መሥዋዕትነት ሲታገሉ ቆይተዋል። በዚያ የጭንቅ ጊዜ በጄኔራል መርዕድ አመራር በአጠቃላይ ኤርትራን በተለይም አሥመራንና ምጽዋን ለመከላከል እንዴት እንደተቻለ አብረውት የታገሉ የጦሩ አመራር አባላት በጽሑፍና በሰጡን ቃለ መጠይቅ በሰፊው ገልጸውልናል። ጄኔራል ካሣ ወልደሰማያትም:-

ከጄኔራል መርዕድ አመራር ውስጥ ከሚደነቁት መካከል በመከላከያ ምሽግ መጎብኘትና

> ከአዛዦች ስለወቅታዊ ሁኔታ ገለጻ ማዳመጥ ወዲያው ስሕተት ካለ እርምት መስጠት ጥሩ ተሠርቶ ከሆነም ማመስገን ሲሆን ሌላው ደግሞ በየሳምንቱ ሰኞ ዕለት ሁሉም አዛዦች እንዲገኙና በአንድነት ከተገናኙ በኋላ ስለአካባቢአችን ሁኔታ ገለጻ (Briefing) ከሁላችንም ማዳመጥ ነው። ከዚህ በኋላ በዘመቻ መኮንናቸውና የመረጃ መኮንኖች ስለጠላት ጦር ሁኔታና እንዲሁም ስለወገን ጦር እንቅስቃሴ ጠቅላላና ዝርዝር መረጃ ከተሰጠን በኋላ ሁሉም ባዳመጡት ላይ ጥያቄ ያቀርባሉ። ጥያቄም ከሌለ በሁኔታው ላይ መመሪያና ትእዛዝ በመስጠት ያሰናበቱናል። ከዚህም በተጨማሪ በያለንበት ግንባር በአካል በመገኘት የማዘዣ ጣቢያዎቻችንን በመጎብኘት ስለአካባቢው ክሥተት ገለጻ እንዲደረግላቸው ይጠይቃሉ። ሁልጊዜ ስለ ጠላት ተከታታይ መረጃ ማግኘት ይፈልጋሉ፤ በመጨረሻም ምክር አዘል ማስጠንቀቂያ በመስጠት ወደ እዝ ጣቢያቸው ይመለሳሉ። ሌላው የሚደነቁት በቁጥጥር ዘዴአቸው ነው። ከምሽቱ 12 ሰዓት እስከ ንጋቱ 12 ሰዓት ድረስ በየሰዓቱ የሬዲዮ ግንኙነት እናደርግ ነበር። ይህንንም የሚያደርጉት አዛዦች ነቅተው እንዲጠባበቁና የበታቾቻቸውንም እንዲነቁ ለማድረግ ነው።
>
> እኔም በአሥመራ ዙሪያ ጥበቃ ላይ በሰሜን እዝ ዋና አዛዥ በሜ/ጄኔራል መርዕድ ንጉሤ እዝ ሥር ባገለገኩባቸው በእነዚያ ፈታኝ ዓመታት ውስጥ ከእሳቸው ያገኘሁት ትምህርት በርካታ ልምድ ያስገኘልኝና ለዛሬው ደረጃ ያበቃኝ ስለሆነ ምን ጊዜም ከአመራራቸው ውስጥ የእዝና ያልተቋረጠ ግንኙነት እንዲሁም ቁጥጥር ማንንም ሰው ለሥራው ሌት ተቀን እንዲተጋ የሚያደርግ በመሆኑ በሕይወቴ ሳደንቅ እኖራለሁ።

በማለት ከጄኔራል መርዕድ ጋር የነበራቸውን የሥራ ትዝታ አጋርተውናል። ከዚህም በተጨማሪ በሠራዊቱ ውስጥ ለረጅም ዓመታት ያገለገሉና በመጨረሻም የአሰብ ንዑስ እዝ ምክትል አዛዥ የነበሩት ብ/ጄኔራል አሰፋ አሕፈሮም ስለ ጄኔራል መርዕድ ባሕርይ ያስተዋሉትን ለመጠይቃችን የሰጡት ምላሽ ላይ እንደሚከተለው ይገልጹታል።

> በወታደራዊ እውቀታቸው በሚገባ የተደራጁ፣ ትሑት፣ አስተዋይ፣ ትዕግሥተኛ፣ የበታቾቻውን አክባሪና አስተማሪ ነበሩ። ባሕሪያቸውን በተመለከተ እምቅ ትዕግሥታቸው ከውቅያኖስ ጥልቀት በላይ የጠለቀ ሆኖ ሳለ አንዳንድ ጊዜ ግን ትዕግሥታቸው እያለቀ ለኢትዮጵያና ለሠራዊቱ ጎስቋላ ኑሮ የነበራቸውን ተቆርቋሪነት በሚያሳይ መልኩ ስሜታቸውን የሚገልጹ ታላቅ የጦር መሪ ነበሩ።

ከ7ኛ ክፍለ ጦር ጀምሮ ከአባታችን ጋር ኤርትራ ለረጅም ዓመታት ሲዋደቁ የነበሩት ኮሎኔል ካሣዬ ታደሰ ከላይ በተሰጡት አስተያየቶች ላይ በማከል፡-

> ጄኔራል መርዕድ ለሥልጠና ያላቸው ግምት እጅግ ከፍተኛ ነው። መከላከያ ምሽግ ውስጥ እየገቡ እያንዳንዱን ሰው ያነጋግራሉ። "ስምህ ማነው? ወንድም እኅት አለህ ወይ?" ብለው ይጠይቃሉ። ሁላችንም የሠራዊቱን አባሎች ቀርበን እንድናነጋግርና

> እንድንቀርባቸው ይነግሩን ነበር። ...ሕዝቡንም በተመለከተ “ሕዝቡ የተራበ ሕዝብ ነው። እኛ ግምጃ ቤት ዳቦና ስኳር አለ፤ አውጣና ስጣቸው፤ በችግርህ ጊዜ እነሱም ይደርሱልሃል” ይሉኝ ነበር። በእርግጥም እንዳሉት ሕዝቡ በኋላ እየቀረበኝ መጥቶ መረጃ በመስጠት ጠቅሞኛል።

በማለት አጫውተውናል።

ግብረ ኃይል ዘመቻ

የሶማሊያ ወረራ ከከሸፈ በኋላ ደርግ ፊቱን ወደ ኤርትራ መለሰ። “በምሥራቅ የተገኘውን ድል በሰሜንም እንደግመዋለን” በሚል መንፈስ በምሥራቅ የነበረውን ጦር ኤርትራ ላይ ለማዝመት መጠነ ሰፊ የሆነ ዝግጅት ተጀመረ። ይህንን ዘመቻ ለማስፈጸም በ1970 ክረምት ላይ በኮሎኔል መንግሥቱ የሚመራ ብሔራዊ የዘመቻ መምሪያ የሚባል መቀሌ ላይ ይቋቋማል። ዘመቻው የተለያዩ እግረኛ፣ ታንከኛ፣ መድፈኛና ሌሎች ረዳት ክፍሎች ባሏቸው ግብረ ኃይሎች ይደራጃል። በዚሁ መሠረት ከዚህ በታች የተዘረዘሩት ግብረ ኃይሎች ይቋቋማሉ።

- 501ኛ ግብረ ኃይል ከጎንደር ተነሥቶ ኦምሃጀር፣ ተሰነይና አቆርዳትን ይዞ ወደ ከረን ያመራል። አዛዥ፤ ኮሎኔል ረጋሣ ጂማ (በኋላ ሜጀር ጄኔራል)
- 502ኛ ግብረ ኃይል ከሽሬ እንዳስላሴ ተነሥቶ፣ የባሬንቱን ከበባ ሰብሮ አቆርዳት ይገባል። አዛዥ፤ ኮሎኔል አሥራት ብሩ (በኋላ ሜጀር ጄኔራል)
- 503ኛ ግብረ ኃይል ከአድዋ ተንሥቶ የአካለጉዛይና የሰራዬን አካባቢዎች ተቆጣጥሮ አዲ ቀይህንና ደቀመሐሪን ተቆጣጥሮ የአሥመራን መከላከያ ያጠናክራል። አዛዥ፤ ኮሎኔል ካሣ ገብረማርያም
- 504ኛ ግብረ ኃይል መቀሌ ከተማ በመሆን በተጠባባቂነት ይቆያል። አዛዥ፤ ኮሎኔል ቁምላቸው ደጀኔ (በኋላ ሜጀር ጄኔራል)
- 505ኛ ግብረ ኃይል የምጽዋን ከበባ ሰብሮ አካባቢውን ይቆጣጠራል። አዛዥ፤ ኮሎኔል አበራ አበበ (በኋላ ሜጀር ጄኔራል)
- 506ኛ ግብረ ኃይል የአሥመራ ከበባን ጥሶ ወደ ከረን ያመራል። አዛዥ፤ ብርጋዴር ጄኔራል መርዕድ ንጉሤ (በኋላ ሜጀር ጄኔራል)

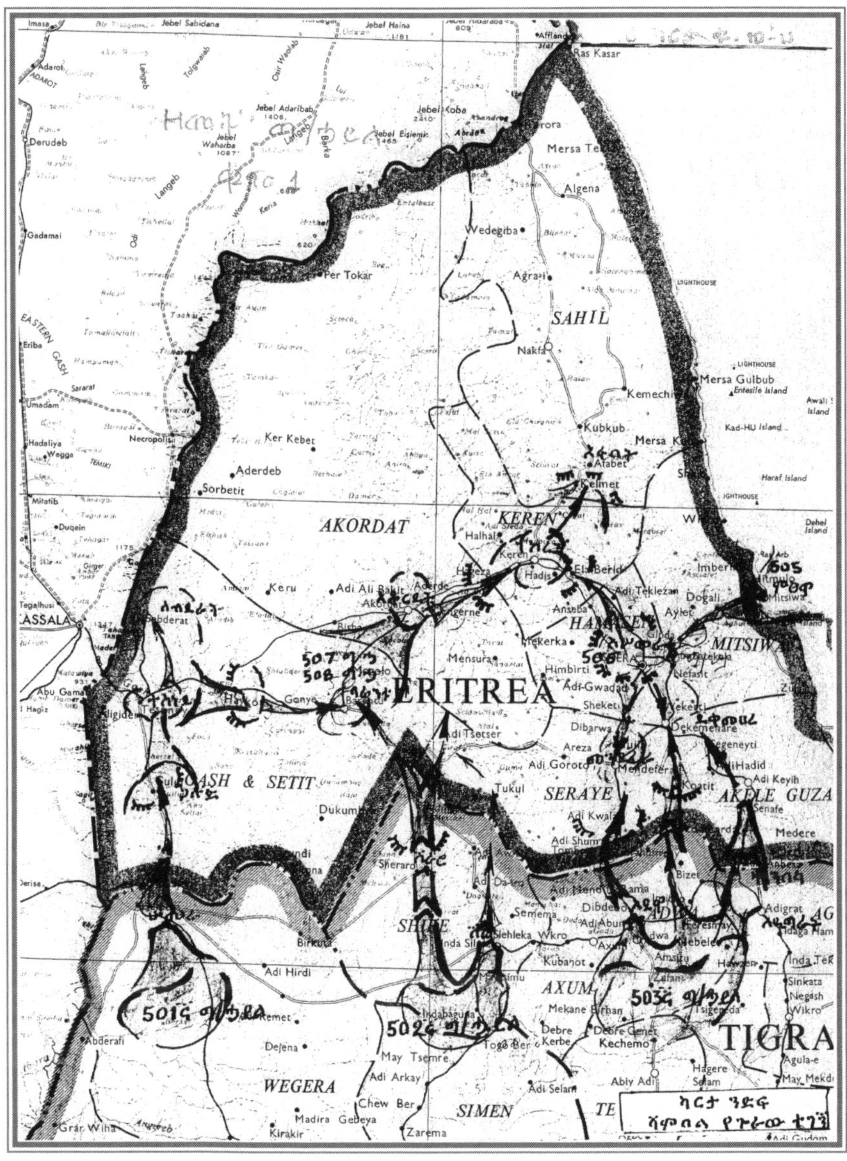

የግብረ ኃይሎች ዘመቻ ካርታ

የግብረ ኃይሎች ዘመቻ በተለያዩ ምዕራፎች የተከፋፈለና ከላይ እንደተዘረዘረው እያንዳንዱ ክፍል የሚፈጽማቸው ተግባራት ነበሩት። በዚህ ሐተታችን በይበልጥ ጄኔራል መርዕድ ይመራ በነበረው የ506ኛ ግብረ ኃይል እንቅስቃሴ ላይ እናተኩራለን። በአጠቃላይ ስለ ግብረ ኃይሎች ዘመቻ፣ በውጊያው ላይ በተሳተፉ አዛዥ መኮንኖች ዙርያ በርካታ መጻሕፍት ተጽፈዋል። በውጪና በኤርትራ ተገንጣይ ድርጅቶች ደጋፊዎችም እንዲሁ ብዙ ጽሑፎች ለንባብ ቀርበዋል።

በጄኔራል መርዕድ ንጉሤ አዛዥነት ይመራ የነበረው 506ኛው ግብረ ኃይል፣ በሁለት ንዑስ ግብረ ኃይሎች የተዋቀረ ነበር። 506ኛ "ሀ" በመባል የሚታወቀው ንዑስ ግብረ ኃይል በሌተና ኮሎኔል (በኋላ ሜጀር ጄኔራል) ሁሴን አህመድ፣ 506ኛ "ለ" ደግሞ በሌተና ኮሎኔል (በኋላ ብርጋዴር ጄኔራል) ተስፋዬ ሀብተማርያም አዛዥነት የሚመሩ ኃይሎች ነበሩ።

የ506ኛው ግብረ ኃይል ዋናና የመጀመሪያ ግብ የአሥመራን ከበባ ጥሶ ከረን መግባት ነበር። ይህንንም ግብ ለማሳካት የመጀመሪያው ተግባር ሻዕቢያ ራሱን ከጥቃት ለመከላከልና አሥመራን አጥቅቶ ለመያዝ ተገን እንዲሆነው የገነባውን ጠንካራ ምሽግ መስበር ነበር። የሻዕቢያ ምሽግ ከአሥመራ ምጽዋ በተዘረጋ የባቡር ሐዲድ መስመር በተወሰደ ብረት፣ በሲሚንቶና ድንጋይ ተጠናክሮ የተሠራና በምንም ኃይል የማይበገር ተብሎ ይነገርለት ነበር።

ኅዳር 12 ቀን 1971 ዓ.ም. ማለዳ ጠዋት 11 ሰዓት ላይ የ506ኛው ግብረ ኃይል ለማጥቃት "የማይበገር" በመባል የሚታወቀውን አሥመራ የሻዕቢያን ምሽግ ካለማቋረጥ ለ55 ደቂቃ በከባድ መሣሪያና በአውሮፕላን በመደብደብ ይጀምራል። ከዚያም በታንክና በእግረኛ ማጥቃቱ ይቀጥላል። ጥቃቱ የተከናወነው በፍጥነትና ባልታሰብ ጊዜ ስለነበረ ሻዕቢያ የመከላከያ ምሽጉን ለቆ በአስቸኳይ እንዲያፈገፍግ ከበላይ ትእዛዝ ስለደረሰው ወደ ከረን ያፈገፍጋል።[49]

በሻዕቢያ በኩልም የድሮ ታሪካቸውን ሲዘክሩ "ደርግ የመሣሪያና የሰው ኃይል ብልጫውን በመጠቀም የኤርትራ ሕዝብ ነፃነት ሠራዊት መከላከል ከሚችለው በላይ የመከላከያ ምሽጉን ለጥጦ ማጥቃትና መስበር ቻለ። ቢሆንም ግን ይህንን ድል ለመጎናጸፍ ብዙ ከፍሎበታል።... የኤርትራ ሕዝብ ነፃነት ሠራዊት (EPLA) የደርግን ሠራዊት ወጥመድ ውስጥ በማስገባት ኤላበረድንና ማዕሚዶን ጨምሮ ብዙ ሠራዊት፣ ብረት ለበስ መኪናዎችና መድፎችን እንዲያጣ አድርጎታል።" በማለት የኤላበረድን ውጊያ ያስታውሳሉ።[50]

ከሁለቱ ንዑስ ግብረ ኃይሎች በጄኔራል ሁሴን አህመድ የሚመራው 506ኛ-ሀ ወደ አዲተክለዛ ሲያመራ በጄኔራል ተስፋዬ ሀብተማርያም የሚታዘዘው 506ኛ-ለ ደግሞ የአሥመራ-ከረንን መንገድ ለመቆጣጠር ተንቀሳቀሰ። ሁለቱም ንዑስ ግብረ ኃይሎች በታቀደው መሠረት ቦታቸውን ከያዙ በኋላ ጄኔራል መርዕድ በቅርብ አመራር ለመስጠት አዲተክለዛ ላይ ማዘዣ

49 ውበቱ ፀጋዬ (ብ/ጄኔራል) ፤ ሁሉም ነገር ወደ ሰሜን ጦር ግንባር

50 http://www.shabait.com/categoryblog/16506-north-eastern-sahel-front-from-birth-to-demise-part-i

ጣቢያውን ያቋቁማል። ጦሩም የዕለቱን ግዳጅ በሚገባ ተወጥቶ እረፍት መውሰድ ጀምሯል።

ጦሩ በዚህ ሁኔታ ላይ እንዳለ ወደ ማመሻሻው 11 ሰዓት ተኩል ላይ ጄኔራል ተስፋዬ ሀብተማርያም ድንገት ስላዩት ሄሊኮፕተር "...በግምት 17:30 ገደማ አንድ ሄሊኮፕተር ከአሥመራ አቅጣጫ መጥቶ አዲተክለዛ ላይ ሲያርፍ ጠቅላይ ሰፈሬ ላይ ሆኜ ይታየኛል። ከጥቂት ደቂቃዎች በኋላ ደግሞ ተነሥቶ ወደ አሥመራ አቅጣጫ በረረ። ማን? ለምን ጉዳይ እንደመጣ? ምን ትእዛዝ ሰጥቶ እንደሄደ አላውቅሁም"[51] በማለት ይጀምራሉ።

የኤላበረድ ውጊያ ፤ ትዕቢት፣ ተንኮልና ያለማወቅ ሲጣመሩ

ጄኔራል ተስፋዬ ከላይ የሚጠቅሷት ሄሊኮፕተር ይህንን ዘመቻ ለመምራትና ለማስተባበር ብሔራዊ የዘመቻ መምሪያ በመባል የተቋቋመው አካል የዘመቻ መኮንን የነበሩትን ኮሎኔል ገብረክርስቶስ ቡሊንና የዘመቻ መምሪያውን ዋና አማካሪ ሩሲያዊ ጄኔራል ሾርሆቭን ይዛ ነበር የመጣችው።[52] ከሄሊኮፕተሯ እንደወረዱ ኮሎኔል ገብረክርስቶስ 508ኛው ግብረ ኃይል አደርዴ ላይ ተይዟልና 506ኛ-ሀ ግብረ ኃይል በአስቸኳይ ወደ ከረን እንዲንቀሳቀስ ይላሉ። የግብረ ኃይሉ ምክትል አዛዥ የነበረው ኮሎኔል እስጢፋኖስ በመጽሐፉ ላይ እንዳሰፈረው "አሁን ሰዓቱ እየመሸ ነው፤ ጦሩም ገና ተሰብስቦ አልገባም፤ መልሶ መቋቋም አላደረግንም" በማለት ብ/ጄኔራል መርዕድ ንጉሤ ትእዛዙ ትክክል ያለመሆኑን ለማስረዳት ይጥራል። "ደግሞም እኮ አደርዴ ለ508ኛ ግብረ ኃይል ማጥቃት ቀላል እንጂ አስቸጋሪ አይደለም። ሁለት ግብረ ኃይል ይዞ አስቸጋሪ ቢሆንበት እንኳን ከ11 ሰዓት በኋላ የመከላከያ ወረዳን አዘጋጅቶ አዳር ማድረግ እንጂ ከመሸ በማያውቁት ወረዳ መንቀሳቀስን የአገር መከላከያ ደንባችን ይከለክላል" ሲሉ አስተያየታቸውን ያስተላልፋሉ።

ቀዳሚ መምሪያው ዘመቻ መኮንን ኮሎኔል ገብረክርስቶስና አማካሪው ጄኔራል ሾርሆቭ የሰጡት ምላሽ የሚያናድድና ቅሬታ የሚፈጥር ነበር። " 'ፈርታችሁ እንደሆነ የመጀመሪያው ታንክ ላይ እንወጣለን' ነበር ያሉት። እርግጠኛ ነን ኑ ውጡና እንሂድ ቢሏቸው አያደርጉትም።... የግብረ ኃይሉ ዋና አዛዥ የሰዎቹ ንግግር ቢያናድዳቸውም በትዕግሥት ለመመለስ ሞከሩ። ግን ወታደራዊ ትእዛዝ ነው ተባሉ።"[53]

በኮሎኔል ገብረክርስቶስ ትእዛዝ መሠረት 506ኛው ግብረ ኃይል ወዲያው ወደ ኤላበረድ ተንቀሳቀሰ። ጄኔራል መርዕድ ግብረ ኃይሉ ኤላበረድ እስከደረሰበት ሰዓት ድረስ ከጄኔራል ሁሴን ጋር ግንኙነት ነበረው። 506ኛው ግብረ ኃይል ውጊያ ውስጥ ከገባ ከምሽቱ 3 ሰዓት ገደማ ጀምሮ ግንኙነት ተቋረጠ። በዚህን ጊዜ ነበር ትልቅ ጭንቀት ውስጥ ገብቶ ጄኔራል

51 ተስፋዬ ሀብተማርያም (ብ/ጄኔራል) ፤ የጦር ሜዳ ውሎ

52 እስጢፋኖስ ገብረመስቀል (ኮሎኔል) ፤ ለሀገር ፍቅር የተከፈለ መስዋዕትነት

53 እስጢፋኖስ ገብረመስቀል (ኮሎኔል) ፤ ዝኒ ከማሁ

ተስፋዬ ወዲያው ተነሥተው 506ኛ-ሀን እንዲረዱ የጠየቃቸው። ጄኔራል ተስፋዬ በማያውቁት መሬት ያውም በጨለማ መሄድ ከጥቅሙ ጉዳቱ እንደሚያመዝን ጄኔራል መርዕድን አሳምነው በጠዋት ለመንቀሳቀስ ይስማማሉ።

ሻዕቢያ የአሥመራ ምሽጉ ከፈረሰበት በኋላ ባልተደራጀ መንገድ እየሸሸ ወደ ኤላበረድ አቅጣጫ አመራ። የ506ኛ-ሀ ግብረ ኃይል ኤላበረድ እስኪገባ ድረስ የገጠመው ችግር አልነበረም። ብዙም ሳይቆይ ራሱን መልሶ ያቋቋመው የሻዕቢያ ተዋጊ ኤላበረድ ደርሶ ድካሙን በማሳረፍ ላይ በነበረው በ506ኛ-ሀ ግብረ ኃይል ላይ ከፍተኛ ጥቃት ሰነዘረ።

በማግስቱ ጄኔራል መርዕድ ንጉሤ በጄኔራል ተስፋዬ ከሚመራው የ 506ኛ-ለ ግብረ ኃይል ጋር ኤላበረድ ደርሶ ከፉኛ ከተጎዳው ከ506ኛ-ሀ ግብረ ኃይል ጎን በመሆን ቀኑን ሙሉ የውጊያ አመራር ሲሰጥ ይውላል። ነገር ግን ውጊያው እጅግ በጣም ሲጠነክር በርካታ ወታደሮች ተስፋ በመቁረጥ መሸሽ ይጀምራሉ። ጄኔራል ተስፋዬ በሰጡን ቃለ ምልልስ ላይ በሰፊው እንደገለጹልንና በመጽሐፋቸውም ላይ እንዳሰፈሩት፡-

> ቀን ስናሰባስብና ስናረጋጋ የዋልነው ጦር ሲመሽ ጨለማን ተገን አድርጎ ጊዜያዊ መከላከያ ምሽጉን ትቶ ወደ ኋላ እኛን አልፎ ሄደ። የሚያስቆመው ኃይል አልተገኘም። በኢትዮጵያ አምላክ፣ በባንዲራ አምላክ፣ ቁም ሲባል ጭራሽ የጠመንጃ አፈሙዙን ወደ እኛ ያዞር ጀመር። የ506ኛ-ለ ግብረ ኃይል በተለይ በተጠባባቂነት የተቀመጠው ብርጌድ ከተፈታው ጦር ጋር በመደባለቅ አብሮ ወደ ኋላ አፈገፈገ። ዋናው የውጊያ ግንባር ክፍት ሆነ። በእጃችን ወይንም በእዛችን ሥር ጦር የለንም። በቦታው ላይ የቀረነው መኮንኖች ብቻ ነን። ብ/ጄኔራል መርዕድ ንጉሤ የሁኔታውን አሳሳቢነት በመመልከት መኮንኖቹን ካሉበት ቦታ አሰባስበው ከፊት ለፊት ያለው ዋናው ግንባር ክፍት መሆኑንና ሻዕቢያ በዚህ ቀዳዳ ተጠቅሞ ማጥቃት ከሰነዘረ እየተነዳን አሥመራ እንደምንገባ አስረድተው፣ መኮንኖች በሙሉ እራሳቸውም ጭምር ምሽግ ውስጥ ገብተን እንድንከላከል ትእዛዝ ሰጡ።

ይላሉ ያችን ቀን እያስታወሱ። በዚያች በመጨረሻዋ ደቂቃ ጄኔራል ተስፋዬ "መኮንኖች ውጊያ ውስጥ ገብተን ምሽግ ይዘን የምንዋጋ ከሆነ ጦሩን ማን ያስተባብረዋል?" የሚለውን ጥያቄ ካቀረቡ በኋላ "...የከፍተቱን ቦታ የሚሸፍን ኃይል አሰባስበን ብናመጣ ይሻላል" ብለው ሐሳብ ያቀርባሉ። ጄኔራል መርዕድም በዚህ ተስማምቶ ጦሩን አሰባስበውና እዙን አደራጅተው ወደ ከባዱ ውጊያ ይገባሉ።

ኮሎኔል እስጢፋኖስ ከፍተኛ ጦርነት የተካሄደበትን ኅዳር 17ን፡-

> በዚህ ቀን የብሔራዊ ዘመቻ መምሪያ ወሳኝ አባሎች የኤላበረድን ሁኔታ ለማየትና በሐሳብም ለመርዳት ጦርነቱ በተፋፋመበት በኅዳር 17 መጥተው እንደነበረ አስታውሳለሁ። የሻዕቢያ ጦር...በዛ ባሉ የአየር መቃወሚያ መትረየሶች እየተረዳ እኔ

> ባለሁበት አቅጣጫ ሲያጠቃ የተመለከቱት እነዚያ ወሳኝ አባሎች ተስፋ በመቁረጥ ይመስላል "እግዚአብሔር ይርዳችሁ" በማለት በመጡበት የብረት ለበስ ተሽከርካሪዎች ውስጥ በመግባት ከአጃቢዎቻቸው ጋር ጥለውን መሄዳቸው ትዝ ይለኛል። በዚያ ቀን ሻዕቢያ ከፉኛ የተመታበትና እነሱም ትዝብት ላይ የወደቁበት ነበር።

በማለት መጽሐፉ ላይ አስፍሯል። ጄኔራል መርዕድ እጅግ ከባድ ነበር በማለት የሚያስታውሰውን ይህንን የኤላበረድ ሰቆቃ ጄኔራል ተስፋዬ ሥዕላዊ በሆነ መንገድ...

> ወገንና ጠላት ተደበላለቀ። የወገን ጦር የሞት ሞቱን ከጠላቱ ጋር አንገት ለአንገት እየተናነቀ በእጅ ቦንብና በሳንጃ እየተዋጋ ጎን ለጎን ተቃቅፈው ወደቁ። እዝና ቁጥጥር የሚባል ነገር የለም። የሬድዮ ግንኙነት ተቋረጠ። ታንኮችና ወታደራዊ ተሽከርካሪዎች አብዛኛዎቹ በሻዕቢያ ፀር-ታንክ መሣሪያ ተኩስ ወደሙ። የኤላበረድ ምድር በደም ታጠበ። ሰማዩ በጥቁር ጢስ ተሸፈነ። የመድፍና የታንክ ጥይቶች በሙቀት ኃይል በራሳቸው ጊዜ በተለያዩ አቅጣጫ እየሄዱና እየፈነዱ የወገንና የጠላት ተኩስ መለየት አይቻልም። ሜዳው በሙሉ የሰው ልጅ ሬሳ ነው። ተዋጊ ጄቶች እየተመላለሱ ቦምብ ይጥላሉ፤ መትረየስ ይተኩሳሉ። ወገንና ጠላት ስለተቀላቀለ በማን ላይ እንደሚተኩሱ በውል ለይተው አላወቁም።
>
> የወገን ጦር በወገን ተዋጊ ጄቶች ከጠላት ጋር አብረው ይደበደባሉ። ከቃጠሎ የተረፉት መድፎችና ሞርታሮች ይተኩሳሉ። ከየትኛው ወገን እንደሚተኮስ ተለይቶ አይታወቅም።[54] [55]

በማለት ተርከውታል። በኮሎኔል ገብረክርስቶስ ድንገተኛ ትእዛዝና ግትርነት ከሻዕቢያ ወጥመድ ውስጥ የገባው የ506ኛው ግብረ ኃይል እጅግ ብዙ መሥዋዕትነት ከፍሎ በሻዕቢያ ላይም ከፍተኛ ጉዳት አድርሶ ኤላበረድን መቆጣጠር ቻለ። በዚያ ውጊያ ላይ የነበሩት ኮሎኔል ካሣዬ ታደሰ የኤላበረድን ውጊያ በማስታወስ "ግብረ ኃይል ዘመቻ ላይ ከጄኔራል መርዕድ ጋር አብረን ነበርን። ኃይለኛ ጦርነት ውስጥ እንደ ተራ ወታደር ተዋግተው ጦሩን አዋግተው ለድል በቅተናል። ነገር ግን ከረን እኛ መግባት ስንችል 3ኛ ክፍለ ጦር ያለበት ግብረ ኃይል እንዲይዝ ተደረገ። እነሱ "ኤርትራ የቆየው ጦር እዚያው ተዋልዷል አይዋጋም" እያሉ ቀለዱብን። መጥፎ ሁኔታ ነበር" ሲሉ ትዝታቸውን በመቆጨት አጫውተውናል።

54 ተስፋዬ ሀብተማርያም (ብ/ጄኔራል)፤ የጦር ሜዳ ውሎ

55 ሎሬት ጸጋዬ ገብረመድኅን "ጋሞ" ብሎ የሰየመውን ቴያትር ከመድረሱ በፊት የጦር ሜዳው በተለይም የኤላበረድ ውጊያ ምን ይመስል እንደነበረ ከአባታችን ጋር መወያየታቸውን እናስታውሳለን። የጋሞ ቴያትር ላይ "...ቁስላችን ሁሉ ይፈወሳል። ሐቅ ጤና ይሰፍንና በአዲስ ትውልድ ገድል፣ ሰላም ፍቅር ይበሥርና ሞታችን የነገን ብርሃን ያብባል...ሰላም...እኩል...በለስ ፍትሕ ለሁሉ..." ተብሎ ከ36 ዓመት በፊት አንድ ጊዜ ብቻ ታይቶ በደርግ መንግሥት የተከለከለውን ዛሬ ደራሲውም ሆነ ተዋጊው እንደገና ቢያዩት ምን ይሉ ይሆን?

በኤላበረድ ውጊያ ላይ (ባርኔጣ ያደረጉትና በስልክ የሚነጋገሩት ጄኔራል ተስፋዬ ሀብተማርያም ሲሆኑ ጄኔራል መርዕድ ከስልከኛው ጀርባ መነፅር ያደረገው ነው)

ይህ ካለፈ በኋላ ጄኔራል መርዕድ በጡረታ እንዲገለል ተወስኖበት በነበረበት ጊዜ አንድ ቀን መሿለኪያ ከነበረው የምድር ጦር ሕክምና መምሪያ ሲወጣ የያዛት መኪና ሞተሯ አልነሣ ስላለ የመምሪያው ኃላፊ ኮሎኔል ጸጋዬ ወንድምአገኘሁ አንድ ሾፌር ቤት እንዲያደርሰው ያዙለታል። በተለመደ ትሕትናው ከሾፌሩ ጋር ሲጨዋወት ሾፌሩ ጦር ሜዳ ቆስሎ መጥቶ አዲስ አባባ እንደተመደበ ከዚያ በፊት በተለያዩ ቦታዎች እንደተዋጋና ከነዚህም ቦታዎች አስከፊው ኤላበረድ እንደነበረ ያጫውተዋል። አባታችንም ማንነቱን ሳይገልጽ እሱም ራሱ እዚያው ውጊያ ላይ እንደነበረ ነግሮት አዛዦቹ እነማን እንደነበሩ ይጠይቀዋል። ሾፌሩም ከመቶ አዛዡ ጀምሮ ጄኔራል ተስፋዬ ሀብተማርያም፣ እነ ጄኔራል መርዕድ ንጉሤ...እያለ ስሞችን ይደረድራል። ጨዋታው ይደራና የተዋጉባቸውን ኮረብታዎች፣ ወንዞች፣ የውጊያውን ኃይለኝነት እያወጉ ቤት ይደርሳሉ። ሁለቱም ኤርትራ በነበሩበት ጊዜ እንደዚያ ዓይነት በሁለቱም ወገኖች ትልቅ ጀግንነት የታየበት ውጊያ እንዳላዩ ይስማማሉ። ቤት እንደደረሱ አባታችን ሾፌሩን ቤት ገብተህ ሻይ ጠጣ ይለዋል። የለም አልጠጣም ብሎ ሊሄድ ሲል አመስግኖት ጄኔራል መርዕድ እባላለሁ ብሎ ራሱን ሲያስተዋውቀው ሾፌሩ ላይ የነበረው መገረምና ድንጋጤ የሚያስቅም የሚያሳዝንም ነበር። መኪና ውስጥ የነበሩት ወንድሞቻችን ይህን ታሪክ አጋርተውን አንዳንዴ እያነሣን እንስቃለን።

በጊዜው በጦር ሜዳ የነበሩት የጦር አዛዦች በመጽሐፎቻቸውና በተለያዩ መድረኮች እንደገለጹት በኮሎኔል ገብረክርስቶስ እብሪትና አርቆ ያለማሰብ ምክንያት በኤላበረድ ውጊያ አለአግባብ የብዙ ኢትዮጵያውያን ሕይወት አለፈ፤ ንብረትም ወደመ። ኮሎኔል ገብረክርስቶስ በዚህም ብቻ ሳይወሰኑ ከስምንት ወራት በኋላ በኮሎኔል ካሣ ገብረማርያም ይመራ የነበረው የ503ኛ ግብረ ኃይል የጦሩ ዋናና ብቸኛ የውኃ ነጥብን ለቅቆ እንዲሄድ ያዛሉ። ኮሎኔል ካሣና ሌሎችም አዛዦች ውኃውን ለቆ መሄድ ሊያመጣ የሚችለውን ጥፋት በተደጋጋሚ ቢናገሩም ኮሎኔል ገብረክርስቶስ የማንንም ሐሳብ ለማዳመጥ ፈቃደኛ አልነበሩም። የውኃ ነጥቡን የሚጠብቅ

ሌላ ጦር ይላክልሃል የተባለው የኮሎኔል ካሣ ጦር ተከቦ ካለምንም ዕርዳታ በጀግንነት እስከ መጨረሻው ተዋግቶ በመጨረሻ በውኃ ጥም ተቃጥሎ እጅግ በሚሰቀጥጥ ሁኔታ ተደመሰሰ። የጦሩ አዛዦች ኮሎኔል ካሣ ገብረማርያምን ጨምሮ ኮሎኔል ሰይፉ ወልዴ፣ ኮሎኔል አይተነው በላይ እንዲሁም ሌሎች ከእነርሱ በታች የነበሩ ተዋጊዎችና አዋጊዎች ለጠላት እጅ አንሰጥም ብለው ራሳቸውን ሠዉ።

የአባቷን የኮሎኔል ካሣ ገብረማርያምን ታሪክ የጻፈችው ዶክተር ስንታየሁ ካሣ ከኮሎኔል መንግሥቱ ጋር ባደረገችው ቃለ ምልልስ ጓደኛቸውና የኮርስ ባልደረባቸው የሆኑትን ኮሎኔል ገብረክርስቶስን “በጣም ብልህ (ስማርት)፣ ወታደራዊ ሊቅ (ሚሊተሪ ጂኒየስ)፣ ጥሩ ታክቲሻን” እያሉ ያሞካሿቸዋል። ይህንን አባባል “የአይጥ ምስክር ድንቢጥ” ብለን ማለፍ በወደድን ነበር። አንድ አዛዥ አንድን ጦር የወገንና የጠላትን ሁኔታ ሳያጣራ “ወደ ፊት ግፋ” ብሎ ማዘዙ “የሚሊተሪ ጂኒየስ” አያሰኘውም። ከጦሩ ጋር አብሮ ዘምቶና መርቶ ድልን ሲያመጣ ወታደራዊ ሊቅ ቢባል ሥራውን አስመስክሯልና ስያሜው ይገባዋል። ኮሎኔል ገብረክርስቶስ ግን በጦር አውድማው ላይ በሄሊኮፕተር ከማረፍ ባሻገር ተፋልመውበት የሚያውቁ መኮንን አልነበሩም። በርእሰ ብሔር ጓደኛቸው በመተማመን እንደ ልባቸው የሚሳደቡትን ሁሉንም የሚዘልፉትንና የብዙ ውድቀቶች ምክንያት የሆኑትን ኮሎኔል ገብረክርስቶስን እንዲህ መካብ በእሳቸው ምክንያት የሞቱትንና ለአገራቸው የተሠዉትን ኢትዮጵያውያን ጀግኖችን መናቅና ዛሬ በሕይወት ያሉትን ቤተሰቦቻቸውን ቁስል በእንጨት መውጋት መሆኑን ዛሬም ከዓመታት በኋላ ኮሎኔል መንግሥቱ ኃይለማርያም የተረዱት አይመስልም።

በዚህም ብቻ ሳይወሰኑ ኮሎኔል መንግሥቱ ጦር ሜዳ ላይ አንድም ውጊያ መርተው የማያውቁትን ግን “ሚሊተሪ ጂኒየስ” እያሉ የሚክቧቸው የጓደኛቸውን የኮሎኔል ገብረክርስቶስን ጥልቅ የሚሊተሪ እውቀት የጦሩ አዛዦች እንደ መመሪያ እንደሚጠቀሙበት ይናገራሉ። ከዚህም አልፈው “...ይህኛው ግብረ ኃይል በዚህ በኩል ቢሄድ...እንደዚህ እንደዚህ የሚለውን ነገር ያቀርባል። ...ከዚያ በኋላ የሚወስኑት እነ ተስፋዬ ገብረኪዳን፣ እነ መርዕድ፣ እነ ኃይለጊዮርጊስ ትልልቅ ጄኔራሎች አሉ” ካሉ በኋላ “...በዚያን ጊዜ መርዕድና ኃይለጊዮርጊስ እዚያ ዘመቻ ምክር ቤት ውስጥ እድሉ አጋጥሟቸው እነ ካሣን እንደዚህ ዓይነት በጣም አደገኛ (ክሪቲካል) በሆነ ቦታ ላይ እንዲቀመጡ አድርገው ይሆን? ብዬ ራሴን እጠይቃለሁ” ይላሉ። ኮሎኔል መንግሥቱ በእርግጥ “ራሳቸውን የሚጠይቁበት” ብዙ ጉዳይ እንዳለ እናውቃለን። ኃይለጊዮርጊስና መርዕድ ወደ አደገኛ ሁኔታ ከትተዋቸው ይሆን? የሚለው ጥያቄያቸውን ግን ሊጨነቁበት እንደማይገባ ልናሳስባቸው እንወዳለን።

ጄኔራል መርዕድ በጦር ሜዳ (ቦታው በትክክል ያልታወቀ)

የኮሎኔል መንግሥቱ ካለ ምንም ማስረጃ የሚጠሉትን የመክሰስና የሚወዱትን የማወደስ "ችሎታ" በዘመኑ ለነበርነው ኢትዮጵያውያን አዲስ ነገር አይደለም። እስከዛሬም በተቃርኖ የተሞላና ኃላፊነት የጎደለውን አስተያየት እንደልባቸው ሲሰነዝሩ እናያለን። ሁል ጊዜ የሚያወድሷቸውን "በ1981 የመፈንቅለ መንግሥት ሙከራ" ለእርሳቸው ለኮሎኔል መንግሥቱ ታማኝነታቸውን በመግለጽ ዐድማውን ለመበተን ሲሞክሩ የተገደሉትን ጄኔራል ኃይለጊዮርጊስ ሀብተማርያምን ከጄኔራል መርዕድ ጋር ደርበው መክሰሳቸው ግን ለምን እንደሆነ መረዳት ትንሽ ያስቸግራል።

ዶክተር ስንታየሁ በመጽሐፏ ላይ በትክክል እንዳስቀመጠችውና እኛም ከዚህ በላይ እንዳሰፈርነው፣ አሁንም እዚህ የምንደግመው ጄኔራል መርዕድ ንጉሤ በግብረ ኃይል ዘመቻ ወቅት የ506ኛው ግብረ ኃይል አዛዥ ነበር። የ503ኛው ግብረ ኃይል አዛዥ የነበሩት ኮሎኔል ካሣና ጄኔራል መርዕድ ሁለቱም የሚታዘዙት በዘመቻ መምሪያው ነበር። ስለሆነም በዚያን ወቅት ጄኔራል መርዕድ የኮሎኔል ካሣን ግብረ ኃይል የማዘዝ ምንም ዓይነት ሥልጣን አልነበረውም። ኮሎኔል ካሣ ሐምሌ 1971 ዓ.ም. ከዚህ ዓለም በሞት ሲለዩ ኤርትራ ውስጥ አልነበረም። ከዚያ ቀደም ሲል ለሕክምና ወደ ጀርመን መሄድ ስለነበረበት ግንቦት 23 1971 ዓ.ም. የ506ኛ ግብረ ኃይል አዛዥነቱን ለኮሎኔል ካሣ ገብረማርያም አስረክቧል። የጀርመን ሕክምናውን ከጨረሰ በኋላም ወደ ኤርትራ አልተመለሰም።[56] ይህ ማስረጃ አልባ ከሆኑት ከኮሎኔል መንግሥቱ ሕልቁ መሳፍርት ክሶች መኻል አንዱ ነው።

56 ኮሎኔል ካሣ ከግንቦት 1971 ጀምሮ የ506ኛውን ግብረ ኃይል ኃላፊነት መረከባቸውን የሚያሳየውን ደብዳቤ የዚህ መጽሐፍ አባሪ ላይ ይመልከቱ።

የታሪክ ሽሚያ ወይንስ የልጆች ጨዋታ?

ያንን ሁሉ መሥዋዕትነት የከፈለው 506ኛው ግብረ ኃይል ኤላበረድን እንደተቆጣጠረ የሻዕቢያ ጦር ወደ ከረን በአፋጣኝ ይሸሻል። 506ኛው ግብረ ኃይልም ወደ ከረን መገስገስ ይጀምራል። ኮሎኔል እስጢፋኖስ ስለ ግብረ ኃይሉ ትረካውን በመቀጠል፦

> ...ሻዕቢያ ለመልሶ መቋቋም ጊዜ እንዳያገኝ በማድረግ ከከረን 10 ኪ.ሜ. ላይ ደረስን። ይሄ ቦታ ሐቢብ መንተል ከምትባለዋ መንደርና ፉባ አንሰባ ከሚባለው ወንዝ ድልድይ አጠገብ ነበር። እዚያ እንደደረስን ከዘመቻው ቀዳሚ መምሪያ አንድ መመሪያ ደረሰን። "ባላችሁበት ቁሙ" የሚል ትእዛዝ። የግብረ ኃይሉ አዛዥ ብ/ጄኔራል መርዕድ ንጉሤ በትእዛዙ መሠረት ጦሩ እንዲቆምና ቁልፍ ቁልፍ ቦታዎችን ይዞ እንዲጠባበቅ አዘዙ። ካዘዙ በኋላም ቀዳሚ መምሪያውን "አሁን ያለነው ከከረን 8-10 ኪ.ሜ. ርቀት ላይ ነው። በሁለት ሰዓት ውስጥ ከረን በመግባት ሻዕቢያን መልሶ ሳይቋቋምና ሳይጠናከር እንዲሁም ሳይርቅ ማጥቃታችንን እንድንቀጥል ይፈቀድልን" ሲሉ ጠየቁ። አልተፈቀደም፤ ተንኮል ነበረውና። በአንድ ዘመቻ ሁለት ትልቅ የዘመቻ ስሕተት መሆኑ ነው።

በማለት ያስረዳል። ይህንኑ ሁኔታ የሻዕቢያ ደጋፊ የሆኑት ኤርትራዊ ምሁር አወት ወልደሚካኤል በሻዕቢያ በኩል የነበረውን አመለካከት ሲገልጹ፦

> ምንም እንኳን የኤርትራ ሕዝብ ነፃ አውጪ ሠራዊት ካለአንዳች ዕረፍት ወደ ከረን እየገሰገሰ የመጣውን የኢትዮጵያን ኃይል ድል ቢያከሽፍም ከከረንና ከኤላበረድ ይዞታው መልቀቅ ነበረበት። በከረን ዙሪያ ጥቂት ግጭቶች እየተካሄዱ በነበረበት ጊዜ በከተማው ውስጥ የነበሩ ንብረቶችን [ሻዕቢያ] በአፋጣኝ እያፈራረሰ የሚቻለውን ያህል ተሸክሞ ከተማዋን ለቆ ወጣ።[57]

ይላሉ። የ506ኛው ጦር በማግስቱ 508ኛው ግብረ ኃይል ከረን መግባቱን በሬድዮ ይሰማል። በ1976 አካባቢ ኤርትራን ስንጎበኝ ከረን ያገኘናቸው መኮንን እንዳስረዱን የመጨረሻውን የሻዕቢያን ጦር ኢሳያስ አፈወርቂ እንደመራውና ሲያፈገፍግ የከተማዋን ኤሌክትሪክ ማከፋፈያ እንዲቃጠል እንዳደረገ ነገር ግን የ506ኛው ጦር ትንሽ ቀደም ብሎ ቢገባ የበለጠ ድል ሊገኝ ይችል እንደነበረ አጫውተውናል። ከላይ የጠቀስነው ኤርትራዊ ምሁር ጽሑፍም የሚያረጋግጥልን ይህንኑ እውነታ ነው።

508ኛው ግብረ ኃይል እስኪመጣ የተጠበቀበት ዋነኛው ምክንያት የግብረ ኃይሉ አካል የሆነው 3ኛ ክፍለ ጦር አስቀድሞ እንዲገባ ስለተፈለገ ነበር። አንበሳው ክፍለ ጦር በመባል የሚታወቀው 3ኛው ክፍለ ጦር ደርግ ከመቋቋሙ በፊት ኮሎኔል መንግሥቱ በመሣሪያ ግምጃ

57 Awet T. Woldemichael. The Eritrean Long March: The Strategic Withdrawal of the Eritrean Peiople's Liberation Front (EPLF), 1978-1979.

ቤት ኃላፊነት ያገለግሉበት የነበረው ጦር ነው። ቀድሞ እንዲገባ የተፈለገበትም ምክንያት የኮሎኔል መንግሥቱና የጦርነቱ ገድል ሲጻፍ "እንዲያምር" ለማድረግ እንደነበር ብዙዎች ይመሰክራሉ። ይህን ዓይነቱን ታሪክና ሌሎችንም ክንውኖች ከኮሎኔል መንግሥቱ ዕድገትና "አመራር" ጋር ማያያዝ በተደጋጋሚ የሚታይ ነገር ነበር። ታሪክን ለማሳመር ተብሎ በኮሎኔል መንግሥቱ ቀጥታ ትእዛዝም ሆነ በአጎብዳጆቻቸው ውሳኔ ስንት ሕይወት ጠፋ? ምን ያህል ንብረትስ ወደመ?

ከከረን መያዝ በኋላ በብዙ ከባድ ውጊያዎች የተጎዳው 506ኛው ግብረ ኃይል ወደ አፋቤት እንዲዘምት ይታዘዛል። የ506ኛው ግብረ ኃይል መኮንኖችና ወታደሮች ከረን በራፍ ላይ በ 10 ኪ.ሜ. ርቀት ላይ ተቀምጠው 508ኛው ግብረ ኃይል እንዲገባ መደረጉ፣ አሁን ደግሞ ዕረፍት ሳያደርጉ በመሳሕሊት በኩል አፋቤት እንዲሄዱ መታዘዛቸው እየገረማቸው እጅግ አድካሚና አስቸጋሪ ወደነበረው ግዳጃቸው አመሩ።

ብ/ጄኔራል መርዕድ ንጉሤ ፣ ወደ ከረን ጉዞ

ጄኔራል መርዕድ ከጦሩ ጋር በመሆን ወደ መሳሕሊት አመራ። ጀምሮ ባልጨረሰው የሕይወት ታሪኩ ረቂቅ ላይ "ከአዲ ያዕቆብ ምሽግ መጣስ እስከ መሳሕሊት" ብሎ ያሰፈረውን ስናይ ታሪኩን ከእሱ ከራሱ እይታ መጻፍ አስቦ እንደነበረ እንረዳለን።

ምዕራፍ ስድስት

-26-

የዘመቻር· ጉዳዮ

1 በአገር ደረጃ· የሚጠበቅብኝን· ሠርቻለሁን?
2 በቤተ ሰብ ደረጃ· የሚጠበቅብኝን ሠርቻለሁን?
3 ሠርቻለሁ· የሚል· መልስ· ሊኖር ምን· ምን

4 በአገር ደረጃም ሆነ በቤተሰብ ደረጃ· የሚጠበቅብኝን
ከመሥራት· ራሴን· አዘጋጅቻለሁን?
5 እምን-ሊገባ-በምን በምን? ው· መን

6 ለቀዳሚነገር· የሰጠሁት· በመተዳደሪያ· መና
ገቢ ሠራተኛ· ነው = መተዳደሪያችንም· በማም
እመደሰለሁ:
እንደ· ጆሩ· መተዳደር· የሚጠብቀው· ምን
እንደሆነ· አመቆ· የሥራ· ማንኛውም· ሰው
ከሠለጠኑ· ደረጃ· እንደሚደርስ· አምናለሁ።
ስለዚህ· መጠኑ· መግለጫ· ሊገለጽ
ሊደርሱ· ለገለገሉበት· የሚገባቸውን
ማዘጋጀት· እንዲደረግ· አውቃለሁ።
አድርጋለሁ:
በስራ· አገሪቱ· በዕድገቷም· ሆነ· በማንሰራ
የሚደረግ· ሰው· መንበር· እንደሚሆን· [illegible]
ለመንበሩ ያለው· ምንም ያለ· እስካሁን ጊዜ· [illegible]
መጨረሻ· እንደሚሆነው· ለሥራ ከአገር።

ምዕራፍ ስድስት፡
የጦር ኃይሎች ጠቅላይ ኤታማዦር ሹም፤ በአጭር የተቀጨ ኃላፊነት

የትምህርት መምሪያ ኃላፊ

506ኛው ግብረ ኃይል በኤላበረድና በመሳሕሊት ከባድ ውጊያ ላይ በነበረበት ወቅት ጄኔራል መርዕድ ንጉሤ በከባድ መሣሪያ ድምፅ ጩኸት አንዱን ጆሮውን ይታመማል። ለጥቂት ወራት ሕመሙን ታግሦ ሥራው ላይ ቢቆይም፣ ሕመሙ እየተባባሰ አንደኛው ጆሮው የመስማት ችሎታውን ያጣል። የሕክምና ባለሙያዎች በአስቸኳይ የቀዶ ጥገና ሕክምና እንዲደረግለት ስላሳሰቡ የ506ኛ ግብረ ኃይል አዛዥነቱን ለኮሎኔል ካሣ ገብረማርያም ግንቦት 23 1971 ዓ.ም. አስረክቦ ወደ ምሥራቅ ጀርመን ለሕክምና ሄደ። ጀርመን አገር በተደረገለት የቀዶ ጥገና ሕክምና የመስማት ችሎታው መቶ በመቶ ባይመለስም ሥቃዩ ግን ሊቆምለት ችሏል።

ወደ ኢትዮጵያ እንደተመለሰም በመከላከያ ሚኒስቴር ውስጥ ከነሐሴ 14 ቀን 1971 ዓ.ም. ጀምሮ ስለ ወታደራዊ ትምህርትና የሰው ኃይል ድርጅት እንዲያጠና የተቋቋመውን ቡድን እንዲመራ ተመደበ። በዚህም መሠረት ስለ ሲቪል መከላከያ ለማጥናት ከምድር ጦር፣ ከአየር ኃይልና ከባሕር ኃይል የተውጣጡ አባላትን በመያዝ ወደ ኩባ አመራ። በትምህርት ጉብኝቱ ወቅት ልዑካኑ ስለ ኩባ ብሔራዊ ውትድርና፣ የጦር አሠለጣጠን፣ አወቃቀርና ዝግጁነት ሰፊ ጥናት አድርጎ ተመልሷል። ቡድኑ ከኩባ እንደተመለሰ ሪፖርቱን ለመንግሥት አቀረበ።

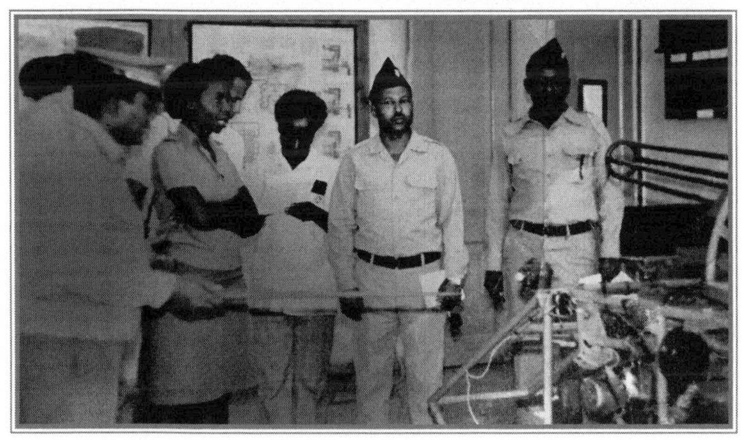

ጄኔራል መርዕድ ኩባ የሥራ ጉብኝት

መከላከያን እንደገና ማደራጀት

ከሶማሊያ ጦርነት በፊት የጦሩ በቁጥር ማነስ፣ ለውጊያ ሥልጠናና ዝግጅት በቂ ጊዜ ያለማግኘት፣ የመሣሪያና የትጥቅ እጥረት እንዲሁም የአመራር ችሎታ ማነስ ሠራዊቱ ከመከላከል አልፎ ወደ አጥቂነት እንዲሸጋገር አላስቻሉትም ነበር። ከሶማሊያ ጦርነትና በኤርትራ ከግብረ ኃይሎች ዘመቻ በኋላ የኢትዮጵያ (የደርግ) መንግሥት መለስተኛ እፎይታ አገኘ። ይህ ጊዜያዊ እፎይታው የተገኘው የሶማሌን ወረራ በማክሸፉና በኤርትራ በሻዕቢያና በጀብሃ ኃይሎች ሥር የነበሩ ይዞታዎችን በመቆጣጠር በሰሜን የተጎናጸፈው ድል ሲሆን በሌላ በኩል ደግሞ ደርግ የውስጥ ተቃዋሚዎቹን ለማዳከም በመቻሉ ነበር። ደርጉ ከተቋቋመ ጊዜ ጀምሮ እስከ ሶማሊያ ወረራ መክሸፍና በኤርትራ የግብረ ኃይሎች ዘመቻ ድሎች ድረስ የኢትዮጵያ ጦር እንቅስቃሴ በአብዛኛው በመከላከል ላይ ያተኮረ ነበር። ደርግ መለስተኛ መረጋጋትን ካገኘ በኋላ የጦር ኃይሉን በአዲስ መልክ ማደራጀት ጀመረ።

በ1972 ዓ.ም. በተደረገው አዲስ የሥራ ድልድል የደርግ አባል የነበሩት ጄኔራል ተስፋዬ ገብረኪዳን የአገር መከላከያ ሚኒስትር ሆኑ። ኤታማዦር ሹም የነበሩት ጄኔራል ኃይለጊዮርጊስ ሀብተማርያምና የአየር ኃይሉ ጄኔራል አበራ ወልደማርያም ምክትል የመከላከያ ሚኒስትሮች ሆነው ተሾሙ። ጄኔራል መርዕድ ንጉሤ የጦር ኃይሎች ጠቅላይ ኤታማዦር ሹም ሆኖ በሥሩ ጄኔራል ሥዩም መኮንን በመረጃ፣ ጄኔራል ገብረክርስቶስ ቡሊ በዘመቻ መምሪያ ኃላፊነት ተሾሙ። በተጨማሪም የደርግ አባል የነበሩት ጄኔራል ገብረየስ ወልደሐና የመከላከያ የፖለቲካ ኃላፊ ሆኑ። ከእነዚህ ተሿሚዎች መካከል የመከላከያ ሚኒስትሩ ጄኔራል ተስፋዬ፣ ጄኔራል ገብረየስና ጄኔራል ገብረክርስቶስ እንዲሁም ኮሎኔል መንግሥቱ የሆለታ 19ኛው ኮርስ ምሩቅ ነበሩ።[58]

ጄኔራል መርዕድ ጠቅላይ ኤታማዦር ሆኖ ሥራውን እንደጀመረ ሁሌም እንደሚያደርገው በሰሜን፣ በምሥራቅና በደቡብ የሚገኙ የሠራዊቱን ክፍሎች እንዲሁም እያንዳንዱ ኃይል ምድር ጦር፣ አየር ኃይልና ባሕር ኃይልን ጎበኘ፤ ምን ሁኔታ ላይ እንደሚገኙም ተረዳ። የጦሩን ጠንካራና ደካማ ነጥቦችና ዝግጁነት ገመገመ። ከእርሱ በፊት በመከላከያ ሚኒስቴር ውስጥ በአመራር ላይ የነበሩ ከፍተኛ የጦር መኮንኖች ምን አቅደው እንደነበርና የተሳኩላቸውንና ያልተሳኩላቸውን እቅዶች መረመረ። እያንዳንዱን የጦር ክፍል በጎበኘ ቁጥር መመሪያ እየሰጠና የቁጥጥር ሰንሰለት እየዘረጋ የጦሩን ብቃት ለማሳደግ የነበረውን ምኞት በሥራ ላይ ማዋል ጀመረ።

58 እዮብ አባተ (ሻምበል) ፤ ጄኔራሎቹ፡ ደም ያፋሰሰውና ያልተሳካው የግንቦት 8 ቀን 1981 ዓ.ም. ወታደራዊ የመፈንቅለ መንግሥት ሙከራ

ድርጅት ፤ ዘመቻና የውጊያ ብቃት

የጄኔራል መርዕድን ማስታወሻዎች ያገላበጠ ማንም ሰው በጉልህ የሚረዳው የረጅም ጊዜ እቅድ፣ ሊፈጠሩ የሚችሉ ችግሮችን አስቀድሞ መገመትና መዘጋጀት የአስተሳሰቡ ዋና ምሰሶዎች እንደነበሩ ነው። ለዚህም የዝግጅትን፣ የትምህርትንና የድርጅትን መርሖች በተደጋጋሚ ያነሣል። ከዚህ በታች "ወታደራዊ እስትራቴጂ የተሰለፈባቸው ግዳጆች" በሚል ርእስ በማስታወሻው ላይ ያገኘነው ጽሑፍ የኢትዮጵያ ጦር ኃይሎች በምን መልክ መደራጀትና መዘጋጀት እንዳለባቸው የነበረውን አስተሳሰብና ትልም በመጠኑ ያሳያል።

ጄኔራል መርዕድ የአንደኛ ደረጃ የጀግና ሜዳልያ ከተሸለመ በኋላ ከቤተሰቡ ጋር የተነሣው (የቆሙት ከግራ ወደ ቀኝ ሶስና፣ አሰለፈች ኃይለማርያም፣ ዜናዬ፣ ጄኔራል መርዕድ፣ መታገስ ፤ ቁጭ ካሉት ከግራ ወደ ቀኝ ፋሲል የተባለ የአባታችን ሾፌር፣ እንዳልካቸው፣ ኤፍሬምና ንጉሤ)

ወታደራዊ እስትራቴጂ የተሰለፈባቸው ግዳጆች

1. መጪው ጦርነት ሊኖረው የሚችለውን ባሕርይ ማጥናት፤ ማወቅ
2. የጦር ኃይሎች ግንባታ ዝግጅት ምን መምሰል እንዳለበት ማጥናት፤ ማወቅ
3. የጦርነት ስትራቴጂ አስተታቀድ ማወቅ (ማጥናት)
4. የጦር ኃይሎች አሰላለፍ በዘመቻና በሰላም ጊዜ ምን መምሰል እንዳለበት ማጥናት፤ ማወቅ
5. በጦርነትና በዘመቻ ውስጥ የጦር ኃይሎች አጠቃቀም መርሖች ምን መምሰል እንዳለባቸው ማጥናት፤ ማዘጋጀት
6. ውጊያዎች ሊይዟቸው የሚችሉዋቸውን ቅርጾች፣ የውጊያ አፈጻጸም ስልቶችና

ዘዴዎች ፈልስፎ ማጥናት

7. ጦርነት ለማካሄድ የጦር ኃይሎችን ሁሉ-አቀፍ ድጋፍ ለማግኘት የሚያስችል ሁኔታ ማጥናትና ወደ ተግባር መተርጎም
8. የጦር ኃይሎችን የግንኙነትና የአመራር ሲስተም ማቋቋም
9. የአገሪቱን አስተዳደራዊ አከፋፈል ከሌሎች ሁኔታዎች ጋር አገናዝቦ በማየት የጦርነት ቲያትሮችን አውቆ ለጦርነት መዘጋጀት
10. የሲቪል መከላከያ ጉዳዮችን በቅድሚያ በማጥናት ጠቅላላ መመሪያ ማዘጋጀት
11. ስለ ብሔራዊ ኢኮኖሚ ጥናት ማድረግ
12. ለጦር ኃይሎች አስተዳደራዊ መመሪያዎች ማውጣት (ማስጠናት)

ከረጅም ጊዜ ፕላንና እቅድ መልስ፣ በአፋጣኝ ሊተኮርባቸውና በተግባር ላይ ሊውሉ የሚገባቸውን የእርምጃ ነጥቦችንም ("አክሺን አይተምስ") አልዘነጋም። የተለያዩ የጦር ክፍሎችን ከጎበኘ በኋላ ለእዝና ለኃይል አዛዦች የላከው መመሪያ የጦሩን የረጅም ጊዜ ዓላማና የአስቸኳይ ጊዜ ተግባራትን ያካተተ ነበር። የጦር ኃይሎች ጠቅላይ ኤታማዦር ሹም እንደሆነ የጦሩ ዓላማና ግብ ምን መሆን እንዳለበትና ይህም እንዴት በሥራ ሊተረጎም እንደሚችል በዝርዝር የጻፈውን መመሪያ እዚህ መጽሐፍ ላይ እንደ አባሪ አድርገን አያይዘነዋል። መመሪያው በዋናነት ለሰሜንና ለደቡብ እዞች የወጣ ቢሆንም መመሪያው ላይ እንደሚታየው በግልባጭ ለሁሉም ኃይልና እዝ አዛዦች እንዲደርስ ተደርጓል።

የሱዳን ጦር ኃይሎች ኤታማዦር ሹም ኢትዮጵያን ሲጎበኙ ፤ ከግራ ወደ ቀኝ ጀኔራል ገብረክርስቶስ ቡሊ (የዘመቻ መምሪያ ኃላፊ)፣ ጄኔራል ሙላቱ ነጋሽ (የመከላከያ ኢንስፔክተር ጄኔራል)፣ ጄኔራል ኃይሉ ገብረሚካኤል (የምድር ጦር አዛዥ)

መመሪያው በአጠቃላይ ዘመቻን በተመለከተ ሠራዊቱ በምን መልክ መደራጀትና መሠልጠን እንዳለበት፣ የመረጃ አሰባሰብና አጠቃቀምን በተመለከተ ሊወሰዱ ስለሚገባቸው ጥንቃቄዎች በሰፊው ይዘረዝራል። የሠራዊቱ አስተዳደር፣ የተዋጊውን ሞራል፣ የተዋጊውን ቤተሰቦች እንክብካቤ የሚከታተልና ሌሎችንም አስተዳደር ነክ ጉዳዮችን በቀለጠፈ መንገድ የሚፈጽም መሆን እንዳለበት ያሳስባል። ያለ ድርጅት ምንም ዘመቻ እንደማይሳካ በማመልከት የሠራዊቱን ቀለብ፣ ሕክምና፣ ንብረት አያያዝንና ሌሎችንም ጉዳዮች አንሥቶ መደረግ የሚገባቸውን ዋና ዋና ነጥቦች ይተነትናል። በመጨረሻም የፖለቲካ ተግባሮችን አስመልክቶ ከዘመቻ በፊትና በኋላ ሊደረጉ ስለሚገባቸው የቅስቀሳና የፕሮፓጋንዳ ሥራዎች ያነሣል። በአጠቃላይ ሠራዊቱ በተለያየ አቅጣጫ ለሚመጣ ማንኛውም ጥቃት ተዘጋጅቶ እንዲገኝ የሚያደርግ ግልጽና የማያሻማ መመሪያ ነበር። በተለይም ለዘመቻ ስኬታማ አፈጻጸም ከሕዝብ ጋር መቀራረብ፣ አብሮ መሥራትና የሕዝቡን ልብ ማግኘት እጅግ አስፈላጊ እንደሆኑ በዚህና በሌሎች ማስታወሻዎቹ ላይ በተደጋጋሚ ገልጿል።

ኃላፊነት ፤ የሥራ ብቁነትና የሥራ ድርሻ

ሁለተኛው እቅዱ ባለፉት ዓመታት በችኮላና አብዛኛውን ጊዜ ወታደራዊ መርሖችና መሥፈርቶች ሳይሟሉ የተቋቋሙ ክፍሎችና በየደረጃው በተመደቡ ወታደሮችና መኮንኖች ኃላፊነት ላይ ያተኮረ ነበር። ከተራ ወታደር ጀምሮ በማዕረግና በሥራ ድርሻው እያንዳንዱ የመከላከያ ሠራዊት አባል የሚጠበቅብትን ኃላፊነትና ኃላፊነቱን ለሟሟላት የሚያስፈልጉትን መሰናዶዎች አስመልክቶ ዝርዝር መመሪያ ማውጣት ነው። በአገሪቱ ውስጥ በነበረው የጦርነት ሁኔታ፣ የወታደር አቀጣጠርና የሥራ አመዳደብ ወታደራዊ ሥነ-ሥርዓትንና ደንብን የተከተለ አልነበረም። ልምድም ትምህርትም የሌላቸው የተለያየ ኃላፊነት ይሰጣቸዋል። ብዙዎቹ በተሰጣቸው የሥራ ኃላፊነት ምን ተግባሮችን ማከናወን እንዳለባቸው በትክክል ሳይረዱ፣ ተግባራቸውንም ለማከናወን የሚያስችላቸው ሥልጠና ሳይኖራቸው ግዴታቸውን ለመወጣት ይታገላሉ። በአጠቃላይ በማንኛውም ወታደራዊም ሆነ የሲቪል መሥሪያ ቤት እንደሚደረገው የእያንዳንዱን ሠራተኛ/ወታደር ግዴታ፣ የእያንዳንዱን የሥራ ቦታ ኃላፊነት እንዲሁም ከኃላፊነትና ግዴታ ጋር የተያያዘ የትምህርትና የልምድ "መሥፈርት" የሚገልጽ ሰነድ አልነበረም። አልፎ አልፎ በተለያዩ የጦሩ ባለሥልጣናት የሚወጡት መመሪያዎችም በአንድ አማካይ ቦታ የተቀመጡና ከዘመኑ ዕድገት ጋር መሻሻል የተደረገባቸው አልነበሩም።

"የሦስትዮሽ አመራር" በሚል አሠራር ወታደራዊ ካድሬውና የመረጃ ኃላፊው እንደፈለጉ የሚዘባርቁበት አሠራር ብዙም አልጣመውም። አዲስ ሥልጣን የያዙት ከመቶ በላይ የሆኑት የደርግ አባሎችና የሌሎችም ባለሥልጣናት ጣልቃ ገብነት አላስደሰተውም። ቁልጭ ብሎ በማያሻማ መልክ የተዘጋጀ መመሪያ ባለመኖሩ፣ አንዱ በሌላው የሥራ ኃላፊነት ጣልቃ መግባትና ሁሉንም አውቃለሁ ባይነት ተጠያቂነት (accountability) እንዳይኖርና ወታደራዊ

ዲሲፕሊን እንዲጠፉ በማድረጉ የተሰማውን ብስጭት በማስታወሻው ላይ እንደሚከተለው ገልጾታል።

ሁሉም ሁሉ ቦታ

> ትክክለኛ ሰው በትክክለኛ ቦታ አድርግ የሚለው መርሕ በእኛ ዘንድ ግንዛቤ ያገኘ አይመስለኝም። ይህ የተባለው ያለ ምክንያት አይደለም። አቃጁ፣ አስፈጻሚው፣ ፈጻሚው እንዲለይ ነው። ሁሉም በሙያው በደረጃ እንዲሰለፍ ነው። ተራው... ፕሮፌሰሩም አንድነት ከተሰበሰቡና ስለ አንድ ጉዳይ ከተነጋገሩ፣ የተለያየ ትምህርት ለምን አስፈለገ?
>
> ትልቁ ታች ወርዶ ያንቦጫርቃል፤ ትንሹ ተንጠራርቶ ይፎክራል፤ ቁምነገሩ በመኻል ይባክናል። ስለዚህ ሁሉም በየደረጃው በየሙያው ቢሠራ ይበጃል።

እንደዚሁም በየጊዜው የሚመጣለትን ሐሳብ ጫር ጫር ማድረግ የሚወደው አባታችን በማስታወሻው ላይ የመመሪያዎቹ ዋና መሠረት ስለሆነው የወታደር ምንነትና ኃላፊነት አጠር ባለ መልኩ፡-

> ውትድርና ምንድነው? ኃላፊነቱስ? ጥቅሙስ የሚታወቀው መቼ ነው?
>
> የወታደር ጠላቱ እነማናቸው? ወታደር ሊኖረው የሚገባ ተሰጥኦ፣ ትምህርትና ልምድ ምን መምሰል አለበት? ወታደርን ለዓላማው ብቁ የሚያደርገው ምንድን ነው? እምነቱና ትምህርቱ ናቸው።

በማለት ያቀርበዋል። ጄኔራል መርዕድ ይህንን የተመሰቃቀለ ሁኔታ ለማረም ስለ ጦሩ ስትራቴጂ በቁጥር 12 ላይ "ለጦር ኃይሎች አስተዳደራዊ መመሪያዎች ማውጣት (ማስጠናት)" ብሎ ባሰፈረው እቅዱ መሠረት ከምድር ጦር፣ አየር ኃይልና ባሕር ኃይል የተወጣጡ አባሎች የሚገኙበት ቡድን አቋቁሞ ጥናቱ እንዲጀመር አደረገ። የእያንዳንዱን የሠራዊቱን አባል ግዴታና ኃላፊነት እንዲሁም የአሠራር ዘይቤ መቅረጽ የጀመረው ቡድን ከጠቅላይ ኤታማዦር ኃላፊነቱ ሲነሣ ተበተነ።

በጡረታ እንዲገለል ተደርጎ ቤት ይውል በነበረበት ጊዜ (ከጦሩ እንዴትና ለምን እንደተገለለ በምዕራፉ መጨረሻ ተዘርዝሯል) በሕመም ላይ የነበረችውን እናታችንን ሊጠይቁ የመጡት ኮሎኔል ነሲቡ ታዬ (ያኔ በሶቪየት ኅብረት የኢትዮጵያ አምባሳደር) አባታችን የጀመረው ሥራ እንደተቋረጠና ኮሎኔል መንግሥቱ አንድ ስብሰባ ላይ የመከላከያ ኃላፊዎችን "ጄኔራል መርዕድ የጀመሩትን እንኳን ማስጨረስ እንዴት ያቅታችኋል?" ብለው የወቀሷቸውን ለአባታችን ሲያጫውቱት ሰምተናል።

ዘመናዊ ተዋጊ ጦር ማቋቋም (ተራራ ክፍለ ጦሮች)

የጦር ኃይሎች ጠቅላይ ኤታማዦር ሹም እንደሆነ ካተኮረባቸው ተግባራት አንዱ፣ የሁለት ተራራ ክፍለ ጦሮችን ሥልጠና በበላይነት መቆጣጠር ነበር። እነዚህ ለአሥር ወራት የሠለጠኑት ክፍለ ጦሮች የመሣሪያ አጠቃቀምና የዒላማ ትምህርት እንዲሁም የውጊያ ስልት በሚገባ የተማሩ ከመሆናቸውም ሌላ ተዋግቶ የማሸነፍና ውጤት የማሳየት ጠንካራ ፍላጎት ነበራቸው። ዶክተር ፋንታሁን አየለ[59] በጻፉት የምርምር ጽሑፍ ላይ እንዳሰፈሩት "...ምናልባት በፈቃደኝነት በመመልመላቸው ይሁን ወይንም በተሳካው ሥልጠናቸው፣ ተራራ ክፍለ ጦሮቹ ከፍ ያለ የመዋጋት መንፈስና ወደ ውጊያ የመሰማራት ፍላጎት ነበራቸው።"[60] እነዚህ ክፍለ ጦሮች ከ"ላሸ" ዘመቻ ጀምሮ በትግራይና በኤርትራ ከፍተኛ ውጤት በማስገኘት የታወቁ ነበሩ።

18ኛ እና 19ኛ በመባል የሚታወቁትና በተለያዩ ውጊያዎች ከፍተኛ ውጤት ስላመጡት ክፍለ ጦሮች መቋቋምና ሥልጠና ያኔ የ18ኛው ክፍለ ጦር አዛዥ የነበሩት ጄኔራል ተስፋዬ ሀብተማርያም ትዝታቸውን እንዲህ ሲሉ አጫውተውናል።

> 18ኛውና 19ኛውን ተራራ ክፍለ ጦሮች በበላይነት ያቋቋሙት ጄኔራል መርዕድ ናቸው። እኔ የ18ኛ፣ ኮሎኔል ይግዛው አሰፋ የ19ኛው ክፍለ ጦሮች አዛዥ ነበርን። የተቋቋመው ታጠቅ ጦር ሰፈር በክረምት፣ በጭቃ፣ በብርድ ጫማችን ውስጥ ውኃ እየገባ በጣም የማልረሳው አስቸጋሪ ጊዜ ነበር። እሳቸው ሁሌም ቀድመው ይደርሳሉ። አስተማሪ እጥረት ስለነበር እኛ እራሳችን እየገባን ከሥር ከሥር መከታተል ነበረብን። እስከ ምሽቱ አራትና አምስት ሰዓት የነገዎቹን አስተማሪዎች እናስተምራለን። በትክክል የሠለጠነ ሠራዊት ከአንድ ዓመት እስከ አንድ ዓመት ተኩል ያስፈልገዋል። ያም አስፈላጊው ነገር ሁሉ ከተሟላ ነው። ጄኔራል መርዕድ እስከ ሌሊቱ ሰባት ሰዓትም ከቆየን አብረውን ቆይተው ጠዋት ቀድመውን መገኘታቸው የተለመደ ነው። ሥልጠና ምን ያህል ዋጋ እንዳለው ስለሚያውቁ በጣም ይከታተላሉ። "አትሰልቹ፤ ይገባኛል አድካሚ ነው ግን አሁን ሥልጠና ላይ የሚፈሰው ላብ በኋላ የሚፈሰውን ብዙ ደም ያድናል" ይሉናል። ጦሩ ሁርሶ ሲሄድ አብረው ሄደዋል። ከባድ ሥልጠና...እነኚህ ጦሮች ነበሩ ብዙ ጥሩ ውጤት ሲያመጡ የነበሩት።[61]

ጄኔራል ተስፋዬ በደንብ ከሠለጠኑት ተራራ ክፍል ጦሮች ሌላ ጦሩ ውስጥ ስለነበረው የሥልጠና ችግር፡-

> እንደ ደንቡ ከሆነ ሐሳብ ሳይከፋፈል፣ ሁሉ ነገር ተሟልቶ፣ በቂ ዕቃ ተዘጋጅቶ ነበር

---

59 Fantahun Ayele. The Ethiopian Army From Victory to Collapse, 1977-1991.

60 Fantahun Ayele ፤ ዝኒ ከማሁ

61 ከጄኔራል ተስፋዬ ሀብተማርያም ጋር የተደረገ ቃለ ምልልስ ፤ እ.አ.አ. November 2, 2009

> ሥልጠና መሆን የነበረበት። ግን ይህ ስለሌለ እጃችንን አጣጥፈን መቀመጥ የለብንም። ጦሩ በጊዜ እጥረት ምክንያት ሁኔታው አስገድዶ ወደ ጦርነት ይላካል። ግማሹ ከኋላ ሥልጠና እየተሰጠው ግማሹ ከፊት ይዋጋል። ...አሸዋ ላይ ሁሉ እየጻፉ ማሠልጠን፣ ጄኔራል መርዕድ በቀየሱት መንገድ እንደ ባህል ተይዞ ቀጠለ።[62]

በማለት አጫውተውናል። የእነዚህን ተራራ ክፍሎች በማቋቋምና በማሠልጠን ረገድ ጄኔራል መርዕድ ስለሰጠው አመራር በኋላ የ18ኛው ክፍለ ጦር አዛዥ የነበሩት ጄኔራል መርዳሣ ሌሊሣ ታኅሣሥ 18 1976 ዓ.ም. በጻፉት ደብዳቤ ላይ የሚከተለውን አስፍረዋል።

> እኔ ብ/ጄኔራል መርዳሣ ሌሊሣ የ18ኛ ተራራ ክፍለ ጦር አዛዥ ሆኜ በምሠራበት ጊዜ ሜ/ጄኔራል መርዕድ ንጉሤ ከታኅሣሥ 1972 እስከ ጥቅምት 18 ቀን 1976 ዓ.ም. ለ18ኛ ተራራ ክፍለ ጦር ግንባታና በትጥቅ ትግሉ ክ/ጦሩ ለደረሰበት ደረጃ የጓድ ጄኔራል አስተዋጽኦ ጉልህ ቦታ በመያዝ በክ/ጦሩ የጀግንነት ታሪክ ጋር እየታሰበ ስለሚኖር በዓይኔ ያየሁትን እንደሚከተለው የምስክርነት ቃሌን እሰጣለሁ።
>
> 1ኛ. በ1972 ዓ.ም. ታኅሣሥ 1 ቀን 18ኛ እና 19ኛ ተራራ ክ/ጦሮች ሲመሠረቱ ጓድ ሜ/ጄኔራል መርዕድ ንጉሤ የበላይ አስተባባሪ ነበሩ። በዚህም ጊዜ በተግባር የሁለቱ ክ/ጦር አስተባባሪ ብቻ ሳይሆኑ የቅርብ ተቆጣጣሪ፣ የቅርብ መመሪያ ሰጪ፣ አበረታችና ለመሪዎችም የቁጥጥር ዘዴንና የአመራር አስተማሪ ነበሩ። ይህም እንደእሩቅ አስተባባሪነታቸወ የፕሮጀክቱ ኃላፊዎች እኛ የክፍለ ጦር አዛዥችና የብርጌድ አዛዦች እያለን ሁሉን አመራር ሰጪ አባሎች ሰብስቦ ማስተማር ማወያየት ከዓላማ የመነጨ ከፍተኛ የሥራ ፈቃድኝነት እንጂ የቅርብ የሥራ ግዴታ አልነበረባቸውም። አስተማሪነታቸው በመሪዎች ብቻ የተወሰነ የአንድ ቀንና የሁለት ቀን ሳይሆን በየሳምንቱ ከሁለት ሦስት ቀን ያላነሰ የተግባር ቁጥጥር ከማድረጋቸውም በላይ ለክ/ጦሩ ሠራዊት በሙሉ በተደጋጋሚ የሰጡት መመሪያ እስከዛሬ ድረስ ታላቅ የትግል መሣሪያ አድርጎ የሚመራበት በመሆኑ ለተጎናፀፏቸው ድሎች የጓድ ጄኔራል አብዮታዊና ቀስቃሽ ንግግሮች ከፍተኛ ድርሻ አላቸው።
>
> ...በአጋጠማቸው ዕድል ሁሉ በመጠቀም ክ/ጦሩን በመሣሪያ፣ በሰው ኃይል በመገንባትና የውጊያ ሞራሉን ከፍ ለማድረግ የተጫወቱት ሚና በእኔና በሌሎችም የክ/ጦሩ አመራር ሰጭ ጓዶች የሕሊና ግምት ውስጥ የሚደነቅና በትምህርት ሰጭነቱ እንደምሣሌነት የሚጠቀስ በአብዮታችን የመደብና የትጥቅ ትግል ሂደት ውስጥ በአብዮታዊ ሠራዊታችን የድልና የመሥዋዕትነት ታሪክ ከፍተኛ ድርሻ ያለው ሲሆን፣ በዚሁ ውስጥ የጓድ ጄኔራል አብዮታዊ አስተዋጽኦ እኛ የዓይን ምሥክሮች ካላቀረብነው ተደብቆ በመቅረት የአፍ ታሪክና ተጨባጭነት የሌለው ሆኖ ስለሚቀርና መቅረት ደግሞ የሌለበት መሆኑን

62 ተስፋዬ ሀብተማርያም ፤ ዝኒ ከማሁ

በማመን ያቀረብኩ መሆኔን በማክበር አመለክታለሁ።[63]

ጄኔራል መርዕድ ሁለቱን ተራራ ክፍለ ጦሮች በማቋቋም፣ በማደራጀትና አመራር በመስጠት ያደረገውን አስተዋፆ አስመልክቶ የ18ኛው ክፍለ ጦር አዛዥ የነበሩት ጄኔራል መርዳሣ፣ የኋላ ድርጅት አስተባባሪ ኮሎኔል አስናቀ ይርጉና የ38ኛው ተራራ ብርጌድ አዛዥ ሻምበል ሰይድ ለመከላከያ ሚኒስትሩ የጻፉትን ምስክርነት በዚህ መጽሐፍ መጨረሻ ላይ አያይዘነዋል።

የላሽ ዘመቻ

በ1970 ዓ.ም. የኢትዮጵያን ምሥራቃዊና ደቡባዊ ግዛቶች የወረረው የሶማሊያ ጦር በደረሰበት ሽንፈት ምክንያት ከጥር 1970 ጀምሮ የያዛቸውን የኢትዮጵያን ግዛቶች እየለቀቀ መሸሽ ጀመረ። የሶማሊያ ጦር ቢሸነፍም ኢትዮጵያን ለመበታተን ያቋቋማቸው "የምዕራብ ሶማሌ ነፃ አውጪ ድርጅት" እና "ሶማሊያ አቦ" በሐረርጌ ክፍለ አገር በተለይም በኦጋዴን አካባቢ የደፈጣ ውጊያ ያካሂዱ ነበር። የሶማሊያ ወታደሮችም ጠረፍ ላይ ከነበሩት ከፌርፌር፣ ገላዲን፣ ሙስታሂል፣ ሽላቦ ከተሞችና አካባቢው ሙሉ ለሙሉ ለቀው አልወጡም ነበር።

የሶማሊያ መንግሥትን ፍላጎትና በዚያ አቅጣጫ ሊኖር የሚችለውን የሥጋት ደረጃ (Risk Assessment) በተመለከተ በጄኔራል መርዕድ ማስታወሻው ላይ እንደሚከተለው ሰፍሮ እናየዋለን።

> በአሁኑ ጊዜ ሶማሌ እኛን ለመቃወም የምታደርገው ሀ. በመደበኛ ሠራዊት ለ. ወንበዴን በመቀላቀል ሲሆን ድርጊቱ ለጠቅላላ ወረራ ሳይሆን ሀ. ጦሩ ፋታ አግኝቶ እንዳይማር፣ ለ. ፋታ አግኝቶ ልማት ላይ እንዳይሠራ፣ ሐ. ኢኮኖሚያችን እንዳይዳብርና የምትመኘውን የመሬት ውስጥ ሀብት እንዳንወስድ ይመስላል። ይህ ከሆነ ፍላጎቷና ድርጊቷ፣ የእኛ ድርጊትና አፈጻጸም እንዴት መሆን አለበት?
>
> ይህንን ለማድረግ ስለ ጠላቶቻችን ችሎታ፣ ስለ መሬቱ አቀማመጥ፣ ስለ ሠራዊታችን በሚገባ ማወቅ ያስፈልጋል። ማንኛውንም ሥራ መጀመር ያለብን ካለን አቋም ባለን ድርጅት ይሆንና፣ ተጨማሪ ፍላጎታችን ይቀፀላል።

ከላይ በተጠቀሰው መንፈስ የኢትዮጵያን ዳር ድንበር ለማስከበርና ሙሉ ለሙሉ ለመቆጣጠር እንዲሁም የሶማሌን ሰርጎ ገቦች ለመደምሰስ በ1973 ዓ.ም. ሦስት ወር የፈጀ ዘመቻ ተካሄደ። ይህ ብዙ ያልተነገረለት ሶማሊያንና በሶማሊያ ይደገፉ የነበሩ ተዋጊዎችን የደመሰሰውና የሶማሌ ወታደሮችን ከፌርፌር፣ ገላዲን፣ ሙስታሂል፣ ሽላቦ ከተሞችና አካባቢው አጽድቶ የኢትዮጵያን የሉዓላዊነት ድንበር ያስከበረው የላሽ ዘመቻ ነው። የላሽ ዘመቻ በመከላከያ ዘመቻ መምሪያ በጄኔራል መርዕድ አመራር የታቀደ ሲሆን የዘመቻው አስፈጻሚም የቅርብ ጓደኛውና የኮርስ

63 የብ/ጄኔራል መርዳሣ ደብዳቤ ፤ ታኅሣሥ 18 1976

ባልደረባው ጄኔራል ደምሴ ቡልቶ ነበር። በዚሁ ዘመቻ ጄኔራል አምኃ ደስታ የአየር ማጥቃት ዘመቻውን በበላይነት መርተው ነበር።

ዘመቻው በታቀደለት የጊዜ ሰሌዳ የተከናወነና ከሌሎች ዘመቻዎች ጋር ሲነጻጸር አነስተኛ የሆነ መሥዋዕትነት የተከፈለበት የተሳካለት ዘመቻ ነበር። በወቅቱ የጦሩ የፖለቲካ መምሪያ ዋና ኃላፊ የነበሩት ጄኔራል ገብረየስ ወልደሐና ይህንኑ እውነታ ለጄኔራል መርዕድ በጻፉት የምስጋና ደብዳቤ ላይ እንደሚከተለው አስፍረውታል።

> ...ሠራዊታችን የውጊያ ችሎታውን ካለፈው የሥራ ልምዱ እየቀሰመ በማዳበር ቲዎሪን ከተግባር ጋር በማቀናጀት በአብዮታዊ ዲስፐሊን እየተመራ ከፍተኛ ድሎችን የተቀዳጀውና ሕዝባዊነቱንም ያስመሰከረው ቆራጥና ብልህ የሆኑ መሪዎች በሚሰጡት አብዮታዊ አመራር ነው።
>
> በዘመቻ ላሽ ምዕራፍ 4 የውጊያ ከንውንም በአነስተኛ መሥዋዕትነት የተገኘው ከፍተኛ ግብ የዚሁ ድምር ነው። ዘመቻው የሚጠቅሳቸው አብዮታዊ ኃይሎች ሁሉ የዓላማና የተግባር አንድነት ያለው፣ይህም በአነስተኛ መስዋዕትነት የተገኘው አብዮታዊ ድል ውጤት የጓድነትዎ በብልህነት ላይ የተመሠረተ ቆራጥ አመራር ታክሎበት ስለሆነ፣ ከልብ የመነጨ አብዮታዊ ምስጋናችንን እያቀርብን፣ ወደፊትም የዓላማና የተግባር አንድነት ቅንጅት ያለው አብዮታዊ አሠራር በአብዮታዊ ሠራዊት ውስጥ ይበልጥ እንዲጠናከር የሚያደርጉት ጥረት እንዲቀጥል አሳስባለሁ።”[64]

ብ/ጄኔራል መርዕድ ንጉሤ ፤ ለላሽ ዘመቻ አመራር ለመስጠት ቀብሪደሃር ሲገባ

64 በ7/5/73 ከጄኔራል ገብረየስ ወልደሐና ለጄኔራል መርዕድ ንጉሤ የተጻፈ ፤ ግልባጭ ለአገር መከላከያ ሚኒስትር

ጄኔራል መርዕድ በአቅዱ መሠረት በ3 ወር ጊዜ ውስጥ የተጠናቀቀውን የላሽ ዘመቻ አስመልክቶ ባቀረበው ሪፖርት ላይም የሚከተለውን ብሎ ነበር።

> ከእንግዲህ ወዲህ ሁኔታዎችን በፈለግነው መልክ እንመራለን እንጂ በሁኔታዎች አንመራም።...በአነስተኛ መሥዋዕትነት ግባችንን አጠናቀናል።...ከእንግዲህ ወዲህ የውጪ ጠላት ሆነ ወይንም በእኛ ላይ ክፋት የሚመኝ የኢትዮጵያን ምድር አይረግጣትም።[65]

ዘመቻው ከተጠናቀቀ በኋላ ጄኔራል መርዕድና ጄኔራል ደምሴ ለጋዜጠኞች መግለጫ እንዲሰጡ ተብሎ አባታችን የበኩሉን ዝግጅት ያደርግ እንደነበረ እናስታውሳለን።[66] ነገር ግን ለጋዜጦችም መግለጫ ሳይሰጥ ሁሉም ነገር ተሸፋፍኖ አለፈ። ያን ጊዜ የተሰጠው ምክንያት ሶማሊያ ተሸንፋ ከኢትዮጵያ ግዛት ወጥታለች ብለን ካወጅን ከሦስት ዓመት በኋላ ድንበራችንን ሙሉ ለሙሉ ማስከበር የቻልነው አሁን ነው ብለን ለኢትዮጵያ ሕዝብ ስንናገር ተአማኒነታችንን ጥያቄ ውስጥ ይከተዋል የሚል ነበር።

ከላሽ ዘመቻ በኋላ ጄኔራል መርዕድ የአካባቢውን ነዋሪዎች ሲያነጋግር (ከኋላ ረዘም ብለው የሚታዩት ያን ጊዜ የአየር ኃይል ኤታማዦር ሹም የነበሩት ጄኔራል አምኃ ደስታ ሲሆኑ፣ ከርሳቸው ቀጥሎ የሚታዩት የምሥራቅ እዝ አዛዥ የነበሩት ጄኔራል ደምሴ ቡልቶ ናቸው)

ከዚህም በተጨማሪ በግልጽ ያልተነገረው ሌላ እውነታ፣ ኮሎኔል መንግሥቱ ያልመሩት ወይንም መሩት ለማለት ቀደም ብሎ መመሪያ ሲሰጡ በድምፅ የተቀዳም ሆነ የተቀረጸ ፊልም

65 Gebru Tareke. From Lash to Red Star: The pitfalls of counter-insurgency in Ethiopia. 1980-82.

66 አባታችን በኢትዮጵያ ቴሌቪዥን ስለ ላሽ ዘመቻ ቃለ መጠይቅ እንደሚያደርግ ስለተነገረው ቤት ውስጥ ማስታወሻዎቹን እያገላበጠ ዝግጅት ሲያደርግ እንደነበረ እናስታውሳለን።

በሌለበት እነዚህን ሁለት ጀኔራሎች ሕዝብ ፊት ማቅረብ ያን ጊዜ በመገንባት ላይ የነበረውን የኮሎኔል መንግሥቱን ተከለሰውነት (personality cult) ያሳንሰዋል በሚል ምክንያትም ሳይሆን አይቀርም ብሎ መገመትም ከእውነታው ብዙ የራቀ አይሆንም።

በአንጻሩ ከዘመቻው በፊት ብዙ ከበሮ የተመታለት፣ የተደገሰለት እንዲያውም ዘመቻው ሳይጠናቀቅ ታሪኩ አስቀድሞ የተጻፈለት የቀይ ኮከብ ዘመቻ ሲጀመር እንደ ላሽ ዘመቻ

በትንሽ መሥዋዕትነት በአጭር ጊዜ ይጠናቀቃል በሚል ስሌት ነበር። ምንም እንኳን ጀኔራል መርዕድ "የሶማሌ ወንበዴዎችን የተዋጊነት መንፈስ ከኤርትራ ተገንጣዮች ጋር ማነጻጸር ልክ እንዳልሆነ" ቢያስገነዝብም መንግሥት በምሥራቅ የተገኘውን ድል በሰሜንም መድገም እንደሚቻል እርግጠኛ ነበር።[67] መንግሥት እንዳሰበውና እንደፈለገው የቀይ ኮከብ ዘመቻ ግን በድል ሊጠናቀቅ አልቻለም። የላሽን ዘመቻ የመሩት ሁለቱም ጀኔራሎች መርዕድም ሆነ ደምሴ በዚህ ዘመቻ እንዳልተሳተፉም ማስታወስ እንወዳለን።

ጀኔራል መርዕድ (በስተግራ) ከላሽ ዘመቻ በኋላ ከዘመቱት ወታደሮች ጋር ጭውውት ላይ

67 Gebru Tareke. From Lash to Red Star: The pitfalls of counter-insurgency in Ethiopia. 1980-82.

“ሰው ገጭቼ...”

ጥር 5 1973 ከሌሎች ቀናት የተለየች አልነበረችም። አባታችን እንደልማዱ በጠዋት ከቤት ወጣ። ሁልጊዜም ሥራ ሲሄድ ብሔራዊ ቲያትር አጠገብ የሚገኝ የመጻሕፍት መደብር ውስጥ ትሠራ የነበረችውን እኅታችንን ሶስናን ሥራ አድርሷት እርሱም ወደ ቢሮው ወደ መከላከያ ሚኒስቴር አቀና።

በምሳ ሰዓት ሶስና ከአባታችን ጸሐፊ ስልክ ተደወለላት። “ጄኔራል ስብሰባ ስለሚቆዩ ‘ታክሲ ይዘሽ ሂጂ’ ብለውሻል” ስለተባለች ታክሲዋን ይዛ ብቻዋን ቤት ገባች። ቤት ስትደርስ ስብሰባ ይቆያል የተባለው አባታችን ከእሷ ቀድሞ ቤት ደርሶ አገኘችው። ረጋ ብሎ “ቀደምኩሽ አይደል? ራሴን አሞኝ ቤት መጣሁ። አሁን መድኃኒት ስለወሰድኩ ተሽሎኛል፤ በይ ምሳ እንብላ እርቦኛል” ይላታል።

ሶስና መርዕድ በማስታወሻዋ ላይ ከጥቂት ዓመታት በፊት ስለ ጥር 5 1973 ዓ.ም. በጻፈችው ትዝታዋ ላይ...

> በየቀኑ ከመከላከያ ሚኒስቴር ሕንፃ ባሻገር ቆሜ አባዬን እጠብቃለሁ። አሥራ ሁለተኛ ክፍልን ጨርሼ ወደ ውጪ አገር እስከምሄድ እቤት ከምቀመጥ ተብሎ ብሔራዊ ቲያትር ሕንፃ ሥር በሚገኝ የአባቴ ጓደኛ መጻሕፍት ቤት ነበር የምውለው። የምሳ ሰዓት ሲደርስ ለመንገዳችን እንዲመቸን እስከ ብሔራዊ ባንክ ድረስ በእግሬ እመጣና እቆማለሁ፤ አባዬ ደግሞ ከመከላከያ ግቢ እንደወጣ ፈገግ ብሎ አይቼሻለሁ ለማለት በእጁ ምልክት ያሳየኝና ወደ ቀኝ በመታጠፍ መብራቱን ዞሮ ይመጣና ያቆምልኛል። መኪና ውስጥ እንደገባሁ ተንጠራርቼ አንድ ጉንጩን እስምና እያወራን እየሳቅን ወደቤት መሄድ የየዕለቱ ድርጊታችን ነበር። ከነጌሌ ቦረና ወደ አዲስ አበባ ከተዛወርን በኋላ አንዴ ደርግ ጽሕፈት ቤት፣ አንዴ አሥመራ የሚሉት ነገር የቤተሰብ ልምዳችንን አዘባርቆት እንደ ድሮዋችን አብሮ መብላትና የቤተሰብ ጨዋታ ብርቅ ሆኖብን ነበር። አባዬ አዲስ አበባ ከተመለሰ በኋላ ከመከላከያ ሚኒስቴር ቁራ እስከምንደርስ የምንጫወታት ወሬ ትጥም ነበር። አንዳንዴ እሱ ወይንም እኔ የሚያስቅ ነገር እናነሣና እየተሳሳቅን ሳናውቀው ቁራ እንደርሳለን።
>
> እኔ የማልወደው የጠዋቱን መንገዳችንን ነው። ጠዋት ከቤት ስንወጣ በራፍ ላይ የሚጠብቀው ባለጉዳይ አይጠፋም፤ “ልጄን አድኑልኝ፤ አንድ ያለኝ ጧሪ ቀባሪዬ እሱ ብቻ ነው፤ ሰሜን ሄዶ ቢሞትብኝስ?” የሚሉ እናት፣ “ባለቤቴ ግዳጅ ከሄደ ዓመት ሊሞላው ነው፤ ከአሥር ወር በኋላ ተቀራጭ ቆመ፤ እሱም ደብዳቤ አቋርጧል፤ የቻልኩትን ያህል ደፋ ቀና እላለሁ ግን አይበቃም፤ ልጆቼ በረሃብ ማለቃቸው ነው፤ የእሱንም መኖር መሞት ልወቀው!” የምትል የምታነባ ወጣት ሚስት፣ “ቀስዬ ነው የመጣሁት ጌታዬ፣ ድንበራችንን ስከላከል፤ ይሄንን ለእርስዎ ለማብራራት አልሞክርም፤

ቃል የተገባልኝን አበል ከልክለውኝ፣ ጥይት ያልገደለኝን ጠኔ ይግደለኝ እንዴ ጌታዬ?" የሚል ገና በደንብ ያልዳነ እግሩን የሚጎትት የተበሳጨ ወታደር...ቀደም ብለው አቤት ያሉት ደግሞ "ጉዳዬን ምን አደረሱልኝ?" ብለው ይጠይቃሉ። ሁሉንም ለመርዳት መፍትሔ አመጣ ይመስል የሚሉትን ሁሉ አብሬ አዳምጥና ጭንቀት ይይዘኛል።

አባዬ የሚቻለውን ሁሉ እንደሚያደርግ ቃል በመግባት በፍጥነት ማስታወሻው ላይ የሁሉንም ጉዳይ ጻፍ ጻፍ አድርጎ፣ ቀደም ብለው ጉዳያቸውን የነገሩትን ደግሞ አንዳንዶቹን "ሂድና እገሌን አነጋግር" አንዳንዶቹንም "ይህማ የማይቻል ነገር ነው" ብሎ ሌሎቹንም እንደ ሁኔታው ትንሽ ፍራንክ ሰጥቶ ይሸኛል። ከዚያ በኋላ ጥቂት ደቂቃዎች በዝምታ ይዋጣል። ትንሽ ጊዜ ከሰጠሁት በኋላ የሆነ ነገር አንሥቼ ጸጥታውን እሰብረዋለሁ።

ጥር 5 1973 ዓ.ም. እንደማንኛውም ቀን አባዬን ለመጠበቅ እቃዬን ሰብስቤ ለመውጣት ስሰናዳ ነው የአባዬ ጸሐፊ የደወለችልኝ። "ያው የተለመደ ስብሰባ አላለቀም አይደል? እሺ!" አልኳት፤ አልፎ አልፎ የሚያጋጥመኝ ነገር ስለሆነ ለምጄዋለሁና...። ወጣ ብዬ "ታክሲ! ቁራ!" ማለት ጀመርኩ፤ ከአባዬ ጋር ጠዋትና በምሳ አብሬ መመላለስ የሚያቆምበት የመጨረሻ ቀን መሆኑን በምን ጠርጥሬ...

ቤት ስደርስ አባዬን ቤት ቀድሞኝ አገኘሁት። በሁኔታው ግራ ተጋብቼ እያለሁ ታናናሽ ወንድሞቼ ከአባቴ ሾፌርና ከአጃቢው የሰሙትን ግን ምን እንደተፈጠረ በደንብ የማያብራራ ወሬ ነገሩኝ። "አባዬ ከጄኔራል ገብረክርስቶስ ጋር ተደባደቡኮ! ነይ እናሳይሽ..." ብለው ወደ መኝታ ቤት ወስደው እጅጌው ተቀዶ የወደቀውን የአባዬን ሸሚዝ አሳዩኝ፤ በጣም ደንግጬ ሁኔታውን ከማን እንዴት በዝርዝር ማወቅ እንደምችል ማሰብ ጀመርኩ።

ከአባዬ ጋር ማንኛውንም ነገር ከበነው ተቀምጠን መወያየት በቤታችን የተለመደ ነገር ነው። እንደ እኩዮቼ ተከራክረን፣ ጥያቄ ጠይቀን፣ ሲጠይቀን መልሰን፣ አስተያየትም ሆነ ተጨማሪ ሐሳብ ሲኖረን በግልጽ መነጋገር በቤታችን ስናደርገው የኖርን ሌሎች ቤተሰቦቻችንና ዘመዶቻችን የሚደነቁበት የአባዬ የልጆች አስተዳደር ነው። ግን ቀጥታ ሥራውን የሚመለከት ነገር ሲሆን በግንባሩም በዓይኑም "መግባት ክልክል ነው" የሚል ምልክት አስነብቦን በሩን ይዘጋብናል። "ምሥጢር ማለት ምንድነው?" ይለናል። ሁላችንም በተለያየ መልኩ እንመልሳለን። "ለሰው የማይነገር ነገር፣ ለቅርብ ጓደኛ ብቻ የሚነገር፣ ምሥጢሩን ማወቅ ላለበት ሰው ብቻ የሚነገር..." እንለዋለን ትክክለኛ መልስ የመሰለንን ሁሉ እየሞከርን...። በመጨረሻ አባታችንዬ "ምሥጢር አንዴ ከአፍ ከወጣ ምሥጢር መሆኑ ያቆማል" ይለናል። አንዳንዴም እሱ እንደ ምሥጢር የሚቆጥረው ወይንም አይረባም የሚለውን ከሌላ አቅጣጫ ስለምንሰማው "አንዳንዴ ያበዛዋል" ብዬ

አስባለሁ።

አባዬ እንደሆነ ስለተፈጠረው ችግር በዝርዝር እንደማያወራኝ አውቀዋለሁ። ኃይለኛ ውጊያ ላይ ሰንብቶ ወደ ቤት ሲመጣ እንኳን በዘዴ ከሌላ ቦታ የሰማነውን እየጠቀስን "እስቲ ትንሽ ንገረን? እንዴት ነበር እናንተ አጠቃችሁ ወይስ...?" ብለን ስንጠይቀው ስለ ጦርነት ፍልስፍና የሚመስል መልስ ይሰጠናል። "ጦርነት አስቀያሚ ነገር ነው፤ የሰው ሕይወት ያጠፋል" ይለናል።

ሥራ ሳይሄድ እቤት እየዋለ፣ ሰዎች እየመጡ ማፅናኛ መሳይ ነገር ተናግረው ሲወጡ እያየን ዝርዝር ጉዳዩ ላይ መደረስ ግን አልቻልንም። ስለሁኔታው ማውራትም ሆነ የጀኔራል ገብረክርስቶስን ስም በጭራሽ ማንሣት አይፈልግም። እስከመጨረሻውም ማስታወሻው ላይ ጥር 5 ቀን ስለተፈጠረው ሁኔታ ሲጽፍ፤ "በ1973 ዓ.ም. ጥር ወር ባላሰብኩት ግጭት ሰው ገጭቼ ጡረታ ተባልኩ" ሲል ያሰፍራል። እንዲሁም ሌላ ቦታ "ከአንዱ ጋር ተጣልተን፣ ተጋጨንና ገጨሁት" ይላል። ስለ ድርጊቱ ጭራሽ ማውራት አይፈልግም። የጀኔራል ገብረክርስቶስን ስም አንድ ቀን ሲጠራ እኔም ሆንኩ እኅቶቼና ወንድሞቼ ሰምተን አናውቅም።

እናቴን ምን ተፈጠረ እንዳልላት ሆስፒታል ተኝታለች። አባቴ ከሥራ እንደወጣ ሰው መሽትሽት ሲል ሄዶ ያያታል። ትልቁ ወንድማችን እሥር ቤት ነው። አባታችን ምንም እንዳልተፈጠረ ለማስመሰል ቢሞክርም ቤታችን ውስጥ ድምፁን ከፍ አድርጎ የሚናገር፣ ምግብ ሲቀርብ በፍላጎት የሚበላ፣ መጋረጃና መስኮት ከፍቶ ከውጪ በሚገባው ብርሃንና ንጹሕ አየር የሚፈነድቅ፣ እንደ ወትሮው ተገፋፍቶ ወይ ተገፈታትሮ የሚቀላለድ ሰው ጠፋ።

በእንደዚህ ዓይነት ሁኔታ ጥቂት ቀናት ካለፉ በኋላ እናቴ ትንሽ ስለተሻላት ቤቷ ገባች። በዚያኑ ቀን ጥር 12 ትልቁ ወንድማችን ከእሥር ተፈታ። ሁለቱ ጀኔራሎች ቢሮ ውስጥ ተደባደቡ የሚለው ዜና ከነሱም ጆሮ ደርሷል። ከኔና ከወንድሞቼ ያገኙት ማብራሪያ የለም። አባዬም እንደወትሮው የቤተሰብ ዓይነት ጨዋታ እንጂ ስለተፈጠረው ነገር አያነሣም።

በማለት ታስታውሰዋለች። ጥር 16 ቀን በተጻፈ ደብዳቤ፣ ከጥር 13 ቀን ጀምሮ በጡረታ ተገልለሃል የሚለው ውሳኔ ደረሰው። የዚያን ዕለት እናታችን ትልቁ ወንድማችን ባለበት "መቼም ላንተ ሁሉ ነገር ምሥጢር ነው። አገሩ ሁሉ 'ጀኔራሎቹ ቢሮ ውስጥ ተደባደቡ' እያለ ያወራል፤ አገር ሁሉ የሚያቦካውን እኛ ባለቤቶቹ አናውቀውም፤ ማወቅ ግን የሚገባን ይመስለኛል" ብላ አጥብቃ ጠየቀችው። "ምን ዋጋ አለው ብለሽ ነው?" እያለ እያቅማማ ሁኔታውን መግለጽ ጀመረ...

እኔ የጦር ኃይሎች ኤታማዦር ሹም ሆኜ ስሾም እሱ የዘመቻ ኃላፊ ሆኖ ተመደበ፤ ከዚህ በፊት በመካከላችን ብዙ መግባባት ስላልነበረ ጄኔራል ተስፋዬ ገብረኪዳን (የመከላከያ ሚኒስትር) ጋር ሄጄ "ይህ ሰው ባለጌ መሆኑንና የእኔና እርሱ አብሮ መሥራት ችግር እንደሚፈጥር እየታወቀ፣ ለምን ለኔ ሪፖርት እንዲያደርግ አደረጋችሁት? አሁንም ቢሆን ሥራችንን የሚበድል ነገር ሳይፈጠር በጊዜ ዘዴ መፈለግ አለበት" ብዬ አነጋገርኩት።

ጄኔራል ተስፋዬም "እንደምታውቀው እሱ ከሁሉም ጋር መሥራት ችግር አለበት። አንተ አስተማሪውም ስለነበርክና[68] ከሌሎቹ ለየት አድርጎም ስለሚያከብርህ፣ ለዚህ ነው ላንተ ሪፖርት እንዲያደርግ ያረግነው። ካለበለዚያ እንደምታውቀው እሱ ከማንም ጋር አብሮ ሊሠራ አይችልም" በማለት ሁኔታውን እንደሚከታተልና ችግር ካለ ዘዴ እንደሚፈልግ ቃል ገብቶ አሰናበተኝ። እንደፈራሁት በየጊዜው ከኃይል አዛዦችና ከተለያዩ አቅጣጫዎች፣ ከሚኒስትሮች ሁሉ ሳይቀር ስሞታ መምጣት ጀመረ። አሁን በቅርቡ እንኳን አቶ ኃይሉ ሻውል (የመንግሥት እርሻዎች ልማት ሚኒስትር) በመንግሥት እርሻዎች ላይ ሊጣሉ ስለሚችሉ አደጋዎች ሊያነጋግረው ቢደውልለት "እኔ መጥቼ እርሻ ልጠብቅልህ?" ብሎ መለሰለት። የሱዳን ኤታማዦር ሹምን እራት ጋብዤ አሞኛል ብሎ ቀረ። ሌሎችም ብዙ ብዙ ነገሮች...

እኔም ከአንዴም ሁለት ሦስቴ በሚያሳየው የሥነ-ሥርዓት ጉድለትና ከሌሎች ሰዎች ጋር ያለውን ጤናማ ያለሆነ ግንኙነት አንሥቼ ብመክረውም ብገስጸውም የሚገባው አልሆነም። በዚህን ጊዜ ታይፕ ባስደርገው ጸሐፊዎች አይተው ወሬ ይዛመታል ብዬ ስለፈራሁ ራሴ በእጄ የችግሩን መባባስ ዘርዝሬ ጽፌ ለጄኔራል ተስፋዬ ከአንድ ወር በፊት አቀረብኩ። ጄኔራል ተስፋዬ ይሄን ሁሉ እያወቀ "ልትመከረው ልትቀጣው ስትችል ለምን ደበደብከው" ብሎ ደብዳቤ ጽፎ ሲሰጠኝ በጣም ነው የገረመኝ።

ሐዋሳ እንደምሄድ ጠዋት ለሶሲ ሳልነግራት ስለረሳሁ ጸሐፊዋን እባክሽ እንዳትጠብቀኝ ንገሪያት ብዬ ለመሄድ እየተዘጋጀሁ ሳለ የቢሮዬን በር በረግዶ ገብቶ "አውሮፕላን በጣም ያስፈልገናል፣ ግን አውሮፕላን የለም" አለኝ። አውሮፕላኑን እነ ኮሎኔል ጸጋዬ እንዲጠቀሙበት መፍቀዴን ነገርኩት። "አውሮፕላኑ ለሥራ ይፈለጋል እናንተ ግን ጉዋደኛ ለጉዋደኛ ትጠቃቀሙበታላችሁ" ብሎ ሌላም ለመናገር የሚቀፍ አጸያፊ ቃል ተጠቅሞ ሲመልስልኝ በመጀመሪያ ሲያነጋግረኝ በወታደራዊ ሥነ-ሥርዓት በተጠንቀቅ እንዲቆም አዘዝኩት።

68 አባታችን የ19ኛ ኮርስ በመባል የሚታወቁትን ጄኔራል ገብረክርስቶስ ቡሊን፣ ጄኔራል ተስፋዬ ገብረኪዳንን፣ ኮሎኔል መንግሥቱ ኃይለማርያምንና ሌሎችንም ሆለታ ዕጩ መኮንኖች ትምህርት ቤት አስተማሪያቸው ነበር።

ቀጥ ብሎ ማናገሩን ትቶ ልወጣ እየተዘጋጀሁ ስለነበር ጠረጴዛ ላይ ያስቀመጥኩትን ሽጉጥ ለማንሣት ተንደረደረ። ሽጉጡን ሳይደርስበት እጄን ቀድሜ ያዝኩና እግሩን በጠለፋ ስመታው ወደቀ። ላለመውደቅ የሚይዘው ነገር ሲፈልግ የሸሚዜን እጅጌ ጎትቶ ቀደደብኝ፤ ከዚያ አንዴ ፊቱ ላይ በደንብ ከመታሁት በኋላ በጫማዬ አንገቱ ላይ ቆሜ ሽጉጤን ከጠረጴዛው ላይ ተንጠራርቼ አንሥቼ ጭንቅላቱ ላይ አነጣጥሬ ቃታውን ልስብ ስል "ጌታዬ በልጆችዎ! በልጆችዎ!" እያለ ሲማጸነኝ ውጣ ከዚህ ብዬ በእርግጫ መትቼ አባረርኩት። ከመሬት ተነሥቶ እየሮጠና እያጉረመረመ ወደ ጄኔራል ኃይለጊዮርጊስ ቢሮ ሄደ።

ብሎ በዕለቱ የተፈጠረውን ነገረን።

ምዕራፍ ሰባት

ከረዥም· ጊዜ· የተለያየኋቸውን· ጓደኞቼን· ከመሰወሬ በፊት
ከሁሉ· ከመጀመሪያዎቹ· በስተቀር· ወደ· ማን· ጉዳይ· እንደሚያስታውሱኝ
የነበሩኝን· ጓደኞቼን· ከጊዜ· ወደ ጊዜ· ቁጠባቸው· [illegible]
ነበረው፡

በ1977 ዓ.ም· ጥር ወር· ገለሰብ [illegible] ገንዘብ·
ሰው· ገደልኩ፡ ጡረታ· ተቀብያለሁ::
እሁን· ያለው· [illegible] ሆኖ·
ተጠቃሚዎች፡ [illegible] ላይ· እስካሁን [illegible]
ከጊዜው· 1200 ብር· [illegible]
[illegible]
በ[illegible] ላይ· ነበርኩ· [illegible]
ጡረታ· ወጥቼ· [illegible]
ወደ· ተዘጋ· [illegible] ጊዜ· [illegible]
[illegible] ነበር፡
ጡረታ· ያወጣው· በኋላ· ነው· [illegible]
ጊዜ [illegible]፡ [illegible]
ሰበሰብኩ፡

ምዕራፍ ሰባት፡
የሲቪል ሕይወት፤ ውትድርና "አከተመ"

ውትድርናን መሰናበት

ሁሌም እንድምናደርገው የአባታችንን የደስታና የጭንቀት ሕይወት መለስ ብለን ቃኘን። አንደኛዋ እኅታችን የወትሮ ጥያቄዋን አቀረበች፤ "አባዬ በዚያን ጊዜ፣ በዚያን ሰዓት፣ ምን ያስብ ነበር?" በዚህ ጥያቄ ላይ ተመርኩዘን እኛም እንደሱ ሆነን በምናባችን ሕይወቱን እንደገና መዳሰስ ጀመርን። ዛሬ እኛም ባለትዳር ሆነን፣ በተራችን የቤተሰብ ኃላፊነትን ተሸክመን፣ ጠዋት ማታ የምንጓዘውን በደስታ፣ በችግር፣ በሥጋትና በተስፋ የተሞላውን ተፈራራቂ ሕይወታችንን እያነበብንና እየተናበብን ያን ጊዜ በደንብ ያልተረዳነውን የቤተሰባችንን ችግር በአዋቂ ዕድሜያችን እየደጋገምን ጎበኘነው።

እነሆ ጄኔራል መርዕድ ንጉሤ በ47 ዓመቱ ሳይሰናዳና ሳይዘጋጅ በጡረታ መሰናበቱን የሚገልጽ ውሳኔ ደረሰው። ባላሰብነው መንገድ የአባታችንና የቤተሰባችን ሕይወትም ተቀየረ። እቅዱ፣ ምኞቱና ጥድፊያው ድንገት ቀጥ አለ። አገሬን እያገለገልኩ ዕድሜዬ ለጡረታ ሲደርስ ለተተኪዎቼ ልምዴን አካፍዬ፣ ኃላፊነቴን ተወጥቼና አስረክቤ እኔም በተራዬ እፎይ እላለሁ ብሎ ያስብ የነበረው አባታችን ወታደራዊ ሕይወቱ በአጭር ተቀጨ። ከዕጩ መኮንንነት ጀምሮ የጦር ኃይሎች ኤታማዦር ሹምነት ድረስ 29 ዓመታት የፈጀው ጉዞ ጥር 13 ቀን 1973 ዓ.ም. ድንገት አከተመ።

ጠዋት ማልዶ ተነሥቶ ሥራ መሄድና አምሽቶ መሥራት ቀረ። ፍጹም ባላሰበው መንገድ እጅግ ግዙፍ የሆነው የአገሪቱ ጸጥታና ደኅንነት ጉዳይ ከጫንቃው ላይ ተነሣለት። በአንድ በኩል "እሰይ! ግልግል..." አልን። ሁላችንም በአንድነት አዲስ አበባ ስንኖር፣ አብረን ስንበላ፣ አብረን ስንጫወት፣ እንደ ድሮአችን ተሰብስበን ስናወራ ታየን። የአያቶቻችንና የዘመዶቻችን "የአባታችሁ ወሬ አለ? ደኅና ነው?" ጥያቄ ቀረ። የእናታችን "እመብርሃን እባክሽ ጋሻና ከለላ ሆነሽ ጠብቂው" ጸሎት "አቤቱ መድኃኔዓለም የአንተ ውለታ እንዴት ይከፈላል?" በሚል ምስጋና ተቀየረ። እናታችን የአባታችን በጡረታ ከሠራዊቱ መገለል "ጥበቡ የማያልቅበት አምላካችን ዕድሜውን ለማርዘም ሲል ያቀደው ነው" ብላ ተጽናናች።

ከእንግዲህ ወዲህ ሕይወታችን ምን ይመስላል? ከጡረታ ደሞዙ ሌላ የገቢ ምንጭ የሌለው አባታችን እንዴት አድርጎ ያበላናል? እንዴትስ ያስተምረናል? ብለን እንድንጨነቅ የያኔው ለጋ አእምሮዋችን አልፈቀደልንም። የአባታችን ዘና ማለት እንኳንስ እኛን በዕድሜ ከእኛ የሚልቁትንና ጠለቅ አድርገው መመራመር የሚችሉትንም የሚያዘናጋ ነበር። ፊቱ ላይ የመበሳጨትም ሆነ የመጨነቅ ስሜት አይነበብም። በችግር ጊዜ አይረበሽም። ሥጋቱን በሆዱ

ይዞ ብቻውን ይጨነቅ እንደሆነ እንጂ፣ ብሶቱ ገንፍሎ ሲወጣ አይታይም። ምናልባትም ባለ ቅኔው እንዳለው "ወንድ ብቻውን ነው የሚያለቅስ..."

ከጥቂት የጡረታ ሳምንታት በኋላ ሥራ መፈለግ ጀመረ። በአገር ማዳን ሩጫና በድንበር መከላከል ግዴታ ችላ ያላትን ቤቱንም አያት። ማስታወሻዎቹን ስናገላብጥ ያኔ ያላየነውን፣ አምቆ የያዘውን ጭንቀቱን ተረዳንለት። "የማን ቤት ልበለው?" በሚል ርእስ የጻፈው ጽሑፍ ማንኛችንም ያላወቅንለትንና ያላየንለትን ሥጋቱን ቁልጭ አድርጎ አሳየን።

የማን ቤት ልበለው?

ለረጅም ጊዜ የተሰጠኝን ኃላፊነት ለመወጣት ስል ከመሯሯጥ በስተቀር ወደ ግል ጉዳይ አላልኩም፤ የነበረብኝ ኃላፊነት ከጊዜ ወደጊዜ ክብደት ነበረው። ከ1963 ዓ.ም. እስከ 1966 ዓ.ም. በደቡብ ግንባር በጦር አለቅነት (ሻለቃ አዛዥነት) ድንበራችን በሱማሌ እንዳይደፈር በኃላፊነት እሠራ ነበር። በ1966 ዓ.ም. መጨረሻ በአብዮቱ ፍንዳታ ጊዜ የአራተኛ ክፍለ ጦር ዘመቻ መኮንን እንደነበርኩ የአስተባባሪ ደርግን ሥራ አስፈጻሚነት ደርቤ መሥራት ጀመርኩ።

በ1969 ዓ.ም. መጀመሪያ ጀምሮ አንድ ክፍለ ጦር በአጭር ጊዜ ውስጥ እንዳሠለጥን ታዝዤ በአምስት ክ/አገሮች በመከፋፈል ማለትም በሸዋ፣ በሲዳሞ፣ በከፋ፣ በሐረርጌና በጎንደር ማሠልጠን ጀመርኩ። ክፍለጦሩ እንደተዘጋጀ በአዛዥነት ይዤ አሥመራ ዘመትኩ። እዚያ እያለሁ የሰሜን እዝ ምክትል አዛዥ ሆንኩኝ። ከጥቂት ወራት በኋላ በ1970 መጀመሪያ ላይ የሰሜን እዝ አዛዥ ሆንኩ። ይህ ኃላፊነት በወቅቱ ምን ዓይነት እንደነበረ ያየ ያውቀዋል። ውጤቱ ግን ከፋ አልነበረም።

በ1972 ዓ.ም. የጦር ኃይሎች ኤታማዦር ሹም ሆንኩኝ፤ ጥሩ ሹመትና ጥሩ ሥራ ነበር። በ1973 ዓ.ም. በጥር ወር ባላሰብኩት ግጭት ሰው ገጭቼ ጡረታ ተባልኩ።

አሁን ጎጆዬን ማየት ግድ ሆነ። ፈራርሳለች፤ ተጣማለች፤ ማቃኛዋ ቀላል አልሆነም። ለጊዜው 1,200.00 ብር ብቻ እጄ ላይ ነበረች። በሷ ምን መሥራት ይቻላል? ቀደም ሲል የመጣ ሁለት መኪና ድንጋይ በራፍ ላይ ነበረኝ፤ ብቻውን ምን ዋጋ አለው?

"ጡረታ ወጥቷል ያውም በጥፋት ነው" የሚባለው ወሬ ተሰማ። በዚህን ጊዜ ባለቤቴ ሆስፒታል ልጄ እሥር ቤት ነበሩ። ጡረታ የወጣው በጥፋት ነው የሚለው ቃል የዕለት ጓደኞቼን ሲያርቅ እውነተኛ ጓደኞቼን ይበልጥ ሰበሰበልኝ።

ጄኔራል መርዕድ በዚህ አጣብቂኝ ውስጥ እያለ ከቤታችን ከማይጠፉት ዘመዶቻችን መካከል

ከጋሽ ተሰማና ከአቤ (ኢንጂኔር ተሰማ ያኢና ኢንጂኔር አበበ ነጋሽ) ጋር ማታ ቁጭ ብለው መወያየት ይጀምራሉ። በማስታወሻው ላይ ስብሰባ ብሎ በሰየመው ርእስ ይህ ጭውውት ከምን ተነሥቶ ምን እንደደረሰ እየተረከ እንዲሁም በችግሩ ጊዜ የደረሱለትን ሰዎች እያነሣ ምስጋናውን ያቀርባል።

ስብሰባው :- የኃዘንና የትካዜ አልነበረም። በሚያሳፍር ተግባር አልወጣህም፤ ነገ ትመለሳለህ፤ ትፈለጋለህ። እስከዚያ እኛ አለንልህ። የትናንቱ የኢትዮጵያ ድንበር አስከባሪ፣ የትናንቱ ጀግና፣ የተሻለ እንጂ ያነሰ አትኖርም። የኛ ወዳጅነት ትርጉም የሚኖረው ዛሬ ነው። ስለዚህ አታስብ ይልቁንስ ሐሳብህን ግለጽልን ሲሉ ተሰማ ያኢና አበበ ነጋሽ ጠየቁኝ።

“ቤት አድሳለሁ ብዬ ያመጣሁትን ድንጋይ ሸጡልኝ” አልኳቸው።

“ለምን?” አሉኝ

“ገንዘብ ስለሌለኝ እድሳቱን ማቆም ስላለብኝ ነው” ብዬ መለስኩ።

“ነገ ማታ እንመጣለን” ብለው ሄዱ።

በማግስቱ ማታ መጥተው “ይህንን ቤት በመጠኑ እናድሰዋለን፤ በሠራዊቱ በኩል እንደ ጀመሩት በድንጋይና በአሸዋ ማቅረብ በኩል እንዲረዱህ ጠይቅ” አሉኝ። ኮሎኔል መሐመድና ሻለቃ ኪዳኔ ተከሉን ጠይቄ የሚቻለውን ሁሉ እናደርጋለን አሉኝ። የቤቱ ሥራ በአበበና በተሰማ መሐንዲስነትና ኃላፊነት ተጀመረ።

በአምስተኛው ቀን ባለቤቴ ከሆስፒታል ልጇ ከእሥር ቤት ወጥተው በአንድ ቀን አሮጌዋ ቤቴ ሞቀች። ዘመድ ወዳጅም እንደ ዛሬው ተሰበሰበ። የቤቱም ሥራ ቀጥሎ ዛሬ ካለበት ደረጃ ደረሰ።

እንዴትና በነማን?

75% በአበበ ነጋሽ[69] ሲሆን፣ ቀጥሎ የተመለከቱት ከፍተኛ የገንዘብ፣ የዕቃና የሞራል ዕርዳታ አድርገውልኛል።

1. ተሰማ ያኢና ባለቤቱ ገንዘብ፣ ጉልበትና ሞራል
2. ተስፋዬ ዳባ ከፍተኛ ገንዘብ የሚያወጣ ዕቃ
3. ኃይሉ ብዙነህ የጣራ ቆርቆሮ በሙሉ በዕቃና በገንዘብ

69 ኢንጂኔር አበበ ነጋሽ እጅግ ብዙ ሕንፃዎችንና መንገዶችን የሠራ መሐንዲስ ነበር። ትንሹም ትልቁም “አቤ” ብሎ የሚጠራው ኢንጂኔር አበበ በለጋስነቱ፣ በተግባቢነቱና በሰው ወዳድነቱ ይታወቅ ነበር። ከወላጆቻችን ጋር ከዝምድናም በላይ የቅርብ ወዳጅ ከመሆኑም ሌላ አባታችን በሕይወት በነበረ ጊዜ ብቻ ሳይሆን ከዚህ ዓለም በሞት ከተለየንም በኋላ ይረዳንና ይጠይቀን የነበር የምንወደው ዘመዳችን ነበር።

4. ኮሎኔል መሐመድና ሻለቃ ኪዳኔ ዕቃ በማቅረብ
5. ገብረየሱስ ቢቢሶና ባለቤቱ በገንዘብና በሞራል (ይህ ድንጋይ በአስቸኳይ ወደ ውስጥ ይግባ ያሉበትን ቀን አልረሳውም)
6. ሙሉጌታ ሃምዛ ብዙ ገንዘብ የሚያወጣ መብራት
7. ጌታቸው ወልደማርያም የኮርኒስ ክፈፍ እንጨትና ትራንስፖርት
8. ተስፋዬ አስፋውና ባለቤቱ መጋረጃ ከነ እጅ ሥራው
9. አስቴር አማረ ገንዘብ በብድር በመስጠትና በሐሳብ
10. የሰፈር ልጆች ሌሎች የቅርብ ዘመዶችና ጎረቤቶች በጉልበትና በሐሳብ ረድተውኛል፤ በተለይም ኤልያስና በድሉ[70]
11. ኩምሳ ያኢ ሲሚንቶና ቆርቆሮ በማበደር እንዲሁም እምነበረድ በመርዳትና እንዲሠራልኝ ተመላልሶ በማነጋገር ከፍተኛ ዕርዳታ አድርጎልኛል።

ስለዚህ የማን ቤት ልበለው? በማን ተሠራ ልበለው? ለነዚህስ ወዳጆቼና ዘመዶቼስ ምን ለማድረግ እችላለሁ? የምችለው ነገር ቢኖር እንዳሰባችሁልኝ እግዚአብሔር ያስብላችሁ፤ የምትረዱ እንጂ ዕርዳታ የምትጠብቁ አትሁኑ፤ ዋጋችሁን እሱ ይክፈላችሁ፤ ክፏችሁን አያሰማኝ፤ አያሳየኝ፤ አመሰግናለሁ።

ሙዚቃ፡ በሪ ኢንደብራ ፤ ታዘብኒ ደብሩ

የሚያልፍ ቀን የማያልፍ ስም ይሰጣል

ሥራ ፍለጋ

ቀናትና ሳምንታት ካለፉ በኋላ አባታችን ሥራ መፈለግ ጀመረ። የሥራ ማመልከቻ ካስገባባቸው ቦታዎች ሁሉ "ለጊዜው ክፍት የሥራ ቦታ የለንም። ክፍት የሥራ ቦታ ሲኖረን እናስታውቅዎታለን" የሚሉ መልሶች ይደርሱት ጀመረ። በመጨረሻም ከአፍሪካ አንድነት ድርጅት ዛንዚባር አንድ ክፍት ቦታ እንዳለና ሊቀጥሩትም ፈቃደኞች መሆናቸውን ገለጹለት። ቢሆንም ግን እናታችን ታማ ስለነበረ ከእሷ ርቆ መሄዱን እንዲሁም ሥራውና ክፍያው ከአገር ወጥቶ ለመሥራት የሚያጓጓ ስላልነበረ ያገኘውን ዕድል ለመተው ተገደደ።

70 ኤልያስ ወርቁ በሕመም በድሉ ዘውዴ ደግሞ ወታደር ሆኖ ከዚህ ዓለም በሞት ተለይተውናል።

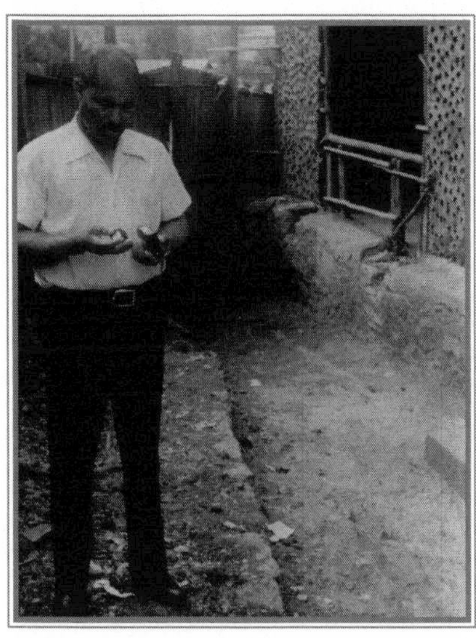

ጄኔራል መርዕድ ከሠራዊቱ በጡረታ የተገለለ ጊዜ የሚታደሰው ቤታችን ጎን

በዚህ ሁኔታ እያለ የኢትዮጵያ መጻሕፍት ድርጅት ባለቤት የነበረው የአባታችን ጓደኛ አቶ ተስፋዬ ዳባ አብሮት እንዲሠራ ሐሳብ አቅርቦለት ሥራ ጀመረ። የኢትዮጵያ መጻሕፍት ድርጅት የደራሲዎችን ጽሑፍ ከገመገመ በኋላ መታረም የሚገባቸውን አርሞ፣ አስተካክሎ፣ መጽሐፉ የሚያስፈልገውን ሥዕል አስገብቶ፣ ለሽፋኑ ዲዛይን ሠርቶ የሚያሳትምና ከዚያም የሚያሰራጭ ድርጅት ነበር። ከመጽሐፍ ዝግጅት (publishing) በተጨማሪ በተለያዩ መደብሮች ውጪ አገርና አገር ውስጥ የሚታተሙ መጻሕፍትን ለቸርቻሪዎች በማከፋፈልና ለተገልጋዮች በመሸጥ ሥራ የተሰማራ ድርጅት ነበር። አባታችን ኢትዮጵያ መጻሕፍት ድርጅት ይሠራ በነበረ ጊዜ በኢትዮጵያ ሥነ-ጽሑፍ ውስጥ ጉልህ ሚና የነበራቸው አማረ ማሞና አስፋው ዳምጤን የመሳሰሉ ታላላቅ ደራስያን፣ ጎያስያንና ዓርታዕያን በዚሁ ድርጅት ውስጥ በተለያየ ደረጃ ይሠሩ ነበር። ከነዚህም በተጨማሪ ይኸው ድርጅት ስብሐት ገብረእግዚአብሔር፣ በዓሉ ግርማ፣ ብርሃኑ ዘሪሁን፣ ጸጋዬ ገብረመድኅን፣ ማሞ ውድነህና ሌሎችም የሥነ-ጽሑፍ ሰዎች የሚገናኙበት፣ የሚወያዩበትና ሐሳብ የሚለዋወጡበት ቦታ ነበር። አባታችንም እዚሁ ድርጅት ውስጥ ስለ ሥነ-ጽሑፍ ብዙ የተማረበትና ግንዛቤውን ያዳበረበት እንዲሁም ከብዙዎቹ የሥነ-ጽሑፍ ሰዎች ጋር የተቀራረበበት ስፍራ እንደነበር ይናገራል።

ኮሎኔል መንግሥቱ ስለ እያንዳንዱ ግለሰብ በየዕለቱ የሚደርሳቸውን ወሬ በደንብ ባለመስማት ወይንም ሆን ብለው ለማጥላላት ስለአባታችን ሥራ ሲናገሩ "የሆነች የመጽሐፍ ሱቅ ከፍቶ"[71] ይሠራ ነበር ብለዋል። እንዲሁም ሸሽተው ዚምባብዌ እንደገቡ ያሰራጩት ቴፕ ላይ ጨዋነት

71 ገነት አየለ አንበሴ ፤ የሌተናንት ኮሎኔል መንግሥቱ ኃይለማርያም ትዝታዎች (ቁጥር ሁለት)

በተሳነው አንደበታቸው "አንድ መናኛ የግል ሥራ ይዘው ሳለ"[72] በማለት በጡረታ ዘመኑ አባታችን የነበረውን ሥራ እያጥላሉ ይናገራሉ። ከላይ እንዳሳየነው አባታችን ለጥቂት ወራት የሠራበት የኢትዮጵያ መጻሕፍት ድርጅት መናኛ ሱቅ አልነበረም። ለነገሩ እንኳን ብዙ ቁም ነገር የሚሠራበትና በኢትዮጵያ ሥነ-ጽሑፍ ዕድገት ጉልህ ሚና በነበረው ድርጅት ውስጥ መሥራት ቀርቶ አባታችን ተሸክሞም መሬት ጠርጎም ቤተሰቡን ቢደግፍ ሊመሰገን እንጂ ሊወቀስበት ባልተገባ ነበር። ይልቁንስ የሚያሳፍረው የመሥራት ዕድል እያለው በአጉል ጉራና እብሪት ሥራ ንቆ እየለመነ ቢኖር ነበር። ኮሎኔል መንግሥቱ የአገር መሪ ለመሆን ከመብቃታቸው በፊት 3ኛ ክፍለ ጦር የነበራቸውን ሥራ በማስታወስ ጄኔራል አማን "ይህ የመሣሪያ ግምጃ ቤት ዱቄት ሰፋሪ" ብለው የ3ኛ ክፍለ ጦር መሣሪያ ግምጃ ቤት ኃላፊነታቸውን ማንቋሸሻቸው ተገቢ ያልነበረውን ያህል ኮሎኔል መንግሥቱም በተራቸው የአባታችንን ሥራ ዝቅ አድርገው ለማየት መሞከራቸው ተራ ዘለፋና ብስለት የጎደለው አስተያየት ነው ብለን እናልፈዋለን።

ኢትዮጵያ መጻሕፍት ድርጅት ውስጥ መሥራት እንደጀመረ በጋሽ ተስፋዬና (አቶ ተስፋዬ ዳባ) በሌሎችም ጉትጎታ የሕይወት ታሪኩን ለመጻፍ የመጀመሪያውን ሙከራ ያደረገበት ጊዜ ነበር። የዚህ መጽሐፍ የመጀመሪያው ምዕራፍ ላይ "ቦታው ፒያሳ ያለው አርቲስቲክ በመባል በሚታወቀው ሕንጻ አራተኛው ፎቅ ላይ ነው" በማለት የጀመርነው የአባታችን የሕይወት ታሪክ የመጀመሪያዎቹ መስመሮች የተጻፉትም ያን ጊዜ ነበር።

የግል ሕይወት ታሪኩን ብቻ ሳይሆን በዙሪያው የነበሩ የሥነ-ጽሑፍ ሰዎች በፈጠሩት አዎንታዊ ተፅዕኖ አጫጭር ትረካዎችን ለመጻፍ ሙከራ ያደርግ እንደነበረ ትቶልን ከሄደው ማስታወሻዎቹ መረዳት ችለናል። ለምሳሌ ያህል ከዚህ በታች "ገልገሊ ኢንቶልቱ" በሚል ርእስ እዚያው ፒያሳ አርቲስቲክ ሕንፃ ከኢትዮጵያ መጻሕፍት ድርጅት ቢሮ ከፎቅ ወደታች ሲመለከት የአእምሮ መታወክ ያለባትን አንዲት ሴት አይቶ የጻፈውን ነው።

ገልገሊ ኢንቶልቱ[73]

"ገልገሊ ኢንቶልቱ" አለ፤ ከአገልግሎት ብዛት ቀለማቸውና ቅርጻቸው የዓለምን መጥፎ ገጽታ ለማሳየት ሲባል በተለይ የተዘጋጀ ትርዒት መስለው የሚታዩትን አሮጌ ቤቶች ቁልቁል እያስተዋለ። ቤቶቹን ከአናት ቁልቁል ለማየት የቻለው በዕድሜ ከማይተናነሱት አርቲስቲክ ሕንፃ 4ኛ ፎቅ ላይ ሆኖ ነው።

ከአናት የሚታዩት ቤቶች ግማሽ በግማሽ ባለፎቅ ናቸው። አልፎ አልፎ በቅርብ ጊዜ የተሠሩ የጭቃና የግንብ ቤቶችም አሉ። አንዳንዱ አሮጌ የጭቃ ቤት ዛሬም

72 አስፋ ተሰማ/አማረው ፤ ከኮ/ል መንግሥቱ ኃ/ማርያም አንደበት (የዚህ ጥንቅር አዘጋጆች ኮሎኔል መንግሥቱ አገር ጥለው ሲሄዱ ያሰራጩትን ቴፕ በመጽሐፍ መልክ ለሕዝብ አቅርበውታል።)

73 "ገልገሊ ኢንቶልቱ" ሲተረጎም "ጨለማ አይበጅም" እንደማለት ነው። ጊዜ ሲከዳ፣ ነገሮች ሲበላሹ ምን እንደሚመስሉ በአእምሮው ውስጥ ከነበረው ከራሱ የሕይወት ለውጥ ጋር እያገናዘበ የጻፈው ነው ብለን እንገምታለን።

ቢሆን ከመጋጋጡ በስተቀር አገልግሎት መስጠት እንደሚችል ይታያል። በቅርብ ከተሠሩ ድንጋይ ቤቶች መካከል አንዳንዱ አዲስ የተሠራ ነው። ድንጋይ ቤት ለማለት በማያስደፍር ሁኔታ ተሰነጣጥቆ የሚታይ አለ ፤ ሁሉን ነገር ዕድሜ ይወስናል ለማለት አያስደፍርም።

የአሮጌ ቤቶች መጽናት ብዙ ምርምር ላያስፈልገው ይችላል። የአዲሱ ግን አያስተኛም፣ ምክንያቶቹን ማወቅ ያስፈልጋል። የአዲሱ ጥንካሬ መረጋገጥ አለበት ብሎ ሐሳቡ በእንጥልጥል እንዳለ፣ ያልተቆለፈ ጥቁር ሱሪ ለብሳ በአንድ አግር የቆዳ፣ በሌላው እግር ላይ የሽራ ጫማ በማድረግ በከዘራ እየተረዳች የምትሄድ ሴት ጩኸት በመስማቱ ፊቱን አዞሮ ማዳመጥ ጀመረ። የሴትየዋ አነጋገር መነሻና መድረሻው ባይታወቅም አማርኛ ለሚያውቅና የአገር ፍቅር ላለው ትርጉም አላቸው። ሽለላና ቀረርቶ ተደባልቆበታል። አንዳንዱ ግጥም የሚያሸብር፣ አንዳንዱ የሚያስለቅስ፣ ሌላውም የሚያስተክዝ ሲሆን አብዛኛው ወኔ የሚቀሰቅስ ነው።

አንዳንዱ መጨረሻ ስለሌለው የእብድ ንግግር መሆኑን ያመለክታል። ያለፈውን የሚያውቁ፣ ያለንበትን ለሚያስተውሉ፣ ለተማሩና ለተመራመሩ ሰዎች የመጀመሪያውን ቃል ከሰሙ ግጥሙ በምን ማለቅ እንዳለበት አይቸግርም። ሌላውንም ሁሉ የሚገመግሙት በዚሁ ነው። እብዷ ሴት ስለአንድ ሁኔታ የመሠላትን ሁሉ ትናገርና በግጥምና በተረት ለማጠቃለል ጀመር ስታደርግ ወይ ይጠፋታል ወይ አንዱ ያደናቅፋታል። አንዳንዱም በልቡ ውስጥ ያለውን እሷ እንድትልለት ይመኛል። "ፋታ የለኝም ፤ አሁን ለአንድ ደቂቃ እንኳን ላነጋግርህ አልችልም..." ብለው ከቢሮ ከሚወጡት መካከል እንኳን ብዙዎች ረዘም ላለ ጊዜ ቆመው ያዳምጧታል። ሴትየዋ የማትናገረው ነገር የለም፤ በሚገባ መሠረት ባለው ሁኔታ ቢገለጽ መልካም አስተማሪ ባሰኛት ነበር። ዘመኑ የሥራ ነው፤ ዘመኑ የትምህርት ነው፤ ካልሠሩ ካልተማሩ ካልተመራመሩ ብዝበዛን መከላከል አይቻልም፤ እውነቱንና ሐሰቱን መለየት አይቻልም ፤ የትናንቱን ያየህ ዛሬ እንዴት ትረሳለህ፤ አንገት የተፈጠረው ለምንድነው? ስትል እውቀት ያለው እብዶች ዘንድ ነው ያሰኛል።

ወዲያው መለስ አድርጋ ስለራሷ ጀምራ ቁንጅናዋን፣ ከአገር ቤት መጥታ ከተማ ስትገባ የነበረባትን ችግር፣ ሌሎች በተፈጥሮ መልኳ እያደነቁ ሊወዳጁት ሲፈልጉ እሷ ደግሞ ራሷን ለማወቅ እየተሳናትና ዝቅተኛነት እየተሰማት ታደርግ የነበረውን ሽሽትና ፍርሐት ባላሰበችው መልክ አንከባክበውና አባብለው እንዴት ዋና አቃልጣ እንዳደረጓት ስትገልጽ ልክ ተመልሶ የመጣላት እየመሰላት ጭራሽ ለቋት ያልሄደውን መሽኮርመም፣ አመለካከት፣ አጠቃቀስ፣ አካሄድና አባባል ከደኅና ተዋንያን ባላነሰ ሁኔታ በድርጊት ታሳያለች። ድርጊቱና አለባበሱ አብረው ስለማይሄዱ ብቻ ነው እንጂ ወደ ማስጎምጀትም ይወስዳታል።

ወዲያው መለስ በማድረግ "ወይ ጉድ" ብላ ትጀምርና "ሁሉ ነገር እንደነበረ አይቀር" ብላ ስትጀምር የዳይሌክቲክስን ሕግ ያጠናቀቀች ምሁር ትመስላለች። ወዲያው መለስ ብላ ያልተቆለፈ ሱሪ መልበሷን የተለያየ ጫማ ማድረጓን ትመለከትና "ሱሪ የጀግና ነው፤ ጫማ የሌሎች ነው..." ትልና በዙሪያዋ ያሉትን ሰዎች እየተመለከተችና ፀጉሯን በጣቶቿ እያበጠረች ይህ ሁሉ ሰው የሚመለከተው የኔን ድርጊት አይደለም የሚል ስሜት የተሰማት ይመስል ንግግሯን ትቀጽላለች። "ሁላችሁም የምታተኩሩት ወደኔ ነው። ምክንያቱስ? ካለኔም ሰው የለም? ሌሎቹን ለምን አታዩም? እኔ በምን ምክንያት የተለየሁ መሰልኳችሁ? ገልጩ በመናገሬ ነው? ሐቁን በመናገሬ ነው? ሁሉን ጠንቅቄ በማወቄ ነው? ከኔ ወዲያ ሰው ያለመኖሩን በማወቄ ነው? እኮ በምን ምክንያት ነው ቀን ተሌት ስለኔ ብቻ የምታስቡት? የኔን ሥራ ብቻ የምታደንቁት? እናንተም ሥሩ፤ እኔ እንደምሠራው እንከት አድርጋችሁ ሥሩ!" ትልና ከትከት ብላ ትስቃለች። ወዲያው ደግሞ አንድ የውጭ ሰው በመኪና በአጠገቧ ሲያልፍ "ፈረንጆችም ሥራዬን በጣም እኮ ነው የሚያደንቁት! ምርቱን ሳያዩ በእቅዱ ብቻ ይረካሉ! በንግግሬ ብቻ ይጠግባሉ በምርቴ ቁንጣን የፈጃቸውን ቢያዩ መጽሐፍ በጻፉ ነበር። የሚጽፉት መጽሐፍ ግን ምን ዓይነት እንደሚሆን አላውቅም..." ብላ ሳትጨርስ ከየት መጣ የማይባል ዝናብ ሲጀምር ተመልካቹ ሁሉ አጃቢዎቿ ሁሉ ትተዋት ይበተናሉ።

የእናታችን ሥቃይ

በአባታችን ሥራ ማግኘት በቤተሰባችን ላይ ማንዣበብ ጀምሮ የነበረው የገንዘብ ችግር ሊወገድ ቢችልም የእናታችን ሕመም እየጸና መምጣት የቤተሰባችንን ደስታ ምሉዕ ሊያደርገው አልቻለም። በሕመሟ ጊዜ እናታችንን የረዱልን ሰዎች እጅግ ብዙ ናቸው። በተለይም በመተኛትም ሆነ በተመላላሽነት ትታከምበት የነበረው ጃን ሜዳ የሚገኘው የክብር ዘበኛ (1ኛ ክፍለ ጦር) ሆስፒታል ዶክተሮች፣ ነርሶችና ሠራተኞች እንክብካቤ ምን ጊዜም ከአእምሮአችን የሚጠፋ አይደለም። በተለይም ዶክተር ሶኮሎፍ፣ ሲስተር ውባየሁ፣ ሲስተር ገነትና ሲስተር ፋንታዬ ያደርጉላት የነበረው ዕርዳታ ምንጊዜም አይዘነጋም።

አባታችን ከሠራዊቱ ቢገለልም የኩባ ጦር አመራሮች ሁል ጊዜም ለመርዳት ዝግጁ ነበሩ። እናታችንን በሳምንት ሁለት ጊዜ እየመጣ የሚያያት ዶክተር መድበውላት ጤንነቷን ይከታተሉ ነበር። አገራቸው ወስደው ለማከምም ፈቃደኛ ነበሩ። ነገር ግን የአባታችንና የቤተሰባችን ወዳጆች በተለይም አቶ ተስፋዬ ዳባ እናታችን ከአንዴም ሁለት ጊዜ ሩሲያ ሄዳ ያየነው ለውጥ ስለሌለ እንግሊዝ አገር ሄዳ ሌላ ሕክምና እንድትሞክር ሐሳብ አቀረበ። አባታችን እንግሊዝ አገር ሄዳ ሌላ ሙከራ እንድታደርግ ቢፈልግም እዛ ወስዶ ለማሳከም የሚያስችል የገንዘብ አቅም አልነበረውም። ነገር ግን ዘመድ አዝማድ ረድቶት ወደ እንግሊዝ አገር ሄደች። እንግሊዝ

አገር ወስዶ ያስታመማትን ጋሽ ተስፋዬን አባታችን "ተስፋዬ ዳባ ቤቱን ሥራውን ትቶ ገንዘቡን ከስክሶ እንግሊዝ አገር ድረስ ወስዶ አሳከሟል" በማለት ውለታውን ያስታውሰዋል። ከእንግሊዝ አገር ስትመለስ ይዛ የመጣችው ዜና የሚያስደስት አልነበረም። ለእኛ ለልጆቹ ተደበቀን እንጂ የሐኪሞቹ ሪፖርት ሰውነቷ ውስጥ የነበረው ካንሰር እጅግ የተሠራጨ ስለነበረ የመዳን ተስፋ እንደሌላት የሚገልጽ ነበር። ከዚያን ጊዜ በኋላ የነበረው ጥረት ሕይወቷን ማትረፍ ላይ ሳይሆን ሥቃይዋን ማቅለል ላይ ያተኮረ ሆነ።

ምዕራፍ ስምንት

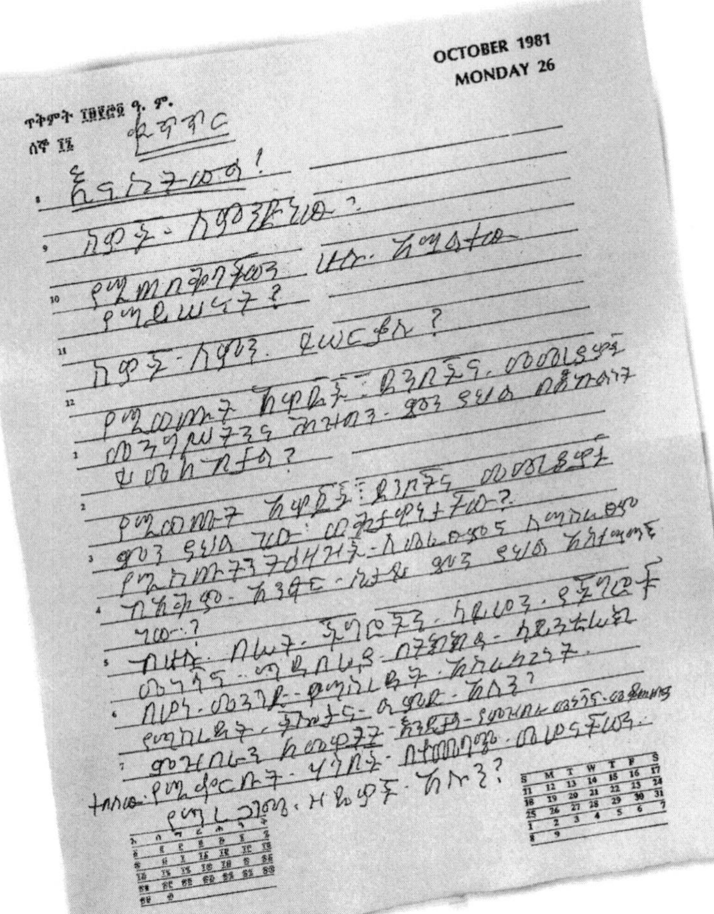

OCTOBER 1981
MONDAY 26

ጥቅምት ፲፱፻፸፬ ዓ. ም.
ሰኞ ፲፮

S	M	T	W	T	F	S
11	12	13	14	15	16	17
18	19	20	21	22	23	24
25	26	27	28	29	30	31
1	2	3	4	5	6	7
8	9					

ምዕራፍ ስምንት፡
ሐረርጌ፤ መልካም አስተዳደርና መልሶ ማቋቋም

"...በያዙት ማዕረግ ከሠራዊቱ ተገልለዋል" ከተባለበት ቀን ጀምሮ አብሮን መኖሩን ወደነዋል። ከነጌሌ ቦረና ተመልሰን ኑሮዋችንን አዲስ አበባ ከመሠረትን በኋላ ከምናየው የማናየው ቀን ይበዛ ነበርና ቤት ስንገባ በየቀኑ ስናገኘው፣ ድምፁን ጎላ አድርጎ "ልጆች" ሲለን ከየጓዳው ብቅ ብለን ለጥሪው መልስ የምንሰጠው፣ የድሮዉን አኗኗራችንን ይመስል ስለነበረ ደስ ብሎናል። ረቡዕ ሐምሌ 23 ቀን 1973 ዓ.ም. ከሌሎች የተለየች ቀን አልነበረችም። ወደ አዲሱ የሥራ ቦታው የኢትዮጵያ መጻሕፍት ድርጅት ለመሄድ እየተሰናዳ "በሐምሌ እንደዚህ ዓይነት ፀሐይ አይገርምም?" ብሎ ተናግሮ ሳይጨርስ የቤታችን ስልክ አቃጨለ።

"ጓድ ጄኔራልን ነበር"

"ማን ልበላቸው?"

"ከጓድ ሊቀመንበሩ ጽሕፈት ቤት ነው የምንፈልጋቸው"

በዚህን ጊዜ ስልኩን የተቀበለው ወንድማችን መነጋገሪያውን ለአባታችን አስተላለፈ። እሱም ሰላምታ ከተለዋወጠ በኋላ "እሺ መልካም" ብሎ ስልኩን ዘጋው። "አምስት ሰዓት ቤተ መንግሥት እንድትደርስ ተብያለሁ። ቢሮ ደርሼ በዚያው እሄዳለሁ" ብሎን ከቤት ወጣ። ቀኑን ሙሉ ክፉ ባናስብም ሥራ የሚመልሱት ከሆነ የት ሊመደብ ይችላል እያልን ስናሰላስል፣ ከሰዓት በኋላ ተመልሶ የሐረርጌ ክፍለ አገር አስተተዳዳሪ ተብሎ እንደተሾመ ነገረን። ከመከላከያ በጡረታ ከወጣ በኋላ ኮሎኔል መንግሥቱን መጀመሪያ ማግኘቱ ነበርና እናታችን ለመሆኑ መንግሥቱ ምን አለህ ብላ ጠየቀችው?

ከሹመቱ ሥነ-ሥርዓት በኋላ ኮሎኔል መንግሥቱ ምሳ እየበላን እንጫወት ብለው ወደ ቢሮዋቸው ይወስዱታል። ምሳ እየበሉ ጊዜያዊ ወታደራዊ መንግሥት ከተቋቋመ ጊዜ ጀምሮ ውሳኔ ለመስጠት ከባድ ከሆኑባቸው ሁኔታዎች (መከላከያ ውስጥ ከጄኔራል ገብረክርስቶስ ጋር የተፈጠረውን ጠብ ማለታቸው ነው) አንዱ እንደነበረና አሁንም ሐረርጌ የተመደቡት ሶማሌ እንደገና ታጠቃለች የሚል ሥጋት ስላለ ጄኔራል ደምሴን ይረዳሉ በሚል ነው ይሉታል። ለእናታችን ይህን ሲነግራት ሳቅ እያለ ነበርና "ምን ያስቅሃል?" ትለዋለች። "ከስድስት ወር በፊት መከላከያ ነበርኩ፣ ሶማሊያ ኢትዮጵያን ለመድፈር አቅሙ የላትም። አልፎ አልፎ ለሚታዩት ሽፍቶች እኔም ደምሴም አናስፈልግም" አለ ውስጥ ውስጡን ኮሎኔል መንግሥቱ ለምን እንደዚህ እንዳሉት እየተገረመ።

ከደቀመሐሪ መልስ የአየር ወለድና የኮማንዶ ኮርሱን ጨርሶ ወደ ሐረር አካዳሚ ተዛውሮ መጨረሻ ሰዓት ላይ እቃችን ከተጫነ በኋላ ከሐረር ወደ ፍቼ፣ እንደገና የሶማሌ ወረራ ጊዜ

ከምሥራቅ ወደ ሰሜን የተቀየረውን ትእዛዝ እናታችን አስታውሳ "አሁንም እቃህ ከመጫኑ በፊት በደንብ ይጣራ ሐሳባቸውን ይቀይሩ ይሆናል" ብላ ቀለደች። ውሳኔው ግን አልተቀየረም። ስለሆነም አባታችን መጀመሪያ ብቻውን ወደ ሐረር ተጉዞ መኖሪያውን ካስተካከለ በኋላ ያኔ የሁለተኛ ደረጃ ተማሪዎች የነበሩትን መታገስ፣ ኤፍሬምንና ንጉሤን ይዞ የሐረርጌ ኑሮውንና ሥራውን ጀመረ።

ሐረርጌን መልሶ ማቋቋምና ማደራጀት

ጄኔራል መርዕድ ንጉሤ የአስተዳዳሪነት ሥራውን የጀመረባት ሐረርጌ ከሶማሊያ ወረራ በኋላ መልሳ እየተቋቋመች አዲስ ሕይወት የጀመረችበት ወቅት ነበር። ሁሌም እንደሚያደርገው ምንም ሥራ ከመጀመሩ በፊት የአካባቢውን ሁኔታ አጠና። ሁሉንም አውራጃዎችና ወረዳዎችን ጎበኘ። ከዚያም ሥራውን በእቅድ መምራት ጀመረ። ከድሮም ጀምሮ ኅብረተሰቡ ውስጥ በሚደረጉ እንቅስቃሴዎች መሳተፍ፣ ከሰዎች ጋር ጠጋ ብሎ ስለኑሮአቸው ማወቅና መማር ስለሚወድ ሐረርጌ አብረውት ከሚሠሩትና ከሕዝቡ ጋር መተዋወቅ ጊዜ አልወሰደበትም።

ጓድ መርዕድ ንጉሤ ፤ የሐረርጌ ክፍለ አገር ዋና አስተዳዳሪ

ለጄኔራል መርዕድ የአስተዳዳሪ ተግባር ግብር በትክክል መሰብሰቡን፣ ጸጥታ መስፈኑንና የመንግሥት መመሪያዎች በሥራ ላይ መዋላቸውን በማረጋገጥ ብቻ የተወሰነ አልነበረም። ለአውራጃና ወረዳ አስተዳዳሪዎች አጥብቆ የሚያስገነዝበው ዋነኛው ትኩረታቸው የሕዝቡን ኑሮ ማሻሻል ላይ መሆን እንዳለበት ነበር። ይህም በማስታወሻው ላይ እንደሚከተለው ሰፍሮ እናገኘዋለን፡-

ሐረርጌን በሚገባ በማስተዳደር የሕዝቡን ኑሮ ለማሻሻል፣ በክፍለ አገሩ

ውስጥ ያለውን ንብረትና ሀብት ለውጭ ምንዛሪ ጭምር በሚረዳ መልክ ለማምረትና ጥቅም ላይ ለማዋል የሚቻለው እንዴት ነው?

1. ከክፍለ አገር ጠቅላላ ሁኔታ ጋር የሚመጣጠን አቋም መመሥረት
2. በአቋሙ መሠረት ብቃትና ጥራት ያላቸው ሰዎች መመደብ
3. ለተመደቡት ሰዎች በተቻለ መጠን አስፈላጊ የሥራ መኪናዎች መመደብ ማለትም ገንዘብ፣ ትራንስፖርት ሌላም እንደአስፈላጊነቱ መመደብ
4. የማያቋርጡ ጥናቶች ማካሄድ ለጥናቱ ፈጣን ውሳኔ መስጠት
5. ሕዝቡ ውስጥ ገብቶ ማስተማር፣ ማስረዳት፣ ማሳመን
6. እነኚህ ሰዎችና ዕቃዎች አስፈላጊ የሆኑት ከወረዳው ስፋት፣ ከሕዝቡ ብዛት ከፖለቲካውና ከሕዝቡ ልማድ አንጻር እየታየ
7. ይህን ለማሳመን የአውራጃ ስፋት የሕዝብ ብዛት የወረዳዎች ብዛትና ስፋት ለአስረጂ አንድ አነስተኛ፣ አንድ መካከለኛ፣ አንድ ትልቅ መውሰድ ያስፈልጋል። በተጨማሪ የመንገዶችን ዓይነት በመጥቀስ፣ በተሽከርካሪዎች ላይ የሚያደርሱትን ጉዳት፣ የሚፈጁትን ነዳጅ መግለጽ
8. እነኚህና እነኚህን የመሳሰሉት ሁሉ ታይተው፣ የተጎዱት ተጎድተው መሆን የሚገባው ሁሉ በተቻለ መጠን እንዲሆን ካልተደረገ በስተቀር አሁን ባለው አሠራር መቀፀል በረዥም ጊዜ የሚያደርሰው ጉዳት ዛሬ ቁጠባ ተብሎ ከሚታሰበው ጋር የማይመጣጠን ስለሆነና ዛሬ መንግሥት የሚመኘውን ግንባታ ለመፈጸም ስለማይቻል ሊታሰብበት ይገባል።

ሐረርጌን በልማት ለማሳደግ ላለው ፍላጎት ትክክለኛ መረጃ አስፈላጊ ስለሆነ እያንዳንዱ አውራጃና ወረዳ አስተዳዳሪ በኃላፊነቱ ሥር ያለውን ግዛት የቆዳ ስፋትና ከዚህም ውስጥ ምን ያህሉ ለምና ጠፍ እንደሆነ፣ የሕዝብ ብዛት በፆታ፣ በዕድሜ በብሔረሰብና በሌሎችም መለኪያዎች እየለየ፣ ስንት የትምህርት ቤቶችና የጤና መስጫ ጣቢያዎች እንዳሉ በሚያሳይ መልክ መረጃ እንዲሰበሰብ አዘዘ። ከዚህም አልፎ እያንዳንዳቸው ለሚያስተዳደሩት ወረዳና አውራጃ እንደሁኔታው የወር፣ የሩብ፣ የግማሽና የሙሉ ዓመት እቅድ እንዲያዘጋጁ መመሪያ ሰጠ። መረጃ መሰብሰብ፣ እቅድ ማውጣትና ወደ ሥራ መተርጎም የሚቻለው በኃላፊነት የተመደቡት ሰዎች እነዚህን ተግባሮች ለመፈጸም ሲችሉ እንደሆነ ተረዳ።

ሐረርጌ ውስጥ የወረዳ አስተዳዳሪ የነበሩት አቶ ፉአድ ኡዚ አብረውት የሠሩበትን ጊዜ እያስታወሱ እንዳጫወቱን "የተሰጠንን ኃላፊነት በትክክል እንድንወጣ ጄኔራል መርዕድ ከሃሮማያ ኮሌጅና ከምሥራቅ እዝ ጋር በመነጋገር ለአውራጃና ወረዳ አስተዳዳሪዎች ሥልጠና አዘጋጁልን። በዚህ ሥልጠና ላይ የአስተዳደር፣ የልማት፣ የእቅድ አወጣጥና መሠረታዊ ወታደራዊ ትምህርት ተማርን። ትምህርታችንን ስንጨርስ በለስላሳ መጠጥና በዳቦ ምናምን

ትንሽ ግብዣ ተደረገልን። ሁላችንም ትልቅ ግብዣ አስበን ስለነበረ ተገረምን። በደንብ ስናውቃቸው፣ ጄኔራል መርዕድ ትልቅ ግብዣና ግርግር ስለማይወዱ ሆን ብለው ያደረጉት መሆናቸውን ተረዳን።"[74]

በዚሁ አስተያየት ላይ በማከል በሐረርጌ ክፍለ አገር አስተዳደር ጽ/ቤት በተለያየ ኃላፊነት ተመድበው ያገለገሉት አቶ ልዑልሰገድ ግርማም "ጄኔራል መርዕድ ችኮላና ሆይ ሆይታ አይወዱም። ምንም ነገር ከመወሰናቸው በፊት ረጋ ብለው ሁኔታውን ያጠናሉ። የጅጅጋን አየር ማረፊያ አስተባበረው ያሠሩት እሳቸው ናቸው። ከኦሮሞ፣ ኢሳና አፋር ሰዎች ጋር ስለሚቀራረቡ በሁሉም ዘንድ ትልቅ ከበሬታ ነበራቸው። በአጠቃላይ ሰውን የመቅረብና የማሳመን ተሰጥኦ ስላላቸው በሕዝቡ ዘንድ የተወደዱ ነበሩ። ሥልጠናና ተገቢ መመሪያዎችን በየጊዜው ይሰጣሉ። ከመስጠትም አልፎ ውሳኔዎችና መመሪያዎች በትክክል መፈጸማቸውን፣ ካልተፈጸሙ ችግሩ ምን እንደሆነና እንዴትስ ሊታረሙና ሊሻሻሉ እንደሚችሉ ይከታተላሉ" በማለት ከአባታችን ጋር አብረው የሠሩበትን ጊዜ በማስታወስ አጫውተውናል።

ከሐረርጌ ወደ ኤርትራም ሲሸኝ የክፍለ አገሩ ምክትል አስተዳዳሪ የነበሩት አቶ በሽር ባደረጉት ንግግር ላይ አብረው በሠሩባቸው ጥቂት ዓመታት ያስተዋሉትን የጄኔራል መርዕድን የአሠራርና የአመራር መርሖችን እንደሚከተለው ይገልጿቸዋል።

- ጓዱ ካላቸው አመለካከትና አስተሳሰብ አኳያ በመሥራትና ባለመሥራት መካከል ያለውን ልዩነት አበክረው የሚያውቁና የሥራን ክቡርነት የሚያምኑ፣ እቅድ በተግባር ታድሶ እንዲታይ የሚጥሩ አስተዳዳሪ ናቸው።
- ሥራን ለመሥራት የባለሙያና የምሁሮችን አስተያየትና ጥናት የሚሹ፣ በጥናቱም ለመጠቀም ጥረት የሚያደርጉ በሳልና አስተዋይ አስተዳዳሪ ናቸው።
- ጓዱ በተጣለባቸው ኃላፊነት መሠረት ተዘበራርቆ የሚገኘውንና ተሠርቶም የሥራ ውጤቱ በግልጽ ሊታወቅ የማይችለውን የአሠራር ዘይቤ በመለወጥ፣ አስተዳደር ከላይ እስከ ታች አንድ ወጥ የሆነ አሠራር እንዲኖረው መሠረት የጣሉ፣ ጥረቱም ተግባራዊ እየሆነ እንዲታይ ያደረጉ ናቸው።
- ጓዱ እረፍትን የማይሹ፣ በመዝናናት ብቻ ጊዜን ማባከን የማይፈልጉ በመሆናቸው የሥራና የዕረፍት ጊዜ ሳይሉ የሐረርጌን ክፍለ አገር አውራጃዎችና ወረዳዎች አንድ በአንድ ተዘዋውረው ችግራቸውን ያዩ፣ መፍትሔ የሰጡና ለመስጠትም ሲጥሩ ያሉ ናቸው።

ከዚህም ጋር በማያያዝ ስለ ባሕርይውና መንፈስ ጠንካራነቱም የሚከተሉትን ነጥቦች ይናገራሉ።

- ጓድ መርዕድ ንጉሤ ካላቸው ባሕርያት ሰዎችን ይወዳሉ፤ ያከብራሉ፤ ተናግረው ለሚያስረዱ

74 ለጉብኝት ሲሄድ ትልቅ ግብዣ አድርገው ሲቀበሉት "የተሾምነው የገበሬውን ሠንጋ ልንበላ ሳይሆን እንድናገለግለው ነው" ብሎ የገበሬውን ሙሉ ወጪው እንዲመለስ ያዘዘበትም ጊዜ ነበር።

ሠርተው በተግባር ለሚያሳዩ አክብሮት አላቸው።

- ውርደትንና የበታችነትን አጥብቀው ይጠላሉ፤ የዚህም ማስወገጃ ሥራ ክቡር እንደሆነ ያምናሉ። ሥራ የሚሉትም ፕሪንስፐልና ሲስተም ያለውን ነው።
- ከሌሎች መማር፣ የሚያቁትን ለሌሎች ማስተማር ይወዳሉ።
- ኃላፊነት በጣም ይከብዳቸዋል፤ በመሆኑም ኃላፊነትን ለመወጣት ተገቢውን ቅየሳ ያደርጋሉ፤ በተግባር ለመግለጽ የሕሊና ዕረፍት ሳያገኙ ውጤቱን ዕለት በዕለት እየተቆጣጠሩ ተግባራዊነቱን ካረጋገጡ በኋላ የሚረኩ ናቸው።

ሐረርጌ የሥራ ጉብኝት ላይ

የሐረርጌ ችግሮች

ጓድ መርዕድ ሐረርጌን ቢወዳትም፣ ከሕዝቡ ጋር ጥሩ ግንኙነት ቢኖረውም ከኢሠፓአኮ[75] ጋር የነበረው ግንኙነት ሙሉ ለሙሉ ጤናማ አልነበረም። በተለይም የደርግ አባልና የክፍለ አገሩ የኢሠፓአኮ ዋና ኃላፊ ከነበሩት ጓድ (በኋላ ሜጀር ጄኔራል) ዘለቀ በየነ ጋር መግባባት እንዳልነበረ ከማስታወሻዎቹና ከተለያዩ ሰዎች ምስክርነት ሰምተናል።

ለዚህ መጽሐፍ ዝግጅት መረጃ እንሰበስብበት በነበረበት ወቅት ጄኔራል ዘለቀ የሚያውቁትን እንዲያጋሩን ስንጠይቃቸው ካለ አንዳች ማመንታት ተባብረውናል። ጄኔራል መርዕድ ድሮ ጄኔራል ዘለቀ ካዴት በነበሩበት ጊዜ የስልት መምህራቸው እንደነበረና ከዚያም ሐረርጌና መከላከያ ውስጥ አብረው ሲሠሩ እጅግ ጥሩ ስምምነት እንደነበራቸው፣ አገር ወዳድነቱን፣

75 የኢትዮጵያ ሠራተኞች ፓርቲ አደራጅ ኮሚሽን

የአስተዳደርና ወታደራዊ አመራር ችሎታውን እንደሚያደንቁ በጽሑፍ ማረጋገጫ ሰጥተውናል።[76]

ነገር ግን ጄኔራል ዘለቀ እንደነገሩን ከጄኔራል መርዕድ ጋር ሁሌም ስምምነት አልነበራቸውም። እሳቸው የኢሠፓአኮ የክፍለ አገሩ ዋና ጸሐፊ በነበሩበት ጊዜ የነበረበትን ችግር ጄኔራል መርዕድ እንዲህ ሲል ማስታወሻው ላይ አስፍሯል።

> እኔ ቀጥታ ተጠሪነቴ ለሱ [ጄኔራል ዘለቀ] ከሆነና በምንም በምንም የማልጠየቅ ከሆነ በግልጽ ይነገረኝና እታዘዛለሁ። ያለበለዚያ ሁለት አለቃ እንዴት ይሆናል? መተባበር ሁልጊዜም እተባበራለሁ፣ ተገቢ ትእዛዝም ጠቅላላ እቀበላለሁ።

ከዚያም በመቀጠል ችግሮችን ሲያብራራ...

> ሰዎች ማዛወር፣ መሾም፣ በገንዘብ ማዘዝ፣ በመኪና ማዘዝ፣ ለነገሮች ውሳኔ ያለመስጠት፣ እሥረኛ ማብዛት፣ መኪና መሰብሰብ፣ ሁሉ ጋር ጣልቃ መግባት

በማለት ጄኔራል ዘለቀ በየነ የሐረርጌ ኢሠፓአኮ ዋና ጸሐፊ በነበሩ ጊዜ የነበረበትን ችግር ይገልጻል።

ጄኔራል ደምሴ እና ጄኔራል መርዕድ

ጄኔራል መርዕድ የክፍለ አገሩ አስተዳዳሪ በነበረበት ወቅት ጄኔራል ደምሴ ቡልቶ የምሥራቅ እዝ (በኋላ የአንደኛው አብዮታዊ ሠራዊት አዛዥ) ነበር። ጋሽ ደምሴና አባታችን ክብር ዘበኛ ካዴት ከነበሩበት ጊዜ ጀምሮ ጓደኛሞች ነበሩ። ከተመረቁ በኋላ ጋሽ ደምሴ ኮርያ፣ አየር ወለድ በአሠልጣኝነት (አየር ወለድን መጀመሪያ ካቋቋሙት አንዱ ነበረ) ሐረር ጦር ኃይሎች አካዳሚ በአስተማሪነትና በትምህርት ክፍል ዳይሬክተርነት እስከ 1966 አብዮት ድረስ በተለያዩ ኃላፊነቶች ሲሠራ ቆይቷል። የምሥራቅ፣ የደቡብና መጨረሻ ላይም በኤርትራ የሁለተኛው አብዮታዊ ሠራዊት አዛዥ ሆኖ አገልግሏል።

ከዚህ ቀደም ባሉትና ወደፊትም በሚመጡት ምዕራፎች እንደሚታየው ጄኔራል መርዕድም ኮንጎ፣ አሥመራ፣ ፍቼ፣ ሆለታ፣ ባሌና ነጌሌ ቦረና በአስተማሪነት፣ በትምህርትና ዘመቻ መኮንንነት፣ በሻለቃ አዛዥነትና በተለያዩ ኃላፊነቶች ሲሠራ ቆይቶ በ1966 አዲስ አበባ

76 ጄኔራል ዘለቀ የ18ኛው ኮርስ ምሩቅ ሲሆኑ፣ በደርግ አባልነት ተመርጠው የሐረርጌና የጎጃም የኢሠፓአኮ/ኢሠፓ ኃላፊ ሆነው ሠርተዋል። ከዚያም ኮሎኔል መንግሥቱ ከሌተና ኮሎኔልነት አዘለለው የሜጀር ጄኔራልነት ማዕረግ ሰጥተው የ4ኛው አብዮታዊ ሠራዊት አዛዥ አደረጓቸው። ግንቦት 8 የመፈንቅለ መንግሥት ሙከራ ሲደረግ፣ መከላከያ ቢሮ ለሥራ የመጡትን ጄኔራል ዘለቀን የዘመቻ መምሪያ ኃላፊ የነበሩት ጄኔራል ተስፋዬ ትርፌ አንድ ቢሮ ውስጥ ይቆልፉባቸዋል። ጄኔራል ዘለቀ በሰጡን ማስታወሻ ላይ ስለ መታሰራቸው ባያነሱም፣ መከላከያ የመጡት ከአባታችን ከጄኔራል መርዕድ ጋር ቀጠሮ እንደነበራቸው በጽሑፋቸው ላይ ይጠቅሳሉ።

የአራተኛ ክፍለ ጦር የዘመቻ መኮንን፣ በኋላም በክፍለ ጦርና በእዝ አዛዥነት፣ በኤታማዦር ሹምነት እንዲሁም በሲቪል ሥራ የሁለት ትልልቅ ክፍለ አገሮች የኤርትራና የሐረርጌ ዋና አስተዳዳሪ ሆኖ አገልግሏል። 7ኛ ክፍለ ጦርን አሠልጥኖ ኤርትራ ከመዝመቱ በፊት የደርጉ ሥራ አስፈጻሚ ሹም ሆኖ ሠርቷል። በዚያኑ ጊዜ አካባቢ ጋሽ ደምሴም የምድር ጦር ዘመቻ መኮንን ሆኖ አዲስ አበባ ተመድቦ ነበር።

አባታችንና ጋሽ ደምሴ አብዛኛውን ጊዜ አንዳቸው ምሥራቅ አንዳቸው ሰሜንና ደቡብ እየሆኑ እንደልብ ባይገናኙም ቅርበታቸው የጸና ነበር። ጋሽ ደምሴ እኛ ቤት ሁለቱን ትልልቅ ወንድሞቻችንን (አስተዋይና እንዳልካቸውን) ክርስትና ሲያነሣ ባለቤቱ ወ/ሮ አስቴር አዳሙ ደግሞ እኅታችንን ሶስናን ክርስትና አንሥታለች። ቤተሰባችን እጅግ የተቀራረበ ስለነበረ አያቶቻችንና ዘመዶቻችን ጋሽ ደምሴንና ቤተሰቡን እንደ አባታችን ጓደኛ ሳይሆን እንደ ቅርብ ዘመድ ነበር የሚያዩት። እትዬ አስቴርም ለእናታችን ቅርብ ጓደኛ ነበረች። እስከ አሁንም በያለንበት ፈልጋ የምትጎበኘንና እንደ እናት የምታስብልን ዋና ጠያቂያችን ነች።

አባታችን የጋሽ ደምሴ ቀልድና ጨዋታ ሁሌም ያስቀውና ያዝናናው ነበር። ከጨዋታውና ከቀልዱ ውጪ ለጋሽ ደምሴ ወታደራዊ እውቀት ከፍተኛ አድናቆት ነበረው። ሁለቱ ጓደኛሞች በውትድርና ዓለማቸው የተለያዩ ልምዶች ውስጥ ቢያልፉም ሁለቱም በአመዛኝ በማሠልጠንና በማስተማር እንዲሁም የዘመቻ መኮንን በመሆን ያሳለፉ ስለነበሩ የጋራና የሚደጋገፉ ተሞክሮ ነበራቸው ማለት ይቻላል።

የጄኔራል መርዕድ የሐረርጌ አስተዳዳሪ ሆኖ መሾም ለሁለቱ ጓደኛሞች ረጋ ብሎ የመወያያ ጊዜን ፈጠረ። ያኔ ሐረር የነበሩት ወንድሞቻችንና እኅታችን እንደሚሉት ሁለቱም በኮሎኔል መንግሥቱ አመራር ላይ የነበራቸውን ተቃውሞና ምሬት ይጨዋወቱ ነበር። በ1981 የተሞከረው መፈንቅለ መንግሥት ሐሳብ ያኔ ነበር የመነጨው ለማለት መረጃ ባይኖረንም ሁለቱም ለደርግ መንግሥት ፍቅር እንዳልነበራቸውና ቅሬታቸው የቆየ እንደነበረ እናውቃለን። በራሳቸው እጅግ የሚተማመኑና በተለያዩ ጊዜያት በተመደቡበት ቦታ ሁሉ የተሰጣቸውን ኃላፊነት በሚገባ በመወጣት ይታወቁ ስለነበረ አብረዋቸው በሠሩ መኮንኖችና በሠራዊቱ ዘንድ የተከበሩ ነበሩ።

የእናታችን ሕመም በረታ

ከ1970 ዓ.ም. ጀምሮ እናታችን በጠና መታመም ጀመረች። ሕመሟ እጅግ በበረታባት ጊዜ አባታችን አሥመራ ነበር። ከአለበት የሥራ ኃላፊነት በተጨማሪ የእናታችን ሕመም ምን ያህል ያሳስበው እንደነበረ ፊቱ ላይ ላለማሳየት ቢሞክርም ለእኛ ለልጆቹ ያለበትን ጭንቀት ለመረዳት አስቸጋሪ አልነበረም። የጦር ኃይሎች ጠቅላይ ኤታማዦር ሹም ሆኖ አዲስ አበባ ሲመደብና ከዚያም በጡረታ ከሠራዊቱ ሲሰናበት አንዳንዴም ቤት አንዳንዴም ሆስፒታል ሲያስታምማት

ቆይቶ ሐረርጌ ሲመደብ እንደገና አዲስ አበባ ጥሏት ለመሄድ ተገደደ።

የእናታችን ሕመም እጅግ እየበረታ መጣ። ከእንግሊዝ አገር ከመጣች ወዲህ የአልጋ ቁራኛ ሆነች። በየጊዜው የምትወስደው የማደንዘዣ መድኃኒት ይበልጥ እያደከማት መጣ። ክብደቷ በየጊዜው እየቀነሰ፣ ሰውነቷ እየመነመነ፣ ያንን የመሰለ ውበቷ እየጠፋ፣ እሷም እየከሰመች ማየት ለሁላችንም እጅግ አሰቃቂ የሆነ ትዕይንት ሆነ። አንዳንዴ ልዩ ተአምር እየጠበቅን፣ አንዳንዴም ሞት አይቀርም ግን ምነው ሥቃይዋን ባሳጠረው ብለን እየጸለይን፣ ዓይን ዓይኗን እያየን ቀናትን መቁጠር ጀመርን።

እርስ በርሳችን ግልጽ አድርገን ባንነጋገርም ያ የምንፈራው ቀን እየቀረበ እንደመጣ አውቀናል። ከሁላችንም በላይ አባታችን ሁኔታውን በሚገባ ተረድቷል። ያቺን የምትንጨላጨል ተስፋችንን ላለማጨለም እንዲሁም የሌለ ተስፋ በልባችን ላለማሳደር በጣም ሲጠነቀቅ እናስተውላለን። በዚህች ቀጭን መስመር ላይ እየተመላለሰ በልቡ ግን ምን ይሰማው እንደነበር ያወቅነው ከብዙ ዓመታት በኋላ የግል ማስታወሻውን ስናገላብጥ ነው።

የቤተሰብ ጉዳይ

እጅግ የማፈቅራት፣ የማከብራት፣ የምትረዳኝ፣ መመኪያዬ፣ ቤቴ፣ ልብሴ፣ በአጠቃላይ ሕይወቴ የሆነች ባለቤቴ ሕይወት እጅግ አሳሳቢ ከሆነ ሁኔታ ላይ ደርሷል።

አጋጣሚ ሆኖ በተአምር ብትድንልኝ እኔም ሆንኩኝ ቤተሰቡ በሙሉ አዲስ ተወለድን ማለት እንችላለን። በደረሰባት መጥፎ አጋጣሚ የተቻለኝን ሁሉ አድርጌአለሁ።

ልጆቿ እንደልጅ ሳይታለሉ፣ የራሳቸውን ጥቅም ሳይፈልጉ፣ ቀን ተሌት ሳይታከቱ አስታመዋታል፤ ረድታዋታል። ሐኪሞች፣ ነርሶች፣ ድሬሰሮች ማለት ኢትዮጵያውያን፣ ሶቪየቶች፣ ኩባውያን፣ እንግሊዞች የሚቻላቸውን ሁሉ አድርገውላታል። ዘመድ ወዳጅ ከመጠን ያለፈ ዕርዳታ አድርገውላታል፤ አዝነውላታል።

ተስፋዬ ዳባ ቤቱን ሥራውን ትቶ ገንዘቡን ከስክሶ እንግሊዝ አገር ድረስ ወስዶ አሳክሟታል። ሶቭየት ሕብረት ያሉት አምባሳደር ነሲቡና ሌሎች ጓዶች የተቻለውን ያህል ረድተዋል። ዶክተር ሶኰሎቭ ከሌሎች ዶክተሮች ሁሉ የተለየ ጥረት አድርጎላታል።

ብዙ እኅቶችና ወንድሞች በጸሎት ለማዳን የተቻላቸውን ሁሉ አድርገዋል። በተለይ ጥሩነሽና እንዳልሽ ያላደረጉት ጥረት የለም። በሙቀት ለማዳን ምጽዋ ድረስ በተላከች ጊዜ እስጢፋኖስ፣ብርሃኑና ለገሠ የተለየ ዕርዳታ አድርገዋል።

መኮንን ወልዴና ባለቤቱ ፋርኑስ እንደ እናት አስተናግደዋታል፣ ተከትለው ምጽዋ ድረስ ሄደዋል። ገረሱና ሠናይት ያደረጉላትን በጽሑፍ ለመግለጽ ያዳግታል። ሠናይት ሕፃናቶቿን ትታ በየሳምንቱ ቅዳሜ ታድር የነበረው ከሷ ጋር ነው። ጎረቤት ያሉት ዘመዶቻችንና ሌሎች ያለመሰልቸት ያላደረጉት ጥረት የለም። አቶ ኡመር በሐበሻ መድኃኒት ለማዳን ያወጡት ገንዘብ የደከሙት እጅግ ከፍተኛ ነው። ወደ እንግሊዝ አገር ለሕክምና ስትሄድ 2000.00 ብር ለመዣፈሪያ ሰጥተዋል። ወደ እንግሊዝ አገር ስትሄድ አቶ በየነ 1000.00 ብር ለስንቅ ብለው ሰጥተዋል። ወይዘሮ ኢየሩሳሌም ዓለሙ ከጅማ ተመላልሰው ከመጠየቃቸውና የሐበሻ መድኃኒት በብዙ ድካም ከማምጣታቸውም በላይ በየጊዜውም በገንዘብ ረድተዋል።

ሻምበል ጌታቸው ኃ/ሚካኤል ከሐረርጌ ድረስ የሐበሻ መድኃኒት አድራጊ አምጥተው ብዙ ገንዘብ ከፍለዋል፣ ደክመዋል። ይህ ሥራ እንዲሳካ ኃይሉ ብዙነህ ልዩ ጥረት አድርጓል።ጥላሁን ኪዳኔ በእሥርና በሕመም ላይ እያለ ያደረገላት ትግል ከፍተኛ ነው። ጽጌ ወንድማገኘሁ ወንጂ አካባቢ ወደሚገኘው ጸበል ወስዳ በጥንቃቄ አስታማታለች። ጌታቸው ወ/ማርያም፣ ጥላሁን ዳምጤ፣ ዘውዴ ወ/ቂርቆስ ከነቤተሰቦቻቸው አስታመዋታል፣ ረድተዋታል። እናቷ ወ/ሮ ወለተ ኪዳንና እኅቷ ወ/ሮ አበበች ያለመሰልቸት ከሰላሌ ተመላልሰው ጠይቀዋታል፣ አስታመዋታል። ገብረየሱስና ታየች ሶዶሬና ድሬዳዋ ድረስ በመውሰድ ለማዳን ከፍተኛ የገንዘብ ወጪ አድርገዋል፣ የሞራል ድጋፍ ሰጥተዋታል። በአጠቃላይ ዘመድ ወዳጅ ጓደኛ ያላደረገው ነገር የለም። አዋቂዎች፣ ወጣቶችና ሕፃናት ሳይቀሩ ጥረዋል። ወ/ሮ ፈለቀች፣ አስቴር፣ አያልነሽ፣ ጽጌረዳ፣ ሲስተር አስናቀች ልዩ ሚና ፈጽመዋል።

ከልጆቿ አስተዋይ፣ ሶስና ድንቅነሽ የፈጸሙት የማስታመም ሁኔታ በቀላሉ የሚነገር አይደለም። መንግሥት ሁለት ጊዜ ሙሉ ነፃ አንድ ጊዜ የገንዘብ ዕርዳታ በመስጠት ውጪ ሄዳ እንድትታከም ረድቶናል። ጉዳዩ የሚመለከታቸው ጓዶች ተባብረውናል። ይህና ሌሎችም ያልተጠቀሱ ዕርዳታዎችና ጥረቶችም ተደርገው ሁኔታዋ የሚገኘው ከሞት አፋፍ ላይ ነው።እንደፈራነው ከሆነ ምን ይውጠናል? እኔስ፣ ልጆቻችንስ ምን እንሆናለን? ቤታችንስ ትዳራችንስ ምን ይሆናል? መኖር አይቀርም እንኖራለን፣ ግን ምን ዓይነት ኑሮ?

የአሰለፈች በዚህ ዓይነት ተሠቃይቶ መሞት አሳዛኝ ቢሆንም ሞት የተፈጥሮ ግዴታ በመሆኑ ከመቻል ሌላ ምርጫ የለንም። በመሆኑም ልጆቹ የሚያድጉበትንና ቤቱ የማይፈርስበትን እቅድ ማዘጋጀት የግድ ነው።

እናታችን ወ/ሮ አሰለፈች ኃይለማርያም

“በቡሃ ላይ ቆረቆር” እንዲሉ...

አባታችን ሐረር እያለ እናታችን ሕመሙ እየጠናባት መጣ። ሕክምናን በተመለከተ ዶክተሮች በሽታዋን የሚያስታግስ ማደንዘዣ ከመስጠት በቀር ምንም ሊያደርጉላት የማይችሉበት ደረጃ ላይ ደረሱ። ሁላችንም እንደዚሁ አንዳች ዓይነት ተዓምር ነበር የምንጠብቀው። በመጨረሻዋ ሰዓት ዘመዶቻችን ከሐበሻ መድኃኒትና ጸሎት በተጨማሪ ጠንቋይ...ያድናል የተባለ ያልሞከሩት ነገር አልነበረም። እናታችን ግን በእምነቷ በጣም ጽኑ ስለነበረች የእግዚአብሔርን መንገድ ብቻ ተከተለች።

ቀኑን በትክክል ማስታወስ ባንችልም በሐምሌ ወር 1974 ዓ.ም. አንድ ቀን ሌሊቱን እማዬን በጣም ሲያማት ስላደረ የአባታችን ጓደኛና የቤተሰባችን ባለውለታ የሆነው ሻምበል ጌታቸው ወልደማርያም በጠዋት መጥቶ ሆስፒታል ወሰዳት። ሐኪሞቹም እስኪሻላት እዚያው እንድትቆይ ወሰኑ። ጋሽ ጌታቸውም ከጎኗ እንዳንጠፋ እሱም ተመልሶ እንደሚመጣ አሳስቦን ወደ ሥራው ሄደ።

በዚህ ቀን ወደ ረፋዱ ላይ የአባታችን ጸሐፊ የነበሩት አቶ አበበ ስልክ ደውለው “ጄኔራል አሟቸው ወደ አዲስ አበባ በአውሮፕላን እየመጣን ነው” ብለው ነገሩን። ተሯሩጠን ቦሌ አውሮፕላን ማረፊያ ስንደርስ አባታችን ከአንዲት አነስተኛ አውሮፕላን ላይ ወደ አምቡላንስ ሲዛወር አየን። አቶ አበበ “ወደ ክብር ዘበኛ ሆስፒታል ተከተሉን” ብለው አምቡላንስ ውስጥ

ገቡ። በአንድ ቀን ክብር ዘበኛ ሆስፒታል 1 ቁጥር አባታችንን፣ 6 ቁጥር እናታችንን አስተኛን። ዶክተሮቹ የሚያስጨንቅ ነገር እንዳትሰማ ስላሉን እናታችን የተኛችበት ክፍል በራፍ ላይ ቆመን የመጣውን ጠያቂ ሁሉ የአባታችንን ሌላ ክፍል ውስጥ መተኛት እንዳይናገሩ እያስጠነቀቅን ሰነበትን።

አባታችን ከሐረር ወደ ድሬዳዋ ሲጓዝ ሾፌሩ መኪናዋን ድንገት መቆጣጠር ስለአቃተው ተገለባብጣ ደንገጎ ገደል ውስጥ ገብታ አባታችን ላይ ከፍተኛ ጉዳት ደረሰበት። አራት የጎኑ አጥንቶች ተሰበሩ። እግሩ ጉልበቱ አካባቢ ክፉኛ ተጎድቷል። ወገቡና እጁ በጣም ተቀጥቅጧል። ሥቃይን በመቀበል ልዩ ችሎታው እያቃሰተ፣ እየቃተተ ሕመሙን ውጦታል። ከ 1969 7ኛ ክፍለ ጦርን ያሠለጥን ከነበረበት ጊዜ ጀምሮ እንኳን ከአዲስ አበባ ጎንደር የመኪና አደጋ፣ ደቀማሐሪ መቁሰል፣ ከምድር በተተኮሰ ጥይት በሄሊኮፕተር አብሮት ጎኑ ተቀምጦ የነበረው የሩሲያ አማካሪው ሲሞት የእርሱ መትረፍ፣ መሳሕሊት (ኤርትራ) የጀሮው መንዳት፣ አሁን መለስ ብለን ስናየው የሞትን አፍንጫ ስንቴ አሽትቶ ተመለሰ?

የ1974ን ክረምት አባታችንንና እናታችንን ሆስፒታል፣ ከዚያም ቤት ስናስታምም ቆየን። የእናታችን ሥቃይ እየበረታ ከቀን ቀን ሰውነቷ እየደከመ መጣ። አባታችን አንዴ ወደ ሥራው ሐረር፣ አንዳንዴም አዲስ አበባ እየተመላለሰ በአንድ በኩል እንደ ልቡ አላንቀሳቅስ ያለውን የእግሩን ሕመም፣ በሌላ በኩል የእናታችንን ሁኔታ እየተከታተለ ቆየ።

“የፈሩት ይደርሳል፣ የጠሉት ይወርሳል”

ኅዳር 12 ቀን 1975 ዓ.ም. የፈራነው ደረሰ። ለረጅም ዓመታት የታገለችው ክፉ በሽታ አሸነፋት። በተወለደች በ47 ዓመቷ እናታችን ከዚህ ዓለም በሞት ተለየችን። አባታችንም “የፈሩት ይደርሳል፣ የጠሉት ይወርሳል” በማለት ስሜቱን እንደሚከተለው ይገልጻል።

> እንደፈራሁት የፈራሁት ደረሰ። ፊቱንም ቢሆን አውቄዋለሁ። ተስፋዬም “ሐቅን መካድ አይቻልም ሪያሊቲን መቀበል ግዴታ ነው፣ የሚቻለንን አድርገናል፤ አልሆነልንም፤ አልተሳካልንም፤ የመጣውን ለመቀበል ራሳችንን ማዘጋጀት አለብን” በማለት ቁርጥህን ዕወቅ በሚል ስሜት ደጋግሞ ነግሮኛል። ስሜቱን ገልጾልኛል። ገረሱ[77] ዕለቱ ደርሷል በሚል ስሜት ፈቃድ ተቀብሎ ሲጠባበቃት ነበር። ውሳኔው ከሌላ ቦታ በመሆኑ በታሰበው ቀን አልሆነም፤ በቤት ውስጥም ዋይ! ብሎ መጉረስ ስለማይቀር ስለዝግጅት ብዙ ውይይት ተደርጓል። የፈራነው! ባንወደውም የጠበቅነው ኅዳር 12 ቀን ሲነጋጋ ደረሰ፤ አሰለፉ አረፈች።

77 ገረሱ በማለት አባታችን በተደጋጋሚ የሚያነሣውና ክብር ዘበኛ ካዴት ከነበረ ጊዜ ጀምሮ የቤተሰባችን ወዳጅ የሆነውን መቶ አለቃ ገረሱ ብሩን ነው። ጋሽ ገረሱ ከባለቤቱ ከእትዬ ሰናይት ጋር በመሆን ከቤታችን ሳይጠፉ እናታችንን ያስታምም የነበረ የቤተሰባችን ትልቅ ባለውለታ ነው።

ከሥቃይዋ ተገላገለች። ከልባችን ሳይሆን በአፍ በተገላገለች ስንል የነበርነው ሁሉ ብርክ ያዘን።

እውነቱን ብናገር አርፋለች የሚለውን ቃል ስሰማ...ደነዘዝኩ። እውነትም አልመሰለኝም። ቆይቼ ነው ከቅዠት የነቃሁት። ቀጥዬም ማድረግ የሚገባኝን ሁሉ ፈጸምኩ። ዕድሜ ለዘመድ ወዳጅ ሁሉንም አደረጉ። በማከታተልም ሐውልቷ ተሠርቶ ተመረቀላት። ዘመድ ወዳጅ ምስጋና ይግባው። ዛሬስ ምንድነው የታሰበው? የራሴ በሽታ ወይስ የልጆቼ ኑሮ? ወይስ የወላጆቻችን? የሁሉም ይታሰባል፤ ቢሆንም የልጆች ይበልጣል።

አሰለፈች፣ እንደ ደካማ እንደሰነፍ ተሸነፍሽ
እኔንም፣ ልጆችሽንም፣ እናትሽንም፣
እኅትሽንም ወዳጅሽን ሁሉ ትተሽ ሄድሽ?
የዳንሽ መስሎሽ ብዙ ታግለሻል፣
በየሰው አገር ተንከራተሻል
በሐኪሙ፣ በሐበሻው፣ በጸበሉ
በጸሎቱ የተቻለሽን አድርገሻል
የአምልኮ ነገሮችን እስከመጨረሻው ተከላክለሻል
ይህም ክብርሽን እንደጠበቅሽ
እንድትቀበሪ አድርጎሻል

አሰለፉ! የቦታው ርቀት የአካባቢው አደገኛነት
የወቅት መጥፎነት ከኔ ለይቶሽ አያውቅም ነበር
አሁን ግን ተገደድሽ ቀድመሽ ለመቅመስ አፈር
ባንቺ ቅብጥብጥነት
ባንቺ ፏፏቴነት
እንዴት ትኖሪያለሽ ገብተሽ ከመሬት

አሰለፉ! እኔና ልጆችሽ ቀኑ ጨልሞብናል
መላው ጠፍቶናል
ዘመድ ወዳጅ አልቅሷል አዝኗል
እባክሽ መላ አምጪ ግራ ገብቶናል

አሰለፉ! እራሴን ብርቱ አድርጌ እገምት ነበር

አሁን ግን ያዞረኝ ጀመር ሳልጠጣ ሳልሰክር
ሌላም ጉዳይ አይደለም ልናገር በወቅቱ
የማልችለው ሆኖብኝ ነው ካንቺ መለየቱ

የኔና የአሰለፈች ሁኔታ እንደዛሬው አልነበረም። ምንም ያልነበረን ድሆች ነበርን። ሀብታችን ፍቅር ብቻ ነበር። ከኔ የምትጠብቀው ሌላ ነገር አልነበረም፣ ትፈልግ የነበረው ሰላምና ፍቅር ብቻ ነበር። የሱ ባለጸጎች ነበርን። ሞታችን አንድ ቀን ይሁን እንባባል ነበር። ሰላም ያለበት፣ የጋራ መተሳሰብ ያለበት ቤት ጠባይ በመሆኑ ሁሉም እየተሻሻለ ሄደ። ዛሬ ደግሞ ያ ሁሉ ጠፍቶ ይኸው ተለያየን። የማይጣጣም የማይመሳሰል ሁኔታ ተፈጠረ፤ በመሻሻል ፋንታ ነገሩ ሄዶ እየከረረ...

<u>አሰለፈች</u> ሁሉንም ነገር የምታውቅበት ድህነቱንም፣ ሀብታምነቱንም፣ የደጁንም፣ የውስጡንም ከሰው ጋር መኖሩንም ታሳምረው ነበር። ይሉኝታን ታውቃለች፣ ውርደትን አጥብቃ ትጠላለች። ቀድማ ታስባለች፤ ፈጥና ታደርጋለች። ዛሬ ግን ይህ ሁሉ ተስኗት ካፈር በታች ሆነች።

<u>አሰለፉ!</u> አሥመራ አካባቢ አስጊ ነው ብለሽ አልተለየሽም
ነጌሌ እሩቅ ነው ብለሽ አልተለየሽም
ፍቼ ገጠር ነው ብለሽ አልተለየሽም
አንተ ቀድመህ እይና ኋላ ልምጣ አላልሽም
የመጣውን ሁሉ እኩል መቀበል ነበር ሐሳብሽ
እኔ ጨካኙ ግን ቆሜ ቀበርኩሽ
አወይ ባለቤቴ አወይ እመቤቴ
በአንድ ቀን ከሰመ ፈረሰ ቤቴ
ልጆችም ያድጋሉ እንደምንም ብለው
እኔም እሰነብታለሁ እንደምንም ብዬ
አንቺ ብቻ ቀረሽ ወይ አሰለፍዬ
ድምፅ ስለሌለኝ በዜማ አላለቀስኩኝ
ያንጀቴን መቃጠል እንዲሁ ተረጅልኝ

እነሆ እናታችን ዐረፈች። የቀብሯ ሥነ-ሥርዓት በቅዱስ ዮሴፍ ቤተ ክርስትያን ተከናወነ። ሐውልትም ተሠራላት። የቤተሰባችን ወዳጅ ጋሽ ጸጋዬም (ሎሬት ገጣሚ ጸጋዬ ገብረመድኅን) በእናታችን መቃብር ላይ የተጻፈውን ስንኝ ለአባታችን አበረከተለት።

የእናታችን የወ/ሮ አሰለፈች መቃብር

ከእናታችን ሞት በኋላ አባታችን ሐረር ተመልሶ ሥራውን ጀመረ። ከኅዳር 1975 ጀምሮ እስከ መጋቢት 1975 ሐረርጌ በአስተዳዳሪነት ሲሠራ ቆይቶ ወደ ኤርትራ በክፍለ አገር ዋና አስተዳዳሪነት ተዛወረ።

ከእናታችን ሞት በኋላ በየጊዜው ማስታወሻው ላይ የሚያሰፍራቸው ጽሑፎች የኃዘኑን ጥልቀት አጉልተው የሚያሳዩ ነበሩ። እናታችን ከዚህ ዓለም በሞት ከተለየችን ከአንድ ዓመት በኋላ የጻፈው ግጥም እነሆ ከዚህ በታች ሰፍሯል።

ወይ የሰው ልጅ ወይ ፍጡር
ፍጹም አስቸጋሪ ነው አስተካክሎ ለመናገር
ቆሞ ሲናገር ሲንቀሳቀስ ሲሠራ
ይመስላል ሁለመናው የሚያስመካ የሚያስፈራ
እርግጥም ጤናማ ያስመካል ያኮራል
ጤና ሲጠፋ ጤና ሲቀር ሁሉ አብሮ ይቀራል

የማይሞት መስሎ የሚታየው በሚያሳዝን ሁኔታ ቆሞ...
ከዘመድ አዝማድ በሚቀርብ ምክር
ለጊዜው ይባላል ሁሉም ይቅር ይቅር
እንደእውነቱ ከሆነ በውስጠኛው ስሜት
የሷ ጉዳይ የማይዘነጋ ነው ቀንም ሆነ ሌት

ለጊዜው መስሎ ለመታየት ሌሎችን
እንበላለን እንጠጣለን እንለብሳለን እንኖራለን
ይሁን እንጂ እኔ በግሌ በበኩሌ
እየገባኝ ነው ፍጹም መበደሌ

የማደርገው ጠፍቶኝ ብጫወት ብስቅም
አሰለፉን ከቶውኑም አልረሳትም!
ለማስረሳትም ሆነ ለመርሳት ብዙ ሞክሬአለሁ
ከንቱ ጥረት እንጂ እንደማይቻል አረጋግጫለሁ

ለመኖር ያህል ባደርግም አንዳንድ ነገር
ከቶ እንዳይመስላችሁ እሷን ማሰቤ የሚቀር..

የእናታችን መታመምና በእርሱም ላይ የደረሰው አደጋ ከሥራ ሰዓቱ ላይ ብዙ ጊዜ ወስደውበታል። በአካሉም ሆነ በአእምሮው ላይ የመጣበት ፈተና ቀላል አልነበረም። ቢሆንም ግን ከእናታችን ኃዘን በኋላ ብዙም ሳይቆይ ወደ ሥራው ተመለሰ። ችግርና መከራን ረጋ ብሎ የመያዝና ዋነኛውን ዓላማውን ያለመሳት ችሎታው ሐረርጌ ላይም ታየ። ሐረርጌ የቆየው ከሁለት ዓመት በታች ቢሆንም ሐረርጌን አንቀሳቀሳት።

መጋቢት 1975 ጄኔራል መርዕድ ወደ ኤርትራ ክፍለ አገር ተቀይሮ ሲሄድ አብረውት የሠሩት በአንድነት ከፍተኛ ሽኝት አደረጉለት። አብዛኛዎቹ ለአባታችን የነበራቸውን አክብሮትና ፍቅር በደስታ አንዳንዴም በዕንባና በሲቃ ገለጹ። አባታችንም ላደረጉለት ድጋፍና ላሳዩት ፍቅርና እንክብካቤ እጅግ አመስግኖ ወደ ኤርትራ አቀና...

ምዕራፍ ዘጠኝ

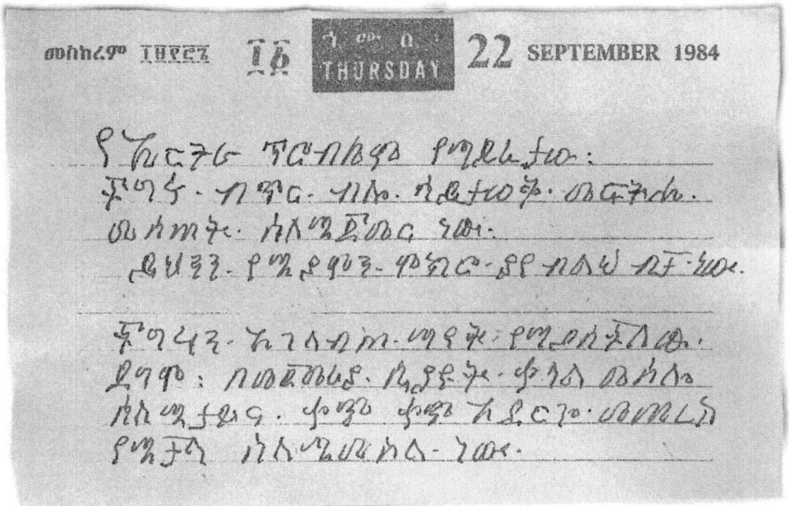

መስከረም ፲፱፻፸፯ ፲፪
ሐሙስ
THURSDAY
22 SEPTEMBER 1984

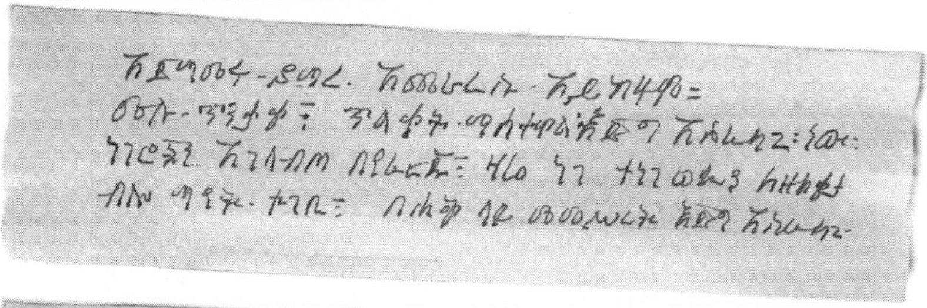

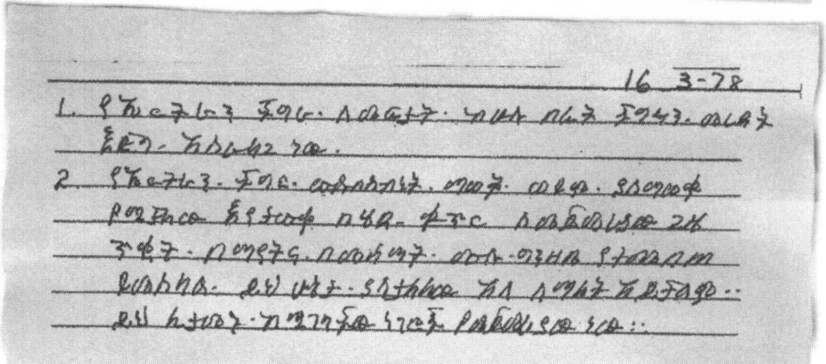

16 3-78

ምዕራፍ ዘጠኝ፡
እንደገና ወደ ኤርትራ፤ ጥንድ ኃላፊነት

እንደተለመደው አዲሱን ሹመት በሬድዮ ሰማው። መጋቢት 1975 ዓ.ም. የኤርትራ ክፍለ አገር ዋና አስተዳዳሪ ሆነሃል ተባለ። ዝውውሩ የመጣው ዓመቱ አጋማሽ ላይ ስለነበረ ትምህርት ቤት እስከሚዘጋ ድረስ ሦስት ልጆቹን (መታገስ፣ ኤፍሬም እና ንጉሤ) አዲሱ የሐረርጌ አስተዳዳሪ ጄኔራል ንጉሤ ወልደሚካኤል ዘንድ ትቶ ወደ አሥመራ አመራ።

ከአራት ዓመት በፊት ጥሏት ወደ ሄደው አሥመራ የጦር ሳይሆን የሲቪል ልብሱን ለብሶ ተመለሰ። በሰላሙ ጊዜ በመቶ አለቅነት ማዕረግ በአሠልጣኝነት፣ ከ1969 እስከ 1971 በዚያ በከባዱ ጦርነት ጊዜ በጦር አለቃነት፣ አሁን ደግሞ በክፍለ አገር አስተዳዳሪነት ጠራችው...ኤርትራ። ሐረርና ድሬዳዋ ለአዲስ አበባ ቅርብ ከመሆናቸውም ሌላ ግማሾቻችን ሐረር እንማር በነበረ ጊዜ ብዙ ጓደኞች ያፈራንበትም ክፍለ አገር ስለነበረ የአባታችን ኤርትራ መዛወር ባያስደስተንም እንደ ድሮው ወታደራዊ ግዳጅ የለበትም ብለን ተጽናናን። ዘመዶቻችንና አንዳንድ የአባታችን ወዳጆች ግን "ቀስ ብለው እሳት ውስጥ ሊከቱት ነው፣ አሁን በቅርቡ ታያላችሁ ወደ ሠራዊቱ ይመለሳል" ማለታቸው አልቀረም። አዎ ትንቢታቸው እውነት ሆኖ አንድ ዓመት ከመንፈቅ ሳይሞላው ወደ ጦሩ እንዲመለስ ተወሰነ።

ከግራ ወደ ቀኝ፦ ጄኔራል መርዕድ (የኤርትራ ክፍለ አገር ዋና አስተዳዳሪ) ፤ ዶ/ር ተፈራ ወንዴ (የኤርትራ ክፍለ አገር ኢሠፓአኮ ዋና ጸሐፊ) ፤ ጄኔራል ኃይለጊዮርጊስ ሀብተማርያም (የጦር ኃይሎች ኤታማዦር ሹም)

ጄኔራል መርዕድ የሰሜን እዝ ዋና አዛዥ ከዚያም የጦር ኃይሎች ጠቅላይ ኤታማዦር ሹም በነበረበት ጊዜ ኤርትራ ውስጥ ጦርነቱ ምን ይመስል እንደነበረ፣ መፍትሔውም በጦርነት ብቻ ሊፈታ እንደማይችል በተለያዩ መድረኮች ይናገር ነበር። እዚህ ማጠቃለያ ላይ የደረሰው

በአንድ ጊዜ ወይንም ከመጀመሪያው አልነበረም። እንዲያውም በ1969 ዓ.ም. 7ኛ ክፍለ ጦርን ይዞ ኤርትራ ሲገባ ከጦሩ ጋር በአጭር ጊዜ አሸንፎ እንደሚመለስ እርግጠኛ ነበር። ሆኖም ግን ኤርትራ በነበረ ጊዜ የተካፈለባቸውና የመራቸው ውጊያዎች፣ በአስተዳደር፣ በፖለቲካውም ሆነ በወታደራዊ አመራር ላይ የነበሩ ችግሮችን በቅርብ እንዲያይ አስችለውታል። የኤርትራን ሕዝብ ችግር ከመካከላቸው ገብቶ ተረድቶታል። በኤርትራ ቆይታው ጠንካራ ኢትዮጵያዊነትና የመገንጠል አስተሳሰቦች ጎን ለጎን አብረው እንደሚኖሩ አስተውሏል። ወታደራዊም ሆነ ፖለቲካዊ ሁኔታው የተቆላለፈ መሆኑን አውቋል። የኤርትራ ጉዳይም በጦርነት ብቻ መፍትሔ እንደማያገኝ በሚገባ ተገንዝቧል። ወታደራዊ ሽንፈቶች ለምን እንደበረከቱ፣ ድሎቹም ለምን ዘላቂነት እንዳጡ፣ ይህንንም ሁኔታ ለመለወጥ ምን መደረግ አለበት የሚሉት የየዕለት ጥያቄዎቹ ነበሩ። የግል ማስታወሻዎቹም ሁኔታው ምንኛ ያሳስበው እንደነበረ ግልጽ አድርገው ያሳያሉ።

የጄኔራል መርዕድ ሥጋት

በ1969 መጨረሻና በ1970 ዓመታት የኢትዮጵያ ጦር ዋና ግብ ዐማፅያኑ አሥመራ እንዳይገቡ፣ ምጽዋና ባሬንቱ በጀብሃና ሻዕቢያ እጅ እንዳይወድቁ መከላከል ላይ ያተኮረ ነበረ። የጄኔራል መርዕድ ጫንቃ ላይ የተጫነው ትልቁ ሸክም እሱ ኃላፊነት ላይ በነበረበት ዘመን "በኤርትራ ክፍለ አገር ጥበቃ መላላት የኢትዮጵያ ካርታ ያለመለወጡ" እንደሆነ ማስታወሻው ላይ ሰፍሮ እናየዋለን። ኤርትራ ሲመለስ የጦር ኃላፊነት ባይኖርበትም ያቺን ደሙን ያፈሰሰላት ኤርትራን በአገር አስተዳዳሪነት ሚናው ብቻ ለክቶ ሊያያት አልቻለም። የጦር ልምዱና ኢትዮጵያዊ ሕሊናው ኤርትራን እንዲረሳት አልፈቀዱለትም። ኤርትራ ውስጥ ከእሱ ጎን አብረውት ሲታገሉ ያለፉትን እያስታወሰ እንዲሁም ለአገራቸው ብለው ራሳቸውን ለመሠዋት የተዘጋጁትንና በየግንባሩ ያሉትን የጦር መሪዎች ምሬት እየሰማ ማዘኑ አልቀረም።

ጄኔራል መርዕድ አሥመራ ሲገባ "የቀይ ኮከብ" ዘመቻ ከሽፏል። ያ ሁሉ የሰው ነፍስ የጠፋበት፣ ብዙ ወጪ የወጣበት፣ ብዙ የተፎከረበትና ቀረርቶ የተነፋበት ዘመቻ፣ ጦርነቱ ከመጀመሩ በፊት የጦሩ ማሸነፍና "የሊቀ መንበሩ አመራር" ታሪክ መጻፍ የተጀመረበት ዘመቻ በሽንፈት አክትሟል። ሞቅ ሞቁ፣ ፉከራው በታላቅ ጸጥታ ተተክቷል። የዘመቻው የበላይ ኃላፊዎች በተለይም የቀይ ኮከብ ዘመቻ ዋናው መሪ ኮሎኔል መንግሥቱ ኃይለማርያም አሁንም ለሽንፈቱ ተጠያቂ አልሆኑም። እንደተለመደው ሽንፈቱ ግንባር ላይ በነበሩ የጦር አዛዦች ተላኳል። የሽንፈቱ ዋና ምክንያቶች የተባሉ የጦር አዛዦች ተቀጥተዋል። የሃያ አንደኛው ክፍለ ጦር አዛዥ ኮሎኔል ውብሸት ማሞ በወታደሮቻቸው ፊት ተረሽነዋል።

ከአራት ዓመታት በፊት የሚያውቃት ኤርትራ የባሰውን ተወሳስባ ጠበቀችው። እንዲያውም በግብረ ኃይል ዘመቻ ወቅት መንግሥት ያገኛቸው ድሎች በዐማፅያኑ መነጠቃቸውን አስተዋለ። የኤርትራ ጉዳይ አሁንም ብዙ የሚያጋድልና የሚያጫርስ፣ መፍትሔውም የራቀ

እንደሆነ ተገነዘበ። በአእምሮው መልሶ መላልሶ "የኤርትራ ችግር ምንድነው? መፍትሔውስ? ለምንድነው ይህንን ጦርነት ማሸነፍ ያልቻልነው? ቀጥሎስ ምን መደረግ አለበት?" የሚሉትን ጥያቄዎች በመደጋገም ያነሣል። ጥያቄዎቹና ምርምሩ በሚከተሉት ነጥቦች ሊጠቃለሉ ይችላሉ።

1. በክፍለ አገር አስተዳዳሪነት ኃላፊነቱ የቀን ተቀን አስተዳደራዊ ሥራዎችን ከማከናወን ባሻገር የችግሩን ምክንያት ለማወቅና ለመረዳት ጥረት ያደርግ ነበር።
2. በግል እንደ አንድ ዜጋ፣ እንደ አንድ ኢትዮጵያዊ ከእያንዳንዳችን ምን ይጠበቅብናል፣ ብሎ ራሱንና እያንዳንዱን ኢትዮጵያዊ ይጠይቃል።
3. "ለምን ተዋግተን ዐማፅያኑን ማሸነፍ አቃተን?" የሚለውን ጥያቄውን ከተለያየ አቅጣጫ ለመመርመር ይሞክራል።
4. "ኤርትራ ውስጥ የሕዝቡ ችግር ምንድነው? ዐማፅያኑ እንዴትና ለምን ድጋፍ አገኙ?" ብሎ ደፍሮ ይጠይቃል።

እነዚህን የመሳሰሉ ጉዳዮችንና መፍትሔ ብሎ የሚያስባቸውን ግንቦት 23 1975 ኤርትራ ሥራ ሲጀምር የጻፈው ማስታወሻ ላይ እንደሚከተለው ይነበባሉ።

> በአሁኑ ጊዜ የተረዳኋቸው ጉልህ ሁኔታዎች
>
> 1. ሕዝቡ ሰላም ፈላጊ መሆኑ የሚታይ ቢሆንም ለምን ምክንያት እንደሚፈልግ
> 2. ሰላም ይፈልጋል ስንል እንዴት የሚለውን መመርመሩ የሚጠቅም ይመስለኛል
> 3. ሕዝቡ ማንኛውንም ነገር የሚያየው በኑሮው አንጻር ሲሆን በዚህ በኩል ችግር አለ
> 4. በአሁኑ ጊዜ በመጠለያ ውስጥ ያሉት ሺህ አካባቢ ሲሆኑ 90% ደንበኛ ወንበዴዎች አይደሉም
> 5. ስለ አመራራቸው በቂ መመሪያ ባለመኖሩ በጠቅላላ አመራራችን ላይ ችግር ፈጥሯል
> 6. ከአገር ውስጥ ወደ ውጭ የሚሄዱና ከውጭ ስለሚመጡ ሰዎች
> 7. የኤርትራ ክፍለ አገር እንዴት መታየት አለበት የሚለው ጥያቄ መልስ ማግኘት ያለበት ይመስለኛል።

ከዚያም አልፎ የኤርትራን ጉዳይ ያን ጊዜ እንዴት ነበር የሚያየው፣ ምንስ ያስብ ነበር፣ የኤርትራ ጉዳይ እንዴት ሊፈታ ይችላል፣ እኔስ በግል ምን ላደርግ እችላለሁ፣ ምንስ ማድረግ ይገባኛል እያለ የሚጎተጉተው ነገር ከልቡ እንዳልጠፋ ጎልቶ የሚታየን "ዘላለም በቀስቃሽ" በሚል ርእስ በጻፈው ጽሑፍ ላይ ነው።

ካዳመጥን፣ ካየን፣ ካሸተትን፣ ካጣጣምን፣ ከዳሰስን ባጠቃላይ ሁኔታውን ገምግመን ከተረዳን ሞክረን በማየት አቅጣጫውንና የሚያዋጣውን መቀየስ ከቻልን በኋላ ቀስቃሽ መጠበቅ አስፈላጊያችን ነው ወይ?

ብሎ የሚጀመረው ሐተታው ኤርትራ ውስጥ ያለውን ሁኔታ እንዲህ ሲል ይዘረዝረዋል።

- የኤርትራ ሁኔታ ለኢትዮጵያ አብዮት፣ ለኢትዮጵያ ሕዝብ ዕድገት፣ ለኢትዮጵያ ሕዝብ ከረሀብ፣ ከእርዛት፣ ከበሽታና ድንቁርና መላቀቅ ያለመቻል ዓይነተኛና ተቀዳሚ እንቅፋት ነው። በኤርትራ ምክንያት የጠፋ ኢትዮጵያዊ ሕይወት፣ የጎደለ አካል፣ የወደመ ንብረት፣ ወደ ኋላ የተጎተተ ሥራ ይህ ነው ብሎ መናገር ጭራሽ አይቻልም።
- የኤርትራ ጉዳይ የመንግሥትና የአካባቢው መለዮ ለባሽ ወይም የጥቂት ባለሥልጣኖች እንቆቅልሽ ብቻ ነበር። የኤርትራ ጉዳይ የብዙዎቹን ጎጆ ያዘጋውን ያህል ብዙዎቹን ባለሕንፃ አስደርጓል።
- የኤርትራ ጉዳይ ብዙዎቹን ባለአሸዋ ፍራሽ ሲያደርግ ጥቂቶችን በፖለቲካ መድረክ ላይ እንዲመናሹ አድርጓል።
- የኤርትራ ጉዳይ መነሻ ተራ ውንብድና መሆኑ ቢታመንም መልሕቁ ከገማ ባሕር ውስጥ የተጣለ በመሆኑ ለማጽዳት ጊዜና ልዩ ጥንቃቄ ይጠይቃል።
- የኤርትራ ጉዳይ እስከአሁን የሚካሄደው በተገንጣዮችና በመንግሥት መካከል ብቻ ነበር። ከግንቦት 30 ቀን 1970 ዓ.ም. ጀምሮ ግን ትግሉ፣ ጸቡና ክርክሩ ከ13ቱ ክፍለ አገር ሰፊው የኢትዮጵያ ሕዝብና የኢትዮጵያ ወዳጆች ጋር ነው።
- የሰፊው የኢትዮጵያ ሕዝብ ዓላማ የኢትዮጵያን ሰሜናዊ ድንበር አስከብሮ የኤርትራ ተወላጅ የሆኑትን ጭቁን ኢትዮጵያውያንን ከተገንጣዮች ጠመንጃ አፈሙዝ ነፃ አውጥቶ ጎረቤት ከሆነው የሱዳን ሕዝብ ጋር በሰላም መኖር ነው።
- የኤርትራ ጉዳይ ዘመናት በመቶ ይቆጠርባታል እንጂ ኢትዮጵያ እስካልመከነች የተመኟት ባዕዶች የሚደልሏት ተገንጣዮች ፍላጎት አይረካም።
- በብዙ መቶ ሺህ ለሚቆጠሩት ኢትዮጵያውያን ሕይወት መጥፋት፣ ለኢትዮጵያ ኢኮኖሚ መቀርቀዝ ምክንያት ጥቂቶች ተንኮለኞችና ብዙዎች የዋሃን ናቸው።
- ጉዳዩ በውስጡ ውስብስብነት ቢኖረውም በአጠቃላይ ይህን ይመስላል።
- ጉዳዩ ይህ ከሆነ ታዲያ ምን እስኪሆን ድረስ ነው የሚጠበቀው? የሚለውን ጥያቄ የኢትዮጵያ ሕዝብ ሊጠያየቅበት ይገባል።

- የጥያቄው መልስ በጥልቀትና በስፋት፣ ያለፈው፣ ያለንበትና የሚቀፅለው ሁሉ ተጣምሮ ከታየ በኋላ መቅረብ ይኖርበታል።
- ኤርትራ ውስጥ የሚኖሩት ብዙዎቹ ጭቁን ኢትዮጵያውያን ሳይወዱ በግድ ፀረ-ሕዝብ ድርጊት ይፈጽማሉ፤ አዛውንትና ባልቴቶች ልጆቻቸውን ተነጥቀው የወላድ መካን በመሆን ብቻቸውን ይኖራሉ።
- በየዕለቱና በየሳምንቱ መርዶ ይደርሳቸዋል፤ እርማቸውን እንደልባቸው የማውጣት መብት የላቸውም።
- እስላሙ ወደ መስጊድ፣ ክርስቲያኑ ወደ ቤተክርስቲያን እንደልቡ የመሄድ ፈቃድ የለውም።
- እርሻውንና ንግዱን በራሱ ፕሮግራም ማካሄድ አይችልም። ሳያስበው "ና ምሽግ ቆፍር፣ ና እንጨት ቁረጥና ተሸከም፣ ምግብ አብስልና አቅርብ፣ ቁስለኛ ተሸከም፣ ቀለብ፣ ጥይት ተሸክመህ ተራራ ውጣ" እየተባለ ይታዘዛል፣ አንዳችም በፈቃዱ የሚፈጽመው ነገር የለም፤ ሁሉም በግዴታ ነው።
- አዛውንቱ የመናገርና የማስረዳት፣ ጠይቆ የመረዳት መብት የለውም።
- ያ ቢመጣ እልል ይላል፣ ይህም ሲመጣ እልል ይላል።
- ወጣቱ ትምህርት ቤት ሄዶ ትክክለኛውን ታሪክና ሌላም ለራሱና ለኅብረተሰቡ የሚጠቅም ትምህርት የመማር ዕድል የለውም። የግድ ዓላማና ዝና ፍለጋ የሚጥሩት ጥቂት ሰዎች በሚነግሩት ብቻ አእምሮውን በመሙላት የማመዛዘን ኃይል ማግኘት አልቻለም። "ብቻውን የሮጠ አይቀደምም" የሚለው እዚህ ላይ ነው።
- ቀደም ሲል ትምህርት ቤት የነበሩና ያነበቡት የማይመስል ነገር በሰሙና እርግጠኛውን ለመረዳት ጠበቅ ያለ ጥያቄ ሲያቀርቡ የሚደርስባቸው ሌላ ነገር በመሆኑ አይሞክሩም። ምርጫቸው ልክ ነው ብሎ መቀበል ወይም ዕድል ሲያገኙ አምልጠው መጥፋት ነው።
- ከ7 እና ከ8 ዓመት በፊት ከዩኒቨርሲቲ ወደ ወንበዴው የተቀላቀሉት እስከዛሬ ቢማሩ ኖሮ ዛሬ የኢትዮጵያንና የኤርትራን ትክክለኛ ሁኔታ ተረድተው ለሌሎች በማስረዳት የኢትዮጵያን አብዮት ለማፋፋም ድርሻቸውን ባበረከቱ ነበር።
- ሁለተኛው ነፃ አውጪ ሠራዊት ነፃ ባወጣቸው ከተሞች፣ መንደሮችና አካባቢዎች ውስጥ የሚገኙት አብዛኞቹ የደከሙ አዛውንቶች ናቸው። የፈረሰ ጎጆአቸውን ለማቅናት የመጨረሻ ቤታቸውን ቆፍሮ አፈር የማልበስ ችግር እንኳ ትንሽ አይደለም።
- በመማረክና በወዶገባነት እጅ የሚሰጡት በተጨባጭ እንዳስረዱት ብዙዎቹ

ጉዳዩ ሳይገባቸው ተታለው የገቡ ሲሆን እዚያ ከደረሱ በኋላ በስብከታቸው ይሸነፋሉ። ስብከቱ ወደተግባር ሲተረጎም ከእውነት የራቀ መሆኑን ከተረዱ በኋላም ወደነበሩበት ለመመለስ ሲፈልጉ ብርቱ ቁጥጥር ስላለባቸው አይቻላቸውም። ዕድል አግኝተው ሲመለሱም የሚጠብቃቸው የኑሮ ሁኔታ አስተማማኝ ባለመሆኑ መልሰው ጫካ ለመግባት የሚገታቸው አይደለም። ይህ ጠቅላላ የፊውዳሉን አስተዳደር የሚመለከት [ነው]።

- የሰው ልጅ ኑሮውን የሚያጣጥመው በሚያውቀው ልክ መሆኑ እሙን ነው። ብዙዎች ገና በወጣትነታቸው ተሰብከው ወደ ውንብድና ከተሠማሩ በኋላ የሚሰጣቸው ትምህርትና የኑሮ ሁኔታ መዝረፍና መብላት፣ ከቦታ ቦታ ተዘዋውረው በዋልጌነት ከመኖርና በተወሰኑ ሰዎች የሚሰጠውን ስብከት እያመኑ ከመኖር በስተቀር ከዚያ የተሻለ ኑሮ መኖሩንም በግልጽ ያውቁታል ብሎ ማመን ያስቸግራል።

በየጊዜው ሥራ ላይ እያለም ሆነ ቤቱ ሲገባ ሐሳቡን በጽሑፍ ማስፈር ስለሚወድ የዚህችን የኤርትራን ጉዳይ ሲያስብና ሲያሰላስል ቆይቶ ነው መሰል ራሱን እንዲህ ሲል ይጠይቃል።

> የኤርትራ ሕዝብ ፍላጎት ምንድነው? ፍላጎቱን በሚገባ ለመረዳት ዘዴው ምንድነው? ከሕዝቡ ምን ይፈለጋል? ከመንግሥስትስ? በል መልስ አምጣ!
>
> ስለ ሕዝብ ለመንግሥት የሚቀርበው መረጃ ትክክለኛነቱ ምን ያህል ነው? ትክክለኛ መረጃ የትክክለኛ ውሳኔ መሠረት ነው። ሥራዎች በወቅቱ መሆን በሚገባቸው ሁኔታ እንዲፈጸሙ ዘዴው ምንድን ነው?

ከዚያም እንደገና ቆም ብሎ "እርስ በእርስ የምንጨራረሰው ለምንድን ነው?" ብሎ ራሱን እንደገና ይጠይቃል።

> በአሁኑ ጊዜ ያለውን ሁኔታ ስንመለከት ምንም እንኳን ከላይ እንደተገለጸው ከኋላ ሌላ ሌላ ነገሮች ቢኖሩም ፊት ለፊት የምንተጋተገው ኢትዮጵያውያኖች ነን። ምናልባትም መሸናነፍ ያልቻልነውም ሁለታችንም ግትር በመሆናችን ይሆን?

ካለ በኋላ፡-

> የነገሩ ሂደት በየጊዜው የተለያየ ቅርጽና ይዘት ያለው እንደመሆኑ በአሁኑ ጊዜ ያለውም ስፋቱና ጥልቀቱን እየጨመረ ዘርፉንም እያሰፋ በመሄድ ዛሬ ፀረ-ኢትዮጵያም ሆነ ፀረ-ባለሥልጣኖችን ሁሉ ከግለሰብ እስከ ልዩ ልዩ ድርጅት በማስተባበር በኢትዮጵያ ላይ ለመነሣት የሚደረግ ትግል ከፍተኛ መሆኑ ግልጽ ነው።
>
> ይህ መነሣት ደግሞ በመሣሪያ ኃይል ብቻ ሳይሆን በተለያየ ረቂቅ ዘዴዎች

> ሁሉ ስለሆነ ጥንቃቄው የዚያኑ ያህል መርቀቅ ይኖርበታል። የድርጊታችን ዓይነትም መብዛት፣ ጊዜና ወቅትን ተከትሎ የሚሄድ፣ የማይቋረጥ፣ አንዴ ሁሉ ተሞክሯል የማይባል መሆን አለበት። በአሁኑ ጊዜ መንግሥት ብሔራዊ ውትድርናን በማቋቋም የመሣሪያ ትግል ለመቀፀል መዘጋጀቱ መልካም ነው። በጎኑ ብዙ ዓይነት ዝግጅቶች በማድረግ ውጤት እንዲኖረው ማድረግ ደግሞ በጣም አስፈላጊ ነው። ከነኚህም አንዱ የኤርትራ ሕዝብ የጉዳዩ ባለቤት መሆን የሚችልበትን ዘዴ መሻት ነው።

በማለት ለኤርትራ ችግር የሚቀርብ መፍትሔ የኤርትራ ተወላጆችን የሚያሳትፍና በኤርትራ ተወላጆች ተቀባይነት ያለው መሆን እንዳለበት ያሳስባል።

"የኤርትራ ሕዝብ የጉዳዩ ባለቤት ይሆን ዘንድ"

እንደሌሎቹ የኢትዮጵያ ግዛቶች በኤርትራም የዴሞክራሲ መብቶች አልነበሩም። ሰብአዊ መብቶች ይጣሳሉ።የኤርትራ ወላጆች "ልጆቻችሁን ከብሔራዊ ወትድርና አሸሽታችኋል፣ ለሻዕቢያ ረድታችኋል" እየተባሉ ይንገላታሉ። የኤርትራ ተወላጆች እንደልባቸው በደላቸውን ለመናገር፣ ሲበደሉ አቤት ለማለት ይፈራሉ። በማንኛቸውም ጊዜ ከመንግሥትም ሆነ ከዐማፅያኑ ሊደርስባቸው ከሚችለው አደጋ ለመዳን ከንግግራቸው ይቆጠባሉ። የሚደርስባቸውን በደልና ችግር የሚሰማ፣ አቤቱታቸውን የሚያዳምጥ አልነበራቸውም።

ጄኔራል መርዕድ ሁሌም እንደሚያደርገው የኤርትራ ሕዝብን ችግርና ብሶት ከራሱ ከሕዝቡ አፍ መስማት ቢፈልግም ይህ እጅግ ቀላል የሚመስል ተግባር የራሱ መሰናክሎች ነበሩት። በአካባቢው ጸጥታና በፕሮቶኮል ምክንያት ከዚህ በፊት በተለይም ሐረርጌ ክፍለ አገር በነበረ ጊዜ ያደርግ እንደነበረው የፈለገበት ቦታ ብድግ ብሎ መሄድ አልቻለም። ከዚህ በታች የሰፈረው ደብዳቤው ሥራውን ለማከናወን የነበረበትን ችግር ያሳያል።

ለሥራ አስፈጻሚ የሚቀርብ

> ጉብኝት፦ እንደሚታወቀው ኢሠፓአኮ አመራር ሰጪ ሲሆን አስተዳደር (መንግሥታዊ አካል) አስፈጻሚ ነው። የሚያስፈጽመውም በአንድ በኩል ከኢሠፓአኮ በሌላ በኩል ከመንግሥት በተገቢው መንገድ የሚሰጠውን መመሪያ (ትእዛዝ) ሁሉ ነው። በትክክል ለማስፈጸም ደግሞ ሁኔታዎችን በቅድሚያ በትክክል በመገንዘብ ሊመቻች የሚገባውን ሁሉ በየፈርጁ ማመቻቸት ይገባል። ለዚህም በፕሮግራምና ያለፕሮግራም እየተገኙ ማየት እጅግ አስፈላጊ ነው።
>
> ሁኔታው ቢፈቅድ አብዛኛውን ጊዜ ከሕዝብ ጋር ሆኖ ማሳለፉ በብዙ አቅጣጫ እንደሚጠቅም አያጠራጥርም። ይህን ለማድረግ በአሁኑ ጊዜ

አልተቻለም። በመሆኑም በአሁኑ ጊዜ ያለው አሠራር እንደቀድሞው በሩቅ ሆኖ ማስተዳደር ወይም መጣሁ ጎዝጉዙ ብሎ በመንገር ብቅ ብሎ መመለስ እንዲሆን ተገደናል። ይህ አሠራር በምንፈልገው አቅጣጫና ፍጥነት ለመጓዝ የሚረዳ አልመሰለኝም። ስለዚህ ኮሚቴያችን ይህንን ሁኔታ ተረድቶ ሁኔታው በፈቀደ ቁጥር ወደ አውራጃዎችና ወረዳዎች እየሄድኩ እንድሠራ (እንድጎበኝ) እንዲፈቀድልኝ እጠይቃለሁ።

ኤርትራ እንደተመደበ ሌላው የተገነዘበው በአስተዳደሩ ውስጥ በአገር/በመንደር ልጅነት የሰፈነውን የትንንሽ ቡድኖች (ክሊክ) አሠራረ ነበር። እዚህ ላይ ያየውንና የታዘበውን በዚህ መልክ ያስቀምጠዋል።

በክፍለ አገር አስተዳደር በኩል ካሉት ችግሮች ጥቂቶቹ

1. እያንዳንዱ ሰው የራሱ ክሊክ አለው። በዚህም ምክንያት ሰው ለመመደብ ሲፈለግ በችሎታ ሳይሆን በወዳጅነት ነው።
2. ክሊክ የሚዘጋጀው በብዙ መልክ ቢሆንም ዋነኛው ከአንድ አውራጃ ወይንም ዓዲ መወለድ ነው።
3. ሕዝቡ ለዘመናት የለመዳቸው አጉል አጉል ነገር ስላለ አሁንም በዚያው መልክ እንዲሄድ ይፈልጋል። ማለትም ወሬ በማቅረብና በመለማመጥ፣ ይህንን ለመከላከል የሚደረገውንም ተቃውሞ እንደበደል በማየት ሌላ መልክ ሊሰጠው ይሞክራል። ይሁን እንጂ የመመደብ፣ የመዛወር፣ የሹመት አመራር ሥርዓት ስላለው እሱን አጠናክሮ ሥርዓቱን ተከትሎ እንዲሆን ከማድረግ የተሻለ አማራጭ ስለማይኖር ይሠራበታል።

ከዚህ በላይ የሰፈረውን በማጠናከር የሚከተሉትን የመፍትሔ ሐሳቦች ይጠቁማል።

> ኮሎንያሊስቶችና ፊውዳሉ ሥርዓት የፈጠሩዋቸው የዓዲ-ወረዳ-አውራጃ ልዩነቶች በንቃት ብዛት ጎጂ ጎናቸው እስኪጠፋ ድረስ የሰው ኃይል ስምሪት ሚዛኑን እየጠበቀ እንዲሄድ በጽኑ መከታተል። ይኸውም ለጉበኞች፣ ለወሬኞች፣ ለአድርባዮችና ለገንጣዮች አመቺ መንገድ ወይም ቀዳዳ አለመክፈት ሲሆን ጥናታዊ ፕላን እያደረጉ ከዓመት ዓመት እያደጉ እንዳይሄዱ ጠንካራ ክትትል ያስፈልጋል።

የአስተዳደር እቅድ ለማውጣት አንዱ መሠረታዊ ነገር የሕዝቡን ፍላጎት መረዳት ነው። ብዙዉን ጊዜ ሕዝቡ ትክክለኛ ሐሳቡን መናገር እንደሚፈራ በትክክል ያውቃል። ኤርትራም ሐረርጌም በነበረ ጊዜ ሰዎችን ዕድሜና ማዕረግ ሳይለይ ያነጋግራል። ኤርትራም በጸጥታ ምክንያት ሕዝቡን የሚፈልገውን ያህል መቅረብ ባይችልም ባገኘው አጋጣሚ ሁሉ የልባቸውን እንዲያጫውቱት ይጥራል። ሰዎችን ሲያዳምጥ ከልቡ ነው። ትዕግሥቱም አለው። ከዚህ በታች ከማስታወሻው

ላይ እንዳለ ወስደን ያሰፈርነው የተለያዩ የኅብረተሰብ ክፍሎች ሐሳባቸውን ሳይሸሽጉ በግልጽ ያካፈሉትን ያንጸባርቃል።

የዚህ ዓይነት ጥያቄዎች በመነሣታቸው ደስ ይለኛል።

- የኑሮ ውድነት ከምን መጣ?
- ውድነቱ የምግብ ብቻ አይደለም። ውኃም፣ ማገዶም፣ ሌላም...
- እዚህ ስለማይመረት? በተፈጥሮ ድርቅ? በሰው ብዛት? በጸጥታ ጉድለት?
- ከሩቅ ከመምጣቱ የዋጋው መብዛት
- የልዩ ልዩ ጥረቶች ጉድለት (ጥረቶች ስለማይደረጉ ቀድሞ ከነበረው ዝግጅት አንጻር ዛሬ መከተል ያለመቻል)
- ተባብሮ መሥራት የመጣው ከምን አመለካከት ነው? ዓላማን ከመረዳት? ምሥጢሩን ከመረዳት? የአቋም ችግር?

ቅሬታዎች

- የእምነት ጉድለት፤ መንግሥትን አያምኑም፣ ሁሉን ነገር ለፖለቲካቸው ነው የሚሉት
- የኢኮኖሚ ችግር
- መፍትሔ ወዲያው ያለማግኘት
- ሥልጣን አይሰጠንም የሚል ቅሬታ (ይደብቁናል)
- ልጆቻችን ብዙ ነገር ያውቃሉ
- ትምህርትን በሚመለከት ምን ይመስላል? በቅርቡ ተከታትያለሁ፤ አሰጣጡ በቂ አይደለም
- ኢሠፓአኮ "ታቅፏል" ሲባል መለኪያው ምንድነው?

ከዚህ በላይ ጠቆም ያደረጋቸውንና ኤርትራ የነበረውን ኢኮኖሚያዊ ችግሮችን ለመቅረፍ፣ መሠረታዊ የሆኑ የፍጆታ ቁሳቁሶችና የምግብ አቅርቦት እንዲሻሻል ብዙ ጥሯል፤ ውጤቱም ለሕዝቡ እንዲደርስ አድርጓል። በዚያን ጊዜ የኤርትራ ክፍለ አገር ምክትል አስተዳዳሪ የነበሩት አቶ ይሥሐቅ ጻጋዬ በሰጡን ምስክርነት እንዳብራሩልን፡-

> በክፍለ አገሩ በነበረው የውኃ እጥረት ያላግባብ ውኃ እንዳይባክን፣ ስለ ውኃ ቁጠባ ጽንሰ ሐሳብ ሕዝቡ በቂ ግንዛቤ እንዲኖረው፣ ለምሳሌ ቧንቧዎች እንዲሁ ተከፍተው እንዳይቆዩ፣ በከንቱ የሚደፋ ውኃ ለአትክልት እንዲውል እንዲሁም የመስኖ ሥራ በትንሽም ቢሆን በየጓሮው እንዲከናወን በየአውራጃው እየተዘዋወሩ ቀስቅሰዋል። በመንገዶች ዳር ግራና ቀኝ ዛፎች እንዲተከሉ አድርገዋል። እነዚያ ዛፎች በአሥመራ፣ ከረን፣ መንደፈራ፣ ዓዲኳላ፣ዓዲቀይሕ አሁንም በየመንገድ ዳር አድገው ግርማ ሆነው ይታያሉ።

ካሉ በኋላ በሕዝቡ ላይ ይደርስ የነበረውን በደል ለማጥፋት ያደረገውን ጥረት በተመለከተም፡-

> በወቅቱ በነበረው የክፍለ አገሩ ጸጥታዊ ሁኔታ በውጊያ ጊዜ በሰላማዊ ሰዎች ላይ ያላግባብ ግድያና ጉዳት እንዳይደርስ ለሰፊው ሕዝብ ጠበቃ ሆነው ለጦር አዛዦች መመሪያ ይሰጡ እንደነበር ራሴ ምስክር ነኝ።

በማለት ያዩትን አጋርተውናል። በአስተዳደሩ አካል ውስጥ ከአስተዳደሩ ሠራተኞች፣ ከአውራጃና ከወረዳ ኃላፊዎች ጋር የመሠረተው ግልጽና የማያሻማ የአስተዳደር ሰንሰለት ያመጣው ለውጥ በገሐድ የሚታይና የክፍለ አገሩ ነዋሪዎችን ያስደሰተ ነበር። በዚህም ብቻ ሳይወሰን በሳምንት አንድ ቀን ረቡዕ ማንም የተበደለ የኤርትራ ተወላጅ አቤቱታውን የሚያቀርብበት ቀን እንዲሆን ወስኖ የሕዝቡን እሮሮ ሰምቶ ውሳኔ ይሰጥ ነበር። በትልቁ በትንሹ እሥር ቤት ታጉረው የነበሩ የኤርትራ ተወላጆች እንዲፈቱ፣ ሌሎችም ፍትሕ እንዲያገኙ አድርጓል። በዚያን ጊዜ የተደረጉትን የአስተዳደር መሻሻሎች የኤርትራ በተለይም የአሥመራ ነዋሪዎች እስከዛሬ ያወሳሉ።

በኤርትራ አስተዳዳሪነቱ ጊዜ የነበሩትን የአውራጃ አስተዳዳሪዎች ስናነጋገር እንዴት ዓይነት ጥሩ አድማጭ እንደነበረና ነገሮችን በትክክል ለመረዳት ብዙ ጥያቄዎችን ይጠይቅ እንደነበረም አክለው አጫውተውናል። ችግር ሲነሣም በጥሞና ካዳመጠ በኋላ እንዴት እንደሚፈታ ለወደፊትም እንዳይደገም በጉዳዩ ከተሳተፉት ሁሉ አስተያየቶች ሰብስቦ የራሱን ውሳኔ ይሰጣል። አብረውት የሠሩትን ሁሉ ያበረታታቸውና በሥራቸውም ይደግፋቸው እንደነበረ በጥሩ ትዝታ ያስታውሱታል። አውራጃ አስተዳዳሪዎች ከሕዝቡ ጋር እንዲቀራረቡ፣ የሕዝቡን ችግር እንዲረዱና ለችግሮቹም ከሕዝቡ ጋር በመሆን መፍትሔ እንዲፈልጉ ይገፋፋቸው ነበር። ከሁሉም በላይ በአካባቢው ከነበሩ ሌሎች ዕርዳታ ሲጪ ድርጅቶች ጋር ተቀራርበው መሥራት እንዳለባቸው ያሳስባቸው ነበር።

በየአውራጃው የተመደቡት አስተዳዳሪዎች የኤርትራ ተወላጆች መሆን እንዳለባቸው አጥብቆ ያምናል። የአውራጃ አስተዳዳሪዎችም የአካባቢያቸውን ሁኔታ በትክክል እንዲያውቁና እንዲያጠኑ፣ በትክክለኛ መረጃ ላይ በመመሥረት የመሰላቸውን ውሳኔ በነፃነት እንዲያስተላልፉ ያበረታታቸውና ይደግፋቸው ነበር። በዚህ ረገድ ከኢሠፓአኮ/ኢሠፓ ይደርስባቸው የነበረውን ተፅዕኖና ጣልቃ ገብነት አጥብቆ ይቃወም እንደነበረ የከረን አውራጃ አስተዳዳሪ የነበሩት አቶ ሙሴ በኺት አጫውተውናል። በዚህም ብቻ ሳይወሰን የአውራጃ አስተዳዳሪዎች ለሕዝቡ ደኅንነት የሚጠቅም እስከሆነ ድረስ ከውጪ ዕርዳታ ሰጪዎች ጋር ግንኙነት እንዲያደርጉ ይገፋፋቸው እንደነበረም ትውስታቸውን አጋርተውናል። ከውጪ ዕርዳታ ድርጅቶችና ዜጎች ጋር መገናኘት በደርግ ስለላ ድርጅት የሚያስጠረጥርና ጉዳት ላይ ሊጥል የሚችል እንደነበረ ይታወቃል። ከጄኔራል መርዕድ ማበረታታትና ድጋፍ በኋላ አቶ ሙሴ እራሳቸው ኤርትራ ውስጥ ከነበረ ድርጅት ጋር በቅርብ መሥራታቸውን ነግረውን ከድርጅቱ ጋር የተጻጻፏቸውን ደብዳቤዎች አሳይተውናል። ከላይ የሰፈረው ጽሑፍ እንደሚያሳየው "...ኢሠፓአኮ አመራር ሰጪ ሲሆን አስተዳደር (መንግሥታዊ አካል) አስፈጻሚ ነው" በማለት የቀን ተቀን አስተዳደራዊ

ጉዳዮች ላይ ፖለቲካው ጫና እንዳይፈጥር ይከላከል ነበር።

የአውራጃ አስተዳዳሪዎች አሠራራቸው ይበልጥ የተቀላጠፈና ውጤታማ እንዲሆን ይረዳቸው ዘንድ ሐረርጌ አስተዳዳሪ በነበረ ጊዜ እንዳደረገው ከአሥመራ ዩኒቨርሲቲ ጋር በመተባበር አስተዳዳሪዎች ሁሉ የአስተዳደር ኮርሶች በተከታታይ እንዲወስዱ አድርጓል። አቶ ይሥሐቅ ጸጋዬ ይህንኑ ከላይ የሰፈረውን በማስፋፋት "ዝግጅት ከራስ" በሚል ርእስ በክፍለ አገሩ ለነበሩ ወረዳ አስተዳዳሪዎችና ሌሎች ኃላፊዎች "መጀመሪያ ራስን ብቁ ማድረግ" በሚል መርሕ የሥራ መመሪያዎች፣ የኤርትራ ክፍለ አገር ነባራዊ ሁኔታዎችንና ታሪካዊ ሂደቶችን ማወቅ፣ የሕዝቡን ባህልና ኑሮ ማጥናት በሚሉ ሰፊ ርእሶች በምሁራንና አዋቂዎች ጽሑፎች ተዘጋጅተው በ32 ወረዳዎች ተከፋፍሎ ለመንግሥት ሠራተኞች ሴሚናሮች መሰጠቱን ካወሱ በኋላ "እውነትም ሠራተኞችና ኃላፊዎች በሥራቸው ለውጥ እንዳመጡ ባደረግነው ግምገማ ተረድተናል" በማለት ምስክርነታቸውን ሰጥተውናል።

ከላይ ትንሽ ጠቆም እንዳደረግነው የጄኔራል መርዕድ ትግል ኤርትራ ውስጥ ከነበረው የአሠራር ፈሊጥና ያልተስተካከሉ አመለካከቶች ጋር ብቻ አልነበረም። ከማዕከላዊው የደርግ መንግሥትና ከኢሠፓአኮ ጋር ተግባብቶ መሥራትም ቀላል አልነበረም። ኤርትራ ከነበረው የኢሠፓአኮ አመራርም ጋር መሠረታዊ ልዩነቶች ነበሩት። ቁጥር ስፍር የሌለው ስብሰባ፣ የውሸቱ ብዛት፣ የጉራው ጋጋታ ከፉኛ አስመርሮታል። የኤርትራን ችግር በሚመለከት "መፍትሔው ቀላል ነው፣ አሁን ያልቃል" ለሚሉት ሰዎች ትዝብቱን እንዲህ ሲል ይገልጻል።

> የኤርትራ ፕሮብሌም የማይፈታው ችግሩ ብጥር ብሎ ሳይታወቅ መፍትሔ መስጠት ስለሚጀመር ነው። ይህንን የሚያምን ሞከሮ ያየ ብልህ ብቻ ነው። ችግሩን እገላብጦ ማየት የሚያስችለው ደግሞ በመጀመሪያ ሲያዩት ቀላል መስሎ ስለሚታይና "ቀጭ ቀጭ" አድርጎ መጨረስ የሚቻል ስለሚመስል ነው። መፍትሔው መጀመሪያ ሁኔታውን በጥንቃቄና በዝርዝር ማጥናት ነው።
>
> ይህ ደግሞ ጊዜ ይጠይቃል። ቢሆንም አብነቱ ፍቱን ነው። "ስለዚህ ጉዳይ አውቃለሁ፣ ገብቶኛል" ብሎ ሌሎችን ከማሳሳት መጠንቀቅ ይገባል። እስከዛሬ የቀረበው አመለካከት ትክክል ቢሆን ኖር አብዮታዊው መንግሥት መፍትሔውን ባላጣም ነበር ብዬ እገምታለሁ።
>
> ትክክለኛ ትንተና፣ ትክክለኛ ትንተና ያስፈልጋል።

አባታችን ግጥም ይወዳል እንጂ ግጥም መጻፍ ይችላል ብለን አናምንም። ደብተሮቹ ላይ ብዙ ግጥሞች አገኘን። ግጥሞቹ ማታ ቤቱ ሲገባ ቀን ሲያቃጥለው የዋለውን፣ የገረሙትንና የታዘባቸውን ሁሉ የሚጽፍበትና ከትከሻው ላይ የሚያወርድበት ይመስላሉ። አንዳንዶቹ ግጥሞች ከ"ኩጥራ"፣ ከ"ቾጥራ"፣ ከ"ቬንቺ" የተተረጎሙ የሚል ስም ከሥራቸው ሰፍሯል። እነዚህ ሰዎች እነማን እንደሆኑ በተለያዩ መንገዶች ፍለጋ አደረግን። አንዳቸውንም ማግኘት

አልቻልንም። "የሚመጣው አይታወቅም፣ ግጥሞቹ የእኔ ሳይሆን የሌላ ሰው እንዲመስሉ" ብሎ ለጥንቃቄ ሲል እራሱ በምናቡ የፈጠራቸው ደራሲዎች መሆናቸውን ስናውቅ ኃዘናችን እንደገና ተቀሰቀሰ። መንግሥት የማይሆን ነገር በሠራ ቁጥር "አሁን እኮ ይህ መንግሥት ሲወድቅ እኛም ከነሱ እኩል በኃላፊነት እንጠየቃለን" የሚለው አባባሉ ትዝ አለን።

የኤርትራ ኢሠፓአኮ ኮሚቴ እየተሰበሰበ የሚያወራው "ቃለ ጉባኤ" ተብሎ የሚሰናዳው፣ ለበላይ አለቆች የሚላከው ፍሬ የሌለው ስብስብ አንጀቱን ሲያሳርረው "ቃለ ጉባኤ አማረ፤ ሁሉንም አሰከረ" ብሎ ይህንን ግጥም ጽፏል።

ቃለ ጉባኤ አማረ፤ ሁሉንም አሰከረ
በቃላት እያሳመሩ
ያንኑ በወረቀት እያሰፈሩ
ቁም ነገር እንደተሠራ እየቆጠሩ
ኧረ ነውር ነው እፈሩ!
እንዴት ያገር ጉዳይ እንደዚህ ይሠራል?
እስከመቼስ በጽሞና ይታያል?
የምንለውና የምናደርገው ካልታየ በውል
ይመጣል እያደሩ መዛል
ከዚያም ያልተጠበቀ ነገር ይፈጠራል
ስለዚህ መጠንቀቅ ይበጃል
መጠንቀቅ ማለት ዋናው ትርጉሙ
በተግባር ማሳየት ነው ሳያቅማሙ
ሕዝብ የሚፈልገው ከያንዳንዳችንም ሆነ በጋራ
ውጤት እንድናሳይ ነው ሳንጠራጠር ሳንፈራ
ውጤት ለማሳየት ተጨባጩ ነገር
እውነተኛ መሆን ለናት ለናት አገር
ስለ እውነት ስንናገር መሆን አለበት እውነት
ራሳችን ተሳስተን ሌሎችን እንዳናሳስት
ሰው ምንጊዜም ሰው ነው
ሰው ምን ጊዜም ጉጉ ነው፣ ምን ጊዜም ድልል ነው
የሚታለለውም ሆነ የሚያታልለው በልቡ እየሣቀ ነው።

የኢሠፓአኮ ስብሰባዎች በየጊዜው ሥራ ስለሚያስፈቱና ምንም ቁምነገር ስለማይፈጸምባቸው አምርሮ ይጠላቸው ነበር። አብዛኛዎቹ ማስታወሻዎች፣ ግጥሞችም የሚጻፉት በዚሁ ጊዜ ነበር። በእነዚህ ዓይነት ስብሰባዎች የሚጠፋው ጊዜ ያናድደው ስለነበረ የኤርትራ ኢሠፓአኮ

ስብሰባ ትዝብቱን እንዲህ ሲል ጽፎታል።

> በኢሠፓአኮ ጽ/ቤት ውስጥ ስንሠራ የዋልነው ሥራ ከ8ቱ ነጥቦች ውስጥ 6ቱ ስለ ግለሰቦች ነበር። እነዚህም አስቸኳይ አልነበሩም። ከዚህም በላይ የማይረቡ ሰዎች ስለነበሩ ምን እናድርጋቸው? ይሰናበቱ፣ ይቀጡ፣ የሚል ነበር። ይህ የሥራን አንገብጋቢነትና ቅደም ተከተል ያለመገንዘብ ነው። አጀንዳውን አስቀምጨዋለሁ። አዝናለሁ።

ኢትዮጵያ እና ኤርትራ ፤ የተወሳሰበ አንድነትና ልዩነት

ኤርትራ ከጣልያን አገዛዝ ሥር ወጥታ በእንግሊዝ ሞግዚትነት ስትተዳደር ከቆየች በኋላ በመስከረም 1945 ዓ.ም. በተባበሩት መንግሥታት የበላይ አስተባባሪነት ኤርትራ ከኢትዮጵያ ጋር በፌዴሬሽን እንድትዋሐድ ተወሰነ። ውሳኔው ኤርትራ የራስዋ ሕግ አውጪ፣ ሕግ አስፈጻሚ እንዲኖራትና ራሷን እንድታስተዳድር ሲፈቅድ የአገር መከላከያ፣ የውጭ ጉዳይ፣ የባንክና የፋይናንስ ክንውኖችን በተመለከተ ሥልጣኑ የፌዴራል መንግሥቱ እንዲሆን አደረገ። በዚያውም ምርጫ ተካሂዶ የአንድነት ፓርቲ ደጋፊዎች እንግሊዝ-ዘመም ከሆነው ከሙስሊም ሊግ ጋር በአንድነት በኤርትራ ፓርላማ ውስጥ በድምፅ ብልጫ ብዙ ወንበር ማግኘት ቻሉ።

የኤርትራ እና የኢትዮጵያ ፌዴሬሽን ገና ከመመሥረቱ በከፍተኛ ቅራኔ የተወጠረ ነበር። ኤርትራ በፌዴሬሽን እንድትተዳደር በተወሰነበት ወቅት በሕዝብ የተመረጠ ፓርላማና ዴሞክራሲያዊ መብቶች (የማንበብና የመጻፍ፣ የሙያ ማኅበሮች) የነበራት፣ ለዴሞክራሲያዊ አሠራር የቀረበች አገር ስትሆን በአንጻሩ ግን ኢትዮጵያ በዘውዳዊ አገዛዝ የምትማቅቅ፣ የመናገርም ሆነ የመጻፍ መብት የማይከበርባት፣ ፊውዳላዊ የዘውድ አገዛዝ የሰፈነባት አገር ነበረች።

የቀዳማዊ ኃይለሥላሴ መንግሥት የራሷ ባንዲራ ያላትና ራሷን የምታስተዳድር ኤርትራ "ፌደራሲዮን የተባለው ነገር ምን ያህል ደንቃራ ሆኖባት የባዕድነት ስሜት እንዳሳደረባት ተረድተናል"[78] በማለት ገና ከመነሻው ፌዴሬሽኑን አልወደደውም። ብዙም ሳይቆይ ተቃዋሚ ፓርቲዎች እንዳይንቀሳቀሱ ማስፈራራት ተጀመረ። ነፃው ፕሬስ ተሸበበ። የሠራተኛ ማኅበራት መፈራረስ ጀመሩ። ከመጀመሪያውም የኤርትራን ከኢትዮጵያ ጋር አብሮ መሆንን ያልወደደውና ወደ ኤርትራ ነፃነት መብት የሚያደላ ሐሳብ የነበረው፣ ይበልጡኑ የእስልምና ሃይማኖት ተከታዩ ክፍል በፌዴሬሽኑ ውስጥ በመወከሉ የተሰማው የባለቤትነት ስሜት በኢትዮጵያ መንግሥት ትንኮሳ ተስፋው ቀስ በቀስ ጠፋ። ለኤርትራ ሙስሊሞች ራስን በራስ የማስተዳደር መብታቸው መሸርሸርና መቀማት ወደ ሁለተኛ ዜጋነት እንደመውረድ ሆነባቸው። በዚህም ምክንያት የመጀመሪያዎቹ የኤርትራ ፌዴሬሽንና የአንድነት ተቃዋሚ መሆናቸው የሚያስደንቅ አልነበረም።

78 ዘውዴ ረታ ፤ የኤርትራ ጉዳይ በቀዳማዊ ኃይለ ሥላሴ መንግሥት (1941-1963)

ጣልያንና እንግሊዝ አንድ ሦስተኛ የሚሆን ወታደራዊ ፍላጎታቸውን ሊያሟሉ የሚችሉ የተለያዩ ቁሳቁሶችን የሚያመርቱ ፋብሪካዎች በኤርትራ አቋቋሙ። ይህም የኤርትራ ኢኮኖሚ እንዲያድግና ዘመናዊነት እንዲስፋፋ ከፍተኛ አስተዋጽኦ አደረገ። ቅኝ ገዢዎቹ ከኤርትራ ሲወጡ ይህ የከተማውን ነዋሪ ቁጥር (የሕዝቡ አንድ አምስተኛ) እንዲጨምር ያደረገውና ብዙ የሥራ ዕድል የፈጠረው የጦርነት ጊዜ ኢኮኖሚ ሲዳከም ክፉኛ የተጎዳው በአመዛኙ ክርስቲያን የነበረው ሠራተኛ ነበር። ሠራተኛው ከደረሰበት የኢኮኖሚ ችግር በተጨማሪ ማኅበሩ ሲፈርስበትና እንቅስቃሴውን የሚያዳክሙ እርምጃዎች ሲወሰዱበት ልቡ ዐመፀ። በብዙ ሺህ የሚቆጠሩ ኤርትራውያን ሥራ ፍለጋ ወደ አረብ አገሮችና ወደ ኢትዮጵያ ለመሰደድ ተገደዱ። በኋላም እነዚህ ስደተኞች ነበሩ የነፃነት ተዋጊዎቹን ጥሪ ተቀብለው በገንዘብ ዕርዳታ ጦርነቱን ይረዱ የነበሩት።[79]

ኤርትራ ከአሥር ዓመታት ያልተሳካ ፌዴራላዊ አገዛዝ በኋላ የቀዳማዊ ኃይለሥላሴ መንግሥት ከኢትዮጵያ ጋር ተዋሕዳ አስራ አራተኛው ጠቅላይ ግዛት እንድትሆን አደረገ። የፌዴሬሽኑ መፍረስ ሊያመጣ የሚችለውን መዘዝ የተረዱትና ኤርትራን ከኢትዮጵያ ጋር ለማዋሐድ ከፍተኛ ሚና የተጫወቱት ያኔ የውጪ ጉዳይ ሚኒስቴር የነበሩት ጸሐፌ ትእዛዝ አክሊሉ ሀብተወልድ፡-

> የኤርትራ ፌዴሬሽን ሥርዓቱን ሳይከተል በአንዳንድ ሰዎች ዲስኩር እንዲፈርስ የተፈቀደ እንደሆነ የተባበሩት መንግሥታትና ታላላቆቹ አገራት በኢትዮጵያ ላይ ጉዳት ሊያደርሱ ይችላሉ ብዬ ስናገር እንደ ኮሪያ ጉዳይ መንግሥታቶችን አስተባብረው በጦር ይወጉናል ማለቴ አይደለም። የተባበሩት መንግሥታት የቀዳማዊ ኃይለሥላሴ መንግሥት የሕዝቦችን መብት ጥሷል በማለት በመጀመሪያ በሪዞሉሽን ያወግዙናል። ሁለተኛው ደግሞ ምናልባት በመላው ዓለም የኤኮኖሚ ጭቆና እንዲደረግብን ይወስን ይሆናል። ይህ ከሆነ አገራችንን በጣም እንደሚጎዳት ጥርጥር የለውም። ያንኑ አገራችን የሚያመርተውን ቡናና ቆዳ በመጠኑም የቅባት እህሎች ለውጪ ገበያ ለማቅረብ እንከለከላለን። ከውጪ የምናስመጣቸውን ዕቃዎች ሁሉ ሌላው ቢቀር መድኃኒቶች የመሳሰሉትን ሁሉ የሚሸጥልን አናገኝ ይሆናል። ታላላቆቹ መንግሥታቶች ደግሞ በኤርትራ ውስጥ ለሚነሡት ተቃዋሚዎች መሣሪያ በማደል የሽፍቶች ጦርነት ያስነሱብናል። ነገር ግን ፌዴሬሽኑ የሚፈርሰው ሪፈረንደም ተዘጋጅቶ፣ የተባበሩት መንግሥታት ታዛቢዎች ባሉበት፣ ሕዝቡ በድምፅ ብልጫ ፌዴሬሽኑን አለመፈለጉ ከተረጋገጠ የጃንሆይ መንግሥት የዴሞክራሲን ሥርዓት በትክክል አክብሯል ተብሎ ይደነቅበታል እንጂ ጥቃት አይታሰብበትም።[80]

በማለት ለወደፊት ሊመጣ የሚችለውን ችግር በቤተ መንግሥቱ ውስጥ ይደረግ በነበረው

79 John Markakis. The Nationalist Revolution in Eritrea. The Journal of Modern African Studies, Vol. 26, No. 1 (Mar., 1988)

80 ዘውዴ ረታ ፤ የኤርትራ ጉዳይ በቀዳማዊ ኃይለ ሥላሴ መንግሥት (1941-1963)

ክርክር ተቃውሟቸውን ቢያሰሙም ተሰሚነት ሊያገኙ አልቻሉም።

አምባሳደር ዘውዴ ረታ "የኤርትራ ጉዳይ በቀዳማዊ ኃይለ ሥላሴ መንግሥት" በሚል ርእስ በጻፉት መጽሐፋቸው እንዳብራሩት ፌዴሬሽኑ ጸሐፌ ትእዛዝ አክሊሉ እንደተመኙት ረጅም ዕድሜ አልነበረውም። ገና ከጅምሩ የቀዳማዊ ኃይለሥላሴ መንግሥት ፌዴሬሽኑን "የባዕድ ሥርዓት" እያለ ሲያዳክመውና ሲቦረቡረው ቆይቷል። እንደ አክሊሉ ሀብተወልድ ከመሳሰሉ ጥቂት ባለሥልጣኖች በስተቀር ንጉሡና አብዛኛዎቹ የንጉሡ ባለሟሎች ፌዴሬሽኑ ፈርሶ ኤርትራ ከኢትዮጵያ ጋር እንድትቀላቀል ይፈልጉ ነበር። በዚህ ሁኔታ ነበር በቢትወደድ አስፍሐ ወልደሚካኤል በተቀነባበረ ስልት የፌዴሬሽኑ መፍረስ የኤርትራ ሕዝብ ጥያቄ ሆኖ ለቀዳማዊ ኃይለሥላሴ "ይሁንታ" የቀረበው።

ቢትወደድ አስፍሐ ለረጅም ጊዜያት በአንድነት ፓርቲ አባሎችና በንጉሡ ባለሥልጣኖች ሲመከርበት የነበረውን ሐሳብ እንዴት በሳቸው አማካይነት ለቀዳማዊ ኃይለሥላሴ ቀርቦ ፌዴሬሽኑ እንደፈረሰ ለአምባሳደር ዘውዴ ረታ በሰጡት ቃለ ምልልስ ላይ እንዲህ ሲሉ ይገልጹታል።

> ከመስከረም እስከ ኅዳር መግቢያ ድረስ (1962 ዓ.ም.) ከመልአከ ሰላም ዲሜጥሮስና ከሌሎችም ዋና ዋና የአንድነት ሰዎች ጋር ሆነን ፌዴሬሽኑን ለማፍረስ የምክር ቤቱን አባሎች በሙሉ አስተባበርን። በፓርላማው ውስጥ አንድም ተቃዋሚ ሳይኖር የሁሉም ስሜት ከተጨበጠ በኋላ ጄኔራል አብይ አዲስ አበባ ሄደው ውሳኔያችንን ለጃንሆይ ብቻ እንዲያቀርቡልን አደረግን። ለጃንሆይ ባዘጋጀነው ማስታወሻ "... ይህንን ከኢትዮጵያ አካሎች ውጪ ብቻችንን አድርጎ የሚያሳየንን ፌዴሬሽን የተባለ ሕግ አፍርሰን ሙሉ የአስተዳደር ውሕደት ለማድረግ በእኛ በኩል ቁርጥ ውሳኔ ስለአደረግን የግርማዊ ንጉሠ ነገሥታችንን መልካም ፈቃድ በአስቸኳይ እንጠብቃለን። ይህንን ጃንሆይን የምንጠይቀውን ፈቃድ በግርማዊነትዎ ብቻ እንዲወሰንልን እንለምናለን።

በሚል ቃል ስድሳ ስምንት የምክር ቤት አባሎች ተስማምተው ከፈረሙበት ማስረጃ ጋር ለጃንሆይ ተላከ።[81] ከዚያም ደራሲው አምባሳደር ዘውዴ ረታ የቀዳማዊ ኃይለሥላሴን ውሳኔ "ከዚህ በላይ እንደታየው አስፍሃ ወልደሚካኤል ፌዴሬሽኑን ለማፍረስ የኤርትራን ፓርላማ አባሎች ትብብር ካረጋገጡ በኋላ ማንም አማካሪ ሳይገባበት ንጉሠ ነገሥቱ ብቻቸውን እንዲፈቅዱላቸው የጠየቁት ተፈጽሞላቸዋል"[82] በማለት ያሰፍሩታል።

ኤርትራ ከኢትዮጵያ ጋር በ1954 ዓ.ም. ሙሉ በሙሉ ከተዋሐደች በኋላ የኤርትራ ነፃነት

81 ዘውዴ ረታ ፤ ዝኒ ከማሁ

82 ዘውዴ ረታ ፤ ዝኒ ከማሁ

ንቅናቄ፣ የኤርትራ ነፃ አውጪ ግንባር (ጀብሃ) እና በመጨረሻም የኤርትራ ሕዝቦች ነፃ አውጪ ግንባር (ሻዕቢያ) በተከታታይ የሽምቅ ውጊያ ጀመሩ። የኤርትራን መገንጠል ይደግፉ የነበሩ የታሪክ ጸሐፊዎች የኤርትራን ሕዝብ ተቃውሞና ከዚያም የተከተለውን የሽምቅ ውጊያ ያበሠረችው ጥይት በ1961 ዓ.ም. መስከረም ወር በኢድሪስ አህመድ አዋቴና ተከታዮቹ የተተኮሰችው ጥይት ነች ይላሉ። ኢድሪስ አዋቴ በአካባቢው ይንቀሳቀስ የነበረ ሽፍታ ነው ወይስ የኤርትራ ነፃ አውጪ ግንባር ተዋጊ? የሚለው አጨቃጫቂ ጉዳይ ውስጥ ሳንገባ ከ1961 ዓ.ም. ጀምሮ ይታዩ ከነበሩ ወታደራዊ እንቅስቃሴዎች ጀምረን ኤርትራ ራሷን የቻለች አገር እስከሆነችበት ጊዜ ድረስ ያለውን ብንቆጥር 30 ዓመታት ይሆናል።

በመጀመሪያ የመገንጠሉ ሐሳብ ይበልጥ ይደገፍ የነበረው በኤርትራ ቆላማ ግዛት ይኖሩ በነበሩት የሙስሊም ሃይማኖት ተከታዮች ቢሆንም ከላይ እንደተገለጸው በፌዴሬሽኑ ዘመን ይደርስበት በነበረው በደል፣ ሙሉ ውሕደቱ ከተፈጸመ በኋላም በተወሰደበት መብትና በኢኮኖሚው ችግር ማየል ምክንያት የአንድነት ደጋፊ የነበረው የኅብረተሰቡ ክፍልም ቀስ በቀስ ትጥቅ ትግሉን መቀላቀል ጀመረ።

ዓመታት በጨመሩ ቁጥር የዐማፅያኑ ኃይል ቀስ በቀስ እየጎለበተ መምጣት ጀመረ። በገጠር ውስጥ ብቻ ሳይወሰኑ ከተሞችም እየገቡ የሽብር ጥቃቶችን መፈጸም ጀመሩ። ከመንግሥት ጋር ይተባበራሉ የሚሏቸውን ሰዎች ከተማ ውስጥ ገብተው መግደል፣ የውጪ ዜጎችን አፍኖ መውሰድ፣ አንተባበርም ያሉ መንደሮችን ማቃጠልና የመሳሰሉትን እርምጃዎች መውሰድ በሰፊው ተያያዙት።[83] በውጪ አገራትም የኢትዮጵያ ንብረቶችን ማጥቃት እንደ ትግል ስልታቸው ማራመድ ያዙ። በመንግሥት ንብረቶችና ወታደሮች ብቻ ሳይወሰኑ ለምሳሌ በጀርመንና በፓኪስታን የኢትዮጵያ አየር መንገድ አውሮፕላኖች ላይ ጉዳት አድርሰዋል። ሌሎችም ብዙ ተመሳሳይ ጥቃቶች በተለያዩ ቦታዎችና ጊዜዎች ሰንዝረዋል።

በኢትዮጵያ መንግሥትም በኩል ዐማፅያኑን ለመደምሰስና ሕዝቡም ድጋፉን እንዳይሰጣቸው ለማስፈራራት ብዙ ዘመቻዎች ተካሂደዋል። በእነዚህ ዘመቻዎች ዐማፅያኑ ብቻ ሳይሆኑ "ሽፍቶችን ደብቀሃል" በሚል እጅግ ብዙ የከፋ ጭፍጨፋ በኤርትራ ሕዝብ ላይ ተካሂዷል። ይህንኑ በደርግ ዘመን በተለያዩ የኃላፊነት ቦታዎች የሠሩትና በኋላም በደርግ አስተዳደር ተማረው አገር ጥለው የወጡት ሻለቃ ዳዊት ወልደጊዮርጊስ "የደም ዕንባ" ብለው በሰየሙት መጽሐፋቸው እንዳሰፈሩት የኢትዮጵያ ሠራዊት፡-

> በቆላው በተካሄደው አሰሳ ዐማፅያንን በቀጥታ ከመውጋት ፋንታ ለዐመፀኞቹ ከለላ ሰጥቷል በማለት መንደረተኛውን ፈጁት።...ሌላው አስጠያፊ ተግባር ጦሩ ለሁለት ሦስት ቀን ብቻ የሚሆን ስንቅ ይሰጠውና ያንን ሲጨርስ የሚፈልገውን ከሕዝቡ እንዲወስድ መደረጉ ነበር። ወታደሮች ከብት እያረዱ የሚችሉትን ያህል በልተው

83 Alexander de Wall. Evil Days: Thirty Years of War and Famine in Ethiopia.

> ሌላውን እንዲበሰብስ ሲጥሉት ማየቴ ይታወሰኛል። አንዳንድ ጊዜ ወታደሮቹ ለጉበት አምሮት ሲሉ ከብት ያርዳሉ። ጠላት መንደር ያሉ ነበር የሚመስለው።[84]

በከተሞችም ሽፍታ ረድተሃል በሚል የሚረሸኑና ታንቀው የሚገደሉ የኤርትራ ተወላጆች ቁጥራቸው እየበረከተ መጣ። በታሪክ እንደምናየው ኤርትራ የኢትዮጵያ አንድ አካል ሆና፣ የውጪ ወራሪዎች ቅኝ ግዛት ተደርጋ፣ ፌዴራላዊና ፍጹም በሆነ አንድነት ከኢትዮጵያ ጋር ተዋቅራ ተጉዛለች። በዚህ የታሪክ ጉዞ ወቅት ታላላቅ መንግሥታት፣ የጎረቤት አገሮች በተለይም የዐረብ አገሮች ጥቅሞቻቸውን ለማስከበር ብዙ እንቅስቃሴዎች አድርገዋል። ሆኖም ግን የቀዳማዊ ኃይለሥላሴ መንግሥት ራሱ የፈረመውን የፌዴሬሽን ስምምነት ለማክበር ባለመቻሉ የኤርትራ ሕዝብን አመኔታ ለማግኘትም ሆነ በሕዝቡ ውስጥ የኢትዮጵያዊነት ስሜት እንዲስፋፋና እንዲጠናከር ማድረግ ተሳነው። በመሠረቱ ሰብአዊና ዴሞክራሲያዊ መብቶች የማይታወቁባት ኢትዮጵያን የሚያስተዳድር መንግሥት ለኤርትራ ሕዝብ በፌዴሬሽኑ የተደነገገለትን ዴሞክራሲያዊ መብት ሊያስከብር ይችል ነበር ብሎ ማሰብ አይቻልም። በዚህም ምክንያት የቀዳማዊ ኃይለሥላሴ መንግሥት ፖሊሲ በኤርትራ ሕገ መንግሥት ላይ የሰፈሩትን የሕዝቡን መብቶች ከማስጠበቅ ይልቅ የአንድነት ደጋፊዎችን በማቀፍና በመሸለም፣ ተቃዋሚዎችን በመቅጣት ላይ ያተኮረ ነበር። ይህም ለጀብሃና ለሻዕቢያ መጎልበት እጅግ ምቹ ሁኔታን ፈጠረ።

በዋናነት በኤርትራ የነበረው ዴሞክራሲያዊ ነፃነት እየተሸረሸረ መጥፋቱ፣ ከቅኝ ገዢዎቹ መውጣት በኋላ የኢኮኖሚ ዕድገቱ መቀዝቀዝና እጅግ ተሻሽሎ የነበረው የሕዝቡ የኑሮ ደረጃ መውደቅ፣ የውጪ ኃይሎች ጣልቃ ገብነትና ሌሎችም ምክንያቶች ተደማምረው ለትጥቅ ትግሉ መጀመርና መስፋፋት አመቺ ሁኔታን ፈጠሩ። የትጥቅ ትግሉም የፖሊስ ጣቢያዎችን በማጥቃትና ትንንሽ መንደሮችን በመያዝ ተጀምሮ ቀስ በቀስ እያደገና እየተስፋፋ መጣ። በ1963 ዓ.ም. የሁለተኛ ክፍለ ጦር አዛዥ የነበሩት የጄኔራል ተሾመ እርገቱ መገደል የትጥቅ ትግሉ እያየለ መሄዱን ከሚያሳዩት ድርጊቶች አንዱ ነበር። በተለይም በ1966 የኢትዮጵያ አብዮት መፈንዳት ለዐማፅያኑ የነፃነት ሕልማቸውን ለሟሟላት ምቹ ሁኔታ ፈጠረላቸው። በአብዮት ማዕበል የምትንገዳገደዋ ኢትዮጵያ የእነሱን ጥቃት መቋቋም እንደማትችል ገመቱ። በንጉሡ ዘመን የተፈጠረውን ችግር ሁሉ “ካለ አንዳች ደም” እናጠፋለን ብሎ የተነሣው ደርግ ለጥቂት ወራት የደርጉ ሊቀመንበር በነበሩት በጄኔራል አማን አንዶም አማካይነት ከተቃዋሚዎቹ ጋር ለመደራደር ሞከረ። ምዕራፍ አምስት (“ያለቀላት ኤርትራ”) ላይ እንደተነተነው የጄኔራሉ ተልዕኮ ሳይሳካ ቀረ። ተገንጣይ ቡድኖቹም ጥቃታቸውን በየቦታው በማስፋፋት አሥመራ ለመግባት የመጨረሻ ዝግጅታቸውን አደረጉ።

የኤርትራ ዐማፅያን ደርግ በመጀመሪያዎቹ ዓመታት ላቀረበላቸው የሰላም ጥሪ መልስ

84 ዳዊት ወልደጊዮርጊስ ፤ የደም ዕንባ (ትርጉም፣ ደበበ እሸቱ)

ከመስጠት ይልቅ ነፃነታቸውን ለማወጅ ዝግጅታቸውን አጧጧፉ። በሶማሊያ ወረራ ሥጋት ላይ የወደቀችን፣ በደርግ ደንባራ አመራር ግራ የተጋባችን፣ በለውጥ እርምጃዎችና በፖለቲካ ልዩነት የተተራመሰችን አገር በቀላሉ መሸንቆር እንደሚቻል ገመቱ።

ከሶማሊያ ወረራ መደምሰስ ቀጥሎ ደርግ በግብረ ኃይል ዘመቻዎች ኤርትራ ውስጥ የበላይነትን ካገኘ በኋላ የኤርትራን ጉዳይ በጦርነት ከመፍታት ሌላ አማራጭ መፍትሔ የመፈለግ ፍላጎት አልነበረውም። ስለሆነም ዐማፅያኑን ለመደምሰስ ብዙ ዘመቻዎች አደረገ። ከጦርነቱ ጎን ለጎን በውጪ መንግሥታት ጫና አንዳንድ ድርድሮች ቢሞከሩም የኢትዮጵያ መንግሥት "የሰላም እጄን ዘርግቼ አፀፋውን የሚመልስ አጣሁ" በማለት ሁኔታውን ለፕሮፓጋንዳ ሲጠቀምበት የኤርትራ ዐማፅያንም "የኢትዮጵያ መንግሥት ስለ ሰላም እየሰበከ ሊያጠፋን ነው" እያሉ ዓለም አቀፋዊ እውቅና ለማግኘትና ዕርዳታ ለመሰብሰብ ተጠቅመውበታል። በዐማፅያኑ በኩል የሚቀርበው "የኤርትራ ነፃ አገር" የመሆን ጥያቄና በደርግ መንግሥት ይቀርብ የነበረው "የኢትዮጵያ አንድነት" አቋም ድርድሮች ወደፊት እንዳይሄዱ የሚገቱ ቅድመ ሁኔታዎች ነበሩ።

የሰላም ጥረትና የጄኔራል መርዕድ ሙከራ

ደርግ ሲመሠረት በጄኔራል አማን አንዶም ከተሞከረው የሰላም ድርድር በኋላ በራሱ በደርግ መንግሥትና በውጪ ኃይሎች ተጽዕኖ የተለያዩ ሙከራዎች ተደርገዋል። በ1968 መጨረሻ የደርግ አባል በነበሩት በሻለቃ ሲሣይ ሀብቴ ይመራ የነበረው ቡድን እንዲሁም በተለያዩ ጊዜያት በአካባቢው አገሮችና በምሥራቅ አውሮፓ በተለይም በምሥራቅ ጀርመን የተጀመሩ የሰላም ንግግሮች ነበሩ። ደርግ አንዳንዴም ዲፕሎማሲያዊ ድል ለማግኘት በመሻት የመካከለኛ ምሥራቅ አገሮችን የሚያዳርስ የልዑካን ቡድን በመላክ የኤርትራን ጉዳይ በሰላም ለመፍታተ ያለውን ፍላጎት ይገልጽ ነበር። ከላይ እንደጠቀስነው አንድም ጊዜ ሁለቱም ወገኖች በቅንነት ያካሄዱት ተስፋ የሚሰጥ የሰላም ንግግር አልነበረም። ያን ጊዜ ስለተደረጉት ውይይቶች ሁለቱም ተደራዳሪዎች ሆኑ ሌላ ሦስተኛ ኃይል በጽሑፍ ያስቀመጠው ማስረጃ የለም፤ ወይንም እኛ ልናገኝ አልቻልንም። ኮሎኔል መንግሥቱ "ትግላችን" ብለው በሰየሙት መጽሐፋቸው ላይ ደርግ ለዐማፅያኑ በተለያየ ጊዜ ያቀረበውን የሰላም ጥሪ ከመጥቀስ አልፈው በተለያዩ መንግሥታት አስታራቂነትና በኢትዮጵያ መንግሥት አነሣሽነት ስለተደረጉ ሙከራዎች እንኳን አያነሡሱም።

በሌላ በኩል የደርግ መንግሥት የስለላ ድርጅት የበላይ የነበሩት ኮሎኔል ተስፋዬ ወልደሥላሴ ለገነት አየለ በሰጡት ቃለ ምልልስ በዚያን ጊዜ በእሳቸው መሪነት ተሞክሮ ስለነበረው የሰላም ድርድር ያደረጉትን ጥረት ዘርዝረው ነገር ግን በኮሎኔል መንግሥቱ በኩል የኤርትራን ጉዳይ መፍታት የሚቻለው በጦርነት ብቻ ነው ብለው ያምኑ ስለነበረ ልፋታቸው የትም እንዳልደረሰ

ገልጸዋል።[85]

ጄኔራል መርዕድ የኤርትራ ክፍለ አገር ዋና አስተዳዳሪ ሆኖ እንደተመደበ ከነበሩት እቅዶች መኻል ዋነኛው በየጊዜው እየተሞከረ የትም ሊደርስ ያልቻለውን ድርድር እንደገና መጀመር ነበር። ለዚህም መነሣሣት የተጠቀመው ደርግ በ1970 ዓ.ም. ለዐማፅያኑ ያቀረበውን የግንቦት 8 የሰላም ጥሪ በመባል የሚታወቀውን መግለጫ ነበር። ከአገሩ ሽማግሌዎች ጋር ከተነጋገረና ካለ ኮሎኔል መንግሥቱ ፈቃድ የሚሆን ነገር የለምና የእሳቸውንም ይሁንታ ካገኘ በኋላ የሰላም ውይይቱን ከኤርትራ ሽማግሌዎች ጋር ጀመረ። ኮሎኔል መንግሥቱ ከኤርትራ ዐማፅያን ጋር በመካሄድ ላይ ያለ በከፍተኛ ደረጃ የተጀመረ ንግግር ስላለ ከሽማግሌዎች ጋር ሌላ ውይይት የማድረግ "አስፈላጊነት" ባይታያቸውም ጉዳት የለውም በሚል እንዲቀጥል ፈቀዱ።

የሰላሙ ጥሪ ከመጀመሩ በፊት ኅዳር 1976 ዓ.ም. የውይይቱን አስፈላጊነትና ዋና መርሖዎቹ ምን መሆን እንዳለባቸው ሐሳቡን በጽሑፍ ያሰፍራል። "በኤርትራ ክፍለ አገር ሰላምን ለማስፈን የሚቻለውን ሁሉ እናደርጋለን" በሚል ርእስ ለበላዮቹ ጽፎ ባቀረበው በዚህ ትንተና ላይ ልናረጋግጣቸው ይገባሉ የሚላቸውን እንደሚከተለው ይዘረዝራል።

1. የምንሞክረው ሁሉ የኢትዮጵያን የውስጥና የውጭ ፖሊሲ የማይጎዳ መሆኑን ማረጋገጥ፣
2. የኢትዮጵያን ሕዝብ ጥንታዊ ታሪክና ባህል የማያጎድፍ መሆኑን ማረጋገጥ፣
3. የኢትዮጵያን ሕዝብ አንድነት የማይነካ መሆኑን ማረጋገጥ፣
4. የኢትዮጵያን አብዮት የማያደናቅፍ መሆኑን ማረጋገጥ፣
5. የመንግሥትን ጠቅላላ አመለካከትና አሠራር የማይፃረር መሆኑን ማረጋገጥ የሥራችን ምሰሶ አናደርጋለን።

ከዚያም በመቀጠል "በጥናት በቅድሚያ ሊታሰቡ ከሚገባቸው ነጥቦች" በሚል የሚከተሉትን ይዘረዝራል።

1. ከሁሉ በፊት የሕዝቡ የዕለት ኑሮ የሚሻሻልበትን መንገድ መሻት፣
2. ሕዝቡ ቅር የሚሰኝባቸውንና የሚፈልገውን በተቻለ ለመለየት መሞከር፣
3. ያገር ፍቅር ማኅበር፣ የአንድነት ማኅበር፣ የአርበኞች ማኅበር፣ ሌሎች ማኅበራት የገጠሬውንና የከተሜውን ኅብረት በሚመለከት የሚቀራረቡበትን ዘዴ መሻት፣ ከዚህም ሌላ ኢምፔሪያሊስቶች አንድነትን ለማሳጣት አንዴ በሃይማኖት ሌላ ጊዜ ደግሞ ቆላና ደጋ

85 ገነት አየለ ፤ የሌተና ኮሎኔል መንግሥቱ ኃይለማርያም ትዝታዎች

በማለት ለጥቆም አውራጃን ከአውራጃ በመለየት የዘሩት መርዝ ስላለ እነኒህ ሁሉ የሚጠፉበትን መንገድ መሻት ቅድሚያ ከሚያስፈልጋቸው ተግባሮች አንዱ ይሆናሉ።

4. የኤርትራ ሕዝብ በባዕድ ሰንደቅ ዓላማ ሥር ሆኖ ኢትዮጵያ ወይም ሞት ብሎ የታገለው ተገዶ ወይም ተሰብኮ ወይም በድንቁርና የተነሣ ግንዛቤ ጎድሎት ሳይሆን የተፈጥሮ ኢትዮጵያዊነቱን መለወጥ የማይቻል መሆኑን በማረጋገጥ እንደሆነ ዛሬ የአስተዳደር በደል ስለደረሰብን መገንጠል አለብን የሚሉት በትክክል እንዲረዱ ማድረግ ያስፈልጋል።

5. የመገንጠል ሐሳብ የኢምፔሪያሊስቶች ግፊት መሆኑ ቢታወቅም የአስተዳደር ጉድለትም ከፍተኛ አስተዋጽኦ እንዳደረገ አምኖ የማረሚያ ዘዴ መሻት፣

6. ዛሬ ያለው ሁኔታ በአንድ ጊዜ የተፈጠረ ሳይሆን በወቅቱ ማለትም ገና በለጋነቱ ቢቀጭ ኖሮ ይህን ያህል መጠጠር እንደማይችል በመገንዘብ መሰል ስሕተት እንዳንሠራ ብርቱ ጥረት ማድረግና ፈጣን ዕርምጃ መውሰድ፣

7. ቀደም ሲል ኢትዮጵያ ወይም ሞት ብለው በአሸናፊነት ከወጡት የኤርትራ ተወላጆች አብዛኞቹ ዛሬም በሕይወት አሉ። ዛሬ በባዕድ አገርና በጫካ ሆነው የኤርትራን ሕዝብ ሰላም የነሱት የነኚህ አዛውንቶች ልጆች በመሆናቸው ከአባቶቻቸው ምክርና ግሣጼ ውጭ ይሆናሉ ለማለት ያስቸግራል። በመሆኑም ሙሉ በሙሉ ከሁለት ከፍሎ ማየት ያስቸግራል። እዚህ ላይ "አፍንጫን ሲመቱት ዓይን ያለቅሳል" የሚለው የኢትዮጵያ ሰፊ ሕዝብ ተረት መዘንጋት የለበትም።

8. በባዕዳን ግፊት፣ በአስተሳሰብ ልዩነት፣ በአስተዳደር ብልሹነት ወይም በሌሎች ምክንያቶች በባዕድ አገርና በጫካ የቆዩት ጉዳዩ በሰላም ይለቅ ሲባል ምንም እንኳ በሰላም ቢያምኑም መጨረሻው የማይበጅ መሆኑን ቢያረጋግጡም እሺ ለማለት ብዙ የሚያስቸግራቸው ነገሮች እንዳለ በመገንዘብ የጋራ መፍትሔ መሻት ያስፈልጋል።

ከላይ በሰነዘረው ሐሳቦችና መርሖዎች ላይ በመመርኮዝ 27 የአገር ሽማግሌዎችን ሰብስቦ አነጋገረ። በማስታወሻው ላይ እያንዳንዳቸው የሰጡትን ሐሳብ ካስቀመጠ በኋላ ሽማግሌዎቹ በዋናነት ያነሷቸውን ፍሬ ነገሮች እንደሚከተለው ያጠቃልላቸዋል።

1. በመሠረተ ሐሳቡ እንስማማለን።

2. መንግሥት ምን ያህል ይደግፈናል? እኛ የምንለውን ምን ያህል ይሰማናል?

3. ይህ ስሕተት እንደዚህ ሊበዛ የቻለው የቀድሞ መንግሥት በንቀት መልከ በመመልከቱ ነው።
4. የኤርትራ ሕዝብ ከምግብ ይልቅ ፍትሕ ወዳድ ነው። ስለዚህ ሰላም እናምጣልህ የሚለውን አይጠላም። የሚጠላው እልህ ነው።
5. ይህ መንግሥት ለሕዝብ መቆሙን ማረጋገጥ ያለበት ለሕዝቡ ሰላም ሲል በመበለጥ ጭምር ነው።
6. ሰላምን ለማውረድ ደከመኝ ሰለቸኝ ማለት አይገባም። በአንድ በኩል ሲሳን በሌላ በኩል መጀመር አለበት።
7. አንድ ጊዜ ጀምሮ ማቋረጥ ሳይሆን በብርቱ መከታተል ያስፈልጋል።
8. ስለዚህ ጉዳይ ስንነጋገር ያለውን ሁሉ ፍርጥ አድርገን መነጋገር አለብን። ይህ ካልሆነ... ማንኛውንም በግልጽ ተነጋገረን እንደ ሁኔታው አጸፋ መልስ ካልፈለግን በስተቀር ሽፋፍኖ መሥራት አይቻልም። በዚህ መልክ ስንነጋገር ደግሞ ከዚህ በፊት በአንዳንድ ሰዎች ላይ የደረሰው እንዳይደርስብን።
9. ሕዝቡን ወደ ሰላም ለመመለስ በመጀመሪያ የሕዝቡን የዕለት ኑሮ በማቃለል፣ መልሶ በማቋቋም ማረጋጋት ያስፈልጋል።
10. የኤርትራ ሕዝብ ውለታ እጅግ ከፍተኛ መሆኑ ሊታወቅ ይገባል።
11. ሰላምን ማውረድ የግድ ነው። የዚህ ኃላፊነት የእኛም የሌሎችም ነው። ቢሆንም በኤርትራ ሰላምን የማውረድ ጉዳይ ቀላል ባለመሆኑ በስፋትና በጥልቀት መታሰብ አለበት።
12. ዛሬ የኤርትራ ሕዝብ ተብሎ የሚጠራው ሁሉ ከባሕር ማዶ የመጣ ሳይሆን ከሰሜን ኢትዮጵያ ክፍላተ አገራት የመጣ ነው።

የሰላም ውይይቱ በጥሩ ተጀምሮ ከኤርትራ ሽማግሌዎች በኩልም ጥሩ እንቅስቃሴ ይጀመራል። የኤርትራ ሽማግሌዎች "ከአሁን ቀደም በሕዝብ የተሰየመው የኤርትራ ሕዝብ የሰላም ጉባኤ ሥራውን እንዲቀጥል ፈቃድ ይሰጠን" ብለው ይጠይቃሉ።

ደርግ ይህ የሰላም ጉባኤ ረጅም ዕድሜ እንዲኖረው አልፈቀደም። በተለይም ከቀይ ኮከብ ዘመቻ በኋላ በ1975ና በ1976 ሻዕቢያ በሠራዊቱ ላይ የተቀዳጃቸው ድሎች እንዲሁም የኤርትራ ችግር በሰላም ሊፈታ አይችልም በሚል አስተሳሰብ ላይ የተመሠረተው የደርግ መንግሥት አቋም ለሰላሙ ጉባኤ ዕድሜ ማጠር ዋና ምክንያት ሆኑ።

ከላይ እንዳሰፈርነው በኮሎኔል ተስፋዬ የሚመራ የሰላም ድርድር እየተካሄደ እንደነበር ይታወቃል። ይህ ድርድር እያለም በመጀመሪያ ኮሎኔል መንግሥቱ በሽማግሌዎቹ በኩል

የተጀመረው ውይይት እንዲቀጥል ከፈቀዱ በኋላ "ከሻዕቢያ ጋር በከፍተኛ ደረጃ እየተወያየን ነው" በሚል እንዲቋረጥ ተደረገ። የሽማግሌዎቹም ጉባኤ ተበተነ። ሽማግሌዎቹም በጻፉት የመጨረሻ ደብዳቤ ላይ፡-

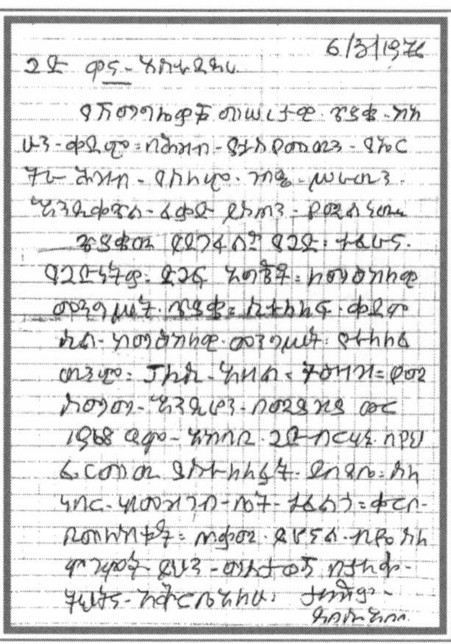

የሽማግሌዎቹ መሠረታዊ ጥያቄ

...የሚፈለገው ንግግር የተጀመረ መሆኑን ስለተረዳን፡-

1. የተጀመረው የሰላም ንግግር እንዲቀጥል ሆኖ ጉዳዩ በሰላም እንዲያርፍ እንለምናለን።
2. ለሰላም ሲባል በሚደረገው ማንኛውም ውይይት በሽምግልና የሚፈቱ ነገሮች አጋጥመው ድጋፋችሁን ስጡ በምንባልበት ጊዜ ድጋፍ ለመስጠት ዝግጁ መሆናችንን በዚሁ አጋጣሚ በትሕትና እናረጋግጣለን።

በማለት የውይይቱን መቋረጥ "እንደተቀበሉት" የሚያመለክት ደብዳቤ ጻፉ።

የጄኔራል መርዕድ የሰላም ውይይቱ ሙከራ በቅንነትና ግልጽነት ላይ የተመሠረተ እንደነበር ከጽሑፎቹ መረዳት ይቻላል። ኤርትራ ውስጥ ያሉት ሽማግሌዎችና ታዋቂ ግለሰቦች በበረሃ ከሚዋጉት ዐማፅያን ጋር በዝምድናና በትውውቅ የተሳሰሩ ስለሆኑ ፍላጎታቸውን በቅርብ ለመረዳት ይችላሉ። መንግሥትም በጎ ፍላጎቱንና የሰላም እቅዱን ጫን ባለ መንገድ ለማስተላለፍ ያመቸዋል በሚል የተመሠረተ ነበር። ይህ በአንዳንድ ፖለቲከኞች አመለካከት የዋህና የማይሠራ ነው ተብሎ ሊገመት ቢችልም፣ በአንድ በኩል አባታችን የኤርትራ ጸጥታ ጉዳይ ምን ያህል ያሳስበው እንደነበረና ሰላምን ለማምጣት ከልቡ እንደጣረ የሚያሳይ ድርጊት መሆኑን ማየት

ይቻላል። ምንም እንኳን የሰላም ወይይቱ የሚፈለገውን ያህል ባይገፉም ከሸማሌዎቹ ጋር የፈጠረው ግልጽ ግንኙነት የሕዝቡን ችግር ለመረዳትና ከሕዝቡ ጋርም የበለጠ እንዲቀራረብ ረድቶታል።

ከአስተዳዳሪነቱ በተጨማሪ የሁለተኛው አብዮታዊ ሠራዊትን አመራር ከተረከበና የሰላሙ ውይይት ከቆመ ከሁለት ዓመት በኋላ የኤርትራን ችግር የሚመረምርና የመፍትሔ ሐሳብ የሚያቀርብ ኮሚቴ ያቋቁማል። ኮሎኔል አምሳሉ ይህንን በማስታወስ "በ1978 ዓ.ም. መጨረሻ አካባቢ በሜ/ጀኔራል መርዕድ ንጉሤ አማካኝነት አንድ ሐሳብ ቀርቦ ነበር። ይህ ሐሳብ ደግሞ የኤርትራን ክፍለ አገር ችግር እንዴት ይፈታ? የሚል ከባድ ጥያቄ ነበር" ካሉ በኋላ የተቋቋመው ኮሚቴ ሥራውን እንዳጠናቀቀ ያቀረበውን ሐሳብ እንደሚከተለው ይገልጹታል።

> የኢትዮጵያ መንግሥት በኤርትራ ክፍለ አገር ውስጥ የትጥቅ ትግል የሚያደርጉትንም ሆነ በኤርትራ ክፍለ አገር ስም ድርጅት አቋቁመው በተለያዩ አገሮችና በተለያዩ መንገዶች ለሚንቀሳቀሱት ድርጅቶች የሰላም ጥሪ በማቅረብ ሰላማዊ ውይይት ማድረግ እንደሚገባው በመግለጽ የመጀመሪያ አማራጭ ያቀርባል። በሁለተኛው አማራጭ ደግሞ ወታደራዊ እርምጃ ለመውሰድ መሠራት ስላለባቸው ጉዳዮች በመዘርዘር ለሊቀመንበር መንግሥቱ ኃይለማርያም በጽሑፍ አቅርቧል።[86]

በወቅቱ የሁለተኛው አብዮታዊ ሠራዊት ምክትል የትምህርት መምሪያ ኃላፊና የኮሚቴው ጸሐፊ የነበሩት ኮሎኔል አምሳሉ ገብረዝጊ "የኤርትራ መዘዝ" በሚል ርእስ በጻፉት መጽሐፋቸው ኮሎኔል መንግሥቱ "በጥናቱ ቅር መሰኘታቸውን በስብሰባው የተገኙት አንድ ባለሥልጣን ለሜ/ጄኔራል መርዕድ ንጉሤ እንደነገሯቸው አውቃለሁ። ቅሬታቸውም 'ለምን የኤርትራ ጉዳይ በሰላማዊ መንገድ ይለቅ ይላሉ? ወንበዴዎችን እውቅና ሰጥተህ ተወያይ ነው የሚሉኝ' በማለት በቁጣ ስብሰባው ላይ ተናግረዋል የሚል መረጃም ሜ/ጄኔራል መርዕድ ንጉሤ አግኝተዋል። ከዚያ በኋላ ስለ ጉዳዩ ያነሣ አንድም ሰው አልነበረም። በዚያው ቀረ" በማለት ሁለተኛውም ሙከራ የትም እንዳልደረሰ ይናገራሉ።

በዓለም ላይ ታላላቅ የአገር መሪዎችና የጦር አዛዦች በየጊዜው የሰላም ድርድር ያደርጋሉ። የእርቅ ስምምነት ደም መፋሰስ እንዲቆም፣ ንብረት ካለአግባብ እንዳይጠፋና የአገር ሀብት እንዳይባክን ይረዳል። ኔልሰን ማንዴላ እንዳሉት ሰላምና ዕድገትን ለማምጣት መደራደርና መወያየትን የመሰለ ብርቱ መሣሪያ የለም። ጀግኖች ለመዋጋትና ለመሠዋት ወደ ኋላ የማይሉትን ያህል ከተፎካካሪያቸው ጋር መደራደርና መወያየትን አይፈሩም።

ኮሎኔል መንግሥቱ "ከወንበዴ ጋር አልደራደርም፤ እስከመጨረሻው ደቂቃ እንዋጋለን" እያሉ ቢፎክሩም በመጨረሻው ደቂቃ ከተቃዋሚ ቡድኖች ጋር መፍትሔ የሚፈልግ ተደራዳሪ ቡድን

86 አምሳሉ ገብረዝጊ ገብሩ (ኮሎኔል) ፤ የኤርትራ መዘዝ

ወደ እንግሊዝ አገር አልክም ብለው እንቢ አላሉም። የራሳቸውም የወደፊት መኖሪያና ከአገር ሾልኮ መውጫ መንገድ በድርድር የተገኘ እንደነበረም ይታወቃል።

በኤርትራ የሰላሙ ውይይት ከከሸፈም በኋላ ጄኔራል መርዕድ "ችግሩ የቱ ጋ ነው? መፍትሔውስ እንዴት ነው የሚገኘው?" እያለ ራሱን ደግሞ ደጋግሞ መጠየቁን አላቆመም።

> ለመሆኑስ የተገንጣዮቹ አቸፍቻፊዎች በምሕረቱ ተጠቅመው ወደ ሰላማዊ ኑሮ ለመመለስ ያልፈለጉት፣ ያልፈቀዱት፣ ያልመረጡት፣ ለምን ይሆን? ዓላማቸውና መጨረሻቸውስ? ጉዳዩስ ይህ ከሆነ በወዲያ በኩል ያለው ምንድነው? በኛ በኩልስ ምን ተደረገ? ምን መደረግ ላይ ነው ያለው? ምንስ መደረግ አለበት? ለእነዚህ ጥያቄዎች መልሱ መዘጋጀት ያለበት መቼ ነው? አዘጋጁስ? ለብዙ ጊዜ ተሸፋፍኖ በመቅረቱ የብዙዎቹ ሕይወት ተርመጥምጦ እንደ ዋዛ ጠፍቶ ቀረ። ወታደራዊ መንግሥት ጉዳዩ ለሕዝብ በመገለጹ ሕዝባዊ እርምጃ ተወሰደ። ውጤት ተገኘ። አሁንስ አበቃ?

በ1969 ዓ.ም. ኤርትራ ሲመደብ በሠለጠነና በትክክለኛ የጦር ስልት በሚመራ ሠራዊት የኤርትራን ጉዳይ መጨረስ ይቻላል ብሎ ያምን እንደነበረ ከዚህ ቀደም ባሉት ምዕራፎች ጠቅሰናል። ከኤርትራ ሕዝብ ጋር በተለያየ ጊዜ ያደረጋቸው ውይይቶች የሕዝቡን የዕለት ተዕለት ኑሮ፣ ሥጋቱን እንዲሁም ለዐማፅያኑና ለመንግሥት ያለውን ፍቅርና ጥላቻ በቅርብ ካስተዋለ በኋላ መፍትሔው ከጠመንጃ አፈሙዝ ብቻ ሊገኝ አይችልም ወደሚል ድምዳሜ ደረሰ። የኤርትራን ችግር እያንኳሰሱ ኅብረተሰባዊነትን በማስተማርና በጦርነት "ቀጭ ቀጭ" አድርጎ መጨርስ ይቻላል ብለው የሚያስቡትን የኮሎኔል መንግሥቱን ታማኞች አስተሳሰብ የትም እንደማያደርስ ባገኛቸው አጋጣሚዎች ሁሉ ማሳሰቡ አልቀረም። ይህ አስተሳሰቡ ቁልጭ ብሎ ተመዝግቦ እናየዋለን።

> የኤርትራ የመገንጠል ጥያቄ ለማስወገድ የተሞከረው እስካሁንም የሚሠራበት በርካታና እጅግ ዘመናዊ በሆነ መሣሪያ በታጠቀ ሠራዊት ብቻ ማለትም በኃይል እንጂ ከላይ ... እንደተጠቀሰው ኤርትራውያን ጠባብ ስሜትን ወይም ተገንጣይነቱን በፖለቲካ ትግሉ በማሳተፍ ስላይደለ፣ ኤርትራውያን ከሞላ ጎደል በተገንጣዩ ጎን በፖለቲካም በትጥቅ ትግልም እንዲሰለፉ መንገድ ከመከፈቱ ሌላ፣ ማንኛውንም እንቅስቃሴ በኃይል ለመደምሰስ ያለው ዕድል እጅግ አነስተኛ ነው። ለምሳሌ እስራኤል ፍልስጤምን፣ አሜሪካ ቪየትናምን [ለማሸነፍ ያደረጉት] ጦርነት ሊያስተምረን ስለሚችል የእነዚህ ጦርነቶች ዓላማና አመለካከት ከእኛ ጦርነት የተለያየ ቢሆንም በአንጻራዊ መልኩ ስናየው ማለትም የሠራዊታችን ትልቅነትና ኃያልነት ከውጭ ጠላት ቢሆን በቀላሉ እንደሶማሌ ጦርነት ያልቅ ነበር።

የጦርነት መፍትሔና ስትራቴጂ

ከዚህ በላይ ጀኔራል መርዕድ ሰላማዊ በሆነ መንገድ ሊሞከሩና ሊደረጉ ይገባቸዋል ያላቸውን መፍትሔዎች ዘርዝረናል። አስተዳደርን በተመለከተ ያደረጋቸውን መሻሻሎች በጥቂቱ አሳይተናል። በራሱ ጥረት የሞከራቸውን የሰላም ንግግሮችም ጠቅሰናል። በእሱ አስተሳሰብ ከሰላም ጥረቱ ጎን ወታደራዊ መፍትሔዎችንም መርምሯል። ከላይ እንዳሰፈረው ትልቅ ሠራዊት ብቻውን ኤርትራን እንደማያድን ገልጾ ትክክል የመሰለውን ወታደራዊ መፍትሔ እንደሚከተለው ያቀርባል።

> በአሁኑ የወታደር አቀጣጠርና ሥምሪት የኢትዮጵያን ሕዝብ በሙሉ ሠራዊት አድርጎ በኤርትራ ተራሮች ሁሉ ቢተከል የኤርትራን ንቅናቄ ለማጥፋትና የመጨረሻ መፍትሔ ለማስገኘት ረዥም ጊዜ፣ ብዙ ገንዘብ ይጠይቃል። በመጨረሻም አሸናፊነቱ አጠራጣሪ ይሆናል። ስለሆነም መከተል የሚገባን ምንድናቸው? ቢባል እንደሚከተለው ማቅረብ እወዳለሁ።
>
> የኤርትራ ክፍለ አገር ሕዝብ በባሕርዳር አቀማመጥ ባሕሪው ዘወትር ጦረኛ ነው። ጦርነትን እንደካልቸር አድርጎ ወስዶታል። በዚህ ላይ መሬቱ ተበልቶ ያለቀ ድንጋይ ብቻ በመቅረቱ ድርቅ ስለሚፈራረቅበት የዕለት ጉርሱን ለማግኘት ያለው ዕድል በጣም የመነመነ በመሆኑ ወታደርነት ለመቀጠር ያለው ዕድል አማራጭ የሌለው ግዴታ ነው።
>
> ስለዚህ በዚህ ክፍለ አገር እጅግ ጠንቃቃ በሆነ ዘዴ በአገሩ ተወላጆች አማካኝነት ከሁለት ብርጌዶች ያላነሱ፣ ፀረ-ጎሪላ ንቅናቄ ትምህርትና እንቅስቃሴ ችሎታ እንዲኖራቸው ጠንካራ የአንድነት ዓላማ ባላቸው ግለሰቦች በአብዮታዊ መንግሥት ከፍተኛ ትኩረት ተሰጥቶ ማሠልጠን፣ በተደራጀ መልክ በነፍስ ወከፍና መጠነኛ የሆነ ቀላል መትረየሶች አስታጥቆ፣ ልክ እንደተገንጣዩ በየአገር ቤቱ ከተማ ሳይገባ እንቅስቃሴ እያደረገ ለረጅም ጊዜ ድርጅታዊ ሥራ በሰፊው ሕዝብ ያሰራጨው የሻዕቢያ ወንበዴ እግሩ የተከለበትን ሁሉ በማፈራረስ፣ በመደምሰስ፣ ይኽ ሠራዊት ሄልኮፕተር አምጡልኝ፣ ታንክ ደግኑኝ፣ ቢኤም አምጡልኝ የማይል መንፈስ ጠንካራና ዓላማ ያለው፣ ለዓላማው ጸንቶ ባለው ኃይል የሚዋጋ መሆን እንዳለበት አድርጎ ማሠልጠን ያስፈልጋል። ይኽም የሚሆነው በዚህ ሐሳብ መግቢያ እንደገለጽኩት እምነት በሚጣልባቸው የክፍለ ሀገሩ ተወላጆች ካልሆነ በቀር ነገሩ ይበላሻል። ይህም ያልኩበት ምክንያት ጠባብነቱ በኤርትራውያን ብቻ ሳይሆን ከመኻል አገር በሚመጡ ሰዎች አእምሮ ውስጥ ተቀርጾ የዚህ አገር ተወላጅ ሁሉ ተገንጣይ አድርጎ የመቁጠር ስሜት በጣም ጎልቶ ስለሚታይ ከሌላው ጋር ሲደባለቅ መጠራጠር፣ አለመተማመን፣ መተማማት ትንሹን ስሕተት ትልቅ አድርጎ ከማስቀረቱ ሌላ...በዚህ አገር በትግርኛ አንድ ምሳሌ አለ። “ንወዲ ጉራዕ ወዲ ኮርባርያ ይፈልጦ” ትርጉም

<u>የጉራፅን ልጅ የኩርባርያ ልጅ</u> ያውቀዋል ይባላል።

ሐሳብ በማቅረብ ብቻ ሳይወሰን እንዴት ሥራ ላይ ሊውል እንደሚችል የራሱን ችሎታ እጅግ ዝቅ አድርጎ የእርሱ ሚና ምን ሊሆን እንደሚችል እንደሚከተለው ያስረዳል።

> አሁንም ወታደራዊ ሳይንስን በሚመለከት የጠለቀ እውቀት ባይኖረኝም ሐሳብ የምሰጠው የኤርትራ የመገንጠል ሁኔታ ከተጀመረ ጊዜ አንሥቶ አሁን ድረስ ለ24 ዓመታት በመንግሥት ሥራ ዓለም ያለሁና በሥራዬ ምክንያት ከብዙ ሰዎች ጋር በመገናኘት በመተዋወቅ አብሮ በመሥራት ሂደቱ ብዙ ያስተማረኝ በመሆኑ ነው። ይኽን የመሰለ ሠራዊት በመፍጠር ረገድ መንግሥት ራሱ ታማኝነታቸውን ከሚያረጋግጥላቸው ሰዎች ጋር አብሮ በመሥራት ለመፍጠር ለማዋጋት እራሴም በሠራዊቱ ውስጥ በመግባትና በመዋጋት ወንበዴውን በአጭር ጊዜ በክፍለ አገሩ ሕዝብ ቦታ ለማሳጣት ይቻላል።
>
> ስለዚህ እኛ በዚህ ክፍለ አገር የምንገኝ፣ የአገራችንን አንድነት የምንፈልግ፣ አባቶቻችን ያቆዩት አንድነት ራሳቸው ያመጡት ኅብረት ጸንቶ እንዲኖር የምንፈልግ፣ ለአገራችን መሥዋዕት ለመሆን የተዘጋጀን ኤርትራውያንና ኢትዮጵያውያን እያለን መድረክ፣ አመቺ ሁኔታ በማጣት አፋችንና እግራችን ተሸብቦ እንኖራለን ስል ይኽ ጽኑ ዓላማ ያላቸውን ግለሰቦች በመወከል ነው።

አሉባልታው ሲጀመር

በኤርትራ አስተዳዳሪነቱ ላይ የጦሩ ዋና አዛዥነት ከተሰጠው ጊዜ ጀምሮ የኮሎኔል መንግሥቱ ጥብቅ ደጋፊዎች "በኢሠፓኮ/ኢሠፓ አመራር አያምንም፣ የሊቀመንበሩን አመራር አይቀበልም" እያሉ አሉባልታ መንዛት ይጀምራሉ። ይህ ውስጥ ውስጡን ይሰራጭ የነበረውን ተራ ወሬ ገስጥ ተጫኔ (የብዕር ስማቸው ዘነበ ፈለቀ) "ነበር" በሚል ርእስ በሰየሙት መጽሐፋቸው ላይ ሰፍሮ እናያለን።

> ሜጀር ጄኔራል መርዕድ የፕሬዚዳንቱን ትእዛዝ መጋፋት ብቻ ሳይሆን በአንዳንድ የሥራ ጉብኝታቸው ወቅት አረፍ ሲሉ ዘና የሚያደርጋቸው ነገር እንዲቀርብላቸው ሲያዙ መስተንግዶው ሞቅ ደመቅ ያላለ እንደሆን "ምነው ጃል እኔም ባለሁበት ሊቀመንበር ነኝኮ" እያሉ በድፍረት ከመናገራቸውም በላይ ቀድሞ የተሰጠ ትእዛዝ በጣሱ ቁጥር "ይህ ትእዛዝ እኮ የጓድ ፕሬዚዳንቱ ነው" ሲባሉ "..የሳቸው ትእዛዝ የሆነ እንደሆነ አይሻርም እንዴ? የጊዜ ጉዳይ ነው እንጂ እኛምኮ ህእ?.." እያሉ መናገር ማዘውተራቸውና ከዚህ ቀደም ከሚታወቀው የረጋና ትሑት ባሕርያቸው ወጣ ያለ እብሪት መሰል ነገር ማሳየታቸው "ምን ቢያስቡ ነው" አስብሏቸዋል።

ገስጥ ተጫኔ ትረካቸውን በመቀጠል "ሜ/ጄኔራል መርዕድ ንጉሤ የፕሬዚዳንት መንግሥቱን

ርእሰ ብሔርነትና የጦር ኃይሎች አዛዥነትን ጭጋግ በማልበስና ትእዛዛቸውንም በመጋፋት 'ግንባር ቀደም ነበሩ' ቢባል ማጋነን አይሆንም"[87] ይላሉ።

ለነገሩ የኮሎኔል መንግሥቱ አስተዳደር ሁሌም ጭጋግ የለበሰ ስለነበረ ሌላ ጭጋግ አልባሽ የሚያስፈልገው መንግሥት አልነበረም። ይሁንና ይህንን የመሰለ ከትንሽ እውነት ጋር የተላቆጠ ውሸትና የተጋነነ ወሬ በአቶ ገሰጥና ወዳጆቻቸው ሲነገርና ሲሰራጭ ሰንብቷል። ይህ አሉባልታ ይነዛ የነበረበትን ምክንያት ለመፈለግ ሩቅ መሄድ አላስፈለገንም። አቶ ገስጥ የኮሎኔል መንግሥቱን ፓርቲ ለመመሥረት የተደረገውን ቲያትር በሰፊው ከተርኩ በኋላ የኢሠፓ አመራር እንዴት ተቃዋሚ ኃይሎች "ሠርገው" እንደገቡበት ወደ በኋላም "ከፍተኛ የጦር መኮንኖች የተመኙትን ባለማግኘታቸው በኩርፊያ እንደተንጠረበቡ" ይናገራሉ። የኢሠፓ ፓርቲ አመላመል ላይ በገፍ ቢሮክራሲው ውስጥ ያሉ ባለሥልጣናት እንዲመለመሉ መደረጋቸው ትክክል እንዳልነበረ ይተርካሉ። አቶ ገስጥና መሰሎቻቸው በጉልበት ጥራዝ-ነጠቅ "የማርክሲዝም" አስተማሪና/ አዋቂ ከመሆን ያለፈ የራሳቸው የሆነ እውቀትም ሆነ የፖለቲካ ጉልበት ስላልነበራቸው ሕልውናቸው ከኮሎኔል መንግሥቱ የፖለቲካ ሕይወት ጋር የተሣሠረ ነበር። ኮሎኔል መንግሥቱ አዳዲስ የሲቪል ወዳጆች ሲይዙ ቅናትም ሥጋትም ያድርባቸዋል። በሌላ በኩልም እነዚህ አዲስ የሲቪል ወዳጆቻቸው ወይንም "አኮረፉ" የሚሏቸው የጦር አዛዦች ኮሎኔል መንግሥቱን ከገለበጧቸው ያቺ ከሰው በላይ ያደርገቻቸው ከመሪያቸው ጋር የምታቆራኛቸው ቀጭን የፖለቲካ ገመድ ትበጠሳለች ብለው ይፈራሉ። ስለዚህም የተካኑበትን የስም ማጥፋት ዘመቻ በሰፊው ተያያዙት። ለመሾምና ለማደግ የሚፍጨረጨሩ ቢሮክራቶችም በበላዮቻቸው ለመሰማትና ለሕልውናቸው ዋስትና ይረዳቸው ዘንድ የዋሾዎችን መንጋ ተቀላቀሉ። አገራቸውን ከውድቀት ለማዳን ከልብ እየሠራን ነው ብለው የሚያስቡ የፖለቲካና የመረጃ ሰዎች በየዋህነት በሠራዊቱ ውስጥ አሉባልታውንና ውሸቱን እያሚሟቁና እያዳነቁ አሠራጩት።

ይህ ክስ በመሰራጨት ላይ እያለ አባታችን ከወ/ሮ ገነት መብራህቱ ጋር ትዳር መሠረተ። በዚህ ትዳርም ትንሿ እህታችን ዴቦራ መርዕድ ተወለደች። ወ/ሮ ገነት መብራህቱ የኤርትራ ተወላጅ ስትሆን አባቷ አቶ መብራህቱም ኤርትራ ከኢትዮጵያ ጋር በፌዴሬሽን እንድትተዳደር በተወሰነ ጊዜ "የአንድነት ፓርቲ" አባል ወይንም ደጋፊ ነበሩ። ይህ ጋብቻ ቀደም ሲል ይወራ በነበረው አሉባልታ ላይ ተጨምሮ "ጄኔራል መርዕድ የሻዕቢያ ሰላይ አገቡ" ተብሎ መወራት ተጀመረ።

የወ/ሮ ገነትን በሰላይነት መጠርጠር አባታችን ቀደም ሲል ሰምቶ ይሁን አይሁን አናውቅም። ወሬው በየቦታው እየተቦካ ሳለ አንድ የቤተሰባችን ወዳጅ የሆነ የሕዝብ ደኅንነት ሠራተኛ ትልቁ ወንድማችንን እፈልግሃለሁ ብሎ የሚከተለውን ይነግረዋል።

87 ዘነበ ፈለቀ ፤ ነበር፡ ቁጥር ሁለት (ዘነበ ፈለቀ የገስጥ ተጫኔ የብዕር ስም ሲሆን የብዕር ስማቸውን ይፋ ያደረጉት እሳቸው ራሳቸው ናቸው።)

"እኛ አካባቢ [የሕዝብ ደኅንነት ማለቱ ነው] አንደኛ ባለቤታቸው የሻዕቢያ ደጋፊ ናቸው እየተባለ ይወራል። እስከ አሁን የቀረበ ማስረጃ አላየሁም፤ ግን በቅርብ እንደሚከታተሏቸው ጥርጥር የለኝም። ሁለተኛ ጄኔራል መርዕድ ጓድ ሊቀመንበሩን ይንቃሉ፤ አመራራቸውንም ለመቀበል ፈቃደኛ አይደሉም የሚል ሪፖርት ቀርቧል። ይህን ሁለተኛውን ሪፖርት በአንደኛ ደረጃ ያቀረቡት እጅግ የቅርብ ረዳታቸው የሆኑ ጄኔራል ናቸው" በማለት ሪፖርቱን ያቀረቡትን ጄኔራል ስም ይነግረዋል።

ትልቁ ወንድማችን ይህንን እንደሰማ ወዲያው አሥመራ ሄዶ የሰማውን ለአባታችን ያካፍላል። በዝምታ ካዳመጠው በኋላ "በኢሠፓአኮ/ኢሠፓ ሕግ ሳናስፈቅድ አንዳችም ነገር በግል ሕይወታችን ማድረግ አንችልም። ከመጋባታችን በፊት ለተስፋዬ [ኮሎኔል ተስፋዬ ወልደሥላሴ፣ የሕዝብ ደኅንነት (ጸጥታ) ሚኒስትር] ነግሬዋለሁ። መንግሥቱም (ኮሎኔል መንግሥቱን ለማለት ነው) ያውቃል። ሁለተኛው ክስ ግን አልገባኝም። ይህ ቡቄ [በኦሮምኛ ቅል ማለት ነው] ምን ፈልጎ ነው?" አለ የወሬ አቀባዩ ጄኔራል ሪፖርት ማድረግ ገርሞት። ይህ የቅርብ ረዳት ሁላችንም ከልጅነታችን ጀምሮ የምናውቀውና እኛም እናታችንም የምትወደው ተጫዋችና ገራ ገር ሰው ነው። ይህን ሪፖርት ያቀረበው "ታማኝነቱን ለማሳየትና የበለጠ ሥልጣንና ሹመት ፈልጎ ይሆን? እንዲህ ብሎ በመናገሩስ አባታችን ላይ ሊያመጣ የሚችለውን አደጋ አልተገነዘበም?" ብለን እኛም መገረማችን አልቀረም።

በኢሠፓ ሕግ መሠረት አባሎች ጓደኛ ሲያበጁ፣ ሲያገቡ፣ ሲፋቱ፣ ሌላው ቀርቶ ልጆቻቸው "ከሥነ-ሥርዓት" ውጪ ሲሆኑ በአጠቃላይ ቤተሰባቸው ውስጥ የሚፈጠረውን ማንኛውንም ለውጥ ለፓርቲው ማሳወቅ አለባቸው። ሕጉ አባላት ሕይወታቸውን "ኮሚኒስታዊ" በሆነ ሥነ-ሥርዓት እንዲመሩ ያዛል። በዚህም ምክንያት ክርስትና ማስነሣት፣ የሞተ ዘመድ አርባ ማውጣት የመሳሰሉት ሁሉ የተከለከሉ ስለነበሩ አባላቶች እነዚህን ሃይማኖታዊና ባሕላዊ ድርጊቶች ተደብቀው እንዲያደርጓቸው ተገደው ነበር። አባታችን የሐረርጌ ክፍለ አገር አስተዳዳሪ በነበረ ጊዜ የቁልቢ ገብርኤል ሲነግሥ ስለተገኘ ግሣፄ ደርሶታል። የክፍለ አገሩ አስተዳዳሪ ሕዝቡ የሚገኝበት ቦታ መገኘት ጥቅም እንዳለው ሊያስረዳ ቢሞክርም ሰሚ ለማግኘት አልቻለም።[88]

አባታችን ሲያገባ በዚህ በኢሠፓ መነፅር ውስጥ አልፏል። ይህ ጋብቻ ከመፈጸሙ በፊትም የስለላው ክፍል እያንዳንዱን እንቅስቃሴውን እንደሚከታተል ይታወቃል። ብዙዎቹ እንደሚሉት ወ/ሮ ገነት ከጥንት ጀምሮ የሻዕቢያ ሰላይ ነች ከተባለ መንግሥት ጋብቻው እንዳይፈጸም አስቀድሞ ማስቆም ይችል ነበር። በበኩላችን ሰላይ መሆኗን እንድንናገር የሚያስችል ማስረጃ እስካሁን አላገኘንም። የሻዕቢያ ሰላይ ከሆነችና በእሷ አማካኝነት የደረሰ ጉዳት ካለ በማስረጃ ደግፎ ለሕዝብ ማቅረብ የከሳሾቿ ግዴታ ነው። እኔ በስለላ ሥራ አልተሠማራሁም፣ የሻዕቢያ ደጋፊም አልነበርኩም ብሎ ፊት ለፊት ወጥቶ ይህንን ማስተባበል ወይንም ክሱን መቀበል

88 ስለ ኢሠፓ የውስጥ ሕግጋት በጣልያን የኢትዮጵያ አምባሳደር የነበሩት አቶ ተስፋዬ አብዲ የሰጡትን ቃለ ምልልስ https://youtu.be/vWjsRsci6gg ላይ ይመልከቱ።

ደግሞ የወ/ሮ ገነት ኃላፊነት ነው።

ችግሮችን አፍረጥርጦ ግልጽ በሆነ መንገድ ከመወያየት ይልቅ ጥፋቶችን ሁሉ አንድ ሰው ላይ በመላከክ መቅጣትና ሌላው በፍርሐት ሰጥ ለጥ ብሎ እንዲገዛ ማድረግ የኮሎኔል መንግሥቱና የታማኝ አገልጋዮቻቸው ዋነኛው የአስተዳደር ዘይቤ ነበር። በተለይም "የጓድ መንግሥቱን አመራር ያልተቀበለ"፣ "ንቃተ ሕሊና" የጎደለው ማለት በቅርቡ እርምጃ ሊወሰድበት የታጨ እንደማለት ነው። ጄኔራል መርዕድ "የሊቀመንበሩን አመራር ይንቃሉ" እየተባለ ውስጥ ውስጡን ሐሜቱ ሲሰራጭ እንደነበረ ጠቅሰናል። እሱም በየስብሰባውና ውይይቱ ላይ የመሰለውን ከማለት ወደ ኋላ የሚል ሰው ስላልነበረ እያንዳንዱ የሚናገረው ቃል ሲመዘገብና ሲመነዘር ኖሯል። እንኳን የተናገረው ፈጽሞ ያላለውም በአንድነት ተጨምሮ፣ ተቀነባብሮና አምሮ በአንዳንድ የፖለቲካ ካድሬዎችና ወታደራዊ ደኅንነት አባላት ለቢራ ማጣጫ በሚጣፍጥ መልኩ ሲሰራጭ ሰንብቷል። ይህ በእንዲህ እንዳለ አባታችን ከወ/ሮ ገነት ጋር ትዳር መመሥረቱ ለኮሎኔል መንግሥቱና ደጋፊዎቻቸው ተራ አሉባልታ አመቺ ዒላማ እንዲሆን አደረገው። ስለሆነም የጦሩ ምሥጢር በወ/ሮ ገነት በኩል እንደሚባክን፣ ለጦሩ መሸነፍ ምክንያት እንደሆነ አድርገው ማስወራት ጀመሩ። በእርግጥም ከኮሎኔል መንግሥቱና ደጋፊዎቻቸው ሌላ ከአባታችን ጋር በቅርብ የሠሩ፣ ማንነቱን የሚያውቁና አመራሩን የሚያደንቁ አንዳንድ የሥራ ባልደረቦቹ በጋብቻው ላይ ቅሬታ እንዳላቸው እናውቃለን። ለእርሱ ከፍተኛ ከበሬታ ያላቸው ሜጀር ጄኔራል ማዕረግ የደረሱ የጦር መሪ "በኤርትራ የጦር አዛዥና አስተዳዳሪ በነበሩበት ጊዜ ኤርትራዊት ማግባታቸው በእኔም ሆነ በሌሎች የጦር መሪዎች የሚደገፍ አይደለም። ፍቅር አደገኛ እንደሆነ አውቃለሁ። የወታደራዊ ምሥጢር በቀላሉ ሊወጣ ስለሚችል በዚህ ቅሬታ አለኝ" በማለት ከኤርትራዊት ሴት ጋር ትዳር መመሥረቱን እንዳልወደዱለት በግልጽ ተናግረዋል። ከዚህም ሌላ ወ/ሮ ገነት በርግጥም ሰላይ ነች ብለው የሚያምኑ ወዳጆቹና የሥራ ጓዶቹ በአጠቃላይ "ወ/ሮ ገነትን እኛን ቀደም ብለን የምናውቃትን ሳይጠይቅ ማግባቱ" ትክክል አልነበረም ብለውናል። ይህንን አስተያየት የሰጡንም ሆኑ ሌሎች በቅርብ የሚያውቁትና አብረውት የሠሩ የማያወላውል አገር ወዳድነቱንና ለወገኑ የሚሰማውን ጥልቅ ታማኝነት ለአፍታ እንደማይጠራጠሩ ካለ አንዳች ማመንታት ይናገራሉ።

እንደገና ውትድርና

ግንቦት 13 1976 የሻዕቢያ ኮማንዶዎች አሥመራ ከተማ ገብተው የኢትዮጵያ አየር ኃይልን 10 ሚግ፣ 23 ተዋጊ አውሮፕላኖች፣ ሁለት ኢሉሺንስና 2 ሄሊኮፕተሮች ያቃጥላሉ። በተጨማሪም 2 ሚግ 23፣ 5 ሚግ 21ና 1 ዳሽ አውሮፕላን ላይ ከፍተኛ ጉዳት ያደርሳሉ። ከሁለት ቀን በኋላ ምሳ ሰዓት ላይ "ጓድ መርዕድ ንጉሤ በያዙት ሥራ ላይ በሜጀር ጄኔራልነት ማዕረግ የሁለተኛው አብዮታዊ ሠራዊት አዛዥ ሆነው ተሹመዋል" የሚል ዜና በኢትዮጵያ ሬድዮ ተሰማ። በአስተዳዳሪነት ሥራው ላይ የጦሩ ኃላፊነት በተጨማሪነት ተሰጠው። አንዳንድ

የቤተሰባችን ወዳጆች እንዳሉት "በቀጥታ እሳት ውስጥ ገባ"።

ይህ ኃላፊነት ሲሰጠው ዐማፅያኑ በቀይ ኮከብ ዘመቻ ያጧቸውን ስትራቴጂያዊ ቦታዎችንና ከተሞችን መልሰው የያዙበትና በተለያየ ግንባር እያጠቁ የመንግሥት ጦር ላይ ከፍተኛ ጉዳት ያደረሱበት ወቅት ነበር። የመንግሥት ትኩረትም የኢሠፓን ምሥረታ አጠናቆ የኮሎኔል መንግሥቱን ሥልጣን ማጠናከርና "ሕጋዊ" ማድረግ ላይ ነበር። በአምባገነን ሥርዓቶች እንደሚሠራበትና በተለይም በደርግ ዘመን ኢትዮጵያ ከትልቁ እስከ ትንሹ ማንኛውም ውሳኔ የሚሰጠው በኮሎኔል መንግሥቱ እንደሆነ ይታወቃል። ነገር ግን በንግሥ በዓላቸው ላይ በማተኮራቸው ረሃቡም የኤርትራ ጉዳይም ወደ ጎን ተወረወሩ።

የኤርትራን ጉዳይ "ለአንዴና ለመጨረሻ ጊዜ" ይፈታል ተብሎ የታሰበው የ1974ቱ የቀይ ኮከብ ዘመቻ ሲጀመር አሥመራ ጊዜያዊ የኢትዮጵያ ዋና መዲና ሆነች። ኮሎኔል መንግሥቱ ዘመቻውን ለመምራትና አገሪቱን ለማስተዳደር ቢሯቸውን አሥመራ መሠረቱ። ሚኒስትሮችና ሌሎች የአገሪቱ ባለሥልጣኖችም ቢሮዋቸውን አሥመራ ላይ ተከሉ። በብዙ ሺህ የሚቆጠሩ የመንግሥት ሠራተኞች ይህንን ታሪክ ለማየትና ለመሥራት ወደ አሥመራ ጎረፉ። ጋዜጠኞችና የታሪክ ጸሐፊዎች ይህንን "የማይቀረውን የድል ታሪክ" ለመዘከር እዚያው አሥመራ ተሰበሰቡ።

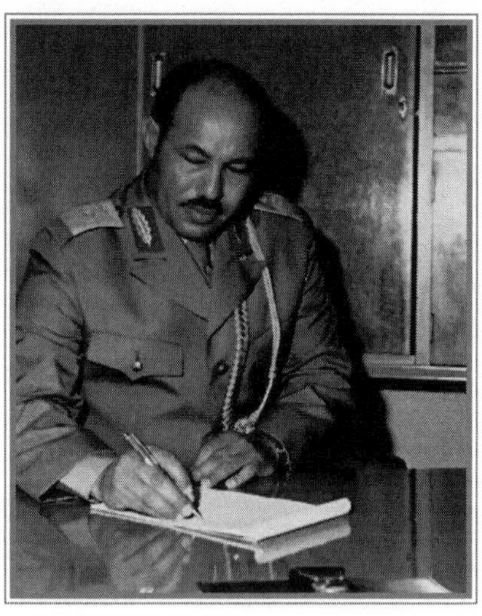

ሜጀር ጄኔራል መርዕድ ንጉሤ የኤርትራ ክፍለ አገር ዋና አስተዳዳሪና የሁለተኛው አብዮታዊ ሠራዊት ዋና አዛዥ

ለቀይ ኮከብ ዘመቻ ዋና ማበረታቻ የሆነው የሶማሊያን ጦር ሙሉ ለሙሉ አሸንፎ ከአገር ያስወጣው የላሽ ዘመቻ ነበር። የላሽ ዘመቻ ላይ የታየው የጦሩ አመራርና የሠራዊቱ የተቀነባበረ

ውጊያ በሰሜንም ይደገማል የሚል ከፍተኛ እምነት ነበር።[89] ነገር ግን በቀይ ኮከብ ዘመቻ ላይ የላሸን ዘመቻ የመሩት ጄኔራል መርዕድ ንጉሤም ሆነ ጄኔራል ደምሴ ቡልቶ እንዳልነበሩ ልብ ይሏል።

የቀይ ኮከብ ዘመቻ ግን እንደታሰበው በድል አልተጠናቀቀም። የሠራዊቱን ሞራል አንኮታኩቶ፣ ለዐማፅያኑ እጅግ ዘመናዊ የሆኑ የጦር መሣሪያዎችን አስረክቦና በአገሪቱ ፖለቲካና ኢኮኖሚ ላይ ከፍተኛ ጉዳት አድርሶ ተደመደመ። ከዘመቻው በኋላ እንደተለመደው ስሕተቱ ሰርገው በገቡ ወንበዴዎች፣ በምሥጢር መባከንና "ጦርነቱ በአሸናፊነት እንዲያልቅ በማይፈልጉ" አዛዦች አሻጥር ተላከከ። ከኤርትራ ዐማፅያን ጥይት የተረፉ አዛዦች በአመራር ስሕተትና በአሻጥር ተከሰው በራሳቸው መንግሥት ተገደሉ። ይህ ሁሉ ሲሆን የጦሩ ዋና አዛዥና የዘመቻው መሪ ኮሎኔል መንግሥቱና የቅርብ ረዳቶቻቸው በኃላፊነት አልተጠየቁም።

ከቀይ ኮከብ ዘመቻ በኋላ ከ1974 እስከ 1976 ዓ.ም. ሌሎችም በአደባባይ በግልጽ ያልተነገሩ ዘመቻዎች ተካሂደዋል። በእነዚህ ዘመቻዎች ድሎችም ሽንፈቶችም ተስተናግደዋል። ድሎች ብዙ ጊዜ በሹመትና በሽልማት ይደምቃሉ። የጦር ሜዳ ሽንፈቶች "አጥፊዎች" የተባሉ የጦር አለቆችና የበታቾች ላይ ቅጣት በመጣል ይደመደማሉ። ለምሳሌ ያህል በ1976 ሻዕቢያ የውቃው እዝን አጥቅቶ በምሥራቅ ኤርትራ ትልቅ ድል ሲቀዳጅ ኮሎኔል መንግሥቱ የእዙ አዛዥ ጄኔራል ሁሴን አህመድ እንዲታሰሩ ወሰኑ። እዚህ ላይ "የቀድሞው ጦር" በሚል ርእስ አቶ ገስጥ ተጫኔ ባሳተሙት መጽሐፍ፡-

> ይህ ከሆነ በኋላ እንደተለመደው "ስሕተቱ የማን ነው?" በሚል ምርመራ ማካሄድ ተጀምሮ፡-
>
> 1. ኮሎኔል ተስፋዬ ወልደሥላሴ ፣ የአገርና የሕዝብ ደኅንነት ጥበቃ ሚኒስትር የቡድን መሪ
> 2. ብ/ጄኔራል መርዕድ ንጉሤ ፣ የኤርትራ ክፍለ አገር አስተዳዳሪና የጦሩ የበላይ አዛዥ የቡድን አባል
> 3. ብ/ጄኔራል ንጉሤ ወልደሚካኤል ፣ የሐረርጌ ክፍለ አገር አስተዳዳሪ የቡድን አባል
> 4. አንድ የፖሊስ መኮንን የቡድን አባል

ሆነው የተሰየሙበት አጣሪ ቡድን ወደ አፋቤት ሄደ። ከዚያም የ23ኛ ክፍለ ጦር አዛዥን፤ መኮንኖችንና ከአጠቃላዩ ጦር ውስጥ አንዳንድ ባለሌላ ማዕረጎችን አነጋግሮ ዘገባውን ከአጠናቀረ በኋላ ወደ አዲስ አበባ ተመለሰ። ከጥቂት ቀናት በኋላ የውቃው

89 Gebru Tareke. Ethiopian Revolution: War in the Horn of Africa.

> እዝ አዛዥ ብ/ጄኔራል ሁሴን አህመድ ወደ አዲስ አበባ ተጠርተው በወታደራዊ ፖሊስ እሥር ቤት እንዲቆዩ ተደረገ።[90]

ብለዋል። ከላይ የተሰጡት አስተያየቶች ላይ ሁለት ጉልህ ስሕተቶች ይታያሉ። አንደኛ ጄኔራል መርዕድ በዚህን ጊዜ የጦሩ ኃላፊነት አልተሰጠውም። የኤርትራ ክፍለ አገር አስተዳዳሪ ብቻ ነበር። የጦሩ አዛዥ የሆነው ጄኔራል ሁሴን ከታሠሩና ይህ ቡድን ተቋቁሞ ሪፖርቱን ካቀረበ ከአንድ ወር (የጦሩ የበላይ አዛዥ የነበረው ከግንቦት 1976 እስከ መጋቢት 1979 ድረስ ነው።) በኋላ ነው። ጄኔራል ሁሴን በእሥር የቆዩበት ጊዜ ከሚያዝያ እስከ ነሐሴ 1976 ዓ.ም. (አምስት ወር) ነበር።

ሁለተኛውና ትልቁ ስሕተት፣ ይህ አጣሪ ቡድን የተቋቋመው ጄኔራል ሁሴን ከታሠሩ በኋላ መሆኑ ነው። ይህ ቡድን አቶ ገስጥ እንደሚሉት ጄኔራል ሁሴን እንዲታሰሩ ሐሳብ ያቀረበ ሳይሆን ጥፋተኛ እንዳልሆኑ ያረጋገጠና እንዲፈቱ ሪፖርት ያቀረበ ነው። ጄኔራል ሁሴን ራሳቸው ያሳተሟቸው ሁለቱም መጽሐፎቻቸው[91] ላይ ይህንን በግልጽ እንዳሰፈሩ ማስታወስ እንወዳለን።

1976 በአጠቃላይ በጦሩ ላይ ከፍተኛ ጉዳት የደረሰበት ዓመት ነበር። ወታደሩ በውጊያ ላይ ከደረሰበት ጉዳት ባሻገር በቀበሮ ጉድጓድ ውስጥ ኑሮው፣ የተራበበት፣ የታረዘበት፣ ከቤተሰቡ ፈጽሞ የተለየበትና በዕረፍት አልባ ውጊያው የተማረረበት በአጠቃላይ ተስፋው የደበዘዘበትና ሞራሉ የወደቀበት ከሁሉም በላይ አዛዦችም ጦሩም መሸነፍ የሰለቻቸው ጊዜ ነበር።

ለመጽሐፋችን ግብዓት እንዲረዳን ያዘጋጀነውን መጠይቅ በጦሩ ውስጥ በተለያየ ደረጃ ያገለገሉ መኮንኖች እንዲሞሉልን ጠይቀናል። ከቀይ ኮከብ መልስ የጦሩ ሞራል እንዴት ነበር ለሚለው ጥያቄ ያገኘነው መልስ "ሞራሉ ተንኮታኩቷል" የሚል ነበር። እንዲያውም አንድ የቀድሞው ጦር አባል ጠበቅ አድርገው "ጠላት ከፍተኛ የልብ ልብ አግኝቶ ተዋጊ አውሮፕላንና ሄሊኮፕተር ሲቀረው ሁሉንም መሣሪያዎች ከወገን ጦር እየዘረፈ የታጠቀው ከዚሁ ከቀይ ኮኮብ ዘመቻ ጀምሮ ባሉት ተከታታይ ውጊያዎች በመሆኑ ቀይ ኮኮብ ለወገን ሳይሆን ለጠላት ድል በር የከፈተ ነበር"[92] ይላሉ። በኢትዮጵያ ታሪክ በተለይም በደርግ ዘመን የነበሩትን ጦርነቶች በመተንተን የሚታወቁት ፕሮፌሰር ገብሩ ታረቀ እንዳሉት "ቀይ ኮከብ በድል አድራጊነት ቢደመደም ኖሮ እነዚያ በኋላ ዐማፅያኑ ድል ያደረጉባቸውና የጦርነቱን ሚዛን የቀየሩት የአፋቤት፣ የሽሬና የምጽዋ ሦስት ውጊያዎች አይኖሩም ነበር።"[93]

---

90 ገስጥ ተጫኔ ፤ የቀድሞው ጦር 1927-1983

91 ሁሴን አህመድ (ሜ/ጄኔራል) ፤ መስዋዕትነት እና ፅናት | ሁሴን አህመድ የሹምነሽ (ሜ/ጄኔራል) ፤ ሬት እና ማር

92 ማሞ ለማ ፤ ባዘጋጀነው መጠይቅ ላይ ካሰፈሩት

93 Gebru Tareke. The Ethiopian Revolution: War in the Horn of Africa.

በዚህ ወቅት በደርግ ውስጥና አካባቢ የነበረው የውስጥ መሻኮት ኮሎኔል መንግሥቱ በአቋቋሙት በሰደድ ፓርቲ አሸናፊነት ያከትማል። ከዚያም ተከትሎ በ1977 የኢትዮጵያ ሠራተኞች ፓርቲ አደራጅ ኮሚሽን (ኢሠፓአኮ) ፈርሶ በሊቀመንበሩ "ማእከላዊነት" የኢትዮጵያ ሠራተኞች ፓርቲ (ኢሠፓ) ይተካል። የኢትዮጵያ ሕዝባዊ ዴሞክራሲያዊ ሪፐብሊክ (ኢሕድሪ) በሚል ስም የመንግሥት መዋቅር ተቀየረ። ይህንን በማስመለከት እጅግ ብዙ ገንዘብ የወጣበት ትልቅ ድግስ በየቦታው ተደረገ።

ይህ የኢሠፓን የበላይነት ያረጋገጠው፣ ኮሎኔል መንግሥቱን የአገሪቱ ፕሬዚዳንት ያደረገውና ፈላጭ ቆራጭ አስተዳደራቸውን ያጸደቀው የንግሥና በዓል በብዙ ወጪ ሲከበር በሺ የሚቆጠሩ ኢትዮጵያውያን በየዕለቱ በረሃብ ይረግፉ ነበር። የኢትዮጵያ ሕዝብ ረሃብና ዕልቂት በዓለም የዜና አውታሮች ላይ በሰፊው መተንተንና መወራት ጀመረ። በዚህን ጊዜ ነበረ የኤርትራና የትግራይ ሽምቅ ተዋጊዎች "እኛ በያዝናቸው፣ መንግሥት በማይቆጣጠራቸው አካባቢዎች" ላሉ ሕዝቦች የሚታደለው ዕርዳታ በቀጥታ ለኛ ይሰጠን የሚል ጥያቄ ያቀረቡትና አዎንታዊ መልስ ያገኙት። አንዳንድ የዕርዳታ ሰጪ ድርጅቶችም በኢትዮጵያ ቁጥጥር ሥር ላሉ ተረጂዎች ብቻ ሳይሆን መንግሥት በማይቆጣጠራቸው አካባቢዎችም እየዘለቁ ዕርዳታ ማድረስ ጀመሩ።

ኮሎኔል መንግሥቱና ፓርቲያቸው የረሃቡንም፣ በኤርትራና በሰሜን ያለውን የጸጥታ ሁኔታ ችላ ብለው የፓርቲና የኢሕድሪ መመሥረት ላይ ባተኮሩበት ወቅት በሰሜን የሚገኙት ዐማፅያን (ሻዕቢያ፣ ጀብሃና ሕወሓት) የያዟቸውን ስፍራዎች እያጠናከሩ፣ ጥቃት እየሰነዘሩ ተጨማሪ ቦታዎችንም በስፋት መያዝ ቀጠሉ። እንግዲህ በዚህ አስቸጋሪና የተወሳሰበ ጊዜ ነው ጄኔራል መርዕድ የጦሩን ኃላፊነት የተረከበው። አዲሱን ኃላፊነት እንዴት እንደሚወጣው ሲጽፍ...

> *ሥራዬን ከየት፣ እንዴት ነው የምጀምረው? ሥራዬ አስተዳደራዊም ወታደራዊም ነው። በኤርትራ ክፍለ አገር ከሁሉ በፊት የሚፈለገው ሰላም ነው። የሰላም መገኘት ሌላውን ችግር ሁሉ ይደመስሳል። ሰላም የሚገኘው ደግሞ በሁሉም ጥረት ነው። ስለዚህ ዋናው ሥራዬ ሕዝቡን በሙሉ በአንድነት ለሰላም ማሰለፍ ነው። በእርግጥ ይህንን ማድረግ ቀላል አይደለም። ከተቻለ ግን የሚያዋጣ በመሆኑ ጥረት አደርጋለሁ።*

ካለ በኋላ የኤርትራን ሁኔታና በአፋጣኝ መከናወን የሚገባቸውን ሥራዎችን በማጠቃለል በዚህ መልክ ያሰቀምጣቸዋል።

> በአሁኑ ጊዜ በኤርትራ ክፍለ አገር ሁለት አሳሳቢ ነገሮች አሉ፡- 1ኛው የቆየው የጸጥታ ጉዳይ ሲሆን 2ኛው በአየር መዛባት ምክንያት የደረሰው ድርቅ ነው።
>
> ሁለቱም ተጣምረው ስለመጡ አስቸጋሪነታቸው አያጠያይቅም። በአንጻሩም ቆራጥ አቋም ከተወሰደ፣ ብርቱ ጥረት ከተደረገ ማሸነፍ እንደሚቻል አያጠራጥርም። ይህን ለማድረግ የሰው ኃይል ሁሉ መጠቀም ያሻል። ያለው

ኃይል ሁሉ በጉዳዩ ማመን አለበት። ተቀናጅቶ መሥራት አለበት። ይህን ለማድረግ በአመራር አካል ላይ ያለነው መነሣት ይኖርብናል። ለሰፊው ሕዝብ የገባነውን ቃል በተግባር ማሳየት ይኖርብናል። የማያቋርጥ ጥናት በማድረግ በብርቱ መመሪያና ቁጥጥር ማስፈጸም ይኖርብናል። በአፈጻጸሙ ላይ ልዩ ጥንቃቄ በማድረግ ቅደም ተከተሉን ጠብቀን መፈጸም አለብን።

የቅደም ተከተል ሥርዓታችን፡-

- የጨበጥነውን እንዳንለቅ ማድረግ።
- በቀላሉ መፈጸም የምንችለውን ማድረግ።
- ቢፈጸም ለሌላው ሁኔታ የሚያመቻቸው ላይ ትኩረት መስጠት።

መጀመሪያ ሥራውን የጀመረው ጦሩን እንደገና በማደራጀትና ሞራሉንና የውጊያ ብቃቱን በመገንባት፣ የግንባር አዛዦችን በማነጋገር፣ ጦሩን በመንብኘትና ግንባር ላይ ያለው ጦር በየተራ እንዲያርፍና እንዲዝናና በማድረግ ነበር። ጦሩ ለማጥቃት የሚችልበት ሁኔታ ላይ ስላልነበረ ወታደርዊ ታክቲኩ "በነቃ መከላከል" (አክቲቭ ዲፌንስ) ላይ የተመሠረተ እንዲሆን ያደርጋል። በዚያን ጊዜ የመንጥር እዝ የዘመቻና የትምህርት መኮንን የነበሩት ኮሎኔል አምሳሉ፡-

> የአዛዦች ሆነ የጦሩ መንፈስ አሥመራ አውሮፕላን ማረፊያ ላይ ጠላት ባደረሰው ጉዳት ተረብሾ የነበረ ቢሆንም አሁን መለስ እያለና የተረጋጋ ሁኔታ የተፈጠረበት ጊዜ ነው። ከላይ የጠቀስኳቸውን ጉዳዮች ያነሣሁት ያለምክንያት አይደለም። ሜጀር ጄኔራል መርዕድ ንጉሤ አመራሩን ሲረከቡ የነበረውን አጠቃላይ የአዛዦችና የጦሩ መንፈስ ለመግለጽ በማሰብ ነው። በዚህ ሁኔታ ያለን እዝና ጦር ሞራሉን ገንብቶ፣ በሥልጠና አዘጋጅቶ፣ ቁሳቁስ አሟልቶ መምራት አስቸጋሪነቱ ግልጽ ነው። ሜ/ጄኔራል መርዕድ ንጉሤ ግን ይሄንን የመምራት ትልቅና የላቀ ችሎታ ነበራቸውና አመራራቸውን በዚህ ሁኔታ አስተካክለው ቀጠሉበት።

በማለት ጦሩ የነበረበትን ሁኔታ፣ ጄኔራል መርዕድ ይህን ኃላፊነት ከተረከበ በኋላ የወሰዳቸውን እርምጃዎችና ራሳቸው ያዩትን በመጽሐፋቸው ያሰፍራሉ።[94] በግል ማስታወሻው ላይም ይህንን ከላይ የተሰነዘረውን አስተያየት የሚያጠናክር ሐሳብ እናያለን።

> ሠራዊታችንን ለበለጠ ግዳጅ ማዘጋጀት ያስፈልጋል። የመከላከያ ግንባታችንን ተጨባጭና አስተማማኝ ማድረግ ቅድሚያ የሚሰጠው ተግባር ነው። የወገን ክብር፣ የአገርን ዳር ድንበር በማስከበርና አመቻችቶ ለተከታዩ ትውልድ ለማስተላለፍ ዛሬ በየደረጃው ያለን ሰዎች የተለየ ኃላፊነት አለብን። ሠርተን ከማሳየት በስተቀር የምናቀርበው ሌላ ምክንያት ሊኖር አይገባም። ይህ የኔ አቋም ነው።

94 አምሳሉ ገብረዝጊ ገብሩ (ኮሎኔል) ፤ የኤርትራ መዘዝ

ችግሮች ሊያጋጥሙ ይችላሉ። በርካታ ችግርም አለ። እነዚህን ሁሉ ማሸነፍ አለብን። አፈጻጸሙ ዘዴና ቅንጅት ያስፈልገዋል። ከየት፣ በየት፣ ወዴት፣ የሚባሉት መታሰብ አለባቸው።

ለዚህ ሁሉ ተገቢ መልስ ለማግኘት የሰዎችን ልብ ወስዶ አሳምኖ እንዲሠሩ ማድረግ ዋናው ተመራጭ ሐሳብ ነው። ሰዎች ነገሮችን አገላብጠው በማየት ተጨባጭ በሆነ መልክ መተንተን ከለመዱ መግባባት ይቻላል። መግባባት ከተቻለ ደግሞ የተፈለገውን ሁሉ ማከናወን ይቻላል።

> ስለዚህ በሁአሠ ውስጥ የሚሠራው ሥራ ሁሉ ይህን ዓላማ የተከተለ እንዲሆን ቁርጥ ዓላማችን ነው። በዚህ መልክ ከሠራን ድንበራችን ላይ በአትክልት ውስጥ የምንዝናናበት ጊዜ ሩቅ አይሆንም።

ከዚህ አስተያየቱ ጋር ስለ ወታደራዊ ሥነ-ሥርዓት አስፈላጊነት ያለውን ሐሳብም ያጋራናል።

> በሠራዊታችን አቋም ውስጥ እንዲሰፍን የምንፈልገው ዲሲፕሊን በፍርሐትና በጭንቀት ላይ የተመሠረተ ሳይሆን በትክክለኛ ግንዛቤ ላይ የተመሠረተ ሆኖ
>
> 1. ይህንን በሚገባ ባልፈጽም በኅብረተሰቡ ዘንድ ያስወቅሰኛል፤ በደንብም ያስጠይቀኛል፤ ከአንድ ጥሩ ዜጋ የሚጠበቅ ተግባር አይደለም በሚል አስተሳሰብ
>
> 2. ይህን መፈጸም ጥቅሙና ጉዳቱ ምንድነው? የሚል ጥያቄ ራስን በመጠየቅና ጥቅም ያለውን መፈጸም ነው።

የረሃቡን ሁኔታ በተመለከተም ከውጪ ዕርዳታ ድርጅቶች ጋር በመሆን በጦሩ ሥር ብቻ ሳይሆን ከመንግሥት ቁጥጥር ውጪ በሆኑ ስፍራዎች ላሉ ተረጂዎች ሁሉ ዕርዳታ የሚደርስበትን ሁኔታ አመቻችቷል። የጄኔራል መርዕድን ወታደራዊና የሲቪል አመራር ያስተዋሉት ያኔ በኢትዮጵያ የነበረውን የአሜሪካን ኤምባሲ በchargé d'affaires ማዕረግ ይመሩ የነበሩት ሚስተር ዴቪድ ኮርን፡-

> የአሥመራ አይሮፕላን ማረፊያ ላይ ከደረሰው ጥቃት በኋላ መንግሥቱ ጄኔራል መርዕድ ንጉሤን የኤርትራ ክፍለ አገር ዋና አስተዳዳሪና የሰሜኑ ጦር አዛዥ አድርጎ ሾመ። እስከ ዛሬ እነዚህ ሁለት የሥራ ምድቦች ለየብቻ በሁለት ተሿሚዎች ሥር ስለነበሩ ይህ ሹመት ለየት ያለ ነበር ማለት ይቻላል። ቆይቶም ይህ የሹመት ውሳኔ ትክክለኛ ውሳኔ እንደነበረ ታይቷል። ጄኔራል መርዕድ በብልህነታቸው፣ ተግባራዊነታቸው፣ የማመዛዘን ችሎታቸውና የኤርትራን ሕዝብ ኑሮ ለማሻሻል የሚያደርጉት ጥረት በውጪ ጎብኝዎች ዘንድ አድናቆት አትርፎላቸዋል። በእሳቸው ሥር የሚገኙ ባልደረባዎቻቸውም ይህንኑ መንፈስ የሚያንጸባርቁ ናቸው። የምዕራብ ዕርዳታ ድርጅቶች በኤርትራ ውስጥ እንዲሠሩ ከማበረታታቸውም ሌላ በተቃዋሚዎች ከተያዙ ቦታዎች ለሚመጡ

> ተረጂዎች ለሚሰጡ የዕርዳታ ፕሮግራሞች በግልጽም ባይሆን ትብብር አድርገዋል። ጄኔራል መርዕድ ብዙም ድምፅ ሳያሰሙ በጥንቃቄ በመንግሥት ቁጥጥር ሥር ያሉ ይዞታዎችን ከማጠናከራቸው ሌላ አልፎ አልፎም መንግሥት የሚቆጣጠራቸውን ቦታዎች ለማስፋት ችለዋል።[95]

ብለዋል።

"ከንፈር ያስመጥጣል"

ኤርትራ ውስጥ ብዙ ዘመቻዎች ተደርገዋል። ነገር ግን ከዚህ ሁሉ ወታደራዊ ሙከራ በኋላ እንዴት ምንም መፍትሔ እንዳልተገኘ ያየው ጄኔራል መርዕድ በኤርትራ ጉዳይ ላይ ጠለቅ ያለ ጥናት እንዲደረግ በየአጋጣሚው ሳያሳስብ ያለፈበት ጊዜ አልነበረም። ትካዜውን፣ ጭንቀቱን፣ እንዳይረሳ የሚፈልጋቸውን ነጥቦች ማስታወሻው ላይ በመጣጥፍም መልክ ሆነ በግጥም ያሰፍረዋል። ግጥሞቹ ብዙም ውበት እንደሌላቸውና የግጥም ሕግጋትንም ጠብቀው ያልተጻፉ እንደሆኑ ግልጽ ነው። እሱም ቢሆን ስሜቱንና አንዳንዴም ንዴቱን ለማውጣት እንጂ ለሕዝብ ቀርበው የግጥም ችሎታዬን ያጋልጡብኛል ብሎ እንዳላሰበ በእርግጠኝነት መናገር እንችላለን።ምናልባትም በሕይወት ኖሮ ታሪኩን ራሱ ቢጽፈው እነዚህ ግጥሞች እንዲወጡ መፍቀዱን በጣም እንጠራጠራለን።

የግጥሞቹን ጥራት ወደ ጎን አድርገን በሰፈሩት ነጥቦች ላይ ስናተኩር እስከመጨረሻው መልስ ሳያገኝ ከዚህ ዓለም በሞት እስከተለየበት ቀን ድረስ "የኤርትራ ጉዳይ መፍትሔው ምንድነው?" እያለ ራሱንና የሚመለከታቸውን ሁሉ ይጠይቃል። ሐቀኛ ሆኖ ጥያቄውን መመርመርና መፍትሔውም ሲገኝ ካለአንዳች ማመንታት በሥራ ማዋል ግዴታ መሆኑን ያስገነዝባል። ይህ ስላልሆነም ያኔ እንደተነበየው የኤርትራ ነገር ብዙዎችን "ከንፈር አስመጥጧል"።

(ኤርትራ)

አመለካከት

እንዴት ይሆናል ሁሉም ከሆነ የሚጠራጠር
እንዴት ይቻላል ግብ ሊመታ
ከሆነ በእውነት ከሆነ በሐቅ
መቅደም ይገባዋል ሐቁን ማወቅ
ሐቁ ሳይታወቅ ችግሩ ሳይረጋገጥ
የሚያዋጣ አይመስለኝም ላይ ታች መሯሯጥ

95 David A. Korn. Ethiopia, The United States and The Soviet Union.

ብዙ ሙከራ ብዙ ትግል ተደርጓል
ብዙ ንብረት ወድሟል ብዙ ሕይወት አልፏል
ብዙ እቅዶች ተደርገውም ከሽፈዋል
ምክንያቱም ምንድነው ብለን ብንመራመር
ሁኔታውን በትክክል ካለመረዳት ሳይሆን አይቀርም
በብዛት አይበልጡን ወይም በዓላማ ወይም
ለምን ይሆን ታዲያ ያለመሸነፋቸው?
እንግዲህ ይህ ጉዳይ እንዳይቀፅል ወደፊት
ሁሉም ነገር በሐቅ ላይ መመሥረት አለበት
ማመን የሚገባንን ማመን፤ ማሳመን የሚቻለውን ማሳመን
ይገባናል ሐቀኛም ቆራጥም መሆን
ይህ ካልሆነና ሁሉም ከልብ ካልተባበረ
ጉዳቱ ይቀፅላል እንዲያውም እየከረረ
አውቃለሁ ይህ ቃል ዛሬ እንደማይደመጥ
ሆኖም እርግጠኛ ነኝ አንድ ቀን ከንፈር እንደሚያስመጥጥ።

አባታችን የኤርትራን ጥያቄ መርምሮ መረዳትና የተገኙት መረጃዎች ላይ ተመሥርቶ መፍትሔ መሻት አስፈላጊ መሆኑን በተደጋጋሚ አሳስቧል። ከዚህ በታች “አወይ የግንዛቤ ዕዳ” በሚል ርእስ የጻፈው ግጥም ውሳኔን በስሜት ላይ ከመመሥረት ይልቅ ችግሩን በትክክል መረዳት እንደሚያስፈልግና ሁሉንም አውቃለሁ ማለት እንደማያዋጣ የሚያስገነዝብበት ጥልቅ መልእክት ነው።

አወይ የግንዛቤ ዕዳ

የሚያውቁት ብዙ እንደሚቀራቸው ያውቃሉ
አውቃለሁ ከማለትም ይጠነቀቃሉ
አውቃለሁ ብለው ከሚያደርጉት ይልቅ
ያበዛሉ ደጋግመው መጠየቅ
ተደጋግሞ ቢነገራቸውም አስደሳች ሆነ አሳዛኝ ነገር
የሚያረካም ሆነ ሞራል የሚሰብር
ለውሳኔ አይቸኩሉም ይላሉ ይደር
ሁላችንም ብንሠራ እንዲህ አይተን እንዲህ አገላብጠን
ሳንለይ ሁሉን በኩል አይተን

ባይፈታ እንኳ ችግሩ ተጠቃሎ
ባልተመለሰ ነበር ተመሳሳዩ ውሎ
ኧረ ተው ጎበዝ! ኧረ ተው ያገር ልጅ!
ኧረ ተው ወጣቱ! እረ ተይ ወጣቲቱ!
አዛውንት በሙሉ ሁላችሁም ባንድነት
ምከሩ ዝከሩ ለአገር አንድነት
ቅንነት ሊኖር ይችላል ለአገር አንድነት
በጎ ፈቃድ ሲኖር ለአገር ለመሞት
ግንዛቤ ግን ቀላል አይደለም ሰዎች እንደሚሉት

የኤርትራ ጉዳይ እጅግ የተወሳሰበና መፍትሔውም ቀላል እንዳልሆነ በሚገባ ስለተረዳ ችግሩን ከተለያየ አቅጣጫ እያገለበጠ ሲያይ እንደነበረ ማስታወሻዎቹ ይመሰክራሉ። ባገኘው መድረክና አጋጣሚ ሁሉ የጉዳዩን ውስብስብነት ብቻ ሳይሆን የመላው የኢትዮጵያን ሕዝብ ግንዛቤና የኤርትራ ተወላጆችን ተሳትፎ የሚሻ መሆኑን አበክሮ ያስገነዝብ እንደነበረ አይተናል። “ለብ ለብ” የሚለው የአጭር ጊዜ መፍትሔ አራማጆችና የኤርትራ ጉዳይ ያለቀለት ነው ብለው የሚያምኑትን አስተሳሰቦች ስሕተት መሆናቸውን ይጠቁማል።

> የኤርትራ ክፍለ አገር ሁኔታ ውስብስብነት ምን ያህል እንደሆነ ጥሩ ኢትዮጵያዊ ሁሉ መረዳት አለበት። በራሱ የሚተማመን ሁሉ ይህንን ችግር ለመካፈልና ከሆነለትም ለመፍታት መጣር አለበት። የኤርትራ ጉዳይ አንድ ሰሞን ሠርተን የምንጨርሰውም አይደለም። በሌላ በኩል ደግሞ ዝንተ ዓለም ፕሮብሌም ሆኖ ይኖራል ማለትም አይደለም። ጊዜ ይወስዳል እንጂ ይስተካከላል። በዚህ ማመን አለብን። ይልቁንም መታሰብ ከሚገባቸው ነጥቦች አንዱ ሥራውን ጨርሰን እንሄዳለን የሚለው ከአእምሮአችን ውስጥ ወጥቶ ይህንን ፕሮብሌም አስወግደን አገሪቷን አልምተን እንዝናናበታለን በሚለው ብሩህ ተስፋ መተካት አለበት። የዛሬው ሕይወታችንንም ቢሆን ከዕለት ወደ ዕለት የሚሻሻልበትን ዘዴ ከመፍጠር ጋር ከዚህ የተሻለ ጣፋጭ ኑሮ ያለመኖሩን ሕሊናችን እንዲያምን ማድረግ አንደኛው ትግል መሆን አለበት። ይህ አቋማችን ነው።

በተለይም የሕዝቡን ተሳትፎ በሚመለከትና ይህንን ተነሣሣሽነት ሥራ ላይ ለማዋል ማን ኃላፊነቱን መውሰድ እንዳለበት ሲገልጽ፡-

> በአሁኑ ጊዜ መሠራት ካለበት አንደኛውና ዋንኛው ቁም ነገር የሕዝቡን የትግል ተሳትፎ ከፍ ለማድረግ የሚያስችል ከፍተኛና የረቀቀ ጥናት፣ እቅድና ፕሮግራም መፈጸም አንገብጋቢ ጉዳይ ነው። ይህ ደግሞ እንዲሁ ነካ ነካ በማድረግ

የሚታለፍ ሳይሆን ቁጭ ብሎ በተወሰነ ጊዜ ገደብ ውስጥ በተወሰኑ ጓዶች ተሠርቶ መቅረብ ይኖርበታል። ግን ማነው በዚህ መልክ የሚያስፈጽመው? ማን ሊመጣ ይችላል? በመሆኑም በሚቻለኝ መንገድ እንደጀመርኩት እቀፅላለሁ።

በማለት ኃላፊነቱ እሱ ላይ መውደቁንና ይህንንም ለማድረግ የነበረውን ቁርጠኝነት ይነግረናል።

መከላከል፣ መልሶ መቋቋምና ማጥቃት

ግንቦት 1976 አሥመራ ተዋጊ አውሮፕላኖች ከመቃጠላቸው በፊትና በኋላ የነበሩት ወራቶች የኤርትራ ዐማፅያን ከፍተኛ ድሎች ያገኙበት ወቅት ነበር። በተከታታይ በተደረጉ ውጊያዎች ሻዕቢያ ከቃሮራ እስከ ምጽዋ ያለውን ማለትም የቀይ ባሕርን ዳርቻ በቁጥጥር ሥር ማዋል ቻለ። በመንግሥት ቁጥጥር ሥር የነበሩት ተሰነይና አልጌና በዐማፅያኑ ተያዙ። በ1970ዎቹ ሻዕቢያና ጀብሃ ዘጠና ከመቶ የሚሆነውን የኤርትራን ግዛት ሲቆጣጥሩ ሊደፍሯት ያልቻሏት የባሬንቱ ከተማም በእጃቸው ገባች።

ጄኔራል መርዕድ ባሬንቱ በሻዕቢያ እጅ ከመውደቋ በፊት ሊፈጠር ስለሚችለው ሁኔታና ሊደረግ ስለሚገባው ጥንቃቄ እንዲህ ይላል። በተለይም "ምን ማድረግ ይችላሉ?" ብሎ በሰየመው ንዑስ አርእስት ቁጥር 3 ላይ በባሬንቱና በአቆርዳት ላይ ሊደርስ የሚችለውን አደጋ ይጠቁማል።

የወንበዴው ወቅታዊ ፍላጎት፣ ችሎታና አሰላለፍ ምን ሊሆን ይችላል? መልስ፡-

የወንበዴው ፍላጎት

1. ታጣቂውን ገበሬ መበተን
2. አነስተኛ ክፍሎችን መምታት
3. መንገዶች መዝጋት
4. ቅፍለቶች[96] ላይ አደጋ መጣል
5. መንደሮችንና ወደቦችን መውረር
6. ግምባራችንን በአንድ ወይም በሁለት አቅጣጫ መናድ ነው

የወንበዴ አሰላለፍ

1. የወንበዴው አሰላለፍ የተለያየ ነው

96 ተከታትለው የሚጓዙ ተሽከርካሪዎች፣ በእንግሊዝኛ Convoy

2. በደጋው ተበታትነው የነበሩትን ሚሊሺያዎች አሰባስቦ መሪዎች በመመደብ በተሻለ እንዲሠሩ አድርጓል በተለይ በደጋው አውራጃዎች
3. በምዕራባዊው ቆላ ከወትሮው የተለየ የኃይል ክምችት አድርጓል
4. ከግምባር በተለይ ከናደው አሳስቷል
5. በሻለቃና በብርጌድ መበታተኑ ይነገራል። በናደውና በመንጥር ጀርባ አነስተኛ ወንበዴዎች መኖራቸውን መረጃው ይጠቁማል።

ምን ማድረግ ይችላሉ?

1. ልዩ ጥንቃቄ ካልተደረገ በስተቀር በኃይል ብቻ ሳይሆን ሰዎቻቸውን በማስረግ በቅስቀሳቸው ታጣቂውን በሙሉም ሆነ በከፊል ሊበትኑ ይችላሉ ብሎም በእኛ ላይ ሊያሰልፉ ስለሚችሉ አደገኛ ነው፣
2. አነስተኛ ክፍሎችን ሊመቱ ይችላሉ ሆኖም ጥንቃቄና የአሠራር ለውጥ ካለ መቋቋም ይቻላል፣
3. መንገድ መዝጋት ይችላሉ ሆኖም ይዘው ሊቆዩ አይችሉም። ግን መረዳዳትንና አስፈላጊውን ሰፐላይ እንዳናቀርብ ማድረግ ስለሚችሉ አደገኛ ነው። ልዩ ቅድመ ዝግጅት ያስፈልጋል። በተለይ አቆርዳት፣ ባሬንቱ ሌሎችንም፣
4. ቅፍለቶች ላይ አደጋ ከመጣል አይመለሱም። ሆኖም ጥንቃቄ ከተደረገ መቋቋም ይቻላል፣
5. መንደሮች፣ ከተሞችና ወደቦችን ለመውረር ጥረት ማድረጋቸው አይቀርም። አነስተኛ መንደሮችን እንደ ባሬንቱ፣ አቆርዳት፣ ኤላበርድ፣ አዲቋላ ወዘተ...ሊወሩ ይችላሉ። ስለዚህ ቅድሚያ ዝግጅት በጣም አስፈላጊ ነው፣
6. ግምባራችንን መናድ ከፈለጉ ልዩ ጥንቃቄ ካላደረግን ሁሉም ቦታ በቂ ተጠባባቂ ስለሌለን በተወሰነ መናድ ይችላሉ። ይህም ከሁሉም አደገኛ ነው።

መወሰድ ያለባቸው እርምጃዎች ምንድን ናቸው?

1. ታጣቂውን ሕዝባዊ ሠራዊት በስብከትና በኃይል እንዳይበትኑብን
   1.1 የኢሠፓ ጓዶች፣ የሁአሠ ፖለቲካ ጓዶችና የጦር አዛዦች እንዲሁም ደኅንነት ተሠማርተው የቅርብ አመራር እንዲሰጡና እንዲቆጣጠሩ ማድረግ

1.2 በኃይል እንዳይመቱ ከአ/ጦር ጋር ተቀናጅተው አስተማማኝ መከላከያ እንዲይዙና የተከታታይ ዕርምጃዎች እቅድ በጦር አዛዦች እንዲታቀድ ማድረግ

2. መንገዶች እንዳይዘጉ

2.1 ቁልፍ ቦታዎችን ቀድሞ መያዝ

2.2 በአካባቢው የተጧጧፈ ቅኝት ማካሄድ

2.3 ተጠባባቂዎች አማካይ ቦታ ላይ ማስቀመጥ

3. ቅፍለቶች ላይ አደጋ እንዳይጣል

3.1 ከማነቃነቅ በፊት ሁኔታ ማረጋገጥ

3.2 በበቂ ወጣሪና አጃቢ ማነቃነቅ

4. መንደሮች፣ ከተሞች፣ ወደቦች እንዳይወረሩ

4.1 በተቻለ በቂ ጦር ማሰለፍ

4.2 ቅኝት ማፋፋም በምድር በአየር

4.3 ጦሩን ማንቃት

4.4 በተቻለ ተጠባባቂ ጦር ማዘጋጀት ማለማመድ

4.5 ማሳሳቻዎች በብዛት ማዘጋጀት

4.6 ጸንቶ ለመዋጋት መዘጋጀት

4.7 በተከታታይ መወሰድ የሚገባቸውን ማጥናትና ስለአፈጻጸማቸው ማቀድ፤ አስፈላጊውን ሁሉ ማዘጋጀት ትራንስፖርት፣ መገናኛ ወዘተ...

5. ግምባር እንዳይናድ

5.1 ግምባር ያለው ጦር በ1ኛ ደረጃ ተጠንቀቅ ላይ እንዲሆን ማድረግ

5.2 ቅኝት እንዲያፋፍም

5.3 ልዩ ንቅናቄዎች እንዲያሳይና ጠላትን መጨበጫ እንዲያሳጣ መሞከር

5.4 ሁኔታ ሲፈጠር ተጠባባቂውን ያለተገቢ ቦታ፣ ወቅት እንዳይጠቀም ማስጠንቀቅ

5.5 ዋናውን ማጥቃትና ማሻሻያዎችን ለመለየት ጥረት እንዲያደርጉ መንገር

5.6 ጦሮች በተቻለ ተጠባባቂ እንዲይዙና አንዱ ሌላውን ለመርዳት እንዲዘጋጅ ማድረግ

5.7 ከአቅም በላይ ለሆኑ ሁኔታዎች በርጋታ ሊወሰዱ የሚገባቸውን ዝግጅት እንዲያደርጉ ማድረግ

5.8 ጠላትን በማዘግየት ውጊያ ለማዳከም መከላከያውን በጥልቀት መያዝና መግደያ መሬት ላይ ለመደምሰስ መዘጋጀት

6. ዝግጅቱ መፋጠን አለበት

7. ባለቤት እንዲኖረውና ክትትል እንዲደረግ፣ ሪፖርት እንዲሰጥ

በዚሁ ወቅት ሁሉንም የጦር ግንባሮች በመጎብኘት፣ ጦሩ ያለበትን ሁኔታ በማየት፣ የየግንባሩን አመራር አባሎች በማነጋገርና መመሪያ በመስጠት እጅግ ብዙ ጊዜ አሳልፏል። ከጦሩ አመራር ጎን ለጎን የክፍለ አገሩ አስተዳዳሪነት ተግባራቱንም ተወጥቷል። በተለይም ሕዝቡ በሚደርስበት በደልና የኑሮ ያለመስተካከል ተበሳጭቶ ዐማፅያኑ ጎን እንዳይሰለፍ መወሰድ ስለሚገባቸው እርምጃዎች መመሪያዎች አውጥቷል።

> የደከምንበት እንዳይበላሽ፣ የተከፈለው መሥዋዕትነት ከንቱ እንዳይሆን፣ የሕዝቡና የሠራዊቱ መንፈስ እንዳይቀዘቅዝ፣ የወንበዴውን መንፈስ ከፍ የወገንን መንፈስ ዝቅ የሚያደርጉ ድርጊቶች እንዳይፈጸሙ ለየት ያለ ጥረት ማድረግ አስፈላጊ ነው። ድርጊቶቹ በጥናት የሚዳብሩ ሲሆን መሠረታቸው:-
>
> 1. ሁአሠ በየግንባሩ የጦር ሜዳ ጠ/ሰፈር አቋቁሞ መዋጋት
> 2. ሕዝቡን በኪነትና በተለያየ መልክ ማንቃት
> 3. የሕዝቡ የዕለት ኑሮ የሚሻሻልበትን መንገድ መሻት
> 4. የሕዝቡን የጤና ሁኔታ በኅብረት መንከባከብ ዋና ዋናዎቹ ይሆናሉ።
>
> ይህንን ተግባራዊ ማድረግ ቀላል አይደለም። ሆኖም ማድረጉ አስፈላጊ ከመሆን ጋር የሚቻልም ነው። በዚህ ተግባር የመንግሥትና ሕዝባውያን ድርጅቶች እንዲሁም ሕዝቡ በየፈርጁ የቅንጅት ሥራ መሥራት አለበት። በዚህን ጊዜ ባለሥልጣንና ካድሬ ግምባር ቀደም ሆኖ በተግባር ላይ መታየት ይኖርበታል። ይህን ለማድረግ ከሐማሴን መጀመር አስፈላጊ ሊሆን ይችላል። ከዚያ በተከታታይ...

ሻዕቢያ ለረጅም ጊዜ ዝግጅት ካደረገ በኋላ ከሕዝባዊ ወያኔ ሓርነት ትግራይ (ሕወሓት) በተላከለት ተጨማሪ ጦር በመረዳት ከ1977 ግንቦት/ሰኔ ጀምሮ በየአቅጣጫው ማጥቃት ጀመረ። ከእነዚህም የጥቃት ሰላባዎች አንዷ የባሬንቱ ከተማ ሆነች። ሰኔ 29 1977 ዓ.ም.

ባሬንቱ ላይ የተሰነዘረው ጥቃት ምን ይመስል እንደነበረና ስለተወሰደው እርምጃ ጄኔራል መርዕድ በዚህ መልክ ይገልጸዋል።

የዚህ ዕለት ሁኔታ (29-10-77)

በ05:30 ሰዓት ጓድ ኮ/ታደሰ ተሰማ የሁአሠ ዘመቻ መኮንን ቤቴ ደውለው ባሬንቱ ላይ ውጊያ መኖሩንና በተለይም ዳሌ በሚባለው ቦታ ላይ ያለው ውጊያ ከበድ ያለ በመሆኑ በሥፍራው ላይ ላለው 78ኛ ብርጌድ 1 ሻለቃ ዕርዳታ እንደተላከለት ሪፖርት መቀበላቸውን ገለጸልኝ።

06:20 ቢሮ በመድረስ ሁኔታዎችን መከታተል ጀመርኩ። ውጊያው እየጨመረ መሆኑና ጣሊያን ፎርቶ ከሚባለው ሥፍራ ድረስ ጠላት መጠጋቱን ሰማሁ (ይህ ቦታ ከተማው ጫፍ ላይ ነው)። አሳሳቢ ስለሆነና ሁኔታውን በትክክል መረዳት ስላልቻልን በጓድ ሜ/ጄኔራል ረጋሣ ጂማ የሚመራ አንድ ቡድን ወደ ባሬንቱ ሄደ። ቡድኑ እዚያ ማረፍ ስላልቻለ ከረን ሄዶ ጄኔራል ረጋሣ ደውለው ሜዳው በጠላት ከባድ መሣሪያ ስለሚደበደብ ማረፍ አልቻልንም። ለዕርዳታ የላካችሁት ብርጌድ ከረን ደርሷል። እኔ አቆርዳት ሄጄ አቆርዳት ያለው የክ/ጦር ም/አዛዥ ብርጌዱን ይዞ ወደ ባሬንቱ እንዲቀፅል አስቤአለሁ አሉ። ይፈጸም አልኳቸው።

ባሬንቱን ማዳን አለብን በማለት ብዙ ጥረት ተደረገ። ተዋጊ አውሮፕላኖች ተላኩ። ተዋጊ ሄሌኮፕተሮች ከሰዓት በኋላ ቀፀሉ። ሁኔታው ከሞላ ጎደል ደኅና መሆኑ ተነገረ።

> ሌላም ረዳት ጦር ለመላክ ከፍተኛ ጥረት በማድረግ መኪናዎች ተሰባስበው አሰሳ ላይ የነበሩት 6ኛና 36ኛ ብርጌድ እንዲሄዱ ተደረገ። ከአቆርዳት ለባሬንቱ ዕርዳታ እንዲላክ ተደረገ። ሁሉም ተንቀሳቀሰ። ተጨማሪ ጦር ስላስፈለገ 16 ሠ/ሜ/ብርጌድን ጠይቀን ከራማ ተፈቀደ። ትእዛዙ ስለዘገየ ጦሩም ዘግይቶ አሥመራ ደረሰ። ተሻሽሏል ሲባል የነበረው ሁኔታ በ17:00 ሰዓት ላይ ጠላት በታንክ እየተረዳ ማጥቃቱን ስለአጠናከረ ሁኔታው ተበላሽቷል የሚል በኦፐሬተር በኩል ደረሰ በ17:45። አዛዡ አንዴም ሪፖርት አልሰጠም።

ከዚህም በመቀጠል በማግስቱ ያን ጊዜ የጦር ኃይሎች ጠቅላይ ኤታማዦር ሹም የነበሩት ጄኔራል ኃይለጊዮርጊስ ሀብተማርያም አሥመራ መጥተው ከእሳቸውና አብረዋቸው ከመጡት የመከላለያ ሹማምንት ጋር በ29-10-1977 የተደረገውን ውይይት እንደሚከተለው ይገልጸዋል።

> በዚህን ዕለት 17:30 ሰዓት ጠ/ኤታማዦር ሹም ከዋናው አማካሪ ጋር ከአዲስ አበባ መጡ። ውይይት ተካሂዶ የጠላትና የወገን ሁኔታ ተገመገመ። ጠላት 5

የወንበዴ መደበኛ ብርጌድና 4 ሻለቃ ሚሊሺያ እንዳለው ተገለጸ። ከዚህም ሌላ ወንበዴው ከሆነለት ማጥቃቱን ወደ አቆርዳትና ወደ ከረን እንደሚቀፅል ከሁኔታው ተገመተ። በመሆኑም ከሆነ በተቻለ ፍጥነት ባሬንቱን መልሶ መቆጣጠር፣ ካልተቻለ አቆርዳትንና ከረን በአስተማማኝ ለመጠበቅ አስፈላጊውን ሁሉ ማድረግ እንደሚገባ ከስምምነት ተደረሰ።

ለዚህም አሁን ያለው የኛ ኃይል ከጠላት ኃይል ያነሰ ስለሆነ ኃይል ካልተጨመረ ውጤት ማግኘቱ ቀርቶ ሌላ አደጋ መጋበዝ ስለሆነ ኃይል መጨመር አለበት በሚለው ላይ ስምምነት ተደረሰ። ለጊዜው ከሌላ ሌላ ቦታ ኃይል እስኪፈለግ 29ኛ ሜ/ብርጌድ በአስቸኳይ ወደ ከረን እንዲመጣና ውጊያውን እንዲካፈል ተወሰነ። ይህ ሲሆን የናደው እዝ መጥፎ ሁኔታ ላይ ይወድቃል የሚለው ሐሳብ እንዳለ ነበር። ሆኖም ከሌላ ሌላው ቦታ ሁሉ ታሪካዊውን ቦታ ማለት ከረንን ማስያዝ ጉዳቱ በብዙ አቅጣጫ በመሆኑ ሌላው ቦታ ይለቀቃል እንጂ እሱ ላይ መሟሟት ይኖርብናል።

ባሬንቱን መልሶ ለመያዝና ጠቅላላ ሁኔታውን ለማስተካከል በቂ ኃይል ያስፈልጋል። በቂ ኃይል ተገኝቶ ወንበዴውን መግታት መቻል ደግሞ የምንፈልገውና ዋናው ቁም ነገር ነው በሚለው ላይ ሁሉ ተወያይተናል።

ባሬንቱንና ሌሎች የተያዙ ቦታዎችን ማስለቀቅ ፤ የቀይ ባሕር ዘመቻ

ሐምሌ 4 እና 5 በመከላለያ ሚኒስትሩ ሰብሳቢነትና የኃይል አዛዦች እንዲሁም ሌሎች ከመከላከያ ሚኒስቴር የመጡ ባለሥልጣኖች በተገኙበት በተደረጉት ተከታታይ ስብሰባዎች ባሬንቱን መልሶ ስለመያዝ ውይይት ከተደረገ በኋላ እቅዱ ጸደቀ። ከዘመቻው ዝርዝር እቅዶች በተጨማሪ የሚከተሉት አራት ነጥቦች በአጽንዖት ተጨመሩ።

1. የዘመቻው አስተባባሪ ከረን መሆኑ ቀርቶ አቆርዳት እንዲሆን
2. የሁለተኛው አብዮታዊ ሠራዊት ምክትል አዛዥ ጄኔራል ረጋሣ ጂማ ዘመቻውን እንዲመሩ
3. ዘመቻው ተሳክቶ ወደ ማባረረ መሸጋገር ከተቻለ አሁኑኑ ለዚህ የሚሆን ጥናት እንዲደረግ
4. ዘመቻው በታቀደው መሠረት ባይሳካ መወሰድ የሚገባቸው ጥንቃቄዎችና እርምጃዎች በቅድሚያ እንዲጠኑ

ጄኔራል መርዕድ እነዚህን ከላይ የተጠቀሱትን ነጥቦች ካሰፈረ በኋላ፡-

በበኩሌ በሁሉም ስስማማ ተጠባባቂ ያለመያዛችን በጣም አሳስቦኛል። ምክንያቱም ሁሉም ቦታ ላይ ጠንካራ አይደለንምና ነው። ሆኖም በተቻለ

ጠንክረን ማድረግ አለብን የሚል አቋም አለኝ።

በተጨማሪም ይህንኑ ካለተጠባባቂ ጦር ዘመቻ የመጀመር አስቸጋሪነትን በድጋሚ በአጽንዖት ያብራራል።

6-11-77

ተጠባባቂ፡-

በመሠረቱ ተጠባባቂ ሳይዙ ውጊያ መጀመር ፕሪንስፐል መስበር ነው። ሆኖም ጦር ማግኘት አልተቻለም። በተለይ ለከረን ከተማ ጥበቃ ልዩ ትኩረት አስፈላጊ ሆኖ ሳለ የሚገባውን መፈጸም አልተቻለም።

ከዚህም ሌላ ከረን- ሐጋዝ-አይርዴ መንገድ በቂ ጥበቃ የለውም። ይህ መንገድ ካልተጠበቀ በዘመቻ ላይ ላለው ጦር ለአቆርዳት፣ ለአይርዴ፣ ለሀይጋዝና ለከረን በጣም አደገኛ ነው። በአስተማማኝ መጠበቅ ያለበት አካባቢ ነው። ስለዚህ የግድ ጦር ከአንድ ቦታ ማግኘት አለብን። የተባለውን ጦር ከኤርትራ ውስጥ ማግኘት ስለማንችል ጓድ ሚኒስትር ከሌላ ቦታ እንዲያዙልን ማስታወሻ ቀርቧል። በማስታወሻው መሠረት ጓድ የአገር መከላከያ ሚኒስትርና የአብዮታዊ ጦር የፖለቲካ አስተዳደር ኃላፊ ጋር ሰፊ ውይይት ካደረግንና በአስፈላጊነቱ ላይ ከተማመንን በኋላ ለጊዜው የሚደረግ ነገር ባይኖርም ነገ ወደ ግምባር በመሄድና ጠቅላላ ግምገማ በማድረግ አንድ ውሣኔ ላይ እንደርሳለን የሚል ሐሳብ ቀርቦ ውይይቱ አበቃ።

ባሬንቱን ለመያዝ የተደረገው ዘመቻ እንደታሰበው አልተሳካም። የዘመቻው አስተባባሪ ጄኔራል ረጋሣ ሪፖርት ላይ በመጨመር ጄኔራል መርዕድ የነበረውን ሁኔታና የራሱን አስተያየት እንደሚከተለው አቅርቧል።

9-11-77

የጓድ ጄኔራል ረጋሣ የሬድዮ መልእክት ፣ ሰዓት 14:15

"ግምባር ውዬ ነው የመጣሁት። በሁኔታው አልተደሰትኩም። ስለዚህ የስልት ለውጥ ማድረግ ያስፈልጋል ብዬ ገምቻለሁ። ይኸውም 29ኛ ሜ/ብርጌድ ፊት ለፊት መቀፀሉ ቀርቶ ወደ ግራ በመታጠፍ ከ84ኛ ጋር ወደ ዳሌ እንዲገሰግሱ ማድረግ ነው። ይህ ካልሆነ ውጤት ማግኘቱ ያጠራጥረኛል" የሚል ነው።

የተሰጣቸው መልስ፡-

ከጓድ ሚኒስትርና ከፖለቲካ አስተዳደር ኃላፊው ጋር መጠነኛ ውይይት

እንደተደረገ ጓድ ሚኒስትር ባሰበው መሠረት ፈጽም በለው አሉ። በዚሁ መሠረት ነገርኩት። በተጨማሪ ቀኝ ክንፉንና ኋላውን እንዳይዘነጋ አስጠነቀቅኩት።

> ከዚህ ሌላ ጉዳዩ አሳሳቢ ስለነበረ በወቅቱ የነበረው ስብሰባ አልቆ ሌሎች ጓዶች እንደተበተኑ ጓድ ሚኒስትርና ጓድ ጄኔራል ገብረየስ ባሉበት ስለ ጉዳዩ አሳሳቢነት በማንሣት ከተነጋገርን በኋላ ጓድ ኮሎኔል ታደሰ ተሰማ የዘመቻ መምሪያ ኃላፊ ካርታ ይዘው በመምጣት ጦር ከየት ሊገኝ እንደሚቻል ከተነጋገርን በኋላ ናደው እዝ 47ኛ ብርጌድን አዘጋጅቶ ትእዛዝ እንደሚጠባበቅ አድርግ በማለት ተለያየን። አሁንም ቢሆን በበኩሌ አልረካሁም።

ከዚያም በማግስቱ የባሬንቱን ዘመቻ ያለመሳካት አንተርሶ ሁኔታው እንዴት አደገኛ እንደሆነ ዘርዘር አድርጎ “ይህቺ ወቅት አሳሳቢ ነች” በሚል ርእስ የሁኔታውን አስከፊነት ይገልጻል።

ይህች ወቅት አሳሳቢ ነች

ልዩ ውይይትና ልዩ ጥረት ትጠይቃለች። ባሬንቱን መልሶ የመያዙ ጉዳይ በእቅዱ መሠረት ሊሄድ አልቻለም። እንዲያውም አሳሳቢነቱ እየጎላ ነው። እሱ ላይ ስንረባረብ ሌሎች ቦታዎች ላልታሰበ አደጋ እንዳይጋለጡ ያሰጋል።

አስጊ ቦታዎች (ነጽቦች)

1. ከሁሉም በላይ ጦሮች እንዳይመቱ፣ መሣሪያ እንዳያስወስዱና ለአሰቃቂ ጠንቅ እንዳንጋለጥ ብርቱ ጥረትና ጥንቃቄ ያስፈልጋል።
2. ጦሩ አሁን ባለው ሁኔታ መዝለቁ በጣም ስለሚያጠራጥር የጦርና የስልት ለውጥ ያስፈልጋል። ግን ጦር ከየት ይመጣል?
3. ሌሎች አሳሳቢ ቦታዎች ማለትም አቁርዳት፣ ከረን፣ ምጽዋ፣ አፋቤት፣ መለብሶ፣ ከረን-አፋቤት መንገድ፣ ከረን-አቁርዳት፣ ከረን-አሥመራ፣ አሥመራ-ምጽዋ ዋናዎቹ አሳሳቢ መንገዶች ናቸው።
4. ጦሮቻችን በአሁኑ ጊዜ አስተማማኝ ሁኔታ ላይ አይደሉም። ተጠባባቂ የላቸውም። ስለዚህ በተቻለ ባላቸው እንዲጠቀሙና እንዲበረቱ ከመንገር ባሻገር በተከታታይ ማድረግ ያለባቸውን መንገሩ መልካም ነው።
5. ስለ ሕዝባዊ ሠራዊቱ አጠቃቀም ዝግጅቱን ማፋጠንም ተገቢ ነው።
6. ጦራችን ለመጨረሻው መጨፋጨፍ እንዲዘጋጅ በዘዴ ማስረዳት አስፈላጊ ይመስለኛል።

7. ከበላይ ጦር ማግኘት ግድ ይሆናል።

በመቀጠል መከላከያ ሚኒስትሩ (ጄኔራል ተስፋዬ)፣ የእዝ አዛዦችና የፖለቲካ ኃላፊዎች በተሰበሰቡበት ስለ ባሬንቱና በየአቅጣጫው ጥቃት በመሰንዘር ላይ የሚገኘውን የዐማፅያኑን እርምጃ ስለመግታት የተደረገው ውይይት ጥሩ ቢሆንም የነበረበትን ሥጋትና ቅሬታ እንደገና ይገልጻል።

> በዛሬው ዕለት በጓድ የአገር መከላከያ ሚኒስትር ሰብሳቢነት የተደረገው ውይይትና ውሳኔ መልካም ነው። ሆኖም አሁንም ቢሆን በቂ አይደለም። ይህንን ሥራ ስንሠራ መቶ በመቶ እርግጠኛ ሆነን መነሣት አለብን። የኃይል መበታተን ላልተጠበቀ አደጋ ሊያጋልጠን ይችላል። ችግሩ ተጨማሪ ጦር ከየት ይመጣል ነው? ለማንኛውም ልዩ ጥረት ማድረግ እጅግ አስፈላጊ ነው።

ባሬንቱ ከተያዘችበት ቀን አንሥቶ ባሬንቱን ለማስለቀቅም ሆነ በየአቅጣጫው ይሰነዘር የነበረውን የዐማፅያኑን ጥቃት ለመከለላከል መንግሥት የተለያዩ እርምጃዎችን ወስዷል። በተለይም ለሻዕቢያ እንቅስቃሴ ከፍተኛ ጠቀሜታ ያላት አረዛ እንዳትያዝ የተደረገውን ትግል ጄኔራል ተስፋዬ ሀብተማርያም "የጦር ሜዳ ውሎ" በተሰኘው መጽሐፋቸው እንደሚከተለው ይገልጹታል።

> የተሰነይ ዙላ ጥርጊያ መንገድ ለሻዕቢያ የመኖርና ያለመኖር፣ በትግሉ የመቀጠል ወይም ያለመቀጠል ጉዳይ ነው። ያለ ድርጅት ድጋፍ፣ ያለ መሣሪያና ጥይት ትግል መቀጠል አይቻልም። ትግሉ እንዲቀጥል ከተፈለገ አረዛ ላይ የተዘጋው መንገድ መከፈት አለበት። መንገዱን ለመክፈት የሚቻለው በውጊያ ነው። ከሁለት ክፍለ ጦር ጋር ለመዋጋት ከፍተኛ የመሣሪያና የሰው ኃይል ያስፈልጋል። የሚያስፈልገውን በቂ ኃይል ለማግኘት ሻዕቢያ ከወያኔ ጋር ግንባር በመፍጠር በጋራ ለማጥቃት ተስማሙ።

ከዚህም በተጨማሪ ከአረዛ ሌላ በቦሾቃና በሙልቂ ስለተደርጉ ተከታታይና በጣም አስቸጋሪ ውጊያዎች፣ በሁለቱም ወገኖች ስለደረሰው እልቂትና የንብረት መውደም፣ የዘመቻውን አመራር ከተሳትፏቸውና በዓይናቸው ካዩት ጋር በማያያዝ ጥሩ አድርገው አቅርበውታል።

የቀይ ባሕር ዘመቻን ለማከናወን ትልቁ ችግር የሰው ኃይል ነበር። ከዚህ ቀደም ሲል ጄኔራል መርዕድ "ተጠባባቂ ጦር የለንም፣ ካለተጠባባቂ ጦር ምንም እቅድ ማድረግ ከፕሪንስፕል ውጪ ነው" እያለ በተደጋጋሚ ሲያሳስብ እንደነበረ አሳይተናል። በመጨረሻም በእሱና በጓዶቹ ያላሰለሰ ውትወታ ይህንን የታቀደውን ዘመቻ ለማገዝ ቁጥሩ እጅግ ከፍ ያለ ኃይል ከምሥራቅ እዝ እንዲመጣ ተደረገ። ይህ ጦር ከተጨመረም በኋላ የኃይል በላይነትን አስፈላጊነት በተደጋጋሚ ያሳስብ ነበር።

በመጨረሻም ሁሉም ነገር ተሟልቶና እቅዱ ጸድቆ ባሬንቱንና ሌሎች ስትራቴጂያዊና ፖለቲካዊ ጠቀሜታ ያላቸው ከተሞች ከሻዕቢያ ለማስለቀቅ የጸደቀውን ውሳኔ ለመከላከያ ቀዳሚ መምሪያ አባላትና ለሁለተኛው አብዮታዊ ሠራዊት አመራሮች ያቀርባል። ከመከላከያ ቀዳሚ መምሪያ ጋር ዘምቻውን ለመምራት ኤርትራ የነበሩት የጄኔራል ደምሴ ቡልቶ ማስታወሻ ጄኔራል መርዕድ በ10/12/1977 ስለ ማጥቂያ አቅጣጫ፣ ስለ ሠራዊቱ ዓይነትና ብዛት፣ ስለ ተለዋጭ አሰላለፍና ተጠባባቂ ጦር፣ ስለ ማታለያ እቅድ ተግባራዊነት፣ ስለ ዘመቻው ቀንና ሰዓት እንዲሁም ጦሩን ለማነጋገር ስለተያዘው ፕሮግራም መግለጫ እንደሰጠ ያሳያል።[97]

የጄኔራል መርዕድን ማስታወሻ ስናገላብጥ በዚሁ ጊዜ በ13/12/1977 ለአመራሩ አካል የሰጠውን መመሪያ እናያለን።

ዘመቻ ቀይ ባሕር እቅድ ከጸደቀ በኋላ ለአመራር አካል የሚሰጥ ልዩ ማሳሰቢያ፡-

ቆራጥ ውሳኔ ስጡ፣

- የሰጣችሁት ውሳኔ ግልጽ መሆኑን አረጋግጡ።
- በውሳኔያችሁ መሠረት ዝግጅቱም አፈጻጸሙም ትክክል መሆኑን በዝርዝር ቁጥጥር አረጋግጡ።
- ይህንን የሚያደርግና በተከታታይ መደረግ ያለበትን ሁኔታ እያመቻቸ የሚያስታውስ ቡድን በየደረጃው ይኑራችሁ።

የምትሰጧቸው ትእዛዞች ሊኖራቸው የሚገባ ሥርዓት፡-

- የበላይን መመሪያና ትእዛዝ የተከተለ ይሁን (በተቻለ)
- ከዚህ ውጭ እንዲሆን ቢያስፈልግ፣ ጊዜ ካለ ማስፈቀድ ቢያንስ መግለጽ
- ጊዜ ከሌለ የሚያዋጣ ዕርምጃ ወስዶ መግለጽ
- ከበላይ የሚሰጠው ትእዛዝ ጠቅላላ በመሆኑ ግራና ቀኝ በማለት ወይም የተሻለ አሠራር ካለ የበላይ ትእዛዝ ነው በማለት ብቻ ያለመሥራት
- በተቻለ መጠን በክፍሎች መካከል ትብብር መኖሩ ይረጋገጥ
- ወንበዴ በተጠናከረ ሁኔታ የሚዋጋው ለተወሰነ ጊዜ ብቻ መሆኑን ማወቅና መጠንከር
- ትእዛዝ ሲሰጥ በወቅቱ በሚፈለገው መልክ ይፈጸሙ
- መልሶ ማጥቃትን ለመቋቋም ሙሉ ዝግጅት ይደረግ

97 ደረጀ ደምሴ "አባቴ ያቺን ሰዓት" በሚል ርእስ ባሳተመው መጽሐፍ የጄኔራል ደምሴ በቀይ ባሕርና በባሕረ ነጋሽ ዘመቻዎች የያዘውን ማስታወሻ አባሪ አድርጎ አቅርቧል። እኛም የጄኔራል ደምሴን ማስታወሻ ከጄኔራል መርዕድ ማስታወሻዎችና ሌሎች ምንጮች ጋር እያዛመድን ለዚህ መጽሐፍ ግብዓት ተጠቅመንበታል።

- ሪኸርሳል [ልምምድ ማድረግ]

የሥራ አፈጻጸምን በተመለከተ "ዲሲፕሊን የተሞላው የቡድን ሥራ እንዲሠራ እንጂ የተናጠል እንዳይሆን፣ ውጤቱም ሆነ ጥፋቱ የሁሉ እንጂ የተወሰኑ ሰዎች ኃላፊነት እንዳልሆነ ይታወቅ" ይላል።

ቀደም ሲል እንደጠቀስነው የቀይ ባሕር ዘመቻ ዋና ዓላማው ባሬንቱንና ተሰነይን እንዲሁም በዚያ አካባቢ ያሉ ቦታዎችን ለማስለቀቅ ነበር። በዚህን ጊዜ የጀብሃ ጦር 6,000 ተዋጊዎች ሲኖሩት፣ የሻዕቢያ ደግሞ ከ17,000-18,000 መደበኛ፣ 7,000 ሚሊሺያ፣ 3,000 ምልምል ተዋጊዎች ነበሩት ተብሎ ይገመታል። በመሣሪያ ደረጃ ሻዕቢያ ብቻውን 34 ታንኮች፣ 50 ብረት ለበሶች፣ 52 መድፎች፣ 248 ሞርተሮች፣ 65 ፀረ-ታንክና 70 አየር መቃወሚያ[98] ነበሩት። ኤርትራ ውስጥ የነበሩት የመንግሥት ወታደሮች 68,811 ሲሆኑ የቀይ ባሕርን ዞመቻ ለማጠናከር 21,369[99] ተጨምረው ነበር።

የቀይ ባሕር ዘመቻ እቅድ የጀመረው በ1977 ክረምት አካባቢ መሆኑን ከላይ አሳይተናል። የመከላከያ ሚኒስትር የነበሩት ጄኔራል ተስፋዬ ገብረኪዳን የመጀመርያው እቅድ ላይ አስተያየታቸውን ይሰጣሉ። ከዚያም ስለ እቅዱ ኮሎኔል መንግሥቱ በተገኙበት ውይይት ይደረጋል። በጄኔራል ደምሴ ቡልቶ ማስታወሻ ላይ እንደሚታየው የኮሎኔል መንግሥቱ አስተያየት "ሕወሓት ሻዕቢያን እንዳይረዳና ሙልቂ ግንባር የሰፈረውን ሠራዊታችንን ከኋላ እንዳይመታ መጠንቀቅ" ከሚልና በዚያ ግንባር የሚሰለፈው "ሜካናይዝድ ብርጌድ መሬቱ እንደልብ እንደማያሳልፈው" ያላቸውን ሥጋት ከመግለጽ ያለፈ አልነበረም። እርግጥ ይህ ማለት ጄኔራል ደምሴ ማስታወሻው ላይ ካሰፈረው ሌላ ተጨማሪ አስተያየት አልነበራቸውም ወይንም በሌሎች ስብሰባዎች ላይ ማሻሻያ ሐሳብ አልሰጡም ማለት አይደለም። ቢሆንም ግን በጄኔራል መርዕድና በጄኔራል ደምሴ ማስታወሻ ላይ እንደሚታየውና በዚያ ዘመቻ ከተካፈሉ ከፍተኛ መኮንኖች ያገኘነው መረጃ ኮሎኔል መንግሥቱ በዚህ ዘመቻ እቅድና ክንውን ላይ ብዙ ተሳትፎ እንዳልነበራቸው ነው። በዚህ ዘመቻ ላይ ሌሎች የተሳተፉ የጦሩ መሪዎችም እንደሚያረጋግጡት የኮሎኔል መንግሥቱ ጣልቃ ገብነት ብዙ ያልተስተዋለበት ዘመቻ ነበር። የዘመቻው በድል መጠናቀቅ አንዱና ዋናው ምክንያትም የተለመደው ጣልቃ ገብነታቸው ጋብ በማለቱ ነበር።

በነሐሴ ወር አሥመራ የሁለተኛው አብዮታዊ ሠራዊት ዋና መምሪያ አዛዥ (ጄኔራል መርዕድ) ከመምሪያ መኮንኖቻቸው ጋር ሆነው ከመከላከያ ዘመቻውን ለማገዝ የመጡትን (ጄኔራል ተስፋዬ ገብረኪዳን፣ ጄኔራል ደምሴ ቡልቶ፣ ጄኔራል ፋንታ በላይ፣ ጄኔራል አሥራት

98 ደረጀ ደምሴ ፤ አባቴ ያቺን ሰዓት (እነዚህ ቁጥሮች መጽሐፉ መጨረሻ ላይ አባሪ ከተደረገው የጄኔራል ደምሴ ቡልቶ የቀይ ባሕርና የባሕረ ነጋሽ ዘምቻዎች ማስታወሻ ላይ የተወሰዱ ናቸው።)

99 Fantahun Ayele. The Ethiopian Army: From Victory to Collapse, 1977-1991.

ብሩ፣ ጄኔራል ኃይሉ ገብረሚካኤል ወዘተ...) በኤርትራ ያለውን ሁኔታ ይገመግማሉ።[100] ከግምገማውም በኋላ በአጠቃላይ የዘመቻው ስትራቴጂ ምን መሆን እንዳለበት ውይይት ይደረጋል።

ነሐሴ 7 1977 ዓ.ም. አሥመራ ከላይ ስማቸው የተጠቀሱት ጄኔራሎችና ሌሎችም በተገኙበት ስለ ቀይ ባሕር ዘመቻ በጄኔራል መርዕድ ገለጻ ተደረገ። በገለጻውም ላይ የዘመቻው ዋና ግብ "መሬት ሳይሆን ወንበዴው"[101]እንደሆነ ገልጾ ከዘመቻው ጋር ተያያዥ ስለሆኑ ስለ መሬት፣ ስለ መሣሪያ፣ ስለ ስልት በሰፊው ያብራራል። ከዚያም በተከታታይ በተደረጉ ስብሰባዎች የዘመቻው መጀመሪያ ቀን (በወታደራዊ ቋንቋ ቀ-ቀን) ነሐሴ 15 1977 እንዲሆን ይወሰናል።

በጄኔራል ደምሴ ማስታወሻ ላይ የዘመቻውን ሂደት መቆጣጠርና አንደኛው ግንባር ላይ አመራር የሚሰጡት ጄኔራል ረጋሣ ላይ አንድ ችግር ቢፈጠር ተክቶ ጦሩን የመመራት ኃላፊነት ለእሱ (ለጄኔራል ደምሴ) እንደተሰጠ ተመዝግቧል። የጄኔራል ደምሴ ማስታወሻም ይህ ሁሉ ዝግጅት ከተደረገ በኋላ "አንድ ሰው ወደ አዲስ አበባ በመላክ ዝርዝር እቅዳችንን ለጓድ ሊቀመንበር መግለጽ ያስፈልጋል" የሚል ውሳኔ ተሰጠ። ለዚህም ጓድ ብርጋዴር ጄኔራል ገብረየስ ወልደሐና ተላኩ"[102] ይላል።

በእቅዱም መሠረት ከአንዳንድ አነስተኛ ስሕተቶች በስተቀር ዘመቻው ተካሂዶ ነሐሴ 18 ባሬንቱ፣ ነሐሴ 19 ሳዋ ይያዛሉ። በተለይም የሻዕቢያ ወታደር ማሠልጠኛ ነው ከሚባለው ከሳዋ እጅግ ብዙ ቁሳቁስና መረጃ ይያዛል። ከባሬንቱና ከሳዋ በተጨማሪ መንግሥት በአካባቢው በሻዕቢያ ቁጥጥር ሥር የነበሩ ቦታዎችን ለመያዝ ቻለ። በዚህም የቀይ ባሕር ዘመቻ በተሳካ መልክ ተጠናቀቀ።

ከዚህ በታች የምንመለከተው በጣም ያስጨነቀው ከዚያም ተሳክቶለት ከጓዶቹ ጋር ባሬንቱን እንደገና ለማስመለስ መቻላቸው የፈጠረበትን ስሜትና ደስታ ያንፀባርቃል። በመቀጠልም ወደኋላ ሄዶ ስለተፈጠረው ሁኔታ፣ ስለወሰዳቸው እርምጃዎችና በመጨረሻም ባሬንቱ እንዴት መልሳ እንደተያዘች ጀምሮ ያልጨረሰውን ጽሑፍ "የቀይ ባሕር ዘመቻ" መደምደሚያ አድርገን አቅርበናል።

ታላቅ የደስታ ዕለት (19-12-77)

በዚህ ቀን ለብዙ ጊዜ ሲያሳስበን፣ ሲያሰድበን፣ አቀርቅረን እንድንሄድ ያደረገን የባሬንቱ ሁኔታ ተለውጦ በጃችን ገባ።

---

100 አሥመራ በተደረጉ ስብሰባዎች ላይ ሁሉም የጦሩ መሪዎች ሁሉም ስብስባ ላይ ስላልተሳተፉ የስም ዝርዝሩ ላይ የጎደሉ ሰዎች ሊኖሩ ይችላሉ።

101 ደረጀ ደምሴ ፤ አባቴ ያቺን ሰዓት

102 ደረጀ ደምሴ ፤ ዝኒ ከማሁ

ባሬንቱን የያዘው 2ኛ እግረኛ ክ/ጦር ነው። በዚህ ዕለት በ09:00 ሰዓት ገደማ በሄሊኮፕተር ባሬንቱ ላይ ስወርድ የተቀበለን የ2ኛ ክ/ጦር ቃኚ አዛዥ ም/የመቶ አለቃ መላኩ ነው። የከተማው ሕዝብ አሮጌ ጣልያን ሳይቀር የኢትዮጵያን ሰንደቅ ዓላማ ይዘው "ሆ" እያሉ ተቀብለውናል። በሕይወቴ ውስጥ ከማልረሳቸው ቀናቶች ይህ ዕለት አንደኛው ወንበዴ በሻካራ አባባሉ ሲያላዝንብን የነበረው የተቆረጠበት ቀን ነውና።

በዚህ ወቅት ከኔ ጋር የነበሩ፡-

ጓድ ሌ/ኮ ሸዋረጋ ቢሆነኝ የፖለቲካ ኃላፊ

ብ/ጄኔራል ካሣ ወልደየስ መድፈኛ አስተባባሪ

ሻለቃ ታደለ ወ/ጊዮርጊስ

ሻምበል በላይ ተስፋሁነኝ ከዘመቻ መምሪያ

የመቶ አለቃ ውብሸት ዱባለ ከደኅንነት ናቸው።

የባሬንቱ መውደቅና መነሣት ነሐሴ 21 ቀን 1977 ዓ.ም.

ለብዙ ዘመን ተደፍራ የማታውቀው ሰኔ 28 ለ29 አጥቢያ 1977 ዓ.ም. በወንበዴ ውጊያ ተከፍቶ በ29-10-77 ዓ.ም. በወንበዴ እጅ ወደቀች።

በዚህን ጊዜ በሁአሠ የተወሰዱ ተከታታይ እርምጃዎች፡-

ውጊያ መጀመሩ የተገለጸልኝ ከሌሊቱ 05:00 ሰዓት ከ25 ነው። 05:30[103] ቢሮ በመገኘት ከአንድ ቀን በፊት ማለትም በ28-10-77 15:00 ሰዓት ወንበዴ ባሬንቱን ለማጥቃት ያሰባል የሚል መረጃ በመድረሱ ለጥንቃቄ ብለን ከናደው እዝ ያመጣነውን 48ኛ ተ/ብርጌድ [ተራራ ብርጌድ] ለመውሰድ ወስነን ስለነበረ በውሳኔው መሠረት ፈጥኖ ወደ ባሬንቱ ለመንቃነቅ ትእዛዝ ተሰጠ።

የውጊያውን ሁኔታ ስንከታተል ጠላት እንደተጠጋ ነው። እንዲያውም ጣሊያን ፎርቶ አካባቢ ደርሷል የሚል ወሬ ደረሰ። በዚህን ጊዜ የአመራር ጉድለት ሊሆን ይችላል የሚል ሥጋት ስለአደረብኝ ጓድ ብ/ጄኔራል ረጋሣ ጂማ የተውጣጣ ቡድን ይዘው ወደ ባሬንቱ እንዲሄዱ አደረግሁ። ጊዜው 08:00 ሰዓት አካባቢ ነው።

ከዚያ ባሬንቱ በምንም ዓይነት ጠላት እጅ መውደቅ የለባትም ይህ ከሆነና በጦሩ እጅ ያለው መሣሪያ ጠላት እጅ ከገባ ጠቅላላ ሁኔታችን አሳዛኝ ይሆናል የሚል ሐሳብ ስለገባኝ በአሰሳ ላይ የነበሩት 2 ሻለቆች ማለትም 36ኛ ተ/ብርጌድና

103 ቀደም ሲል የጠቀስነው ማስታወሻ ላይና እዚህ ላይ የተጠቀሰው ሰዓት ይለያያል። አንደኛው ላይ ሰዓቱን አሳስቶ መጻፉ ይታያል።

6ኛ እግረኛ ብርጌድ ወደ መንገድ እንዲመለሱና መንገድ ላይ በሚጠብቃቸው መኪና ተፋጥነው ወደባሬንቱ ደርሰው እንዲያጠናክሩ ወሰንኩ።

የ2ኛ ክ/ጦር አዛዥ ጓድ ኮሎኔል ነጋሽ ወልደየስም ካሉበት በፍጥነት ወደዘመቻ ክፍል በመምጣት ጦሩን ላስተባብር ብለው በጠየቁት መሠረት እንዲሄዱ ተደረገ። ጓድ ጄኔራል ረጋሣ በሄሊኮፕተር ባሬንቱ ደርሰው የሚያስተናግዳቸው ስለአጡና ሜዳውም በጠላት ጥይት ይደበደብ ስለነበረ ከረን መጥተው መውረዳቸውንና 48ኛ ብርጌድ ተፋጥኖ እንዲሄድ ማድረጋቸውን ገለጹልኝ።

እኔም ቢያንስ አቆርዳት እንዲሄዱ ነግሬአቸው ሄዱ። የባሬንቱ ውጊያም አንዴ ጠበቅ አንዴ ላላ አያለ ቀፀለ። ወደ 15:00 ሰዓት ወገን መልሶ ማጥቃት በማድረግ ጠላትን ከከተማው እያባረረ ነው የሚል ወሬ ከ15ኛ ክ/ጦር ዘመቻ መኮንን እና ከሌላም ቦታም ደረሰ። ወደ 17:30 ገደማ ወንበዴው ባሬንቱን ሳይዝ አይቀርም የሚል ወሬ መጣ። ከጦሩም ጋር ግንኙነት ተቋረጠ።

ከዚያ ግንኙነታችን ባሬንቱ ከነበረው ጦር ጋር መሆኑ ቀርቶ አቆርዳት ካለውና ከዚህ ከተላከው 48ኛ ብርጌድ ጋር ሆነ። ወንበዴው የባሬንቱን ጉዳይ አንደጨረሰ ድሉን በማስፋፋት አቆርዳትን ለመያዝ ባሪያ ሞጎሎ መጣ። እዚያ ላይ ከፍተኛ ፍልሚያ ተደረገ ለተከታታይ ቀናት። በዚህ ፍልሚያ ላይ ግምባር ቀደም በመሆን አቆርዳትን ከመያዝ ያዳኑ የመጀመሪያዎቹ ክፍሎች የ27ኛ ሜ/ብርጌድ አንድ ሻለቃ፣ 48ኛ ተ/ብርጌድ፣ 36ኛ ተ/ብርጌድ፣ 6ኛ እግረኛ ብርጌድ ናቸው።

ከዚያ ቀጥሎ የደረሱት 12ኛ ብርጌድ፣ 31ኛ ብርጌድ፣ 84ኛ ብርጌድ፣ 29ኛ ሜ/ብርጌድ እንዲሁም 16ኛ፣ 65ኛ ብርጌድ ለ2ኛ ክ/ ጦር ሙሉ ድጋፍ የሆነው 16ኛ ነው። ከዚያ በኋላ 9ኛ ብርጌድ፣ 92ኛ ብርጌድ ናቸው።

ይህ በእንዲህ እንዳለ ወንበዴው ከጊዜ ወደጊዜ ኃይል እየጨመረ በሁሉም አቅጣጫ መጠናከሩ ስለታወቀና ሌላ ዕርምጃ መውሰድ ግድ ስለሆነ 14ኛ ክ/ጦር ከማይደማ በመነሣት በሙልቂ አድርጎ ወደ ቦሾቃ እንዲገሰግስና ጠላትን ከኋላ እንዲመታ ሲታዘዝ የሠራዊ ሕዝባዊ ሠራዊትና 102ኛ አየር ወለድ 2 ብርጌዶች የሱን ጥበቃ ኃላፊነት እንዲረከቡ ተደረገ። 14ኛ ክ/ጦር 21ኛ ብርጌድ ተደርቦለት በቢኤም 21 እና በታንክ ተጠናክሮ በ-----77 ዓ.ም. [ቀኑ አልተገለጸም] ወደ ቦሾቃ ቀጠለ። በ2ኛው ቀን ውጊያ አጋጠመው እየተዋጋ ቀፀለ። ውጊያው ከዕለት ወደ ዕለት ጠጠረበት። አካሉ በሆነው 106ኛ ብርጌድ ላይ ከፍተኛ ጉዳት ደረሰ። አሳሳቢም ሆነ። ይህንንም ጦር ማዳን አስፈላጊነቱ ስለጎላ 102ኛ አየር ወለድ 3 ብርጌዶች ይዞ ከ14ኛ ክፍለ ጦር ጎን እንዲሰለፍ ተደረገ። እንደታሰበውም ይህ ሠራዊት ባይደርስ ኖሮ በ14ኛ ክ/ጦር ላይ አሳዛኝ ሁኔታ በደረሰም ነበር።

አየር ወለድና 14ኛ ክፍለ ጦር አንድ ላይ ከሆኑ በኋላ አንድ ጠቅላላ ማጥቃት በተለያየ አቅጣጫ በወንበዴው ላይ ተሰነዘረ። በዚህን ጊዜ ወንበዴው 14ኛ ፊት ለፊት የነበረውን የወንበዴ ጦር ወደሌላ ግምባር በመውሰዱ 14ኛ ክፍለ ጦርና አየር ወለድ አስቸጋሪውን ቦታ አልፈው በሾቃ መግባት ቻሉ። በዚህ ጥቃት ጊዜ 15ኛ ክ/ጦር ተካፋይ ሆነ። ክፍለ ጦሩ ይዞ የነበረው ከባሬንቱ የለቀቁትን ብርጌዶች ሲሆን ጦሩ በጥሩ ሁኔታ ገስገሶ ቢሆንም ካርታ በመሳሳት ጠልቆ ጠላት ወረዳ ውስጥ በመግባቱ ከጠላት ጋር መጨፋጨፍ አድርጎ ጉዳት ስለደረሰበት ወደ ኋላ አፈገፈገ።

ጠላት የልብ ልብ [ስለተሰማው] በየዕለቱ ማጥቃት እያደረገ ብዙ ችግር መፍጠር ጀመረ። ይህንን ሁኔታ ለመቋቋም አቀርዳት ጥበቃ ላይ የነበረው ዝነኛው 84ኛ ብርጌድም ከመከላከያ ወጥቶ በሞጋረብ በኩል 29ኛ ብርጌድ ጎን ሆኖ አስደናቂ ውጊያዎች በመፈጸሙ የሰው ኃይሉ ተመናመነ። ሁኔታዎች አመቺ አልነበሩም። ሆኖም ቀደም ሲል ጀምሮ አሰላለፋችንን ማሻሻል አለብን በሚል ጀምረነው የነበርነው ጥናት ለጓድ የአገር መከላከያ ሚኒስትር አቅርበን ስላፀደቁልን ጦሮች ከግንባር በማሰባሰብ ወንበዴውን መቋቋም ጀመርን። ይህም ቢሆን የወንበዴውን ድርጊት መቆጣጠር ችለናል ማለት አይደለም። እንዲያውም ከጥቂት ቀናት በኋላ ወንበዴው አየር ወለዱንና 14ኛ ክፍለ ጦርን በማሰባሰብ በርብርቦሽ ይመታብናል የሚል ሥጋት ላይ በመውደቃችን 3ኛ ክ/ጦርን ለማስጠጋት ወሰንን። ሆኖም መንገዱ መጥፎ ስለነበረ ጭንቀት ውስጥ ጥሎናል። ቢሆንም የተሻለ ምርጫ ስላልነበረን 3ኛን ወደ አየር ወለዱ አቀላቀልን። ሁለቱም ምን እንደሚሠሩ ተወስኖ ተሰጣቸው። 102ኛ በተሰጠው መመሪያ መሠረት የ2ቱን ቀን ግዳጅ በአንድ ቀን ጨርሶ እንዲያውም ግቡን አልፎ ከጠላት ወረዳ ውስጥ ገባ። 3ኛ ክ/ጦር በዕለቱ በጣለው ዶፍና በሌላ ሌላም ምክንያት ከግቡ ሳይደርስ ቀረ። 16ኛ ሰንጥቅ በዚህ ጊዜ ለ3ኛ ክ/ጦር ተመድቧል። 3ኛ በመመሪያው መሠረት ባለመፈጸሙ ምንም እንኳን የሚገባውን በቆራጥነት ፈጽሟል ቢባልም 8ኛ አየር ወለድ ብርጌድ በጠላት ተመታ። የብርጌድ አዛዡ ሻምበል ዘውዱ እዚያው ተሰዋ። ከብዙ ትግል በኋላ 3ኛ፣ 102ኛና 14ኛ ክ/ጦሮች በመገናኘታቸው ተጠናከሩ። እነኚህ ክፍሎች 2ኛ ጥምር ኃይል ተብለው በቦሾቃ ግንባር በስፋት ተሰለፉ። ወንበዴው አደገኛነታቸውን አይቶ ጠላቸው።

ይህ በእንዲህ እያለ ኢሠፓና አብዮታዊ መንግሥት የተለየ እርምጃ በመውሰድ እንኳንስ ጠላት እኛም ለማመን ያዳገተንን ዝግጅት አደረገ። ይኸውም በብዙ ሺህ (15,000) የሚቆጠሩ ብ/ውትድርና [ብሔራዊ ውትድርና] ከአንድ ሺህ በላይ የሚሆኑ አዲስ መኮንኖች፣ አንድ ሜ/ክፍለ ጦርና ከፍተኛ የድርጅት ድጋፍ ሰጠን።

ይህንን ካገኘን በኋላ እንደሚከተለው አቀድን።

> 2ኛ ሚ/ክ/ጦር [ሚሊሺያ ክፍለ ጦር] ከቢሻ በመነሣት በኩር አድርጎ በረጅም ከበባ ወደ ሰብደራት
>
> 1ኛ ጥምር ኃይል ማለትም 21ኛ ተራራ ክ/ጦርና 29ኛ ሜ/ብርጌድ በሞግራብ አድርጎ ወደ ጉኚ
>
> 2ኛ ክ/ጦር ከባርያ ሞጎል ግንባር ወደ ባሬንቱ
>
> 2ኛ ጥምር ኃይል ማለትም 3ኛ ክ/ጦር፣ 14ኛ ክ/ጦርና 16ኛ ሜ/ብርጌድ ከቦሾቃ ወደ ባሬንቱ፣ 23ኛ ክ/ጦር 53ኛና 54ኛ ብርጌድን ይዞ ለ2ኛ ጥምር ኃይል ተጠባባቂ፣ 27ኛ ሜ/ብርጌድ ለ2ኛ ክ/ጦር ተጠባባቂ እንዲሆን[104]

ስለ ቀይ ባሕር ዘመቻ ትዝታውን የሚገልጽበት ጽሑፍ ሳያልቅ ድንገት ይቋረጣል። ታሪኩ ባያልቅም አንባቢያን ስለ ሁኔታውና ስለ ጄኔራል መርዕድ አስተሳሰብና ስሜት ጥሩ እይታ እንዲያገኙ ያስችላቸዋል ብለን እናምናለን።

ከቀይ ባሕር ዘመቻ በኋላ

የቀይ ባሕር ውጊያ እንደተጠናቀቀ ሳዋና ባሬንቱ ከተያዙ በሳምንቱ ነሐሴ 25 ስለሚቀጥለው ተከታታይ ዘመቻ ስብሰባ ይደረጋል። እንደሚታወቀው ወታደራዊው አመራሩ ጄኔራል መርዕድን ጨምሮ ዘመቻ ከተደረገ በኋላ እረፍት ወስዶ፣ ለዐማፅያኑ ፋታ ሰጥቶ፣ ወታደሩም "ከአጥቂነት ወደ ተከላካይነት" ተመልሶ ከቆየ በኋላ እንደገና ማጥቃትን ሁሌም ሲቃወም ቆይቷል። ማስታወሻው ላይ ይህ አሠራር ጉዳት እንዳለውና የተተኪ ጦርን አስፈላጊነት ሲያሳስብ፡-

> ከዚህ በፊት በተደጋጋሚ እንደታየው ወንበዴውን ለመደምሰስ ከተቃረብን በኋላ በኃይል ማነስ ወይንም በድርጅት ምክንያት ዘመቻው እየቆመ እጅግ ከፍተኛ መሥዋዕትነት የተከፈለበት ዘመቻ ከግብ ሳይደርስ መቅረቱ ይታወሳል። አሁንም ለመጀመሪያ ጊዜ ከፍተኛ ኃይል ቢኖረንም፣ ከጥቂት ጊዜ በኋላ መቀነሱ ስለማይቀርና ከተቀነሰ ደግሞ ለማቆም ስለምንገደድ ተተኪ ጦር ከአሁኑ ማሰብ አለብን።

ይላል። ጄኔራል ተስፋዬ ሀብተማርያም ከዚህ ዘመቻ በኋላ ከጄኔራል መርዕድ ጋር በአደረጉት ውይይት "1ኛ ሻዕቢያ ባሬንቱን ለመከላከል ናቅፋ አካባቢ ያለውን ጦር ሁሉ አነቃንቆ ናቅፋና አካባቢው ምንም ጦር ስላልነበረው፣ 2ኛ ሻዕቢያ ከባሬንቱ ሲሸነፍ ተበታትኖ በጥድፊያ ወደ ሱዳን ጠረፍ እያፈገፈገ ስለነበረ (ሳዋ የተከማቸውን ንብረትና ሰነዶች እንኳን ማቃጠል አልቻለም) አሁን አባረን መምታት አለብን ብለን ተወያይተን ነበር" ብለውናል። በዚህም

104 ጄኔራል መርዕድ ጀምሮ ያልጨረሰው ጽሑፍ ነው።

መንፈስ ይመስላል ወዲያውኑ ስለ ባሕረ ነጋሽ ዘመቻ መወያየት የተጀመረው።

እንደ ጄኔራል ደምሴ ማስታወሻ ጳጉሜ 1 1978 ዓ.ም. ከ11:00 ሰዓት ጀምሮ ለኮሎኔል መንግሥቱ ስለ ወቅታዊ ሁኔታውና ወደፊት ስለሚደረገው የባሕረነጋሽ ዘመቻ ገለጻ ተደረገ። በዚህ መግለጫ ላይ የሁለተኛው አብዮታዊ ሠራዊት አዛዥ ጄኔራል መርዕድ መግለጫ አቀረበ። በዋናነትም የሚከተሉትን ነጥቦች አስቀመጠ።

1. በኃይል ሚዛን መጠነኛም ቢሆን እኛ የበላይነት አለን።
2. ብረትን እንደጋለ መምታት እንደተባለው...[ይህ ያላለቀ ዓረፍተ ነገር ቢሆንም፣ ማጥቃቱን አሁን የበላይነት ባለን ጊዜ እናድርግ ለማለት እንደሆነ መገመት ይቻላል።]
3. ማጥቃቱ ካልተሳካ ውድቀት እንደሚያስከትል
4. የተጠባባቂ ማነስ፣ የትራንስፖርት ማነስ ያጠራጥረናል ብለዋል።

እዚህ ላይ ኮሎኔል መንግሥቱ ስለ ባሕረ ነጋሽ ዘመቻ እቅድ በተለያየ ጊዜ የተናገሩትን መለስ ብለን መመልከት ይኖርብናል። ኮሎኔል መንግሥቱ ለደረሰው ሽንፈት ሁሉ አሻጥረኛ ጄኔራሎችን በተለይም ባገኙት አጋጣሚ ሁሉ ጄኔራል መርዕድን ሳያወግዙ ማለፍ አይችሉምና ከሳቸው መሠረተ ቢስ እንደሆነ እራሳቸው የተናገሩትን እየጠቀስን እናሳያለን።

ኮሎኔል መንግሥቱ ከደራሲ ገነት አየለ ጋር ባደረጉት ውይይት፡-

> ከቀይ ኮከብ በኋላ ያደረግነው የመጨረሻው ዘመቻ ነው። እኔ አንድ እቅድ አቀድኩኝ። ይሄውም "ሁሉን ነገር ትተን አንድ ለየት ያለ ጠቅላላ ዝግጅት እናድርግና ያለ የሌለ ኃይላችንን አሰባስበን ወንበዴው ላይ ጠንካራ ክንዳችንን ሰንዝረን ሲሆን ላንዴና ለመጨረሻ ጊዜ መፍትሔ እናገኛለን። ካልሆነ ደግሞ በማያንሰራሩበት ሁኔታ አከርካሪያቸውን መተን ወታደራዊ የበላይነታችንን ካረጋገጥን በኋላ ችግሩን በሰላም እንፍታ ለማለት እንችላለን። ይህን ካደረግን ወደ ሰላሙ ጠረጴዛ በግድ ሊመጡ ይችላሉ።...በኔ እቅድ መሠረት እስከ አሁን የምናደርገው ዝም ብለን ከባርካ፣ ከናቅፋና ከሳሕል ተራሮች የሚወርደውን ወንበዴ ነው የምንቀበለው ወይንም ወደዚያ ስንድህ ቦንብና ናዳ እየለቀቀብን ነው ወታደራችን የሚያልቀው። አሁን ግን የፈለገው መሥዋዕትነት ተከፍሎ ወደ ሱዳን ጠለቅ ብሎ ገብቶ የሚያሠለጥኑበትን ካምፕ ማውደም። መሣሪያና ስንቅ የሚያስተላልፉበትን ከሱዳን ጋር የሚገናኙበትን ዋናውን የዕደላ መስመራቸውን መቁረጥ። በዚህ በኩል ያለው የመሬቱ ተፈጥሮ ለታንኮቻችን ምቹ ነው። በውነቱ በማያስቡትና በማይጠብቁን አቅጣጫ ገብተን ስናበቃ ወደዚህ ከኋላ ገብተን መምታት ነው። ለዚህም የአየር ወለዱን ውጊያ ከላይ አድርጎ ጠቅላይ ሰፈራቸውንና አመራራቸውን በድንገት ባልተጠበቀ ሁኔታ መበጥበጥ። በዚያ በኩል ሲላሉና ሲርበተበቱ ዋናው ሠራዊታችን ደርምሶ መግባት። መጀመሪያ ደግሞ ደኑንም፣

> ቋጥኙንም፣ አፈሩንም እንዲያው ውኃ እስኪጠማው ድረስ ደኅና አድርጎ በአይሮፕላንና በከባድ መሣሪያ ማንቀርቀብ።[105]

በማለት "የዘመቻ እቅዳቸውን" ያብራራሉ። እርስ በርሱ የሚቃረኑ ነገሮች መናገር ለኮሎኔል መንግሥቱ አዲስ ነገር ባይሆንም በዚህ ፍጥነት በሌላ ቀንና ሰዓት ሳይሆን በዚሁ ቃለ ምልልስ ላይ ቀደም ሲል የተናገሩትን ሲቃረኑ ማየት አስገራሚ ትዕይንት ነው።

ኮሎኔል መንግሥቱ "እኔ" እቅድ አወጣሁ ያሉትን ሽረው "ዝርዝሩን" (የእቅዱን ማለታቸው ነው) ተነጋገርንበት ይላሉ።

> አንዳንድ እነሱ ያላዩዋቸው የሚስተካከሉ ነገሮች ነበሩ። ለምሳሌ:- የአየር ወለዱን ሚና እነሱ አልተመለከቱትም ነበር። አየር ወለዱ በፍጥነት በፓራሹት ወርዶ ድንገተኛ ውጊያ በማድረግ ለዋናው ሠራዊት መንገድ የሚከፍትበትን ሁኔታ አላዘጋጁም። ከዚያ ይልቅ በተጠባባቂነት ቁጭ አድርገውት በማንኛቸውም ጊዜ ድንገት ለሚደርስ ነገር በተወርዋሪነት እንዲደርስ ብቻ ነው እንጂ ለመጀመሪያ ድል ከፋችነት መጠቀም እንደሚቻል አላሰቡበትም ነበር። ይህን ብቻ ከማሻሻሌ በስተቀር የተቀረውን እቅዳቸውን እንዳለ ተቀብዬ ተስማማን። እኔ ወደ አዲስ አበባ ተመለስኩ።

በማለት ይናገራሉ። አንዴ "አቀድኩ" አንዴ ደግሞ "አልነበርኩበትም" ግን ጄኔራሎቹን "አረምኩ" እያሉ የተምታታ ነገር ቢናገሩም ጣልቃ መግባታቸው አልቀረም። የመጀመሪያው ምዕራፍ ላይ ማለትም የቀይ ባሕር ዘመቻ ላይ ያጡትን "የአመራራቸውን" ገድል የባሕረ ነጋሽ ዘመቻ ላይ ሳይጻፍ እንዲዘለል አልፈለጉም።

ውጊያውን ለዐማፅያኑ ፋታ ሳይሰጡ ወዲያው መቀጠል አስፈላጊነትን አስመልክተው "... እንዲያው እንደ ቦክሰኛ እያረፍን የምናደርገው ጦርነት አላዋጣም። ሕዝቡም ተሰላቸ"[106] ብለው ውጊያው ቀጥሎ ናቅፋ በአስቸኳይ እንዲያዝ ሐሳብ እንዳቀረቡ ይናገራሉ። ኮሎኔል መንግሥቱ ለገነት አየለ ይህን ቃለ ምልልስ ሲሰጡ ከዚህ ቀደም ዚምባብዌ እንደገቡ ድምጻቸውን በቴፕ ቀርጸው ያሰራጩትን መነባነብ ረስተውታል። ለገነት አየለ "ቶሎ ብለን እናጥቃ ያልኩት እኔ ነኝ" ያሉት ከአገር ሲወጡ ድምፃቸውን በቴፕ ቀርፀው ካሰራጩት አነጋገር ጋር ፍጹም የተቃረነ ነው። በዚሁ የድምፅ ቅጂ...

> ለዚህ ዘመቻ [ባሕረ ነጋሽን ማለታቸው ነው] ተሳትፎ የተሰበሰቡት ከፍተኛ የጦር መኮንኖች "ጠላት በእጅጉ ተመቷል፤ ተዳክሟል፣ ተበታትኗል፣ የናቅፋ ምሽግ ተመናምኗል፤ ተጨማሪ ጦር ተሰጥቶን እርስዎ የሚሉትን መጠነ ሰፊ ሌላ ዝግጅት ከመጠበቅ ይልቅ በዚህ ዕድል ተጠቅመን በውጊያው እንግፋ" በሚል በእያንዳንዱ

105 ገነት አየለ ፤ የሌተና ኮሎኔል መንግሥቱ ኃይለማርያም ትዝታዎች

106 ገነት አየለ ፤ ዝኒ ከማሁ

ግለሰብ የተደገፈ ሐሳብ ቀረበ። ሁሉም ስላመኑበትና ቃል ስለገቡልኝ እቅዱን በመጠኑ በማሻሻል ዘመቻው እንዲቀጥል ፈቀድኩ።[107]

ይላሉ። ከዚህ በላይ እንዳሳየነው ኮሎኔል መንግሥቱን "እህ" ብሎ ለሚሰማ ይህ እቅድ የማን እንደነበረና ማን ምን ያስብ እንደነበረ ሳያውቅ እንደተምታታበት ይቀራል። በመሠረቱ የኮሎኔል መንግሥቱን ንግግሮችና ቃለ ምልልሶች ለ17 ዓመታት የሰማን ሁሉ እሳቸው ሐሰት የሚናገር ሰው ሁሉ ያለበት ችግር እንዳለባቸው እንረዳለን። ሐሰት ተናጋሪ የፈጠራቸውን ውሸቶች ሁሉ ማስታወስ ስለማይችል ንግግሮቹ ሁሌም በተቃርኖ የተሞሉ ናቸው።

ባሕረ ነጋሽ

ባሕረ ነጋሽ ቁጥር አንድ ወይንም ቀይ ባሕር ዘመቻ በመባል የሚታወቀው ባሬንቱን፣ ሳዋን፣ ተሰነይንና ሌሎችም የምዕራባዊ ቆላ ከተሞችንና ጠቃሚ ቦታዎችን በመንግሥት ቁጥጥር ሥር ያስገባ ዘመቻ ነው። ባሕረ ነጋሽ ቁጥር ሁለት በመባል የሚታወቀው ናቅፋን ለመያዝ በሦስት ግንባር (መለብሶ፣ ናቅፋና አልጌና) የተደረገው በየብስ፣ በባሕርና በአየር የተቀናጀው የዘመቻ ሙከራ ነው። ሦስተኛው በመለብሶና አልጌና የነቃ መከላከል እየተደረገ በናቅፋ ግንባር የተደረገው ማጥቃት ነው።[108]

ከዚህ በታች የሚነበበው ባሕረ ነጋሽ ቁጥር ሁለት ዘመቻ ከመደረጉ በፊት በጄኔራል መርዕድ አእምሮ ውስጥ የጦርነቱን ስትራቴጂ በተመለከተ ምን ዓይነት አስተሳሰቦችን እየመዘነ እንደነበረ ያሳያሉ።

ሠራዊት ስናሰልፍ ሊዘነጋ የማይገባ ነጥብ (25-1-78)

- በሚፈለገው መልክ ለመፈጸም ልዩ ጥረት ማድረግ።
- በተባለው መልክ መፈጸም ባንችል በሠራዊቱ ላይ ያልተጠበቀ አደጋ ደርሶ አሳፋሪ ሁኔታ እንዳይፈጠርና ሠራዊቱን እንዳናስፈጅ ተለዋጭ ሐሳብ መኖር አለበት።
- እቅድ ስናደርግ በቅድሚያ ደካማ ጎናችንን ማወቅና ለእርሱ ማካካሺያ የሚሆን ዘዴ መፈለግ ወይንም እቅዱን ጭራሽ መለወጥ ወይንም ማሻሻል ያስፈልጋል።

እነኚህ ታሳቢ ሆነው "የዘመቻ ባሕረ ነጋሽ" እቅድ እንደሚከተለው ይታሰባል።

107 አሰፋ ተሰማ/አማረው ፤ ከኮሎኔል መንግሥቱ ኃይለማርያም አንደበት፣ በኢትዮጵያ ላይ የተሸረቡ ሤራዎች እና ኢትዮጵያውያን የፈጸሙት ታላቅ ስሕተት

108 ተስፋዬ ሀብተማርያም (ብ/ጄኔራል) ፤ የጦር ሜዳ ውሎ

እቅድ አንድ

አየር ወለድ - ካታርን መያዝ

ባሕር ወለድ - ማጠናከር

ክፍለ ጦሮች - ተረማምዶ ቁልፍ ቦታዎች መያዝ

እቅድ ሁለት

ባሕር ወለድ - ካታርን መያዝ

አየር ወለድ - ማጠናከር

ክፍለ ጦሮች - ተረማምዶ ቁልፍ ቦታዎች መያዝ

እቅድ ሦስት

ባሕር ወለድና አየር ወለድ - ካታርን መያዝ

ክፍለ ጦሮች - ተረማምዶ ቁልፍ ቦታዎች መያዝ

እቅድ አራት

ክፍለ ጦሮች - ካታርን መያዝ ወደ ቁልፍ ቦታዎች መሸጋገር

ባሕር ወለድና አየር ወለድ - ማጠናከር

እቅድ አምስት

ከላይ ከተጠቀሱት መካከል በአንዱም መፈጸም ባይቻል እቅዱን በአጠቃላይ ከመሰረዝ ጦሩ በሙሉ ቀድሞ ጦራችን የነበረበት ስፍራ ተሰባስቦ እየተከላከለ ሌላ ትእዛዝ መጠባበቅ።

ጄኔራል መርዕድ ጳጉሜ 2 1977 ዓ.ም. በተደረገው ስብሰባ በአልጌና፣ በመለብሶና በናቅፋ ግንባር ማጥቃት እንደታቀደ፣ ተያይዞም "ይህ ዘመቻ በምንም ዓይነት መውደቅ የሌለበት ስለሆነ የበላይ አካል ቢያንስ አንድ ተጠባባቂ ክፍለ ጦር አንድ ቦታ ላይ ማዘጋጀት እንዳለበት ማሳሰብ" በማለት ለራሱ ማስታወሻ መያዙን እናያለን። ከሁለት ሳምንት በኋላ መከላከያ ሚኒስትሩ ጄኔራል ተስፋዬ ገብረኪዳን የዘመቻ ባሕረ ነጋሽ እቅድ መጽደቁን በስብሰባ ለአዛዦች ይገልጻሉ። አንድ ቀን ቀደም ሲል ኮሎኔል መንግሥቱ "ለጊዜው ስለሚያስፈልግ ዕቃና ሰው፣ ሌሎች ግንባሮችና ቦታዎች እንዳይዘነጉ፣ የማሠልጠን ተግባር እንዳይዘነጋ፣ መቀጠር የሚገባቸው ማለትም ለየት ባሉ ክፍሎች ቢታይና ቢዘጋጅ እንዲሁም ሜካናይዝድ ክፍለ ጦሮችን ፈጥኖ ማሟላት፣ ከ10 ሺህ እስከ 20 ሺህ መደበኛ ወታደር መቅጠር፣ 30 ሺህ ሌሎች" በማለት መመሪያ ሰጡ።[109]

የባሕረ ነጋሽ ዘመቻን በፊት ከነበሩት ዘመቻዎች ለየት ከሚያደርጉት ምክንያቶች አንዱ ሦስቱም ኃይሎች (ምድር ጦር፣ አየር ኃይልና ባሕር ኃይል) በአንድነት የተሰለፉበት በመሆኑ ነው። በምድር ከተደረገው እንቅስቃሴ ሌላ አየር ወለዶች ከመከላከያ ጀርባ ሳይቀር ከሄሊኮፕተሮች የዘለሉበት፣ ባሕር ወለድ (አምፊቢየስ) ጀልባዎች የተንቀሳቀሱበት ዘመቻ

109 የጄኔራል መርዕድ ማስታወሻ ላይ በጓድ ሊቀመንበር የተሰጠ መመሪያ በሚል ርእስ ካሰፈረው የተወሰደ ነው። ይኸው አስተያየት በጄኔራል ደምሴ ማስታወሻ ላይም ይነበባል።

ነበር። ዘመቻው የተመራው ጀኔራል መርዕድን ጨምሮ በእውቀትም በልምድም ሆነ በሥነ-ምግባር የታነጹ የጦሩ መሪዎችን ባካተተ ቡድን ነበር። አመራሩ ውስጥ ጀኔራል ደምሴ ቡልቶ ከሐረር አንደኛው አብዮታዊ ሠራዊት፣ ጀኔራል ፋንታ በላይ ከአየር ኃይል፣ ጀኔራል ኃይሉ ገብረሚካኤል ከምድር ጦር፣ ጀኔራል አሥራት ብሩ ከመከላከያ በዋናነት ይጠቀሳሉ። ከላይ ከተዘረዘሩት በተጨማሪ ጀኔራል ተስፋዬ ገብረኪዳን፣ ጀኔራል ገብረየስ ወልደሐና እና ሌሎችም የሁለተኛው አብዮታዊ ሠራዊት መምሪያ መኮንኖችና የግንባር አዛዦች በዚህ ዘመቻ አመራር ላይ ከፍተኛ አስተዋፆ አድርገዋል። የዘመቻው አጀማመርና የመጀመሪያ ዕርምጃዎቹ በጥሩ ሁኔታ ተካሂደዋል። ጀኔራል መርዕድና ጀኔራል ደምሴ እንዳሉት ውጊያው እየቀጠለ ሲሄድ ሁሉም ነገር እንደታሰበውና እንደታቀደው አልሄደም።

ዘመቻው ከተጀመረ በኋላ አመራሩ በየጊዜው በሚያደርገው ግምገማ ላይ እንደተገለጸው የመናበብ፣ አንዳንድ ጦሮች አካባቢ መመሪያ በትክክል ያለመከተልና የዲሲፕሊን ጉድለት በሰፊው እንደነበረ እናያለን። ያልተያዙ ቦታዎችን እንደተያዙ አድርጎ ሪፖርት ማድረግ ሌላው ትልቁ ችግር ነበር። በእነዚህ ችግሮች ላይ በተጨማሪ በጣም ጽኑ የሆኑ የትራንስፖርት፣ የምግብና የሕክምና ችግሮች ነበሩ።

የዘመቻው አመራር በየደረጃው የተከናወነውን እየገመገመ፣ በትራንስፖርት በአጠቃላይ በሎጂስቲክስ በኩል ያለውን ድካም እየመረመረና ችግሮቹን ለመቅረፍ የተለያዩ ዘዴዎች እየፈጠረ ዘመቻውን ያካሂዳል። ዘመቻው እየተካሄደ ሳለ ጥቅምት 9 እና 10 የተካሄዱት ግምገማዎች ላይ፣ እንደገና የጀኔራል ደምሴ ማስታወሻ ከዚህ በመቀጠል ስትራቴጂያቸው ምን መሆን እንዳለበት፣ እቅዱ እንዲሠራ ምን ማሻሻል እንደሚያስፈልግ፣ ዘመቻው የረጅም ጊዜ እንደሚሆን በማወቅ ምን ዝግጅት ማድረግ እንደሚያስፈልግ ያትትና "ናቅፋን የመያዝ ሐሳብ ወደፊት ከሚገኝ ውጤት የሚመነጭ ሊሆን ይገባል" ይላል።

በባሕረ ነጋሽ ዘመቻ ላይ የተሳተፉ የጦሩ አመራር አባሎች ከግራ ወደ ቀኝ የሩሲያ የጦር አማካሪ፣ ጄኔራል ገብረየስ ወልደሐና (የመከላከያ የፖለቲካ ኃላፊ)፣ ጄኔራል ተስፋዬ ገብረኪዳን (የመከላከያ ሚኒስትር)፣ ጄኔራል መርዕድ ንጉሤ (የኤርትራ ክ/አገር አስተዳዳሪና የሁለተኛው ሠራዊት አዛዥ)፣ ጄኔራል ፋንታ በላይ (የአየር ኃይል አዛዥ)፣ ጄኔራል ደምሴ ቡልቶ (የአንደኛው አብዮታዊ ሠራዊት አዛዥ)

በተለይም ጥቅምት 10 አፋቤት ላይ በተደረገው ግምገማ ጄኔራል መርዕድ የራሱን ሐሳብ ያቀርባል። በስብሰባውም ላይ የመንጥር ግንባር የሰው ኃይል እጥረት እንደገጠመው፣ በናቅፋ ግንባር ግፊቱ መቀጠል እንዳልቻለና ግምገማው ውይይት እንደሚያስፈልገው ይገልጻል። እንደገና ጥቅምት 12 በሦስት ተለዋዋጭ እቅዶች ላይ ተመርኩዞ ለአመራሩ ገለጻ ይሰጣል።

ከገለጻውም በኋላ የአመራሩ አባላት እዝና ቁጥጥር መሻሻል እንዳለበት፣ አደብሃ ሸለቆና ናቅፋ ዋና ግቦች እንደሆኑ ተስማሙ። ከዚያም በጄኔራል ደምሴ የሚመራ ቡድን ናቅፋ ላይ ስለሚደረገው ማጥቃት ጥናት ለማድረግ ወደ አፋቤት ያመራል። ከዚያን ተመልሶ የጥናቱን ውጤት አቅርቦ የእያንዳንዱ እዝ የውጊያ ፕላን ከገመገመ በኋላ ከጥቅምት 26 እስከ ጥቅምት 28 የመጨረሻ ዝግጅት ማጠናቀቂያ እንዲሆን ተወሰነ። ከመከላከያ የመጣው አመራር ጎንደርና ትግራይ ተጉዞ በተጓዳኝ ለተሰጣቸው ኃላፊነት ዝግጁ መሆናቸውን አይቶ ጨርሶ ወደ አሥመራ ይመለሳል።

ከዚህ ዝግጅት ቀጥሎ አፋቤት ላይ ጥቅምት 28 በጄኔራል መርዕድ ባሕረ ነጋሽ ምዕራፍ 2 በመባል ስለሚታወቀው ናቅፋን ለመያዝ ስለታቀደው ዘመቻ ገለጻ ይሰጣል። በዚህ ገለጻ ላይ ለማጥቃት ስለተዘጋጁት ክፍሎች፣ ልዩ ጓዶች ለሚባሉት ልዩ ትጥቅና መሣሪያ መታደሉን፣ ከናቅፋ ውጪ ያሉት ግንባሮች መዘጋጀታቸውንና ሰብሮ መግባቱ ያለ ተኩስ እንዲሆን የታሰበ መሆኑንና ሌሎችም ዘመቻውን የተመለከቱ ጉዳዮችን በሰፊው ያብራራል። ከዚያም በግንባር ያሉትን አዛዦች ካነጋገሩ በኋላ ኅዳር 1፣ 1978 ከለሊቱ 9 ሰዓት ላይ ናቅፋን የመያዝ ውጊያ ይጀመራል።

የባሕረ ነጋሽ ዘመቻ እቅድ ምን ይመስል እንደነበረ፣ በዘመቻው ዝግጅትና አፈጻጸም ወቅት

የተከሠቱት ችግሮችና ተግዳሮቶች እንዴት ይፈቱ እንደነበረ፣ ስሕተቶች እንዳይደርሱ ይደረጉ የነበሩ ጥንቃቄዎችና ስሕተቶች ሲፈጠሩ እንዴት እንደሚታረሙ ሁኔታውን ለመረዳት ያስችላሉ ብለን ያሰብናቸውን ከጄኔራል መርዕድ ማስታወሻዎች መርጠን ከዚህ በታች አስቀምጠናል። በተለይም አስተያየቶቹና ማስታወሻው አንድን ግንባር ብቻ ሳይሆን ሁሉንም የጦርነት ቀጠናዎች የሚዳስሱ ስለሆኑ አንባቢ ሰፋ ያለ ግንዛቤ እንዲኖረው ይረዳል ብለን እንገምታለን። ገና ከመጀመሪያው ዋናው ሙከራችን የአባታችንን ሕይወት ታሪክ መተረክ ነውና ጽሑፎቹን በሰፊው መጥቀስ አስተሳሰቡንና የነበረውን የአመራር ሚና በጥልቀት ስለሚያሳዩ ትረካችንን ያጠናክሩልናል ብለን እናምናለን።

የ"ወተቴ" ጉዳይ ፤ ናቅፋ

ጄኔራል መርዕድ በማስታወሻው ላይ ናቅፋን "ወተቴ" ይላታል። በዚያን ወቅት በዘመቻው ላይ የተካፈሉ ጥቂት መኮንኖችን ጠይቀን ማንኛቸውም ይህንን ኮድ እንደማያውቁት ነግረውናል። ምናልባት ወተቴ የራሱ ብቻ ወይንም ከጥቂት ሰዎች ጋር በጋራ የሚጠቀሙበት ምሥጢራዊ አጠራር ነው ብለን እንገምታለን። ማስታወሻው ላይ "ወተቴን ለመያዝ ችግሩ ምንድነው?" በሚል ርእስ በጥያቄና መልስ ሐሳቦቹን ይጽፋል።

ጥያቄ፣ ወተቴን ለመያዝ ችግሩ ምንድነው?

መልስ፣ መሬትና የጠላት አቀማመጥ ዋናዎቹ ናቸው። በሁለተኛ ደረጃ ለዚህ የሚውል መሣሪያ ተፈላጊ የጦር ዓይነት ያለማግኘት ነው። ስለዚህ ጥናታችን ይህንን የሚመልስ መሆን ይኖርበታል።

ጥናቱ በሁለቱ ዋና አርእስቶች ላይ ይሆናል። ሰብሮ ለመግባት የሚያስችል የማጥቃት ዝግጅት፣ ሰብረን ከገባን በኋላ የጠላትን መልሶ ማጥቃት በመቋቋም እስከመጨረሻው ለመቆየት የሚያስችል ዝግጅት ናቸው። አፈጻጸሙ ዘዴንና ኃይልን ያጣመረ መሆን ይኖርበታል። ማለትም በከፍተኛ ኃይል በከፍተኛ የተኩስ ውርጅብኝ በኃይል ቢቻልም በልዩ ልዩ መሣሪያዎችና በልዩ ልዩ ቦምቦች መሆን ይኖርበታል። ለዚህ ተግባር የሚመደበው ጦር ከአመራር አካል እስከ ግምባር ወታደር በቂ ልምምድ ወስዶ በጉዳዩና በራስ የሚያምን መሆን ይኖርበታል።

ጊዜ፤ ሌላው በብርቱ ሊታሰብበት የሚገባው በአጭር ቀን ስለማድረግ ነው።

ድርጅት፤ ከሁሉም በላይ የድርጅት ጉዳይ ነው። በተለይ ደግሞ ዕደላ።

ዋና ዋና ነጥቦቹን ከላይ በተመለከተው መልክ ካስቀመጠ በኋላ ከዚህ በፊት ናቅፋን ለመያዝ የተደረጉ ሙከራዎች ላይ ከተሳተፉ ወታደሮች ጋር ይወያያል።

የአሥር አለቃ እሸቱ አስተያየት፡-

በአጠቃላይ ደካሞች አይደለንም። ድክመታችን እንደጠላት ብልጥ አይደለንም፣ እንደቦታውና እንደሁኔታው ከወንበዴ የበለጠ በብልጠት መሥራት አንችልም። ወደፊት ስንሄድ ችግሩ እምብዛም ነው። ወደኋላ ስንመለስ ከጥይት ስንሸሽ ገደል ገብተን እንሞታለን እንጂ በመሬቱ አንጠቀምም። ምሽጎች በጠንካራ ሁኔታ ተሠርተዋል። 6 መትረየሶች አሉ ቦታዎቹንም አይቻለሁ። መሬቱ ውስጥ ለውስጥ የተሠራ ትሬንች አለ።

የአሥር አለቃ ደሬሳ ነገሬ አስተያየት፡-

በ30-1-75 በተደረገው ውጊያ የተገነዘብኩት በቴስታና በዋንጫ መካከል ባለው መሬት ድምፅ ሳናሰማ ተጠግተን የእጅ ቦምብ በመወርወር ሰብረን ገባን። ከዚያ የተጠላለፈና ወደ ግራና ቀኝ የሚሄድ ትሬንች አጋጠመን። ትሬንቹ አንዱ ከአንዱ ኋላ ነው። መትረየሶች በየቦታው ሆነው ቀስት ይተኩሳሉ። በርግጥ በመጀመሪያ መሥመር ላይ ብዙ ጠላት አልነበረም። ከዚያ በኋላ እያመጣ የሚያጠናክረን ኃይል ቢኖረን ኖሮ እስከ መጨረሻው ገስግሰን ጠላትን ባፍረከረክን ነበር።

የወታደር አለባቸው ላቀው አስተያየት፡-

ወምበዴ ሳያይ ተጠግተን ቦምብ በመወርወር ምሽጋቸው ውስጥ ገባን። ውስጥ ሲገባ ምሽጉ በጣም የተወሳሰበ ስለሆነ ለመቀፀል አስቸጋሪ ነው። ምሽጉን ተቆጣጥሮ ወደፊት ለመግፋት ኃይል አነሰን። የጠላት ወታደሮች የሚዋጉት በምሽግ ውስጥ ሆነው ነው። ከቦታ ቦታ እየተሯሯጡ ነው።

ድክመቶች፣

1. ግብ ላይ ሲደረስ ሞቅ ያለ ተኩስና ድምፅ አስፈላጊ ሲሆን አይደረግም
2. ኃይል የመጀመሪያው አነስ ብሎ ኋላ መጨመር ያስፈልጋል
3. ወታደሮች የቆሰሉትን አግልለው ቶሎ አይመልሱም
4. የጠላት ምሽግ ከተያዘ በኋላ ወዲያውኑ በሱ ለመጠቀም ጥረት አይደረግም
5. በመሐንዲሶች ተጠቅመን ፈንጂዎችን የማስወገድ ልምዳችን አልዳበረም
6. ጠላትንም በድንገት መስበር ነው
7. ለማጥቃት ሲፈለግ ከፍተኛ መሬቶችን መተውና በቴስታ መስበር ነው።

ናቅፋን የመያዝ እቅድ

የጄኔራል መርዕድ ማስታወሻ ጥቅምት መጨረሻ ላይ ያልቃል። ከዚያ በኋላ ማስታወሻ

የያዘበትን ደብተር ማግኘት አልቻልንም። ባሕረ ነጋሽ ምዕራፍ 3 በመባል የሚታወቀው ናቅፋን የመያዝ የመጨረሻው ሙከራ ኅዳር 1 ጀምሮ ይካሄዳል። እጅግ ከባድ ከሆነ ውጊያ በኋላ የመንግሥት ሠራዊት ናቅፋን ማስለቀቅ ይሳነዋል። የጄኔራል ደምሴ ማስታወሻ "ናቅፋ ከሸፈ" ይላል። ከዚያም በመቀጠል ለምን እንደከሸፈና ከተለያዩ አመራር አባላት የተሰጡትን አስተያየቶች ይዘረዝራል። በዚህ ስብሰባ ላይ የጄኔራል መርዕድን አስተያየት እንደሚከተለው ያሰፍረዋል።

1. የወገን ጦር መመናመን በተለይም መሪዎች
2. ጠላት በናቅፋ በር ስለመጠናከሩ
3. ወቅቱ የጉም ጊዜ በመሆኑ ችግሩን ማባባሱን
4. አየር ኃይላችንን መጠቀም ያለመቻሉ
5. በሞራል በኩል አዛዦችን በግል በማነጋገር ያገኘው ስሜት በኃይል መመናመንና በመሪዎች እጥረት የተነሣ የመጠራጠር ሁኔታ መኖሩን ይገልጻል።[110]

ከዚያም የፖለቲካ መምሪያ ኃላፊው ኮሎኔል ሸዋረጋ ቢሆነኝ አስተያየታቸውን ያቀርባሉ።

1. የሠራዊታችን በጠንካራ መንፈስ መነሣት ባሬንቱ ላይ በተገኘው ድል ስለሆነና ይህም ረጅም መንገድ እንደማይስኬድ፣ አሁን ከውጊያ በኋላ መንፈሱ መቀዝቀዙና ውጊያውን መቀጠል እንደማይችል
2. የቁስለኛ መብዛት
3. የሕክምና እንክብካቤ ማነስ
4. የምግብ ሁኔታ
5. የኃይል መመናመን
6. በሻምበል ደረጃ የፖለቲካ ሠራተኞች መሠዋት ምክንያት የአመራር እጥረት ውጊያውን መቀጠል አስቸጋሪ መሆኑን ይናገራሉ።

የወታደራዊ ደኅንነት ኃላፊውም ከላይ የተሰነዘሩት አስተያየቶች ላይ በመጨመር፡-

1. ዘመቻው ሲጀመር የሠራዊቱ መንፈስ ከፍተኛ እንደነበረ
2. አመራርን በተመለከተ ከብርጌድ ደረጃ በላይ ጥሩ እንደሆነ፣ ከዚያ በታች ግን ድክመት እንደነበረ

110 ደረጀ ደምሴ ፤ አባቴ ያቺን ሰዓት

3. የክፍሎች ያለመረዳዳት
4. መሣሪያና መሬትን በደንብ ያለመጠቀም
5. የውሸት ሪፖርቶች ማቅረብ (ያልተያዙ መሬቶችን ሳይያዙ ይዣለሁ ማለት)
6. በሬድዮ ምሥጢር ማባከን
7. ጸንቶ ያለመዋጋት (ራስን ሆን ብሎ ማቁሰል)

ትእዛዝ ሰጥቶ ያለመቆጣጠር እና ሌሎችንም ነጥቦች በመጥቀስ ሌላ ተለዋጭ እቅድ እንደሚያስፈልግ ይናገራሉ። በዚህ ስብሰባ ላይ የነበሩት የመከላከያ ሚኒስትሩ ጄኔራል ተስፋዬ ገብረኪዳንም እስከዛሬ ከሐምሌ 1 ቀን ጀምሮ ጦሩ "እንደዚህ መዋጋት መቻሉ እንደ አንድ እመርታ የሚታይ" መሆኑን አስገንዝበው "እንደገና ተወያይተን ውሳኔ ላይ መድረስ አለብን" ካሉ በኋላ ዋናው ችግር የሰው ኃይል መሆኑን ገለጹ።

ከላይ ያሰፈርናቸው መረጃዎች ላይ ያልተካተተው ግን የተለያዩ ሰዎች ከሰጡን መረጃዎች ያገኘነውና ኮሎኔል መንግሥቱ ራሳቸው ሳይፈልጉ ያመኑት በየጊዜው በተደጋጋሚ ለደረሱት ሽንፈቶች ትልቅ አስተዋፆ ያለው የኮሎኔል መንግሥቱ ማለቂያ የሌለው ጣልቃ ገብነት መሆኑን ነው። ለገነት አየለ በሰጡት ቃለ ምልልስ "...በተለይ ዘመቻቸው ሲከሽፍ 'መንግሥቱ ጣልቃ እየገባብን ነው' ይላሉ። በተለይ ጄኔራል መርዕድ ሁልጊዜ 'መንግሥቱ ይህን ባይል ኖሮ፣ ይሄን ባያደርግ ኖሮ' እያለ ስሞታ ያሰማል" ይላሉ።

የኮሎኔል መንግሥቱ በአዋቂዎች ሥራ መኻል ጣልቃ እየገቡ ("አብዮታዊ አመራር" ይሉታል) የመሰላቸውን መወሰንና አስተያየት መስጠት አዲስ ነገር አይደለም። እንኳን ወታደር-ነክ ውሳኔዎችን (ምንም እንኳን ወታደራዊ እውቀታቸውና ልምዳቸው ውሱን ቢሆንም) የእርሻ ጠበብቶችን፣ የአካባቢ አየር ተመራማሪዎችን፣ የጂኦሎጂስቶችንና የሌሎችም ባለሙያተኞችን የጥናት ውጤት የሚጠይቀውን የሕዝብ ማስፈር ሥራ ከሄሊኮፕተር ሆነው ሲወስኑ የነበሩ ሰው ነበሩ።[111] ጣልቃ ገብነቱ እንደሁኔታው በቀጥታ ከእሳቸው ወይንም የእሳቸውን ትእዛዝ ካለምንም እምቢታ ከሚያስከብሩ ሌሎች ባለሥልጣናት ይመጣል። መከላከያ ሚኒስቴርን ሳያማክሩ አዛዦች መመደብ፣ ጦር ከቦታ ቦታ ማንቀሳቀስ፣ የዘመቻ እቅድ ላይ የፈለጉትን መጨመርና መቀነስ፣ ከሻለቃ/ከኮሎኔል ማዕረግ በአንድ ጊዜ አዘልሎ ጄኔራል አድርጎ የፈለጉትን መሾም ጣልቃ መግባት ካልተባለ ሌላ ምን ይባላል?

ከዚያም በማከታተል "የናቅፋ ማጥቃት ይቀጥል አይቀጥል? ናቅፋ ላይ ማጥቃት የማይቀጥል ከሆነ በሌላ ግንባር እናጥቃ ወይስ አናጥቃ? ለዘለቄታው የኤርትራን ውጊያ በተከታታይ ለመቀጠል ምን እርምጃ ይወሰድ?" በሚሉ ርእሶች ላይ ጄኔራል መርዕድ፣ ጄኔራል ደምሴ፣

111 ዳዊት ወልደጊዮርጊስ ፤ የደም ዕንባ (ትርጉም፣ ደበበ እሸቱ)

ጄኔራል አሥራት፣ ጄኔራል ፋንታና ጄኔራል ኃይሉ ይነጋገራሉ። ከላይ በአጠቃላይ ግምገማው ከተዘረዘሩት በተጨማሪ የሠራዊት ሥልጠና ማነስ፣ ከባድ መሣሪያዎችን ወደፊት ለማቅረብ ያለመቻሉ፣ የጠላት ኃይል ማየሉ...ናቅፋ ላይ ማጥቃት መቀጠል አይቻልም የሚል ድምዳሜ ላይ አደረሳቸው።

ከዚህ በላይ ከተዘረዘሩት ምክንያቶች ሌላ የአየር ወለድ አዛዥና ምክትል አዛዥ የነበሩት ጄኔራል ተስፋዬ ሀብተማርያምና ጄኔራል ኃይሉ ክንዴ በሰጡን ምስክርነት ትልቁ የውድቀቱ ምክንያት የሩሲያ መንግሥት አቀርባለሁ ብሎ ቃል የገባውን ሄሊኮፕተሮች በጊዜ ሊያቀርብ ያለመቻሉ ወይንም ያለመፍቀዱ መሆኑን ገልጸውልናል። አፋቤት የነበረው የአየር ወለድ ጦር የካታርን ተራራ ለመያዝ በሄሊኮፕተሮች እጥረት ምክንያት ከአየር መዝለል ስላልቻለ በእግሩ ለመጓዝ ተገደደ። ጥቂት መዝለል የቻሉ የአየር ወለድ ወታደሮች ከካታር ተራራ 15 ኪ.ሜ. ዘለው ከዚያ እንደገና 6 ሰዓት ያህል በእግር ለመጓዝ ተገደዱ። በዚህ መኻል ስትራቴጂያዊ ጠቀሜታ አለው ተብሎ የታሰበው የካታር ተራራ በሻዕቢያ ተዋጊዎች ተያዘ።

ምንም እንኳን ናቅፋ ላይ ድል ባይገኝም ይህ ቡድን በዘመቻው ላይ የተገኙ መልካም ውጤቶችን አጢኗል።

የጄኔራል መርዕድና የጄኔራል ደምሴ ማስታወሻዎች ላይ እንደተመለከተው የባሕረ ነጋሽን ዘመቻ በጎ ጎኖች እንደሚከተለው ማጠቃለል ይቻላል።

1. ዐማፅያኑ ከተለያዩ ከተሞችና ስትራቴጂያዊ ቦታዎች ተባረው፣ በሳሕል መወሰናቸው
2. ከባሕረ ነጋሽ በፊት ተከላካይ የነበረው የመንግሥት ጦር አጥቂ መሆን መቻሉ
3. የድፍረት እርምጃ በመወሰዱ ትልቅ ትምህርት መገኘቱ
4. የቀንና የሌሊት ውጊያ ልምድ ማግኘት መቻሉ

ለወደፊት መደረግ ያለባቸውን እርምጃዎች ሲጠቅስ፡-

1. ጠላት ከሳሕል ወጥቶ ከደጋ አውራጃዎች ጋር እንዳይገናኝ ማድረግ
2. መከላከያ ወረዳችንን በስፋትና በስሱ ከመያዝ ይልቅ፣ ቁልፍ መሬቶችን በመያዝ ጦራችንን ሰብሰብ አድርጎ ጠላት ቢነቃነቅ በመልሶ ማጥቃት መምታት
3. በመከላከያ ደረጃ የጥናት ቡድን ማቋቋም

መሆኑን አበክሮ ያስገነዝባል።

ከላይ የተሰነዘረውን ሐሳብ በማጠናከር፣ የአገሪቱ መከላከያ ሚኒስትር የነበሩት ጄኔራል ተስፋዬ ገብረኪዳን በበኩላቸው፡-

ሀ. 45 ሺህ[112] ሠራዊት ይዞን ከሐምሌ እስከ ዛሬ መዋጋት መቻላችን ትልቅ ዕድገት ነው።

ለ. ዛሬ አንድ አዲስ እርምጃ ላይ ደርሰናል።

ሐ. ከዚህ ቀጥሎ እርምጃችንን መመርመርና ተወያይተን ውሳኔ ላይ መድረስ አለብን።

መ. ትልቁ ችግራችን የሰው ኃይል ነው።

ሠ. ሠራዊቱ ምሽግ ገብቶ እንዳይቀመጥ ለማደረግና ኃይሉን ለማዳበር ምን እርምጃ መውሰድ እንዳለብን ማየት አለብን

በማለት አስተያየታቸውን አከለዋል። በአጠቃላይ ዘመቻውን የመሩት ጄኔራሎችም ሆኑ ጄኔራል ተስፋዬ ገብረኪዳን ባሕረ ነጋሽን እንዳለቀለት ውድቀት አድርገው አላዩትም። ነገር ግን ሁሉም የተገነዘቡት አንድ ሐቅ ቢኖር ዐማፅያኑ በጣም መጠናከራቸውን፣ መንግሥት በኤርትራ ተወላጆች ያለው ድጋፍ በየቀኑ እየቀነሰ መሆኑን፣ የሕዝቡ ተሳትፎ በሌለበት ጦርነቱን ማሸነፍ እጅግ አስቸጋሪ እንደሆነና ጦርነቱን በሰላም ለመፍታት ጥረት ማድረግ አስፈላጊ መሆኑን ነው።

ሐቁና አሉባልታው

"ድል ብዙ እናቶች አሏት፤ ሽንፈት ግን የሙት ልጅ ናት" እንዲሉ ኮሎኔል መንግሥቱ ናቅፋን ሸሿት። ቀይ ኮከብን፣ አፋቤትን፣ ሽሬን አምቦንና ሌሎችንም ሽንፈቶች እንደ ሸሹ ሁሉ፣ እቅዱን አይቼ ማሻሻያ ሐሳብ አክዬበት "ይሁን" ብያለሁ ያሉትን የባሕረ ነጋሽን ዘመቻ ናቅፋን ለመያዝ ባለመቻሉ ብቻ "የኔ አይደለም" ብለው ካዱት።

ባገኙት አጋጣሚ ሁሉ ኮሎኔል መንግሥቱ ናቅፋን ያለመያዝ የባሕረ ነጋሽ ዘመቻ "ውድቀት" አድርገው በመቁጠር ውጊያውን የመሩትን ጄኔራሎች በተለይም ጄኔራል መርዕድን ይከሳሉ። ነገር ግን ከላይ ከጄኔራል መርዕድ ሌላ እዚያው ውጊያው ላይ የነበረውን የጄኔራል ደምሴን ማስታወሻና በዘመቻው የተካፈሉ አዛዦችን ምስክርነት ጨምረን ስናይ፣ ከዘመቻው የተገኙ ድሎችንና ውደቀቶችን ይልቁንም በዚህ ዘመቻ አካሄድ የኮሎኔል መንግሥቱ አመራር ምን ያህል የዘቀጠ እንደነበረ ሠራዊቱና የሠራዊቱ አመራር እንዲረዳው ያስቻለ ነበር።

ዘመቻውን ለመምራት ኤርትራ የመጡት የመከላከያ ሚኒስቴር ጄኔራሎች፣ የጄኔራል መርዕድንና በኤርትራ የነበሩት የእዝ አዛዦችን ያህል የረጅም ጊዜ ልምድ ባይኖራቸውም አብዛኛዎቹ ኤርትራ በነበረው ውጊያ በተለያየ ጊዜ የተካፈሉ ነበሩ። የተቀሩትም ከቅርበት የኤርትራ ዐማፅያንን ጉልበት፣ የነበረውን ሠራዊት ጠንካራና ደካማ ጎን እንዲሁም እዚያው ኤርትራ መሬት ላይ ውጊያው ምን እንደሚመስል ለማየት ዕድሉ የነበራቸው አልነበሩም። በትውውቅና

112 ጄኔራል ተስፋዬ 45ሺ ሲሉ ከጥበቃና ከመከላከል ውጪ በማጥቃት ውጊያ ላይ የተሳተፈውን ጦር ለማለት ፈልገው እንደሆነ እንገምታለን።

በመቀራረብ ደረጃም ጄኔራል መርዕድና ጄኔራል ደምሴ የሚተዋወቁና የሚተማመኑ ቢሆንም ከጄኔራል ፋንታ በላይ ከጄኔራል ኃይሉ ገብረሚካኤልና ከሌሎችም ጋር የነበረው መተማመን ይበልጥ እንዲጠናከር፣ እርስ በርሳቸውም የበለጠ መቀራረብ እንዲኖራቸውና ምናልባትም ስለ ኤርትራ ችግርና መፍትሔው በአንድነት ለመወያየት የቻሉበት አጋጣሚ ነበር ለማለት ይቻላል።

ቁጥራቸው የበዛ በፖለቲካና በመረጃ ሥራ የተሠማሩ የሠራዊቱ አባሎች በቅንነት ለአገራችን ለወገናችን ብለው በባሕረ ነጋሽ ዘመቻ ላይ እንደተሠዉ በግምገማዎቹና በሪፖርቱ ላይ ተገልጿል። ይህንን ዘመቻ ከአመራሩ ጋር ሆነው በቅርብ ያዩት ኮሎኔል ሽዋረጋና የወታደራዊ መረጃ ኃላፊው ከተለመደው መካሰስ ውጪ በተጨባጭ ከመናገር ወደ ኋላ እንዳላሉም ከዚህ በላይ አይተናል።

በሌላ ወገን በእውቀታቸውም ሆነ በሥራቸው የትም ሊደርሱ እንደማይችሉ ተረድተው በፖለቲካ "ጀግንነት"፣ በወሬ አቀባይነት የኑሮን መሰላል ለመውጣት ይፍጨረጨሩ የነበሩ የፖለቲካ ካድሬዎችና የመረጃ ሠራተኞች እንዲሁም "እነዚህ ጄኔራሎች ዞር ካላሉልን ማደግ አንችልም" ብለው ተስፋ የቆረጡ ካድሬ ጄኔራሎች የኮሎኔል መንግሥቱን "አመራር" በመከተል ከፍተኛ የስም ማጥፋት ዘመቻ በጄኔራል መርዕድና በጦሩ አመራር ላይ ጀመሩ። ዛሬም ከዚህ ሁሉ ጊዜ በኋላ "እስከ መጨረሻው አለሁላችሁ" እያሉ ሳይነግሯቸው በመቀመጫቸው አስቀምጠዋቸው የጠፉት መሪያቸውን ለመተቸት ወኔ ሲከዳቸው እናያለን። ደማቸውን አፍሰው ለሚያምኑበት ዓላማ ቀንና ሌሊት ሲደክሙ የነበሩ ጀግኖችን ስም የማጥፋት ዘመቻቸው ግን አሁንም አልተገታም።

ይህ ዘመቻ የኤርትራን ወታደራዊና ፖለቲካዊ ችግሮች በተመለከተ ሁሉም የአመራር አባሎች የጋራ ግንዛቤ ያገኙበትና የተቀራረቡበት አጋጣሚ ነበር ማለት ይቻላል። አንዳንድ ጸሐፊዎች እንደሚሉት የ1981 የመፈንቅለ መንግሥት እቅድ በርግጠኝነት በባሕረ ነጋሽ ዘመቻ ጊዜ እንደተጠነሰሰ አድርጎ ማቅረብ ግን ግምትን ወደ እውነት መለጠጥ ነው ብለን እናምናለን።

ቀይ ኮከብና ባሕረ ነጋሽ ሲነጻጸሩ

የቀይ ኮከብና ባሕረ ነጋሽ ዘመቻዎችን አንድ የሚያደርጋቸው ሁለቱም ግባቸው ናቅፋን ይዞ የዐማፅያኑን ዋና የጦር ምሽግ መደምሰስ ነበር ማለት ይቻላል። ነገር ግን የኃይል ሚዛን፣ የመሣሪያ ሥርጭትና የጦር አመራር፣ የበጀት ልክ፣ የተሠዋውና የተጎዳው ወታደር ቁጥርና የመሳሰሉትን ስናነጻጽር በሁለቱ ዘመቻዎች መካከል እጅግ ብዙ ልዩነቶች እናያለን።

በቀይ ኮከብ ዘመቻ የሻዕቢያና የጀብሃ ጦር ለዕርዳታ የመጣውን የወያኔን ጦር ጨምሮ ወደ 25 ሺህ ነው ተብሎ ሲገመት፣ በመንግሥት በኩል ኤርትራ፣ ትግራይና ጎንደር የተመደበው

ጦር 136,540 ሲሆን ከዚህ ውስጥ 88 ሺህ የሚሆነው ኤርትራ የተመደበ ተዋጊ ጦር ነበር።

በባሕረ ነጋሽ ዘመቻ የሻዕቢያና ጀብሃ ጦር በአንድነት ወደ 58 ሺህ ተዋጊዎች[113]፣ 34 ታንኮች፣ 50 ብረት ለበሶች፣ 52 መድፎች፣ 65 ፀረ-ታንክና 70 አየር መቃወሚያዎች እንደነበሩት ይገመታል። በመንግሥት በኩል የቀይ ባሕር ዘመቻ ሲጀመር በጠቅላላ ኤርትራ የነበረው 69 ሺህ ሠራዊት ላይ 22 ሺህ እንደተጨመረ የታሪክ ተመራማሪው ፋንታሁን አየለ በመጽሐፋቸው[114] ላይ አስፍረዋል። የአገሪቱ መከላከያ ሚኒስትር የነበሩት ጄኔራል ተስፋዬ ገብረኪዳን በውጊያው ላይ ሊሳተፍ የቻለው ተዋጊ ጦር ግን 45 ሺህ ብቻ እንደነበር ይናገራሉ።[115] ከውጊያ ተልዕኮ ውጪ በአስተዳደርና በድጋፍ ሰጪነት የተሰለፈውን ጦር የሚጨምረውን የፋንታሁን አየለን 90 ሺህ የሰው ኃይል እንኳን ብንወስድ በቀይ ባሕርና በባሕረ ነጋሽ ጊዜ ከተሰለፈው የሻዕቢያና የጀብሃ እንዲሁም ለዕርዳታ ከትግራይ የመጣውን የወያኔ ጦር ጨምረን ቁጥሩን ስናወዳድር በባሕረ ነጋሽ ዘመቻ 2 የመንግሥት ወታደር ለ 1 ዐማፂ ወታደር ሲደርስ በቀይ ኮከብ ግን 4 የመንግሥት ወታደር ለ1 ዐማፂ ወታደር መሆኑን እናያለን።

እዚህ ላይ መጀመሪያ በቀይ ኮከብና በቀይ ባሕር የተገኙትን ውጤቶች ማጤን ያስፈልጋል። በቀይ ኮከብ ዘመቻ የተሳተፉና ስለ ዘመቻው የጻፉ ተመራማሪዎች መንግሥት በደረሰበት ሽንፈት ምክንያት በጦሩ ላይ የደረሰውን የሞትና የመቁሰል አደጋ እንዲሁም ስለ ወታደሩ ሞራል መውደቅ በሰፊው ጽፈዋል። በቀይ ኮከብ ዘመቻ መንግሥት ስለተቀናጃቸው ድሎች ግን ብዙ የተጻፈ መረጃ አላየንም።

በቀደምት ምዕራፎች እንዳሰፈርነው በውድቀት ያከተመው የቀይ ኮከብ ዘመቻ ከ37 ሺህ[116] በላይ የመንግሥት ወታደሮችንና ወደ 15 ሺህ የሚገመቱ ዐማፀያንን ሕይወት አጥፍቶና አቁስሎ ካለ በቂ ውጤት ከመደምደሙም በላይ፤ ለዘመቻው ከግማሽ ቢሊዮን ዶላር በላይ ወጪ ወጥቷል። ከዚህ ገንዘብ ላይ 19% (ወደ 100 ሚሊዮን) ለልማት የወጣ ሲሆን የቀረው ግን ለመሣሪያ መግዣና ለመሳሰሉት የዋለ ነው። ባጠቃላይ ለቀይ ኮከብ ዘመቻ የወጣው ወጪና የፈሰሰው ደም ለባሕረ ነጋሽ ዘመቻ ከወጣው ጋር ሲወዳደር የባሕረ ነጋሽ በጣም

113 ገስጥ ተጫኔ ፤ የቀድሞው ጦር (1927-1983) ፤ በዚሁ መጽሐፍ ላይ፣ ገስጥ ተጫኔ ሻዕቢያ በ11 ክፍል ጦሮችና 8 ከባድ መሣሪያ ሻለቆች እንደተደራጀ አስፈረዋል። የጄኔራል ደምሴ ማስታወሻ ተዋጊዎቹን 27 ሺህ ብሎ አስፍሯል። ከሌሎች ማስረጃዎች ጋር ሲነጻጸር የገስጥ ተጫኔ ግምት ለእውነቱ የሚቀርብ ይመስላል።

114 Fantahun Ayele. The Ethiopian Army from Victory to Collapse (1977-1991).

115 የጄኔራል መርዕድ ማስታወሻ ላይ ባሕረ ነጋሽ ዘመቻ ከተጠናቀቀ በኋላ መከለከያ ሚኒስቴር ውስጥ በተደረገ ስብሰባ ላይ ጄኔራል ተስፋዬ ከተናገሩት የተወሰደ ነው።

116 ፕሮፌሰር ገብሩ ታረቀ በመጽሐፋቸው የመከላከያ ሚኒስቴርን ሰነዶች ጠቅሰው እንዳስቀመጡት በዚህ ዘመቻ 10,115 ሲሞቱ፣ 23,212 ሲቆስሉ፣ 3,159 የት እንደደረሱ ያልታወቁ ሲሆን 477 እንደከዱና 213 በጥፋት መንግሥት ራሱ እንደገደላቸው አስፍረዋል። ይህ ጠቅላላ ድምሩን 37,176 ያደርሰዋል።

አነስተኛ ነበር።[117]

በባሕረ ነጋሽ ዘመቻ የኢትዮጵያ ሠራዊት የተዋጋው፣ በቀይ ኮከብና ከዚያም በኋላ በነበሩ ውጊያዎች ከመንግሥት ወታደሮች ባገኘው መሣሪያ በታንክ፣ በብረት ለበስ፣ በመድፎችና እጅግ ዘመናዊ የሆኑ መሣሪያዎችን ከታጠቀ የሻዕቢያ ዐማፅያን ጋር ነበር። የሻዕቢያ የሰው ኃይልና የመዋጋት ጉልበት በወያኔ ወታደሮች የተጠናከረበትና በዓለም አቀፍ ደረጃም የሶቪየት ኅብረት ለኢትዮጵያ መንግሥት ታደርገው የነበረው ድጋፍ ሲቀዘቅዝ በአንጻሩ ምዕራባውያን አገሮች ለሻዕቢያና ለወያኔ ከፍተኛ ዕርዳታ መስጠት የጀመሩበት ወቅት እንደነበረ መዘንጋት የለበትም።

ከባሕረ ነጋሽ በኋላ

የባሕረ ነጋሽ ዘመቻ እንዲቆም ከተወሰነ በኋላ "የነቃ መከላከል" ስትራቴጂን ለመከተል ተወሰነ። ይህ ውሳኔ እንዴት በሥራ ላይ እንደሚውል ጄኔራል መርዕድ ኅዳር 20 1978 በሰፊው ጽፏታል።

ሊታዩ (ሊሠሩ) የሚገባቸው ነገሮች

የነቃ መከላከል እንድናደርግ፣ መልሶ መቋቋም እንድናደርግ፣ ለሚቀፅለው ጊዜ ሁኔታ ማመቻቸት እንድናደርግ ተወስኗል። እነኚህ ነጽቦች ሲተነተኑ ምን ምን መሆን አለበት?

አፈጻጸሙስ እንዴት፣መቼ፣ በማን ኃላፊነት ይፈጸማል? እነኚህ ከተወሰኑ በኋላ በፕሮግራም ተቀርፀው በተቻለ ፍጥነት ወደተግባር መለወጥ ይኖርበታል። ከሁሉ በፊት ግን መታሰብ ያለበት ኢኒሺየቲቭ ከጃችን እንዳይወጣ፣ ጥበቃችን በየቦታው አስተማማኝ እንዲሆን፣ የወምበዴን ምልመላና እንቅስቃሴ መቆጣጠር አንገብጋቢ ሥራዎች ናቸው።

ሊታሰቡ ከሚገባቸው ነጽቦች አንዱ እዞች የሚመሩት፣ ሁአሠ የሚሠራው፣ ምድር ጦርና መከላከያን የሚጠይቅ ተለይቶ መቅረብ ናቸው። ይህ ተግባር መፈጸም ያለበት በትብብርና በዘመቻ መልክ ነው። አፈጻጸሙም ሁሉን ዘርፍ ያጠቃለለ ይሆናል።

ከዚያም በማከታተል ኅዳር 23 እና 24 1978 "ዘወትር መታሰብ ያለባቸው ነጽቦች"፣ "በብርቱ የሚታሰብባቸው ነጽቦች" እና "ልዩ ጥናትና ጥንቃቄ የሚደረግላቸው ቦታዎች" በሚሉ ርእሶች የተነተናቸውን ነጥቦች ከዚህ በታች እናሳያለን።

117 ጄኔራል መርዕድ ንጉሤ ጥር 2 1978 መከላከያ ሚኒስትሩ ጄኔራል ተስፋዬ ስብሰባ ላይ ሪፖርት ሲያደርጉ ከወሰደው ማስታወሻ የተወሰደ

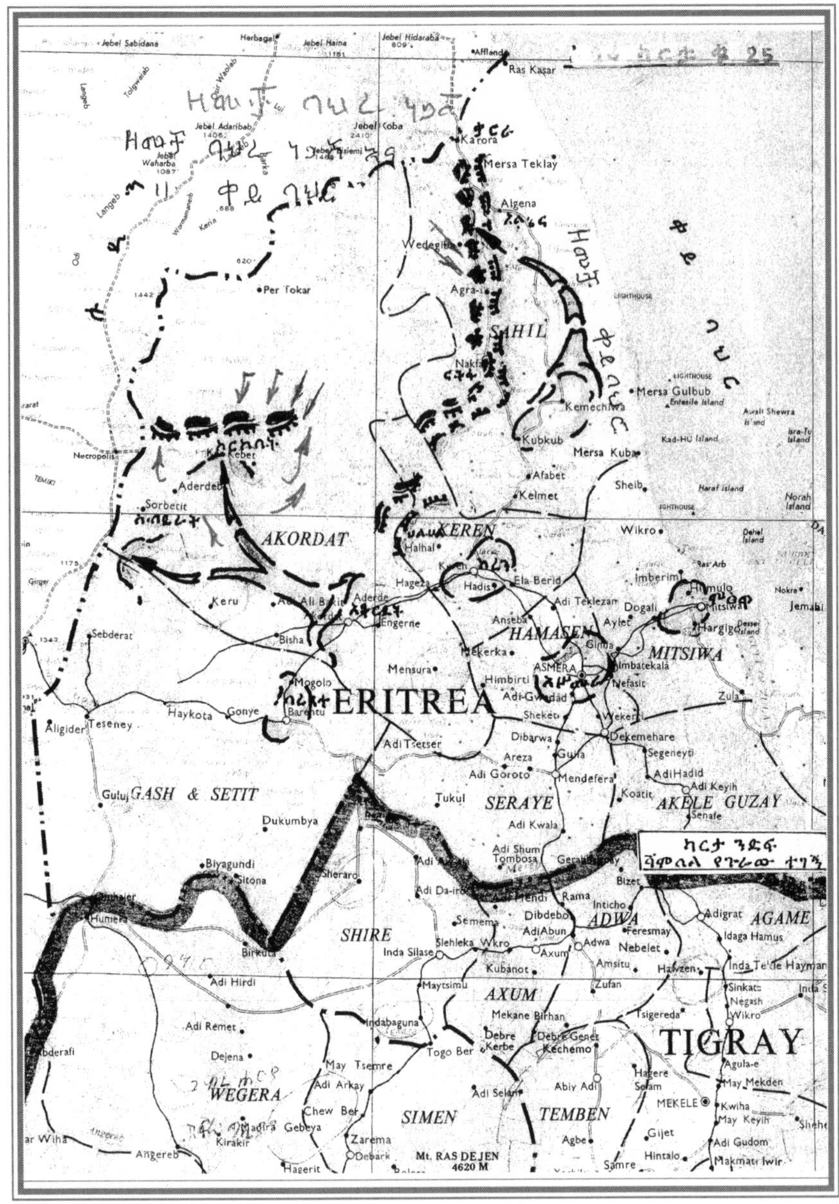

የቀይ ባሕርና የባሕረ ነጋሽ ዘመቻዎች ካርታ

ዘወትር መታሰብ ያለባቸው ነጽቦች

1. በኃይል መያዝ ያለባቸው ነጽቦች
2. በተመልካችና በአድፋጭ መያዝ (መጠበቅ) ያለባቸው ነጽቦች

3. በፈንጂ ሊጠበቁ የሚገባቸው ነጽቦች
4. ሊሠሩ የሚገባቸው መንገዶች
5. ሊጠኑ ወይም ሊዘጋጁ የሚገባቸው የውኃ ነጽቦች
6. የየመንደሩ ሕዝብ ሁኔታ ጥናት
7. በባሕር አካባቢ ስላሉ ንቅናቄዎች ሁኔታ
8. እነኚህና እነኚህን የመሳሰሉ ሁኔታዎች ከመድረሳቸው በፊት ተጠንተው፣ ተሠርተውና ተዘጋጅተው መቀመጥ ያለባቸው ናቸው
9. የሠራዊና የጋሸሰቲት የሥራ ግንኙነት በኢሠፓ
10. በአውራጃ አስተዳደርና በጦር መካከል ግንኙነት ይፈጠር
11. ባሬንቱ ሙልቂ መንገድ እንዲሠራ ማድረግና ጦሩ ሰፈሩን እንዲያውቅ ማድረግ

በብርቱ የሚታሰብባቸው ነጽቦች

1. ከዚህ በፊት አንዴና ሁለቴ ጠላት እጅ ወድቀው በኋላ በከፍተኛ የሕይወትና የንብረት መሥዋዕትነት የተመለሱት ቦታዎችና ንብረት ከእንግዲህ ጠላት እጅ እንዳይወድቁ ሊደረግ የሚገባ ጥንቃቄና ቅድመ ዝግጅት
2. ማንኛውም ተገቢ ውሳኔና ተከታታይ እርምጃዎች ሊወሰዱ የሚችሉት ከጠላት ድርጊት ተነሥቶ ስለሆነ የጠላትን ሁኔታ ዕለት በዕለት እግር በእግር በዝርዝር ለመከታተል የሚያስችል ዝርዝር ጥናትና እቅድ ስለማድረግ
3. ከላይ የተጠቀሱትን እርምጃዎችም ሆነ ሌላ አስፈላጊ ሥራ ለመሥራት መሠረቱ የሰው ኃይል ነው። የሰው ኃይል ለማዳበር፣ የዳበረውን የሰው ኃይል ሞራል ለመጠበቅ፣ ሞራሉ የዳበረውን የሰው ኃይል በአግባቡ ለመጠቀም የሚያስችል ጥናትና እቅድ ስለማዘጋጀት

ከላይ የተጠቀሱትን 3 ነጽቦች ወደ ተግባር ለመለወጥ የሚቻለው በድርጅታዊ ድጋፍ ነው። ስለዚህ ይህንን ለመፈጸም የሚያስችል ለዕለትና ለወደፊት በተለይም ለቀውጢ ጊዜ የሚያገለግል ድርጅታዊ ዝግጅት በየፈርጁ ስለማዘጋጀት

ልዩ ጥናትና ጥንቃቄ የሚደረግላቸው ቦታዎች

ምንም እንኳን ጠላት ሁልጊዜ በተመሳሳይ ድርጊት ብቻ ይፈጽማል በማለት

ትኩረታችን አንድ ቦታ ላይ ብቻ ይሁን ባንልም ከቦታዎች አቀማመጥና በተለያየ ምክንያቶች የተነሣ ለአልጌና፣ ለተሰነይ፣ ለመለብሶ ጥበቃ ልዩ ትኩረት መስጠትና ተገቢ ቅድመ ዝግጅት ማድረግ አስፈላጊም ግዴታም ከመሆን አልፎ ጊዜም የማይሰጠው ነው።

ዝግጅቱ በዝርዝር በሚደረገው ጥናት መሠረት የሚወሰን ቢሆንም ለጊዜው፡-

1. በሥፍራው ላይ ያለው ጦር አያያዝ
2. ጦሩ በየዕለቱ የሚያደርገው የነቃ ጥበቃ
3. አንዳች ሁኔታ ቢፈጠር በተከታታይ መወሰድ ስለሚገባቸው ዝግጅቶችና ልምምዶች ቀንና ሌሊት
4. በሥፍራው ላይ መገኘት ወይም ያለመገኘት የሚገባቸው ንብረቶች ሊደረግላቸው ስለሚገባ ጥበቃ ጭምር በዝርዝር በአካባቢው ስላለው ወምበዴ ንቅናቄ የመቆጣጠር እቅድ ቀን ተሌት
5. አንዳች ነገር ቢፈጠር የበላይ አካል በተከታታይ ማድረግ ስለሚገባውና የአፈጻጸም ቅድመ ዝግጅት በየፈርጁ
6. በዚህ ጥናት ውስጥ በመግባት የየበኩላቸውን ዝግጅት ማድረግ ያለባቸው ኃይሎች ማለት ሁአሠ በየዘርፉ፣ አየር ኃይል፣ ባሕር ኃይል

ከግንባር አዛዦች ጋር የተደረገ ውይይት

ከላይ በተመለከተው መንፈስ ጄኔራል መርዕድ የግንባር አዛዦችንም ያነጋገራል። ከአዛዦች ጋር ተነጋግሮ ከእነሱ የሰበሰበውን አስተያየት በአጭሩ እናቀርባለን። "ከእዝና ከክፍለ ጦር አዛዦች ጋር ውይይት የሚደረግባቸው ነጽቦች" በሚል ርእስ ከዚህ በታች የሰፈሩትን የመወያያ ነጥቦች ያስቀምጣል።

> <u>ጠቅላላ ሁኔታ</u>፡- ማለትም ሁኔታችን የተሻለ እንጂ መጥፎ እንዳልሆነ፣ መጥፎ እንዳይሆን ማድረግ ያለብንና እያደረግን ያለነው ወደፊትም ማሰብ ያለብንን በቅደም ተከተል፣ አሰላለፋችን ምን መምሰል እንዳለበትና የቅንጅት ሥራ፣ ያለን ሰውና አጠቃቀም፣ የመዝናኛ ሁኔታ፣ ያለን መሣሪያና አጠቃቀም፣ ያለን ትራንስፖርትና አጠቃቀም፣ ያለን መገናኛና አጠቃቀም፣ ቅስቀሳና ፕሮፓጋንዳ፣ የደኅንነት ሥራ አፈጻጸም...

የራሱን አስተያየትና ግምገማ ካቀረበ በኋላ የእዝና የክፍለ ጦር አዛዦችን አስተያየት ይጠይቃል። ከዚህ በታች ያለው የአዛዦች አስተያየት በሠራዊቱና በሠራዊቱ አመራር ውስጥ የነበሩትን ችግሮች በትክክል ያሳያል ብለን እናምናለን።

ከተለያዩ የጦሩ አዛዦች የተሰጡ አስተያየቶች

ጓድ ብ/ጄኔራል ውበቱ ፀጋዬ

1. የምጽዋን ትግል የጀመርነው ከአሥመራ 5 ኪሎ ሜትር ርቀት ላይ ነው።
2. እዚህ እንዴት እንደደረስንና ለምንናፍቀው ድል ለመድረስ እስከዛሬ የተሠራውን መገምገም ይኖርብናል።
3. ወንበዴ እኛን የሚበልጡን አብዛኛውን ጊዜ በጊዜ ስለሚጠቀሙ ነው።
4. የሐብሮ ግምባር ትኩረት የምንሰጥበት አቅጣጫ ነው።
5. ጠላት ሐብሮ ግምባርና መለብሶ ግምባርን ያጠቃል የሚል ግምት አለን ስለዚህ እንደ 2055 ያሉት መሬቶች በአስተማማኝ መያዝ አለበት።
6. አሁን ያለንበት ሁኔታና ጠቅላላ ሁኔታውን የሚገመግም ራሱን የቻለ ጥናት መዘጋጀት አለበት።
7. በጥናቱ ጊዜ ቅድሚያ ተሰጥቶ መታየት ያለበት የመሬት ጉዳይ ነው። ሌላው በሚገባ መመርመር ያለበት የምንጠቀምበት መሣሪያ ነው። መድፎችና አውሮፕላኖች ብዙ ይተኩሳሉ ግን ጠላት አልተቀነሰም።
8. ለሠራዊት ከሚያስፈልጉት ነገሮች አንዱ ሹመትና ሽልማት ነው። ሆኖም አቀራረቡ ልክ አይደለም እየተባለ መሸለም የሚገባቸው ሳያገኙ ቀርተዋልና ይታሰብበት።
9. ጥሩ ሥራ በሚሠሩት ክፍሎች ላይ መጥፎ ወሬ ይወራልና ይመርመር።
10. የሚሰጠው ትምህርት ከሁኔታው ጋር የሚጣጣም አይደለም።
11. ዛሬ በመሪነት በዝቅተኛ ደረጃ ያሉት በቂ አይደሉም። ከድንጋይ ሥር አይነቃነቁም እየታባለ ይታማል። ይህ የትምህርት ጉድለት ነው።
12. በሁአሠ ብዙ ነገሮች መሠራት አለባቸው።
13. ትእዛዝ ሲሰጥ በካርታ ላይ ብቻ ሳይሆን መሬቱ መታየት አለበት።

ጓድ ብ/ጄኔራል ተስፋዬ ሀ/ማርያም

1. እቅድ ስናወጣ የቅርብና የሩቅ መሆን አለበት።
2. የቅርብ ባለን ነገሮች ምን መሥራት እንችላለን ማለት አለብን። ከዚያም የሩቅ ይታሰባል።
3. እኛ የምናደርገው እቅድ ሁል ጊዜ እየጎዳን ነው። ይህም አይታረምም።

ይህ ለምን ይሆናል ስንት ጊዜ ነው የምንሳሳተው? አሁን የኛ ዝግጅት አጭር በመሆኑና በመቆማችን ጠላት ከኛ ቀድሞ በመዘጋጀት አደጋ ላይ እንደሚጥለን ይታመናል። የኛ ጥቆማ ተቀባይነት ሊያገኝ ይገባል። ተጠባባቂ እያለን አድማጭ በማጣታችን መታረም አልተቻለም። የሰው ኃይላችን በጣም ተመናምኗል። ቁጥሩ ከፍ አድርጎ የሚያሳየው ጠ/ ሠፈሮች ናቸው። ተዋጊ የለም ጓድና የመቶ የሚባል የለም። በዚህ ላይ ማቀዱ ስሕተት ላይ ይጥለናል።

4. የክፍሎች መረዳዳት እጅግ አስፈላጊ ሆኖ ሳለ ይህ አይደረግም። ይህ ከፍተኛ ጉዳት ላይ ይጥለናልና። በጊዜ መታረም አለበት።

5. ሪፖርት አቀራረብ ወሳኝነት አለው። ስለዚህ ጥንቃቄ ያስፈልገናል። ያልሆነ ሆነ ብሎ መናገር ትልቅ ስሕተት ላይ ይጥለናል። በወቅቱ መታረም ይኖርበታል።

6. የዕጩ መኮንኖች ሁኔታ:- ለዚህ ተብሎ የተሰጠ ክራይቴሪያ በቂና ተገቢ አይደለም። 11ኛ ወይም 10ኛ ክፍል የጨረሱ የሚባለው አብዛኛው ከልዩ ልዩ ክፍል ነው። ነገ ተመልሶ የመቶ መሪ መሆን አይችልም። እግረኛው ውስጥ የዚህ ዓይነት የሉም። ይህ ክራይቴሪያ በጥንቃቄ መጠናት አለበት።

7. ቁጥጥርን በሚመለከት በተግባር መፈጸም አለበት የተባለው መፈጸሙንም ማረጋገጥ ያስፈልጋል።

8. ሥራችን ጥራት ያስፈልገዋል። ይህ እስካልሆነ ከምንፈልገው ውጤት መድረስ አንችልም። በጥረት የተሠሩ ነገሮች አይቻለሁ። አሁንም መቀፀል አለብን። አንድን ሻለቃ ጥሩ አድርገን ማሠለጠን ብርጌድን ከማሠልጠን ይሻላል።

9. ማሠልጠኛ ማዕከል የሚሠጠው ትምህርት ፍጹም ጠቃሚ አይደለም። ምናልባትም ጡረታ የወጡትን ጥሩ አሠልጣኞች ማግኘት ብንሞክር። የኛ ዋና ችግር የጓድ መሪ፣ የመቶ መሪ፣ የሻምበል አዛዥ፣ የሻለቃ አዛዥ፣ የብርጌድ አዛዥ ናቸውና ይህ ይታሰብበት።

ጓድ ብ/ጄኔራል እሸቱ

1. የኤርትራ ችግር ሊፈታ የሚችለው በመሣሪያ ትግል ብቻ ነው እንጂ በምንም ዓይነት በፖለቲካ አይሆንም የሚል አስተያየት አለ።

2. ሕዝቡ ከኛ ጋር አይደለም። ኢሠፓና አስተዳደር ብዙ መሥራት አለባቸው።

3. መከላከያ ለትምህርት እያለ እየወሰደ ወደ ውጭ ይልካል። ተመልሰው አይመጡም። ይህ ይታሰብበት።

4. የበላይ አካል ሰዎች አሠልጥኖ ለኛ መላክ ሲገባው እኛ ነን እያሠለጠንን የምንሰጠው። ይህ ካልታረመ መሥራት አንችልም።

5. አሥመራ አካባቢ ለበሽታና በቁስለኞች ስም የሚሄዱት መኪና መንዳት ይማራሉ። አይመለሱም።

6. ተሐድሶ ትምህርት ያስፈልጋል ለመሪዎች።

7. የመሬት ክፍያ በሚገባ እንደገና መታየት አለበት።

8. 1590 አካባቢ ያለው ጦር ኃላፊነቱ አምባ ላለው ጦር መሰጠት አለበት።

9. ሠራዊታችንን ለማዝናናት ሠራዊቱን ማለዋወጥ ያስፈልጋል።

ጓድ ሻምበል ሀብታሙ

1. የጦሩን ሞራል መጠበቅ ግዴታ ነው። ጦርነቱ የሚቀፅል መሆኑን ካመንን።

2. በድርጅት በኩል (አቋም) በአስቸኳይ መሟላት አለበት። መሪዎች የሉም። መሣሪያ በጣም ተጓድሏል ይህ አሳሳቢ ነው።

ጓድ ኮሎኔል ለማ ዘለቀ (19ኛ ክ/ጦር አዛዥ)

1. ባሉበት ኃላፊነት አንጻር ያለውን ሁኔታ ተከታትዬ መግለጽ ስላለብኝ ጦሩ ብዙ ጊዜ በመከላከያ ውስጥ የቆየ ስለሆነ 3ኛ ገብቶ 11ኛ ቢያርፍ ብለን ተነጋገርን እንጂ ጦሩ ያለው ነገር የለም።

2. ቦታውን ጦሩ የለቀቀው 2 ጊዜ መልሶ ማጥቃት ከተደረገበት በኋላ ነው።

3. 19ኛ ክ/ጦር አሁንም ቢሆን አስተማማኝ ነው የሚያሳስብ ነገር የለም።

4. የ19ኛ ክ/ጦር ፖለቲካ ኃላፊ...[ሳያልቅ የተቋረጠ ጽሑፍ ነው]

5. ባለፈው ስሕተት ተደርጓል ከቁጥጥር ጉድለት ነው።

6. አሁን ባለው ሁኔታ በ19ኛ በኩል ምንም ዓይነት ችግር የለም ማንኛውንም ጉዳይ ይፈጸማል።

ከእነዚህ ስብሰባዎች በኋላ የሚከተሉት ነጥቦች እንደ አስቸኳይ ተግባሮች ተዘርዝረዋል። እነዚህም በሦስት (አስተዳደር፣ መረጃና ዘመቻ በሚል) የተከፈሉ ናቸው።

መልሶ ማቋቋምን በሚመለከት እስካሁን የተደረገውን ስለመቆጣጠርና

በተከታታይ መወሰድ ያለባቸው:-

አስተዳደርን በሚመለከት

- በየምክንያቱ ከክፍላቸው የተለዩትን መኮንኖችና ባለሌላ ማዕረጎች ወደ ክፍላቸው እንዲመለሱ ጥረት ማድረግ።
- ስለ መኮንኖች የበታች ሹማምንቶች ማዕረግ አስፈላጊውን ፈጽሞ ለበላይ ማቅረብ።
- ስለ ጦሩ መዝናኛ ጉዳይ ከዚህ በፊት በታሰበው መሠረት ለመፈጸም የሚያስችል ዝግጅት ማድረግ። መመሪያ ማዘጋጀት።
- የጦሩ ደሞዝ ያለ ጭቅጭቅ እንዲከፈል የተጣራ ጥያቄ ማቅረብ።
- አብዮታዊ ዲሲፕሊን ኮሚቴ ሥራውን እንዲሠራ በማድረግ ሰዎች ያለ ውሳኔ እንዳይታሠሩ ጥረት ማድረግ።

መረጃን በሚመለከት

- ወምበዴውን በመቆጣጠር ወቅታዊ እርምጃ ለመውሰድ የሚቻለው ትክክለኛ መረጃ ሲገኝ ነው።

<u>ትክክለኛ መረጃ</u> መገኘት የሚችለው

- ጥሩ የመረጃ እቅድ ሲኖር ማለትም ሁሉን ቦታ የሚሸፍን
- በእቅዱ መሠረት መሥራት የሚችሉ ጓዶች ሲኖሩ
- ጓዶቹን ለማሠራት የሚያስችል ዝግጅት ሲኖር
- ጓዶቹ የሠሩትን በወቅቱ ለማስተላለፍ የሚያስችል የመገናኛ ዘዴ ሲኖር
- የመረጃ አካሉን መረዳት ከእያንዳንዱ ግለሰብና አካል የሚጠበቅ መሆኑ ሁሉም ተረድቶ ሲተባበር ነው።

ስለዚህ በዚህ መልኩ እንዲፈጸም ጥረት እንዲደረግ መመሪያ መስጠት ተከታትሎ ማስፈጸም።

ዘመቻንና ጥበቃን በሚመለከት

ከሁሉ በፊት መኖር መቻል አለበት። ይህ ሊሆን የሚችለው በጥበቃ ነው። ጥበቃ የሚፈጸመው በመከላከልና በማጥቃት ነው። ራስን መከላከል የሚያስችለው የመከላከያ ዓይነት የነቃ መከላከል ነው። የነቃ መከላከል (active defense) ማለት ማጥቃት የተቀላቀለበት ከፍተኛ ንቅናቄና ቁጥጥር ነው።

በሰሜን የጦሩ ችግር

ኤርትራ የነበረው ጦር በበረሃው ንዳድ ወይንም አጥንት ሰብሮ በሚገባው ብርድ፣ በምግብና በልብስ ችግር ምንኛ ይሠቃይ እንደነበር የጦሩ አባላት የነበሩ መኮንኖች ጽፈውታል። አልጌና አካባቢ ያለውን የአየር ሁኔታ፣ በኤርትራ በረሃዎች ብዙ ዓመታትን ያሳለፉት ሻለቃ ማሞ ሥዕላዊ በሆነ መንገድ የአየሩን ሁኔታ እንደዚህ ይገልጹታል።

> ...የፀሐይ ሙቀት በአጠቃላይ በአካባቢው ያለውን ቀዝቃዛ አየር አስወግዶ ምድሩን፣ አሸዋውን፣ ድንጋዩን ሁሉ እሳት ላይ እንደተዳጠ ምጣድ ያግለዋል።...ሌላው ቀርቶ ወፎች እንኳን በተገኘው ቅጠልና ቅርንጫፍ ሥር ሆነው ክንፋቸውን ዘርግተው ከማለክለክ በስተቀር ሙቀቱ ባየለበት ሰዓት መብረር አይችሉም። ቢሞክሩም ሩቅ ሳይበሩ እንደ ተወረወረ ድንጋይ ነው መሬት ላይ ጠብ የሚሉት።...የአየሩ ሁኔታ በየዕለቱ ቢለያይም ከምሽቱ 2:00 ሰዓት በኋላ የቀኑን ሙቀት ሲያጠራቅም የዋለው ባሕር በማዕበል ሲናወጥ እንፋሎቱን ወደ ምድር ይተነፍሰውና የማታ ወበቅን ፈጥሮ ሰውነትን ከሰውነት፣ ሰውነትን ከልብስ፣ ልብስን ከሰውነት ያጣብቀዋል። ያኔም መሥራትና መጓዝ ቀርቶ መተኛትም አስቸጋሪ ይሆናል።[118]

ከአየሩ ሌላ ከእባብ፣ ከዘንዶ፣ ከጊንጥና ከመሳሰሉት ጋር በየቀኑ የሚደረገውን ትግልና በእባብ ተነድፈው ስለሚሞቱት ወታደሮችም ሻለቃ ማሞ በሰፊው ጽፈዋል። ከዚህም በተጨማሪ በውኃ እጥረት ምክንያት ሰውነትና ልብስ በቅማልና ቅማንጅር ተወረው በራስ ገላ ላይ የሚፈጥሩትንም ሥቃይ ዘርዝረዋል።

> ለሠራዊቱ የሚቀርበው ምግብ አነስተኛ፣ አንዳንዴ ከጉሮሮም እሺ ብሎ የማይወርድ ከመሆኑም ሌላ እሱም በዛ ተብሎ አንዳንዴ እንዲያውም ይጠፋል። ይህም ሁሉ ሆኖ መከረኛው ሠራዊት የምግብ እጦት ጠኔ ጥሎት በሬድዮ መገናኘትና መነጋገር እስከሚሳነው አንደበቱ ተዘግቶ፣ እዚያው የተሰጠው ግዳጅ ላይ እንደ እንጨት ደርቆ፣ አስከሬኑ ይገኛል እንጂ "ምግብ ጨርሻለሁና ከመሞቴ በፊት ቦታዬን ለቅቄ ምግብ ፍለጋ ልሂድ" ብሎ ግዳጁን የተወ የሠራዊት ክፍል ወይንም አባል አልነበረም።[119]

በችጋሩ፣ በውኃ ጥሙ፣ በአየሩ አስከፊነት ላይ የበሽታውም ዓይነት እጅግ የበዛ ነበረ። ከኩላሊት፣ ከሚጥል በሽታ፣ ከአእምሮ መታወክና ከመሳሰሉት ሌላ የማይታወቁ በሽታዎች በየጊዜው ይፈጠራሉ። በዚህ ላይ በውጊያ የሚቆስሉ፣ የማየትና የመስማት ችሎታቸውን ያጡ በአጠቃላይ የአካል ጉዳተኛ የሆኑ የሠራዊቱ አባሎች እንዳሉም አይዘነጋም።

በጄኔራል መርዕድ ማስታወሻ ላይ ግንባሩ (ቦታው) የት እንደሆነ ባያሰፍርም ይህ ከላይ

118 ማሞ ለማ (ሻለቃ)፤ የወገን ጦር ትዝታዬ

119 ማሞ ለማ (ሻለቃ)፤ ዝኒ ከማሁ

የተገለጸው ችግር እጅግ የከፋ እንደሆነና ጦሩን በአስቸኳይ ከዚያ ማንሣት እንዲፈቀድለት ለበላዮቹ የጻፈውን የደብዳቤ ረቂቅ አገኘን። በረቂቁ ላይ እንደሚታየው የሠራዊቱን ችግርና ጥያቄዎች ዘርዝሮ፣ ችግሩ መፍትሔ ካልተገኘለት ሊያመጣ የሚችለውን መዘዝ ገልጾ የመፍትሔ ሐሳቦችንም ያቀርባል።

ጉዳዩ፡- ስለቦታ ማሻሻል

ቦታ ማሻሻል ያስፈለገበት ምክንያት

1. በመሠረቱም ይህን ቦታ በመከላከያነት ይዘን እንቆያለን ተብሎ ሳይሆን በዚያ በኩል ተረማምደን ተቤህና አደበሃ ሸለቆ ውስጥ ወደአለው ወንበዴ ድርጅትና ጠ/ሰፈር ለመድረስ ነበር።
2. እንደአጋጣሚ ይህ ሳይሆን ከመቅረቱም በላይ የኛ ጦር የያዘው ዝቅተኛ ቦታ ሲሆን የጠላት ይዞታ ገዥ መሬት ነው። በመጠኑ ነፋሻማ ነው።
3. ይህ ሥፍራ ለሰው ኑሮ በጣም መጥፎ የሆነ ነው። ሁኔታውን የሚያውቀው ጦር ከመጀመሪያው ጀምሮ መጥላቱን ይናገር ነበር። በረሃ ነው አየሩ ጤናማ አይደለም።
4. ይህንን የተፈጥሮ ችግር መቋቋምና ግዳጅን መወጣት የሚቻለው፣ ድርጅት በማሟላት ጦር ቶሎ ቶሎ በማለዋወጥ ነው።
5. ይህ ሊሆንልን አልቻለም። ብዙ ጥረት ተደርጓል እየተደረገም ነው።
6. ከእንግዲህ የሚደረገው ሁሉ ጦሩን የሚያረካ አይመስልም። ይህን የሚያሰኙ ምልክቶች አሉ።

እነሱም፡-

1. ጦሩ በቂ ቀለብ ለማግኘት ባለመቻሉ እየተራበ ነው።
2. ደረቅ ቀለብ ብቻ ስለሆነ የሚበላው በጣም ተሰላችቷል።
3. ይህንን ለማሻሻል እንጀራ እየተጫነ እንዲሄድ ቢደረግም ባንድ በኩል ማዳረስ አልተቻለም በሌላ በኩል ማባያ ስለሌለ እንዲያውም የሚያበሳጭ ሆኗል።
4. በልብስና በጫማ ረገድ ከፍተኛ መራቆት ስላለ ጦሩ ይበሳጫል። ለሆዳችንና ለገላ መሸፈኛ እንኳ ካላገኘን እንዴት እንሠራለን? የዚህ ችግር ምሥጢር ይገለጽልን ይላል።
5. ለምን አንለወጥም እኛ የተፈረደብን ነን ወይ ይላል

6. ሞራሉ ወድቋል
7. ድስፕሊን የለም
8. ከጂ በዝቷል
9. በወንበዴ ቅስቀሳ ተነክቷል

ከነኚህ ሁኔታዎች በኋላ በአሁኑ ጊዜ የሚከተለውን እንዲፈጽሙ ነው።

1. በቂ ቀለብ የማናገኝበትን ምክንያት የመንግሥት ባለሥልጣን ቀርቦ ያስረዳንና የሚመስለንን እርምጃ እንወስዳለን
2. ልብስና ጫማ ማግኘት መብታችን ሲሆን ለምን እንደምንከለከል ይገለጽልን
3. እስከ መቼ ነው በደረቅ ራሺንና በሳምንታዊ ጋሌጣ[120] የምንኖረው? ምንስ ምክንያት አለን?
4. ለምን አንለወጥም ለምንስ ዕረፍት አይሰጠንም?
5. የሚሰማን ከጠፋ ራሳችን ውሳኔ ላይ እንደርሳለን።
6. ወንበዴ የሚያወራው ቅስቀሳ መስሎን ነበር እውነቱን ነው ለካ
7. እስከተወሰነ ቀን እርምጃ ካልተወሰደ እናንተ ጠላት ከምትሏቸው ጋር ሆነን የሚገባውን እንፈጽማለን የሚሉት ዋና ዋናዎቹ ናቸው።
8. በአመራር አካል በኩል ያለውም አመለካከት በጣም የደከመ ነው
9. አሁን ካሉት ሁኔታዎች ተነሥቶ አንዳንድ ነገር በማሻሻል የጦሩን መንፈስ አሻሽሎ ጥሩ ጦር ለማድረግ ጊዜውና ቦታው አይፈቅድም

✯ በዚህ ዓይነት መቆየቱ መጨረሻው ቢታወቅም ጦሩንና መሣሪያውን ማጣት ይሆናል።

<u>ስለዚህ</u> የሚሻለው ቀስ ብሎ ቦታ በማሻሻል ጦሩንና መሣሪያውን አትርፎ ቦታውን ያለውርደት ማጣት ይሻላል። ይህንን ጦር ማጣት ጠንቁ እዚያ ብቻ የሚቀር ላይሆን ይችላል።

ስለዚህ ቦታ በማሻሻል አመቺ ሁኔታ ፈጥረን የጦሩን መንፈስ በማደስ የተወሰኑ መከላከያ ሥፍራዎች በመያዝ ጠላትን እያሳደድን መምታቱ ይመረጣልና የማያጠራጥርና ጊዜ የማይወስድ የውሳኔ ፈቃድ ቢሰጠን። ይህ ከተፈቀደልን የአፈጻጸም እቅድ ስላለን በዚያው መሠረት እንፈጽማለን።

120 የወታደር ብስኩት

ጦሩን ማሳረፍና የጦሩን ምኞት መጠበቅ አስፈላጊ ስለመሆኑ "ጦራችንን በተራ ስለማሳረፍ ጉዳይ" በሚል ርእስ የሚከተለውን ያክልበታል።

ጦሮቻችንን በተራ ስለማሳረፍ ጉዳይ

> የተያያዝነው ትግል ውስብስብና እልህ አስጨራሽ መሆኑን የተገነዘብነውን ያህል የፈለገው ቢሆን የመጣው ቢመጣ ከተነሣንበት ዓላማ የማንደርስ፣ ድንበራችን ላይ ይህቺን ታይታ የማትጠገብ ሰንደቅ ዓላማና ቀዩን የወዝአደር ዓርማ እያውለበለብን መሬቷን አልምተን አትክልት ውስጥ እየተዘዋወርን ፍሬ እየዠረገግን ዛሬ ውድቀታችንን እንጂ ዕድገታችንን ማየት የማይሹትን አሸዋቸው ላይ ቆመው እያየን እንቁልልጬሽ ሳንል እንደማንገታ አያጠራጥርም።
>
> ታዲያ ይህ ዕለቱን የሚጨበጥ ድል ሳይሆን ያለጥርጥር የረዥም ጊዜ ትግል ነው። በመሆኑም ዝግጅታችን ለረዥም ጊዜ መሆን አለበት። ረዥም ጊዜ በትግል ላይ ለመቆየት ደግሞ ጥልቀት ያለው ጥናትና ዝግጅት አስፈላጊ ነው። ከዚህ ውስጥ አንዱ ጦሩ እንዳይሰለች ሁለት ቁም ነገሮች መታሰብ አለባቸው። አንዱ ሐሳብ ዓላማችን ምን ጊዜም ቢሆን መሬታችን ላይ መቆየት በመሆኑ የጦሩ ኑሮ በያለበት የሚሻሻልበትን ዘዴ ፈልጎ ኑሮን ማመቻቸት ሲሆን ሁለተኛውና የቅርብ ሐሳብ ጦራችንን በተራ የማሳረፍ ጥናትና ፕሮግራም ነው። ይህ በምንም ዓይነት የምናደርገው ተከታይ ሥራችን ነው።

በማስታወሻዎቹ ላይ ብቻ ሳይሆን በየስብሰባውና ባገኘው አጋጣሚ ሁሉ በጦሩ ውስጥ ያለውን ችግር ከመናገር ችላ ያለበት ጊዜ የለም። ከየካቲት 27 እስከ የካቲት 29 መከላከያ ሚኒስቴር ውስጥ በተደረገው ስብሰባ ማጠቃለያ ቃለ ጉባኤ "ከሜ/ጄኔራል መርዕድ ንጉሤ፣ ከኢሠፓ ማዕከላዊ ኮሚቴ አባልና የኤርትራ ክፍለ አገር ዋና አስተዳዳሪና የ2ኛ አብዮታዊ ሠራዊት አዛዥ ካቀረቡት" በሚል ስለ ኤርትራ ሁኔታ የሚከተውን ሪፖርት ቀርቦ እናያለን።

> "...በገጠርም ሆነ በከተማ ያለውን ወጣቱን ትውልድም ቢሆን ካለው የቅኝ ገዢዎች ተፅዕኖ ሊያላቅቀው የሚችል ኢኮኖሚያዊና ማኅበራዊ የሕይወት ለውጥ ገና በበቂ ደረጃ ያልዳበረ ከመሆኑም በላይ ቀድሞ የነበረውም ቢሆን በጦርነቱና አገራችን በአለው ችግር የተነሣ እየተዳከመ በመሄድ ላይ የሚገኝ በመሆኑ ማኅበራዊ ዝንባሌው ለእናት አገሩ ኢትዮጵያ የእንጀራ ልጅ እንደሆነ አድርጎ እንዲያስብ አስገድዶታል። ይህም በመሆኑ ወንበዴው በክፍለ አገሩ በሚገኙ ሕዝባዊ ድርጅቶች፣ የመንግሥት መሥሪያ ቤቶች፣ የማምረቻ ድርጅቶችና በተይም በወጣቱ ማኅበራዊ ክልል ውስጥ የማይናቅ ምሥጢራዊ ድጋፍ" እንዳለው ገልጸው በገጠር የሚገኘው አርሶ አደሩም ቢሆን... ሙሉ በሙሉ በንቃት ላይ የተመሠረተ የኢትዮጵያዊነት እምነቱ የማያወላውል ነው የሚባለው ቁጥሩ እጅግ አነስተኛ መሆኑን ጠቁመዋል።

"ጦርነቱ የእርስ በእርስ ጦርነት ስለሆነ አውቆም ሆነ ባለማወቅ የወንበዴው መሣሪያ በመሆን ለአገሪቷ መድማት አስተዋፆ የሚያበረክተው ወገን ከሕዝቡና ከጦሩም ቤተሰብና ከተዋጊውም ሠራዊት ውስጥ መንጥሮ ማውጣት እጅግ አስቸጋሪ ነው" ብለዋል። ይህም ወታደራዊ ምሥጢሮችና ጠቅላላ እንቅስቃሴ ለጠላት እንዲጋለጥ ከሚያደርጉት ዋና ዋና ምክንያቶች ጥቂቶቹ መሆናቸውን በምሬት አስገንዝበዋል።

ጓድ ሜ/ጄኔራል መርዕድ ንጉሤ ገለጻቸውን በመቀጠል "የኤርትራ ክፍለ አገር ችግር እጅግ በጣም ውስብስብ፣ ጠጣርና እልህ አስጨራሽ፣ ብሔራዊና ዓለም አቀፋዊ ውስብስብነት ይዞት ስላለው ፓርቲያችንና አብዮታዊ መንግሥት ልዩ ትኩረት የሚሰጡት የመሆኑን ያህል የትኩረቱ አቅጣጫ በተግባራዊ ምላሽ የሚያረጋግጥ ልዩ ፖሊሲ፣ ልዩ መመሪያና ደንብ እንደሚያስፈልግ" ገልጸዋል።[121]

ከዚህ ቃለ ጉባኤ ማጠቃለያ የምንረዳው የኤርትራን ጉዳይ በጥልቅ መመርመር ብቻ ሳይሆን የጉዳዩን አሳሳቢነት ለሚመለከታቸው ሁሉ እንዲደርስና እንዲረዱትም ያደርግ የነበረውን ጥረት ነው።

የጦሩ ዐመፅ

ከዚህ በላይ የተጻፈው ደብዳቤ እንደሚሳየው ሠራዊቱ እጅግ ስለከፋው የማመጽ ዝንባሌም በየጊዜው ያሳይ ነበር። ለምሳሌ በሐምሌ/ነሐሴ 1978 አካባቢ 21ኛ ተራራ ክፍለ ጦር ለግዳጅ አልጌና ሄዶ ሲመለስ ከደሞዙ ተቀርጦ የተሠራው የድጋፍ አገልግሎት መስጫና ማገገሚያ ጣቢያ ፈርሶ አገኘው። በዚህ የተነሣ ጦሩ ተቆጥቶ ከፍተኛ ረብሻ ሊቀሰቀስ ሆነ። በወቅቱ በቦታው የነበሩት ኮሎኔል አምሳሉ ገብረዝጊ በመጽሐፋቸው ስለነበረው ችግርና ችግሩን ለመፍታት በተለያየ ጊዜ ስለተደርጉት ክንውኖች በሰፊው ዘርዝረዋል።[122] ከጦሩ ጋር በተደረገው ስብሰባ ሠራዊቱ በአመራሩ ላይ እምነት እንደሌለው በተለይም የመከላከያ ሚኒስትሩ ጄኔራል ተስፋዬ ገብረኪዳንና የናደው እዝ አዛዥ የነበሩት ጄኔራል ውበቱ ፀጋዬን ጠቅሶ ስሞታውን ያሰማል። ለዚህም እንደ ምሳሌ የሚገልጹት ጄኔራል ተስፋዬ ጦሩን ሜካናይዝድ አደርገዋልሁ ብለው

121 የአገር መከላከያ ሚኒስቴር ቃለ ጉባኤ ሪፖርት (የካቲት 27-29 ቀን 1978 ዓ.ም.)፤ ከፕሮፌሰር ገብሩ ታረቀ የታሪክ ሰነዶች የተገኘ

122 አምሳሉ ገብረዝጊ (ኮሎኔል)፤ የኤርትራ መዘዝ

እንዳላደረጉት፣ ጀኔራል ውበቱ ደግሞ “በቅርብ ቀን አባይ ፏፏቴን የመሰለ ቦታ” አስፍራችኋለው ብለው ያለማድረጋቸውን ነው።[123]

ወደ ኮሎኔል አምሳሉ ትረካ ስንመለስ “ሜጀር ጀኔራል መርዕድ ንጉሤ የቀረቡትን ጥያቄዎች በሙሉ በረጋ መንፈስ በዝርዝር ተንትነው ለማስረዳት ሞክረዋል። ትልቁና ዋነኛው መልስ ማግኘት የሚገባው የእምነት ማጣት ጥያቄ ነበር። እሱም አስቸጋሪ ጥያቄ በመሆኑ በማለሳለስና በማስታረቅም ጭምር መልስ ለመስጠት ሞክረው ተሳክቶላቸዋል” ካሉ በኋላ “ከፍተኛ ውዝግብ ውስጥ ገብቶ የነበረው ስብሰባ ለጊዜው ጋብ ብሎ ሰላም እንደወረደ ሜጀር ጀኔራል መርዕድ ንጉሤ የማጠቃለያ ንግግር አደረጉ። በመጨረሻ ጦሩን አበረታተውና የፈረሰውን ሠፈርም በቅርቡ እንደሚሠራ ቃል ገብተው ተለያየን” በማለት በጊዜው የነበረውን ውጥረት ያስታውሳሉ።

ስለዚሁ ዐመፅ ያኔ የ21ኛ ክፍለ ጦር የፖለቲካ ኃላፊ የነበሩት ሻለቃ ዓለማየሁ ቶላ በሰጡን ቃለ ምልልስ፡-

> ...በጀኔራል መርዕድ ትእዛዝ ሁለት ቀን ሙሉ በአሸዋ ላይ ተጉዘን አንድም ጥይት ሳይተኮስብን ከአልጌና ከረን ገባን። ከረን እንደደረስን እንኳን ደኅና መጣችሁ ለማለትና ጦሩ ውስጥ የነበረውን አንዳንድ ቅሬታ ለመስማት ጀኔራል መርዕድ እኛ ጋር መጡ። አንዱ ጉምጉምታ ጦሩ አንድ መቶ ሺህ ብር አዋጥቶ የሠራው ሰፈር ለምን ፈረሰብን የሚል ነበር። በጊዜው እዚያ የነበሩት እዝ አዛዥ ጀኔራል... ‘እኔ የነርሱ ሰሌን ጠባቂ አይደለሁም’ ሲሉ ጦሩ ከሥነ-ሥርዓት ውጪ ሆነ። በዚህን ጊዜ ጀኔራል መርዕድ ላይ ወትሮ የማየው ትዕግሥት ጠፍቶ ‘ከሥነ-ሥርዓት ውጪ በሆናችሁት ላይ እርምጃ እወስዳለሁ’ ብለው ጥለው መውጣት ጀመሩ። በዚህን ጊዜ እጄን በተደጋጋሚ አውጥቼ እንድናገር ፈቀዱልኝ። እኔም ወደ ጦሩ ዞሬ እነዚህ ባለጌዎች እኛን ይወክሉናል? ስል ጦሩ ጮኸ። ከዚያም ወደ ጀኔራል መርዕድ ዞር ብዬ ለተሰጠኝ ዕድል አመስግኜ፣ ለተፈጠረው ድርጊት ይቅርታ ጠይቄ፣ ቁሳቁስ ልከውልን እንደገና የጦሩን ሰፈር እንድንሠራ ቃል ይግቡልን፣ እኛም ዕቃው እንደደረሰ ሰፈሩን እንደገና ሠርተን ለምርቃት እንጥራዎታለን ስል ጦሩ መስማማቱን በጭብጨባ ገለጠ። ጀኔራል መርዕድም በተለመደ ብልህነታቸው ጥሩ ንግግር አድርገው “ሻለቃ ዓለማየሁ ቃል ባስገባን መሠረት ሁላችንም ተባብረን ይህንን ሰፈር እንገንባው” ብለው ሁኔታው በሰላም ተፈጸመ።

123 ጀኔራል ውበቱ መጽሐፍ ላይ 21ኛ ክፍለ ጦር ዲሲፕሊን በጎደለው መንገድ አልዋጋም እንዳለና ጀኔራል መርዕድንም ለማነጋገር ፈቃደኛ እንዳልነበረ፣ ረብሻውም የተነሣው የሻዕቢያ ደጋፊዎች በሆኑ ባለሥልጣኖች እንደነበረ መረጋገጡን ጽፈዋል። እንዴት እንደተረጋገጠና እነዚህ የሻዕቢያ ወኪሎች እነማን እንደነበሩ ግን አያብራሩም። ከዚያም ክፍለጦሩ ይቅርታ መጠየቁን አስፈረዋል። ሐተታቸው ላይ ቀን ስላልሰፈረበት የኮሎኔል አምሳሉንና የጀኔራል ውበቱን ትረካ ማነጻጸር አልቻልንም። በመግቢያችን እንደገለጽነው ጀኔራል ውበቱ ላቀረብንላቸው የቃለ ምልልስ ጥያቄ አዎንታዊ መልስ ለማግኘት ስላለቻልን ይህን አሻሚ ትረካ ማስታረቅ አልቻልንም።

በማለት አደገኛ የነበረው ሁኔታ እንዴት እንደተፈታ አጫውተውናል። ኮሎኔል አምሳሉም በመጽሐፋቸው "ከጥቂት ጊዜ በኋላ ለሥራ አፋቤት ስሄድ ካምፑ ተሠርቶ አይቼዋለሁ። እኔ በወቅቱ የሁአሠ ትምህርት መመሪያ ጥብቅ ኃላፊ ስለነበርኩ በስብሰባው ላይ ተገኝቼ ነበር"[124] በማለት ምስክርነታቸውን ሰጥተዋል።

"ባለን ኃይል፣ ባለን ንብረት፣ ባለን ገንዘብ፣ ባለን ልምድ..."

ሚካኤል ጎርባቼቭ የሶቪየት ኅብረት መሪ ሆነው አገራቸውን በፔሬስትሮይካና ግላስኖስት ፖሊሲ የኮሙኒስት ፓርቲውን አሠራር ሲያሻሽሉና ከምዕራቡ ዓለም ጋር መቀራረብ ሲጀምሩ የኢትዮጵያን ሕልውና ከሶቪየት ኅብረት ዕርዳታ ላይ እንዲተሳሰር ያደረገው የደርግ መንግሥት ችግር ላይ መውደቅ ጀመረ። በጦርነት ብቻ፣ ብዙ መሣሪያ በመግዛት ብቻ፣ "አንድ ሰው እስኪቀር በመዋጋት" ብቻ የአገሪቷን አንድነት አስጠብቃለሁ በሚል ኮሎኔል መንግሥቱ በጦርነት ፖሊሲያቸው ቀጠሉበት። የዓለምንና የኢትዮጵያን ሁኔታ አገናዝቦ ፖሊሲያቸውን ከመመርመርና ከማሻሻል ይልቅ ይበልጥ ጦርነትን፣ ይበልጥ እልቂትን መረጡ። በዚያው መጠን ሠራዊቱ ውስጥ ያለው የምግብ፣ የሰው ኃይል፣ የመሣሪያና የጥይት እጥረት እየተባባሰ መጣ። የኮሎኔል መንግሥቱ በቅርቡ ታንክ፣ ሮኬት፣ ጠመንጃ እዚሁ አገር ውስጥ እንሠራለን የሚለው የልጅ ጨዋታ ከተጨባጭ ሁኔታው ጋር የሚራመድ አልነበረም።

ጄኔራል መርዕድ ይህንን የማይጨበጥ ሕልም ወደ ጎን አድርጎ "ባለን ኃይል፣ ባለን ንብረት፣ ባለን ገንዘብ፣ ባለን ልምድ" ሊሠሩ የሚችሉ ተግባሮች ላይ ማተኮር ጀመረ። ይህንን መርሕ እንደሚከተለው ሰፋ አድርጎ ሲያብራራ፦

> የጨበጥናቸውን ድሎች በማዳበር ኢንሸየቲቭ ከጃችን እንዳይወጣ በማድረግ በመጨረሻም ወንበዴውን ጨርሶ ለመደምሰስ በተከታታይ የሚወሰዱ እርምጃዎች ምን መሆን አለባቸው?
>
> መሠረተ ሐሳቡ በአሁኑ ጊዜ ሁአሠ <u>ባለው ኃይል፣ ባለው ንብረት፣ ባለው ገንዘብ፣ ባለው ልምድ</u> ምን ማድረግ አለበት? ለወደፊቱስ? የበላይ አካልስ ምን እንዲያደርግ ይጠበቃል? በምንስ መልክ ማሳሰብ አለበት ለሚሉት ጥያቄዎች መልስ መስጠት ይሆናል።
>
> መልስ፦ መልሱ ሐምሌ 10፣ 11 ቀን 1978 ዓ.ም. የእዞች አመራር አካላቶች በተገኙበት ስብሰባ ላይ ተወያይተን በደረስንባቸው ስምምነት መሠረት ሲሆን ሲዘረዘሩ፦
>
> <u>ባለን ኃይል፣ ባለን ንብረት፣ ባለን ገንዘብ፣ ባለን ልምድ</u> በመጠቀም የሚለው

124 አምሳሉ ገብረዝጊ ገብሩ (ኮሎኔል) ፤ የኤርትራ መዘዝ

በሁሉም ዘንድ ሙሉ ግንዛቤ አግኝቶ ቀጥሎ ለተመለከቱት አፈጻጸም እንዲደረግ ማድረግ፣

በወቅቱ ያለውን ሁኔታ ለመቋቋምና ለወደፊቱ ሁኔታ ለማመቻቸት የሚከተሉትን እርምጃዎች መውሰድ፣

- ወምበዴው በኛ ላይ ጉዳት ሊያደርስ ከሚችልባቸው ነገሮች አንዱ የተሻለ መረጃ ስለሚያገኝና መረጃ የሚያገኘውም በሕዝቡና በሠራዊቱ መካከል በሰገሰገው ወኪሎቹ ስለሆነ ይህንን ዕድል ለማሳጣት በወምበዴ መረጃ አቀባዮች ላይ እደና መፈጸም ሌሎችም ዘዴዎች መጠቀም።
- በወምበዴ ወኪሎች ላይ እደና ለመፈጸም አመቺ የሚሆነው ሕዝባዊ ሠራዊቱንና ሕዝቡን ወደኛ በማድረግ ስለሆነ ሕዝቡ በሰል ያለ ቅስቀሳ በማድረግ በውድና በግድ እንዲሳተፍ ማድረግ።
- ወምበዴ ከጊዜ ወደጊዜ እያንሠራራ የሚፈታተነን ከሕዝብ መካከል በውድም ሆነ በግድ ሰዎች እየወሰደ ኃይሉን ስለሚያሟላ ነው። ስለዚህ ይህንን ዕድል ለማሳጣት እንዲቻል ለዚህ ጉዳይ ልዩ ፕሮጀክት በመቀየስ እርምጃ መውሰድ።
- ወምበዴው የሰው ኃይል ለማግኘትም ሆነ ሌላ ፍላጎቱን የሚፈጽመው ከቦታ ቦታ በመዘዋወር መሆኑ ስለሚታወቅ በተቻለ መጠን በየብስና በባሕር የወምበዴ መተላለፊያ የሆኑትን ለመዝጋት ልዩ ጥረት ማድረግ።
- ወምበዴው ሕልውናውን ከሚጠብቅበት ነገሮች አንዱ ከየቦታው ማለትም ከመሬትና ከባሕር በእርሻና በኮንትሮባንድ የሚያገኘው ገቢ ነው። ስለዚህ ይህንን ዕድል ለማሳጣት የሚችል ልዩ እርምጃ በመሬትና በባሕር ላይ መውሰድ።
- ወምበዴዎች መነሻቸው ጎረቤት አገርና ሳሕል ሲሆን ወደ ምዕራባዊ ቆላና ደጋ አውራጃዎች የሚመጡት ስንቃቸውን፣ የከባድ መሣሪያ ጥይታቸውን የሚያቀርቡት አብዛኛውን በመኪና ስለሆነ ይህንን ማድረግ ሳይችሉ ቀርቶ በከብት ጀርባና በሰው ትከሻ እንዲያቀርቡ ቢገደዱ የሚያደርሱት ጉዳት ያነሰ ስለሚሆን ይህንን ዕድል ለማሳጣት ልዩ ጥረት ማድረግ።
- ወምበዴው ጉዳት ሊያደርስ የሚችለው ከቦታ ቦታ በመዘዋወር ያልታሰበ አደጋ በመጣል ስለሆን ይህንን ለመከላከል የማያቋርጥ አሰሳ ማካሄድ። ለዚህ በቂ ጦር ተሽከርካሪና ደረቅ ቀለብ ለማግኘት መጣር። አሠራሩን የረቀቀና የተቀናጀ ማድረግ።
- ግምባር የመከላከያ መስመሮችንና የቋሚ ሥፍራዎችን ጥበቃ በተቻለ መጠን አስተማማኝ ለማድረግ ልዩ ጥረት ማድረግ። የመከላከያ ወረዳ ተግባራት

መሟላታቸውን ማረጋገጥ።

ከላይ የተመለከቱት ሥራዎች እንደሚፈለገው ሊሆኑ የሚችሉት

- ሰዎች በትምህርት ዳብረው የሚጠበቅባቸውን በግል በቡድን ሲፈጽሙ ስለሆነ ለሥልጠና ልዩ ትኩረት መስጠት።
- ሰዎች የሚፈለግባቸውን ለመፈጸም የሚችሉት ጥሩ ሞራል ሲኖራቸው ስለሆነ የጦሩ ሞራል ከፍ ማለት የሚችልበትን ሁሉ ለማድረግ ልዩ ጥረት ማድረግ። ሹመት ሽልማት፣ ምስጋና ሲፈቀድ መስጠት። ሁኔታዎች ማስረዳት። መዝናኛዎች ማዘጋጀት።
- ማንኛውም ሥራ ሊከናወን የሚችለው በሎጂስቲክስ ስለሆነ ጦሩ በተቻለ በዚህ እንዲሟላ ጥረት ማድረግ። ለዚህ ጉዳይ የፈጠራ ችሎታንም መጠቀም። አፈጻጸሙ ሁሉ በጥናት ላይ የተመሠረተ በፕሮግራም የተያዘና በቁጥጥር የሚፈጸም እንዲሆን የማያወላውል አቋም ወስዶ መፈጸም። ለእያንዳንዱ ተግባር ባለቤት መመደብ። የዕለቱን በዕለት የሳምንቱን በሳምንት እየፈጸሙ ሪፖርት ማድረግ።
- ሥራዎችን ሁሉ በሚገባ ለመቆጣጠር እንዲቻል ለያንዳንዱ በተቻለ መጠን በቂ መመሪያ ማዘጋጀትና እሱን ተከትሎ መፈጸም። ሥራችንን ይበልጥ የተቃና ያደርጋል ተብለው የሚታሰቡትን ሁሉ ለመጠቀም መጣር። ምሳሌ ከሕዝብ ጋር ተቀራርቦ መሥራት። ከወምበዴ ነፃ በሆኑ ወረዳዎች ላይ በሕዝቡና ከተቻለም በሠራዊቱም ጭምር የልማት ሥራ ማጧጧፍ።
- ውጤት ያለው ሥራ መሥራት የሚቻለው ወቅታዊና የጠራ መረጃ ማግኘት ሲቻል ስለሆነ የመረጃ አሠራራችን ከመቼውም የበለጠ እንዲሆን ልዩ ጥረት ማድረግ።
- የከባድ መሣሪያዎች አጠቃቀም ከመቼውም የበለጠ እንዲሆን ማድረግና በቁጥጥር ማረጋገጥ።
- ከጥቃት መዳን የሚቻለው፣ የልብን ማድረስ የሚቻለው በተጠባባቂ ስለሆነ በቂ የሰው ኃይል ተጠባባቂ የጥይት፣ የቀለብ፣ የነዘቅ [ነዳጅ፣ ዘይት፣ ቅባት] ተጠባባቂ በተገቢ ቦታዎች ላይ መያዝ አጠቃቀማቸውን በሚገባ ማወቅ።
- የማያቋርጥ ጥናትና ምርምር በማድረግ ተከታታይና ወቅታዊ እርምጃ መውሰድ፣ ሐሳብና አስተያየት ማቅረብ።

የአባታችን መታመም

1979 ከመጋመሱ ጥቂት ወራት በፊት የአባታችን የእግሩ ሕመም በጣም እየባሰበት መጣ። ቀን

ቀን ቀልጠፍ ብሎ ወዲህ ወዲያ ሲል ጤነኛ ይመስላል። ማታ ቤት ሲገባ ቀን ጨክኖ የቻለው ሥቃይ እጅግ ብሶ ሲያሠቃየው ያድራል። ከእግሩ ሕመም በተጨማሪ የጦሩና የአስተዳደሩ ሥራ ዕረፍትና የእንቅልፍ ሰዓቱን ስለወሰደበት ሰውነቱ ክፉኛ ተጎድቶ ነበር። በአንድ የምረቃ ሥነ-ሥርዓት ላይ ፈጠን ፈጠን እያለ ሲራመድ በቴሌቪዥን ያየችዋ እኅታችን “አባዬ እግርህን ማታ ማታ ነው እንዴ የሚያምህ?” ብላ ብትጠይቀው የሰጣት መልስ የሚያስገርም ነበር። “ታዲያ ወታደሮቼ ፊት እያነከስኩ እንድሄድ ትፈልጊያለሽ? እነርሱ ስንት ጥይት በሰውነታቸው ተሸክመው ደፋ ቀና ሲሉ እኔ ፊታቸው ባነክስ ምን ይባላል?” አላት። ሥቃይን ቻል አድርጎ፣ ንዴትን ዋጥ አድርጎ፣ ተራ ወሬንና አሉባልታን ንቆ ዋነኛው ሥራ ላይ ማተኮር ጄኔራል መርዕድ ከሚታወቅባቸው ባሕርይዎቹ መካከል ናቸው።

የእግሩ ነገር በጣም ያስቸግረው በነበረ ጊዜ ፖላንድ ለመታከም ሄዷል። ምንም የረባ ነገር ሳያደርጉለት ወደ ሥራው ተመለሰ። ነገር ግን በሥራ የተዋወቃቸው ዲፕሎማቶች በተለይም የእንግሊዝ የጣልያንና የቫቲካን አምባሳደሮች የሚታከምበትን ሁኔታ ለማመቻቸት ፍላጎት ነበራቸው። ቢሆንም እንግሊዝና ጣልያን ከኢትዮጵያ ተሰደው የሄዱ የድሮ የኢትዮጵያ ባለሥልጣኖች ጋር በአጋጣሚ ቢገናኝና ወሬው እነ ኮሎኔል መንግሥቱ ጆሮ ከገባ ሌላ ችግር ስለሚፈጥር በሮም ውስጥ ደበቅ ያለችው የቫቲካን ከተማ ተመረጠች። ቫቲካን ቢሄድም የፈራው ክስ አልቀረለትም። ኃላፊነት ሳይሰማቸው እንዲያው እንደ ልባቸው ሐሰትን ከመናገር ወደ ኋላ የማይሉት ኮሎኔል መንግሥቱ፡-

> በመኻል መርዕድ የመኪና አደጋ ደርሶበት እግሩ ተሰብሮ ለሕክምና ሶቪየት ኅብረት ይሄዳል። ሲመለስም ሙሉ በሙሉ አልዳነም። “ጣልያን አገር በዘመድ አማካኝነት ልታከም የምችልበት መንገድ አለና እንድሄድ ይፈቀድልኝ። እዛ የተሻለ ሕክምና አገኛለሁ” አለ። ይህን የምታመቻችለት ባለቤቱ ናት። ጣልያን አገር ያሉት ወንበዴዎች ናቸው። አልፎ ተርፎ ከጣልያን መንግሥት ባለሥልጣኖች ጋር ተገናኝቶ ነው የተመለሰው። እኔ ግን እሱ ፈቃድ ሲጠይቅ በምንም ዓይነት መንገድ ከሚዋጋቸው ጠላቶቹ ጋር ለመዶለት ነው የሄደው ብዬ አልጠረጠርኩም። እኔ እንኳን ወደ ምሥራቅ አትሄድም ብለው አይ በነፃ የምታከምበትን መንገድ ዘመድ አመቻችቶልኛል አለ። ከዚያ በኋላ በግድ ሶሻሊስት አገር ሄደህ ታከም ማለት ስለማይቻል ፈቀድኩለት።

ብለዋል። መቼም ይህን ሁላ መረጃ ያገኘሁት አሁን ከሥልጣን ከወረድኩ በኋላ ነው ብለው እንደማይዋሹን ተስፋ እናደርጋለን። ኤርትራ የክፍለ አገሩ ዋና አስተዳዳሪና የጦሩ የበላይ አዛዥ በነበረ ጊዜ የነበረውን ክትትል ቀደም ሲል አብራርተናል። ኮሎኔል መንግሥቱና ኮሎኔል ተስፋዬ ወልደሥላሴ ቃለ ምልልሶች ላይ የጦር አዛዦቹ ሁሉ ይሰለሉ እንደነበረ ተናግረዋል። ኮሎኔል መንግሥቱ እንደሚሉት ይህ ሁሉ የስለላ ሪፖርት በእጃቸው እያለ ከጣልያን አገር ሲመለስ “እንዴት ብለው ከባድ ኃላፊነትና በርካታ ምሥጢር ሊያውቅ የሚችልበትን የጠቅላይ ኤታማዦርነት ቦታ ሰጡት?” ብለን ለመጠየቅ እንገደዳለን።

የተጀመረበት የስም ማጥፋት ዘመቻ እየከረረ የመጣው "የእርስዎን አመራር አይቀበልም፣ ፓርቲውንና ከበላዩ ያሉትን ይንቃል" የሚለው ሪፖርት አንዳንድ ሰዎች ለእጅ መንሻ ይዘው መቅረብ በጀመሩበት ጊዜ እንደነበረ ቀደም ሲል ጠቅሰናል። ኮሎኔል መንግሥቱ እንደዚህ ዓይነት ተራ ወሬ ስለሚወዱና ሥልጣኔን ይቀናቀናል የሚሉትን ሁሉ መከታተል ቀዳሚ ተግባራቸው ስለነበረ አባታችን ላይ ጥብቅ ክትትል እንደሚያደርጉበት እሱም እኛ ቤተሰቦቹም እናውቅ ነበር። መረጃ አካባቢ ይሠሩ የነበሩ ወዳጆቹ ቤትህ ውስጥ ማዳመጫ ሳይቀብሩ አይቀሩም ብለው ቀደም ብለው ስላስጠነቀቁት ምሥጢር መሰል ነገር ከጓደኞቹ ጋር ሲያወሩ ከቤት ወደ ውጪ ወጣ ይሉ ነበር። ሕዝብ ደኅንነት ይሠሩ የነበሩ የቤተሰባችን ወዳጆች የቤት ሠራተኛ ፊት እንኳን "የማይሆን" ወሬ እንዳይወራ ምክር አስተላልፈዋል። ኮሎኔል መንግሥቱ ራሳቸው ጄኔራል መርዕድና ጄኔራል ደምሴ ሲደዋወሉ "አገርህን ጠብቅ" የምትባል ኮድ ነበረቻቸው ማለታቸው የቤታችን ስልክ ለመጠለፉ ተጨማሪ ማስረጃ ነው። ይህ ሁሉ ክትትል አገራቸውን ጥለው የኮበለሉት ኮሎኔል መንግሥቱ እንደሚሉት ጄኔራል መርዕድ አገሩን ስለከዳ ሳይሆን "ከሥልጣን ወንበሬ ይገፈትረኛል" የሚል እንቅልፍ የሚነሣ ፍርሐት ስለነበረባቸው ነው። በተለይም "የሊቀ መንበሩን አመራር አይቀበልም ወይንም ሊቀመንበሩን ይንቃል" ብቻውን በቂ ክስ ስላልሆነ አገር መካድ፣ አሻጥርና የመሳሰሉ ክሶች ለአድማቂነት መጨመር ነበረባቸው። አባታችንን ጨምሮ አገር ሸጡ፣ ከጠላት ተባበሩ የሚሏቸው የጦር አዛዦች ላይ ኮሎኔል መንግሥቱም ሆኑ ደጋፊዎቻቸው እስከዛሬም ድረስ ከአሉባልታና ከሐሜት ሌላ አንዳችም ማስረጃ ማቅረብ አልቻሉም።

እንደ ወሬው፣ የኮሎኔል መንግሥቱን ግድያና እሥር ፈርተው ተሰደው እንደቀሩት ብዙ ኢትዮጵያውያን ሁሉ አባታችንም ለሕክምና ብሎ ውጪ አገር መቅረት ይችል ነበር። እሱ ግን ይህንን ጎዳና አልመረጠም። ነገር ግን ከጣልያን ሲመለስ ወሬውና አሉባልታው እጅግ ስለበዛ "ይህን ደንባራ እስቲ ላረጋጋው" ብሎ ቁጭ ብሎ ኮሎኔል መንግሥቱን ያነጋግራቸዋል። ከዚህ በታች የሚታየው ኮሎኔል መንግሥቱን ያነጋገረ ዕለት ማስታወሻው ላይ ያሰፈራቸውን የመነጋገሪያ ነጥቦች ነው።

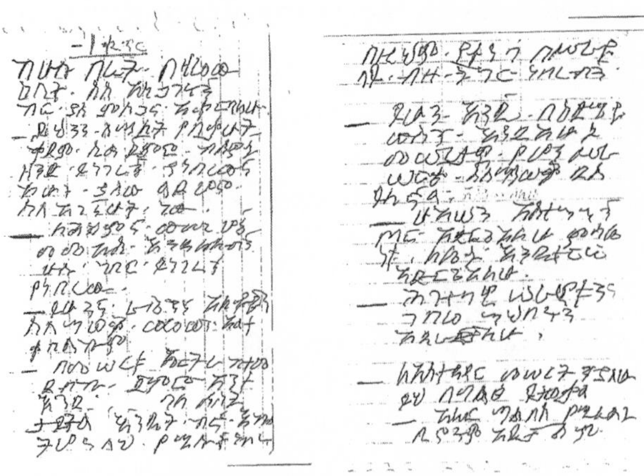

ከኮሎኔል መንግሥቱ ጋር የመነጋገሪያ ነጽቦች

-1 ቁጥር

- ከሁሉ በፊት በዛሬው ዕለት ስለ አነጋገሩኝ ከፍ ያለ ምስጋና አቀርባለሁ
    - ይህንን ለማለት የበቃሁት ቀደም ሲል ጀምሮ ከሰዎች ዘንድ ይነገረኝ የነበረና አሁን ያለው ልዩ ሆኖ ስለአገኘሁት ነው
    - ለሕክምና ውጪ ሆኜ መመለስ እንደሌለብኝ ሁሉ ነበር ይነገረኝ የነበረው
    - ይሁንና ራሴንና አለቆቼን ስለማውቅ ወሬውን አልተቀበልኩትም። በመሠረቱ ኤርትራ ከተመደብኩ ጀምሮ "አንተ እንደ...ባለ ሦስት ታይትል እንዴት ከእኛ እኩል ትሆናለህ?" የሚሉኝ ነበሩ

በዚህም የተነሣ በሥራዬ ላይ ብዙ ችግር ነበረብኝ

- ይሁን እንጂ በዕድሜዬ ውስጥ እንደ አሁኑ መሠረታዊ የሆነ ሥራ ሠርቼ ስለማላውቅ ደስ ይለኛል
- ሁኦሠን አስተማማኝ ጦር አድርጌያለሁ። ምሳሌነቱ ለሌሎች እንዲተርፍ አድርጌያለሁ።
- ሕዝባዊ ሠራዊቱንና ገበሬ ማኅበሩን አደራጅቻለሁ
- ለአስተዳደር መሠረት ጥያለሁ። ይህ በግልጽ ይታወቃል። አፈር ማልበስ የሚፈልጉ ቢኖሩም አይቻልም

በመግቢያችን ላይ እንደገለጽነው በደርግ ዘመን የተሳተፈባቸው ጦርነቶች ላይ በሰፊው ለማተት አይደለም። የውትድርናና የታሪክ እውቀታችን ውሱንነት እንዲሁም ያለን መረጃ በእያንዳንዱ ውጊያ እቅድ፣ ክንውንና ውጤት ላይ እንድንጽፍ አያስችለንም። ነገር ግን ከአባታችንም ሆነ ከሌሎች ምንጮች ባገኘነው መረጃ ላይ ተመሥርተን መረጃዎቻችንንም እያመሳከርን ጽፈናል።

ይበልጥም የባሕረ ነጋሽ ዘመቻ ላይ ልዩ ትኩረት እንድናደርግ ያስገደደን የኮሎኔል መንግሥቱና አፍቃሪዎቻቸው መርዕድ ንጉሤን አገሩን የከዳና ወታደሩ እንዲሸነፍ አሻጥር የሠራ የጦር መሪ አድርገው ለማሳየት የሚያደርጉትን ሙከራ ተልካሻነት ለማሳየት ነው። በኮሎኔል መንግሥቱ ዘመን የነበረ ኢትዮጵያዊ ሁሉ እንደሚያውቀው ከጄኔራል አማን አንዶም ጀምሮ ደርጉ ውስጥና ውጪ በኮሎኔል መንግሥቱ ትእዛዝ የተገደሉ ኢትዮጵያውያን ሁሉ "የኢትዮጵያ ጠላቶች" ይባሉ ነበር። ኮሎኔል መንግሥቱ ራሳቸው "በቆራጥነታቸው፣ በአደራጅነታቸውና በወታደራዊ አመራራቸው...ብዙ አገልግሎት የሰጡና የቆሰሉ..." እያሉ የሚያሞካሹትን ጄኔራል መርዕድን ዛሬ በከሐዲነት ለመወንጀል ይሞክራሉ። ታሪክ ግን የኮሎኔል መንግሥቱን ከሐዲነትና ፈርጣጭነት፣ የመርዕድ ንጉሤን የማይናወጥ አገር ወዳድነትና የመንፈስ ጽኑነት መዝግቦታል።

ምዕራፍ አሥር

የዘመቻር ጉዳዮች

1 በአገር ደረጃ የሚጠበቅብኝን ሠርቻለሁን?
2 በቤተ ሰብ ደረጃ የሚጠበቅብኝን ሠርቻለሁን?
3 ሠርቻለሁ የሚል [illegible] ዓይን ዓይን
4 በአገር ደረጃም ሆነ በቤተሰብ ደረጃ የሚጠበቅብኝን ከመሥራት ራሴን አዘጋጅቻለሁን?

የጠብቆቹ በየጊዜው መጠናከር ለብዙዎቹ
አሳሳቢ ነው
ለ[illegible] ስለሚገደሉ[illegible] ግልፅ አይደለም?
ዓይን እንደሚያደርግ
ለአሳሳቢ ጉዳዮች ቅድሚያ ያለመስጠት
ከመሠረቱ ያለመኖሩ
መሠረቱ የሚገባውን [illegible]
አሳሳቢ ጉዳይ ነው።
ያለው የዐቃቤ-ሕጎች ለማርገብ [illegible]
[illegible] ሰጥቷል ቀናው ጉዳይ ፤
ለማስተካከል ከመሠረቱ ያለ[illegible]
ነው?

ለሰው ሕዝብ ደህንነትና ብልፅግና ሲገል የምናደርገው ትግል
ከዕለት ዕለት የተቀናጀና የተራቀቀ ዕቅድ ያስፈልጋል፤
ይህ መሆኑ ፤ በአንፃሩ መስመር ሊሆን ነው።
የሆነ ያለሆነ ንግግር ተሰጥቶም፤ ለሰው ሕዝብ የሚሰጠው
ዓይነቶች መቀበል፤ አይቻልም፤ ለሰው ሕዝብ የሚፈልገው
ዕቅድ ያለበት ተከናውኖ፤ ማየት ነው።

ምዕራፍ አሥር፡
እንደገና ኤታማዦር ሹም፤ *"ኃላፊነት ሌላ ቦታ ፣ ሥልጣን ሌላ ቦታ"*

ጄኔራል መርዕድ ንጉሤ ከሕክምና ከተመለሰ በኋላ የጦር ኃይሎች ጠቅላይ ኤታማዦር ሹም እንዲሆን ተመደበ። ከመከላከያ ሚኒስቴር የጦር ኃይሎች ኤታማዦር ሹምነት በጡረታ ሠራዊቱን ሲሰናበት ቦታውን የተረከቡት ጄኔራል ኃይለጊዮርጊስ ሀብተማርያም የመከለከያ ሚኒስትር ሆኑ። ጄኔራል ደምሴ ቡልቶ የመከላከያ የዘመቻ መምሪያ ዋና ኃላፊ ሆኖ ተመደበ። የአየር ኃይል አዛዥ የነበሩት ጄኔራል ፋንታ በላይ የኢንዱስትሪ ሚኒስትር ተደርገው በጄኔራል አምኃ ደስታ ተተኩ።

ይህንን ሹመት አንዳንድ ተንታኞች ኮሎኔል መንግሥቱ ጄኔራሎቹ መፈንቅለ መንግሥት እያሰቡ ስለነበረ ለመበታተን ያደረጉት እርምጃ ነው ይላሉ ነገር ግን እዚህ ድምዳሜ ላይ የሚያደርስ ማስረጃ ቀርቦ አይተን አናውቅም። በተለይም ኢሠፓና ደርጉ ውስጥ ይሠሩ የነበሩ ወይንም ቅርበት ነበረን የሚሉ አንዳንድ ሰዎች በመጽሐፍ መልክም ሆነ በተለያዩ የሕዝብ መገናኛዎች "እኛ መች አጣናት" በሚል መንፈስ ካለምንም ማስረጃና ትንተና፣ ጄኔራሎቹን ለመበታተን የተደረገ "ብወዛ" ነበር ይላሉ። በእርግጥም ኮሎኔል መንግሥቱ ይህን የተባለውን "ብወዛ" የመፈንቅለ መንግሥት ሙከራን ለማቆም አስበው አድርገውት ከሆነ ከሁለት ዓመት በኋላ ግንቦት 8 ቀን 1981 ዓ.ም. ስሕተታቸውን ተረድተዋል ብለን እናስባለን።

በጣም ይጠረጠር የነበረውን ጄኔራል መርዕድን ጠቅላይ ኤታማዦር አድርጎ ሦስቱም የኃይል አዛዦችና በየግንባሩ ያሉ እዞች ለእርሱ ሪፖርት እንዲያደርጉ ማድረግ፣ የዘመቻ ጉዳዮችን ለአባታችን የልብ ጓደኛ ለጄኔራል ደምሴ መስጠትና ሁለቱ ጓደኛሞች አብረው እንዲሠሩ ማድረግ፣ የአባታችን ወዳጅ የሆነውን ጄኔራል አምኃን የአየር ኃይል አዛዥ አድርጎ መሾም የመፈንቅለ መንግሥትን ሥጋት ሊያስወግድ የሚችል "ብወዛ" አልነበረም።

ጄኔራል መርዕድ ላይ የነበረ ክትትል ወደ በኋላ እጅግ ዓይን ያወጣ ነበር። ጄኔራል ረጋሣ የሁለተኛው አብዮታዊ ሠራዊት አዛዥ ሆኖ ሲመደብ፣ አባታችን ጦሩን ለመሰናበት ለመሄድ ሲዘጋጅ ኮሎኔል ተስፋዬ ወልደሥላሴ እንዳትሄድ ብለው አስቀርተውታል። ከዚያም ጄኔራል ደምሴ የዘመቻ መምሪያው ኃላፊ በነበረ ጊዜ ከጦር ኃይሎች ኤታማዦር ሹም ጋር አብረው ጉብኝት እንዳይሄዱ የሕዝብ ደኅንነቱ ኃላፊ በግልጽ ነግረውታል። ኮሎኔል ተስፋዬ "እንዲያው እነዚህ ሰዎች አብራችሁ ስትሄዱ ደስ አይላቸውም፣ እስኪ ለጊዜው አብራችሁ አትሂዱ" እያሉ እንደ ትእዛዝ ብቻ ሳይሆን እንደ "ምክር" አድርገውም መልእክታቸውን ያስተላለፉ ነበር። ኮሎኔል ተስፋዬ አንድ ቀን ጠዋት ስልክ ደውለው ጄኔራል ደምሴና ጄኔራል መርዕድ ከተለያየ ቦታ መጥተው አሥመራ የሚገናኙበት ፕሮግራም ላይ ጄኔራል ደምሴ ባይኖር ጥሩ ነው ሲሉት "የዘመቻ ጉዳይ ላይ ከሁለተኛው አብዮታዊ ሠራዊት አመራር ጋር ለመነጋገር ነው የምንሄደው።

ከዚያም የዘመቻውን እቅድ ማውጣትና ማስተካከል ያለበት ጄኔራል ደምሴ ነው። እሱ ከሌለ የኔ መሄድ ዋጋ ስለሌለው እኔ እቀራለሁ” ብሎ በንዴት በስልክ ሲናገር እኛ ራሳችን የሰማንበት ጊዜ ነበረ።

ከዚህም ከዚያም የሚወረወሩ የሤራ መላምቶችን (Conspiracy Theory) ወደ ጎን አድርገን ኮሎኔል መንግሥቱ ለእነዚህ ሰዎች የጦሩን አመራር እንዴት አምነው ሰጡ ብለን ስንጠይቅ ከ“ብወዛ” የተለየ ድምዳሜ ላይ እንደርሳለን። በእርግጥ ኮሎኔል መንግሥቱና የስለላ ድርጅታቸው ምን ያስቡና ምን ያደርጉ እንደነበር ዝርዝሩ በትክክል የሚታወቀው በተለያዩ ወታደራዊና ሲቪል ስለላ መረቦች ሥር የነበሩ መዛግብት በታሪክ ተንታኞች ሲፈተሹ ነው። የተሟላ ነው ብለን ባንልም ያን ጊዜ በነበሩ መረጃዎችና እንዲሁም በአባታችን ማስታወሻዎች ላይ በመመርኮዝ የሚከትሉትን ነጥቦች እናስቀምጣለን።

አንደኛ፤ ከዚህ ቀደም በነበሩት ምዕራፎች እንዳሳየነው በ“ባሕረ ነጋሽ ዘመቻ” ናቅፋን መያዝ ባይቻልም የኤርትራ ወታደራዊ ሁኔታ ኮሎኔል መንግሥቱና አንዳንድ ተንታኞች እንደሚሉት ሳይሆን፣ ጊዜያዊም ቢሆን ከዘመቻ ባሕረ ነጋሽ በፊት ከነበረው ሁኔታ የተሻለ ነበር። የአባታችንን ማስታወሻዎች ጠቅሰን እንዳሰፈርነው ከዘመቻው በኋላ ወታደራዊ ታክቲኩ በነቃ መከላከልና መልሶ መቋቋም ላይ የተመሠረተ ነበር። ጄኔራል መርዕድ ጦሩን ሲያነጋገር ደግሞ ደጋግሞ ይናገር የነበረው “በባሕረ ነጋሽና በቀይ ባሕር ዘመቻዎች ያገኘናቸውን ድሎች እንዳናጣ” የሚል ነበር። እሱ ብቻ ሳይሆን ጄኔራል ተስፋዬ ገብረኪዳንም መከላከያ ሚኒስትር በነበሩበት ጊዜ የባሕረ ነጋሽን ዘመቻ መልካም ጎኖች ያወድሱ ነበር። ኮሎኔል መንግሥቱ ናቅፋ ባለመያዟ ቢበሳጩም ከዚያ መለስ የተገኙት ድሎች የሚናቁ እንዳልነበሩ ከማወቃቸውም በላይ የጦሩ አመራር ስሕተት እንዳልሆነም ያውቃሉ። ኮሎኔል መንግሥቱ ጄኔራሎቹን ሁሉ በአሻጥር ቢከሱም በጄኔራል መርዕድና በሌሎችም የጦር መሪዎች ግምገማ ተስማምተው ሪፖርት ያቀርቡ ከነበሩት መኻል የኮርስ ጓደኞቻቸውና የደርግ አባል የነበሩት ጄኔራል ተስፋዬ ገብረኪዳንና ጄኔራል ገብረየስ ወልደሐና እንደነበሩ ማጤን ያስፈልጋል።

ሁለተኛ፤ ኮሎኔል መንግሥቱ ራሳቸውን ካዘራቸው የኢትዮጵያ ወታደራዊ፣ ፖለቲካዊና ማኅበረሰባዊ ችግሮች በተጨማሪ የሥልጣን ነገር እጅግ የሚያሳስባቸው ጉዳይ ስለነበረ በአንድ በኩል የጦሩን አመራር ብቃት ላላቸው ሰዎች መስጠት አስፈላጊ መሆኑን ቢረዱም በሌላ በኩል ደግሞ እነዚህ ጄኔራሎች ይገለብጡኛል የሚል ሥጋትም ነበረባቸው። ለጄኔራል መርዕድም ሆነ ለጄኔራል ደምሴና ጄኔራል አምኃ ትልልቅ ኃላፊነቶች የሰጧቸው እነርሱን ከሌሎች የጦር አዛዦች አብልጠው ስለሚወዷቸው ሳይሆን ሌሎች የጦር መሪዎችን ሞክረውና አይተው “እሺ ባይ” በብዛት ቢኖርም ብቃት ያለውና ሥራውን ሊወጣ የሚችል ለእሳቸው ታማኝ የጦር መኮንን ሊያገኙ ባለመቻላቸው ብቻ ነው። ለምሳሌ ከ1981 መፈንቅለ መንግሥት ሙከራ በኋላ ከሲቪልነት (በውትድርና ዓለማቸው ሌተና ኮሎኔልነት ማዕረግ) አዘልለው የሌተና ጄኔራልነት ማዕረግ ሰጥተው ኤታማዦር ሹም ያደረጓቸውን የጄኔራል አዲስ ተድላን

ታማኝነት ፈልገው ነገር ግን በሙያቸው ስላልተማመኑባቸው ከሥራቸው ጄኔራል ሥዩም መኮንንና ጄኔራል መስፍን ገብረቃልን ምክትል ኤታማዦር ሹም (ድሮ ያልነበረ) አድርገው መሾማቸው ችሎታንና ታማኝነትን ለማሰባጠር ያደረጉትን በተንኮል የተለበጠ ውሳኔ ቁልጭ አድርጎ ያሳያል።

ሦስተኛ፤ ከላይ የተጠቀሰውን ሥጋት ለመቆጣጠር የደኅንነትና ወታደራዊ የፖለቲካ ሠራተኞች ከጎናቸው ሳይለዩ ተግተው እንዲጠብቁ ከተደረገ የጄኔራሎቹን ሤራ መከታተል ይቻላል ብለው እንደሚያስቡ የደርጉ ሦስተኛ ሰው የነበሩት ኮሎኔል ፍሥሐ ደስታ በመጽሐፋቸው ላይ አስፍረዋል። ኮሎኔል ፍስሐ እንዲሚሉት "...ዋና ዋና ወሳኝ የተባሉት ቦታዎች በቀድሞው የክብር ዘበኛ መኮንኖች መያዛቸውን አጢነውታል ወይ? የሚል ሐሳብና ጥያቄ አቅርቤላቸው ነበር" ይላሉ ለኮሎኔል መንግሥቱ። የኮሎኔል ፍሥሐ "ሥጋትና ጥያቄ" ለአገራችንና ለዚህ ኃላፊነት ማነው ብቃት ያለው ሳይሆን ኮሎኔል መንግሥቱ ለድሮ ክብር ዘበኞች ከፍተኛ ሥልጣን መስጠታቸው የደርግን መንግሥት አደጋ ላይ እንደሚጥል አስገንዝበው እግረ መንገዳቸውን ምንኛ ታማኝና አሳቢ መሆናቸውን ማሳየት ነበር። የተንኮል ሊቅ የሆኑት ኮሎኔል መንግሥቱም "...የፖለቲካ፣ የወታደራዊና ደኅንነት መዋቅሮች ስላሉ ምንም አያደርጉም" ብለው ኮሎኔል ፍሥሐን ያረጋጓቸዋል።[125]

በመጨረሻም ኮሎኔል መንግሥቱ በተለመደው ጣልቃ ገብነታቸው፣ ሁሉን አውቃለሁ ባይነታቸውና ዝርዝር ነገሮች ውስጥ ገብቶ በመወሰን (ማይክሮ ማኔጅመንት) የአስተዳደር ዘይቤያቸው ሁሉንም መቆጣጠር እችላለሁ ብለው ማሰባቸው አልቀረም። በተለይም የየዕለት ውሳኔ የሚያስፈጋቸውን ጦር የማንቀሳቀስና የመሳሰሉትን ውሳኔዎች ከጦር አዛዦች ነጥቀው መያዛቸው የበትረ ሥልጣናቸውን ደኅንነት መጠበቂያና ማቆያ በማድረግ ተጠቅመውበታል። በአጠቃላይ የጦር አለቃዎች ሹመት፣ "ሙያቸውን እንጠቀምበት ግን እንቅስቃሴያቸውን በጥብቅ እንቆጣጠር" በሚል አስተሳሰብ ላይ የተመሠረተ ነበር።

"እጅን አሥሮ ኃላፊነት"

ለጄኔራል መርዕድ የጦር ኃይሎች ኤታማዦር ሹምነት ሲሰጠው "ሥራውን በደንብ ይሠራዋል፣ ግን ይህቺ የሚያፈነግጣትን ነገር መቆጣጠር ያስፈልጋል" በሚል መንፈስ ነበር። "መቆጣጠር" ችግር አልነበረውም። የሚሄድበት ቦታ የሚናገረውን፣ የሚቀልደውን፣ የሚጠላውንና የማይስማማበትን ነገር በየቀኑ ሪፖርት ይደረጋል። እሱም አጋጣሚውን በአገኘ ቁጥር የመሰለውን ከመናገር ችላ ስለማይል ስሜቱንና ብሶቱን ማንበብ ከባድ አልነበረም። የስለላ ክፍል ኃላፊው ኮሎኔል ተስፋዬ "በድንገት" የቤተሰባችን ወዳጅ ሆነው ቤታችንን መጎብኘትም አዘውትረው ነበር። አባታችን ሆስፒታል ተኝቶ በነበረበትም ወቅት በጠያቂነት ከሆስፒታል

125 ፍሥሐ ደስታ (ሌ/ኮሎኔል) ፤ አብዮቱና ትዝታዬ

አይጠፉም ነበር።

የሁለተኛው አብዮታዊ ሠራዊት የመስክ ጉብኝት፤ ከግራ ወደ ቀኝ ጄኔራል ረጋሣ ጅማ (የሁለተኛው አብዮታዊ ሠራዊት አዛዥ)፣ ጄኔራል ደምሴ ቡልቶ (የመከላከያ ዘመቻ መምሪያ ኃላፊ)፣ ጄኔራል መርዕድ ንጉሤ (የጦር ኃይሎች ኤታማዦር ሹም)

ሥራን በተመለከተ ካለመከላከያም ሆነ የጄኔራል መርዕድ እውቅና ኮሎኔል መንግሥቱ የፈለጉትን አዛዥ ይቀይራሉ፤ ይሾማሉ። በተለመደው ጣልቃ ገብነታቸውና ሁሉን አውቃለሁ ባይነታቸው የመሰላቸውን ችኩል ውሳኔ ይወስናሉ። ለምሳሌ በዚህ "ቆራጥ" እየተባለ በሚሞካሸው ችኩል አመራራቸው ጄኔራል ረጋሣንና ኮሎኔል ሸዋረጋን ከኤርትራ ድንገት ያነሣሉ። ኮሎኔል ዘለቀ በየነን የሜጀር ጄኔራልነት ማዕረግ ሰጥተው የምዕራብ እዝ አዛዥ ያደርጋሉ። ሌሎችም የመሰላቸውን እርምጃ እንዳሻቸው ይወስዳሉ።

ይህ አሠራር ትክክል እንዳልሆነና የትም እንደማያደርስ የተገነዘበው ጄኔራል መርዕድ ንጉሤ ይህ አሠራር እንደማያዋጣ ለመከላከያ ሚኒስትሩ ለማስተላለፍ የጻፈውን ረቂቅ በማስታወሻው ላይ እንዲህ ሲል ገልጾታል።

አቋምን በሚመለከት

ማንኛውም አቋም

- የጠራ ኃላፊነት የሚሰጥ
- የተሟላ ሥልጣን የሚሰጥ
- የተሟላ የሥራ ማስፈጸሚያ ያለው

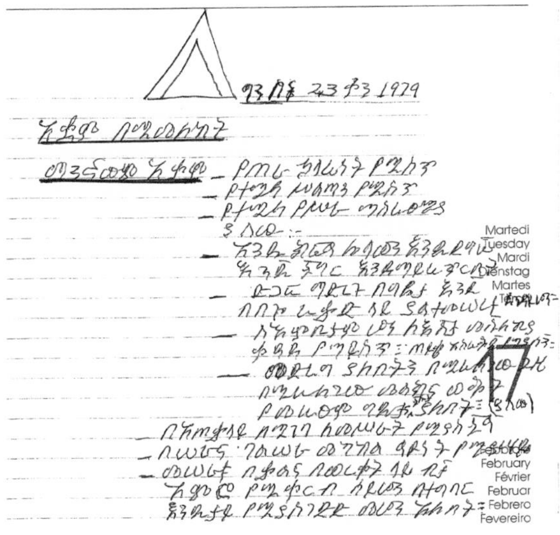

ማንኛውም አቋም

- አንዱ ክፍል ሌላውን እንዲደግፍ እንጂ ችግር እንዳይፈጥርበት
- ድጋፍ ማድረጉ በግዴታ እንጂ በበጎ ፈቃድ ላይ ያልተመሠረተ እንዳይሆን
- ለእምቢታም ሆነ ለእሽታ መሹለኪያ ቀዳዳ የማይሰጥ ጠይቄ አስፈቅጄ የማያሰኝ
- ማድረግ ያለበትን በሚፈለገው ጊዜ በሚፈለገው መልክና ወቅት የመፈጸም ግዴታና ችሎታ ያለበት (ያለው)
- በአጠቃላይ በሚገባ ለመሥራት የሚያስችል
- በሠራና ባልሠራ መካከል ልዩነት የሚያሳይ
- መሠራቱ በቃልና በወረቀት ላይ ብቻ አምሮ የሚቀርብ ሳይሆን በተግባር እንዲታይ የሚያስገድድ መሆን አለበት።

ከዚህ በተረፈ

- ኃላፊነት ሌላ ቦታ፣ ሥልጣን ሌላ ቦታ፣ ገንዘብ ሌላ ቦታ፣
- ለጮሌዎች ብዙ የማምታቻ መንገድ እየተሰጠ
- በሚሠሩትና በማይሠሩት መካከል ጉልህ ገደብ ሳይበጅ የሚፈለገውን ውጤት መጠበቅ ከንቱ ሐሳብ ነው።

ምኖት፣ ምኖት፣ ምኖት...

በማለት ትክክል አይደለም ብሎ የሚያስበውን ከዘረዘረ በኋላ አሠራሩ እንዴት ሊሻሻል እንደሚችል ያብራራል።

ውስብ ውስብስብ ፤ ጥልፍ ጥልፍልፍ ያለውን...

የወቅቱን ችግር ለመቋቋም፣ የዘለቄታ ችግርን ለማስወገድ፣ እንዴት መታሰብ እንዴት ቢሠራ ይሻላል? የወቅቱና የወደፊት ሥጋት ምንድን ነው? ከውስጥና ከውጭ? ጠላቶቻችን ምን ማድረግ ይፈልጋሉ? ምንስ ማድረግ ይችላሉ?

ከውስጥ ከውጭ፣ በግልጽ በሥውር፣ በየግንባሩ፣ የኢትዮጵያ መሬትና ዌዘር በየግንባሩ ምን ይመስላል? ምን ዓይነት ድርጅቶች አሉ በየጠረፉ ያለውስ ኅሳ፣ የጎረቤት አገር መሬትና ዌዘር ምን ይመስላል በጠረፍ አካባቢና በጥልቀት ምን ዓይነት ድርጅቶችና የልማት ቦታዎች አሉ?

ፍልቅቅ፣ ውልቅልቅ አድርጎ...

የወቅቱን ችግር ለመቋቋም፣ ብሎም ችግሩን ቀስ በቀስ ለዘለቄታው በቁጥጥር ሥር ለማዋል

- ሥራዬ ብሎ ችግሩን ማጥናት፣ በቂ ግንዛቤ ማግኘት፣ ችግሩ በወቅቱ ካልተቀጨ የሚያስከትለውን መረዳት፣ በሌላ ዘርፍ ያለውን ችግር ሁሉ የሚያባብሰው ይህ መሆኑን ማመን፣ እስከአሁን ችግሩ ያልተፈታበትን ምክንያት በምርምርና በጥናት፣ በእቅድ፣ በፕሮግራም፣ በቁጥጥር የሚሠራ ሥራ መተለም ነው።
- የተተለመውን ሥራ ከመጀመር በፊት የሚያሠራ አቋም መሥራት
- ተገቢና አስተማማኝ የሥራ መመሪያ ማውጣት
- ተገቢ ሰዎች በተገቢ ሥራ ላይ መመደብ
- አስተሳሰብንና አሠራርን በተሻለ መለወጥ ነው።

ይህ አጠቃላይ ሲሆን በኛ በኩል ምን ማድረግ ይኖርብናል።

1. መጀመሪያ በጦር ኃይሎች ደረጃ ከተገቢ ጓዶች ጋር ምን ይሻላል በሚለው ነፅብ ላይ መወያየት ስለሚያስፈልግ ለዚህ ዝግጅት ማድረግ
2. ከየግንባሩ የጦር አዛዦች ጋር በመወያየት ለየግንባሩና አጠቃላይ የመከላከል ኃይል ማዘጋጀት፣ ማንኛውም ውጊያ በርቀት እንዲሆን መጣር
3. ያለንን ኃይልና መሣሪያ በተሻለ መልክ ለመጠቀም የሚያስችል ዝግጅት ማድረግ
4. በተከታታይ ሊመጣ ለሚችለውና ለዘለቄታ ችግር መቋቋሚያ የኃይል ግንባታ በፕሮግራም መቀፀል፣ በተጨማሪ ከሠራዊታችን ጋር ሆነው ሊረዱን የሚችሉትን ነፃ አውጪ ድርጅቶች በሚገባ ለመጠቀም ሁኔታ

ማመቻቸት

5. አሠራራችንን "መሬት ልቀቅ ተነቃነቅ" በሚለው መፈክር ላይ መመሥረት
6. አሠራራችን ሁሉ ለውስጥ ጠላት፣ ለውጭ ጠላት፣ ለተቋቋሙ ጠላቶች፣ በመቋቋም ላይ ላሉ ጠላቶች እየተባለ መተንተንና እንደውጤታቸው በአንድነትና በተናጠል ዕርምጃ ለመውሰድ በሚያስችል መልክ እንዲሆን ማድረግ
7. እነኚህንና የመሳሰሉትን ሁሉ ደኅና አድርጎ ለማየትና ተገቢ እርምጃ በተገቢው ሰዓት ለመውሰድ በቂ ትንታኔ አድርጎ የተሟላ ግንዛቤ ለማግኘት እንዲቻል በቅድሚያ የሚከተሉት ያስፈልጋሉ
8. ሥጋትን ማወቅ ማለትም የጠላት ፍላጎትና ችሎታ፣ የጠላትን የመሬት፣ የሕዝብ፣ልዩ ልዩ ድርጅቶች፣ በቅርበትና በጥልቀት፤ የራስ መሬት፣ ልዩ ልዩ ድርጅት፣ በጠረፍ አካባቢ ያለ ሕዝብ፣ የጦራችንን ጠቅላላ ሁኔታ በየዘርፉ በማዘጋጀት ጥናትና ውይይት ማካሄድ
9. በተቻለ መጠን ተጠባባቂ ጦር ለማግኘት ጥረት ማድረግ
10. ጠላት ቀዳሚነት እንዳይወስድ ቀስፎና ጨቁኖ አስፈራርቶ ለመያዝ የሚያስችል ድርጊቶች በየግንባሩ በሚዘጋጀው ፋይል ውስጥ ማስገባት
11. አስፈላጊ ሆኖ ሲገኝ ወደ ጠላት መሬት ገባ ብሎ ለመግጨት የሚያስችል ጥናትና ዝግጅት ማድረግ
12. በሚዘጋጁት ጥናቶች ለመሥራት የሚያስችል የዕቃ ክምችት ማድረግ
13. የሠራዊት ልምምድ በተናጠልና በቡድን መፈጸም
14. በየግንባሩ ትእዛዝ መስጫዎች ማዘጋጀት
15. በኋላ ደጀንነትና በተተኪነት የሚያገለግሉ ክፍሎችን ማዘጋጀት መመሪያ መስጠት፣ ግንኙነት ማጥበቅ መቆጣጠር፣ ማለማመድ
16. ከዚህ በፊት ከበላይ የተሰጡትን መመሪያዎች በተሰጠው መመሪያ መሠረት ከመፈጸም ጋር መሻሻል የሚገባቸው ነገሮች ቢኖሩ ጥናት በማካሄድ ሐሳብ ማቅረብ
17. በአሁኑ ጊዜ እጅግ አሳሳቢ ሆኖ የሚታየው ድርጅታዊና አስተዳደራዊ ሁኔታዎች ስለሆነ እነኚህ ነገሮች እየተጠኑ በአስቸኳይ እንዲሻሻሉ ሐሳብ መስጠት፣ በመከታተል ኅትጉቶ ማስፈጸም ዋና ዋናዎቹ ሲሆኑ መታሰብ የሚገባቸውን ያለማቋረጥ በማሰብ ተጨማሪና ወቅታዊ ማድረግ።

አንዳንድ ከፍተኛ የመከላከያ ሹማምንትና በተለያየ ደረጃ በአማካሪነት የተመደቡት

ጄኔራሎች፣ የአገሪቱ ችግሮች ሳይሆኑ ለኮሌኔል መንግሥቱ ታማኝነታቸውን ማሳየት የበለጠ ያስጨንቃቸው ነበር። ስለሆነም ጄኔራል መርዕድ እንዳለው "ሁኔታው ደኅና ሲመስል ሁሉም እጃቸውን ያስገባሉ፣ ሳይሆን ሁሉም ይሸሻሉ"። አንዳንዶችም በሚሠሩ ሰዎች ላይ የሐሰት ወሬና አሉባልታ በመንዛት "የቆራጡን መሪ" ልብ ማርከው ተፈቃሪነትን ለማግኘት ይሯሯጣሉ።

አድርባይነትና ለመወደድ የሚደረገውን ፉክክር፣ የሚሠሩ ሰዎችን ስም ለማጥፋትና ሥራቸውን ለማበላሸት የሚደረገውን ሩጫ ካስተዋለ በኋላ ማስታወሻው ላይ ያሰፈረው ቃል እንዲህ ይላል።

> በአንድ በኩል ለወገንና ለአገር መሥራት እየተፈለገ፣ በአንድ በኩል መልካም ስም እየተፈለገ፣ በአንድ በኩል ሹመት ሽልማት እየተጠበቀ፣ በአንድ በኩል በሁሉም ዘንድ መወደድ እየተፈለገ በቁም ነገር መዝለቅ አይቻልም።
>
> ከሁሉም በላይ የሕዝብን አደራ መሠረት አድርጎ መሥራት የሚፈለገውን ሰው ስም ለማጉደፍ፣ ሥራውን ለማደናቀፍ፣ ከተቻለም ጨርሶ ለማስወገድ የሚደረገው ጥረት የረቀቀና የከፋ ነው። ይህንን መቋቋም እጅግ አስቸጋሪ ነው። ምክንያቱም በተንኮል ልቆ መገኘት ያስፈልጋል። ይህ ሲታሰብ ደግሞ ሥራው ቆሞ ቁምነገሩ ሊጠፋ ይችላል። የሚሻለው ሐቁን ይዞ የመሸበት ማደር ሊሆን ይችላል። ጉዳዩን ችግሩን በቅርብ መረዳት የማይችሉት ምን ትርጉም እንደሚሰጡት በእርግጥ አይታወቅም።

ለጄኔራል መርዕድ የተሰጠው ኃላፊነት እጅግ ከባድና ብዙ መመካከርንና አብሮ በቅን መንፈስ መሥራትን ይጠይቃል። በተለያየ ደረጃ ካሉ ኃላፊዎች ጋር ችግሮችን ሳይሸፋፍኑ በግልጽ መወያየትን፣ የቅርብና ሩቅ ችግሮችን ለይቶ መፍትሔ መፈለግን ይጠይቃል። የውሳኔ ሐሳቦችን መርምሮ ውሳኔ ማስተላለፍን ይጠይቃል። ነገር ግን አድርባይነት፣ ፍርሐትና ከኃላፊነት መሸሽ የነገሡበት ዘመን ነበረና አንዳንድ የጦሩ መሪዎች ለችግሮች መፍትሔ ከመፈለግና ችግሩን ፍርጥ አድርጎ ከመናገር ይልቅ ማድበስበስን ይመርጡ ነበር።

ጄኔራል መርዕድ ይህ "የማይሠሩ፣ የማያሠሩ" ሰዎች ሥራ እጅግ ያበሳጨው ነበር። ሁኔታው ቢያናድደውም አገር አገር ናትና በሠራዊቱ ውስጥ ያሉትን ችግሮችና በአሠራር ላይ እንቅፋት የሆኑትን ነገሮች ከመናገርም ሆነ ለበላዮቹ ከማቅረብ አንዴም ችላ ብሎ አያውቅም። በማስታወሻዎቹ ላይ እንደምናየው ችግሮቹን ዘርዝሮ፣ የመፍትሔ ሐሳቦች ናቸው የሚላቸውንም ያብራራል። ከዚህ በታች ያሰፈርነው የሠራዊቱን አመራር በተመለከተ ከበላዮቹ ጋር የነበሩትን የአስተሳሰብና የአመለካከት ልዩነቶች ቁልጭ አድርጎ ያሳያል።

የአሠራር ችግሮች

1. አቋም፤ የሚያሠራ ወይም የሚያስተጋግዝ ሳይሆን ሁሉም እንደፈለገው

አድርጎ ለመጠየቅ የሚያስችል ብዙ ማምለጫ ያለው ቢፈልግ የሚያደርግ ባይፈልግ ምክንያት ሰጥቶ ወይድ ለማለት የሚያስችል ነው።

ምሳሌ፡- የኮማንዶ ክፍለ ጦር አቋምና፣ የሜካ/ክ/ጦሮች፣ ለ07 ፕሮጀክት በጃንጥላ ዕቃ መጣል ጉዳይ ወዘተ፣ የመንግሥት አቅም የሚሉ ምክንያቶች

2. ጥብቅና የሚያሠራ መመሪያ ያለመኖር

- በሠራና ባልሠራ ሰው መካከል ልዩነቱን የሚያሳይ የታዘዘውን ባለመፈጸሙ የሚጠየቅ ያለመኖር ቢጠየቅ፣ ሌላ ያልሆነ ምክንያት በጎን አቅርቦ አታስቸግሩት ስለሚባል

  ምሳሌ፡- ደቡብ እዝ ዘመቻ መኮንን የ16ኛ ክ/ጦር አዛዥ አልሆንም ሲል ተዉት መባል፣

- በየጊዜው ስህተቶች ሲፈጠሩ ይጣራ ሲባል ሰው የባሰ ይቀየማል። እንደዚህ ዓይነት ጠይቀን አልሰጣችሁም አሁን ምን አድርጉ ትሉናላችሁ ማለት።

3. ባለን ኃይልና መሣሪያ በሚገባ ለመጠቀም ጥረት ያለማድረግ ለመደረጉ ማረጋገጫ ያለመኖሩ።

4. ከእውነተኛው ችግር ይልቅ በማወቅም ሆነ ባለማወቅ አርተፊሻል ችግር መፍጠር።

   ምሳሌ፤ የታዘዘው በወቅቱ ስለማይፈጸም ሌላ ተደርቦ መምጣትን ያስከትላል።

5. በቦታው ላይ ያሉ ባለሥልጣኖች ሙሉ ሥልጣን ያለማግኘትና ፍርሐት፣ ያለመተማመን፣ ውዝግብ፣ እሱ ከሚለው ይልቅ የጎን ወሬና ኢንተርፌራንስ መብዛት።

6. አስተዳደራዊና ሎጀስቲካዊ ችግር

   ሀ. የአቅም

   ለ. በግለሰቦች ጥረትና ግንዛቤ ጉድለት ወዘተ...

7. ተገቢ ሰዎችን በተገቢ ቦታ ላይ ያለማስቀመጥና ሌላውን ማስቀየም።

8. ለትምህርት ተገቢ ትኩረት ያለመስጠት።

9. የሁኔታውን ኮንሲክዌንስ በሚገባ ባለመረዳት ቁም ነገርንና ተራ ጉዳይን ለመለየት ያለመቻል።

10. የቅንጅት ሥራን በጥልቀት የማየት ጉዳይ ማነስ።

11. አንዳንድ ጊዜ ከአቅም በላይ ማቀድና ቅደም ተከተል መሳት።
12. የጦርነቱ መራዘምና መቼ እልባት እንደሚያገኝ ያለመታወቅ በአሠራር ላይና በግለሰቦች ላይ ተፅዕኖ አለው።
13. ጦርነቱን የመከላከያ ሚኒስቴር ጉዳይ ብቻ አድርጎ ማየት።
14. ሁኔታው ደኅና ሲመስል ሁሉም እጁን የማስገባት፣ ሳይሆን ሲቀር መሸሽ።
15. ለነገሮች በወቅቱ ውሳኔ ያለመስጠት እንዲያውም ጠንከር ባሉና ዋና ሥራችን ላይ ለመወያየት ፈቃደኛ ያለመሆን ትልቁ ችግራችን ነው።
16. በቋሚነት የሚሠሩ ጉዳዮች ከጊዜ ወደጊዜ እየጠሩ በቅልጥፍና መሠራት ሲገባቸው በየጊዜው በመጨቃጨቅ ጊዜው ይባክናል፤ የሠራዊት መንፈስ ይገላል።

ምሳሌ፤ ደሞዝ፣ ቀለብ፣ ትጥቅ፣ ሕክምና ፈቃድ የመሳሰሉ

የመፍትሔ ሐሳብ

1. የሚሠራ አቋም መሥራት፤ ተግባራዊ ማድረግ፤ የሚሠራው አቋም ክፍሎችን የሚያስተባብር፣ የእያንዳንዱን ክፍል ኃላፊነትና የአመራር ክፍሎችን ሥልጣን በግልጽ የሚያሳይ መሆን አለበት።
2. አስተዳደራዊና ድርጅታዊ ሁኔታ በማያሻማ መልክ መስተካከል አለበት። በዚህ የተነሣ የሚደርሱት ውዝግቦች እንዲቆሙ ማድረግ።
3. የሚያሠራ የሚያስጠይቅ የአሠራር መመሪያ ተዘጋጅቶ መሰጠት ይኖርበታል።
4. ለትምህርት (ለሥልጠና) ልዩ ትኩረት ሊሰጠውና ከዘመቻ ጋር ተቀራርቦ የሚሠራ መሆን አለበት።
5. ሠራዊቱ ከአዛዦች እስከ ተራው ወታደር ሙሉ ግንዛቤ ኖሮት ኃላፊነት እንዲሰማው ለማድረግ የተለያየ ጥረት ማድረግ።
6. ለአመራር አካል የሚሰጠው ኃላፊነት መብት (ሥልጣን) እምነት እንዲጠናከር ማድረግ፣ ለሚሠራው ሁሉ ሙሉ ሥልጣን እንዲሰጠው ድጋፍ እንዲሰጠውና ይህ ሁሉ ተደርጎ የማይሠራ ከሆነ እንዲጠየቅ ሁኔታ ማመቻቸት።
7. ሰዎች ኃላፊነት ላይ ከመቀመጣቸው በፊት በብዙ መልኩ በጥንቃቄ መታየት አለባቸው።

8. ስለሠራዊቱ አስተዳደርና አመራር በቋሚነት በመወያየት አንገብጋቢነቱንና ቅደም ተከተሉን እየለየ የሚሠራ ውሳኔ መስጠት የውሳኔውን አፈጻጸም መከታተል።

9. ለአገር መከላከል ተካፋይ እንዲሆኑና እንዲረዱ በመንግሥት የታሰቡት ክፍሎችና ሥራዎች በሚፈለገው መልክ ተዘጋጅተው እንዲሠሩ ጥረት ማድረግ። ሕ/ሠራዊት፣ኢ.ፖሊስ ሲቪል መከላከል፣ ከብ/ውትድርና የሚመለሱ ወዘተ...

10. ጦርነቱ የሚያልቅበት ወይም በቁጥጥር ሥር የሚውልበት የአሠራር ዘዴ መቀየስ።

11. የኤርትራንና የትግራይን ጉዳይ የመከላከያ ሚኒስቴር ጉዳይ ብቻ አድርጎ ማየቱ ትክክል ያለመሆኑ ግንዛቤ አግኝቶ የሕዝብ ተካፋይነት እንዲኖር ማድረግ።

ከላይ ያሰፈርነው ማስታወሻ እንደሚያሳየው መንግሥት እንዲሆንለት የሚመኘውን ግን ካለ በቂ ዝግጅትና ድርጅት ሊገኝ የማይቻለውን ጄኔራል መርዕድ "ምኞት፣ ምኞት .." ብሎ ይደመድመዋል። ከዚያም በማያያዝ "መልስ"፣ "የመፍትሔ ሐሳብ" በሚሉ ርእሶች መደረግ ያለበትን ይዘረዝራል።

የኤታማዦር ሹም ኃላፊነቱን እንደተረከበ በአገሪቱ አራቱም አቅጣጫዎች ያለውን ጦር ሠራዊት እንዲሁም የአየርና የባሕር ኃይል የጦር ሰፈሮችን በመጎብኘት የጦሩን ብቃት እየገመገመ መመሪያዎችን መስጠት ጀመረ። ለምሳሌ በደቡብ እዝ ጉብኝት ወቅት ባደረገው ንግግር ዓላማና አፈጻጸም ላይ አስተያየቶቹን ገልጾ ንግግሩን ሲዘጋ ኃላፊነትን እንደሚከተለው ይገልጸዋል።

> ከላይ የተናገርኳቸውንና የመሳሰሉትን በማወቅም ባለማወቅም፣ በትክክልም፣ እንደምንም በመሥራት ካለንበት ደርሰናል። በዚህም ጥሩ ውጤት አግኝተናል፣ ከፍተኛ መሥዋዕትነትም ከፍለናል። ይህን ሁሉ ማድረጋችን ወደተሻለ ደረጃ በመድረስ የተሻለና አስተማማኝ ደረጃ ለመድረስ ነው። ስለዚህ ቀደም ሲል የተናገርኳቸው አስተሳሰቦች፣ አመለካከቶች፣ አሠራሮች እንዲኖሩን ያስፈልጋል፣
>
> ይህ መሆን የሚችለው፡-
>
> - በጥናት፣ በእቅድ፣ በፕሮግራም፣ በቁጥጥር ስንሠራ ነው።
> - ከተለምዶ አስተሳሰብና አሠራር ስንላቀቅ ነው።
> - የምንሠራው በርግጥ ለጋራ ደኅንነት ለጋራ ብልጽግና መሆኑን ስናምን ነው።
> - ከልብ የሆነ መተማመን፣ መከባበርና ፍቅር ሲኖር ነው።
> - ይህንን የማድረጉ ኃላፊነት በየትኛውም አቅጣጫ ቢሆን የኛ ኃላፊነት

ነው። ይህ የመኮንን ሁሉ ግንዛቤ መሆን አለበት።

- ከዚህ ውጪ የሆነ ለራሱም ለአገርም አይሆንም።
- ታላቁ ቁም ነገር፣ በጊዜ ተጠቀም፣ አትቀደም።

ትኩረት ለትምህርት

ጄኔራል መርዕድ አብዛኛውን የወጣትነት የውትድርና ዘመኑን ያሳለፈው በአስተማሪነት፣ በአሠልጣኝነትና በትምህርትና በዘመቻ መኮንንነት እንደነበረ አሳይተናል። በዝግጅትም ሆነ በዘመቻ ላይ የትምህርትን አስፈላጊነት በመረዳት ለትምህርት በቂ ጊዜና ዝግጅት ማድረግ የዘወትር ተግባሩ ሆኖ ቆይቷል። የትምህርትን አስፈላጊነት እየደጋገመ ጽፏል። በደርግ ዘመን ከፍተኛውን የጀግንነት ሜዳልያ የተሸለሙት ጄኔራል ተስፋዬ ሀብተማርያም ስለ ትምህርትና ልምምድ የነበረውን አስተሳሰብ እንዲህ ሲሉ አጫውተውናል።

> ጄኔራል መርዕድ ሥልጠና ምን ያህል ዋጋ እንዳለው ስለሚያውቁ፣ በጣም ይከታተላሉ። "አትሰልቹ ይገባኛል አድካሚ ነው። ግን አሁን ሥልጠና ላይ የሚፈሰው ላብ በኋላ የሚፈሰውን ደም ያድናል" ይሉን ነበር። ሥልጠና ሐሳብ ሳይከፋፈል፣ ሁሉ ነገር ተሟልቶ፣ በቂ ዕቃ ተዘጋጅቶ ነበር መሆን ያለበት። ግን ያ ስለሌለ እጃችንን አጣጥፈን መቀመጥ የለብንም። አሸዋ ላይ ሁሉ እየጻፍን በተገኘው ቦታ ሁሉ "እሳቸው በቀየሱት መንገድ" እያልን የሥልጠና ፕሮግራም ማካሄድ እንደ ባህል ተይዞ ቀጠለ።

ሁርሶ ማሠልጠኛ ጣቢያ ጉብኝት

በ1971 ዓ.ም. መጀመሪያ የጦር ኃይሎች ኤታማዦር ሹም በነበረ ጊዜ ታቅዶ የነበረው "የአዛዥነትና የመምሪያ መኮንንነት ኮሌጅ" ከብዙ ውጣ ውረድ በኋላ ሥራውን ጀምሮ በርካታ

የጦር አዛዦች ትምህርታቸውን መከታተል ጀመሩ። አንዳንድ ጸሐፊዎች ኮሌጁ "መንግሥትን ለመገልበጥ መወያያና ማሳደሚያ ሆነ" ብለው ጽፈዋል። ነገር ግን ጄኔራል መርዕድ ማስታወሻው ላይ አስተያየቱን፣ ስሜቱን ፍላጎቱንና ምኞቱን እንዲህ ብሎ ይገልጻል።

> ጥቅምት 1 ቀን 1980 የተከፈተውን የጦር ኃይሎች የአዛዥነትና የመምሪያ መኮንንነት ኰሌጅ ደጋግሜ እየጎበኘሁ ነው። የሚሰጠው ትምህርት ጠቃሚነቱ እየጎላ ነው። ጊዜ ባገኘሁ ቁጥር የምሄደው ሁኔታዎችን ለመከታተልና ራሴም ለመማር ነው። ዕድል ያገኘ ሁሉ ሄዶ ቢያዳምጥ መልካም ነው።
>
> በአንድ ጊዜ ሁሉንም ምሁራን በሚይዘው [አዳራሽ] ውስጥ ገብቼ ከኋላ በመቀመጥ ሁኔታዎችን ስከታተል የሚሰጠው ትምህርት የተለያየ ይሁን እንጂ ብዙ ተመሳሳይ ነገሮች አሉ። ከአስተማሪው ጀምሮ፡-
>
> 1. ሁሉም የሚያነበው በመነፅር ነው
> 2. የሁሉም ራስ ወይ በተኾኀረኀረ ፀጉር የተሸፈነ ወይም ፀጉር የከዳው ነው።
>
> ታዲያ ደስ የሚለው ከዚህ በጥቁር ፀጉር ካልታፈነ ጭንቅላት ውስጥ የሚወጣውና የሚገባው በአግባቡ ሥራ ላይ ከዋለ ለኢትዮጵያ የሚሰጠው ጥቅም ከፍተኛ መሆን።
>
> "እንዳይባክን አደራ"

የሁኔታዎች መበላሸት ፤ የጦሩ ብሶትና የአዛዦች ሥጋት

በ1979 ዓ.ም. ከባሕረ ነጋሽ ዘመቻ በኋላ ትንሽ ረገብ ብሎ የነበረው ሁኔታ ብዙም ሳይቆይ እየደፈረሰ መጣ። በሰሜን የሻዕቢያና የሕወሓት ትብብርና የጋራ ዘመቻዎች፣ በምዕራብ የኦነግ ግፊት፣ በምሥራቅና በደቡብ የሶማሊያ ጦር እንደገና ለመደራጀት የሚያደርገው እንቅስቃሴ እየጠነከረ ይመጣል።

ተዋጊው ጦር እጅግ ከመመናመኑ የተነሣ ክፍለ ጦሮች፣ ብርጌዶች ከስሙ በስተቀር አንዳቸውም በቁጥርም ሆነ በመሣሪያ የተሟሉ አልነበሩም። የሠራዊቱ ሞራል እጅግ የወደቀበት ጊዜ ነበር። የምግብ፣ የልብስ፣ የሕክምና ችግር እየከፋ የመጣበትና የጦሩ አዛዦችና የጦሩ መንፈስም እጅግ ያቆለቆለበት ጊዜ ነበር። ጄኔራል መርዕድ ሁለተኛውን አብዮታዊ ሠራዊት ሲጎበኝ ከጦሩ አዛዦች የሰማው ወደፊት ጦሩ ላይ የደረሰው ውድቀት "መቅድም" ይመስል ነበር።

ጓድ ጄኔራል ረጋሣ

1. ጦራችን በጣም ተሰላችቷል። ይህ እስካልተለወጠ የምንፈልገውን

ማድረግ በጣም አስቸጋሪ ነው።

2. ከዚህም የተነሣ አንዳንድ መጥፎ ምልክቶች ይታያሉ። በደብዳቤ ይሳደባሉ፣ በግሩፕ ይከዳሉ (መኮንኖች ጭምር)። ግማሹ ወደ ጠላት ሲቀላቀል፣ ግማሹ ደግሞ ራሱን ችሎ ዘረፋ ያካሂዳል። "የብሶት ብርጌድ" የሚል ስም አላቸው። የዚህ ዕድገት ወዴት ነው?

3. ከዚህ ሌላ አስተዳደራዊና ድርጅታዊ ችግር እየተባባሰ ነው። ይህ ሁኔታ መልኩን ካለወጠ እንዴት መሆን ይችላል?

4. በአጠቃላይ ይህ ጦር ተለዋጭ ማግኘት አለበት። ካልሆነ አጉል ነው።

5. አጠናካሪ ኃይል፣ ከሰው መጥፋት የተነሣ ጓድ የሚባል አቋም እየጠፋ ነው። ይህ ደግሞ አደገኛ ነው።

6. የሹመት ጉዳይ ድሎችን ማዘጋጀት ያስፈልጋል። ይህን ካላደረግን መሥራት አንችልም። 3,000 ያህል ተሰጥቶን አድለናል። አሁን በትምህርት ላይ ያሉትን እንዴት እናድርግ? እንዲሁም ሜዳይ ካልተሰጠ ምን ይሆናል?

7. ከታጠቅናቸው መሣሪያዎች አብዛኛው የማይሠራ ነው። ሌላም ለኛ አካባቢ የማይጠቅሙ አሉ።

8. የመኪና እጥረት የከፋ ነው መድፍ መጎተቻ የለንም።

9. አዛዦች መሥራት አይፈልጉም፣ በተለይ የእዝ አዛዦችና የክ/ጦር አዛዦች ሁኔታ አሳሳቢ ነው። ሁሉም በሽተኛ ነን አርጅተናል በሚል ከልብ አይሠሩም።

በማለት ጄኔራል ረጋሣ ችግሩን ሲያብራሩ፣ የሠራዊቱ የፖለቲካ ኃላፊ የነበሩት ኮሎኔል ሽዋረጋ የተናገሩት ደግሞ ጄኔራል መርዕድ ማስታወሻ ላይ እንደሚከተለው ተጽፎ እናገኘዋለን።

ጓድ ኮ. ሽዋረጋ ገለጻ

1. በጦሩ ውስጥ መኖሩና የጠላት ግፊት ተጨምሮ አደጋ ሊያስከትል ይችላል የሚል ጠቅላላ ሁኔታ መኖር ቢኖርበትም በቅርብ ጊዜ ውስጥ ከፉ ነገር ይፈጠራል የሚል ሥጋት የለብኝም። ይህ ሊሆን የሚችለው ማድረግ የሚገባንን ዛሬ ነገ እያልን ሳናደርግ ስንቀር ብቻ ነው። ምሳሌ ኒሻን፣ ሜዳይ የመሳሰሉ…

2. ለዘመቻ ብቁ ያልሆኑ ሰዎችን ማጣራት በፖለቲካ አንጻር አደገኛ ነው።

3. የሕክምና ሥራችን በጣም ደካማ ነው።

4. ወባ በከፍተኛ ደረጃ እያጠቃን ስለሆነ አሳሳቢ ነው።
5. የሆስፒታል ምግብ ጭራሽ በቂ አይደለም።
6. የመኮንኖች ሹመት፣ ጄኔራል ጭምር ያስፈልጋል።
7. የኤርትራን ጉዳይ በጦርነት ብቻ ነው ወይ የምንፈታው? በአንድ ጊዜ 2 ሙሉ ክፍለ ጦር ቢጨመርስ ማስተካከል ይቻላል ወይ? ለምን በየፈርጁ ማስ የሆነ ሥራ አይሠራም?

በጦሩ አዛዦች አስተያየት እንደተገለጸው የኤርትራን ችግር ለመፍታት ሌሎች አማራጮችንም መመልከት እንደሚያስፈልግ መጠቆማቸውን እናያለን። የናደው እዝ አዛዥ የነበሩት ጄኔራል ውበቱና ሌሎችም ግንባር ላይ የነበሩ አዛዦች በየቀኑ የሚያዩትን ችግር በሚከተለው መልክ ይገልጹታል።

ጓድ ብ/ጄኔራል ውበቱ

1. የሜዳይ ጉዳይ ፍጹም አሳዛኝና አሳሳቢ ነው
2. የአውሮፕላኖቻችንና የመድፎቻችን ጥይቶች አይጎዱም
3. ዘመቻን በተመለከተ፡- ወምበዴው ጦሩን ወደ ኋላ የወሰደው ባለው የውስጥ ችግር ቢሆንም በደጋ ያሉትን አባረን መምታት ይኖርብናል

ጓድ ኮሎኔል ጌታሁን

1. መለቀቅ የሚገባ ቦታ ካለ አጥንተን ብንለቅ፤ ምሳሌ ፎሮ
2. ጥናት በዝርዝር ቢታይ

የኩባው ጄኔራል ኦቾዋ አስተያየት፣ ወታደራዊና ፖለቲካዊ ግምገማ

ከ1979 መጨረሻና ከ1980 ዓ.ም. መጀመሪያ አንሥቶ በኤርትራና በትግራይ የሻዕቢያና የሕወሓት ጥቃት እየበረታ መጣ። የሰሜኑ የጦር መሪዎች እንደገለጹት የወታደሩ የመዋጋት መንፈስና የመዋጋት ብቃቱ እጅግ የቀዘቀዘበት ዘመን ነበር። ኮሎኔል መንግሥቱ በሚያወድሷቸው፣ እውነቱን ፍርጥ አድርገው በማይነግሯቸው ረዳቶች ተከበው ከመከላከያም ሆነ ግንባር ካሉት አዛዦች የሚቀርብላቸውን ዘገባና የመፍትሔ ሐሳቦች በንጹሕ ልቦና ለመስማት ፍላጎቱም ሆነ ችሎታው አልነበራቸውም። ደካማ ጎኖቻችን ምንድናቸው? እንዴትስ ይታረማሉ? ሳይሆን "አሻጥር" የሠራውን "ያዙልኝ፣ ግደሉልኝ" ነበር በአእምሮዋቸው ውስጥ ያለው አንድ መፍትሔ...

በአንጻሩ ሻዕቢያም ሆነ ሕወሓት ከጥፋታቸው እየተማሩ፣ ከጦርነቱ ጋር ጎን ለጎን የፖለቲካ ሥራቸውን እያካሄዱ፣ በውጪ መንግሥታት ዘንድ የበለጠ እየታወቁ፣ የፋይናንስ ድጋፍና ዲፕሎማሲያዊ ድሎችን እያገኙ መጡ። የመንግሥት ጦር መዳከምና በውስጡ ያለውን የአመራር ድክመት በመገንዘብ ደፈር ያሉ እርምጃዎችን መውሰድ ጀመሩ። በፕሮፓጋንዳ መሣሪያቸው ብዙ ተዋጊዎችን ማስከዳትም ቻሉ።

ጄኔራል መርዕድ በኢትዮጵያ ከነበሩ የሩሲያና የኩባ ጦር አማካሪዎች ጋር

ከጄኔራል መርዕድና ከጦሩ መሪዎች በተጨማሪ በአገሪቱ ውስጥ ያለው የጸጥታ ሁኔታ እየተበላሸ መሄዱን በሶማሊያ ጦርነት የኩባን ጦር በመመምራት ከፍተኛ ዝናን ያተረፉትን የጄኔራል አርኖልድ ኦቻዋ ሳንቼዝም በሚገባ የተረዱት ጉዳይ ነበር። በ1979 መጨረሻ ኢትዮጵያን በጎበኙበት ጊዜ ከመከላከያ ሚኒስቴር ባለሥልጣኖች ጋር ተወያይተዋል። ስለ ሠራዊቱ የውጊያ ብቃትና ዝግጁነት እንዲሁም የአገሪቱን የፖለቲካ ሁኔታ አስመልክተው የተናገሩትንና ጄኔራል መርዕድ ደብተሩ ላይ ያሰፈረውን ከዚህ በታች እናቀርባለን። ከግሉ ማስታወሻ የተገኘና በእጁ የተጻፈ ማስታወሻ እንደመሆኑ፣ አንዳንዱ በሙሉ አረፍተ ነገር ተብራርቶ የተጻፈ አይደለም። ቢሆንም ግን ጦሩ ውስጥ የነበረውን የተወሳሰበ ችግርና እንዲሁም የጄኔራል ኦቻዋና የጄኔራል መርዕድ አስተያየት እንዴት ተቀራራቢ እንደነበር ግልጽ አድርጎ ያሳያል።

ከጓድ ጄኔራል ኦቻዋ ጋር የተደረገ ውይይት

- ለጓድ ዋና ጸሐፊ የመሰለኝን ሁሉ ገልጫለሁ፣ ክፍለ አገሮችን ጎብኝቻለሁ፣ የፓርቲ ጸሐፊዎችን የጦር አዛዦችን አነጋግሬአለሁ፣ ስለጠላት ሁኔታ ግንዛቤ አግኝቻለሁ፣ ጠላት የኢትዮጵያን አብዮት

ለማዳከም ተዘጋጅቷል፣ ኃይላቸው ጨምሯል፣ ሕዝብ ስለጦርነት መሰላቸቱን ተገንዝቤያለሁ። የሠራዊቱ ችግር ጽኑ ነው።

- በኔ ግምት አርሚውና ፓርቲው ችግሩን ለመፍታት ምን ማድረግ እንዳለባቸው ተገንዝቤአለሁ።
- ሁሉም ችግሩን በተለያየ መልክ ነው የሚያየው በተለይ አርሚውና ፓርቲው...

ትግራይ

- በዝቅተኛ ደረጃ ትግራይ 56-30 ፓርቲ አቋም የለም። ሌላ ቦታም እንዲሁ ነው።
- የወታደራዊ አመለካከትና ድርጊት በጣም አነስተኛ ነው።
- ካለው 20 ሺህ አብዛኛው በጥበቃ ላይ ነው እንጂ አይዋጋም።
- ሕዝቡን ለማደራጀት የተወሰደው እርምጃ መታየት አለበት፣ በዚህ ዓይነት ምንም ማድረግ አይቻልም
- ሕዝቡና አርሚው አንድ መሆን አለበት።

ሠራዊቱን በሚመለከት

- የሠራዊቱ ሁኔታ ከአገሪቷ ተጨባጭ ሁኔታ ጋር አይሄድም።
- የአርሚው አቋም ያለውን ችግር የሚቋቋም አይደለም።
- የመኮንኖች ሥልጠናም እንደሚፈለገው አይደለም፣ እንደ አካባቢው አልተዘጋጀም
- ልምምዱ ሁሉ ለፀረ ጎሪላ ውጊያ በሚሆን መልክ መሆን አለበት
- የመኮንኖችና የወታደሮች ተቋም መሟላት አለበት፣ ትኩረት ያስፈልገዋል
- የመኮንኖችና የወታደሮች ልምምድ ተጨባጭ መሆን አለበት
- የአገሪቱን ችግር አውቆ ለአብዮቱ ስንል ሁሉን ማድረግ ያስፈልጋል፣ ትንሽ ወደኋላ ቀርታችኋል።
- የአካዳሚው ይዘት በጣም አነስተኛ ነው ቢያንስ 100 ሰው
- አሁን ያለው መምህራን ለማፍራት ይጠቅማል
- 3000 ዕጩ መኮንን ማውጣቱ ደኅና ይመስላል

ሌሎች ችግሮች

- በብ/ውትድርና ውንብድናን ማቆም አይቻልም።
- ከ15 ዓመት በላይ የቆየ ውንብድና በዚህ ማቆም አይቻልም።
- በተጨማሪ በቂ የፀረ-ጎሪላ ውጊያ ለመስጠት ዝግጁ አይደላችሁም።

- አሁን በሚደረገው ሁኔታ በወታደር ብቻ ማሸነፍ አትችሉም። ይህ የፖለቲካ ዓላማ ያለው ስለሆነ የበሰለ ፖለቲካና ልዩ ዓይነት ውጊያ ያስፈልጋል።
- ኤርትራ እንደ ቅኝ ገዢ ትታያላችሁ።
- የኤርትራ ሕዝብ በርካታ ሲሆን ከሌላ ቦታ የሚሄደው አነስተኛ ነው።
- ፕሮብሌሙን መፍታት ያለበት የኤርትራ ሕዝብ ነው።
- ከሌላ ቦታ ሄደው ይሥሩ ማለት ልክ አይደለም፣ ከዚያው መቀጠር ደሞዝ ማግኘት አለባቸው።
- ሕዝቡ በራሱ መሬት ራሱ መዋጋት አለበት። ሌላውንም አንደሚሊሺያ ማቋቋም ያስፈልጋል።
- ከዚህ ሌላ ይህ ሠራዊት ራሱን የቻለ አቋም ያስፈልገዋል ከላይ እታች ድረስ

ያቀረብነው ሐሳብ

ኢሕድሪ እንዳለቀ፤ የፖለቲካና የወታራዊ ሥራ በዝርዝር መጠናትና ቢያንስ ለ5 ዓመት ጊዜ የሚሠራ እቅድ መቀየስ ያስፈልጋል። ጥናቱ የየአካባቢውን ሁኔታ የተከተለ መሆን አለበት። ምክንያቱም ችግሮቹ ተመሳሳይ አይደሉም። የሚሊሺያ አመሠራረት፣ አመራራቸው ሁሉ ራሱን የቻለና የራሱ መሪ እንዲኖረው ማሠልጠኛ ጭምር ያስፈልጋል።

ከጄኔራል ኦቻዋ አስተያየትና በየጊዜው ከሚደረጉ ግምገማዎችና ገለጻዎች ሌላ ያለው ሁኔታ፣ በጊዜ ሊታረሙ ስለሚገባቸው ችግሮችና መወሰድ ስለሚኖርባቸው እርምጃዎች ለኮሎኔል መንግሥቱ ይቀርቡላቸው እንደነበረ ይታወቃል። ኮሎኔል መንግሥቱ ችግሮችን መርምረው፣ ከረዳቶቻቸው ጋር ተመካከረው የአጭር ጊዜና የረጅም ጊዜ እቅድ ነድፈው ትክክለኛ ውሳኔ ለመስጠት እንዳይችሉ ዝቅተኛ የብስለት ደረጃቸው፣ ሐሳቦችን ሁሉ ከግለኝነትና ከሥልጣን ፍቅር ጋር አያይዞ የማየት አዝማሚያቸውና ጣልቃ ገብነታቸው በአንድነት ሆነው እንቅፋት ሆነውባቸው ኖረዋል። ውሳኔያቸው በአመዛኙ ድንገተኛና ስሜታዊ ስለነበረ በረጅሙ ምን ሊያስከትል እንድሚችልና በሌሎች ጉዳዮች ላይ ሊኖረው የሚችለውን አንድምታ የሚያገናዝብ አልነበረም። ጦሩን ሲጎበኙ ዓላማቸው ችግሮችን ተረድቶ መፍትሔ መፈለግ ላይ የሚያተኩር ሳይሆን አዛዦችን ሠራዊቱ ፊት ማዋረድ፣ እሳቸው የአገር ፍቅር የሚያንገበግባቸው፣ አዛዦች ግን "አሻጥረኛ" እንደሆኑ መልእክት የሚያስተላልፍና አስፈላጊ ያልሆነ መጠራጠር፣ ፍርሐትና ያለመተማመን የሚፈጥር ነበር። በየደረጃው ያሉ ኃላፊዎች በራስ መተማመን ኖሯቸው በትክክል የመሰላቸውን እንዲፈጽሙና የፈጠራ ችሎታቸውን እንዲጠቀሙ የሚያበረታታ አልነበረም። አዛዦች ትክክለኛ ውሳኔ መስጠት ብቻ ሳይሆን፣ የጓድ መንግሥቱ "አብዮታዊ ሰይፍ" እንዳያርፍባቸው አስፈላጊውን ጥንቃቄ እንዲያደርጉ የሚያስገድድ ነበር። አወቁትም

አላወቁትም ያልበሰለ ውሳኔያቸው የጦሩን የውጊያ ችሎታና መንፈስ የበረበረና የኋላ ኋላ እንደታየው የጦሩን ሽንፈትና የርሳቸውን መፈርጠጥ ያስከተለ ነበረ።

"አውቆ የተኛን..."

ጄኔራል መርዕድ ገና የጦር ኃይሎች ጠቅላይ ኤታማዦርነትን ኃላፊነት ሲረከብ ከረዳቶቹ (ከስታፎቹ) ጋር ሆኖ የአገሪቱን የጸጥታ ሁኔታ ከገመገመ በኋላ ለኮሎኔል መንግሥቱ የውሳኔ ሐሳቦች አቅርቧል። በ1979 ዓ.ም. ያቀረበውን ሐሳብ መረጃ ባናገኝም በ1980 ጥቅምት ላይ በድጋሚ የአገሪቱ ጸጥታ ሁኔታ መጥፎ ደረጃ ላይ መድረሱንና መወሰድም ስላለባቸው እርምጃዎች ያቀረበውን ሐሳብ አግኝተናል። በዚህ ገለጻው ላይ በ1979 ያቀረበውን ሪፖርት ጠቅሶ አሁንም ውሳኔ እንዲሰጠው ይጠይቃል። አንድ ልብ ማለት የሚያስፈልገው ጉዳይ ይህ አንገብጋቢ ሁኔታ ውሳኔ ሳይሰጥበት የየዕለት ችግሮች ብቻ ላይ ትኩረት እየተደረገ 8 ወራት እንዳለፉ ነው።

ገለጻ ለጓድ ፕሬዝዳንት (ጥቅምት 14 ቀን 1980 ዓ.ም.)

በአሁኑ ጊዜ ጠላቶቻችን የሚያደርጉትን ዝግጅትና በየዕለቱ የሚፈጽሙትን ስንመለከት ጦርነት አልታወጀብንም ማለት አይቻልም። በየዕለቱ የሚደርስብን ጉዳትም የሚቻልና በትዕግሥት ልንቀበለው ከሚገባው በላይ ነው። በመሆኑም ከሁሉ በፊት የሁኔታው አሳሳቢነት ጥጥር መሆኑ ሙሉ ግንዛቤ ማግኘት ይኖርበታል።

ጓድ ፕሬዝዳንት፡- ባለብን ኃላፊነት መሠረት ሁኔታዎች አስቸጋሪ ደረጃ ላይ ከመድረሳቸው በፊት ግምገማ እያደረግን መሥራት ስላለብን በ1979 የካቲት ወር ጠቅላላ ግምገማ በማድረግ አቅርበን ነበር።

የአሁኑ ሪፖርትና ጥያቄም ከሱ ጋር የተያያዘ ነው።

በ1979 የካቲት ወር ቀርቦ የነበረው፡-

1. በ1979 የነቃ መከላከል እያደረግን ለ1980 መካከለኛ ጊዜ እቅድ ዝግጅት ማድረግ ሲሆን፣
2. በ1980 የመካከለኛ ጊዜ ዘመቻ በኤርትራ፣ በትግራይ በጎንደርና እንዳስፈላጊነቱ በወሎ ክ/አገር ውስጥ መፈጸም ነበር።
3. ለዚህ ተግባር የሚያስፈልጉትም ቀርበው ነበር። አሁንም ቢሆን መሠረታዊ ጥያቄው ያው ነው።
4. አሁንም ወደ አለንበት እንድመለስ ይፈቀድልኝ።

እዚህ ላይ እንደምናየው በ1979 ያቀረባቸው ሐሳቦች እስከ ጥቅምት 1980 ድረስና ከዚያም በኋላ ውሳኔ አላገኙም። እነዚህ ጥያቄዎች በማስታወሻው ላይ በተለያየ ገጾችና ጊዜያት ያሰፈራቸው ሲሆን በአጠቃላይ ግን:-

1. ጦሩን ይበልጥ ተነቃናቂ ማድረግ
2. የመከላከልና የማጥቃት እቅዶችን ሥራ ላይ ማዋል
3. የጦርነቱ ኃላፊነት የመከላከያ ብቻ ሳይሆን የሕዝቡም ተሳትፎ እንዲኖርበት ማድረግ
4. የአገሪቱን ችግር ለመፍታት ከጦርነት ሌላ ፖለቲካዊ መፍትሔዎችን መፈለግ
5. በጦሩ አመራር ውስጥ ጣልቃ ገብነትን ማጥፋት
6. በየግንባሩ ላሉ አዛዦች ኃላፊነትን መስጠት፣ ተጠያቂነትን ከኃላፊነት ጋር ማያያዝ
7. የጦሩን አስተዳደራዊና ሎጂስቲክ ችግሮች ማስወገድ

በሚሉ መርሖዎች ላይ የተመሠረተ ነበር።

የኤርትራ ሁኔታ ተበላሸ

"ከባሕረ ነጋሽ ዘመቻ" በኋላ ለጥቂት ወራት ሰፍኖ የነበረው የሠራዊቱ የበላይነት 1980 መጀመሪያ ላይ መጥፋት ጀመረ። ሻዕቢያ በተለያዩ ግንባሮች ውጊያ ከፈተ። በዚህ ምክንያት የተበላሸውን የኤርትራን ሁኔታ ከቅርብ ሆኖ ለመመልከት ጄኔራል መርዕድ ወደ ኤርትራ ይጓዛል። ከኅዳር 28 1980 ዓ.ም. እስከ ታኅሣሥ 1 ቀን 1980 ድረስ በየግንባሩ የተደረገለትን ገለጻ፣ የወሰናቸውን ውሳኔዎችና ለበላይ ያስተላለፉቸውን ሪፖርቶች እንደተለመደው ማስታወሻው ላይ አስፍሯል። ከዚህ በታች የምንመለከተው በአንድ በኩል የኤርትራና የትግራይ ዐማፂዎች እንዴት የበላይነትን እያገኙ እንደሄዱ በሌላ በኩል ጦሩ ውስጥ የነበረውን ችግርና ትርምስ ጥሩ አድርጎ ያሳያል። ከዚህ ሁሉ በላይ ማዕከላዊው መንግሥት ለነበረው ችግር ዘልቆ የማይሄድ ነጠላ እርምጃ ከመውሰድ ባሻገር ዘላቂነት ያለው መፍትሔ ላይ ለመወያየትም ሆነ ለመወሰን እንዳልቻለና ፍላጎትም እንዳልነበረው እናያለን። እንዲያውም የኮሎኔል መንግሥቱ መንግሥት ሥልጣኔን ላጣ እችላለሁ በሚል ፍርሐትና ሥጋት ጄኔራል መርዕድንም ጨምሮ የጦሩ አዛዦችን የመወሰን መብትና ኃይል እንዴት ገድቦ እንደነበር ቁልጭ አድርጎ ያሳያል።

በሁአሠ ግምባር ችግር በመፈጠሩ በ28-3-80 ወደ ኤርትራ ሄጄ የተሰጠ መግለጫ

ሁአሠ መምሪያ መግለጫ:-

በ28 04:00[126] ሰዓት ጀምሮ ወምበዴ በናቅፋ ግምባር ከቀኝ 78ኛ ብርጌድ ወደግራ 49ኛ ብርጌድ ቀጥሎ ወደግራ 51ኛ ብርጌድ የያዘውን አጠቃ። በተከታታይም አስለቀቀ። የ51ኛ ብርጌድ መምሪያ ጉዳይ አልታወቀም ግንኙነት ስለተቋረጠ። ከሰዓት በኋላ በ48ኛ ግምባር ወምበዴ አጥቅቶ አብዛኛውን ቦታ አስለቅቋል። በዚህ ግምባር ያጠቃው የወምበዴ ብዛት 4 ብርጌዶች ሲሆን በታንከና በብረት ለበስ የተረዳ ነው።

ወገን የወሰደው ዕርምጃ

1. 29ኛ ሜ/ብርጌድ 78ኛን እንዲረዳ
2. 50ኛ ብርጌድ 49ኛን እንዲረዳ ተደርጓል

29ኛ ከጠዋት ጀምሮ እየረዳ ሲሆን የ50ኛ ሁኔታ በግልጽ አልታወቀም። የወምበዴ 22ኛ፣ 87ኛ፣ 70ኛ ብርጌድ ሁኔታዎች በሚገባ አልታወቀም። ወገን ግምባር ያለው ሁኔታ ስላሳሳሰበው 42ኛና 41ኛ ብርጌድ ከ16:00 ሰዓት ጀምሮ ወደ ግምባር እንዲሄዱ ጥረት እየተደረገ ነው። የ51ኛ ብርጌድ መምሪያ የነበረው ከነ 1590 እና 1547 በወምበዴ እጅ ሲሆን እዚያ የነበረው ጦር ሁኔታ አልታወቀም። ይህን ጦር ለመርዳት የሄደው 50ኛ ብርጌድ አንገባ ላይ ተገቷል።

- የ51ኛ ብ/ሻለቃ 48ኛ ብርጌድ ጋር ተቀላቅሏል።
- የ22ኛ ትምህርት ማዕከል ተመቷል።
- ከነ[127] 1649 ሌሊቱን ተለቋል። አሁን ያኛው ጦር ያለው ከነ 1803
- 48ኛ ብርጌድ 1698 ላይ እየተዋጋ ነው። በ29-3-80 ወምበዴ ያጠቃል።
- የ78ኛ ብርጌድ ጦ/ሠፈር እንደተከበበ ነው።

- ከምሽቱ 3 ሰዓት ተኩል ላይ የተላለፈውን የጄኔራል መርዕድን ውሳኔ ከዚህ በታች አስፍረናል።

21:30[128] ሰዓት የተሰጠ መመሪያ

1. ግምባሮችን በማጠናከር በጠላት የተወሰዱትን ሥፍራዎች ለማስመለስ መጣር
2. ቦታዎቹን ማስመለስ ባይቻል ሁለተኛ ኤቼሎን ላይ ጠላትን ለማቋቋም ጥረት ማድረግ

126 በወታደራዊ ሰዓት ኅዳር 28 ቀን ከሌሊቱ 10 ሰዓት ማለት ነው።

127 ከፍተኛ ነጥብ

128 በወታደራዊ ሰዓት አቆጣጠር 21:30 ከምሽቱ 3 ሰዓት ተኩል ነው።

3. ለአሥመራ ጥበቃ አጠናካሪ ኃይል ከሕዝባዊ ሠራዊት እንዲሰጥና ጥበቃው እንዲጠናከር
4. የበርግድ እዝ ጦር ከፍተኛ ንቅናቄ እንዲያደርግ
5. ከ27ኛ ብርጌድና ሌሎችም ጦሮች በየግምባራቸው ልዩ ልዩ ንቅናቄ እንዲያደርጉ
6. እነኚህ ሁሉ በቁጥጥር እንዲፈጸሙ ተነግሯል
7. አንድ ብርጌድ ከበርግድ ወደ ከረን ይምጣ (2ኛ ፓራ)
8. ሌላ ጦር የሚገኝበት ሁኔታ በዝርዝር ይታይ

ከላይ ከተጠቀሰው በተጨማሪ በተከታታይ የኤርትራ ሁኔታ እጅግ እየተባባሰ በመምጣቱ ከፍተኛ የሥጋት ወረዳዎችን ዘርዝሮና አሳሳቢነቱን አስገንዝቦ በአስቸኳይ ሊወሰዱ የሚገባቸውን እርምጃዎች ያስቀምጣል። በኅዳርና ታኅሣሥ 1980 አፋቤት የነበረውን የናደውንና ሌሎችንም ግንባሮች ጎብኝቶ በተከታታይ በማስታወሻው ላይ ያሰፈራቸውን ከዚህ በታች አስፍረናል። ሊመጣ የሚችለውን አደጋ ብቻ ሳይሆን አደጋው ከየት አቅጣጫ ሊመጣ እንደሚችል የጻፈውን ስናይና ሊደረጉ ይገባቸዋል ብሎ የሚዘረዝራቸውን ሐሳቦች የሚሰማ ቢኖር የብዙ ሰዎችን ሕይወት ማዳንና የንብረት መጥፋትን ለመቀነስ በተቻለ ነበር ብለን ማሰባችን አልቀረም።

ከላይ የተዘረዘሩትን በተጨማሪ የሚያጠናክረው ጄኔራል ውበቱ ፀጋዬ ከናደው እዝ አዛዥነት ተቀይረው/ተሹመው የሁለተኛው አብዮታዊ ሠራዊት ምክትል አዛዥ ከሆኑ በኋላ የናደው አዛዥ የሆኑት ጄኔራል ታሪኩ ዓይኔ የሰጡት ሪፖርት ነው። ኅዳር 29 ቀን 1980 ዓ.ም. ጄኔራል መርዕድ ግንባሩን ሲጎበኝ የሰጡት ገለጻ እንዲሁም እሱ ራሱ የሰጠው ውሳኔና ለበላይ እንዲተላለፍ የያዘው ማስታወሻ ይህን ይመስል ነበር።

የናደው እዝ አዛዥ (የጓድ ብ/ጄኔራል ታሪኩ ገለጻ)

- የእዙ ግምባር 195 K.M. ያህል ነው
- 2 ክ/ጦር ነው የተሠለፈበት፣ ከ1 ሜ/ክ/ጦርና ረዳት ክፍሎች ጋር
- ውጊያው የተጀመረው ባልታሰበና ባልተጠበቀ ሁኔታ ነው
- የነበሩት ክፍሎች ብቻ ሳይሆኑ ያጠቁት ሌሎችን ጨምሮ በ6 ብርጌዶች አጠቃ። 78፣ 51 እና 49ኛ ብርጌዶችን አጠቃ
- ከጥቂት ቀናት በፊት የኛ ሰዎች ወደ ጠላት ሄደዋል የሙቶ መሪና ፈንጂ ቀባሪዎች ጭምር
- ጄኔራል ታሪኩ አጠቃላይ ሁኔታውን ከገለጹ በኋላ የውጊያውን ቅደም ተከተል ሁኔታ ዘርዝረዋል።

ውጊያው ሲጀመር

- በመጀመሪያ የተመቱት ጠቅላይ ሰፈሮች ናቸው በተለይ የ51ኛ ብርጌድ
- የ78ኛ ብ/ጠ/ሰፈር አሁንም እንደተከበበ ነው
- 49ኛ ዛሬ አምባን ለቆ ወደ ኋላ ተመልሷል
- 50ኛ ብርጌድ አምባ አካባቢ አለ፤ የክ/ጦሩ አዛዥም ባሸሬ ይገኛል፤ 42ኛና 41ኛ በአካባቢው ይገኛል
- አምባ ያለው ቢኤምና መድፍ ወደ ኲብኲባ ተወስዷል፤ አምባ ያለው ድርጅታችን በሙሉ ወጥቷል
- የ49ኛ ብርጌድ 80 ሰው ብቻ ነው የተገኘው
- የውጊያው አጀማመር በኛ ሰዎች ተመርተው ወደ ውስጥ ከገቡ በኋላ ሌሊት ከኋላ ነው
- 1822 1940 አምባ 1427 1057 1402፣ 892 812 በ19ኛ ክ/ጦር 2 ብርጌዶች እንዲያዙ ተደርጓል
- የ21ኛ ክ/ጦር 2067 ላይ እንዲሆን ተደርጓል
- የ19ኛ ክ/ጦር ማዘዣ ቦታ 1102 ላይ እንዲሆን

ጄኔራል መርዕድ የጄኔራል ታሪኩን ሪፖርት ከሰማ በኋላ የሚከተሉትን ውሳኔዎች ያስተላልፋል።

ውሳኔ (29-3-80)

1. ጠላትን ለማቆም በሚያስችል መስመር ካርታ ላይ በተነደፈው መሠረት መሰለፍ
2. ባሉት ጦሮች መካከል ክፍተት እንዳይኖር ጥረት ማድረግ
3. የተበታተኑ ጦሮችን አሰባስቦ ለሥራ የሚያዘጋጅ ጠንካራ ኮሚቴ ማቋቋም
4. የተሰጡትን መመሪያዎች እየተቆጣጠረ የሚያስፈጽም አመራር አካል ማጠናከር
5. የመሐንዲስ ሥራ ማፋጠን
6. 29ኛ በተቻለ ተጠባባቂ እንዲሆን ጥረት ይደረግ
7. ተመልካቾች በብዛት ወደፊት ይውጡ
8. ሁኔታው ከፈቀደ ወደፊት ሄዶ የተለቀቁትን ቦታዎች ለመያዝ ጥረት ይደረግ
9. ጦር ከላይ የሚገኝበት ሁኔታ በተቻለ ፍጥነት ይፈለግ

10. የጠላትን ሁኔታ ለማወቅ ልዩ ጥረት ይደረግ

ከዚያም በመቀጠል የተመለከተውንና ለበላዮቹ መቅረብ የሚገባቸውን ነጥቦች እንደሚከተለው ይዘረዝራል።

አሳሳቢ ነጽቦች (ለበላይ የሚገለጽ)

1ኛ:-22ኛ ክ/ጦር ቀደም ሲል በአዛዥና በካድሬዎች መካከል ተነሥቶ ወደ ጦሩ በዘመተው ጭቅጭቅ የተነሣ ጦሩ አልተዋጋም። አሁንም አይዋጋም የሚል ሥጋት አለ። ይህ ሁኔታ ወደ ሌሎች ክፍሎች ሊዛመት ይችላል

2ኛ:-ወምበዴው በተከታታይ ማጥቃቱን ከቀፀለ አሁን ባለው ጦር መግታት አይቻልም የተፍረከረከና የተዘጋጀ ባለመሆኑ።

3ኛ:-የናደው እዝ መምሪያ ጥበቃ አስተማማኝ አይደለም ስለዚህ ተጨማሪ ጦር ያስፈልጋዋል በአስቸኳይ...

4ኛ:-በአጠቃላይ ተጨማሪ ጦር ማስፈለጉ አያጠራጥርም። ከፍተኛ የፖለቲካ ሥራ ተሠርቶ የጦሩ ሁኔታ ካልተስተካከለ የሚያናጋና ለመቆጣጠር የሚያስቸግር ሁኔታ እንደሚፈጠር ምልክቶች ስለሚታዩ ፈጣን ውሳኔና እርምጃ ፍጹም አስፈላጊ ነው።

5ኛ:-መታሰብ ያለበት የሁአሠ ብቻ ሳይሆን የትግራይ ጭምር ነው። ለዚህም ቢሆን በመጀመሪያ የሚያስፈልገው ጦር ሲሆን በተከታታይ ሌሎች ነገሮችንም ጨምሮ ማሰብ ይገባል።

ከዚያም በመቀጠል በሰሜን ኤርትራ ውስጥ ያለውን ሥጋት ዘርዘር አድርጎ ያቀርበዋል።

29-3-80 18:00 ሰዓት[129]

በአሁኑ ሰዓት ያለው ሁኔታ በጣም አሳሳቢ ነው። በዚህ ዓይነት የሥጋት ቅደም ተከተል:-

1. አሥመራ ከተማ
2. ምጽዋ ከተማ
3. ምጽዋ-አሥመራ መንገድ
4. አፋቤት-በተለይ ከምሥራቅ
5. አፋቤት-ከረን መንገድ

129 በወታደራዊ ሰዓት አቆጣጠር 18:00 ከምሽቱ 12 ሰዓት ነው።

6. የናደውና የመንጥር እዝ መገናኛ ወሰን
7. የናደው 21ኛ ክ/ጦር መከላከያ
8. የመንጥር እዝ ግምባር
9. ከረን ከተማ
10. የበርግድ እዝ ቀጣናዎች ተሰነይ፣ ባሬንቱ፣ አቆርዳት፣ አዳርዲ፣ ሃጋዝ፣ ደቀመሐሪ፣ አዲቀይሀ ወዘተ...

30-3-80

የጠላት ሁኔታ

- በናደው ግምባር 6 እግረኛ ብርጌድ፣ በመንጥር 44 ብርጌድ የሚገኝ ሲሆን በውጊያ ያልተጎዱ ናቸው።
- ሻዕብ አካባቢ 3 የወምበዴ ብርጌዶች እንዳሉ ይነገራል።
- ይህ ከሁለት አቅጣጫ በማጥቃት በናደው ጠ/ሠፈር ላይ አደጋ መጣል ያስችለዋል።

ወይም መከላከያውን አካባቢ አዘጋጅቶ ውጊያውን በደጋ መቀፀል ይችላል።

30-3-80

የአዳር ሁኔታ

- በ29-3-80 ካለው ሁኔታ ብዙ የተለየ የለም
- የ78ኛ ብርጌድ 141 ሰዎች ተሰባስበዋል
- የ78ኛ ብርጌድ ኤታማዦር ፖለቲካና ወደን [ወታደራዊ ደኅንነት] ኃላፊ ተሠውተዋል
- ከ4ኛ መድፈኛ 2 መኮንኖችና 2 ባ/ማዕረጎች ሁኔታ አልታወቀም። የ22ኛ መምሪያ 50ኛ ብርጌድ ከነ 1,102 ላይ ናቸው። 41ና 42ኛ ብርጌዶች ከነ 1,735 1402ትን ተቆጣጥረው ቃኚ ወደ 46ኛ ብርጌድ ቃኚ ወደ አምባ አቅጣጫ ልከዋል
- 21ኛ ብርጌድ ወደ ከነ 2067 ተዛውሯል
- የ51ኛ ብርጌድ 41 ሰው፣ የ49 ብርጌድ 55 ሰዎች ተሰባስበዋል

ከላይ ከተዘረዘሩት በተጨማሪ ታኅሣሥ 1 1980 በኤርትራ በኩል ያለውን ሁኔታ በዚህ ማጠቃለያ ሪፖርቱ ላይ ሰፋ አድርጎ ያቀርበዋል።

1-4-80

ሰሞኑን እና ዛሬ በቀረበው ሪፖርት መሠረት የኤርትራ ሁኔታ ፍጹም አሳሳቢ ነው። በመሆኑም ፈጣን ቆራጥ ውሳኔ ያስፈልጋል። የበላይ አካል ይህንን እንዲረዳ ያስፈልጋል። እኛም የተቻለንን ሁሉ በማድረግ የመጨረሻውን ጥረት ማድረግ ይኖርብናል። ይህ ከሆነ መጠገኛ የሌለው ሁኔታ ሊፈጠር እንደሚችል ይገመታል። ስለዚህ እንደሚከተለው ማድረግ የግድ ነው።

1. ባለን ኃይልና መሣሪያ ለመጠቀም ዝግጅት ማድረግ መደበኛ፣ ሕ/ሠራዊት፣ ሕዝብ
2. ሁኔታውን ለበላይ በትክክል ለመግለጽ መሞከር
3. ሁኔታው እየከፋ ቢመጣ በተከታታይ መወሰድ ስለሚገባ ፕሮግራም መንደፍ
4. ጠቅላላ እስትራቴጂ በተከታታይ መንደፍ
    - መደበኛውን ቀደም ሲል በተሰጠው መመሪያ መሠረት ቦታ ማስያዝ
    - ሕ/ሠራዊትን በሚገባ ማሠለፍ
    - አውሮፕላን ማረፊያ ጥበቃን መቆጣጠር

ጠቅላላ ሥጋት በደጋ አውራጃዎችና በቀይ ባሕር አውራጃ 3 የወምበዴ ብርጌዶች፣ 3 ሚሊሺያ ብርጌዶች፣ 5 ተነጣይ ሚሊሺያ ሻለቆች፣ 2 ኮማንዶ ሻለቆች፣ መሐንዲሶችና ቃኚዎች ድምፃቸውን አጥፍተው ይገኛሉ። እነኚህ ወምበዴዎች 22ኛ 87ኛና 70ኛ ብርጌድ 2 ሻለቆች በሻዕብ አካባቢ ናቸው ይባላል። የእነኚህ እዚህ መኖር፡-

1. ለናደው እዝ መምሪያ
2. ለአፋቤት ከረን መንገድ
3. ለምጽዋ ወደብ
4. ለምጽዋ አሥመራ መንገድ
5. ለከረን አሥመራ መንገድ
6. ለአሥመራ በተለይ ለበለዛ ግምባር አደገኛ ነው።

ከሁሉም በላይ አደገኛነቱ ለአፋቤትና ለአፋቤት ከረን ነው። በመሆኑም እርምጃ ያስፈልጋል።

ለዚህ በቂ ጦር ያስፈልጋል።

1. በናደው ግምባር የተጀመረው ውጊያ ራሱ የሚቆም ስላልሆነና 22ኛ ክ/ጦር በሙሉ ከጥቅም ውጪ በመሆኑና በዙሪያችን አስተማማኝ የነበረውን የመከላከያ ቦታ ቢያንስ ለ25 ኪ/ሜትር ለቆ ወደኋላ በመመለስ ያለምሽግ የሚገኝ በመሆኑ ሌላ የማጥቃት ዕርምጃ በወገን ካልተደረገ ጠላት የሚቆምበት ምክንያት የለም። በመሆኑም ጠላትን በመልሶ ማጥቃት ማቆም የሚችል ኃይል በአስቸኳይ ያስፈልጋል።

2. ጠላት ማጥቃት የሚያደርገው በነኚህ ግምባሮች ላይ ብቻ ሳይሆን በመንጥር ግምባርም ለመቀፀል እንደሚፈልግና እንደሚቻል ምልክቶች ይታያሉ። በተለይ በሁለቱ እዞች ወሰን ላይ (በጊር በኩል) ማጥቃት ቢሠነዝርና ቢሳካለት ሁለቱን እዞች በመለያየት ናደው እዝን ወደኋላ ቆርጦ መንጥርን ከኋላ ሊያጠቃ ስለሚችል ከየትኛውም ቦታ የከፋ አደገኛ ሥፍራ ነው። በመሆኑም ይህ እንዳይሆን ልዩ ጥንቃቄ ያስፈልገዋል።

3. ጠላት ይህንን ዕድል ካገኘ ከረን-ተሰነይ መንገድን በቀላሉ ሊዘጋ ስለሚችል በበርግድ እዝ ጦር የመጠቀም ዕድል አነስተኛ ሲሆን ከዚህም አልፎ አደገኛም ሊሆን ይችላል። ይህ እንዳይደረግ መታሰብ ይኖርበታል።

4. በሻዕቢያ አካባቢ ያሉት ብርጌዶች ሌሎችን ሚሊሽያና ኮማንዶዎች አስተባብረው ወደ አሥመራ ከተማ ሊመጡ ይችላሉ። በመሆኑም ይህንን የሚገታ በቂ ኃይል ያስፈልጋል።

5. ሌሎችም ያልታሰቡ ድርጊቶች ሊከሰቱ ይችላሉ።

ምን መደረግ አለበት (በተከታታይ)

- ሻዕብ አሉ የሚባሉትን በመምታት እነኚህ ክፍሎች ላይ [አደጋ] ያደርሳሉ የሚባሉትን ሥጋቶች መቀነስ።
- ለማጥቃት የሚያስችል ኃይል ካልተገኘ እነኚህ ክፍሎች ያጠቃሉ የሚባሉትን መከላከል፣ ይህ ምርጫ ሲጠፋ [ኃይል] ብቻ ነው።

ግምባር

1. ኃይል ከተገኘ ጠላትን በመልሶ ማጥቃት።

2. ባለው ኃይል ለመከላከል ጥረት ማድረግ።

3. ሁኔታዎች እየተባባሱ ከመጡና ጠላትን ለማቆም ካልተቻለና ምርጫ ከጠፋ ሠራዊቱ ተቆራርጦ እንዳይበተንና መሣሪያ ጠላት እጅ እንዳይወድቅ አድርጎ በመሰባሰብ ለመከላከል የሚቻልበትን ሁኔታ ማመቻቸት። ቦታውን ካርታ ላይ መምረጥ።

4. የበላይ ሁኔታውን በትክክል አውቆ የኃይል ዕርዳታ እንዲያደርግ መጠየቅ።

ለማሸነፍ ስትራቴጂ ወይንስ “ቆራጥ እርምጃ”

በየካቲት 1980 ኮሎኔል መንግሥቱ አሥመራ ሄደው ጦሩን ከጎበኙ በኋላ ጄኔራል ረጋሣ ጅማን ከሁለተኛው አብዮታዊ ሠራዊት አዛዥነት አንሥተው ጄኔራል ውበቱ ፀጋዬን ሾሙ። በማከታተልም በናደው እዝ ለደረሰው ችግር ጄኔራል ታሪኩ ዓይኔ እንዲረሸኑ፣ በመከት እዝ ለደረሰው ችግር ጄኔራል ከበደ ጋሼ ማዕረጋቸውን ተገፈው በጡረታ እንዲሰናበቱ ወሰኑ።

ኮሎኔል መንግሥቱ ስለ ጄኔራል ታሪኩ ወንጀሎች ለጋዜጠኛዋ ለገነት አየለ በሰጡት ቃለ መጠይቅ ላይ ቀደም ሲል “ዕድል ይሰጠው” ያሏቸው ጄኔራሎች (ጄኔራል ሥዩም መኮንን፣ ጄኔራል መስፍን ገብረቃል፣ ጄኔራል ተስፋዬ ገብረኪዳንና ሌሎችም):-

> ከእንግዲህ ወዲህ ሦስተኛ ዕድል ሊሰጠው አይገባም። ከዚህ በኋላ ይህ ሰውዬ ይህን ሁሉ ጥፋት አጥፍቶ ልንታገሰው አንችልም ብለው መስፍን ገብረቃል፣ ተስፋዬ ወልደሥላሴና ሥዩም መኮንን ‘መመታት አለበት’ አሉ። ይህን ያሉት ሁላችንም ባለንበት፣ እነ ጄኔራል ኃይለጊዮርጊስ ባሉበት፣ እነ ጄኔራል ለገሠ [ጄኔራል ለገሠ ማን እንደሆኑ ልናውቅ አልቻልንም] ባሉበት፣ እነጄኔራል ውበቱ ባሉበት፣ ካሣዬ አራጋው ባለበት ነው።

በማለት ፍርዱ እነዚህ ሹማምንት ባሉበት እንደተወሰነ ይናገራሉ።

የቀድሞው ጦር (1927-1983) በሚል ርእስ የታተመው መጽሐፍ ላይ ደራሲው ገስጥ ተጫኔ ስለ ጄኔራል ታሪኩ ግድያና ስለ ጄኔራል ከበደ ጋሼ ማዕረግ መገፈፍ ውሳኔ እንዲህ ሲሉ ይተርካሉ።

> ...የመከት እዝ ላይ የደረሰው አደጋ መንስኤው ምን እንደሆነ በቅርብ ‘ለመረዳትና መፍትሔ ለመሻት’ ፕሬዚዳንት መንግሥቱ ወደ አሥመራ አመሩ። ምክንያታቸው ይሄ ብቻ አልነበረም። ‘በኤርትራ የሚገኘው ጦር በእርስዎ ላይ መንፈሱ መልካም አይደለም’ የሚል ተደጋጋሚ መረጃ ስለደረሳቸው ሁኔታውን ለመፈተሽና ማብረጃ ለመሻት ነበር። እናም በየግንባሩ እየተዘዋወሩ ጦሩን አነጋግረውና ‘አረጋግተው’ ሲያበቁ
>
> 1. ሌ/ጄኔራል ተስፋዬ ገ/ኪዳን
> 2. ሜ/ጄኔራል ኃይለጊዮርጊስ ሀብተማርያም
> 3. ሜ/ጄኔራል መርዕድ ንጉሤ
> 4. ሜ/ጄኔራል ረጋሣ ጅማ

በተገኙበት በሁለቱ ክፍለ ጦሮችና 113ኛ ሕዝባዊ ሠራዊት ብርጌድ ላይ የደረሰው ውድቀት መንስኤ ተገመገመ። ከዚያም ጥፋቱ በናደው እዝ አዛዥ በብ/ጄኔራል ታሪኩ ዓይኔና በመከት እዝ አዛዥ በብ/ጄኔራል ከበደ ጋሼ ላይ አረፈ።[130]

ደራሲው ገስጥ መጽሐፍቶች ላይ በተደጋጋሚ እንደሚታየው የሚወዱትን ለማወደስ፣ የሚጠሉትን ለማጥላላትና እግረ መንገዳቸውን በነበራቸው ሥልጣን ምክንያት "የማያውቁት ነገር እንደሌለ" ለማሳየት ብዙ ያልተረጋገጡ አንዳንዴም የሚያስቁና የሚገርሙ ተረቶችን እንደ እውነት አድርገው ያቀርባሉ። ስለ ጄኔራል ታሪኩ ውይይት ሲደረግና ሲወሰን በአካል የነበሩትን ሰዎች በዝርዝር ያቀረቡትንና ስለ አወሳሰኑ ሂደት ታሪኩን ያካፈሉንን የኮሎኔል ፍስሐን ምስክርነት ገስጥ ተጫኔ ከጻፉትና ኮሎኔል መንግሥቱ ከተናገሩት ጋር አንባቢ እያገናዘበ የራሱን የሕሊና ፍርድ እንዲሰጥበት ከዚህ በታች አስፍረነዋል።

ኮሎኔል ፍሥሐ ደስታ የጄኔራል ታሪኩ ክስ በተሰማበትና ውይይት በተደረገበት ጊዜ የነበሩትን ባለሥልጣኖች እንደሚከተለው ዘርዝረዋል።

1. ሌ/ጄ ተስፋዬ ገብረኪዳን
2. ሜ/ጄ ኃይለጊዮርጊስ ሀብተማርያም
3. ሜ/ጄ ሥዩም መኮንን
4. ሜ/ጄ መስፍን ገብረቃል
5. ኮ/ል እንዳለ ተሰማ
6. ኮ/ል ተስፋዬ ወልደሥላሴ
7. ጄኔራል ከፈለኝ ይብዛ
8. ሻለቃ ካሣዬ አራጋው

ኮሎኔል ፍሥሐ እንደተረኩት "በዚህ ስብሰባ የተሳተፉት አንዳንዶቹ ጄኔራል ታሪኩ በጡረታ እንዲገለሉ፣ ጦር ፍርድቤት እንዲቀርቡ ሐሳብ ቢያቀርቡም ኮሎኔል መንግሥቱ ግን "ይህንን ክስ ሁሉ ሰምተን ውሳኔ ሳንሰጥ ብንሄድ በጦሩ በኩል ምን እንደሚያስከትል የገባችሁ አይመስለኝም። ሁሉንም ለእኔ ለመተው ነው የምትፈልጉት?" በማለት ተቆጡ። አንዳንዶቹ አንድ ዓይነት እርምጃ መወሰድ እንዳለበት በመግለጽ የፕሬዚዳንቱን ሐሳብ አጠናከሩ። በመጨረሻም ተሰብሳቢዎቹ አንድ ዓይነት ቁርጥ ያለ ውሳኔ ላይ ሳይደርሱና የተወሰነው ምን እንደሆነ ሳያውቁ ስብሰባው ተቋጨ" ይላሉ። ከዚያም ትረካቸውን በመቀጠል ኮሎኔል መንግሥቱ በመርከብ ከምጽዋ ወደ አሰብ እያመሩ ሳለ ከሁለተኛው አብዮታዊ ሠራዊት አዛዥ ከጄኔራል ውበቱ ፀጋዬ

130 ገስጥ ተጫኔ ፤ ፤ የቀድሞው ጦር 1927-1983

ጄኔራል ታሪኩ ስለመረሸናቸው መልእክት እንደደረሳቸው ይነግሩናል።[131]

የኤርትራ ዐማፅያንን ጥቃት ለመከላከልና ከተከላካይነት ለመውጣት ይታገል ለነበረው ጦር የኮሎኔል መንግሥቱ እርምጃ እጅግ አስደንጋጭና ተስፋ አስቆራጭ፣ በተለይም ከጦር አዛዦች ላይ በየጊዜው እየተሸረሸረ የመጣውን በራስ የመተማመን መንፈስ ይበልጥ እንዲጠፋ ያደረገ እርምጃ ነበር። የዐማፅያኑ ሬድዮ ጣቢያም "ነግ በእኔ" በሚል ፕሮፓጋንዳ ላይ ያተኮሩ ሐተታዎችና ዲስኩሮች በሠራዊቱ ዘንድ ማሰራጨት ጀመረ።

አምባገነኑ ኮሎኔል መንግሥቱ "በቆራጥ እርምጃ" ስም በየጊዜው የሚወስዱት ውሳኔ አገሪቱን እጅግ የሚጎዳ ነበር። "ቆራጥ እርምጃ" ብለው ካለበቂ ምክክርና ከእቅድ ውጪ የሚያስተላልፏቸው ውሳኔዎች የአገራችንን የኢኮኖሚ ዕድገት ክፉኛ የጎዱ፣ የሠራዊቱን ተልዕኮ ያሰናከሉና ያሽመደመዱ ነበሩ። ከሁሉም በላይ በሚሊዮን የሚቆጠሩ ኢትዮጵያውያንን ለሞት፣ ለሥቃይና ለስደት አብቅቷል።

የአፋቤት ጉዳይ ፤ እንዴትና ከዚያ በኋላ

ከመጋቢት 7 እስከ መጋቢት 10 በተደረገው ውጊያ ሻዕቢያ አፋቤትን አጥቅቶ ያዘ። ከአፋቤት መያዝ በኋላ የወጡ ጽሑፎች በተለይም ሻዕቢያና ደጋፊዎቻቸው እንደሚሉት የናደውን ግንባር ለመደምሰስ ከዚህ ቀደም በመንግሥት ሠራዊት የተያዙትን እና በእጃቸው የገቡትን መሣሪያዎች አጠቃቀም ለመማርና ለማወቅ ዐማፅያኑ በቂ ጊዜ ከመደቡ በኋላ መጋቢት 7 ቀን ተጀምሮ መጋቢት 10 የሚጠቃለል እቅድ አወጡ። በእቅዱ መሠረት በእነዚህ ቀናት ውስጥ ውጤት ካልተገኘ ዘመቻውን ለማቆም ወሰኑ።[132]

ሠራዊቱ የሻዕቢያን ጥቃት በጀግንነት ቢከላከልም በተለያዩ ክፍለ ጦሮች ውስጥ የነበረው አብሮ የመሥራት ችግር፣ የነጄኔራል ታሪኩ መገደል ጥሎት የሄደው ያለመተማመንና የፈጠረው ፍርሐት፣ ለስሙ ከ3 ክፍለ ጦሮች በላይ አለው የተባለው የናደው እዝ መንምኖ ውስጡ ባዶ መሆን፣ የሠራዊቱ መሰላቸት፣ "በሦስት ማዕዘን" የአመራር ፍልስፍና የተልፈሰፈሰው የሠራዊቱ አመራር እንዲሁም የጠላታቸውን ሁኔታ በሚገባ ተረድተው በሻዕቢያ የጦር መሪዎች የተነደፈውና በተግባር የተፈጸመው ዘመቻ ለአፋቤት መውደቅ ከፍተኛ አስተዋፆ ነበራቸው ማለት ይቻላል።

አፋቤት ሻዕቢያ እጅ ከወደቀ በኋላ ጄኔራል መርዕድ ከመከላከያ ዘመቻ ኃላፊው ከጄኔራል ደምሴ ቡልቶ ጋር በአስቸኳይ ከረን ደረሱ። በጦሩ ላይ የደረሰው አሰቃቂ እልቂትና በተዝረከረከ ሁኔታ ወደ ከረንና ሌሎችም አቅጣጫዎች ያመራ የነበረው ሠራዊት ጄኔራል መርዕድን እጅግ

131 ፍሥሐ ደስታ (ሌ/ኮሎኔል) ፤ አብዮቱና ትዝታዬ

132 በረከት ኪዳኔ ፤ https://www.tesfanews.net/eritrea-looking-back-afabet-battle

የሚያሳዝን ስሜት ውስጥ ከቶታል። እዚያ በነበረ ጊዜ አሁን በእጃችን ላይ ባይገኝም ለትልቁ ወንድማችን የመጨረሻ የሚመስል ደብዳቤ ይልካል። በመጠኑ ማስታወስ የምንችለውን ያህል ለመጻፍ፣ በሁኔታው ማዘኑን በተለይም አሥመራ ተከባ ከነበረ ጊዜ ጀምሮ አብረውት የነበሩት ጄኔራል ውበቱ የት እንደደረሱ ያለመታወቁ ምንኛ እንዳሳሰበው ይገልጻል። ከዚያም በማያያዝ ወታደር የተፈጠረው ለአገሩ ለመሞት ስለሆነ ወታደሮች የተባልን ሁሉ ለዚህ መዘጋጀት እንዳለብን መረዳት አለብን ይላል ደብዳቤው። ይህንን ደብዳቤ ሲጽፍ በሁኔታው መበላሸት እጅግ ተስፋ ቆርጦ ምናልባትም የሕይወቴ ፍጻሜ ነው ብሎ ያስብ እንደነበረ ያመለክታል።

በሠራዊቱ ውስጥ የነበረውን የምግብ፣ የልብስና የሕክምና አገልግሎት እጥረት ያየ፣ የአዛዦችን ተነሣሣሽነት ገድሎ በቦታው ፍርሐትና ሽብርን የተከለውን የኮሎኔል መንግሥቱን ግብታዊና አምባገነናዊ ውሳኔዎች የተከታተለ፣ በዚህ መጽሐፍም እንደተመለከተው በፖለቲካ አመራሩ ዙርያ የነበሩ ሥር የሰደዱ ችግሮችን ያስተዋለ ሰው የአፋቤት መያዝ ብዙ ሊገርመው አይገባም። ይልቁንም የሚገርመው በጦሩ ውስጥና በፖለቲካ አመራር ላይ የነበሩ አንዳንድ ባለሥልጣኖች የሚሰጡት አስተያየት ነው።

አፋቤት ሲደመሰስ የሁለተኛው አብዮታዊ ሠራዊት አዛዥ የነበሩት ጄኔራል ውበቱ ለአፋቤት መውደቅ ከላይ የጠቀስናቸውን ምክንያቶች ከነካኩ በኋላ የሚከተሉትን ምክንያቶች በማቅረብ ጄኔራል መርዕድን ተጠያቂ ለማድረግ ይሞክራሉ። እኛም መጽሐፋቸው ላይ ያሰፈሩትን ከአባታችን ጽሑፎችና ከሌሎች አስረጂዎች ጋር የሰበሰብነውን እያነጻጸርን ክሱንና ሐቁን ጎን ለጎን እናቀርባለን።

የጄኔራል ውበቱ ክስ ቁጥር 1፡

መከላከያ በሁለተኛ አብዮታዊ ሠራዊት መረጃ ክፍል ተጠናቅሮ የቀረበውን የመረጃ አስተዋፆ ዝቅ አድርጎ በማየት ይኸውም የበላይ አካል በበኩሉ ባለኝ መረጃ ጠላት እንደማያጠቃ በቂ ግንዛቤ አለንና ሁኔታው አያሰጋም በማለት አዛዦችን ማዘናጋቱ[133]

ሐቅ ቁጥር 1፡ የጄኔራል መርዕድ ማስታወሻ[134]

የእነኚህ [የሻዕቢያን ብርጌዶች ለማለት ነው] እዚህ መኖር፡-

1. ለናደው እዝ መምሪያ
2. ለአፋቤት ከረን መንገድ
3. ለምጽዋ ወደብ
4. ለምጽዋ አሥመራ መንገድ

133 ውበቱ ፀጋዬ ፤ ሁሉም ነገር ወደ ሰሜን ጦር ግንባር

134 ቀደም ሲል "የኤርትራ ሁኔታ ተበላሸ" በሚል ርእስ የተጻፈው ምዕራፍ ላይ የቀረበውን የጄኔራል መርዕድን አመለካከትና ውሳኔ ይመልከቱ።

5. ለከረን አሥመራ መንገድ
6. ለአሥመራ በተለይ ለበለዛ ግምባር አደገኛ ነው
7. ከሁሉም በላይ አደገኛነቱ ለአፋቤትና ለአፋቤት ከረን ነው። በመሆኑም እርምጃ ያስፈልጋል።

ሐቅ ቁጥር 2፡ የፕሮፌሰር ገብሩ ታረቀ መጽሐፍ

ጠቅላይ ኤታማዦር ሹሙ ለሁለተኛው አብዮታዊ ሠራዊት አዛዥ "ኢኒሺየቲቩ ከእጃችሁ እንዳይወጣ፣ የጠላት ድንገተኛ ጥቃት እንዳያስደነግጣችሁ" ብለው ማስጠንቀቂያ ሰጥተዋቸው ነበር" ጄኔራል መርዕድ ለጄኔራል ውበቱ የካቲት 20 1980 የጻፉት ደብዳቤ።[135]

የጄኔራል ውበቱ ክስ ቁጥር 2፡

የናደውን እዝ ናቅፋ ግንባር የሁልጊዜ የጠላት ትኩረትና ሥጋት መሆኑ እየታወቀና ግንባሩ ተጠባባቂ ጦር እንደሚያስፈልገው በደብዳቤም ሆነ በቃል እየተገለጸ የተወሰደ እርምጃ የለም።

ሐቅ ቁጥር 2፡ የጄኔራል መርዕድ ማስታወሻ

> ...በናደው ግምባር የተጀመረው ውጊያ ራሱ የሚቆም ስላልሆነና 22ኛ ክ/ጦር በሙሉ ከጥቅም ውጪ በመሆኑና በዙሪያችን አስተማማኝ የነበረውን የመከላከያ ቦታ ቢያንስ ለ25 ኪ/ሜትር ለቆ ወደኋላ በመመለስ ያለምሽግ የሚገኝ በመሆኑ ሌላ የማጥቃት ዕርምጃ በወገን ካልተደረገ ጠላት የሚቆምበት ምክንያት የለም። በመሆኑም ጠላትን በመልሶ ማጥቃት ማቆም የሚችል ኃይል በአስቸኳይ ያስፈልጋል።

የጄኔራል ውበቱ ክስ ቁጥር 3፡

....ከአገር መከላከያ ሚኒስቴርና ከኤታማዦር ሹሙ አንድ ቴሌግራም ደረሰኝ። የመልእክቱም መንፈስ አዲስ አበባ ቤላ ኃይለሥላሴ ግቢ ተቋቁሞ የሚገኘው ስታፍ ኮሌጅ ትምህርት ቤት ውስጥ የሁለተኛው አብዮታዊ ሠራዊት ም/አዛዥ፣ የእዙ አዛዦችና የክ/ጦር አዛዦች የአዛዥና መምሪያ መኮንን ትምህርት ስለሚፈልጉ በአስቸኳይ ወደ አዲስ አበባ እንድትልክ የሚል ነበር።...ይህ ውሳኔ የበላይ ትእዛዝ ቢሆንም ከአለኝ ኃላፊነት አንጻር መኮንኖችን (አዛዦችን) መላክ የማልችል መሆኔን ጥብቅ ማስጠንቀቂያ ጻፍኩ።...በቴሌግራሙ የተገለጸልኝ፣ "እኛ ባለን ማስረጃ መሠረት በአሁኑ ሰዓት ተገንጣይ የማጥቃት ችሎታና ሐሳብ እንደሌለው ከትክክለኛ ምንጭ ያገኘን ስለሆነ በአስቸኳይ መኮንኖቹ እንዲላኩ ይሁን" የሚል ነበር።[136]

135 Gebru Tareke. The Ethiopian Revolution: War in the Horn of Africa.

136 ውበቱ ፀጋዬ ፤ ሁሉም ነገር ወደ ሰሜን ጦር ግንባር

ሐቅ ቁጥር 3፡ የጄኔራል ሁሴን አህመድ መጽሐፍ

"...በዚህ ሁኔታ ትምህርታችንን ቀጥለን እስከ የካቲት ወር ለ6 ወር ያህል እንደቆየን በትግራይ በሽሬና በአክሱም እንዲሁም በሰሜን ከፍተኛ ውጊያ ተጀመረ። በትግራይ በሽሬ አቅጣጫ ወያኔ በወገን ሠራዊት ላይ ከፍተኛ የማጥቃት ውጊያውን ጀመረ። ሻዕቢያ በአፋቤት አቅጣጫ ከፍተኛ ማጥቃቱን ቀጥሏል። የእኛ ትምህርት በዚያን ጊዜ 6 ወር ይቀረው ነበር። ከሰሜን የመጣን የጦር አዛዦች በአስቸኳይ ተመልሰን እንድንሄድ ከበላይ ትእዛዝ ደረሰን። **ከኤርትራ የመጣሁ እኔ ብቻ ነበርኩ።**"[137]

ለናሙና ያህል እነዚህን ጠቀስን እንጂ ከዚህ ቀደም ያሉት የጄኔራል መርዕድ ሪፖርቶች ስለ አፋቤት መውደቅ የቀረቡ ሪፖርቶችና በሌሎች ደራሲዎች የቀረቡ ትረካዎች ሁሉ የጄኔራል ውበቱን ከሶች ውድቅ ያደርጋሉ። የጄኔራል ውበቱን መጽሐፍ ስናነብ የተሰማንን ስሜትና እሳቸውንም አግኝተን ለማነጋገር ስለአደረግናቸው ጥረቶች በመጠኑ ማንሣት እንፈልጋለን። ጄኔራል ውበቱ ከ1970 ዓ.ም. ጀምሮ በሰሜን ከጄኔራል መርዕድ ጋር አብረው የተዋጉና በደንብ የሚያውቁት የጦር መሪ ናቸው። የሰውን እውነተኛ ባሕርይ በሚያሳየው ፈታኝና ቀውጢ ጊዜ አብረውት ብዙ ያሳለፉ ናቸው። ስለሆነም ልፋቱን ጥረቱንና ምኞቱን ሰፋ አድርገው ይጽፋሉ ብለን ጠብቀን ነበር። አብረው በሠሩበትም ወቅት አባታችን ላይ ያስተዋሉት ድካም ካለ በማስረጃ እየደገፉ ያቀርቡታል ብለን አስበን ነበር። ነገር ግን ኤርትራ አብረው በነበረበት ወቅት በሱ አመራር የተፈጸሙትን ብዙ ታላላቅ ሥራዎች ሲጠቅሱ የሰሜን እዝ አዛዥ ብለው ስሙን ላለመጥቀስ በትረካቸው ላይ የሚያሳዩትን መጠማዘዝ ስናይ፣ የሁለተኛው አብዮታዊ ሠራዊት አዛዥ በነበረበት ጊዜና በባሕረ ነጋሽ ዘመቻ "የበላይ አካል" እያሉ የሱን ሥራዎች በጥቅል ሲያቀርቡ፣ የጦር ኃይሎች ጠቅላይ ኤታማዦር ሹም በነበረ ጊዜ አሥመራ እየተመላለሰ አብሯቸው የሠራበትን ጊዜ እንደ ዋዛ ሳያብራሩ ሲያልፉ አንድ ችግር እንዳለባቸው መረዳት ጀመርን። በበኩላችን ስሙን በተቻላቸው መጠን ከመጥቀስ ቢታቀቡም "አባታችንን ደጋግመው ለምን አልጠሩትም" ብለን መውቀስ ተገቢ አይደለም ብለን አግራሞታችንን ትተን መጽሐፋቸውን ማንበብ ቀጠልን። ከዚያ የአፋቤትን ውድቀት መዘርዘር ሲጀምሩ ቀደም ሲል ብዙም የማይጠቅሱትን የአባታችንን ስም በተደጋጋሚ ሲያነሡ አስተዋልን።

ከላይ እንደተረከነው በአፋቤት ውጊያ ጊዜ አንዱ ጭንቀቱ ጄኔራል ውበቱ የት እንደደረሱ ያለመታወቁ ነበር። ከዚህም ሌላ ጄኔራል መርዕድ ለጄኔራል ውበቱ በተደጋጋሚ የምስጋና ወረቀት እንደጻፈላቸው ማስታወሻዎቹ ላይ አይተናል። በመጽሐፋቸው ላይ ለአባታችን ያላቸውን ጥላቻ እንዲሁም የትንታኔያቸውን መዛነፍ ስናይ እሳቸውን የማነጋገር ስሜታችን በጣም ቀዘቀዘ። ከዓመታት በኋላ ሐሳባችንን ቀይረን የለም እናነጋግራቸውና የሚሉትን እንስማ አልን። ቅሬታችንን ተናግረን አስተያየታቸውን ከሰማን በኋላ የእኛንም የሳቸውንም አስተያየት ጎን ለጎን እናሰፍራለን ብለን ወስነን በስልክ አግኝተን የአባታችንን የሕይወት ታሪክ

137 ሁሴን አህመድ የሹምነሽ (ሜ/ጄኔራል) ፤ ሬትና ማር

የመጻፍ ሐሳባችንን ነግረናቸው ዕርዳታቸውን ጠየቅን። እሳቸውም “በደስታ! የጄኔራል መርዕድንማ ታሪክ አብረን ነው የምንጽፈው። በሰሜን አብረን የተዋደቅን፣ የተዋጋን ነን” ብለው ትብብራቸውን ገለጹልን። በዚህ መሠረት ለጦሩ አባላት መጠይቅ ስንልክ ለእሳቸውም አብረን ላክን። ዛሬ ነገ እያሉን ካንገራገሩ በኋላ መጠይቁን ከመሙላት ይልቅ አብረውን ቁጭ ብለው ማውራት እንደሚመርጡና መጠይቁን እንደማይሞሉልን ነገሩን። እኛም ይሁን “አብረን ቁጭ ብለን የመወያየት ዕድል ከሰጡንም ያው ነው” ብለን ለአንድ ዓመት ያህል በተደጋጋሚ እየደወልን ቀጠሮ ለመያዝ ሞከርን። ነገር ግን በየጊዜው የተለያየ ሰበብ እየሰጡን ዛሬ ነገ እያሉን ልናገኛቸው አልቻልንም። መጀመሪያ ላይ “ስለ አባታችሁ እኮ ጥሩ አድርጌ ጽፌያለሁ። አይታችሁታል? አንዳንዴም ጥያቄዎቻችሁን አዘጋጅታችኋል? በሉ የሚቀጥለው ቅዳሜ ቁጭ ብለን እናወራለን ለማንኛውም ከቅዳሜ በፊት ሐሙስ ወይ ዐርብ ደውሉልኝ” እያሉን፣ ስንደውል ስልካቸውን ሳያነሡ ወራት አለፉ። አንዳንዴም ይህ ሳምንት አይመቸኝም የሚቀጥለው ሳምንት ደውሉና አስታውሱኝ ይሉናል። ጊዜው ከነጎደ በኋላ አንድ ቀን ድንገት ደውለው ሲመቻቸው እንደሚደውሉና የእኛ መደወል እንደማያስፈልግ ነገሩን። እኛም ቃል የተገባልንን የስልክ ጥሪ ስላላገኘን በመጽሐፋቸው ያሰፈሩት ላይ በመመርኮዝ አስተያየታችንን ለመጻፍ ተገደድን።

ጄኔራል ውበቱ ፀጋዬ የሸሹን ከመጽሐፋቸው ላይ አንዳንድ ነጥቦችን እያነሣን እንደምንፈታተናቸውና እንደምንሞግታቸው ገምተው ሊሆን ይችላል። ግምታችን ትክክል ከሆነ እኝህ አብዛኛውን የጉልምስና ሕይወታቸውን እጅግ አደገኛ በሆነ የጦር አውድማ ያሳለፉ ጄኔራል የእኛን ጥያቄ መፍራት አልነበረባቸውም። እንዲያውም በዚህ አጋጣሚ ተጠቅመው በመጽሐፋቸው ላይ ያልጠቀሷቸውንና ሊያስተካክሉ የሚገባቸውን ትረካዎች ለማረም፣ ጄኔራል መርዕድ ላይ ያስተዋሏቸውን ጠንካራና ደካማ ጎኖች ግልጽ አድርጎ ለማውጣት ጥሩ አጋጣሚ በሆነላቸው ነበር። ሁለተኛም እሳቸው ብቻ በሚያውቁት እኛ በማናውቀው ምክንያት ግልጽ የሆነውን እውነት እንዳለ ከመተረክ ይልቅ የፀረ-መርዕድን ስም ማጥፋት ዘመቻ ለመቀላቀል ለምን እንደወሰኑ ልንረዳላቸው አልቻልንም።

በሌላ በኩል የአፋቤትን ወድቀት የመረመረው ኮሚቴ ለናደው እዝ መደምሰስ 28 ምክንያቶችን ያቀርባል።[138] በዚሁ ሪፖርት ላይ በአመራር ላይ የነበሩ የጦር አዛዦች፣ የፖለቲካና የመረጃ ኃላፊዎችን ተጠያቂ ሲያደርግ ጄኔራል ውበቱን ሜካናይዝድ ብርጌዱን አደገኛ ቦታ ላይ በማስቀመጣቸውና ሁኔታው ሲበላሽ በጊዜ ቦታውን እንዲቀይር ባለማድረጋቸው ይከሳቸዋል። ኮሎኔል መንግሥቱ ለገነት አየለ በሰጡት ቃለ ምልልስ ላይ “ግንባር ላይ የተሾመ ወጣት

138 Gebru Tareke. The Ethiopian Revolution: War in the Horn of Africa. (ፕሮፌሰር ገብሩ የሚጠቅሱት በጦር ኃይሎች ዋና ኢንስፔክተር በጄኔራል አሥራት ብሩ መሪነት፣ ኮሎኔል አብደላ ሙሐመድ፣ ኮሎኔል ዓለማየሁ ወልዴና ሌተና ኮሎኔል ይርጋ ኃይለማርያም የሚገኙበት ኮሚቴ ያቀረበውን ሪፖርት ሲሆን ሪፖርቱም የቀረበው ለሕዝብ ደኅንነት ሚኒስትሩ ለኮሎኔል ተስፋዬ ወልደሥላሴ ነው።)

ጄኔራል” ብለው የሚያሞኳሻቸውን ጄኔራል ውበቱን እዚያው ምልልስ ላይ “ጄኔራል ውበቱ የሚባለው ተነሥቶ በግመል አመለጠ” ብለው ይከሷቸዋል።[139] እነዚህ ክሶች እውነትም ይሁኑ የተሳሳቱ ጄኔራል ውበቱ በመጽሐፋቸው ላይ አንዳችም መልስ ሳይሰጡ አልፈዋቸዋል።[140]

ሻዕቢያ ላይ መረጃ መሰብሰብ ወይንስ የጦር አዛዦችን “ጆሮ መጥባት”?

የደርጉ የስለላ ክፍል ኃላፊ የነበሩት ኮሎኔል ተስፋዬ ወልደሥላሴ ከአፋቤት ሽንፈት 6 ቀን በኋላ መጋቢት 16 1980 ለመከላከያ ሚኒስትሩ ለጄኔራል ኃይለጊዮርጊስ ሀብተማርያም ስለ ሽንፈቱና በተከታታይ መወሰድ ስላለበት እርምጃ ባለፈው ምዕራፍ ላይ የጠቀስነውን ደብዳቤ ይጽፋሉ። በዚህ ደብዳቤ ላይ ሠራዊቱ የተሸነፈው:- ሀ) ወታደራዊ ብቃት ስለሌለው ሳይሆን ለ) የውጊያ ሞራል ስለሌለው ሳይሆን ከውስጥ ለጠላት መረጃ የሚሰጡ የሻዕቢያ ሰላዮች ምሥጢር አሳልፈው ስለሰጡ ነው ይላሉ።

ኮሎኔል ተስፋዬ ስለ ሠራዊቱ ብቃትም ሆነ ሞራል የጻፉት የጦሩ መሪዎች ከጄኔራል መርዕድ ጀምሮ እስከ ግንባር አዛዦች በየጊዜው ሪፖርት ከሚያደርጉት እጅግ የራቀና የተቃረነ ነው። የኩባው ጄኔራል ኦቾዋም ካስተዋሉትና ከተናገሩት ሐቅ ጋር የማይጣጣም ነው። ነገር ግን ስለ ሠራዊቱ ብቃትና ሞራል የጻፉት ነገር ለማጣፊጥ የገባ ነው ብለን እንለፈውና ደብዳቤያቸው እነማንን ሰላይ ብሎ እንደሚፈርጅና የስለላው መልክም ምን እንደሚመስል የጻፉትን እንይ።

የሻዕቢያን ሰላዮችንም ሲዘረዝሩ የሠራዊቱን ባለሥልጣናት ያገቡ የኤርትራ ሴቶች፣ የኤርትራ ተወላጅ የሆኑ መኮንኖች፣ በጥቅም የተገዙ ጄኔራሎች፣ የኤርትራ ተወላጅ የሆኑ የሲቪል ባለሥልጣናት፣ በሴት ሱስ የተጠመዱ የሠራዊቱ አባላት እንደሚገኙባቸው ይጠቅሳሉ። እነዚህ ሰላዮችም ከጠቅላይ ኤታማዦር ቢሮ ጀምሮ ጦሩ ውስጥ እንደተሰገሰጉ ያስገነዝባሉ። የስለላውን መልክ ሲዘረዝሩ የጦሩን አቀማመጥ የሚያሳዩ ንድፎችን፣ የሠራዊቱን የሰው ኃይልና የመሣሪያ ዓይነት፣ የመከላከያ ወረዳዎችን...ወዘተ አሳልፎ መስጠት እንደሆነ ያመለክታሉ። ከዚያም አፋቤትን አንሥተው ውድቀቱ የተከሠተው ጠላት መረጃ ስላገኘ፣ ሠራዊቱም መክፈል የነበረበትን መሥዋዕትነት ሳይከፍል በበቂ አመራር እጦት ሳይዋጋ ስለሸሸ ነው ይላሉ።

ይህ ደብዳቤ ለጄኔራል ኃይለጊዮርጊስ የተጻፈ ሲሆን ለብሔራዊ ዘመቻ መምሪያ፣ ለመከላከያ ፖለቲካዊ አስተዳደርና ወታደራዊ ደኅንነት በግልባጭ ተላልፏል። የኤታማዦር ሹሙ ቢሮ መጠቀሱና ደብዳቤውም ለእርሱ እንዲደርስ ያለመደረጉ አንዱ ተጠርጣሪ የጄኔራል መርዕድ ባለቤት ወ/ሮ ገነት መሆናቸውን ያመላክታል። የመጨረሻው የደብዳቤው ክፍል ከፍተኛ አጣሪ ኮሚቴ ከሲቪል ደኅንነትና ፖለቲካ ክፍሉ ተወጣጥቶ በዚህ ኮሚቴ አመራር የውይይት መድረክ

139 ገነት አየለ ፤ የሌተና ኮሎኔል መንግሥቱ ኃይለማርያም ትዝታዎች

140 ጄኔራል ውበቱ በመጽሐፋቸው ጀርባ የኮሎኔል መንግሥቱን "ግንባር ላይ የተሾመ ወጣት..." ሙገሳን እንደጥቅስ አስፍረዋል። “በግመል ሸሹ” ብለው የለጠፉባቸውን ክስ ግን አላስተባበሉም።

ተከፍቶ ጦሩ ሰላዮችን በማጋለጥ ራሱን እንዲያጸዳና የተያዙትም ላይ ጠንከር ያለ እርምጃ እንዲወሰድ መንግሥት በቂ ገንዘብ የመደበ ስለሆነ በዚህ ጉዳይ ላይ መጀመሪያ እኔና (ኮሎኔል ተስፋዬ) እርስዎ እንድንወያይ አብዮታዊ ትብብር (የጄኔራል ኃይለጊዮርጊስን) ይጠይቃል።

ይህ ደብዳቤ በርካታ አስገራሚ የሥራ አፈጻጸምና የአስተሳሰቦች መዛባት ይታዩበታል። የመጀመሪያው "ሁ.አ.ሠ እያጋጠመው ያለው አሳፋሪ ሽንፈት የውጊያ ሞራልና ወታደራዊ ብቃት ጠፍቶት ሳይሆን ሰላዮች ምሥጢር እያባከኑበት ነው" ይላል። ማንም እንደሚረዳው በሁለት ተፋላሚዎች መካከል ሁልጊዜም ሰላዮች መረጃ ለማግኘት ብዙ ሙከራዎች ያደርጋሉ። ሻዕቢያም ሰላዮች በመንግሥትና በጦሩ ውስጥ እንዳሉት ምንም አያጠራጥርም።

ኮሎኔል ተስፋዬ እንደሚሉት ሠራዊቱ ወታደራዊ ብቃትና ሞራል ነበረው ማለት እያወቁ ራስን መደለል ነው። በቆራጥነት ይዋጋ የነበረውን ያህል ከፍተኛ የሞራል ውድቀትና የውጊያ ልምድ ማነስ አልነበረበትም ማለት ራስን ማታለል ይሆናል። በምሽግ ውስጥ ከቤተሰቡ ተለይቶ ማለቂያ በሌለው ጦርነት ሲሞትና ሲቆስል የኖረ፣ የሚራብና የሚለብሰው የሌለው፣ የተሰላቸ ወታደርና ካለ በቂ ሥልጠና ጦር ሜዳ የሚላክ ወጣት ሞራሉንም ሆነ ብቃቱን ከየት ያገኘዋል? ኮሎኔል ተስፋዬ አፋቤት የደረሰው ውድቀት ጦሩ "መከፈል የነበረበትን መሥዋዕትነት" ስላልከፈለ ነው ይሉናል። ኮሎኔል ተስፋዬ እንደሚሉት ሳይሆን በውጊያው ላይ የነበሩ የሠራዊቱ አባሎችና ከሻዕቢያ የተገኙ ሪፖርቶችም ጦሩ የኋላ ኋላ ቢፈታም መጀመሪያ በጀግንነት መዋጋቱን ይመሰክራሉ።

ከሁሉም በላይ የሚገርመው ሰላዮቹ እነማን እንደሆኑ ደርሰንበታል[141] ካሉ በኋላ ጦሩ ተሰብስቦ አውጫጪኝ ተቀምጦ ያጋልጥ ማለታቸው ነው። የስለላው ክፍል ሰላዮችን ካወቀ አስፈላጊውን እርምጃ ይወስዳል እንጂ ውይይትና ማጋለጥ ምን ያስፈልጋል? ይህ ሐሳባቸው በሥራ ላይ አልዋለም እንጂ ዋናው ዓላማ የራሳቸውን ሰዎች ጠቋሚ አድርገው ጥቂት የሚፈሯቸው ሰዎች ላይ ጥፋቱን አላከው "ጠንካራ እርምጃ" በማስወሰድ ለጦሩ "እንድትሸነፍ ያደረጉህ እነዚህ ናቸው። የአንተን ማሸነፍ የሚፈልጉትና የሚታገሉት ኮሎኔል መንግሥቱ ብቻ ናቸው" በማለት የኮሎኔል መንግሥቱ ጠላቶች ናቸው ተብለው የሚጠረጥሯቸውን ማስወገድና የኮሎኔል መንግሥቱን "የአገር ፍቅር" ስሜት አጉልቶ ተክለ-ሰውነታቸውን ማሳበጥ ነበር።

እዚህ ጉዳይ ላይ ለመነጋገርስ ደብዳቤ ለመከላከያ ሚኒስትሩ መጻፍ ምን ያስፈልጋል? በስልክ ተገናኝተን እንነጋገር ብሎ ቀጠሮ ማድረግስ ይቻል የለ? ይህስ ሁሉ ሆኖ እስከ መፈንቅለ መንግሥት ሙከራው ከዚያም እስከ ደርግ መንግሥት ውድቀት ድረስ ሰላዮቹ ተያዙ ወይንስ ኮሚቴ ለማቋቋምና ለመወያየት ስላልተቻለ ሰላዮቹ ሳይጋለጡ ቀሩ? ለመሆኑ የሻዕቢያ ሰላዮች ወደ ሦስት መቶ ሺህ በላይ የሆነ ጦር ውስጥ "ተሰገሰጉ" ሲባል ቁጥራቸው ስንት ቢሆን ነው?

141 ይህ ደብዳቤ በዶ/ር ፋንታሁን አየለ "The Ethiopian Army from Victory to Collapse (1977-1991)" እና ጄኔራል ውበቱ ፀጋዬ "ሁሉም ነገር ወደ ሰሜን ጦር ግንባር" ብለው በሰየሟቸው መጻሕፍት እንደ አባሪ ሆኖ ገብቷል።

እንደዚያ ሲሰገሰጉስ ሕዝብ ደኅንነቱ የት ነበር? ይህ ደብዳቤ የሚይሳየን የደርግ መንግሥት ስለላ ድርጅት ከተንኮል፣ ከግድያ፣ ከሸርና ወሬ ከማመላለስ በስተቀር ምንም ብቃት ያልነበረው መሆኑን ነው።

ቀደም ሲል እንደጠቀስነው ለመቀጣጫ፣ የኮሎኔል መንግሥቱን "ቆራጥ አብዮታዊነት" ለማሳየትና ጥፋቶችን ለመላከክ ጦሩ ፊት ኮሎኔል ውብሸት፣ ጄኔራል ታሪኩ ሌሎችም በርካታ መኮንኖች በተለያዩ ጊዜያት እንዲረሸኑ ተደርገዋል። የኮሎኔል ተስፋዬም ደብዳቤ በዚሁ መንፈስ ለአፋቤት ውድቀት ጭዳ የሚሆኑት በጊዜ እንዲዘጋጁ የሚጋብዝ ነበር። ኮሎኔል ተስፋዬ እያወቁ ያልጠቀሱት በጄኔራል ታሪኩ መገደልና ጦሩ ውስጥ በነበረው ያለመግባባት ከአፋቤት ውድቀት በፊት የከዱት በርካታ መኮንኖችና ወታደሮች ለሻዕቢያ መረጃ አቅራቢና መንገድ መሪ እንደነበሩ ነው።

እነ ኮሎኔል ተስፋዬ ሰላይ "ሲያሳድዱና" ቀጥለው ማንን ጭዳ እንደሚያደርጉ ሲዶልቱ ጄኔራል መርዕድ ንጉሤ ምን እየሠራ ነበር?

ከአፋቤት በኋላ

የመንግሥት ሠራዊት አፋቤት ላይ ከተፈታ በኋላ ከሞትና ከምርኮ የዳነው በየአቅጣጫው ተበታተነ። አብዛኛው ወደ ከረን ተመለሰ። ጄኔራል መርዕድም "እሳቱን" ለማጥፋት በአስቸኳይ ወደ ኤርትራ ሄደ። በዚህን ጊዜ የአባታችን ሾፌር አሥር አለቃ መንግሥቱ አባታችንንና ተልዕኮውን "የእሳት አደጋ" ነበር የሚሉት። አንድ ቦታ መጥፎ ነገር ሲፈጠር ቤት ይመጡና "የእሳት አደጋን ቦርሳ ስጡኝ" ይላሉ። የእሳት አደጋ ተለዋጭ ልብሶችን የያዘች ትንሽ ቦርሳ ስትሆን ሁሌም ለድንገተኛ ጉዞ ዝግጁ ሆና የምትቀመጥ ነበረች። አሥር አለቃ መንግሥቱ አባታችንንም ቦርሳዋንም የሚሄድበትንም ቦታ "እሳት አደጋ" ስለሚሉ እንስቅባቸው ነበር።

የሚገርመውና የሚደንቀው በአንድ በኩል እጅና እግሩን ተተብትቦ፣ ምክሩንም የሚሰማ መንግሥት ያጣው ጄኔራል መርዕድ የችግር ጊዜ ሲሆን ተፈላጊነቱ እጅግ ይንራል። እነ ኮሎኔል ተስፋዬ ጉድጓዱን ሲቆፍሩለት በጎን "ሙሉ ሥልጣን አለዎት" የሚል ቴሌግራም ከኮሎኔል መንግሥቱ ይደርሰዋል።

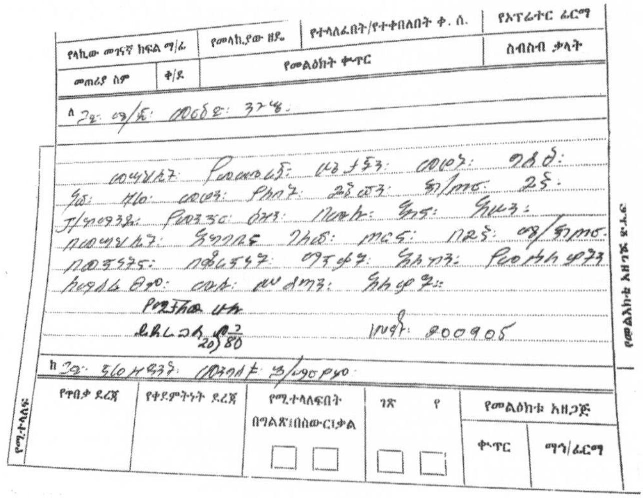

መሳሕሊት ቴሌግራም

ጀኔራል መርዕድ፣ ጀኔራል ደምሴና በየግንባሩ የነበሩ አዛዦች የተበታተነውንና ሞራሉ የደቀቀውን ጦር እንደገና አቋቁመው በአፋቤት ውድቀት ምክንያት የልብ ልብ አግኝቶ ከረንን ይዞ ከዚያም ወደ አሥመራ ሊዘልቅ የተዘጋጀውን የሻዕቢያን ጦር ማስቆም መቻል ነበረባቸው። ይህም ጥረት ተሳክቶ የሻዕቢያን ጥቃት ለመግታት ተችሏል።

የሻዕቢያ መጠንከርና የመንግሥት ጦር መዳከም በየቦታው የነበሩትን የጦር ክፍሎች ልክ እንደ አፋቤቱ ሊያስመታና ሊያስደመስስ ይችላል ተብሎ ስለታሰበ አንድ አጥኚ ቡድን ተቋቁሞ "ጠላት የተበታተነውን ጦር ወይንም በየነጥብ ጣቢያ የሚገኘውን ጦር በተናጠልና በየተራ እየተዋጋ እንዳይደመስስ ለማድረግ፣ የወገን ጦር በአንዳንድ ቦታዎች ተጠናክሮ በመሰብሰብ ጠላት ሲያጠቃ ለመመከትና ለመረዳዳት በሚችልበት ሁኔታ እንዲደራጅ ለማድረግ የሚያስችል እቅድ"[142] አውጥቶ ለጀኔራል መርዕድ አቀረበ። ከዚያም በጥናቱ ላይ ውይይት ከተደረገ በኋላ ከአቆርዳት፣ ከተሰነይና ከባሬንቱ እንዲሁም ከሌሎች አነስተኛ ቦታዎች ለቆ ጦሩ ከረን ላይ እንዲጠናከር ተደረገ።

ከአፋቤት መደምሰስ በኋላ ሻዕቢያ ከረንን እንደሚያጠቃ መረጃዎች ስለነበሩ ጦሩ ከረንን ለመከላከል ተዘጋጀ። ነገር ግን የበላይ አካል[143] ከረን በተመደቡት በጀኔራል ሁሴን አህመድ

142 አምሳሉ ገብረዝጊ (ኮሎኔል) ፤ የኤርትራ መዘዝ (የአጥኚው ቡደን ኮሎኔል አምሳሉን ራሳቸውን ጨምሮ ኮሎኔል ተስፋዬ ትርፌን፣ ኮሎኔል ሰለሞን ደሳለኝንና ኮሎኔል ፈቃደ እንግዳን ያካተተ ነበር።)

143 የበላይ አካል ማለት ከአፋቤት መውደቅ በኋላ ለሚከናወኑት ዘመቻዎች አመራር ለመስጠት ኤርትራ የነበሩትን ጀኔራል ተስፋዬ ገብረኪዳንን፣ ጀኔራል ኃይለጊዮርጊስን፣ ኮሎኔል ተስፋዬ ወልደሥላሴንና ሌሎችንም የኃይል አዛዦች ይጨምራል።

የመከላከያ እቅድ አልተስማማም። ጄኔራል ሁሴንም ከአዘጋጁትና ካቀዱት ፕላን ፍንክች አልልም ብለው የበላይ አካልን ውሳኔ አልቀበልም አሉ። ይህንን ፍጥጫ ለማስታረቅ ጄኔራል መርዕድ የተጫወተውን ሚና በከረን የተቋቋመው ቀዳሚ መምሪያ የዘመቻ ጥናትና እቅድ መኮንን የነበሩት ሻለቃ ማሞ ለማ እንደዚህ ይገልጹታል። "...በመጨረሻ ግን መቼም ለወገንና ለአገር ቅን አሳቢና አርቆ አስተዋይ አይጥፋ ነውና የጦር ኃይሎች ጠቅላይ ኤታማዦር ሹም ሜጀር ጄኔራል መርዕድ ንጉሤ የተካረረውን ጉዳይ በልዩ ዘዴ ሊያረግቡትና መፍትሔ ሊያስገኙለት ቻሉ። ጄኔራል መርዕድ ንጉሤ በግንባሩ አዛዥ የቀረበውን እቅድ ከአቻዎቻቸው ጋር ተወያይተውበትም ይሁን ወይም በግላቸው ቀና ባሕርያቸውና አገር ወዳድነታቸው ገፋፍቷቸው እንደሆነ ከራሳቸው በላይ ሌላ የሚያውቅ ባይኖርም ነገሩን የፈቱት በጣም አጭር በሆነና ብልህነት በተመላበት ዘዴ ነበር። የጄኔራል መርዕድ የመፍትሔ ሐሳብም "በዚህ ወሳኝና ግዙፍ ሠራዊት በተሰለፈበት ግንባር ሁሴንን አዛዥ አድርገን አምነንበት ከመደብነው እሱ በሚያምንበትና አሸንፍበታለሁ ብሎ በነደፈው ስልት ሠራዊቱን እንዲያዋጋ መፍቀድ አለብን። ይህ ሳይሆን ቀርቶ ግን አዛዡ እቅዱን ሲያቀርብ እኛ በእቅዱ ካላመንበትና እሱን ደግሞ እኛ በምንለው ማሳመን ካልቻልን ከግንባር አዛዥነቱ አንሥተን እኛ የተሻለ ነው በምንለው ስልት ግንባሩን ሊመራ የሚችል አዛዥ መመደብ ነው" የሚል ነበር። "...በመሆኑም ነገሩ በጥልቀት ሲታይ ሌላ አዛዥ መተካት የሚለው ሐሳብ በፍጹም የማይሞከር በመሆኑ ያለው አማራጭ የጄኔራል ሁሴንን እቅድ እንዳለ መቀበል ሆነ።"[144]

እንደታሰበውም ሻዕቢያ ግንቦት 7 ቀን 1980 ዓ.ም. መጠነ ሰፊ የሆነ ውጊያ ከፈተ። ጦሩ በደንብ ተዘጋጅቶ ይጠብቅ ነበረና በጄኔራል ሁሴን በወጣው ፕላን እየተደገፈ ከረንን ተከላከለ፤ ብዙ ድልም አገኘ። እንዲያውም ከዚያም አልፎ ከፍተኛ ስትራቴጂያዊ ጠቀሜታ ያላቸውን የመሳሕሊት በርንና የአውጋሮ ተራሮችን ለመቆጣጠር ቻለ። ከእነዚህ ውጊያዎች በኋላ ኮሎኔል መንግሥቱ በኤርትራ የአስቸኳይ ጊዜ አዋጅ አውጀው ጄኔራል ተስፋዬ ገብረኪዳንን የክፍለ አገሩ የበላይ አስተዳዳሪና የጦሩ የበላይ አዛዥ፣ ጄኔራል ደምሴ ቡልቶን የሁለተኛው አብዮታዊ ሠራዊት አዛዥ አድርገው መደቡ።

ከአፋቤት መደምሰስና ከረንን ለመከላከል ከተደረጉት ውጊያዎች በኋላ እስከ ግንቦቱ የመፈንቅለ መንግሥት ሙከራ ድረስ በኤርትራ ትልቅ ውጊያ አልተካሄደም። ከዚያ በኋላ የሚጠቀስ ነገር ቢኖር አፋቤትን ለመያዝ በመአሚዶ በኩል የተደረገውን የከሸፈ ሙከራ ነው። አንዳንድ የጦር አለቃ የነበሩ ጸሐፊዎች ማንም ምሥጢሩን የማያውቀው፣ በኮሎኔል መንግሥቱና በጄኔራል መርዕድ ብቻ የሚታወቅ ዘመቻ ነበር ይላሉ።

ይህንን ዘመቻ የሠራዊቱን አመራር አሻጥር "ለማጋለጥ"፣ እግረ መንገዳቸውንም ኮሎኔል መንግሥቱ ለአገራቸው ሲለፉ ከበታቾቻቸው የነበሩት ከፍተኛ ጄኔራሎች እንዴት ልፋታቸውን ገደል እንደከተቱባቸው የሚጽፉትና የሚናገሩት ጄኔራል መርዳሣ ሌሊሣና ጄኔራል ካሣዬ

144 ማሞ ለማ (ሻለቃ) ፤ የወገን ጦር ትዝታዬ

ጨመዳ ናቸው። ጄኔራል መርዳሣ ስለ ዘመቻው እቅድና አመራር ሲናገሩ "...ያንን የውጊያ እቅድ በሩሲያው የሠራዊታችን የበላይ አማካሪ በነበረው ጄኔራል ምክር ላይ ተመርኩዘው ከብ/ጄኔራል ተስፋዬ ትርፌ ጋር በመሆን የነደፉትም ይሁን በበላይነት የመሩት ሜ/ጄ መርዕድ ንጉሤ ነበሩ። ጄኒራሉ ትእዛዙን በቀጥታ ይቀበሉ የነበሩትም "ከብሔራዊ አብዮታዊ ዘመቻ ማስተባበሪያ"[145] ነበር። ጄኔራል መርዳሣ ይህንን መረጃ ከየት እንዳገኙት መጽሐፋቸው ላይ አይናገሩም። በዚህ ዘመቻ ለመሳተፍ በሳቸው ስለሚመራው ግብረ ኃይል ጦር ሲናገሩም 9ኛና 10ኛ ክፍለ ጦር እንዲሁም 102ኛው የአየር ወለድ እንደነበረና ከዚህም በተጨማሪ የአየር ኃይልና የባሕር ኃይል ድጋፍ እንደተዘጋጀላቸው ዘርዝረዋል። ኮሎኔል መንግሥቱ ስለዚሁ ዘመቻ ሲናገሩ "ሻዕቢያ አፋቤትን ይዞ ወደ ከረን፣ ወደ ኤርትራ ደጋ ሲያመራ በመልሶ ማጥቃት ለመመለስ ብቻ ሳይሆን አፋቤትን በፍጥነት መልሶ ለመያዝ በመሳሕሊት ግንባር አንድ ከፍተኛ የእግረኛና የብረት ለበስ ጦር አዘጋጅተን ለማጥቃት ከምጭዋ በመነሣት ዘጠና ታንክ ያህል የያዘ የተሟላ ጠንካራ የታንክ ብርጌድ እና ሁለት ስመ-ጥር ተዋጊ እግረኛ ክ/ጦሮች በማዘጋጀት የቀይ ባሕርን ዳርቻ ይዘው ተጓዙ። ከምጽዋ በተባለው የአፋቤት ግንባር ምሥራቃዊ አቅጣጫ እንዲያጠቁ፣ ጀግናው 102ኛ የአየር ወለድ ክፍለ ጦር በአካለጉዛይ አውራጃ ተራሮች፣ በደጋና በቆላው ክፍል አዋሳኝ በስውርና በሌሊት ሠርጎ ወደ አፋቤት በመግባት በጠላት ላይ ከፍተኛ ወረራ አድርገው ለዋናው አጥቂ ጦራችን በር እንዲከፍቱ የተሰነዘረው ዘመቻ በነጄኔራል መርዕድ ንጉሤ ሻጥር ከሸፈ" በማለት ከኢትዮጵያ እንደወጡ ዚምባበዌ ሆነው ባሰራጩት ቴፕ ይናገራሉ።

ከዚህ በላይ የኮሎኔል መንግሥቱ ንግግር እንደሚያመለክተው ኮሎኔል መንግሥቱ ራሳቸው በእቅዱ እንደነበሩበት ነው። ነገር ግን ቀደም ሲል የተናገሩትን በመቃረን "...የክልሉ የአየር ንብረት፣ የመሬት ቅኝትና ጥናት ሳይደረግ፣ ጦሩ በቂ ውኃ ሳይዝ ረጅም ርቀት እንዲጓዝ ተደርጓል" ይላሉ። መቼም የውጊያ እውቀት ባይኖረንም፣ ኮሎኔል መንግሥቱ ከላይ ያሰፈሩት ዓይነት እቅድ የአካባቢውን የአየር ንብረትና ሎጂስቲክስ ሳያካትት ሊነደፍ አይችልም። እንደተለመደው ኮሎኔል መንግሥቱ በአቋራጭ ይሳካል ያሉትና በአሸናፊነት ከተወጣ "ብልህነታቸውን"፣ ባይሳካ ደግሞ እዚያ አካባቢ በነበረ የጦር መሪ ላይ ሊላከክ የሚችል ብልጣ ብልጥነታቸውን የሚያሳይ የተለመደ ዘዬያቸው እና ቅጥፈታቸው እንደሆነ እናያለን።

በሠራዊቱ አመራሮች ላይ ምሬር ያለ ተቃውሞ ያላቸው የጄኔራል መርዳሣና ጄኔራል ካሣዬን ትረካ ልብ ብለን እንመልከት።

- ጄኔራል መርዳሣ ግንቦት 5 ቀን አፋቤትን እንዲይዝ የታሰበው የምሥራቅ ግብረ ኃይል አዛዥ ሆኜ ተሾምኩ ይላሉ። ከዚያም በመቀጠል ጄኔራል መርዕድ በከረን በኩል ከፍተኛ ውጤት ስለተገኘና ሻዕቢያ ስለተዳከመ በመአሚዶ አቅጣጫ የሚያጠቃ ግብረ ኃይል እናቁቋም የሚለውን ሐሳብ እንዳመጡ በኋላ ተነገረኝ ይላሉ። ይህንን "ተነገረኝ" ያሉትን

145 መርዳሣ ሌሊሣ (ሜ/ጄኔራል) ፤ የኢትዮጲያዊነቴ ትውስታ

ማን እንደነገራቸው ከየት እንዳገኙት መጽሐፋቸው ላይ አይጠቅሱም። ከጀርመን አገር ተመልሰው ኮሎኔል መንግሥቱን ሲያነጋግሩም ጄኔራል መርዳሣ ኮሎኔል መንግሥቱን "ለመሆኑ ይህ ዘመቻ እንዴት ነበር የታቀደው?" ብለው አልጠየቋቸውም። ኮሎኔል መንግሥቱ ኪሎማ ላይ እኔን የመግደል ሤራ ነበር አንተ እንዴት አታውቅም እያሉ ጄኔራል መርዳሣን በጥያቄ ሲያፋጥጡ፣ ጄኔራል መርዳሣም በመአሚዶ ዘመቻ የደረሰውን ውድቀት ለኮሎኔል መንግሥቱ ሲያስረዱና ኮሎኔል መንግሥቱም ስለ ዘመቻው ውድቀት ገና አሁን እንደሰማ ሰው አዳመጡ እንጂ "እቅዱ እኮ የኔ ነበር" ብለው አልተናገሩም። ጄኔራል መርዳሣ መጽሐፋቸውንም ሲጽፉ እስቲ ኮሎኔል መንግሥቱ ከአገር ከወጡ በኋላ በዚህ ጉዳይ ላይ ምን ተናገሩ ብለው የኮሎኔል መንግሥቱን ቃለ መጠይቅ አላዩም ወይንም ትንተናቸው ላይ ማከል አልፈለጉም።

- ጄኔራል መርዳሣ በእቅዱ ላይ ይሳተፋሉ የተባሉት ክፍሎች ወደ ሌላ ግዳጅ እንደተላኩ ነገር ግን ዘመቻው በተገኘው ጦር መካሄዱን ይናገራሉ። እሳቸውም ከበላይ የመጣ ትእዛዝን ከመቀበል ውጪ የዘመቻው የበላይ አዛዥ እንደመሆናቸው ጠበቅ ያለ ተቃውሞም ሆነ ሐሳብ እንዳላቀረቡ መጽሐፋቸው ላይ ያምናሉ። አዛዦች ብዙዉን ጊዜ የጦር እቅድ ውስጥ ይሳተፋሉ። እነርሱ ካልተሳተፉበትም እቅዱ ላይ አስተያየት መስጠትና ማሻሻያ ማቅረብ ይችላሉ። ይህም ሁሉ ሆኖ ትእዛዝ ነው ከተባሉ በሚሰጣቸው መመሪያ መሠረት ተግባራዊ ያደርጋሉ። ጄኔራል መርዳሣ በዘመቻው ዝግጅት በመረጃና በሎጂስቲክስ ከፍተኛ እውቀት ያላቸውና እንዲሁም አካባቢውን "እንደ እጃቸው መዳፎች" የሚያውቁ ከፍተኛ መኮንኖች በዝግጅቱ እንደተሳተፉ ይናገራሉ። እሳቸውም በመጨረሻ ሰዓት "ጦሩ እንደዚህ ዓይነት ዝግጁነት ያንሰዋል፤ ይህ ነገር ይጎላል፤ እንደዚህ ቢሆን ጥሩ ነው የሚል ሐሳብ ላቀርብ እችላለሁ። ሆኖም ግን ሐሳቤን ከማቅረብ አልፌ ከበላዬ እንዳሉት ሰዎች ዋነኛው የመፍትሔ አካል ወይም ውሳኔ ሰጪ ልሆን አልችልም" ይላሉ። በእርግጥም የጄኔራል መርዳሣ ሐሳብ ተቀባይነት ላያገኝ ይችላል። ይህም ሆኖ ይህ ዘመቻ በአንድ ክፍለ ጦር ብቻ ሊከናወን አይችልም ብለው እንደ አንድ ቆፍጣና ጄኔራል መኮንን አቋማቸውን ቢያንስ ማስመዝገብ ይችሉ ነበር። ጄኔራል መርዳሣ ግን ይህንን ተቃውሟቸውን ለማሰማት የነበራቸውን ዕድል ሳይጠቀሙበት ቀርተዋል።
- ጄኔራል መርዳሣ እንደሚሉት ጄኔራል ተመስገን የበላዮችን ማነጋገር እፈልጋለሁ ብለው ጄኔራል መርዕድና የኃይል አዛዦቹ በተገኙበት እሳቸው ራሳቸው ተቃውሟቸውን ያለማሰማታቸውን እያስታወሱ "...በዚያ ሰዓት የጄኔራል ተመስገንን ሐሳብ ደግፌ ብቻ ሳይሆን አጠናክሬ ለኃይል አዛዦቹ ማስረዳትና ማሳሰብ ባለመቻሌም እያደር የተሰማኝ ፀፀት ከፍተኛ ነው። ዛሬም ያው የፀፀት ስሜት አብሮኝ አለ" ይላሉ። በእርግጥም የዘመቻው ዝግጅት ላይም ሆነ ዘመቻው ከተጀመረ በኋላ ምንም ተቃውሞ ያለማሰማታቸው ቢፀፅታቸው የሚገርም አይደለም።
- ጄኔራል ደምሴ ቡልቶ ሄሊኮፕተር ውስጥ ሆነው የመጀመሪያውን የውጊያ ትእዛዝ ሲሰጡ

ሄሊኮፕተር ውስጥ በነበረው ሙቀት ምክንያት "በሙሉ ስሜት መከታተል የሚያስቸግር ነበር" ይላሉ። በዚህም ሳያበቁ ጄኔራል ደምሴ በዘመቻው እንዳላመኑበት ይታወቅ ነበር ይላሉ። በጣም የሚገርመው የዚህ ዘመቻ የዘመቻ መኮንን የነበሩት ጄኔራል ካሣዬ ደግሞ "ሜጀር ጄኔራል ደምሴ ቡልቶ በወቅቱ የመከላከያ ዘመቻ መምሪያ ኃላፊ ሲሆኑ ይህ ዘመቻ ሲታቀድ አንድም ነገር እንደማያውቁና ጉዳዩን ፕሬዚዳንት መንግሥቱ፣ አማካሪውና ሜጀር ጄኔራል መርዕድ ንጉሤ ብቻ እንደሚያውቁት፣ በጉዳዩም የተናደዱ መሆናቸውን ለግብረ ኃይሉ አዛዥ ለሜጀር ጄኔራል መርዳሣ የነገሩዋቸው መሆኑን በኋላ አጫውተውኛል"[146] በማለት ጽፈዋል። ጄኔራል መርዳሣ ጄኔራል ካሣዬ ነገሩኝ ያሉትን መጽሐፋቸው ላይ አንድም ቦታ አላሰፈሩትም። መጽሐፋቸው ላይ የሰፈረው "በዘመቻው እንዳላመኑበት ያስታውቃል" የሚል ብቻ ነው። ጄኔራል መርዳሣ የጻፉትና ጄኔራል ካሣዬ ከጄኔራል መርዳሣ ሰማሁ ያሉት ሁለቱም እውነት ሊሆን ስለማይችል በዚህ ጉዳይ ላይ አንዳቸው ቃላቸውን ማስተካከል ይጠበቅባቸዋል። በተጨማሪም ጄኔራል ካሣዬ በሕዝብ መገናኛዎች ቀርበው በሰጡት ቃለ ምልልስ ላይ "...አዬ ካሣዬ፣ ስለዚህ ዘመቻ አላውቅም፣ መርዕድና መንግሥቱ ከራሽያኖቹ ጋር ያደረጉት ነው..." ብለው ጄኔራል ደምሴ ነገሩኝ ብለው መጽሐፋቸው ላይ ግን ይህንን መረጃ ከጄኔራል መርዳሣ እንዳገኙት ይናገራሉ። እውነቱ የትኛው ይሆን?[147]

- ዘመቻው ከተጀመረ በኋላ በጄኔራል መርዳሣ ጥሪ ጄኔራል መርዕድ፣ የሩሲያው የጦር አማካሪና የኃይል አዛዦች በተገኙበት የአየር ወለዱ አዛዥ ጄኔራል ተመስገን በጦሩ ላይ እየደረሰ ያለውን የሙቀትና የውኃ ችግር እንዳስረዱ ይተርካሉ። በዚህን ጊዜ ሁሉም ዝም ብለው ሲያዳምጡ፣ የሩሲያው አማካሪ ጄኔራል "አንተ አሁን ባለህበት ቦታ ቆመህም ይሁን ወደፊት ተነቃንቀህ የሚጠብቅህ ረሃብና ውኃ ጥም ነው። ቸገረኝ የምትለው ግን ጥይት ነው። እነዚህን ምክንያት አድርገህ መቆም የለብህም። የሚያዋጣህ ወደፊት መነቃነቅ ብቻ ነው። አልነቃነቅም የምትል ከሆነ ፈርተሃል ማለት ነው። ስለዚህ የፕሬዚዳንት መንግሥቱ ሰይፍ በማጅራትህ ላይ ያርፋል" በማለት እንደተናገረ ይጽፋሉ። የጄኔራል መርዳሣ ሪፖርት ትክክል ነው ብለን ብናምን እንኳን የሩሲያው ጄኔራል ሲናገር ሌሎቹ ለምን ዝም አሉ ለሚለው ጥያቄ መልስ ለመስጠት የሚያስችል መረጃ የለንም። ከዘመቻው በፊት ስለነበረው ውይይትም ሆነ በዘመቻው እቅድ ተሳትፈዋል ስለተባሉት ጄኔራሎች አቋም እስከ ዛሬ በማስረጃ ተደግፎ የቀረበ ነገር የለም። በዚህ ዘመቻ ላይ የ102ኛው አየር ወለድ ምክትል አዛዥ የነበሩትና ዘመቻው ሲከሽፍ የተረፈውን ሠራዊት እየመሩ የተመለሱት ስመ-ጥሩ ኮሎኔል ካሣዬ ታደሠን ስናነጋግራቸው በሰጡን አስተያየት "የመአሚዶ ዘመቻ ላይ ትእዛዙን የሚሰጡት የሩሲያ ጄኔራል ፔትሮቭ ነበሩ። ፔትሮቭ ካለ ሊቀመንበሩ ግፋ ነው የሚሉት። ጄኔራል መርዕድ ዝም ከማለት በቀር ሌላ ምን ምርጫ ነበራቸው? እያንዳንዱ ሰው ራሱ

146 ካሣዬ ጨመዳ (ሊቀ ኀሩያን ብ/ጄኔራል) ፤ የጦር ሜዳ ውሎዎች ሲታ ከምሥራቅ እስከ ሰሜን

147 "ደርግ የተሸነፈው በአሻጥር ነው" (የናቅፋ ጦርነት) የኮሎኔል ካሣ ገብረማርያም ታሪክ ክፍል 2 (በናሁ ቲቪ የተላለፈ)

የማይናገረውን ሌላ እንዲናገርለት ይፈልጋል። ጄኔራል መርዳሣም ሆኑ ጄኔራል ተመስገን አንዋጋም አላሉም። ትእዛዝ ሲሰጥ ከማጉረምረም በቀር ማን እንቢ ብሎ ቀረ? በሌላ ሰው ለመላከክ ካልሆነ በቀር...?" በማለት የታዘቡትን አጫውተውናል።

- ይህ ትእዛዝ ኮሎኔል መንግሥቱ በደንብ የሚያቁትና በተግባር እንዲውል ያዘዙት መሆኑን እናውቃለን። ቆይቶም ከጋዜጠኛ ገነት ጋር ያደረጉት ንግግር ላይ ዝርዝር የዘመቻዎችን እቅድና ከነውን ሲያወሩ አንድም ቦታ መአሚዶን አይጠቅሱትም። ከዚህም በተጨማሪ ይህንን ያህል ጦር የተሳተፈበት ዘመቻ ቀርቶ እዚህ ግባ የማይባል ተራ ወሬ እንኳን የማያመልጣቸው ኮሎኔል መንግሥቱ እያንዳንዱ የጦር እንቅስቃሴና ውሳኔ ይደርሳቸዋል። የጦር ኃይሎችና የብሔራዊ አብዮታዊ ዘመቻ ማስተባበሪያ አዛዥ ስለነበሩ ምን እንደታቀደ፣ እንዴት ሊፈጸም እንደታሰበና የሚለዋወጡ ሁኔታዎችን በዝርዝር እንደሚከታተሉ ጄኔራል መርዳሣም ሆኑ ጄኔራል ካሣዬ ያውቁታል። ኮሎኔል መንግሥቱ ዘመቻውን ማስቆም ወይንም ማሻሻል ይችሉ ነበር። ዘመቻው ከወደቀ በኋላም ጄኔራል መርዳሣ ስለዘመቻው ያለመሳካት ሪፖርት እንዳቀረቡም በመጽሐፋቸው አስፍረዋል። በመአሚዶ ዘመቻ የደረሰው የሰው እልቂት እጅግ የሚያሳዝን ነው። ቢሆንም ግን ከመአሚዶ በእጥፍ ድርብ የሚልቁ እጅግ አሰቃቂ ውድቀቶች በኤርትራና ትግራይ በተደጋጋሚ ደርሰዋል። ጄኔራል መርዳሣና ጄኔራል ካሣዬ እያማረሩ እንዲሁም ኮሎኔል መንግሥቱ ፈራ ተባ እያሉ መአሚዶን የሚያነሱበት ምክንያት ከቅን ተቆርቋሪነት ይበልጥ የፖለቲካ ጎል ለማስገባት የሚደረግ ሙከራ ይመስላል።

በዚህ መጽሐፍ ላይ ደጋግመን እንደጠቆምነው ጄኔራል መርዳሣም ሆኑ ጄኔራል ካሣዬ በተደጋጋሚ ኮሎኔል መንግሥቱ ለአገር አሳቢ፣ የጦሩ መሪዎች ደግሞ አብዛኛዎቹ አሻጥረኞች እንደሆኑ ውድቀቶችን በመጥቀስ ሊያብራሩ ይሞክራሉ። ጄኔራል መርዳሣም ሆኑ ጄኔራል ካሣዬ በእነዚህ "አሻጥረኛ" በሚሏቸው ጄኔራሎች እየተመሩ ብዙ ድሎችንም ተጎናጽፈዋል። ያለ ምንም ጥርጥር ጄኔራል መርዕድን ጨምሮ እነዚህ "አሻጥረኛ" የሚሏቸው አዛዦች ለአገራቸው ያላቸውን ፍቅር በሚገባ ያውቁታል። (ቀደም ሲል ጄኔራል መርዳሣ ጄኔራል መርዕድን እያሞገሱ የጻፉትን ደብዳቤ የዚህ መጽሐፍ አባሪ ላይ ማየት ይቻላል።) በእኛ አስተያየት የነዚህ ጄኔራሎች ችግር የጄኔራል መርዕድን እውነተኛ ማንነት ማወቅ ወይንም ያለማወቅ ሳይሆን ሐቁን ለኮሎኔል መንግሥቱ ካላቸው አድናቆትና ፍቅር ጋር ማስታረቅ ነው።

ሁለቱም ጄኔራሎች (መርዳሣና ካሣዬ) ለኮሎኔል መንግሥቱ ያላቸውን ዘመን የማይሽረው አድናቆታቸውን በመጽሐፍቶቻቸው ላይ ገልጸዋል። "ኃይለኛ፣ ደፋር፣ አንደበተ ርቱዕ መሆናቸውን ተረዳሁ።...አንድ የብርጌድ ጦር የውጊያ ልምምድ ዝግጅት ላይ ባቀረቡት ሙያዊ ገለጻ፣ ማብራሪያ፣ ትንተናም ይሁን በራስ የመተማመን ስሜት ስለሚያውቋቸው ወታደራዊ ጉዳዮች የማስረዳትና የማሳወቅ ልዩ ችሎታቸው በጣም ተደንቄ ነበር" ይላሉ ጄኔራል

መርዳሣ ኮሎኔል መንግሥቱን ሲገልጹ።[148] ጄኔራል ካሣዬም "እሺም እምቢም ሳይል እንዲሁ ወለም ዘለም እያለ ሲለይለት ካሸነፈው ጋር ለመሆን ሁኔታውን ይከታተል ነበር"[149] ብለው ያሰሯቸውንና የዘለፏቸውን ኮሎኔል መንግሥቱን "...ሥራቸውን ጠንቅቀው የሚያውቁ፣ ንቁ ጨዋና ትሑት ከመሆናቸውም በላይ ከፍተኛ የሆነ የአገር መውደድ ስሜት ያላቸው ናቸው።... ፕሬዚዳንት ከሆኑ በኋላ ያየሁባቸው ባሕርይ ደግሞ አገር ወዳድነታቸው የበለጠ የጎለበተበት... የአገርን ሀብትና ንብረት ያልዘረፉ ድሃ መሪ ነበሩ" እያሉ ያሞካሿቸዋል። ሁለቱም ጄኔራሎች ከበላዮቻቸው የነበሩትን የጦር አለቆች ሁሉ በተለያየ ጊዜ ካለምንም ማስረጃ በአሻጥረኝነት ሲከሱ ለኮሎኔል መንግሥቱ ያላቸውን አድናቆት በመደጋገም ሲያነሡ ኮሎኔሉ የጦር የበላይ አዛዥ መሆናቸውን የዘነጉ ይመስላሉ። እነዚህ ሁለት በሥራቸው የሚመሰገኑና በልፋታቸው ሊኮሩ የሚገባቸው ጄኔራሎች ኮሎኔል መንግሥቱን በማወደስ ራሳቸውን ትዝብት ውስጥ ይከታሉ። በዚህ አመለካከታቸውም ጦሩን ባዶ ሜዳ ላይ ጥለው የሸሹትን የኮሎኔል መንግሥቱን ከሕደት መጥቀስ እንኳን ይሳናቸዋል።

ኮሎኔል መንግሥቱ የጦሩን ውድቀት ኃላፊነት ለመውሰድ አይፈልጉም። በዓለማችን የታወቁ የአገር መሪዎችና የጦር አዛዦች ካለምንም ማቅማማት የአገራቸውንና የጦራቸውን ውድቀት ምንም ሳያወላውሉ በኃላፊነት ይቀበላሉ። ታላላቅ መሪዎች አገራቸው ስታሸንፍ፣ ጦራቸው ድል ሲመታ እራሳቸውን ዝቅ አድርገው፣ ድምፃቸውን ከፍ አድርገው ድሉ የተገኘው በሕዝቡና በሠራዊቱ እንደሆነ ይናገራሉ። ብዙም ሩቅ ሳንሄድ በ1972 ዓ.ም. ሚያዚያ ወር አሜሪካ በኢራን የተያዙባትን ዜጎቿዋን ለማስለቀቅ ያደረገችውን ዘመቻ መክሸፍ ለምሳሌ እናንሳ። በዚህ ሙከራ አሜሪካ 8 ወታደሮች ሲሞቱባት ለግዳጅ ከሄዱት 8 ሄሊኮፕተሮች መኻል 4ቱ ከጥቅም ውጪ ሲሆኑ በተጨማሪም አንድ ግዙፍ አይሮፕላንም ታጣለች። ከውድቀቱ በኋላ ፕሪዚደንት ጂሚ ካርተር እንደ ኮሎኔል መንግሥቱ ስም ጠርተው ወቀሳ ውስጥ አልገቡም። አሻጥር ተሠራብኝ አላሉም። ውድቀቱን በማንም ላይ አላላከኩም። "ይህ የተያዙብንን እሥረኞች የማስፈታት ግዳጅ የእኔ ትእዛዝ ነበር። ችግሮች ሲፈጠሩ ግዳጁ እንዲቆም ያዘዝኩትም እኔ ነኝ። ስለሆነም ኃላፊነቱ መሉ ለሙሉ የእኔ ነው" ነበር ያሉት።

ትግራይ

"ትውልድን ያናወጠ ጦርነት" ደራሲ ሻለቃ ንጋቱ ቦጋለ እንደጻፉት የሕዝባዊ ወያኔ ሓርነት ትግራይ (ሕወሓት) የጦር ታክቲክ በሦስት ደረጃዎች አልፏል። መጀመሪያው የመንግሥት ድርጅቶችን፣ ድልድዮችንና ኮንቮይ መኪናዎችን መምታትና መሰወር፤ ሁለተኛው ተነጣጥለው በጥበቃ የተሰማሩ አነስተኛ የጦር ክፍሎችን በመምታት ጦር ውስጥ ሽብር መፍጠርና በሕዝብ

148 መርዳሣ ሌሊሣ (ሜ/ጄኔራል) ፤ የኢትዮጲያዊነቴ ትውስታ

149 ገነት አየለ ፤ የሌተና ኮሎኔል መንግሥቱ ኃይለማርያም ትዝታዎች

እውቅናን ማግኘት ሲሆን የመጨረሻው ደረጃ ደግሞ የመንግሥትን ኃይል ፊት ለፊት ገጥሞ መደምሰስና ቦታዎችን መያዝ፣ የተያዙትንም ቦታዎች መንግሥት መልሶ እንዳይወስዳቸው እየተከላከሉ ሕዝብን ከጎን ማሰለፍ ነበር።[150]

ሕወሓት ቀስ በቀስ ጉልበቱ እየጎለበተ ትግራይ ውስጥ ይንቀሳቀሱ የነበሩትን የኢትዮጵያ ዲሞክራሲያዊ አንድነት (ይበልጥ "ኢዲዩ" በመባል የሚታወቀውን) እንዲሁም የኢትዮጵያ ሕዝቦች አብዮታዊ ፓርቲን (ኢሕአፓ) አባርሮ በአካባቢው የበላይነትን አገኘ። በሶማሊያና በኤርትራ ጦርነቶች የተወጠረው መንግሥት የትግራይን ሁኔታ ችላ በማለቱ ለሕወሓት መስፋፋትና መጠናከር አንዱ ምክንያት ሆነ። መንግሥት የትግራይ ጉዳይ አሳሳቢ መሆኑን ተረድቶ ፊቱን ወደ ትግራይ ካዞረ በኋላ በተደጋጋሚ የሠራቸው ፖለቲካዊና ወታደራዊ ስሕተቶች ለሕወሓት መጠናከር ከፍተኛ አስተዋፅ አድርገዋል። ከመንግሥት ችላ ማለትና ትግራይ ላይ ካለማተኮር ሌላ የሕወሓት ተዋጊዎች ከፍተኛ ሥነ-ሥርዓት (ዲሲፕሊን)፣ ያለ ትእዛዝ አንዳች ነገር ያለመፈጸማቸው፣ ሁልጊዜ ውይይት በማድረግ ሥራቸውን መገምገማቸው፣ የመዋጋት ከፍተኛ ፈቃደኛነታቸው፣ አስፈላጊ ያልሆነ መሥዋዕትነት ማስወገዳቸውና በሕዝቡ ውስጥ ከፍተኛ ቅስቀሳ ማካሄዳቸው[151] ለጥንካሬያቸውና በኋላም ለማሸነፍ ካበቋቸው ምክንያቶች መካከል ናቸው።

በ1979 ዓ.ም. መጨረሻ ጄኔራል መርዕድ ንጉሤ የጦር ኃይሎች ጠቅላይ ኤታማዦር ሹም ከሆነበት ጊዜ ጀምሮ የትግራይን ሁኔታ መከታተል ጀመረ። ትግራይ የነበረው ጦር በአስቸኳይ ተዋቅሮ የሄደ ጦር እንደመሆኑ ከጄኔራል መርዕድ በተጨማሪ ያኔ የመከላከያ የዘመቻ ኃላፊ የነበረው ጄኔራል ደምሴ ቡልቶ በተደጋጋሚ እየሄደ ዘመቻዎችን ከመምራቱም ሌላ ለአመራሩ ድጋፍና መመሪያ ይሰጥ ነበር። ትግራይ ያለው የሦስተኛ አብዮታዊ ሠራዊት አመራር ከመከላከያ ዘመቻ መምሪያ የሚቀርቡ ሐሳቦችን ችላ በማለትና በትክክል ሥራ ላይ ባለማዋል ምክንያት በተፈጸሙ ስሕተቶች ተጨማሪ ውድቀቶች ተከተሉ። እነዚህን ውድቀቶች በማየት ነበር ጄኔራል ደምሴ ቡልቶ "...ሠራዊታችንን በአስቸኳይ ገንብተን ፊትለፊታችን ያለውን ችግር በቆራጥነት ካልተወጣነው የከፋ ሁኔታ እንደሚመጣና እኛም ከታሪክ ፍርድ እንደማናመልጥ ይታየኛል"[152] ያለው።

ኮሎኔል መንግሥቱ ከጦሩ ከፍተኛ አመራር የሚቀርቡትን ሐሳቦች ችላ ብለው ደርግ ሲቋቋም መጋቢ ሃምሳ አለቃ የነበሩትንና በኋላም ከሻምበልነት ማዕረግ የደርሱትን ታማኝ አገልጋያቸውን ለገሰ አስፋውን የትግራይ ራስ ገዝ አስቸኳይ ጊዜ አዋጅ የበላይ አስተዳዳሪና የሠራዊቱ የበላይ አዛዥ አድርገው ሾሙ። ጄኔራል ሙላቱ ነጋሽም የሦስተኛው ሠራዊት አዛዥ ሆኑ።

150 ንጋቱ ቦጋለ (ሻለቃ) ፤ ትውልድ ያናወጠ ጦርነት

151 ጄኔራል መርዕድ ትግራይን ሲጎበኝ የእዙ አዛዥ ጄኔራል አዲስ አግላቸው መግለጫ ሲሰጡ ማስታወሻው ላይ ካሰፈረው የተገኘ ነው።

152 Gebru Tareke. The Ethiopian Revolution: War in the Horn of Africa.

ከሻምበል ለገሰ ሹመት በኋላ የመከላከያ ሚና የሎጂስቲክስና አስተዳደራዊ ዕርዳታ በመስጠት ተወሰነ። ዘመቻ ነክ ግንኙነቶች ከኤታማዦሩ ቢሮና ከዘመቻ ክፍሉ ሳይሆን በቀጥታ ከኮሎኔል መንግሥቱ ጋር ሆነ። በዚህን ጊዜ ነበር "የጦር ኃይሎች ኤታማዦር ሹሙ ጄኔራል መርዕድ ንጉሤ ትግራይ ውስጥ ስለተደረጉ ዘመቻዎች የሚያውቁት ሁኔታዎች ካለቁ በኋላ ከግንባር በሚላኩ ሪፖርቶች" እንደሆነ ጄኔራል መርዕድ ለኮሎኔል ተስፋዬ የጻፈውን ደብዳቤ በመጥቀስ ፕሮፌሰር ገብሩ ታረቀ ጽፈዋል።[153] ይህንኑ ሁኔታ ፓትሪክ ጊልክስ "የጦር ኃይሎች ጠቅላይ ኤታማዦር ሹሙ ጄኔራል መርዕድ ንጉሤም የሦስተኛው አብዮታዊ ሠራዊትን እንቅስቃሴዎች መረጃ የሚያገኙት የጄኔራል ሙላቱ ነጋሽ ሪፖርቶች ኮፒ ሲላኩላቸው ብቻ እንደነበረ" አክለውበታል።[154] የሰሜን (የኤርትራና የትግራይ) ሁኔታ እጅግ እየተባባሰ በሄደበትና፣ የመከላከያ ሚና ይበልጥ በአስተዳደራዊና በሎጂስቲክ ጉዳዮች ላይ እንዲያተኩር በተደረገበት ጊዜም ቢሆን ጄኔራል መርዕድ ለአገሪቱ ይበጃሉ የሚላቸውን ሐሳቦች ከማቅረብ ተቆጥቦ አያውቅም።

ከዚህ በታች፣ ጥር 11 ቀን 1981 ለመከላከያ ሚኒስትሩ የጻፈው ደብዳቤ አገሪቱ የነበረችበትን አሳሳቢ ሁኔታ ጥሩ አድርጎ ያሳያል። በዚህ ደብዳቤ በሰሜን ያለውን ሁኔታ ተንትኖ ያሉትን አስጊ ሁኔታዎችና ሊደረጉ የሚገባቸውን የመፍትሔ ሐሳቦች ይሰነዝራል።

የሰሜንን ግምባር በተመለከተ

1. *ሥጋት*

<u>ትግራይ</u>፡- ቀደም ሲል እንደታሰበው የሕወሓት ወምበዴን በሽሬ አካባቢ መትቶ መንገድ ለመክፈት ተነድፎ የነበረው እቅድ ካለመሳካቱም ሌላ በወገን ጦርና በመሣሪያዎቻችን ላይ ጉዳት ደርሷል። ወገን የባሰ ሁኔታ ላይ ላለመድረስ ጦር ከሌላ ግምባር በማምጣት የሽሬ አካባቢን አጠናክሯል። ወምበዴ መሣሪያና መገናኛ ዕቃ ከወገን በመውሰዱ ብዙ ጦራችንን በመጉዳቱና በመማረኩ ሞራሉ ከፍ ብሏል። በዚህ ድሉ የተነሣ የሕዝብን ወገናዊት ይበልጥ አትርፏል።

ወምበዴው እንደዚህ ዓይነት ያልጠበቀው ዕድል ስላጋጠመው፣

1. በሽሬ አካባቢ ያለውን ጦር ዘግቶ በመያዝ ሌሎች ተነጣይ ጦሮችን በመረባረብ እንደሚመታ ይገመታል፣ ምልክቶችም ታይተዋል።
2. በሽሬ አካባቢ ያሉት ጦሮችም ገና ስላልተደራጁ በቅርብ ቀን ውስጥ ጠቃሚ ሥራ ይሠራሉ የሚያሰኝ ሁኔታ የለም።

153 Gebru Tareke. The Ethiopian Revolution: War in the Horn of Africa. (ፕሮፌሰር ገብሩ ያሰፈሩት ጄኔራል መርዕድ ለኮሎኔል ተስፋዬ ወልደሥላሴ የጻፉትንና እሳቸውም ለኮሎኔል መንግሥቱ ባስተላለፉት ሪፖርት ላይ ያከሉትን ጠቅሰው ነው።)

154 Patrick Gilkes. The Battle of Af Abet and Eritrean Independence.

3. አዲግራት፣ ሑመራ ሌላም ቦታ ነጠል ብለው ያሉ ጦሮች ራሳቸውን ለመከላከልና አካባቢአቸውን ለመቆጣጠር ያላቸው ችሎታ አስተማማኝ አይደለም።

4. የሑመራው ጦር እስከመጨረሻው ከመከላከል ሌላ ምርጫ የለውም።

5. የአዲግራቱ ጦር ውሳኔ ከተሰጠና በወቅቱ ከሆነ ወደ መቀሌ መሄድ ይችል ይሆናል። ይህ መሆን የሚችለው በጠላት ግፊት ከለቀቀ ከባድ ጉዳት ሊደርስበት ይችላል። በተለይም 10ኛ ክ/ጦር ከራማ ሲለቅ ወምበዴው ወዲያው ስለሚረባረብበት ወደ ኤርትራ ይሄድ እንደሁ እንጂ ወደ መቀሌ ለመሄድ ችግር ይገጥመዋል።

ሑመራና አዲግራት ያሉት ጦሮች አሰላለፍና እዚያ መቆየት ጥቅም ሲታይ፣

- የሑመራው ወታደራዊ ጠቀሜታ ሲኖረው
- የአዲግራቱ የፖለቲካ እንጂ ወታደራዊ ጠቀሜታው ይህን ያህል አይደለም።
- ይህ ቢባልም በችግር ምክንያት መልቀቅ በብዙ መልኩ ጉዳት እንዳለው የሚዘነጋ አይደለም።

ኤርትራ

እስከ አሁን በአንደኛው ደረጃ አሳሳቢ ሆኖ ያለው የኤርትራ ጉዳይ ነው። በመሆኑም ለሱ በቂ ዝግጅት ማድረግ አስፈላጊነቱ ስለታመነ የሚቻለው ሁሉ እየተደረገ ነው። ሆኖም በአንድ በኩል ወምበዴዎቹ ፋታ ሊሰጡን ያልቻሉ ሲሆን፣ በሌላ በኩል ደግሞ ለዚህ የታሰቡ ሁሉ እንደሚፈለገው መሄድ ያልቻሉ በመሆኑ ደግሞ ደጋግሞ ማሰብ ግድ ሆኗል።

በአሁኑ ጊዜ በኤርትራ በኩል አሳሳቢ የሆኑ ሁኔታዎች፣

1. የከረን ግምባር

2. ከረን-አሥመራ መንገድ

3. ሰሜናዊ ባሕርይ አሥመራ-ምጽዋ መንገድን ጨምሮ

4. ምጽዋ ወደብ

5. ምጽዋ ወደብ የባሕር ክልል አሰብን ጨምሮ

በመሠረቱ የሁአሠ ሠራዊት ማጥቃት ባይችልም መከላከል እንደሚችል ይገመት ነበር። ኋላ ግን አንዳንድ ሁኔታዎች በመለወጣቸው ለመከላከል ያለው ችሎታውም አጠራጣሪ ሆኗል።

ጥቂቶቹ ምክንያቶች

1. ለሦአሠ ድጋፍ ክ/ጦር በመላኩ
2. ፎሮ ኤሣኤላ አካባቢ የሚይዝ ጦር በመላኩ
3. በቂ አዛዦች በየግምባሩ ያለመኖራቸው
4. የከባድ መሣሪያ ጥይቶች እጥረት
5. ጦር ከቦታ ቦታ አነቃንቆ ለመዋጋት የሚያስችል ወታደራዊ መኪናዎች ያለመገኘት ዋናዎቹ ናቸው።

ከላይ የተጠቀሱትንና ጠቅላላውን ሁኔታ አገናዝበን ስናይ በቅድሚያ ሊታሰብባቸውና ውሳኔ ሊሰጣቸው ፈጣን እርምጃም ተወስዶባቸው ተግባራዊ መሆን ያለባቸው፣

1. ኃይል ማግኘት
2. መሪዎች ማግኘት
3. ድርጅት ማሟላት
4. ኢንሺየቲቭ ከጃችን እንዳይወጣ ማድረግ ዋናዎቹ ሆነው እናገኛለን።

የመፍትሔ ሐሳብ

የትግራይና የኤርትራ ጉዳይ ከፍተኛ ኃላፊነትና ሥልጣን ባላቸው ጓዶቻችን የተያዙ በመሆናቸው ዛሬውኑ ከፍተኛ አደጋ ይፈጠራል ብሎ መናገር ባይቻልም ከጠቅላላው ሁኔታ ጋር እየተገናዘበና ነገሮች ከሥር ከሥር እየታዩ ፈጣን ውሳኔ እንዲሰጣቸው ካልተደረገ፣ በተጨማሪም ለነገና ለዘለቄታ ያስፈልጋሉ የሚባሉት እየተጠኑ ዛሬውኑ ካልተወጠኑ ውሎ አድሮ ችግሩ መጠጠሩ አይቀርም።

ስለዚህ

ከላይ የተመለከቱትና የችግራችን ማቃለያ የሆኑትን ለማግኘት ልዩ ጥረት ማድረግ ያስፈልጋል ማለትም፣

1. በአአሠና በአራሠ ውስጥ እንዲቋቋሙ የተባሉት እንዲፋጠኑ ማድረግ።
2. ከ50,000 የኀደሉት በተቻለ በፍጥነት ተቀጥረው ሥልጠናቸው እንዲፋፋም ማድረግ።
3. ሐረር ጦር ት/ቤት ያሉት ዕጩ መኮንኖች ሥልጠና የሚፋጠንበትን ሁኔታ መፍጠር።

4. በሚቀጥለው ጊዜ ምልምል ለማግኘት የሚያስችል ሁኔታ ከወዲሁ ማጥናት።

5. በአሁኑ ጊዜ ኮሚሳርያት የሚሠራው ሥራ በጉልህ ስለማይታይ በነሱ አማካይነት ሲቪል መከላከል የሚጀመርበትን ሁኔታ ማመቻቸት።

6. በቀይ ባሕር አካባቢ የባሕር ሚሊሺያ የማቋቋሙን ሐሳብ ተግባራዊ ማድረግ።

7. በጥናት ላይ ያለውን ማሪን ኮማንዶ ተግባራዊ ማድረግ።

8. የወደቦች ጥበቃን በተመለከተ መንግሥታዊና ሕዝባዊ ድርጅቶችን የሚያካትት ስለሆነ ይህ ተግባራዊ የሚሆንበትን ሁኔታ ማመቻቸት።

9. ጥይት፣ ትራንስፖርትና መገናኛን በተመለከተ ያለንበት ሁኔታ ታውቆ ለየት ያለ እርምጃ መውሰድ የመንደርደሪያ ሐሳብ ሆነው በርስዎ ሰብሳቢነት በዚህ ጉዳይ ላይ ውይይት ቢደረግ ጥሩ ጥሩ ሐሳቦች ይመጣሉ የሚል እምነት ስላለን አጀንዳ ተይዞ እንድንወያይበት በትሕትና አሳስባለሁ።

ይህ ደብዳቤ ተጽፎ ብዙም ሳይቆይ ጄኔራል መርዕድ ትግራይ ሄዶ ሁኔታውን እንዲያጠና ይላካል። እንደሚታወቀው ሻምበል ለገሰ ማንም እንዳይገባብኝ ስላሉ መከላከያም ሆነ የኤታማዦር ሹሙ ቢሮ አንዳንድ ዕርዳታ ሲጠየቁ ከመስጠት በቀር ትግራይ ውስጥ የሚደረገው ወታደራዊ ዘመቻ ውስጥ ምንም ሚና አልነበራቸውም። ከትግራይ እንደተመለሰ ጥር 22 1981 የጻፈው ሪፖርት እንደሚያሳየው "...የወቅቱን ሁኔታ የሚቋቋም ጥናትም ሆነ እቅድ ስለሌለ አንድ ሌላ ጥናት ማስፈለጉንና...ሦስተኛው አብዮታዊ ሠራዊት የሚጠናከርበትና የሚጠበቅበትን ለመሥራት የሚችል መሆኑ ሊረጋገጥ የሚገባ መሆኑን" ያሳስባል።[155]

ከላይ እንደገለጽነው የመከላከያ ሚና ይበልጥ ሎጂስቲክስና አስተዳደራዊ እገዛ ላይ እንዲያተኵር የተደረገ ቢሆንም ጄኔራል መርዕድ ከተገደበበት ሥልጣን ውጪ አደጋዎችን ከመጠቆምና ሐሳቦችን ከመሰንዘር ችላ ብሎ አያውቅም።በ1980 ዓ.ም. በሕወሓት ዐማፅያን ላይ የተከፈተው የማጥቃት ውጊያ ከሽፎ በሕወሓት አሸናፊነት ሲደመደም ሻምበል ለገሰ የመከላከያን ዕርዳታ ለመጠየቅ ተገደዱ። ሪፖርቱ እንደሚያሳየው የመረጃ፣ የሥልጠና፣ የቀለብ አቅርቦት፣ የብቁ አዛዦች እጥረትና ከሁለተኛው አብዮታዊ ሠራዊት ጋር ማድረግ ስለሚፈልጉት ትብብር የመከላከያን ዕርዳታ ጠየቁ። ጄኔራል መርዕድም ጥያቄያቸውን ከዘረዘረ በኋላ በእርሱ ሥልጣን ሊወሰኑ የሚገባቸውን ወስኖ የተቀሩት ላይም የውሳኔ ሐሳቦችን ዘርዝሮ ሪፖርቱን ያቀርባል።

ጄኔራል መርዕድ የጠቅላይ ኤታማዦር ሹምነት ኃላፊነትን ሲረከብ የአገሪቷ የጸጥታ ሁኔታ እጅግ ተበላሽቶ ነበር። በሰሜን ከባሕረ ነጋሽ ዘመቻ በኋላ በኤርትራ ውጊያው ለጥቂት ወራት ጋብ ይበል እንጂ ብዙም ሳይቆይ ሻዕቢያ ተጠናክሮ በከፍተኛ ሞራልና በራስ መተማመን

155 ሙሉ ሪፖርቱን አባሪው ላይ ይመልከቱ።

የተነሣበት ወቅት ነበር። በትግራይ፣ በጎንደር፣ በወሎ፣ በወለጋ የጸጥታ ችግሮች ነበሩ። በዚያድ ባሬ መድከም የተነሣ ቀረ እንጂ በሶማሌም በኩል ሥጋቶች ነበሩ። በሱዳን በኩል አልፎ አልፎ ወታደራዊ ትንኮሳዎች ነበሩ።

በዚህ ሁሉ ጦርነት መኻል ኢትዮጵያ ልጆቿ እየተራቡ ነበር። በሰሜንም ኢትዮጵያውያን በረሃብ ያልቃሉ። በከተማ የኑሮ ውድነትና ሥራ አጥነት አይሏል። ጦርነቱ የደካማዋን ኢትዮጵያን ሀብት አልቦታል። በየግንባሩ የሚቆስለውና የሚሞተው ወታደርም ይራባል፣ ይታረዛል፣ ይጠማል። የደርግ መንግሥት ግን ድልን ይዘምራል። በኮሎኔል መንግሥቱ አመራር ተትረፍርፎ እንደሚመረት፣ ጠላቶቻችን እንደሚንበረከኩ ይሰበካል። ባለ በሌለ ጉልበት ለፓርቲ፣ ለ"ሪፑብሊክ" ምሥረታ ሩጫው ይጦፋል። በዚህ የምኞት ጉዞ መንግሥት "በኢትዮጵያ ረሃብ የለም" ብሎ ይዋሻል። ታሪክም ይደገማል። የቅድመ 66ቱ ረሃብና "የንጉሠ ነገሥቱ ልደት" በሰሜኑ ረሃብና "በቆራጡ መሪ በዓለ ንግሥ" ይተካሉ።

በውድም ሆነ በግድ የሚመለመል ወታደር ጠፋ። ከሞት የተረፈው ሠራዊት የምሽግ ኑሮው አማረረው፤ ረሃቡ፣ በሽታው፣ መታረዙ አንገፈገፈው። የመንግሥት ሠራዊት ቁጥሩ እየተመናመነ መጣ። መሸነፍ ሰለቸው። ጎኑ ያሉት አዛዦችም ለልፋታቸው ምስጋና ተነፈጋቸው። አዛዦች ስለሚጠረጠሩ በፖለቲካና በመረጃ ሰዎች ታጠሩ።[156] በጦር ሜዳ ያገኙት ድል በፖለቲካ መሪዎች ተወሰደባቸው። ፖለቲካው ጣልቃ እየገባ ድል አስነጠቃቸው። ለውድቀቱ ግን ብቸኛ ባለቤት ሆነው ተረሸኑ።

የጦሩ መሪዎች የአንድ ሰው ፈላጭ ቆራጭነት አማረራቸው። ኢትዮጵያ ስትደማ፣ ስትደክም፣ ልትወድቅ ስትንገላታ አዩ። ጦሩ ጉልበቱ ሲደክም፣ ጽናቱ ሲናጋ አስተዋሉ...በዚህ መቀጠል የትም እንደማያደርስ አወቁ።

ከዚያም የኮሎኔል መንግሥቱን መንግሥት ደፈሩት።

---

156 ኮሎኔል መንግሥቱ አዛዦችን አቆላልፎ ስለማያያዝ እውቀታቸው ተዝናንተው ሲናገሩ "እኔ ጓዶቹን ያቀናጀኋቸው አንደኛ በማዕረግ ዕድገታቸው፣ በፖለቲካ አመለካከታቸው እንዲሁም ለአገር አንድነት በመታገል አንድ ዓላማ አለን ቢባልም ከሚታዩት አዝማሚያዎች አንጻር እኔ (*እየሳቁ*) አንዱ አንዱን እንዲጠብቅ አድርጌ ነበር ያቀናጀኋቸው ማለት ነው" ይላሉ። (ገነት አየለ ፤ የሌተና ኮሎኔል መንግሥቱ ኃይለማርያም ትዝታዎች)

ምዕራፍ አሥራ አንድ

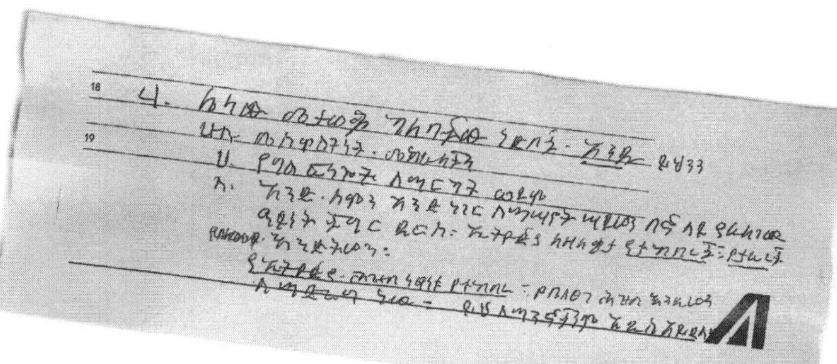

Septembre
September
Septiembre
Setembro

ምዕራፍ አሥራ አንድ፡
መፈንቅለ መንግሥት፤ የመጨረሻዎቹ ሰዓታት

"ውስብስብ ጥልፍልፍ ያለውን..."

"ውስብ ውስብስብ፣ ጥልፍ ጥልፍልፍ ያለውን፣ ፍልቅቅ ውልቅልቅ አድርጎ..." ይል ነበር አባታችን ነገር ሲድበሰበስ ወይንም ሰዎች ዋነኛውን ችግር ከምንጩ ማየት ሲሳናቸው። ባለፈው ምዕራፍ የጦር ኃይሎች ጠቅላይ ኤታማዦር ሹም በነበረበት ጊዜ የነበረውን የአሠራር ችግር ለማሻሻል ብዙ ጥረት ማድረጉን አሳይተናል። ከዚያም በፊት የአገሪቱ ችግር በተለይም የኤርትራ ሁኔታ ጠለቅ ያለ ጥናትና ግምገማ እንደሚያስፈልገው፣ በዐማፅያኑ ላይ ድል ሊገኝ የሚችለው የመንግሥት ጥረት ላይ የሕዝቡ ተሳትፎ ሲጨመርበት እንደሆነ እንዲሁም ችግሩ ፖለቲካዊ መፍትሔ ካልተጨመረበት በጦርነት ብቻ ሊፈታ እንደማይችል በተደጋጋሚ ሲናገር እንደነበር ተርከናል።

> <u>ጠላቶቻችን ዋና መሣሪያ አድርገው የሚጠቀሙት የእኛን የአስተሳሰብ</u> ድክመት፣ የኛን ድህነት፣ የእኛን አንድነት ማጣት፣ የእኛን የንቃት ጉድለት ነው። ከዚህ እስካልተላቀቅን ከነሱ ሥር አንወጣም። ስለዚህ ከሁሉ በፊት ከተራ አስተሳሰብ መላቀቅ አለብን። ከአጉል ጮሌዎችና ከዕለት ጥቅም ፈላጊዎችና ተሸናፊዎች መከላከል መቻል ነው።
>
> በአገራችን ከነዋሪው ሕዝብ በላይ በአገሩ ላይ አስተያየት የሚሰጥ፣ የሚወስን፣ የሚያስፈጽም ሊኖር ስለማይችል ቁርጥ ውሳኔ ላይ መድረስ ይኖርብናል።

<u>ጠላቶቻችን ዋና መሣሪያ አድርገው የሚጠቀሙት የኛን የአስተሳሰብ</u>
ድክመት፣ የኛን ድህነት፣ የኛን አንድነት ማጣት፣ የኛን
የንቃት ጉድለት ነው። ከዚህ እስካልተላቀቅን ከነሱ ሥር
አንወጣም። ስለዚህ ከሁሉ በፊት ከተራ አስተሳሰብ መላቀቅ አለብን።
ከአጉል ጮሌዎችና ከዕለት ጥቅም ፈላጊዎችና ተሸናፊዎች
መከላከል መቻል ነው።
በአገራችን ከነዋሪው ሕዝብ በላይ በአገሩ ላይ አስተያየት የሚሰጥ፣ የሚወስን፣
የሚያስፈጽም ሊኖር ስለማይችል ቁርጥ ውሳኔ ላይ መድረስ ይኖርብናል።

ወታደራዊ መፍትሔንም በተመለከተ የረጅምና የአጭር ጊዜ እቅድ ማውጣት፣ አቅምን በትክክል ተረድቶ ሠራዊቱ ባለው "ችሎታ፣ መሣሪያና ኃይል" መጠቀም አስፈላጊነትን ምን ያህል ይወተውት እንደነበረ ማስታወሻዎቹን እየጠቀስን አሳይተናል። የፖለቲካ አመራሩ ችግር ሲደርስ በዘመቻና በደቦ መልክ ተሯሩጦ እሳቱን ማጥፋት እንጂ ጥናትንና እቅድን የሚጠይቅ ጠለቅ ያለ ሥራ ለመሥራት ፍላጎቱ አልነበረውም።

ኮሎኔል መንግሥቱና ጭፍሮቻቸው እንደፈለጉ ጦሩን ሲያተራምሱ ይከርሙና ነገር ሲበላሽ ወደ አባታችንና ሌሎች ችሎታው አላቸው ብለው ወደሚገምቷቸው የጦር መሪዎች መዞር ልማዳቸው ነበር። ከመፈንቅለ መንግሥቱ ሙከራ በፊት የሁለተኛው አብዮታዊ ሠራዊት አዛዥ የነበረው ጄኔራል ደምሴ "ያጨማልቁ ያጨማልቁና መውጫ ሲያጡ ይጠሩናል። እንደዚህ የተጨማለቀ ነገር አጋጥሞኝ አያውቅም"[157] እንዳለው ጄኔራል መርዕድም በዚሁ መንፈስ "ለነገሩ እኛጋ እኮ ነው እንጂ ማዕረግ ለነሱ ምናቸውም አይደለች። እኛ ይህን ሁሉ ዓመት ወጥተን ወርደን ያገኘነውን ማዕረግ እነሱ እያነሱ ለአንድ ሌ/ኮሎኔል ለአንድ ሻለቃ ካድሬ ይሰጣሉ። ታዲያ ይህ ከአንድ ከሚሊተሪ ሥነ-ሥርዓት ውጪ ነው።...መሾሙን ይሹሙ፣ ችግራችን እሱ አይደለም። የኛ ችግር እንዴት አድርጎ ጦር ይመራል ነው? የሱን ቆሻሻ ማነው የሚያጸዳው?...ቀልድ አይደለም። አሁን በእነዚህ የሚመራ ጦር ይዋጋል? በሥራቸው ያሉት የበታች ሹማምንት የሚያዟቸው ሰዎች በሙሉ በሚሊተሪ እውቀትም፣ በችሎታም፣ በልምድም ይበልጧቸዋል። እና ጨርሶ ቀልድ ነው የተያዘው። መቀለድ። በሰው ነፍስ መቀለድ..."[158] ብሎ ነበር። በእርግጥም ኮሎኔል መንግሥቱ የሚሳሱላት ሥልጣን ከእጃቸው እንዳትወጣ ከችሎታ ይልቅ የግል ታማኝነትን በማስቀደም የጦሩን አመራር ሽባ አድርገውት ነበር።

ምክክርና ውይይትን በተመለከተ የኮሎኔል መንግሥቱ ፍጹም ፈላጭ ቆራጭነት መቼ ምንና እንዴት ውሳኔ ላይ እንደሚደርሱ መገመት አስቸጋሪ ከመሆኑ ሌላ ለሰው ነፍስ ያላቸው ዝቅተኛ አክብሮት በሰፊው ስለሚታወቅ በኃላፊነት ላይ ያሉ ሁሉ አስተያየታቸውን ከመግለጽ ይቆጠቡ ነበር። በዚህ ረገድ የመሰላቸውንና ለአገሪቱ ይጠቅማል የሚሉትን ደፍረው ከሚናገሩት ጥቂት ሰዎች መካከል አባታችን ጄኔራል መርዕድ አንዱ ነበር። በ1981 አካባቢ በዘመቻ መምሪያ የቀጠና አስተባባሪ ሆነው ተመድበው የነበሩት ሻለቃ ማሞ ለማ ኮሎኔል መንግሥቱ በሚገኙበት ስብሰባ ላይ ያስተዋሉትን ሲጽፉ "...ኤታማዦር ሹሙ ሜጀር ጄኔራል መርዕድ ንጉሤ በብዙ የመከላከያ ጉዳዮች ላይ ከፕሬዚዳንቱና ከመሰሎቻቸው ለየት ያለ ሐሳብ አቅርበው በመከራከርና የራሳቸውን እምነት በማሳወቅ ለየት ያለ ድፍረትና ጥንካሬ ያሳያሉ። ጄኔራል መርዕድ ንጉሤ በግንባር አዛዥነት በሰፊው ያገለገሉ በጦር ግንባሮች የደሙና የቆሰሉ ስለሆኑና አንዳንዴም በእልህና በቁጭት እቅጬን ስለሚናገሩ የተለየ ተደማጭነት አላቸው"[159] ብለዋል። ሻለቃ ማሞ ለዚህ መጽሐፍ ዝግጅት ስናደርግ በሞሉልን ቃለ መጠይቅ ላይ ይህንኑ ነጥብ በማጉላት የሚከተለውን አስተያየታቸውን ሰጥተውናል።

> ቤተ መንግሥት ከገባን በኋላ የተረዳሁት አንድ ትልቅ ነገር የአገሪቱ ፕሬዚዳንት መንግሥቱ ኃይለማርያም በሚመሩት የኃይል አዛዦችና የሚመለከታቸው ሚኒስትሮች

157 ደረጀ ደምሴ ፤ አባቴ ያቺን ሰዓት፡ ሜጀር ጄኔራል ደምሴ ቡልቶና የግንቦት 81 መፈንቅለ መንግሥት ሙከራ

158 ደረጀ ደምሴ ፤ ዝኒ ከማሁ

159 ማሞ ለማ (ሻለቃ) ፤ የወገን ጦር ትዝታዬ

የሚሳተፉበት ስብሰባዎች ላይ ተገኝቼ የታዘብኩት ነገር ነው። ብዙ ሰዎች እንደመሰከሩት ፕሬዚዳንት መንግሥቱ ጥሩ አዳማጭ ናቸው፤ ነገር ግን እየሰሙ የማያዳምጡትን ሰውና እየሰሙ የሚያዳምጡትን ሰው ፊታቸውን ሆነ የሰውነት እንቅስቃሴአቸውን (body language) አይቶ መለየት አዳጋች አይደለም። በዛን ወቅት ካሉት ከፍተኛ የጦር ጄኔራሎች ውስጥ እነ...ሌሎችም ቀና ብሎ እውነትን ደፍሮ የሚናገር አልነበረም፤ ቢናገርም የፕሬዘዳንቱን ጆሮ ማግኘት አይችልም። በዛን ሁሉም ሰው በፍርሐት ተገዢ ሆኖ በሚሽማቀቅበት ወቅት እውነትን ለመናገር ድፍረት አላቸው ቢባልና ሰሚም ነበራቸው ቢባል ጄ/ል መርዕድ ብቻ ነበሩ።[160]

በኢትዮጵያ ጦር ኃይሎች በተለያየ ኃላፊነት ሲያገለግሉ የነበሩትና በደርግ መንግሥት የመጨረሻው የጀግንነት ሜዳልያ የሆነውን "የኅብረሰባዊ ኢትዮጵያ የጀግና ሜዳልያ" ተሸላሚ የሆኑት ጄኔራል ተስፋዬ ሀብተማርያም ስለ አባታችን ባሕርይ ሲናገሩ "የዓላማ ጽናት የነበራቸው፣ መንፈሰ ጠንካራ፣ የማያምኑበት ከሆነ ያለምንም ፍርሐት የሚቃወሙ ደፋር ጀግና ጄኔራል መኮንን ነበሩ"[161] ብለዋል። ሌሎችም በዚያን ጊዜ የነበሩት ሚኒስትሮች፣ ባለሥልጣኖችና የጦር መሪዎች አባታችንን በትልቁም ትንሹም የማይቆጣ፣ የማይመስል ነገር ሲፈጸም የመሰለውን ረጋ ባለ መንፈስ ማስረዳትና ተቃውሞውን መግለጽ የሚችል ወታደር እንደነበረ ይናገራሉ።

ፕሮፌሰር ገብሩ ታረቀም እ.አ.አ. ኖቬምበር 1988 የተካሄደውን የመከላከያ ምክር ቤቱን 4ኛ መደበኛ ስብሰባ ቃለ ጉባኤ ጠቅሰው ጄኔራል ደምሴ ቡልቶ በኤርትራ ጉዳይ ላይ ሪፖርት ካቀረበ በኋላ ኮሎኔል መንግሥቱና ሻምበል ለገሰ አስፋው እየተረዳዱ የሁኔታውን አስከፊነት ለማድበስበስ ሲሞክሩ ጄኔራል መርዕድና ጄኔራል አበራ አበበ የተናገሩትን እንደዚህ ሲሉ ይጠቅሱታል።

> ጄኔራል መርዕድ የጄኔራል ደምሴ ሪፖርት ላይ በመጨመር "እኔ እስከማውቀው ድረስ እንኳን የጠላታችንን የራሳችንንም የጦር ኃይል ይዞታ በትክክል አናውቅም። የኤርትራን የአየር ጠባይ አናውቅም። ስለ ሠራዊቱ ዘመቻ አናውቅም። ይህንን የሚያክል ግዙፍ ሠራዊት ይዘን በጥናትና በእቅድ ብንዋጋ ኖሮ ውጤቱ ሌላ በሆነ ነበር" ሲሉ ጄኔራል አበራም የራሳቸውን ብሶት በማስተጋባት "ሕዝቡ ለምን ከዳን? ዘሎ እኛን ከመክሰስ በስተቀር ለምንም ነገር ደንታ የለውም። እና ከዚህ ማኅበረሰብ የመጣ ወታደር ግንባር ላይ በቆራጥነት ይዋጋል? እንዴት ነው ሽፍቶች ወታደሮቻችንን የሚያሳድዱት? ለስሙ ወታደር ይባላል እንጂ ይህ ሠራዊት ሥልጠና ይጎለዋል።...ወንበዴው አሁን ከያዝናቸው ቁልፍና ወሳኝ ቦታዎች እንዳያስወጣንና የበላይነት ማግኘት ከፈለግን ከፍተኛ ድርጅታዊ

160 ማሞ ለማ (ሻለቃ)፤ መጠይቅ

161 ተስፋዬ ሀብተማርያም (ብ/ጄኔራል)፤ ቃለ መጠይቅ

ለውጥ ማድረግ አለብን" ብለዋል።[162]

ይህ የአባታችን ሳያነበድድ ሐቅን የመናገር ባሕርይ እዚህ መጽሐፍ መጀመሪያ ላይ እየደጋገመ የሚያነሣት "እማማ" ከሚላት ካሳደገችው ሃደ ኩሊ የተማረው እንደሆነ እንረዳለን። አባታችን ሃደ ኩሊ ስለ ክብርና አገር ፍቅር ያስተማረችውን ሲጽፍ፡-

> እማማ ስለ ሀብት ብዙ ትነግረኛለች። ሀብት የምትለው ገንዘብን አይደለም፤ ክብርን ነው። ለወገን ማገልገልን ነው። ወንድነትን ነው። ቆራጥነትን ነው። ሙያን ነው። ለዚህ ነው የዘወትር ሥራዬ በዚህ አንጻር እንዲሆን ትመክረኝ የነበረው። በተቻለ ስለ ማኅበራዊ ኑሮም ታስተምረኝ ነበር። ፈገግታ አይለይህ፤ ፊትህን የምታጠቁርበት ቀን እጅግ ይነስ፤ ያለቦታው አትቆጣ፣ አትነጫነጭ፤ ስለተባለም ያለቦታው አትሳቅ ትለኛለች እማማ።

እኛ ቤት ውስጥ የምናውቀው አባታችን በትንሹ ግልፍ አይልም። እንዲያውም በተደጋጋሚ ስናጠፋ ካየን በቀልድም በቁም ነገርም ምክንያታችንን ለማወቅ ይሞክራል። ይመክራል። በተለይ የሚዋሽ፣ የሚያስመስል፣ የሚያሳስት ሰው፣ ሰብቀኛ አይወድም። በተደጋጋሚ የማይሆን ነገር ሲያይ ወይንም ሲነገረው በዝምታ ያዳምጣል፤ ይታዘባል። ያቺ እሱ ብቻ የሚያውቃት የትዕግሥት ድንበር ስትታለፍ ግን እሱ ባለበት አካባቢ መሆን ያስጨንቃል።

ሰው ያልሆነውን ነህ ተብሎ ሲወደስና ሲካብ አይወድም። እሱን ራሱን ሲክቡት ደስ አይለውም። አለቃውን አግንኖ የሚክብ ሰው በራሱ የማይተማመን ነው ብሎ ያምናል። የሚወደሰው ባለሥልጣንስ፣ ሰው ሁሉ ከአንተ በላይ የለም እያለ ሲያወድሰው ምን ይሰማዋል ብሎ ይጠይቃል። አባታችን አንድ የሚተርካት ጨዋታ ነበረች። ልጁ ዳቦ ሲበላ የመንደሩ ልጆች ያዩትና ለኛም አካፍለን እያሉ ያዋክቡታል። ልጁ ከወከባው ለመከላከል ሲል፣ "እንዴ እዚያ ጋ ዳቦ ይታደል የለም እንዴ? ከኔ ከምትካፈሉ ለምን ከዚያ ሄዳችሁ የፈለጋችሁትን ያህል አትወስዱም" ሲላቸው ሁሉም ጥለውት ግር ብለው ልጁ ዳቦ ይታደላል ወዳለበት ቦታ መሮጥ ይጀምራሉ። ልጁም በመገረም እነዚህ ሁሉ ልጆች እንዲህ ተንጋግተው የሄዱት ዳቦ በነፃ ቢታደል ነው ብሎ እሱም የራሱን ውሸት አምኖ እነሱን ተከትሎ መሮጥ ጀመረ ይባላል።

አንድ ደረጃ ላይ በውዳሴ ብዛት ኮሎኔል መንግሥቱ "ሳላውቀው ነው እንጂ በእውቀት፣ በአርቆ ማሰብ፣ በአገር ፍቅር ከእኔ የተሻለ የለም" ብለው ሳያስቡ አልቀሩም። ለዚህም ሳይሆን አይቀርም አባታችን አወዳሾችንም ሆነ ተወዳሹን በዚህች ጽሑፍ "ኧረ ተዉ" ለማለት የሞከረው።

ሰዎችን በጠባያቸው ውደዷቸው
በሥራቸው አድንቋቸው
የድካማቸውን ክፈሏቸው

162 Gebru Tareke. The Ethiopian Revolution: War in the Horn of Africa.

የሌለ ስም አትስጧቸው
ያለአግባብ አትቅኑባቸው
ጊዜ ስለሰጣቸው አትስገዱላቸው
ሰዎች አይደላችሁም ብላችሁ አታሳስቷቸው
የሚገባቸውንም ክብር አትንፈጓቸው
ሰዎች በጠባያቸው ከአውሬ እንደሚብሱ
ሰዎች ከፍጡራን ሁሉ አስተዋይ እንደሆኑ አትገምቱ
ሰዎች ስለተማሩ ብቻ አስተዋይ አይሆኑም
ስላልተማሩም ደንቆሮች አይደሉም
ሰዎችን ጊዜና ቦታ ይለዋውጧቸዋል
ሥልጣንም ያሳብዳቸዋል
ጭንቀትና ፍርሐትም ይለቅባቸዋል
ከሁሉም በላይ ስለራሳቸው ያሳስባቸዋል
ሰዎች ትልቅም ትንሽም ናቸው
ተፈጥሮ ነውና አትፍረዱባቸው

እያወቀኝ እንዴት አታልለዋለሁ
እሱን ከማታለል ምን አተርፋለሁ?
እሱም ያውቀኛል እኔም አውቃለሁ
ትናንት ያልነበረውን ዛሬ መሆን አይችልም
ሊያሻሽል ይችላል ይህንን አልክድም
ጨርሶ ስለመለወጡ ግን ከቶውንም አልቀበልም

ሰው ብዙ ከሠራ ብዙ ይሳሳታል
ስሕተቱን የማያሻሽለው ግን ምን ይባላል?
እውነት ምንድነው?
እውነት ተራ ቃል ነው ወይ?
እውነት የሚባለው ቃል ሳይንሳዊ ነው ወይ?
አልገባኝም...

ከዚህ በላይ የሰፈረውን አባታችን ለማን እንደጻፈው በግልጽ ባይነግረንም የኮሎኔል መንግሥቱን ተክለ ሰውነት ለመቆለል ይደረግ የነበረውን ውዳሴ ታዝቦ እንደሆነ አያጠራጥርም። ጄኔራል መርዕድ ከኮሎኔል መንግሥቱ ጋር ሆለታ ጦር ትምህርት ቤት ተማሪው በነበሩ ጊዜ ደርግ

ሲቋቋም የደርግ ጽ/ቤት ሥራ አስፈጻሚ ሹም ሆኖ ከደርግ አባሎች ጋር በቅርብ ይሠራ በነበረበት ጊዜና በጦርነቱ ዘመን በደንብ ይተዋወቃሉ።

አባታችን በአስተዳደሩ እንደሚበሳጭና እንደሚናደድ የሚያውቁ ወዳጆቹና ዘመዶቹ አገር ጥሎ እንዲሄድ ብዙ ጊዜ መክረውታል። ለእርሱ የሚወዳትን አገሩን፣ "አብረን እስከ መጨረሻው እንዋጋለን" ያላቸውን ወታደሮች ጥሎ መሄድ ከጥያቄ ውጪ ነበር። በደርግ ዘመነ መንግሥት ጡረታ ወይንም ስንብት መጠየቅ የመክዳትን ያህል አደጋ ላይ የሚጥል ስለነበረ የሚሞከር አማራጭ አልነበረም። ከሲቪልነት ወደ ወታደርነት ከተመለሰ በኋላ እንደ አንድ ኢትዮጵያዊ አገር ወዳድ ዜጋ በግዴታውና የአስተዳደሩን ብልሹነት በሚያስተውለው ሕሊናው መኻል የነበረው ትግል እንደሚያስጨንቀው ሁላችንም እናውቅ ነበር።

ለሠራዊቱ መውደቅ የሚሰጡ አንዳንድ "ዐበይት" ያልሆኑ ምክንያቶች

በሠራዊቱ ውስጥ ከኮሎኔል መንግሥቱ ጀምሮ በአመራር ደረጃ የነበሩና ሌሎችም የሠራዊቱ አባላት ስለ ጦሩ መሸነፍ የተለያየ አስተያየት ይሰጣሉ። እኛ በዚህ ጉዳይ ላይ ሰፊ ትንታኔ ባንሰጥም አንዳንድ እንደ ዋና ምክንያት ተደርገው ካለ በቂ ጥናትና ማስረጃ የሚወረወሩ አስተያየቶች ላይ ሐሳባችንን እንገልጻለን። በይበልጥም ከእነዚህ አስተያየቶች ጋር በተያያዘ ጀኔራል መርዕድን በማስመልከት የተሰነዘሩ ወቀሳዎችንም ቀረብ ብለን እናያለን። ከዚያም በማያያዝ በሚገባ ያልተጤኑ፣ አንዳንዴም ሆን ብለው የሚዘለሉ፣ በአንዳንድ ጸሐፊዎች ዘንድ እንደ ትንሽ ምክንያት የተድበሰበሱ ግን እጅግ ግዙፍ ናቸው የምንላቸው ምክንያቶች ላይ በማተኮር አስተያየታችንን እንሰጣለን።

1. በሠራዊቱ አመራር ውስጥ ያለው ልዩነት (ሆለታ፣ ክብር ዘበኛና አካዳሚ)

የጦሩ አመራር ላይ ነበሩ ከሚባሉት ችግሮች እንደ ዋነኛ ከሚጠቀሱት አንዱ በሆለታ፣ በክብር ዘበኛና በአካዳሚ ምሩቃን መካከል ያለው ልዩነት ነው። በመጀመሪያ ከተለያዩ ት/ቤቶች መመረቅ ወይንም በኮርስ ላይ ተመሥርቶ መናናቅ እኛ አገር ብቻ የተፈጠረ አዲስ ነገር አይደለም። እንደዚህ ዓይነት መቀናናት (Interservice rivalry) በሁሉም አገር ሠራዊት ውስጥ ያለ ነው። ምሳሌ ለመጥቀስ በእንግሊዝ አገር በፓራሹት ሬጂሜንትና በሮያል ማሪንስ፣ በአሜሪካ በባሕር ኃይልና አየር ኃይል፣ በምድር ጦር (አርሚ) እና በማሪን ኃይሎች መኻል ልዩነቶች፣ መናናቆችና አንዱ በሌላው ላይ መቀለድ በጣም የተለመዱ ናቸው።

ሆለታ ትንሽ ልጆች እያለን በምድር ጦር የተለያዩ ክፍሎች (ገነት ጦር ት/ቤት፣ ሙዚቀኛ፣ ወታደር ፖሊስ፣ ማመላለሻ...ወዘተ) መኻል የእግር ኳስ ውድድር ሲደረግ አንዳንዴ ለገላጋይ የሚያስቸግር ድብድብ እናይ ነበር። እነዚህ በኳስ ሜዳ የተደባደቡ የሠራዊቱ አባሎች ግዳጅ ላይ ይህ ልዩነታቸው አገርሽቶ ለውድቀት አድርሷቸዋል ሲባል ሰምተን ግን አናውቅም። ታሪክ

የሚነግረን የኢትዮጵያ ሕዝብ የጋራ ጠላት ሲመጣበት ልዩነቶችን አቻችሎ በአንድነት መቆሙን ነው።

በ1969/1970 የሶማሊያና የሰሜኑ ጦርነት ጊዜ የሰሜን፣ የምሥራቅና የደቡብ እዝ ሲቋቋም በአዛዥነት የተመደቡት በአመዛኝ የሆለታ ምሩቅ የነበሩ የ14/15ኛው ኮርሶች (ጄኔራል ኃይሉ ገብረሚካኤል፣ ጄኔራል አበራ ኃይለማርያም፣ ጄኔራል ዓለማየሁ ደስታ ወዘተ...) ሲሆኑ ከክብር ዘበኛ አካዳሚ ከተመረቁት ደግሞ የ3ኛ ኮርስ ምሩቃን (ጄኒራል መርዕድ ንጉሤ፣ ጄኔራል ደምሴ ቡልቶ፣ ጄኔራል ሙላቱ ነጋሽና ጄኔራል አሥራት ብሩ፣ ጄኔራል ረጋሣ ጅማ፣ ኮሎኔል እስጢፋኖስ ገብረመስቀል ወዘተ...) ይገኙበታል። ይህ የሆነው በሌላ በምንም ምክንያት ሳይሆን ከ1966ቱ ለውጥ በኋላ ከታሠሩት፣ ከጦሩ ከተባረሩትና ጡረታ ከወጡት የድሮ አመራሮች በኋላ የቀሩት እነርሱ ብቻ ስለነበሩ ነው። በወታደራዊ ዕድገት እርከንም ያኔ ሙሉ ኮሎኔል ማዕረግ ላይ የነበሩት በብዛት የሆለታ 14ኛና 15ኛ እንዲሁም የክበር ዘበኛ 2ኛና 3ኛ ኮርሶች ነበሩ። ጊዜው የነፍስ ውጪ ነፍስ ግቢ ስለነበረና በተለይም በሶማሊያ ወረራ ምክንያት ኢትዮጵያን ለማዳን የሐሳብ አንድነት ስለነበረ ዋናው ትኩረቱ መሾም መሸለም ሳይሆን ውጤት ማምጣት ነበር። ትንሽ መተንፈሺያ ጊዜ ተገኝቶ የደርግ በተለይም የኮሎኔል መንግሥቱ ታሪክ መጻፍ እስከሚጀመር ድረስ በጦሩ አመራር መኻል ስለነበረው ልዩነት እንደ ችግር ብዙም አይወራም ነበር።

ከ1953ቱ የመንግሥቱ ንዋይ መፈንቅለ መንግሥት ሙከራ በፊት የክብርዘበኛ ሠራዊት የንጉሡ ልዩ ኃይል ("ኤሊት ፎርስ") ነበር። በደሞዝ አከፋፈሉ፣ በአለባበሱና በአሠለጣጠኑ ከሆለታ ምሩቃን የተለየ ነበር። በስዊድኖች ዕርዳታ የተቋቋመው የክብር ዘበኛ አካዳሚ ሦስት ጊዜ ዕጩ መኮንኖች አስመርቋል። የመጀመሪያው እነ ጄኔራል ደስታ ገመዳ፣ ጄኔራል ሙላቱ ታምሩ፣ ኮሎኔል ቃለክርስቶስ አባይ፣ ኮሎኔል እምሩ ወንዴ፣ ኮሎኔል ሰለሞን ከድር ወዘተ ሲሆኑ በሁለተኛው ኮርስ በሰፊው ከሚታወቁት መኻል ጄኔራል ኃይለጊዮርጊስ ሀብተማርያም፣ ጄኔራል አበበ ገብረየስ፣ ኮሎኔል መለሰ ተሰማ፣ ኮሎኔል እዮብ ገ/ሚካኤልና ሌሎችንም ሲያስመርቅ ሦስተኛው ኮርስ ጄኔራል መርዕድን ጨምሮ ከላይ የዘረዘርናቸውን (እንደ ጄኔራል ደምሴ ቡልቶ፣ ጄኔራል ሙላቱ ነጋሽ፣ ጄኔራል አሥራት ብሩ፣ ጄኔራል ከንፈ ገብርኤል ድንቁ፣ ጄኔራል ረጋሣ ጅማ ወዘተ...) የመሳሰሉትን የጦሩን መሪዎች ያካትታል። የሦስተኛው ኮርስ ምሩቃን ገና ተመርቀው የሙቶ አለቃ ማዕረግ ላይ እያሉ የሃምሳ ሦስቱ የመፈንቅለ መንግሥት ሙከራ ይደረጋል። በመፈንቅለ መንግሥቱ ያልተሳካ ሙከራ በኋላ የክብር ዘበኛ መኮንኖች ይታሠራሉ፤ አንዳንዶቹም በግዞት ይቀመጣሉ። የተረፉት በመፈንቅለ መንግሥት ሙከራው ጊዜ ኢትዮጵያ ያልነበሩ ወይንም ከአዲስ አበባ ውጪ የነበሩ ብቻ ናቸው። በዚህም ምክንያት ከእሥራትና ከግዞት የተረፉት የክብር ዘበኛ መኮንኖች ቁጥር የኢትዮጵያ ሠራዊት ውስጥ እጅግ አነስተኛ ነበር።

በደርግ ዘመን ተርፈው ለአዛዥነት የበቁት ሁሉም የክበር ዘበኛ ምሩቃን እርስ በእርስ

የሚግባቡና የሚዋደዱም አልነበሩም። ለምሳሌ ጄኔራል ኃይለጊዮርጊስ የክብር ዘበኛ ምሩቅ ቢሆኑም ከጄኔራል መርዕድም ሆነ ከጄኔራል ደምሴ ጋር በሐሳብ የሚግባቡ አልነበሩም። ጄኔራል ኃይለጊዮርጊስ የመንግሥት ደጋፊ ናቸው በማለት የመፈቅለ መንግሥቱ ምሥጢር ተካፋይም አልነበሩም። መፈንቅለ መንግሥቱ የተከናወነ ዕለትም መፈንቅለ መንግሥቱን ተጻርረው በመቆማቸው በሆለታ ገነት ጦር ትምህርት ቤት ምሩቁ በጄኔራል አበራ ጥይት ሊገደሉ በቅተዋል። በ1981 የመፈንቅለ መንግሥት ሙከራ ላይ የተሳተፉት የክብር ዘበኛ ምሩቃን ጄኔራል መርዕድና ጄኔራል ደምሴ ብቻ እንደነበሩም ማስታወስም ያስፈልጋል። በሌላ አነጋገር በመፈንቅለ መንግሥቱ ሙከራ የተገደሉና የታሠሩ መኮንኖች ዝርዝር ውስጥ የድሮ ክብር ዘበኞች ሁለት ብቻ ነበሩ። ሌሎቹ የሆለታም፣ አየር ኃይልም የሐረር አካዳሚም ምሩቃን ነበሩ። አባታችን የሆለታ ጦር ትምህርት ቤት ምሩቃን ከነበሩት ጄኔራል ኃይሉ ገብረሚካኤልና ጄኔራል አበራ አበበ፣ ከአየር ኃይሎቹ ጄኔራሎች ፋንታ በላይ፣ አምኃ ደስታና ሰለሞን በጋሻው፣ ከባሕር ኃይሎቹ ሬር አድሚራል ተስፋዬ ብርሃኑ፣ ኮማንደር በለገና ከሌሎችም ጋር እስከ መጨረሻው መልካም ግንኙነት እንደነበረው ማስታወስም እንፈልጋለን።

ይህንን በተለያዩ ምሩቃን መካከል ስለነበረው ልዩነት ጄኔራል መርዳሣ ሌሊሣ ሲገልጹ፡-

> ...በመካከላቸው ይከሠት የነበረው መቆራቆዝ በየዐውደ ግንባሩ በተሰለፉት ግለሰቦች ወይንም አዛዥ መኮንኖች ብቻም ሳይሆን ቀደም ብለው ከየትምህርት ቤቱ ተመርቀው በወጡና ከፍተኛ የሥልጣን እርከን ላይ በተቀመጡ ጄኔራል መኮንኖች ላይ የሚንጸባረቅ መሰሪነት የተመላበት፣ የከፋፍለህ ግዛ መርሖ የታከለበት መርዛማ ተንኮል የመሆኑ ጉዳይ በግልጽ በየጦር ሜዳው የተስተዋለ ነበር።

ካሉ በኋላ አፋቤት የተያዘ ጊዜ የክፍለ ጦር አዛዦች በነበሩት በሆለታው ምሩቅ በኮሎኔል ተሾመ ወልደሰንበትና በሐረር አካዳሚው ኮሎኔል አድማሱ መኮንን መኻል በነበረ "የምሩቃን ጠብ" ጦሩ እንደተፈታ ለምሳሌነት ያቀርባሉ። ጄኔራል መርዳሣ እኔ የማውቀው ምሥጢር አለ ካላሉ በቀር ከአፋቤት መውደቅ በኋላ የሁለቱ ክፍለ ጦሮች ያለመስማማት አዛዦቻቸው ከተለያዩ ትምህርት ቤቶች ስለተመረቁ ነው የሚል የውድቀቱ ሪፖርት ላይም ሆነ ሌላ ቦታ ተጽፎ አላየንም። መጽሐፋቸው ላይ እንዳስቀመጡት የሆለታ ምሩቅ የሆኑት ጄኔራል መርዳሣ የዚሁ ትምህርት ቤት ምሩቅ ከሆኑት ከጄኔራል አበራ አበበ ጋር ስምምነት አልነበራቸውም። በሌላ በኩል ደግሞ በዚሁ መጽሐፋቸው የሐረር አካዳሚ ምሩቅ ከነበሩት ከጄኔራል ካሣዬ ጨመዳ ጋር መልካም ግንኙነት እንደነበራቸው በተለያየ ቦታ ገልጸዋል። የኮሎኔል መንግሥቱን መንግሥት ለመገልበጥ ከመሞከሩ በፊት የክብር ዘበኛ አካዳሚ ምሩቅ ከሆነው ከጄኔራል መርዕድ ጋርም ቢሆን መልካም ግንኙነት እንደነበራቸው እናውቃለን። ጄኔራል መርዳሣ መሰሪነት፣ ከፋፍለህ ግዛ፣ መርዛማ ተንኮል የሚሏቸው የቃላት ጋጋታዎች ሁኔታውን ለማጋነን ካልሆነ በቀር የኮርስ ልዩነት የሠራዊቱ ውድቀት ዋነኛ ምክንያት ሆኖ ሊቀርብ አይችልም። በዚህ ረገድ አገራችን ኢትዮጵያ ሌላ አገር ሠራዊቶች ውስጥ ከሚንፀባረቀው የክፍሎች መቀናናትና

መፎካከር የተለየ ነው የሚያስብል ሁኔታ አልነበራትም። መግባባትንም ሆነ ያለመግባባትን በተመረቁበት ኮርስ አጋኖ ማቅረብ ዋና ዋናዎቹን ምክንያቶች እንዲድበሰበሱ የሚያደርግ ቀላል ሰበብ ነው።

በጦሩ አመራር መካከል የነበረው ልዩነት እንዴት በ1974 ለተካሄደው የቀይ ኮከብ ዘመቻ ውድቀት አንዱ ምክንያት እንደሆነ ጄኔራል ውበቱ በመጽሐፋቸው ውስጥ "ለቀይ ኮከብ ዘመቻ ውድቀት በውል ከሚታውቁት ዋና ዋና ምክንያቶች" በሚል ርእስ ያሰፈሩት ሐተታ ላይ ምሳሌ ጠቅሰው ሲጽፉ "በከፍተኛ ባለሥልጣኖች በኩል በእቅዱ አሰጣጥ ወቅት ጊዜ የእርስ በርስ ሽኩቻ፣ መናናቅ እንደነበረ በተለያዩ ወቅቶች ታይቷል። በ1970 የካቲት ወር በአብዮታዊ ዘመቻ እቅድ አዘገጃጀት ወቅት በደርጉ ዘመቻ ኃላፊ ኮ/ል ገ/ክርስቶስ ቡሊ (በኋላ ብ/ጄኔራል)፣ በሜ/ጄኔራል ኃይለጊዮርጊስ ኃ/ማርያም እንዲሁም በኮ/ል ገብረክርስቶስና በሜ/ ጄኔራል መርዕድ ንጉሤ እርስ በርስ በቢሯቸው ውስጥ መደባደብ ድረስ ተዳርሰው ሁለቱም ባደረጉት የሥነ-ሥርዓት ጉድለት ከጦር ሠራዊቱ ተወግደዋል" ይላሉ። እንዲያው ከቀኑ ብንጀምር 1970 የካቲት ጄኔራል መርዕድ ከራሳቸው ከጄኔራል ውበቱ ጋር ኤርትራ ነበር። ያን ጊዜ ስለ ቀይ ኮከብ ፕላኑም ሐሳቡም አልነበረም። ቀይ ኮከብ ዘመቻ የተጀመረው ከ1971 የግብረ ኃይሎች ዘመቻ በኋላ በ1974 የካቲት ነው። ከጄኔራል ገብረክርስቶስ ጋር በነበረው ጠብ ጄኔራል መርዕድ ከሥራ የተሰናበተው በ1973 ጥር ነው...ከቀይ ኮከብ ዘመቻ አንድ ዓመት በፊት። ከክንውኖች ቅደም ተከተል ጀምሮ ቀኖቹን አምታተው የሌሉ ሰዎችን የቀይ ኮከብ ውድቀት ኃላፊ ሲያደረጉ ጄኔራል ውበቱ "ለእውነት" ብዙም ጥንቃቄ ያለማድረጋቸው ጥርት ብሎ ይታያል።

በጦሩ አመራርም ሆነ በከፍተኛ መኮንኖች መኻል ካለው የኮርስ ጓደኝነት በላይ እጅግ ይበልጥ የሚጎላው የኮሎኔል መንግሥቱን አመራር ያለአንዳች ማወላወል ተቀብለው የአገራቸውን ሰቆቃ ለኮሎኔል መንግሥቱ ካላቸው ፍቅር መነጠል በተሳናቸው መኮንኖችና ከምንም በላይ የአገራቸውን አንድነትና ደኅንነት በሚያስቀድሙ ቆራጥ የሠራዊቱ አባሎች መካከል ነው። በኮሎኔል መንግሥቱ "አገር ወዳድነት" ተማርከው ወይንም "በቆራጡ መሪ ሰይፍ" እንቀጣለን ብለው ታማኝነታቸውን ከሚያሳዩት መኻል አንደኛው ክፍል በራሳቸው መተማመን የሌላቸው፣ በተለያየ ውጊያዎች ጦር ለመምራት ብቃት እንደሌላቸው በተግባር ታይቶ በአማካሪነትና በሌሎችም ሹመቶች ታጅበው በየቢሮው የሚቀመጡና ብዙ ጊዜ በቴሌቪዥን የማዕረግ ልብሳቸውን ለብሰው ተኮፍሰው የሚታዩት ናቸው። ሁለተኛው በእውቀትም ሆነ በልምድ በሠራዊቱ የደረጃ ሰንሰለት የትም እንደማይደርሱ ስለሚያውቁ እንደምንም ብለው የፖለቲካና የመረጃ ሥራዎችን ተለማምጠው ካገኙ በኋላ አብዛኛውን ጊዜያቸውን አሉባልታ በማስራጨትና በሰብቅ የሚያሳልፉ ናቸው። ሦስተኛው ክፍል የሞትና የመቁሰል አደጋ የሌለበት ግን ጥሩ ባለገንዘብ መሆን የሚቻልበትን የስንቅ፣ የደመወዝ በአጠቃላይ የሎጂስቲክ ኃላፊነቶችን እንደ ምንም ብለው ተጠግተው ታማኝነታቸውን እያስመዘገቡ ጥገቷን የሚያልቡ ናቸው። አራተኛው በትክክል ኮሎኔል መንግሥቱና አስተዳደራቸው ለኢትዮጵያ የሚጠቅም

ሥራ እየሠሩ ነው ብለው አምነው በዘመቻ፣ በፖለቲካና በመረጃ ዘርፎች ተሰማርተው ከልባቸው የሚሠሩ ነበሩ። በዚህ ቡድን ያሉት የአሠራሩን ብልሹነት በመረዳት አብዛኛዎቹ በግንቦት 8ቱ መፈንቅለ መንግሥት ሙከራ ጊዜ ከመፈንቅለ መንግሥቱ ሞካሪዎች ጋር አብረው የተሰለፉ ሲሆን የቀሩትም እንደ "ዓፄ ቴዎድሮስ ራሳቸውን ያጠፉሉ" ተብለው ያመኑባቸው መሪ ከፈረጠጡበት ከዚምባብዌ የሚያስተላልፉትን አሳፋሪ ቅጥፈቶች ሲሰሙ እርማቸውን ያወጡ ናቸው። ሌሎቹ ደግሞ በጊዜው የነበሩት የጦር መሪዎች ተወግደው የነርሱን ቦታ ለመያዝ የሚቋምጡ፣ ትልቅ ኃላፊነት ላይ የተቀመጡ ቢሆኑም እራሳቸውን እንደ ትንሽና እንደተጨቆነ አድርገው የሚያቀርቡ የጦር አዛዦች ናቸው። በኮሎኔል መንግሥቱ ቋንቋ "እነዚህ ጄኔራሎች ዶልተው ዶልተው አገሪቱን አሳልፈው ለመስጠት ቆርጠው ተነሥተዋል። እነኝህን በሞላ ለምንድነው እንትን የማይሉት? ጥ...ርግ አድርገው ሲያበቁ አውጥተው ቆራጥ ቆራጥ ለሆኑና ዴዲኬትድ ለሆኑ ታማኝነት ያላቸው ወጣት መኮንኖች ኃላፊነቱን የማይሰጡት?..."[163] እያሉ የሚጠይቁ ካድሬ ኮሎኔሎችና ጄኔራሎች ናቸው። [164]

ኮሎኔል አምሳሉ ገብረግዚ ስለ ኤርትራ ክፍለ አገር ሕዝባዊ ሠራዊት ጄኔራል መርዕድን ወክለው በክፍለ አገር የኢሠፓ ጽ/ቤት ዋና ጸሐፊ በሻለቃ ካሣዬ አራጋው ሰብሳቢነት የተደረገው ስብሰባ ላይ ተገኝተው የሰሙት ውይይት የጦሩን አመራር ለመቦርቦር ይደረግ የነበረውን ጥረት ጥሩ አድርጎ ያሳያል። ኮሎኔል አምሳሉ "የኤርትራ መዘዝ" ብለው በሰየሙት መጽሐፋቸው ላይ ውይይቱ "ስለ ሕዝባዊ ሠራዊቱ ሳይሆን በየአውራጃው የሚገኘውን ጦር ጄኔራሎች መምራት ስላልቻሉ አመራሩ ለአውራጃ ኢሠፓ እንዲሰጥና እኛ እንድንመራው" የሚል ነበር ብለዋል። ኮሎኔል አምሳሉ በመቀጠል ስለ ስብሰባው ሲጽፉ፡-

> ኮሎኔል ኃይሉ ወ/ሐዋርያት ጉዳዩን በመቃወም "ይሄ አሠራር አያዋጣም" አሉ። እነዚህ በየግንባሩ ተመድበው የሚገኙት አዛዦች በቂ ትምህርት የቀሰሙ፣ ሰፊ ልምድ ያላቸው፣ አመራሩ ውትድርና ሙያ መሆኑንና ለባለ ሙያተኞች መተው እንዳለበት ቢያብራሩም ሰሚ አጡ። ሻላቃ ካሣዬ አራጋው የአውራጃ ፲ኛ ጸሐፊዎችን ሐሳብ ደገፉ።

በማለት ከጀርባ የነበሩት ዱለታዎች ምን ይመስሉ እንደነበረ ያካፍሉናል። ከዚህ በተፃራሪነት ከአገር ፍቅር ስሜት ሌላ ምንም የተደበቀ ፍላጎት የሌላቸው፣ በኮሎኔል መንግሥቱ አመራር ቢበሳጩም ለአገራቸው ሲቆስሉ፣ ሲደሙና ሲሞቱ የነበሩ መኮንኖችና ወታደሮች ይገኛሉ። ይህኛው ክፍል ከመፈንቅለ መንግሥቱ ሙከራ በፊትና በኋላ በየጦር ሜዳው የወደቁ ደፋር የሠራዊቱን አባላትና ጄኔራል መርዕድን የመሳሰሉ በመርሕ ላይ የተመሠረተ አመራር ሲሰጡ

163 ገነት አየለ ፤ የሌተና ኮሎኔል መንግሥቱ ኃይለማርያም ትዝታዎች

164 ከኮሎኔል ካሣ ወልደሰማያት ጋር ስንወያይ ኮሎኔል መንግሥቱ ለእሳቸው፣ ለኮሎኔል ተስፋዬ ትርፌና ለሌሎች ጓዶቻቸው የብ/ጄኔራልነት ማዕረግ ሲሰጡ አመራር ላይ ያሉት ጄኔራሎች ማልመጥ ስለጀመሩ እነሱን ተከታችሁ አመራር እንደምትሰጡ ተስፋ አደርጋለሁ ብለዋቸው እንደነበር አጋርተውናል።

የነበሩ የጦር ሜዳ ጀግኖችን ያቅፋል።

ከዚህ በፊት በነበሩት ምዕራፎች እንዳሳየነው፣ አንባቢዎችም እንደሚረዱት ኮሎኔል መንግሥቱ የጦር አመራሩን ሥልጣን ለጄኔራል መርዕድና ለጓዶቹ የሰጡት ልዩ ፍቅር ስለነበራቸውና ስለሚወዷቸው አልነበረም። ይልቁንም የቅርብ ታማኝ ተከታዮቻቸው "ወሬ ከማቀበል" ሌላ የትም ሊያደርሷቸው እንደማይችሉ በሚገባ ያውቁ ስለነበረ ነው። ከመፈንቅለ መንግሥቱ በኋላ እያስፈነጠሩ ከሲቪልነት፣ ከሻለቃና ሌተና ኮሎኔልነት፣ ሌተና ጄኔራልና ሜጀር ጄኔራል[165] አድርገው የሾሟቸው ታማኞች ለኢሕዴግ ተዋጊዎች እጃቸውን በፈቃደኝነት ተሽቀዳድመው ከመስጠትና ኤምባሲዎች ውስጥ ዘለው ከመግባት በስተቀር ኮሎኔል መንግሥቱንም ሆነ ኢትዮጵያን የሚያድኑ ሆነው አልተገኙም። ይልቁንስ የሚያሳዝነው ኮሎኔል መንግሥቱ እራሳቸው ሸሽተው እጅ ከመስጠት ካመለጡ በኋላ በድሮ ጓዶቻቸው ፍርሐት፤ አጸያፊ የሆኑ የቦዘኔ ቃላቶችንም በመጠቀም ማሽሟጠጣቸው ነው። ኮሎኔል መንግሥቱ ራሳቸው መፈርጠጣቸውን ዘንግተው "ከዚህ በተረፈ የኛ ባለሥልጣኖች እንዳደረጉት ተሰልፌ ሄጄ፣ ተራ ጠብቄ (ከት ብለው በመሳቅ) እጄን አልሰጠሁም። አሁን ሳስበው ግርም ይለኛል። ሰው ዘለዓለማዊ አይደለም፣ ሁላችንም እንሞታለን። ለምን አልሞቱም? ተንጋግተው ሄደው እጃቸውን ከመስጠት?"[166] በማለት ሲናገሩ ከዚህ ሁሉ ጊዜ በኋላ ይሉኝታ ያልጎበኘው፣ ዓይኑን ያፈጠጠ ሐሰት የመናገር ድፍረታቸው ዛሬም አብሯቸው እንዳለ እናያለን።

2. የጦሩ አለቆች፣ አሻጥርና ሰላዮች

አሻጥር ጦርነት ላይ አንዱ ወገን ሌላው ወገን ውስጥ የራሱን ደጋፊዎች ገዝቶ ወይንም መልምሎ አሳሳች ዜናዎችን በማሰራጨት፣ በማደናበር ወይንም ሠራዊቱ ሊኖረው የሚገባው መተጋገዝና አንድነት እንዲላላ ወይንም እንዲደፈርስ የሚያደርጉ እንቅስቃሴዎችን ማካሄድ ነው። ስለላንም በተመለከተ በዓለም ላይ በተደረጉ ውጊያዎችና ጦርነቶች ላይ ሁሉ መረጃ መሰብሰብ፣ ጠላትን መሰለል፣ ማሳሳትና ማደናበር ሁሌም የነበሩና አሁንም ለወደፊቱም የሚኖሩ ድርጊቶች ናቸው። የኢትዮጵያ ሠራዊትም ውስጡ ሰላዮች ቢኖሩበትና እነዚህ የውስጥ ሰላዮች ትርምስ ሊፈጥሩበት ቢሞክሩ የሚገርም ነገር አይደለም። አሻጥሮችና ሰላዮች ጉዳት እንዳያደርሱ መከላከልና፣ ሳያሰልሱ መከታተል የመረጃ ክፍሉ ኃላፊነት ነው። ስለ መረጃ አስፈላጊነትና ምንነት ጄኔራል መርዕድ ይህን ነበር የሚለው...

165 ጄኔራል መርዕድ በብርጋዴር ጄኔራልነት ማዕረግ ከስድስት ዓመት በላይ ከዚያም በሜጀር ጄኔራልነት ማዕረግ ከ5 ዓመት በላይ በአጠቃላይ በጄኔራልነት ማዕረግ ከ11 ዓመት በላይ አገልግሏል።

166 ገነት አየለ አንበሴ ፤ የሌተና ኮሎኔል መንግሥቱ ኃይለማርያም ትዝታዎች

መረጃን በሚመለከት

ወንበዴውን በመቆጣጠር ወቅታዊ እርምጃ ለመውሰድ የሚቻለው ትክክለኛ መረጃ ሲገኝ ነው። ትክክለኛ መረጃ ማግኘት የሚቻለው ደግሞ:-

1. ጥሩ የመረጃ እቅድ ሲኖር ማለትም ሁሉን ቦታ የሚሸፍን
2. በእቅዱ መሠረት መሥራት የሚችሉ ጓዶች ሲኖሩ
3. ጓዶቹን ለማሠራት የሚችል ዝግጅት ሲኖር
4. ጓዶቹ የሠሩትን በወቅቱ ለማስተላለፍ የሚያስችል የመገናኛ ዘዴ ሲኖር
5. የመረጃ አካሉን መርዳት ከያንዳንዱ ግለሰብና አካል የሚጠበቅ መሆኑን ሁሉም ተረድቶ ሲተባበር ነው።

የኢትዮጵያ ሠራዊት ውስጥ የነበረው ችግር፣ አንድ ውድቀት በደረሰ ቁጥር ውድቀቱ ለምን እንደደረሰና ለወደፊትም እንዳይደገም ምን ማድረግ እንደሚገባ ከመመርመር ይልቅ፣ ችግሩን ቶሎ ብሎ የተወሰኑ ሰዎች ስሕተት አድርጎ፣ ከዚያም ሰዎቹ ላይ እንደ ጊዜው ሁኔታ "የሻዕቢያ፣ የኢሕአፓ ወኪሎች...አድኃሪ አዛዦች" የሚል ታፔላ ለጥፎ "አብዮታዊ" እርምጃ" መውሰድ ነው። ይህ የብዙ አገር ወዳድ ኢትዮጵያውያንን በግፍ ያስጨረሰ፣ የሠራዊቱን ሞራል የገደለና የውጊያ ብቃቱን የሸረሸረ የየዕለት ድርጊት ነበር። ይህ ዓይነቱ የስም መለጠፍና መጠቆም በአብዛኛው ይካሄድ የነበረው በራሳቸው በማይተማመኑ፣ "አብዮታዊነታቸው"ና ወታደራዊ ዕድገታቸው ሰውን በማሳጣትና ለእርድ በማቅረብ ላይ በመሠረቱ የፖለቲካና የመረጃ ሠራተኞች ላይ ነው። ችግር በተፈጠረ ቁጥር በሰላይና በአሻጥረኛ ማላከክ ቀላል ነው። አሉባልታና ሰብቅ እውቀት አይጠይቅም፤ ሲያወሩት ለጆሮ ሞቅ ይላል፣ ለሰሚም እውነት ይመስላል። የችግሮችን እውነተኛ ምክንያት መመርመርና ምንጩን ማወቅ ግን ብሩህና አርቆ የሚያይ አእምሮ እንዲሁም ታሪክንና ከዚህ በፊት የነበሩ ድርጊቶችን አገናዝቦ ማየትን ይጠይቃል። ሳይንሳዊ ትንተና ማድረግን ይጠይቃል። በዚህ ረገድ የኮሎኔል መንግሥቱ ደጋፊዎች የታደሉ አይደሉም።

ቀደም ሲል የጄኔራል መርዕድን ሐሳቦች እየጠቀስን እንዳሳየነው አንዱ በግንባር ላይ የነበሩ አዛዦች ትልቅ ችግር ትክክለኛ መረጃ ማግኘት ነበር። ሻዕቢያ፣ ሕወሓት ሌሎችም ደርግን ይታገሉ የነበሩ ኃይሎች ሰላዮቻቸውን በሠራዊቱ ውስጥ ማስገባት የቻሉትን ያህል የደርግ የመረጃ ክፍልም በተሻለ ሁኔታ ዐማፅያኑ ውስጥ የራሱን ሰላዮች ሊያስገባ ይችል ነበር። በተደጋጋሚ እንደታየው ትኩረቱ ይበልጥ የኮሎኔል መንግሥቱን ጠላቶችና የደርግን መንግሥት ሊገለብጡ ይችላሉ ተብለው የሚጠረጠሩ ዜጎች ላይ ያነጣጠረ ስለነበረ የደርግ መንግሥት በሻዕቢያና በሕወሓት ውስጥ የነበረው የስለላ መረብ ደካማ ነበር። አብዛኛው የመረጃ ገንዘብ እንደ ሌላው ወጪ በደረሰኝ የሚረካከብ ስላልነበረ በርካታ የመረጃ ሠራተኞችንም አበልፅጓል።

ጦር ውስጥ የነበሩ መኮንኖች የጻፏቸውን መጻሕፍት ስናገላብጥ ስለ ስለላና አሻጥር ብዙ ቢጻፍም በምሳሌ የተደገፈ አሻጥረኛ ድርጊት አንድም ቦታ አላየንም። ይልቁንም ስለ ውስጥ ስለላ ተስፋዬ ገብረአብ አሥመራ ኮሎኔል እዮብ ገብረአምላክ የሚባሉ በቀይ ኮከብ ዘመቻ የተሳተፉ መኮንን እንዴት አድርገው መረጃ ለሻዕቢያ ያስተላልፉ እንደነበርና እሳቸው ራሳቸው የመሩት አንድ ዘመቻ እንዴት እንዲከሽፍ እንዳደረጉ ጽፏል። ሌሎች የስለላ ታሪኮችንም ለወደፊት መረጃዎቹን ከአመሳከረ በኋላ ሊጽፋቸው እንደሚሞክር ይናገራል።[167] እንደ ደራሲው አባባል ኮሎኔል እዮብ እየተጠረጠሩ እንኳን በቂ ክትትል አልተደረገባቸውም። የኮሎኔል መንግሥቱን ጠላቶች "ጆሮ ይጠቡ" የነበሩ ሰላዮች ኮሎኔል እዮብን ቢከታተሉ ኖሮ የተሻለ ውጤት ባገኙ ነበር።

ይህም ሁሉ ሆኖ መረጃ ምን ያህል እንደሚጠቅም፣ ምሥጢር መጠበቅም ለተሳካ ውጊያ ጠቃሚነቱ ባይካድም ስለላ ጦርነትን ለማሸነፍ ከሚያስፈልጉት ዋና ዋና ነገሮች አንዱ እንጂ ብቸኛው ማሸነፊያ መሣሪያ አይደለም። በዓለም ላይ ገናና የስለላ ድርጅት ያላቸው አሜሪካ፣ እንግሊዝ፣ ሩሲያና እስራኤልን የመሳሰሉ አገሮች በስለላ ድርጅታቸው ተረድተው ብዙ ጦርነቶችን አሸንፈዋል። በዚያው መጠን በአካል፣ በኤሌክትሮኒክስ፣ በሳተላይትና በሌሎችም ሳይንስ ባፈራቸው ቴክኒኮች እየተጠቀሙም ያሸነፉትን ያህል አሜሪካኖች ቬትናም ላይ፣ ሩሲያኖች አፍጋኒስታን ላይ በመረጃቸው ጥንካሬ ድል መቀዳጀት አልቻሉም። በአጭሩ ጠሩ ሰላዮች ስለተሰገሰጉበት ተሸነፈ የሚለው አባባል ዋነኛውን የችግሩን ምንጭ አያመለክትም።

በጦር ሜዳ አሻጥር ሊኖር እንደሚችልና እንዳለ የታወቀ ቢሆንም በሠራዊቱ ውስጥ የተለመደው ውድቀትን ሁሉ ከአሻጥር ጋር ማያያዝና አዛዦችን በአሻጥር መክሰስ ነው። ወድቀቱ የዐማፅያኑ ማየል፣ የውጊያ ፕላን ስሕተት፣የአንድ የመቶ፣ ሻምበል፣ ብርጌድ የተሰጠውን ተግባር ለመወጣት ያለመቻል ወዘተ...ሊሆን ይችላል። እንዲህ ዓይነቱ ውድቀት በረጋ መንፈስ ሲመረመር ለወደፊት ስሕተቱ እንዳይደገም ይረዳል። ከስሕተቱ ትምህርት ይገኛል።

"በአሻጥር ተሸነፍኩኝ፣ በአሻጥር ሥልጣኔን አጣሁ" ከሚሉት ከኮሎኔል መንግሥቱ ቀጥሎ ይህንን የአሻጥር መላምት በመጽሐፋቸውና በተለያዩ የመገናኛ ዘዴዎች በመደጋገም የሚናገሩት በደርጉ ዘመን ስመ-ጥር የሜካናይዝድ ብርጌድ አዛዥ የነበሩት ጄኔራል ካሣዬ ጨመዳ ናቸው። በመጽሐፋቸው ላይ በኤርትራ ቆይታቸው ስላጋጠማቸው አሻጥር ሲያወሱ "በጦሩ አመራር ውስጥ ስለሚፈጸመው አሻጥር እስከ ዛሬ ድረስ ግልጽ ያልሆነልኝ አንድ ነገር አለ።... እንደ አጋጣሚ ሆኖ ጄኔራል መርዕድ በቦታው ተገኝተው ነበር። 'ጌታዬ ተርበን ተጠምተን ቁስለኛም ይዘን በመጓዝ ላይ ነን። እዚህ እንኳን ደርሰን መኪና ላኩልን ስንል አይላክልንም?' አልኳቸው በብስጭት አነጋገር። 'ምንም አይደለም' አሉና ነገሩን አለባብሰው አለፉት" ይላሉ። ለጄኔራል ካሣዬ የጄኔራል መርዕድ ዝም ማለት ወይንም "ማለባበስ" አሻጥር ነው ማለት ነው? በመጽሐፋቸው ላይ እንደዚሁ በድጋሚ ጄኔራል ካሣዬ በንጉሡም ጊዜ ሆነ በደርግ ዘመን

167 ተስፋዬ ገብረአብ ፤ የስደተኛው ማስታወሻ

ማንም ያልተዳዘበትና ለሜካናይዝድ ጦር በማይመች መንገድ እንድንንቀሳቀስ በጄኔራል መርዕድ ታዘዝኩ ካሉ በኋላ በጣም ደንግጠው ትእዛዙን ተቀብለው ምንም ሳይጠይቁ ወደ ታች እንዳስተላለፉ ይጽፋሉ። ይህም አሻጥር ነው? ድል በተገኘበትም ሆነ ባልተገኘበት ብዙ ዘመቻዎች ጄኔራል ካሣዬ ከጄኔራል መርዕድ ሌላ ከጄኔራል ኃይለጊዮርጊስ፣ ከጄኔራል ደምሴ፣ ከጄኔራል ረጋሣ፣ ከጄኔራል አበራ፣ ከጄኔራል ተስፋዬና ከሌሎችም ትእዛዝ ተቀብለው በአያሌ ውጊያዎች ላይ ተሳትፈዋል። በጄኔራል ካሣዬ አስተሳሰብ ከነዚህ ሁሉ "አሻጥረኞች" ጋር ሆነው ብዙ ድሎችን ተጎናጽፈዋል፤ ከነዚሁ "አሻጥረኞች" ጋርም ሆነው ድል ተነሥተዋል። ጄኔራል ካሣዬ በመጽሐፋቸው እንዲሁም በየዜና ማሰራጫዎች አጋጣሚ ባገኙ ቁጥር "እነ አጅሬ" እያሉ የጦሩን አመራር ይወቅሳሉ። ማስረጃው ምንድነው ተብለው ሲጠየቁም አሻጥሩ እጅግ የረቀቀ በመሆኑ ማስረጃ ለማቅረብ እጅግ አዳጋች መሆኑን ይናገራሉ። በመጀመሪያ ደረጃ ይህ "የረቀቀ" የሚል አቀራረብ አድማጭም አቅራቢም ዝርዝር እንዳይጠይቅ የሚከለክል መሰናክል ነው። "ረቂቅ" ስለሆነ "እኔ እራሴ በደንብ አልገባኝም" ማለት ሊሆን ይችላል። እንዳስፈላጊነቱ "በጣም ረቂቅ ስለሆነ ለማስረዳት ብሞክርም ሊገባችሁ አይችልም" ለማለትም ያገለግላል። እንዲያውም አሁን በቅርቡ የደራሲ ስማቸውን "ሊቀ ኅሩያን ብ/ጄኔራል ካሣዬ ጨመዳ" ብለው የመጽሐፋቸውን አርእስት አሻሽለው "የጦር ሜዳ ውሎዎች ሲ.ቃ ከምሥራቅ እስከ ሰሜን" ብለው ባሳተሙት መጽሐፋቸው ላይ "ብዙ የዋሃን ስለ አሻጥር ሲነሣ አንድ ሁለት እያልን ቆጥረን እንድናቀርብ ይፈልጋሉ" ካሉ በኋላ ከሕደትና አሻጥር በሰነድ ተፈርሞ እንደማይገኝ አስረድተው "መቼም በገንዘብ፣ በሴትና በመሳሰሉት ነገሮች ለመጠቀሙ 'ስናውቅ አንተናነቅ' ካልሆነ መካድ አይቻልም" ይሉናል።

ጄኔራል ካሣዬ ባላቸው ልምድና ችሎታ ላይ ተመርኩዘው ለታሪክ የሚጠቅም ልምዳቸውን ቢያካፍሉና ጥቂት ጊዜያቸውን ሠውተው ሰነድም እንኳን ባያገኙ በጊዜው የነበሩ ወታደሮችንና ባለሥልጣኖችን አነጋግረው የተለያዩ ክንውኖችን በማገናዘብ አጠናካሪ የአካባቢ መረጃዎችን (circumstancial evidence) አያይዘውና አገናኝተው የሽንፈቱ ዋና ምክንያት የሚሉትን "የአሻጥሮች ጥርቅም" አንድ ላይ አድርገው ቢያቀርቡ ለመጭው ትውልድም ሆነ ለታሪክ ተመራማሪዎች የሚረዳ ጽሑፍ ማቅረብ በቻሉ ነበር። ያንን የሚጠሉትን "ማስረጃ" የሚባል ነገር ሳያቀርቡ አሻጥር እያሉ መደጋገም ተራ ወሬና እጅግ አሳፋሪ አሉባልታ ከመሆን አልፎ በትክክል ሠራዊቱ ውስጥ የነበረውን አሻጥር ስፋትና ጥልቀት ለመመርመር ቅንጣት አይረዳም።

በየትኛውም ደረጃ ያለ የጦር አዛዥ ከጠላት ወገን የተላከ ሰላይ ካልሆነ በቀር ማሸነፍ ይፈልጋል። የአዛዥ ትልቁ ሕልሙ፣ ምኞቱና ፍላጎቱ ማሸነፍ ነው። አሸንፎ መሸለም፣ አሸንፎ መሾም ይፈልጋል። ስለሆነም ማንም አዛዥ ከአቅሙ በላይ በሆነ ምክንያት ድል ማድረግ ካላቃተው፣ ወይንም የአዛዥነት ብቃት ጎድሎት ማሸነፍ አልሆን ካላለው በስተቀር "እስቲ ልሸነፍና እነዚህን የምጠላቸውን አለቆቼን ላናዳቸው፣ አገሬን ልጉዳት" ብሎ አይነሣም። ከጠላት ጋር አብሮ የራሱ ጦር እንዲሸነፍ ካደረገ ከሞት ቢተርፍ እንኳን ሲመለስ የሚጠብቀውን ስለሚያውቅ መጥፋት ወይንም መሰወር ይኖርበታል። በደርግ ዘመን እንኳን ሆን ብሎ ከጠላት ጋር አብሮ

መሸነፍ ይቅርና በሌሎችም ምክንያቶች መሸነፍ የኮሎኔል መንግሥቱ ኀራዴ ሰለባ ሊያደርግ እንደሚችል በጦር ሜዳው የነበሩ ሁሉ ያውቁታል።

አንዳንድ ጸሐፊዎች የሚሰጡት ምክንያት ከፍተኛው የጦሩ አዛዦች ጦርነቱ እንዲያልቅ አይፈልጉም። ምክንያቱም የጦርነቱ መኖር የገንዘብ ምንጫቸው ስለሆነ ይሉናል። እንደተለመደው እንዴት የገንዘብ ምንጭ እንደሆነ፣ እነማን ስንት ገንዘብ እንዳካበቱ ማስረጃ ቀርቦ አይተን አናውቅም።

ጀኔራል ውበቱ የሽንፈት ምክንያቶች ብለው ከወታደር አመላመል ጀምሮ የአስተዳደር ችግሮችን፣ "የሦስትዮሽ አመራር" እንዴት የአመራሩን ሞራል እንደቀነሰ፣ የሠራዊቱን መሰላቸት፣ የደርግን አመራር ድክመት፣ በሠራዊቱ ውስጥ የነበረውን አሻጥር ጥሩ አድርገው በዝርዝር ካሰፈሩ በኋላ "በከፍተኛ ደረጃ ላይ የተቀመጡ የደርግ ባልሥልጣኖችና የሠራዊቱ አመራር ሰጪዎች ከውጊያው መራዘም የተነሣ የንዋይና የንብረት ማከማቻ ዕድል ስለገጠማቸው፣ ውጊያው እንዲያልቅ አለመፈለጋቸው ያስታውቅባቸው ነበር" ይላሉ።

እዚህ ላይ ሁለት ጥያቄዎችን ለማንሣት እንገደዳለን። "ያስታውቅ ነበር" ማለት ምን ማለት ነው? እንዴት ነው የሚያስታውቀው? ጀኔራል ውበቱ ካለማስረጃ በባዶ አስተያየት ከመወርወር በሐቅና በአመክንዮ የተደገፈ ትንተና ቢያቀርቡልን ምንኛ ጠቃሚ በሆነ ነበር። ሁለተኛ ጀኔራል ውበቱ የተለያዩ ተዋጊ ክፍሎችን የመሩ በኋላም የናደው እዝና ከዚያም ለጥቂት ወራት ቢሆንም ግዙፍ የነበረው የሁለተኛው አብዮታዊ ሠራዊት ጥብቅ አዛዥ በነበሩ ጊዜ ለአንድ አፍታ "ውጊያውን ሆን ብዬ ላራዝመው ወይንም ላሳጥረው" ብለው ቢወስኑ ወይንም ቢያስቡ እንዴት አድርገው ነበር የሚያራዝሙት? "ያስታውቃል" እየተባለ ታሪክ አይጻፍም። ታሪክ ጀኔራል ውበቱን ማስረጃ እንዲያቀርቡ ትጠይቃቸዋለች። ካለበለዚያ ይህ አባባላቸው እንደ አሉባልታ ተፈርጆ ይቀራል።

ከመፈቅለ መንግሥቱ ሙከራ በኋላ የጀኔራል አበራ አበበ፣ የጀኔራል አምኃ ቤተሰቦችና ሌሎችም የነበሩበትን ችግር ያየና የጀኔራል ውበቱን መጽሐፍ ያነበበ ጀኔራሎቹ "በጦርነቱ" ያካበቱት ሀብት የት ሄደ? ብሎ መጠየቁ አይቀርም። እኛም ብንሆን አባታችን ከሞተ በኋላ የዘመድ ዕርዳታ ባናገኝ ቤተሰባችን ትልቅ ችግር ውስጥ በገባ ነበር። በመጨረሻም አንድ ያለንን ቤት ለሁለት (ወ/ሮ ገነት በአንድ በኩል እኛ በሌላ በኩል) ስንካፈል ለወ/ሮ ገነት የሚደርሳትን ከፍለን ቤታችንን ለማስቀረት በቂ ገንዘብ ስላልነበረን የከፈለልን አጎታችን ኢንጂነር አበበ ነጋሽ ነበር። ከዚያም የአጎታችንን የ"አቤ"ን ብድር ለመመለስ ዓመታት ፈጅተውብናል።

ይልቁንስ ሀብትና ገንዘቡ የነበረው የሞቱ የጦሩን አባላት ደሞዝ በሕይወት እንዳሉ አድርገው ይበሉ የነበሩ፣ ለጦሩ ይቀርብ የነበረው ምግብና ቁሳቁስ ላይ ከሻጮቹ ጋር በመመሳጠር እየቦጨቁ ያስቀሩ ከነበሩት ጋር ነው።

3. የአዛዦች “መለገም”

እንደ ሌሎቹ ክሶች ሁሉ የአዛዦች ዳተኝነትና መለገም ካለማስረጃ የሚነዛ አሉባልታ ነው። ይህንን አሉባልታ በአንደኛ ደረጃ የሚያሰራጩት ጦሩ ውስጥ የነበሩ የሻምበል ለገሰ አስፋው ታማኝ አውራ ካድሬዎች የነበሩ ናቸው። በደርጉ ዘመን ሁሉን ነገር እናውቅ ነበር በሚል ያዩትንም ሆነ በምናባቸው የነበረውን እያደባለቁ፣ ለወሬ እንዲጥም እያጣፈጡ በመጽሐፍ፣ በመጽሔቶችና ባገኙት አጋጣሚ ሁሉ አዛዦች “ለግመው” ጦሩን እንዳስጨረሱትና “ጓድ ፕሬዚዳንቱ” ብቻቸውን እንደቀሩ ይለፍፋሉ። ኮሎኔል መንግሥቱም በበኩላቸው “ሁሉም ከድቶኝ እኔ ብቻዬን ስንት ቦታ ልሁን” ይላሉ።

ኮሎኔል መንግሥቱ ዚምባብዌ ሲገቡ ድምፃቸውን ቀድተው በበተኑት ቴፕ ስለ ጦሩ መሪዎች መለገም ሲተርኩ “...በአንዳንድ የጦር መኮንኖች ላይ እርምጃ ሲወሰድ....ሌሎች ጥቂት ከፍተኛ መኮንኖችም ነግ በኔ በማለት ለመጀመሪያ ጊዜ በሥራ መለገም፣ የፈጸሙትን ወንጀል ለመሸፈን ፀረ-መንግሥቱ ወሬ ከመንዛት አልፈው የሚመሩትን ሠራዊት ለአፍራሽ ተግባር መቀስቀስና የውጊያ ሞራሉን በማዳከም ለግል ጥቅማቸው ብቻ ማዋል ጀመሩ”[168] ይላሉ። ከኮሎኔል መንግሥቱ ትረካ በኋላ፣ “የመለገም ቲዎሪ” ይበልጥ ጉልበት አግኝቶ አንዳንድ የጦር መሪዎችም ይህንኑ ማስፋፋት ቀጠሉ። አንዳንዶቹም የ“አዛዦች መለገም”ን ክስ ከመፈንቅለ መንግሥት ሙከራው ዝግጅት ጋርም ለማያያዝ ሞከሩ።

ጄኔራል መርዳሣ ሌሊሣ “የኢትዮጵያዊነቴ ትውስታ” ብለው በሰየሙት መጽሐፋቸው መደምደሚያ ላይ “ጥቅል ነጥቦች ስለ ኢትዮጵያ ሠራዊት ሽንፈት” በሚል ርእስ በልምዳቸው ላይ በመመርኮዝ የሽንፈት ምክንያቶች የሚሏቸውን በዝርዝር ሲጽፉ ኮሎኔል መንግሥቱ “መለገም” ያሏትን “የግብር ይውጣ” ብለው ያነሷታል። የጦሩን አመራር በተመለከተ ጄኔራል መርዳሣ ከፍተኛ መኮንኖች ለረጅም ጊዜ አድማ ሲያደርጉ እንደቆዩና ሁኔታዎችን ሲያመቻቹ እንደነበረ ጽፈዋል። የኮሎኔል መንግሥቱን “የመለገም” ቲዎሪ በማጠናከር ጄኔራል መርዳሣ ስለ ጦሩ አመራር ሲናገሩ “...የመፈንቅለ መንግሥቱን ድርጊት በተግባር እስከሞከሩበት ቀን ድረስ በየነበሩበት የአገር ኃላፊነት ስፍራ የግብር ይውጣ እንቅስቃሴ ሲያደርጉ በመከረማቸው፣ በየጦር ሜዳ ለተከሠተው ወታደራዊ ውድቀት ዋነኛውን አስተዋፆ አበርክተዋል ማለት ይቻላል”[169] በማለት ከበድ ያለ ክስ ያቀርባሉ።

መፈንቅለ መንግሥቱ እስከተሞከረበት እስከ ግንቦት 1981 ዓ.ም. ድረስ ጄኔራል መርዕድ ምን ይሠራ እንደነበረ በዝርዝር ገልጸናል። የኮሎኔል መንግሥቱን መንግሥት ለመገልበጥ ጄኔራል መርዕድም ሆነ ቀራጥ ጓዶቹ ያደርጉት የነበረው ዝግጅት ለአገራቸው ከመሥራትና ከማሰብ

168 አሰፋ ተሰማ/አማረው ፤ ከኮ/ል መንግሥቱ ኃ/ማርያም አንደበት በኢትዮጵያ ላይ የተሸረቡ ሤራዎችና ኢትዮጵያውያን የፈጸሙት ታላቅ ስሕተት (ይህ መጽሐፍ ኮሎኔል መንግሥቱ ዚምባብዌ እንደገቡ ቀድተው ካሰራጩት ቴፕ ወደ መጽሐፍ የተመለሰ ነው።)

169 መርዳሣ ሌሊሣ (ሜ/ጄኔራል) ፤ የኢትዮጵያዊነቴ ትውስታ

ለአንዲት ደቂቃም አልገታቸውም። ለአገራቸው ያላቸው ፍቅርም ቅንጣት አልቀነሰም።

4. በመፈንቅለ መንግሥቱ ምክንያት ጦሩ አመራር ማጣቱ

ጦሩ የተሸነፈው በሠራዊቱ አመራር ሻጥርና መለገም ነው እያሉ የጻፉ ጄኔራሎችና ኮሎኔሎች የሠራዊቱ ውድቀት የመጣው በመፈንቅለ መንግሥቱ ምክንያት ልምድ ያላቸው የሠራዊቱ አባሎች ስለሞቱና ስለታሰሩ ነው ይሉናል። ጄኔራል መርዳሣ ይህንን ምክንያት ሲያብራሩ "ከመጥበሻው ወደ እሳቱ" ብለው በተረት ይጀምሩና "ግንቦት 8 ቀን 1981 ዓ.ም. የመፈንቅለ መንግሥት ሙከራ ሲደረግ በሳል የጦር መሪዎች ለሞትና ለእሥራት ተዳረጉ"[170] ብለው ጦሩ እንዴት መሪ እንዳጣ ይጽፋሉ። ጄኔራል መርዳሣ እነዚህ "የግብር ይውጣ እንቅስቃሴ" ያካሂዱ ነበር የሚሏቸው አሻጥረኛ ጄኔራሎች ሲገደሉና ሲታሰሩ ጦሩ ድል በድል መሆን አልነበረበትምን?

በእዚህ ጉዳይ ላይ ኮሎኔል መንግሥቱ ከሌሎቹ ትንሽ ለየት ያለ አስተሳሰብ አላቸው። በመፈንቅለ መንግሥቱ ሙከራ ስለተገደሉት የጦሩ አመራሮች ሲናገሩ ምንም "ሳያወላውሉ"፣ "በመሠረቱ የነሱ ሤራ የሠራዊታችንን አመራር ለማዳከም አስተዋፆ ከማድረግ ጋር ገበናችን ተጋልጦ ለመሸነፋችን ምክንያት እንደሆነ እንጂ የነሱ ከቦታው ላይ መጥፋት በሠራዊቱ ላይ ጉዳት አድርሷል ለማለት ያስቸግራል"[171] ይላሉ። ኮሎኔል መንግሥቱ "ገበናችን ተጋልጦ" ሲሉ የቱ ገበናቸው እንደሆነ በትክክል አልገለጹም። በተለያየ ጊዜ በቃልም ሆነ በጽሑፍ ሲያመሰግኗቸው የነበሩና በየጦር ሜዳው ሲታገሉ የነበሩት መኮንኖች ያለመኖር ለጦሩ መሸነፍ ምንም አስተዋፆ አልነበረውም ሲሉ ኮሎኔል መንግሥቱ ሐቅን ለመካድ ያላቸውን ድፍረት የበለጠ ገኖ እንዲታይ ከማድረግ ሌላ ምንም የሚጨምረው የለም።

ዋነኞቹ ምክንያቶች

1. የመሠረታዊ ፍላጎቶች እጥረት

ሠራዊቱ ውስጥ የነበረውን ብሶት በመጽሐፍ ያስነበቡን ከፍተኛ መኮንኖች በሰፊው ገልጸውታል። የወታደሩ የምግብ፣ የመጠለያና ሕክምና ሁኔታ እጅግ የሚዘገንን ነበር ማለት ይቻላል። ምግቡ ለሰውነት ብዙ ጠቀሜታ የሌለው፣ ጉሮሮን የሚተናነቅ መሆኑ ሳያንሰው ከሱም አቅም ጭራሽ የማይገኝበት ጊዜም ነበር። በዚህም የተነሣ በሠራዊቱ ውስጥ ረሃብ የተለመደ ነገር ነበር። በልብስ በኩልም ያለው ችግር እጅግ የከፋ ነበር። ወታደሩ የበረሃውን ሙቀት፣ የደጋውን ብርድ ሊቋቋም የሚችል ልብስና ጫማ አልነበረውም። በዚህ ሁሉ ችግር ላይ በሽታ ያንገላታዋል። የሕክምና ዕርዳታም ማግኘት ቀላል ነገር አልነበረም። እነዚህ ችግሮች እዚያው

170 መርዳሣ ሌሊሣ (ሜ/ጄኔራል) ፤ ዝኒ ከማሁ

171 ገነት አየለ ፤ ዝኒ ከማሁ

ግንባር ላይ የነበሩ የሠራዊቱ ተዋጊዎች አብራርተውና ዘርዘረው ጽፈውታል። በቀደምት ምዕራፎች በአልጌና የጦሩ ችግር ምን ይመስል እንደነበረ ከሻለቃ ማሞ መጽሐፍ ያገኘነውን አስፍረናል። አባታችንም በማስታወሻው ላይ የጻፈውን በየጦር ግንባሩ የነበረው የተዋጊው ሕይወት ምን እንደሚመስል ጠቅሰናል። ከዚህ ሁሉ በተጨማሪ በትግራይ የነበረውን ሁኔታ በተለይም በሽሬ የደረሰውን የጦሩን ውድቀት የ604ኛው ኮር የፖለቲካ ኃላፊ የነበሩት ሻለቃ ንጋቱ ቦጋለ በዓይናቸው ያዩትን የጦሩን ሥቃይና የነበረውን ችግር እንደዚህ ይገልጹታል።

> በሎጂስቲክ አቅርቦት እጥረት ምክንያት ጦሩ በ24 ሰዓት የሚያገኘው ከ700 ግራም ያነሰ በሶ የሚያገኘው አንድ ጊዜ ብቻ ነበረ። በሶው በውኃ እየተበጠበጠ ስለሚጠጣ በሌላ ምግብ ካልተደገፈ በስተቀር ሃያ አራት ሰዓት ሊያቆይ አይችልም። በዚህ ምክንያት በውጊያ ወቅት ጦሩ አቅም አንሶት ታይቷል። በክረምት ምክንያት የወባ ወረርሽኝ በአካባቢው በመዛመቱና ሠራዊቱ በቂ ምግብ ስለማያገኝ በሽታውን ሊቋቋመው አልቻለም። ዘመቻው ከተጀመረ ጀምሮ የልብስ እደላ ባለመደረጉ ራሱን ከዝናብ የሚከላከልበት ጃኬት አልነበረውም። ብዙዎቹ ልብሶቻቸው በላያቸው ላይ አልቆና ጫማቸው ተቀዳዶ በሚችሉት መንገድ ሁሉ እየጠጋገኑ ቆይተዋል። ከቀን ሐሩር ከሌሊት ቁር ራሳቸውን የሚከላከሉበት ጠላት የነበረውን ያህል እንኳ በአንገታቸው የሚጠመጥሙትን ሽርጥ በራሳቸው ገንዘብ መግዛት ተገደው ነበር።[172]

ይህ እውነታ በትግራይ ብቻ የታየና የደረሰ አልነበረም፤ የመላው ጦር የሰቆቃ ኑሮ እንጂ።

2. የጦሩ መሰላቸትና ሞራል መውደቅ

ተዋጊው ሠራዊት በተለይ ኤርትራ ውስጥ ከአሥርና አሥራ አምስት ዓመታት በላይ ምሽግ ውስጥ ኖሯል። ከላይ በተገለጸው የኑሮ ችግር ውስጥ ሲንገላታ የቆየ ሠራዊት ከቤተሰቡ ተነጥሎ ለብዙ ዓመታት ተዋግቷል። ዓይኑ እያየ ጓዶቹ ቆስለዋል፤ ሞተዋል። እንዲህ እየለፉ ሕይወቱን አሳልፎ እየሰጠም ድል ግን ስትርቀው ያያል። በመሆኑም መሰላቸትና ተስፋ መቁረጥ ሠራዊቱ ውስጥ እየጨመረ መጣ። ራስን ማቁሰል እንዲሁም መግደል እየበረከተ መጣ።

ታኅሣሥ 4 1980 ጄኔራል መርዕድ ባሕር ዳር የነበረውን 603ኛ ኮር ሲጎበኝ የጦሩ አዛዥ የተናገሩትና በማስታወሻው ያሰፈረው ከላይ በቁጥር አንድና ሁለት ያሰፈርናቸውን ነጥቦች ይበልጥ ጎልተው እንዲታዩ ያደርጋል። እንደዚህ የተጎሳቆለና የተጎዳ፣ የመዋጋት ሞራሉ የወደቀ ሠራዊት ድል ያደርጋል ብሎ ማሰብ ይቻላል ወይ የሚል ጥያቄ እንደገና ያሥነሳል።

1. ይህ ክ/ጦር ከተዋቀረ ዓመት ሆኖታል። አብዛኞቹ የአካል ብቃት የላቸውም።
2. ከጠ/አቋም 1600 ሰው ይጎድላል፤ በዚህ ዓይነት በጠቅላላ 1,900

172 ንጋቱ ቦጋለ ፤ ትውልድ ያናወጠ ጦርነት

ይጎድለናል።

3. በሌላ በኩል ከዳተኛ ይበዛዋል፤ እስከ አሁን 600 ያህል ከድተዋል።
4. አቀጣጠራቸው ከዚህ በፊት ከተለያዩ ክፍሎች በሥነ-ሥርዓት ጉድለት የተባረሩ ስለሆነ ለዚህ ክፍል የማይበጁ አሉ።
5. ብዙዎቹ ጤና የሌላቸውና ጤናማ ያለመሆናቸው በገሐድ እየታየ የተቀጠሩ አሉ።
6. ሠራዊቱ ደሞዝ በወቅቱ ስለማያገኝ ችግሩን ያባብሳል።
7. የቀለብ እጥረት እጅግ የከፋ ነው፣ እነኚህ ሁሉ ተደምሮ በአመራር ላይ ተፅዕኖ አለው።
8. በማገዶ በኩል ያለው ችግር እንዳለ ነው፤ ምክንያቱ የኤንትሬ [ጭነት] መኪና ያለመኖር ነው።
9. ውኃ ከእንትራንዝ ወንዝ እየቀዳን ነው። ለጊዜው ባይከሰትም ንጹሕ ነው ማለት አንችልም።
10. የልብስ ችግር ጽኑ ነው። ሠራዊቱ ተራቁቷል።

በመጀመሪያ በግዳጅ ወደ ጦር ግንባር የተላከ፣ በረሃብ የተጎዳ፣ ልብስና ጫማ የሌለው፣ ድልን አልፎ አልፎ የሚያይ፣ ሽንፈት ግን ዘወትር የምትጎበኘው ወታደር ሞራሉ ቢወድቅና የመዋጋት ስሜቱ ቢቀዘቅዝ የሚገርም አይሆንም።

3. ዋናው ችግር

በውትድርና፣ በፖለቲካ፣ በንግድ ሥራም ሆነ በማንኛውም ዘርፍ መሪዎች ስኬታማነትን ለማግኘት ዋናና ወሳኝ ሚና አላቸው። እውነተኛ መሪዎች በርኅራኄ የተሞሉ፣ ከፍተኛ የማሰብ ችሎታ ያላቸው፣ ሁሉን እናውቃለን የማይሉ፣ የበታቾቻቸውን የሚያዳምጡ፣ ስሕተታቸውን ለመስማት የማይፈሩ፣ ቁምነገርንና ጨዋታን በሚዛን ማስቀመጥ የሚችሉ ናቸው። እውነተኛ መሪዎች በራሳቸው ይተማመናሉ፤ የበታቾቻቸውን የነገ ተተኪ ለማድረግ ልምዳቸውን ያካፍላሉ፤ ለግል ጥቅማቸው፣ ለጉራና ለዝና ሳይሆን በአንድነት ለሚገኝ ውጤት ይሠራሉ።

"በአንበሳ የሚመራ የበጎች መንጋ፣ በበግ የሚመራ የአንበሶችን መንጋ ያሸንፋል" ይላል የቆየ የአፍሪቃ ተረት - አመራር ለመልካም ውጤት ምንኛ አስፈላጊ እንደሆነ ለመግለጽ። በአገራችን ኢትዮጵያ ውስጥ የነበረው ሁኔታም ይህን ሐቅ ጥሩ አድርጎ ያንጸባርቃል። አዎን፣ ኮሎኔል መንግሥቱም ሆኑ አጋሮቻቸው ሲደናበሩ የብዙዎችን ሕይወት በአጭር ያስቀረ አሰቃቂ እርምጃ ለመውሰድ ወደ ኋላ እንደማይሉ ስለሚታወቅ ይፈሩ ነበር። የሚከበሩ ግን አልነበሩም። የአመራር ብቃት የሌላቸው፣ ማስፈራራትንና መግደልን እንደ ዋነኛ መፍትሔ

የወሰዱ፣ በራሳቸው የማይተማመኑ፣ ባባዶ ሜዳ የሚወጣጠሩ እብሪተኞች ነበሩ። በአጭሩ "የአንበሶችን መንጋ የሚመሩ በጎች" ነበሩ።

የሠራዊቱን ታሪክና ሠራዊቱ ውስጥ የነበራቸውን ተሞክሮ የጻፉ አንዳንድ የሠራዊቱ አባላት ኮሎኔል መንግሥቱ የተሳሳተ ሪፖርት እየደረሳቸው አንዳንዴ ቢሳሳቱም አገራቸውን ምንኛ ይወዱ እንደነበረና ጥሩ መሪ እንደነበሩ አብዛኛው ስሕተት የበታቾቻቸው እንጂ የእሳቸው እንዳልነበረ ይናገራሉ።

"በፕሬዚዳንቱ ገጽታ ላይ የመከዳት፣ የኃዘን፣ የቁጭት፣ የመመረር፣ የእልህና የመታከት ድብልቅልቅ ስሜቶች...በብሔራዊ ጉዳይ ላይ መሳከር ምክንያት አብጦ ሊፈነዳ የደረሰ አእምሮአቸው የተሸከመውንና የዛለውን ሰውነታቸውን..."[173] አስተውያለሁ የሚሉት የኮሎኔል መንግሥቱ አድናቂ የሆኑት ጄኔራል መርዳሣ ሌሊሣ በጻፉት መጽሐፍ ላይ 22 ገጾች ስለ ጦሩ ውድቀት "ጥቅል ነጥቦች ስለ ኢትዮጵያ ሠራዊት ሽንፈት" በሚል ርእስ ሰፊ ትንተና አቅርበዋል። በዚህ ትንተናቸው ላይ በርግጥም በሠራዊቱ ውስጥ በነበሩ ጊዜ በትክክል ያዩትን አንዳንዴም በቂ ማስረጃ ሳያቀርቡ በስሜት እየተነዱ የሠራዊቱ ውድቀቶች ምክንያት የሚሏቸውን አደባልቀው አቅርበዋል። እኛም የማንስማማበትን በምክንያት ደግፈን ከላይ አስቀምጠናል። እነዚህ 22 ገጾች ውስጥ አንድ ጊዜ "...በሕይወት የተረፉ [ከመፈንቅለ መንግሥቱ በኋላ ማለታቸው ይመስለናል] ጄኔራል መኮንኖች ከርእሰ ብሔሩ ጀምሮ ስድብና ዘለፋ ይወርድባቸው ነበርና ከዚያን ጊዜ ወዲህ የሠራዊታችን ወኔ በከፍተኛ ዘቅጧል" ብለው ርእሰ ብሔሩን ፈራ ተባ እያሉ ለመውቀስ ከመሞከራቸው ሌላ አንድም ጊዜ የፖለቲካ አመራሩን ተጠያቂ ለማድረግ አይደፍሩም።

ሠራዊቱ ውስጥ የተከናወነውን ነገር ሁሉ በአሻጥር መነፅር ካልሆነ በሌላ መንገድ ለማየት የማይችሉት ጄኔራል ካሣዬ ጨመዳም ኮሎኔል መንግሥቱን "...ግትርና ስሜታዊ ስለነበሩ በሚያገኙት የተሳሳተ መረጃ አላስፈላጊ እርምጃ በመውሰድ በርካታ ስሕተት ፈጽመዋል" ይሉና መረጃ በትክክል ቢያገኙ ኖሮ የተሳሳተ እርምጃ የሚወስዱ ሰው አልነበሩም በሚል መንፈስ "ፕሬዚዳንት ከሆኑ በኋላ ያየሁባቸው ባሕርይ ደግሞ አገር ወዳድነታቸው የበለጠ የጎለበተበት በኢትዮጵያ ብሔር ብሔሮች አንድነት የሚያምኑ በሙስናና በዋልጌነት የማይጠረጠሩ ስለነበሩ በውጤቱም የአገርን ሀብትና ንብረት ያልዘረፉ ድሃ መሪ ነበሩ"[174] እያሉ ያሞግሷቸዋል።

የእነዚህ የአፍቃሪ-መንግሥቱ ጄኔራሎችና ጓዶቻቸው አስተያየት ከቅንነትና ከሐቅ የራቀ ከመሆኑም ሌላ ዛፉን እንጂ ጫካውን ለማየት የሚሳነው ቁንፅል አመለካከት ነው። ጦር ይላክለኝ ብለው ካልተላከላቸው፣ ስንቅ በጊዜው ካልደረሰ፣ "አጥቁ" ተብለው "ይቅር" ከተባሉ ሁሉም ነገር አሻጥር ነው። ለደቂቃም ይህ ሊሆን ያልቻለው እኛ የማናውቀው ሌላ ምክንያት

173 መርዳሣ ሌሊሣ (ሜ/ጄኔራል) ፤ የኢትዮጵያዊነቴ ትውስታ

174 ካሣዬ ጨመዳ (ሊቀ ኅሩያን ብ/ጄኔራል) ፤ የጦር ሜዳ ውሎዎች ሲቃ ከምሥራቅ እስከ ሰሜን

አለ ወይንም አለቃችን ችግሩን በደንብ ባለመረዳት ያደረገው ቅን ስሕተት ነው ወይንም ጠላቶቻችን በልጠውን ነው ብሎ ለማሰብ ፈቃደኛ አይደሉም። ከሁሉም በላይ ጥቃቅን ችግሮች ላይ በማተኮር የኮሎኔል መንግሥቱ አስተዳደር ውስጥ የነበሩትን ውስጣዊ ችግሮች ለመንብኘት የማይደፍር ምሉዕነት የጎደለው ትንተና ነው። ሁሉንም አሻጥር ብሎ መሰየም ትክክለኛ ስሕተትን ለማወቅና ለማረምም ሆነ ትክክለኛውን አሻጥር አውቆ ለመከላከል አይረዳም። ክንውኖችን ለመረዳት ፈልቅቆና አብላልቶ ማየትን፣ ከግራና ከቀኝ መመልከትን፣ ሊሆኑ የሚችሉትን ምክንያቶችን ሁሉ ዘርዝሮ መተንተንን፣ ላይ ላዩን የሚታዩትን ብቻ ሳይሆን ሥር የሰደዱትንና የተሸፈኑትን እየገላለጡ ጠለቅ ብሎ መፈተሽን ያጠቃልላል። የአካባቢን ብቻ ሳይሆን አጠቃላዩንና ሁለንተናዊውን ሁኔታ መመርመርን ይጠይቃል። ሁሉንም አሻጥር ብሎ መፈረጅ ቀላል ነው፤ የግል ስሜትን ወደ ጎን አድርጎ ትንተና እንደማድረግ አእምሮን ማንገላታትን አይጠይቅምና።

ደርግ የሶማሌን ወረራንና የሰሜኑን የመገንጠል ንቅናቄ ለመቋቋም፣ የኢትዮጵያን ሕዝብ ከዳር ዳር ለማንቀሳቀስና በተለይም የሶማሌን ወረራ ለመመከት ችሏል። በሰሜንም ያለ የሌለ ርብርቦሹ በምሥራቅ ግንባር በነበረበት ጊዜ አለቀለት የተባለውን የሰሜኑን ጉዳይ ጄኔራል መርዕድና ጓዶቹ ካለ ብዙ ዕርዳታ የሻዕቢያን ጥቃት ብቻቸውን ሲቋቋሙ ከርመዋል። ሠራዊቱ ፊቱን ወደ ሰሜን አዙሮ የግብረ ኃይሎች ዘመቻ በተባለው ውጊያ ቦታዎችን ማስለቀቅ የቻለው አባታችንና ጓዶቹ እየቆሰሉና እየሞቱ ሻዕቢያንና ጀብሃን በመመከት ኤርትራን ማቆየት በመቻላቸው ነበር። ምጽዋና አሥመራን መከላከል አቅቷቸው በሻዕቢያ ተይዘው ቢሆኑ ኖሮ ግብረ ኃይልም ሆነ ቀይ ኮከብ ሌሎችም ዘመቻዎች ባልነበሩ ነበር።

ለኢትዮጵያ ህልውና አዲስ ትንፋሽ የሰጠው የሰሜኑና የምሥራቁ ድል በታላቅ ሥጋት ተውጠው የነበሩ አገር ወዳድ ኢትዮጵያውያን እፎይታን እንዲያገኙ አደረገ። በሌላ ጎኑ የኮሎኔል መንግሥቱ አምባገነንነት እንዲጠናከር ምቹ ሁኔታ ፈጠረ። የሶቪየት ኅብረትንና የሶሻሊስት ዓለሙን ድጋፍ ያገኙት አምባገነን እንደ ሌሎቹ ሶሻሊስት አገሮች እምነቴ ማርክሲዝም ሌኒኒዝም ነው ብለው የሶቪየትን የአገዛዝ ዘዬ በኢትዮጵያ ሕዝብና በሠራዊቱ ላይ ጫኑበት። ኢትዮጵያን ከወረራ ለማዳን በተቀሰቀሰው የሕዝብ ቁጣ ተጠልለው ባገኙት አዲስ ጉልበት የውስጥ ተቃዋሚዎቻቸውንም ደመሰሱ።

የፓርቲ ምሥረታ ፈንጠዝያ፣ "የአዲስ" መንግሥት ምሥረታ፣ የሊቀመንበሩ፣ የፕሬዚዳንቱ አመራር፣ የኢሠፓ ብቸኛ ማዕከላዊነት ሲዘመር ኮሎኔል መንግሥቱና መንግሥታቸው በረሃብ፣ በኑሮ ውድነት፣ በጦርነት፣ በአስተዳደር በደል የሚሰቃየውን የኢትዮጵያን ሕዝብ ረሱት። እንዲያውም ረሃቡና በአገሪቱ የሰፈነው ችግር በውብ ቃላቶች መጸፍ የተጀመረውን የደርግን መንግሥት የድል ገድል የሚያበላሽ ሆኖ አገኙት። ስለሆነም ረሃብ መኖሩን ካዱ፤ በዓለም አደባባይ ዋሹ። ቀጠፉ። የፓርቲውና የኮሎኔል መንግሥቱ የንግስ በዓልና ድግስ እስኪያልቅ የሰሜኑን የጸጥታ ጉዳይም ችላ አሉት።

በአንጻሩ በኤርትራ ሻዕቢያ፣ በትግራይ ሕወሓት፣ በሌሎች አቅጣጫዎች የብሔር ነፃ አውጪ ድርጅቶች እየተጠናከሩ መጡ። የኮሎኔል መንግሥቱ አመራር እንዚህን ሁሉ ቆርጦ ለመደምሰስ ወሰነ። ለእንደዚህ ዓይነቱ ሁኔታ ከጦር ይልቅ የፖለቲካ መፍትሔ እንደሚሻል ቢነገራቸውም ኮሎኔል መንግሥቱ ሊሰሙ ፈቃደኛ አልሆኑም። ፖለቲካዊ መፍትሔ መፈለግ የአገር ፍቅርን የሚቀንስ ሳይሆን የሚወዷት አገር ሳትተራመስ በሰላምና በብልፅግና ጎዳና እንድትራመድ የሚረዳ መሆኑን መገንዘብ አቃታቸው።

ወታደራዊ እንቅስቃሴዎችን በተመለከተ ኮሎኔል መንግሥቱ ስትራቴጂያዊ አመራር ለመስጠት ብቃት የነበራቸው መሪ አልነበሩም። እንደ የአገር መሪ ሊኖረው የሚገባ የማስተዳደር ችሎታ፣ ራዕይ፣ ከራስ ፍቅር ያለፈ አገርን የማገልገልም ሆነ የሕዝብን አደራ መሸከም የሚችል ጫንቃ አልነበራቸውም።

> [ኮሎኔል መንግሥቱ] ስለ ታሪካቸው ሲያወሱ አንድም ቦታ ስለ ውድቀቱ እሳቸው ራሳቸው ያላቸውን ሚና አያነሡም። ግን በተቃራኒው ማንም ከሥልጣን የተባረረ አምባገነን ፖለቲከኛ እንደሚያደርገው በትክክል የተሠራውን ሁሉ የራሳቸው ንብረት አድርገው ሲያቀርቡ ጥፋቶችን ግን ሌሎች ላይ ይላክካሉ። በየጊዜው ዘመቻ ውስጥ ጣልቃ መግባታቸው የተበላሸውን ሁኔታ ከማባባስ በስተቀር የረዳው ነገር የለም። የአገር መሪዎች ጦርነቶችን ይመራሉ። የኮሎኔል መንግሥቱ አመራር ግን ቅጥ የሌለው፣ እጅግ የበዛና ከጥቅሙ ጉዳቱ የሚያመዝን ነበር። ሽልማታቸው፣ ሹመታቸውና ቅጣታቸው ምንም ትርጉም የሌለውና ለመረዳት የሚያስቸግር ነበር። ውሳኔያቸው ከችሎታ ይልቅ በታማኝነት ላይ የተመሠረተ በመሆኑ ስትራቴጂያዊ የሆኑ ኃላፊነቶች ላይ የራሳቸውን የኮርስ ጓደኞች[175] ወይንም የሚቀርቧቸውን መርጠው ይመድባሉ። እነዚህ ወዳጆቻቸው አስተማማኝ የፖለቲካ አቋም ቢኖራቸውም አንዳቸውም ጥሩ ጄኔራሎች እና የጦር መሪዎች አልነበሩም።[176]

በማለት ፕሮፌሰር ገብሩ ታረቀ በመጽሐፋቸው ላይ ያብራራሉ። ጄኔራል መርዕድም ሆነ የሥራ ጓዶቹ በእቅድና በውሳኔ መስጠቱ ሂደት ሲያስፈልግ እየተጨመሩ ሳያስፈልግ እየተገለሉ ሲሠሩ ቆይተዋል። ፈላጭ ቆራጩ ኮሎኔል መንግሥቱ ከፍተኛ የጦር መሪዎችን ሳያማክሩ በዘፈቀደ እንደመሰላቸው እቅድ የሚያወጡ፣ የሚሾሙ፣ የሚሽሩ፣ የሚያስሩና የሚገድሉ ነበሩ። የቅርብ ታማኝ አማካሪዎቻቸውም አሜን ብለው የተሰጣቸውን ተቀብለው የሚያስተጋቡ እንጂ ለመርሕ የቆሙና የኮሎኔል መንግሥቱን ስሕተቶች ለመጠቆም የሚደፍሩ አልነበሩም። ለዚህ ነበር ገና መፈንቅለ መንግሥቱ ከመሞከሩ ሁለት ዓመት በፊት ጄኔራል መርዕድ "...ኃላፊነት ሌላ ቦታ፣ ሥልጣን ሌላ ቦታ፣ ገንዘብ ሌላ ቦታ፣ ለጮሌዎች ብዙ የማምታቻ መንገድ እየተሰጠ፣

175 በሠራዊቱ ውስጥ ከነበሩት ጄኔራሎች መካከል 25ቱ የኮሎኔል መንግሥቱ የኮርስ ጓደኞች ነበሩ። የስም ዝርዝራቸው እዮብ አባተ ጄኔራሎቹ በሚል ርእስ ባሳተሙት መጽሐፍ ላይ ሰፍሯል።

176 Gebru Tareke. The Ethiopian Revolution: War in the Horn of Africa.

በሚሠሩትና በማይሠሩት መካከል ጉልህ ገደብ ሳይበጅ የሚፈለገውን ውጤት መጠበቅ ከንቱ ሐሳብ ነው። ምኞት...ምኞት...ምኞት" ያለው።

የሠራዊቱን መሽነፍ በተመለከተ በዋነኛነት የኮሎኔል መንግሥቱ መንግሥት በተለይም የእሳቸው የአንድ ሰው አምባገነናዊ አገዛዝ ተጠያቂ እንደሆነ ደግመን ደጋግመን ያሳየን ቢሆንም በሠራዊቱ አመራር ላይ የነበሩ ሁሉ ጄኔራል መርዕድንም ጨምሮ በየደረጃው የማይጠየቁበት ጉዳይ አይደለም። የአመራር አባላት ለድልም ሆነ ለሽንፈት ቁልፍ የሆነ ሚና ስለሚጫወቱ ድልን ተከትሎ የሚመጣ ሙገሳና ሽልማትን በደስታ የሚቀበሉትን ያህል ከሽንፈት ጋር የሚመጣ ወቀሳንና ኃላፊነትን የመቀበል ግዴታ አለባቸው። ታሪክ "ኮሎኔል መንግሥቱ ይህን ሁሉ ግፍና በደል ሲፈጽሙ እናንተ የጦሩ መሪዎች ምነው ዝም አላችሁ?" ብሎ መጠየቁ አይቀርም።

የኮሎኔል መንግሥቱ መንግሥት የመጨረሻዎቹ የደርግ ዓመታት ላይ በየአቅጣጫው እየተጠናከረ የመጣውን ተቃውሞ ማስቆምም ሆነ ማብረድ አቃተው። ጦርነቱን ከማፋፋም ሌላ ፖለቲካዊ አማራጮችን እንደ መፍትሔ መመርመር ተሳነው። ያ አንገቱን የደፋ ሕዝብ ለመዋጋት ፈቃደኛ እንዳልሆነ በመሰደድ፣ በመሸሽና በዐመፅ ገለጸ። በፈቃደኝነት ወታደር የሚሆን ጠፋ። በግድ ጦር ሜዳ የተላከውም ከየግንባሩ መሸሽ ጀመረ። ጦሩ ውስጥ ያለው የአስተዳደር ጉድለት፣ "የሦስት ማዕዘን" አመራር፣ የረሃብ፣ የእርዛት፣ የሕክምና እጦትና መሰላቸት ጦሩን አደከመው። የአዛዦች ነፃነት ማጣት፣ ክትትል፣ መሰለልና መረሸን አመራሩን አኮላሸው።

ለአገራችን ቃል ገብተናል ያሉ፣ እውነተኛ የኢትዮጵያ ልጆች እስከ መጨረሻው የሚችሉትን ሁሉ አደረጉ። የአገር ፍቅር ስሜታቸውን ዓይናቸውን በማጉረጥረጥ፣ አንዳንዴም አፀያፊ የሆኑ ቃላቶችን በመጠቀም፣ የአዞ ዕንባ እያፈሰሱ ስለ እናት አገር ፍቅር ረጅም ንግግር የሚያደርጉት፣ በቅርብ ደጋፊዎቻቸው ዘንድ "አገር ወዳድ፣ ቆራጥ መሪ" በመባል የሚሞካሹት ኮሎኔል መንግሥቱ "አንድ ሰው እስኪቀር" እዋጋላታለሁ ያሏትን ኢትዮጵያን "መሣሪያ አስጭኜ መጣሁ" ብለው ጥለዋት ፈረጠጡ።

የኢትዮጵያ ሠራዊት ውድቀት ዋናው ምክንያት ይህ ነው።

የመፈንቅለ መንግሥት ሙከራ

አባታችን ፖለቲካ አይወድም። የሃደ ኩሊ አስተዳደግ ይሁን በኋላ ከሕይወት ልምድ ያገኘው አናውቅም "ፖለቲካ ወሬ ነው፤ ፖለቲካ መዋሸት ነው" ይል ነበር። ምንም እንኳን እንደ ወታደርም ሆነ እንደ ሲቪል የሠራባቸው የኃላፊነት ቦታዎች ፖለቲካዊ ባሕርይ የነበራቸው ቢሆኑም ከፖለቲካ ሥራው ይበልጥ ትኩረቱ አስተዳደራዊ፣ የሕዝቡን የቀን ተቀን ሕይወት ሊያሻሽሉና ሊቀይሩ የሚችሉ ተግባራት ላይ ነበር። ለሕዝቡ ይበጃሉ ብሎ ያወጣቸው እቅዶች

ሥራ ላይ ውለው ውጤት እንዲያመጡ ከልቡ ይጥራል። በሰው ላይ በደል የሚያደርስና አድሏዊ የሆነ አስተዳደር ያስከፋዋል። በ1953 ለጄኔራል መንግሥቱ መፈንቅለ መንግሥት መሳካት የነበረው ምኞት፣ በ1966 ነጌሌ ለነበረው ዐመፅ በዋነኛነት የሰጠው አመራርና ድጋፍ፣ የ1981 የመፈንቅለ መንግሥት ሙከራ ለፍትሕና ለትክክለኛ አመራር የነበረውን ጽኑ ፍላጎት የሚያሳዩ ናቸው። ጀምሮ ባልጨረሰው የሕይወት ታሪኩ ላይ አለአንዳች ጉራና "አውቃለሁ ባይነት"...እዚያ እያለሁ [እዚያ እያለሁ የሚላት ሶማሌ ጠረፍ የምትገኘዋን የዶሎን ከተማ ነው።] በሐረርጌ፣ በአዲስ አበባና በአሥመራ ንቅናቄዎች ከዕለት ወደ ዕለት መፋፋማቸውን መስማት ጀመርኩ። ያኔ 4ኛ ብርጌድን መቀስቀስ ንጉሡን ለማውረድ፣ ሶሻሊዝምን በኢትዮጵያ ምድር ለማስፈን አልነበረም። እውነቱን ለመናገር በመከላከያና በምድር ጦር ውስጥ በሥልጣን ላይ ያሉ ጄኔራሎችንና አጎብዳቢዎቻቸውን በንጉሡና በሠራዊቱ ዘንድ ለማጋለጥ ነበር" ማለቱ ምንም ዓይነት የፖለቲካ ምኞት እንዳልነበረው ሆኖም ግን ለፍትሕና ለትክክለኛ ነገር ለመቆም የነበረውን ቁርጠኝነት የሚያመላክት ነው።

በ1970/71 ኤርትራ ትልቅ ውጥረት የነበረ ጊዜ የፖለቲካ ካድሬዎቹ በአድማ አድኃሪ አዛዦችን እንመነጥራለን ሲሉ የእሱ ትኩረት አሥመራንና ዙሪያዋን መከላከል ነበር። ሐረር የደርግ አባል የነበሩትና በኋላም በእመርታ ድንገት ሜጀር ጄኔራል የሆኑት ዘለቀ በየነ በሆነ ባልሆነው የፖለቲካ ንትርክ ውስጥ ሊከቱት ሲሞክሩ ሁኔታውን በትዕግሥትና በዘዴ ያሳልፈው ነበር። ትኩረቱም ምን ያህል የሐረርጌን ሕዝብ ኑሮ ማሻሻል ላይ እንደነበረ ቀደም ባለው ምዕራፍ ተርከናል።

እኛ ራሳችን ሐረር እያለን በነበረው አስተዳደር ላይ የነበረባቸውን ብሶት ከጄኔራል ደምሴ ጋር ይወያዩ እንደነበረ እናስታውሳለን። ከሌሎችም ጓደኞቹ ጋር እንደዚሁ በየጊዜው የሚደረጉ አግባብ ያልሆኑ ነገሮችን በመቃወም ሲወያዩ እንሰማለን። በሥራውና በአለቆቹ፣ በየዕለቱ በሚያየው ነገር ደስተኛ ባይሆንም መንግሥትን መገልበጥ የችግሮች ሁሉ መፍትሔ ነው ብሎ እንደሚያስብ የሚያሳዩ ፍንጮች አይተን አናውቅም። አንዳንድ ከሠራዊቱ የተገለሉ የድሮ ጓደኞቹና ዘመዶቹ "እናንተ እያላችሁ ይህ...እንዲህ ይጫወትብን?!" ዓይነት አስተያየት ሲሰጡም እንሰማ ነበር። ብዙ ጊዜ በፈገግታ ያልፈዋል። አንዳንዴም "መንግሥት መገልበጥ ምን ችግር አለው? ከዚያ በኋላስ የሚለው ጥያቄ ነው እንጂ" ብሎ ይመልሳል። ፍላጎቱ መንግሥትን መገልበጥ ቢሆን ኖሮ መጀመሪያ የጦር ኃይሎች ጠቅላይ ኤታማዦር ሹም የነበረ ጊዜ የሰሜንና የምሥራቅ እዝ አዛዦች ከነበሩት ከጓደኞቹ ከነጄኔራል ደምሴ ቡልቶና ጄኔራል አሥራት ብሩ ጋር መፈንቅለ መንግሥት ማድረግ በቀለለው ነበር። ጄኔራል መርዕድ የመፈንቅለ መንግሥት ውሳኔ ላይ የደረሰው የኮሎኔል መንግሥቱ መንግሥት የአገራችንን ህልውናና የሕዝቧን ደኅንነት ከውድቀት አፋፍ ላይ ሲያደርሱ ዝም ብሎ ማየት የማይችልበት ደረጃ ላይ ሲደርስ ነው።

በዓለማችን በተለይም በአፍሪካ ቁጥራቸው በርካታ የሆኑ አምባገነኖች በመፈንቅለ መንግሥት ሥልጣናቸውን ለቀዋል። በመፈንቅለ መንግሥት ሥልጣን ላይ የወጡ ከፍተኛ የጦር መኮንኖች

በተራቸው በአምባገነንነት ገዝተዋል። የጦር አለቆች ዲሞክራሲያዊ በሆነ መንገድ የተመረጡ ተራማጅ መሪዎችን አውርደው ወታደራዊ አገዛዝ መሥርተዋል። በድምሩ ዲሞክራሲና የዲሞክራሲ ተቋማት ባላደገባቸው አገሮች መፈንቅለ መንግሥታት አምባገነኖችን ወይንም ተራማጅ መንግሥታትን ለመገልበጥ መሣሪያ ሆነዋል።

መፈንቅለ መንግሥቶች ብዙዉን ጊዜ አንዱን አምባገነን በሌላው አምባገነን በመተካት ቢታወቁም ቁጥራቸው ትንሽ የማይባል መፈንቅለ መንግሥቶች ለዲሞክራሲያዊ ለውጥ በር ከፋች ሆነዋል። በዚህ ረገድ እ.አ.አ. በ1960 በቱርክ የተደረገው መፈንቅለ መንግሥት አምባገነን እየሆነ የመጣውን መንግሥት ገልብጦ አገሪቱን ወደ ዲሞክራሲያዊ ጎዳና ወስዷታል። እ.አ.አ. በ1974 በፖርቱጋል የተደረገው መፈንቅለ መንግሥት ኤስታዶ ኖቮ በመባል የሚታወቀውንና አገሪቱን ከአርባ ዓመታት በላይ የገዛውን ጨቋኙን መንግሥት አስወግዶ ለዲሞክራሲያዊ ሥርዓት መንገድ ከፍቷል። ፖርቱጋል አፍሪቃ ውስጥ የነበሯትንም ቅኝ ግዛቶች ጥላ እንድትወጣ አስተዋፆ አድርጓል።

በ1981 ዓ.ም. የተሞከረው መፈንቅለ መንግሥት ኢትዮጵያን ወደ ዲሞክራሲና ብልጽግና ይምራት ወይንም ወደ ባሰ ትርምስ ይከተታት በእርግጠኝነት መናገር አይቻልም። ጄኔራል መርዕድና ጓዶቹ ለአገራቸው የነበራቸውን ፍቅር፣ ቀናነታቸውንና የአመራር ችሎታቸውን የሚያውቁ፣ ከኮሎኔል መንግሥቱ አምባገነናዊ አገዛዝ የተሻለና ለኢትዮጵያ ዴሞክራሲያዊ አስተዳደር ፈር ቀዳጅ ሊሆን የሚችል መሠረት ሊጥሉ ይችሉ እንደነበረ በእርግጠኝነት ይናገራሉ። በዚህ ሐሳብ ከማይስማሙት አንዱ በደርግ ዘመን የአገሪቱ ምክትል ፕሬዚዳንት የነበሩት ኮሎኔል ፍሥሐ ደስታ ናቸው። በእሳቸው አባባል "ጄኔራሎቹ ከብዙ ውጣ ውረድና ፈታኝ ሒደቶች ከፍተኛ ልምድ ያገኙትን ኮሎኔል መንግሥቱን ፈጽሞ የሚተኩ አልነበሩም"[177] ይላሉ። ኮሎኔል ፍሥሐ ኢትዮጵያን አተራምሰው በመጨረሻም ወዳጆቻቸውን ሁሉ (እራሳቸውን ኮሎኔል ፍሥሐንም ጨምሮ) ሜዳ ላይ በትነው የፈረጠጡትን ኮሎኔል መንግሥቱን "ሊተኩ የማይችሉ" ብሎ ማሞገስ መንግሥቱና ጓዶቻቸው በኢትዮጵያ ሕዝብ ላይ የሠሩትን በደል ሸምጥጦ መካድ ብቻ ሳይሆን በፈሰሰው ደም መቀለድ ይሆናል ብለን እንድናምን እንገደዳለን።

አንዳንድ ታዛቢዎች ምንም እንኳን የመፈንቅለ መንግሥቱ መሪዎች ከኮሎኔል መንግሥቱ መንግሥት እጅግ የተሻለ ሥርዓት ማምጣት ቢችሉም በአገሪቱ የነበረው ወታደራዊ ሁኔታ ውስብስብነት ከሚችሉት በላይ ይሆንባቸው ነበር ብለው ይገምታሉ። የኮሎኔል መንግሥቱን አስተዳደር አጥብቀው የሚጠሉ ሌሎች ሰዎች ደግሞ የወታደርን መንግሥት በወታደር መተካት መፍትሔ አያመጣም ብለው ይተቻሉ። እነዚህ አስተሳሰቦች በእርግጥም ሊጠኑና ሊመረመሩ የሚገባቸው ናቸው። ለማንኛውም መፈንቅለ መንግሥቱ ተሳክቶ የእንቅስቃሴው መሪዎች ምን እንደሚያስቡ ባልታወቀበትና የመጀመሪያዎቹ እርምጃዎች ባልታዩበት ሁኔታ ኢትዮጵያ

177 ፍሥሐ ደስታ (ሌ/ኮሎኔል) ፤ አብዮቱና ትዝታዬ

ወዴት አቅጣጫ ልታመራ ትችል እንደነበረ መፍረድ በጣም አስቸጋሪ ነው።

አገሪቱ የነበረችበትን ሁኔታ በተለይም የደርግ መንግሥት ሽባ በነበረበት፣ ደርግንም የሚተካ ጠንካራ አገር አቀፍ ተቃዋሚ ባልነበረበትና ኢትዮጵያ ወዴት እንደምታመራ ባልለየበት ውዥንብር የደርግ መውደቅና በሌላ ኃይል መተካት እጅግ አስፈላጊ ነበር። አንዳንድ ጸሐፊዎች "ቢያንስ አፋቤትና ናቅፋ ከተደረሰና የሻዕቢያ አከርካሪ ከተመታ በኋላ ያ መፈንቅለ መንግሥት ቢካሄድ ኖሮ ሻዕቢያ እንደገና ለማንሰራራት ረጅም ጊዜ በወሰደበት ነበር"[178] ይላሉ መፈንቅለ መንግሥቱ መዘግየት እንደነበረበት ሲናገሩ። በእንደዚህ ዓይነት ካለ ብዙ ማሰብ በተወረወረ ሐሳብ ላይ ተመርኩዞ ሌሎች ብዙ ጥያቄዎችን ማንሣት ይቻላል። መፈንቅለ መንግሥቱ መጀመሪያ መቀሌን አስለቅቆ ቢደረግስ ኖሮ? አፋቤትን ብቻ አስለቅቆ ናቅፋንስ መተው?... እያሉ አያሌ ሊሆኑ የሚችሉ ሁኔታዎችን (ሴናሪዮስ) ማንሣት ይቻላል። መፈንቅለ መንግሥቱን ካደረጉ በኋላ አፋቤትና ናቅፋ መድረስም ሌላው አማራጭ ሊሆን ይችል ነበር።

መፈንቅለ መንግሥቱ ለምን ከሸፈ?

ስለ መፈንቅለ መንግሥቱ መክሸፍ ከሚሰጡ ምክንያቶች እጅግ የሚያስገርመው "በወታደሩ ውስጥ በቂ ቅስቀሳ ስላልተደረገ ነው" የሚለው ነው። የደርጉ ከፍተኛ ባለሥልጣን የነበሩት ኮሎኔል ፍሥሐ ደስታ ይህንኑ ሐሳብ በማጠናከር መፈንቅለ መንግሥቱ "በደንብ የተጠና የፖለቲካ ፕሮግራም አልነበረውም"[179] ይሉናል። ይህንን እንደ ምክንያት የሚያቀርቡ ሰዎች የፖለቲካ ካድሬዎች አብዮታዊ ለውጥ ለማምጣት የፖለቲካ ፕሮግራምና ከዚያም በመቀጠል ሕዝቡን መቀስቀስ ያስፈልጋል እያሉ "ያስተማሯቸው" የንቃተ ሕሊና ትምህርት ከልቦናቸው እንዳልጠፋ ያሳያል። ኮሎኔል ፍሥሐንም እርስዎ መሪ የነበሩበት ደርግ የንጉሡን መንግሥት ሲገለብጥ "በደንብ የተጠና የፖለቲካ ፕሮግራም ነበረው እንዴ?" ብለን ለመጠየቅ እንገደዳለን።

መፈንቅለ መንግሥት ጥቂት ቁልፍ የሆኑና የሚታመኑ የጦር አዛዦችን ይዞ የሚደረግ ቅፅበታዊ እንቅስቃሴ ነው። "ኩዴታ" የሚለው የፈረንሳይኛው ቃል ራሱ ቃል በቃል ሲተረጎም "መንግሥትን 'ኳ' ማድረግ" ማለት ነው። ለመፈቅለ መንግሥቱ መሳካት ወሳኙ የፖለቲካ ፕሮግራምና ቅስቀሳ አይደለም። ወሳኙ ያልተጠበቀና ቅጽበታዊ እርምጃ ፈጥኖ በመውሰድ ተቃራኒ ወገንን በማስወገድ ወይንም እንዳይንቀሳቀስ ሽባ (ኒውትራላይዝ) በማድረግ ሥልጣንን በአፋጣኝ መያዝ ነው። ለግንቦት ስምንቱ መፈንቅለ መንግሥት መውደቅ አንዱ ትልቁ ምክንያት ይህ ቅጽበታዊ እርምጃ ቀልጠፍ ብሎ ያለመወሰዱ ነበር።

እነዚሁ ከላይ "ቀደም ሲል ቅስቀሳ መደረግ" ነበረበት የሚሉ ሰዎች ራሳቸው የመፈንቅለ

---

178 ካሣዬ ጨመዳ (ሊቀ ኅሩያን ብ/ጄኔራል) ፤ የጦር ሜዳ ውሎዎች ሲቃ ከምሥራቅ እስከ ሰሜን

179 ካሣዬ ጨመዳ ፤ ዝኒ ከማሁ

መንግሥቱ መውደቅ አንዱ ምክንያት ምሥጢሩ ያለመጠበቁ ነው ይሉናል። እንዳሉት ቅስቀሳ ቢደረግ ኖሮ ምሥጢር ምን ያህል ሊጠበቅ ይችል ነበር? የደርጉ መንግሥት ውስጥ ሥልጣን የነበራቸው አንዳንድ ጸሐፊዎች የመፈንቅለ መንግሥቱን ሤራ ምሥጢር ቀደም ብለው እንደሚያውቁ ይናገራሉ። የደርግ አውራ ካድሬ የነበሩት ሻምበል ገስጥ "ዕድላቸው" ሆኖ በየሄዱበት ቦታ ሁሉ አድመኞቹ ሲያሤሩ ድንገት ያጋጥማቸዋል![180] ኰሎኔል ፍሥሐ አንድ ቀን በፊት የቅርብ ወዳጃቸው ነግሯቸዋል።[181]

ኰሎኔል መንግሥቱ ለገነት አየለ የሰጡት ቃለ መጠይቅ ላይ "የመፈቅለ መንግሥቱ ሙከራ ሊደረግ እንደታቀደ አውቅ ነበር።...አንድ ቀን የማዕከላዊ ኮሚቴ ስብሰባ እየተካሄደ ገና እንደተጀመረ የሶቪየት አምባሳደር በጣም ለአስቸኳይ ጉዳይ እንደሚፈልገኝ ተናግሮ ከስብሰባ ላይ ያስጠራኛል። ከስብሰባው ላይ ተነሥቼ 'ምንድነው?' ብለው 'አንዳንድ ሤራ አለ' አለኝ። ይሄውም የሕዝባዊ ማደራጃ ተቋም ኃላፊ ያደረግነው ጄኔራል ሥዩም፣...ጄኔራል ፋንታ... ጄኔራል መርዕድ ንጉሤ መፈንቅለ መንግሥት ያውጠነጥናሉ ብሎ አምባሳደሩ ነገረኝ" ይሉና ከዚያም የሕዝብ ደኅንነት ሚኒስትሩን አነጋግሬው ምንም እንደማያውቅ ነገረኝ ይላሉ። ኰሎኔል መንግሥቱ ለገነት አየለ በሰጡት በዚሁ ቃለ ምልልስ ላይ መፈንቅለ መንግሥቱ ከከሸፈ በኋላ መከላከያ ውስጥ ከሩሲያ መፈንቅለ መንግሥቱን ለመርዳት የመጡ የሩሲያ ከፍተኛ መኮንኖችን አገኘን ይላሉ። በአንድ በኩል የሶቪየት መንግሥት በአምባሳደሩ በኩል "አስጠነቀቀኝ" በሌላ በኩል "የሶቪየት መንግሥት እኔን ለመጣል ከመፈንቅለ መንግሥት ጠንሳሾቹ ጋር አብሮ አደመብኝ" የሚለው አባባል እርስ በርሱ የሚቃረንና ትርጉም የማይሰጥ አባባል ነው።

የሚገርመው እዚሁ የገነት አየለ ቃለ ምልልስ ላይ ኰሎኔል መንግሥቱ ከአዲሱ የጎርባቾቭ መንግሥት ጋር መቃቃር እንደነበረ ያነሡና "...ከመርዕድ ጋር የመፈንቅለ መንግሥቱን እቅድ ያወጡ የራሺያ አማካሪዎች ነበሩ። ራሺያዎቹስ የሚፈልጉትን ያውቃሉ። እነ መርዕድ ግን እኔን ከሥልጣን ለማውረድ የራሺያን ጄኔራሎች ማማከር ያስፈልጋቸዋል? እዚያ አብረዋቸው ነበሩ። በሚያሳፍር ሁኔታ ሦስትና አራት ቀን ቢሮ ተዘግቶባቸው በድንጋጤ ተበላሽተው አግኝተናቸዋል። ነገር ግን ከዚያ መንግሥት ጋር ላለመቋሰልና ጠላት የበዛብን በመሆናችን ሌላ ላለመጨመር ሰዎቹን አጣጥበናቸው፣ ልብስ አልብሰን፣ ፀጉራቸውን አስተካክለን

180 ዘነበ ፈለቀ ፤ ነበር፡ ክፍል ሁለት (እዚህ መጽሐፍ ላይ አንዲት ዐረብ አገር መሄድ የምትፈልግ ሴት ሳታውቀው እንዴት የመፈንቅለ መንግሥት ጥንሰሳ ላይ የነበሩ ሰዎች ስብሰባ ላይ እንደተሳተፈችና ቆይቶም ወሬ አቀባይ እንደሆነች ጽፈዋል። በዚህም ሳያቆሙ በደረሳቸው ጥቆማ መሠረት ብዙ ቀናት ክትትል ካደረጉ በኋላ በመጨረሻም ጄኔራል ኃይሉ ገብረሚካኤል፣ ዓለማየሁ ደስታ፣ ፋንታ በላይ፣ ተስፋዬ ትርፌ ማዕከላዊ እዝ ለስበሰባ ሲመጡ አየኋቸው ይሉናል። ይሄ አልበቃ ብሎ ዘምዶቻቸውን ለመጠየቅ ደብረ ብርሃን ደርሰው ሲመጡ ጄኔራል ኃይሉ ለአንድ አዛውንት ገበሬ የተጠቀለለ ወረቀት ሲሰጡ ያገኟቸዋል። ይህ ሁሉ በእርሳቸው አስተሳሰብ የመፈቅለ መንግሥቱ ቅድመ ዝግጅት ነበር። ሻምበል ገስጥ "አውቃለሁ" ለማለት ይህ ለሲኒማ የሚሆን ትረካ በመጽሐፋቸው ላይ በብዛት ተርከፍክፎ ይታያል።)

181 ፍሥሐ ደስታ (ሌ/ኰሎኔል) ፤ አብዮቱና ትዝታዬ

በሹልክታ ወደ አገራቸው ሸኘተናቸዋል" ይላሉ። የራሺያ ጄኔራሎች ከመፈንቅለ መንግሥቱ መሪዎች ጋር ተባብረው ነበር የሚሉት ኮሎኔል መንግሥቱ እዚሁ ቃለ ምልልስ ላይ "ጄኔራል መርዕድ ንጉሤም በበኩሉ አይወዳቸውም ነበር [ሩሲያኖቹን ማለታቸው ነው]። እነሱ ያላቸው እውቀት የተርሞ ኑክሊየርና በከፍተኛ ደረጃ ያለ ነገር እንጂ የኛ ጠላቶች የሚጠቀሙበትን የጎሬላ ጦርነት ጨርሶ አያውቁትም። ያገራችንን ሕዝብ ሥነ-ልቦና አያውቁትም። የማያስፈልግ ትልልቅ መሣሪያና መድፍ እያመጡ እየወሰዳችሁ በየሸለቆውና በየጎሬው ይገትሩና ደብድቡ ይሉናል" ይላሉ። አንዴ የሩሲያው አምባሳደር ነገረኝ፣ ወዲያው ደግሞ ሩሲያኖች ከነመርዕድ ጋር ሆነው ሊገለብጡኝ ነበር። እዚያው በዚያው ደግሞ መርዕድ ሩሲያኖችን አይወድም ነበር። እንዴት ተደርጎ ይያያዛል?

ከዚህ በላይ እንዳሳየነው ኮሎኔል መንግሥቱ ከተለያየ አካባቢ ከሩሲያው አምባሳደር ሳይቀር ስለመፈንቅለ መንግሥቱ ሰምተዋል።[182] ይህ ሁሉ "እየታወቀ" የደርግ መንግሥት ምነው ዝም አለ? "ለምሳ ያሰቡንን ቁርስ አደረግናቸው" ይሉ የነበሩትና ጠላቶቻቸውን እንደ ቆቅ ነቅተው የሚጠብቁት ኮሎኔል መንግሥቱስ "እያወቁ" ለምን ዝም አሉ? እንዴትስ አስቻላቸው?

በቀደምት ምዕራፎች እንዳሰፈርነው ከፍተኛ የጦር አዛዦችን መጠርጠርና መከታተል በመፈንቅለ መንግሥቱ ሙከራ ሰሞን የተጀመረ ነገር አይደለም። ሊወድቅ የሚንገታገት አምባገነን መንግሥት በኩዴታ ልወገድ እችላለሁ ብሎ ማሰብም አዲስ ነገር አይደለም። ኮሎኔል መንግሥቱ ጥርጣሬ ሲገባቸው ሁለቴ አስበው ውሳኔ የሚሰጡ መሪ አልነበሩም። ሥልጣን ላይ ያቆያቸው የኃይል ሚዛንን ተረድተው፣ "በትክክለኛ" ጊዜ ጠላቶቻቸውን የማስወገድ ልዩ "ችሎታቸው" እንደሆነ ሥልጣን ላይ ባሉበት ጊዜ በተደጋጋሚ አሳይተዋል። የደርግ መንግሥት እንኳን መፈንቅለ መንግሥት እንደሚኖር እርግጠኛ ሆኖ ይቅርና ተቃዋሚ ነው ብሎ የሚጠረጥረውን አስቀድሞ ገድሎ በኋላ የሚያጣራ መንግሥት እንደነበረ የኢትዮጵያ ሕዝብ ያውቃል። ኮሎኔል መንግሥቱ ይህ መፈንቅለ መንግሥት መጠንሰሱን አስቀድመው ቢያውቁ ኖሮ ቢያንስ የጀርመን ጉብኝታቸውን ለሌላ ጊዜ ያስተላልፉ ነበር። ወይንም እቅዱን ለማክሸፍ ከመፈንቅለ መንግሥቱ መሪዎቹ መኻል አንድ ወይንም ሁለቱን ከእሳቸው ጋር ጀርመን ይዘው መሄድ በቻሉ ነበር። ጀርመን እያሉ የመፈንቅለ መንግሥቱ ዜና ሲነገራቸውና ኢትዮጵያም ሲገቡ ፊታቸው ላይ ይነበብ የነበረው ድንጋጤ ስለሚመጣው አደጋ ሰምቶ የተዘጋጀ ሳይሆን ሳያስበው ውርጅብኝ የወረደበት ሰው ዓይነት ይመስሉ ነበር።

መከላከያ ሚኒስቴር ውስጥ መፈንቅለ መንግሥቱን ለመምራት የተሰበሰቡት ጄኔራሎች አንድም በሕይወት በሌሉበትና መረጃዎች እንደልብ ማግኘት በማይቻልበት ሁኔታ ነገሮች ምን ላይ እንደተበላሹ በእርግጠኝነት መናገር በጣም አስቸጋሪ ይሆናል። ለምሳሌ ኮሎኔል መንግሥቱ ይጓዙበት የነበረው አውሮፕላን ይመታ ወይንስ አይመታ የሚል ክርክር እንደነበረና በክርክሩም ላይ ማን ምን አቋም እንደነበረው በርካታ ጸሐፊዎች ካለማስረጃ የመሰላቸውን ጽፈዋል።

182 ገነት አየለ ፤ የሌተና ኮሎኔል መንግሥቱ ኃይለማርያም ትዝታዎች

የኮሎኔል መንግሥቱ አውሮፕላን አዲስ አበባን ለቀቀ በተባለበትና ይህ ክርክር ተጀመረ ተብሎ በሚገመትበት ጊዜ መኻል ብዙ ሰዓታት አልፈዋል። ይህ ይመታ አይመታ ክርክር ተጀመረ በተባለበት ሰዓት ኮሎኔል መንግሥቱን የያዘው አውሮፕላን በየትኛውም አቅጣጫ ቢወጣ የኢትዮጵያን ድንበር ያልፋል።

በእኛ አስተያየት መፈንቅለ መንግሥቱ የከሸፈው ጄኔራል አበራ አበበ የመከላከያ ሚኒስትሩን ጄኔራል ኃይለጊዮርጊስን ገድለው በአጥር ዘለው የወጡ ጊዜ ነው። ጄኔራል ኃይለጊዮርጊስን ማሠር ካለበለዚያም ግቢውን ለቀው እንዲሄዱ መፍቀድ ሲችሉ በነበራቸው አለመግባባትም ይሁን በአነጋገራቸው ተናደው እንደዚያ ዓይነት እርምጃ መውሰድ አልነበረባቸውም። ገና ከመጀመሪያው የመከላከያ ሚኒስቴር ሠራተኞችን ሰብስበው ሲያነጋገሩ ይታይባቸው የነበረው ያለመረጋጋትና የድንጋጤ መንፈስ የተሰጣቸውን ኃላፊነት በብቃት ለማከናውን እንዳልተዘጋጁ የሚያመላክት ነበር። ጄኔራል አበራ ጄኔራል ኃይለጊዮርጊስን ከገደሉ በኋላ የኦፕሬሽን ኃላፊነታቸውን እርግፍ አድርገው ጥለው መሄድ ከአሥመራና ከጦላይ መፈንቅለ መንግሥቱን ለማካሄድ የመጡ ወታደሮች ባዶ ሜዳ ላይ እንዲቀሩ አድርገዋል። ከተለያዩ ጽሑፎችና የዓይን ምስክሮች የተሰሙ መረጃዎች ላይ በመመርኮዝ የጄኔራል አበራ ከመከላከያ ሚኒስቴር መሥሪያ ቤት ጥሎ መሄድ መፈንቅለ መንግሥቱ እንዳይሳካ ካደረጉት ምክንያቶች መኻል ዋነኛው ነው ብሎ መደምደም ይቻላል።

የግንቦት 8 መፈንቅለ መንግሥት እንዴት እንደተጠነሰሰና ውሳኔ ላይ እንደተደረሰ፣ የተለያዩ ኃላፊነቶች ለማንና እንዴት እንደተሰጡ በትክክል አናውቅም። ለወደፊት በስለላና በምርመራ መሥሪያ ቤቶች ያሉ ሰነዶች ለሕዝብ ይፋ ሲሆኑ እስከዛሬ የማናውቃቸው አዳዲስ እውነቶችን ማየት እንችል ይሆናል። የመፈንቅለ መንግሥቱ ጠንሳሾች አንዳቸውም በሕይወት በሌሉበት ሁኔታ ዝርዝር እቅዱና በውስጣቸው ሊኖሩ ይችላሉ ተብለው የሚገመቱ ውይይቶችና ልዩነቶች መታወቅ መቻላቸው እጅግ ያጠራጥራል።

እኛ እስከምናውቀው ድረስ

ቀኑን በትክክል ማስታወስ ባንችልም ከመፈቅለ መንግሥቱ አንድ ሳምንት በፊት ካፖርት የለበሱና ባርኔጣ ያደረጉ ሁለት ሰዎች ከጨለመ በኋላ ተራ በተራ ቤታችን ይመጣሉ። ግቢ እንደገቡ ከወትሮ ባልተለመደ ሁኔታ መጀመሪያ የመጡትን ሰውዬ አባታችን እራሱ ከዋናው (ትልቁ) ቤታችን ጓሮ ወዳለው አንዱ ሰርቪስ ክፍል ይዟቸው ይሄዳል። ሁለተኛው ከአንድ ከአሥራ አምስት ደቂቃ በኋላ ሲመጡ ልክ እንደፊተኛው እየመራ ወደ ሰርቪስ ቤቱ ይወስዳቸዋል። በኋላ እንደሰማነው በአዘቦቱ ቀን የውጪ መብራት ካልበራ የሚቆጣው አባታችን የውጪ መብራቶች ሁሉ እንዲጨልሙ ትእዛዝ ሰጥቶ ነበር።

አንዳንድ ጊዜ የውጪ አገር ሰዎች ቤት ሲጋበዙ አንድ ወይንም ሁለት ወታደሮች መጥተው

ይጠብቃሉ። ካለበዚያ አንድም ጊዜ ቤታችን በወታደር ተጠብቆ አያውቅም። ያን ዕለት ግን ሁለት ወታደሮች በንቃት መሣሪያቸውን አንግተው ይጠብቃሉ።

ሁለቱ እንግዶችና አባታችን በግምት ከሠላሳ እስከ አርባ አምስት ደቂቃ የሚሆን ጊዜ ሰርቪስ ቤቷ ይቆያሉ። ትልቁ ወንድማችን ከውጪ አምሽቶ ሲመጣ ካፖርት የለበሱ ረዘም ያሉ ሰውዬ ከቤታችን ወጥተው ሲሄዱ ያያል። እዚያው ጎረቤታችን ከሚኖሩ አጎቶቻችን መኻል አንዱ ነው ብሎ ጠጋ ሲል አጎታችን ያለመሆናቸውን ይረዳል። እኚህን ሰውዬ ያውቃቸዋል። ነገር ግን ለጊዜው ማንነታቸው አልመጣለትም። ቆም ብሎ በዓይን ተከተላቸው። ጨለማ ውስጥ ገብተው በትንሽ መኪና ነጎዱ። ትንሽ ከተል እንደማለት ብሎ ተመልሶ ወደ ቤት አመራ። አሁን ደግሞ ሌላ ሁለተኛ ሰው አየ። እኚህን ሰውዬ ለመለየት ጊዜም አልወሰደበትም። ሆለታ በነበርን ጊዜ በየቀኑ የምናያቸው ጄኔራል አበራ አበበ ነበሩ። እሳቸው አውቀው ሊያናግሩት አይፈልጉ ወይንም ይርሱት ዝም ብለውት አለፉ። እሳቸውም ወደ ጨለማው መንገድ ገብተው ተሰወሩ። ጄኔራል አበራን ሲያይ ቀደም ብለው የወጡት ጄኔራል ፋንታ በላይ መሆናቸው ብልጭ አለለት። ከጥቂት ደቂቃዎች በኋላ አንድ መኪና መጥታ ሁለቱን ጠባቂ ወታደሮች ይዛ ሄደች።

ሁለቱ እንግዶች ከወጡ በኋላ አባታችን የያዛቸውን ወረቀቶች አንድ በአንድ መቅራረጥ ጀመረ። ሲጽፍ፣ ሲያነብ ቆይቶ ወረቀት መቀራረጡ አዲስ ነገር አልነበረም። ሁሌም ወረቀቶች በትንንሹ አድርጎ ይቆራራጥና ከውጪው መጸዳጃ ቤት ጣሉት ይለናል። አሁን ግን ቆራርጦ ከጨረሰ በኋላ እሱ ራሱ ወደጓሮው መጸዳጃ ቤት ሄዶ ጥሎ መጣ። እንደ ሁልጊዜው “አትተኙም እንዴ? መሽቷል እኮ!” ብሎ ወደ መኝታው ሄደ። ከዚያ በኋላ የነበሩት ቀናት ከወትሮው የተለዩ አልነበሩም። ሥራ ይሄዳል፣ ከሥራ ይመጣል።

ግንቦት 8

ግንቦት ስምንትም ከሌላው ቀን የተለየ ምንም አዲስ ነገር አልነበረም። ወትሮ ከቤት በሚወጣበት ሰዓት ደኅና ዋሉ ብሎ ወደ ሥራ ሄደ። ለነገሩ አባታችን ሐሳብ ቢገባውም፣ ቦንብ ቢፈንዳም ከጀርባ ያለውን ሁካታ የሚሸፍን አንዳች እርጋታ አለው። “ሁሉም ከልኩ አያልፍም” የዘወትር አባባሉ ነበረች። በእርግጥም መጥፎ ዜና ሲሰማ ደንገጥ ካለ በኋላ በተከታታይ መደረግ ያለባቸውን ነገሮች ማሰብ ይጀምራል። በእሱ አስተሳሰብ ሁሉ ነገር ማስታወሻ ላይ መሥፈር ስላለበት ወዲያው ሐሳቡን ወረቀት ላይ ያሰፍራል። ከድንጋጤ ወደ እቅድ ማውጣት በፍጥነት ይሸጋገራል። ተረጋግቶ አካባቢው ያሉትንም ያረጋጋል።

ማክሰኞ ግንቦት 8 1981 ወደ ረፋዱ ላይ አውሮፕላኖች የአዲስ አበባ አየር ላይ ማንዣበብ ሲጀምሩ የአባታችን ጓደኛ አቶ ተስፋዬ ዳባ ትንሿን እኅታችንን ከትምህርት ቤት ይወስዳትና ወደ ቤታችን ይከንፋል። ቤት የነበሩትን ጨምሮ መካኒሳ ትኖር የነበረችው አክስታችን ወ/ሮ

አስቴር ንጉሤ ቤት ይወስዳቸዋል።

ጄኔራል መርዕድ ጠዋት ኮሎኔል መንግሥቱን ለመሸኘት አውሮፕላን ጣቢያ ከሄዱት ሰዎች መኻል አልነበረም። ከቤተሰብና ከወዳጅ ዘመድ ካልሆነ፣ ከመንግሥታዊ ግርግር፣ ስብሰባና በዓል ነክ ከሆኑ ነገሮች የግድ ካልሆነበት ይሸሻል። ይህን ባሕርይውን አብረውት የሠሩ ሁሉ በሚገባ ያውቁታል። በ1991 "ተራሮችን ያንቀጠቀጠ ትውልድ" በሚባል ስም ይወጣ በነበረው መጽሔት ላይ በማዕከላዊ ወንጀል ምርመራ የወታደራዊ ጉዳዮች ዋና ኃላፊ የነበሩት ሻምበል ፍቅሬ ባዴ "ተራሮቹ በውድቀታቸው ዋዜማ" በሚል ርእስ ባወጡት ጽሑፍ ላይ ስለ አባታችን እንቅስቃሴ ሲተርኩ፡-

> ጄኔራሉ ያለ ምንም መጨነቅና መረበሽ እስከ ቀኑ አምስት ሰዓት ተኩል እንደወትሮው ሁሉ መደበኛ ሥራቸውን ሲያከናውኑ ቆዩ።...ጄኔራሉ እስከ ቀኑ ስድስት ሰዓት ቢሮዋቸው[183] ውስጥ ከቆዩ በኋላ በአንድ እጃቸው በትረ መኮንናቸውን በሌላ እጃቸው መለዮአቸውን ይዘው ከወትሮው ባልተለየ እርጋታ ወደ መኪናቸው ሲያመሩ ከአካባቢው የማይለዩ ሠራተኞች ለመጨረሻ ጊዜ እንዳዩአቸው ገልጸዋል።...ጄኔራሉ ከቢሯቸው እንደወጡ ያመሩት ለምሳ ወደ ቤታቸው ሳይሆን ለሚጠብቃቸው ግዳጅ በቀጥታ ወደ መከላከያ ሚኒስቴር ነበር።[184]

ይላሉ። መከላከያ ቢሮ እንደደረሰ የኃይል አዛዦች (የምድር ጦር፣ የአየር ኃይልና የባሕር ኃይል) እንዲሁም በአካባቢው የነበሩ የጦር አለቆችን ለስብሰባ ይጠራል። ስብሰባው ላይም ጄኔራል መርዕድ የመፈቅለ መንግሥት ሐሳቡን ዋና ዓላማ አብራርቶ ከጨረሰ በኋላ የኢንዱስትሪ ሚኒስትር (ቀድሞ የአየር ኃይል አዛዥ) ጄኔራል ፋንታ በላይም ከመፈንቅለ መንግሥቱ በኋላ ስለሚቋቋመው መንግሥት ማብራሪያ ይሰጣሉ።

ሰዓቱን በትክክል መናገር ባይቻልም ኮሎኔል መንግሥቱ ከአገር እንደወጡ በአምስት ሄሊኮፕተሮች ከጠላይ ማሠልጠኛ ጣቢያ "ስፓርታ" በመባል የሚታወቁ ወታደሮች አዲስ አበባ ገብተዋል። እነዚህ ሠልጣኞች ጥሩ የአካል ብቃት ያላቸውና የተለያዩ ስልቶችን በመጠቀም ከጠላት ጀርባ ገብተው ማጥቃት እንዲችሉ በሰሜን ኮሪያ ወታደሮች የሚሠለጥኑ ነበሩ። አንድ የስፓርታ ወታደር አሥር የጠላት ተዋጊዎችን እንዲመክት የሚሠለጥን ኃይል ነበር። በሌላ

183 ትግራይ 604ኛው ኮር በመባል የሚታወቀው ጦር ሽሬ ላይ ከመደምሰሱ ጥቂት ሳምንታት/ቀናት በፊት መከላከያ ሚኒስቴር ግቢ ውስጥ የሚገኘው የዘመቻ መምሪያ ቢሮ ወደ ቤተ መንግሥት ተዛውሮ በቀጥታ በኮሎኔል መንግሥቱ የሚመራው ብሔራዊ አብዮታዊ ዘመቻ መምሪያ ሥር እንዲሆን ተደርጎ ነበር። በዚሁ ውሳኔ መሠረት መከላከያ ሚኒስትሩ ጄኔራል ኃይለጊዮርጊስ፣ ጄኔራል መርዕድ ንጉሤ፣ የዘመቻ መምሪያ ሹሙ ጄኔራል አበራ አበበና ምክትላቸው ጄኔራል ተስፋዬ ትርፌም ቤተ መንግሥት ውስጥ ቢሮ ተሰጥቷቸው ነበር። ቢሆንም ግን ለአንዳንድ ሥራዎችን ከመከላከያ ቢሯቸውም ሆነው ይሠሩ ነበር።

184 ፍቅሬ ባዴ (ሻምበል) ፤ ተራሮቹ በውድቀት ዋዜማ (ተራሮችን ያንቀጠቀጠ ትውልድ ፤ እውነተኛ ታሪኮች) ፤ ቅፅ አራት ፤ 1991

በኩል የሁለተኛው አብዮታዊ ሠራዊት ምክትል አዛዥ በጄኔራል ቁምላቸው ደጀኔ የሚመራ የአየር ወለድ ጦር ከአሥመራ መጥቷል። ከአየር ኃይል ጋር በአንድነት መከላከያ ሚኒስቴር ቢሮ ውስጥ የተሰበሰቡትን የመፈንቅለ መንግሥቱን መሪዎች ለመጠበቅና የቤተ መንግሥቱን ልዩ ብርጌድ ለመቆጣጠር በቂ ኃይል ነበር።

የስፓርታኪያዱና የአየር ወለዱ ጦር ቦታውን ከመያዙ በፊት የመከላከያ ሚኒስቴር በቤተ መንግሥቱ ልዩ ብርጌድ ይከበባል። በዚህ መኻል የመፈንቅለ መንግሥቱን ኦፐሬሽን እንዲመሩ የተመደቡት ጄኔራል አበራ አበበ ጄኔራል ኃይለጊዮርጊስ ሀብተማርያምን ገድለው ከመከላከያ ወጥተው ሄደዋል። የስፓርታኪያዱንም ሆነ የአየር ወለዱን ጦር የሚያስተባብርና የሚመራ ሰው ይጠፋል። ከዚያ በኋላ ያለው ምርጫ ጄኔራል መርዕድና ጓደኞቹ እንደምንም ብለው ያለውን ጦር ለማስተባበርና ከሌላ ቦታ ተጨማሪ ዕርዳታ ለማግኘት መሞከር ነበር። ጄኔራል አበራ ጄኔራል ኃይለጊዮርጊስን ብቻ ሳይሆን የመፈንቅለ መንግሥቱን ሙከራ ከገደሉ በኋላ ሁኔታው ከቁጥጥር ውጪ ሆነ።

በዚህ ትርምስ መኻል የኮሎኔል መንግሥቱ ልዩ ረዳት የነበሩት ሻምበል መንግሥቱ ገመቹ የቤተ መንግሥቱን ልዩ ብርጌድ ዘመቻና አስተዳደር መኮንን ኮሎኔል ሽፈራው መንግሥቱ መከላከያ ሄደው የመፈንቅለ መንግሥቱን ሙከራ እንዲያከሽፉ ትእዛዝ ይሰጧቸዋል።[185] ኮሎኔል ሽፈራውም በታንክና በብረት ለበሶች የሚታገዙ ወታደሮችን ይዘው መከላከያን ይከባሉ። በመጽሐፋቸው ላይ እንዳሰፈሩት ከዚያም በፍጥነት ዋናውንና የብሥራተ ወንጌልን ሬዲዮ ጣቢያዎችን ይይዛሉ።

ከዚያም ከአሥመራ ጦር እየመጣ መሆኑን ስላወቅን ወደ ቦሌ አየር ማረፊያ አመራን የሚሉት አባ ኮሎኔል ሽፈራው በከባድ መኪናዎች ተጭነው የሚጓዙ ወታደሮች እንዳጋጠሟቸውና ምንም እርምጃ ሳይወስዱ እንደተከተሏቸው ይናገራሉ። ወሎ ሰፈር ሲደርሱ ወታደሮቹ ሁለት ቦታ ተከፍለው ገሚሶቹ ወደ መከላከያ ሲሄዱ የተቀሩት የድሮ አይሮፕላን ማረፊያ ሰፈር ወደ ምድር ጦር ጠቅላይ መምሪያ አመሩ። ወደ መከላከያ ያመሩት ጋንዲ ሆስፒታል አካባቢ ሲደርሱ የቤተ መንግሥቱ ወታደሮች ወዴት ነው የምትሄዱት ብለው ያስቆሟቸዋል። ወደ መከላከያ እንደሚሄዱ ሲገልጹላቸው እዚያ ሰው አያስፈልግም ወደ ቤተ መንግሥት ሂዱ ብለው እዚያ እንደደረሱ በቁጥጥር ሥር ያደርጓቸዋል።

በሌላ በኩል ምድር ጦር ጠቅላይ መምሪያ የገባውን ጦር እየመሩ የመጡት ጄኔራል ቁምላቸው ደጀኔ ብረት ለበስና ጥቂት ወታደሮች ይዘው መከላከያን ከከበባው ለማውጣት ወደዚያ አመሩ። ጄኔራል ቁምላቸው ወደ መከላከያ መጠጋት ቢችሉም ውስጥ ከነበሩት የመፈንቅለ መንግሥቱ መሪዎች ጋር መገናኘት ባለመቻላቸውና መከላከያን ከከበቡት የቤተ መንግሥት ጦር ጋር

185 አባ ኮሎኔል ሽፈራው ፤ በምጥ ተወልዶ በምጥ ያደገ (ኮሎኔል ሽፈራው አሁን ገዳም ስለገቡ መጠሪያቸው አባ ኮሎኔል ሽፈራው ሆኗል።)

ገጥሞ የበላይነትን ማግኘት አይቻልም ብለው በመገመታቸው ይመስለናል ወደ ኋላ አፈገፈጉ። ጄኔራል ቁምላቸው አሜሪካ አገር እንደገቡ ስናነጋግራቸው ጄኔራል መርዕድ ጋር ብዙ ጊዜ ስልክ ደውዬ አመራር ማግኘት ስላልተሳካልኝ ምንም ማድረግ አልቻልኩም ሲሉ አጫውተውናል። ከጦላይ የመጣውና ምድር ጦር ጠቅላይ መምሪያ የነበረው የስፓርታኪያድ ጦርም ከትንሽ ማንገራገር በኋላ እጁን ሰጠ። ከአሥመራ የመጣው የአየር ወለድ ጦርም ሆነ ከጦላይ የመጡት የስፓርታኪያድ ተዋጊዎች በአመራር እጥረት ምክንያት የመፈቅለ መንግሥቱን መሪዎች ለማዳን አልቻሉም። ስለሆነም የአዲስ አበባው እንቅስቃሴ ከሸፈ።

የመፈንቅለ መንግሥቱ እቅድ በታሰበው መልክ መሄድ ካልቻለ ሌላ አማራጭ እቅድ ነበር ወይ የሚል ጥያቄ ብዙ ጊዜ ይነሣል። አማራጭ እቅድ መኖሩን ወይንም ያለመኖሩን በትክክል አናውቅም። ነገር ግን እንኳን እንደዚህ ዓይነት ግዙፍ ሥራ ቀርቶ እራት እንኳን ሲጋብዝ "መብራት ቢጠፋስ ሻማ ተዘጋጅቷል ወይ" ብሎ የሚጠይቀው አባታችን ሌላ አማራጭ አላዘጋጀም ብለን ማሰብ ይቸግረናል። እንዲያው "contingency" (ተጠባባቂ) የምትባለዋን የእንግሊዘኛ ቃል ያወቅናት ለምንም ነገር "ኮንቲንጀንሲ ፕላን አላችሁ?" በሚለው የዘወትር ጥያቄው ነው። በእኛ አስተያየት ተጠባባቂ እቅድ ከነበረ ከጄኔራል አበራ መጥፋት ጋር አብሮ ሞቷል እንላለን።

የአዲስ አበባው ሙከራ ከከሸፈ በኋላ የመፈንቅለ መንግሥቱ ሕይወት የተንጠለጠለው በአሥመራው እንቅስቃሴ ላይ ነበር። በጄኔራል ደምሴ ቡልቶ ይመራ የነበረው እንቅስቃሴ ቢያንስ በሬድዮ የኮሎኔል መንግሥቱ መንግሥት መገልበጡን አውጆ የመፈንቅለ መንግሥቱን ዓላማዎች በሬድዮ ለማሰማት በቅቷል። ነገር ግን የአዲስ አበባው እንቅስቃሴ መክሸፍ ተስፋ ቆርጠው በሥጋት ላይ የነበሩት የኮሎኔል መንግሥቱ ደጋፊዎችና አሸናፊው እስኪለይ ከዚህም ከዚያም ሳይሆኑ ያደፈጡ ኃይሎች እንዲያንሰራሩ የልብ ልብ ሰጣቸው። የእንቅስቃሴውን መሪዎችና የጦሩን አዛዦች በአሰቃቂ ሁኔታ ገደሏቸው። የአሥመራው እንቅስቃሴም በአጭሩ ተቀጨ።

የመጨረሻዎቹ ደቂቃዎች

የመከላከያ ሚኒስቴር ዋና መሥሪያ ቤት ከተከበበ በኋላ ሕንፃው ውስጥ የነበሩት የመከላከያ ሠራተኞች አንድ በአንድ እንዲወጡ በድምፅ ማጉሊያ ተለፈፈ። የመከላከያ ሠራተኞች ወጥተው ካለቁ በኋላ መፈንቅለ መንግሥቱን ለማከናወን የተሰበሰቡት ጄኔራሎች እጅ እንዲሰጡ ተጠየቁ። ሁሉም እጃቸውን ሰጡ። ከሦስት ጄኔራሎች በስተቀር...

ቤተ መንግሥት ሆነው ሤራውን ካከሸፉት መኻል ጄኔራል ሥዩም መኮንን ለሻለቃ ማሞ ለማ፡-

በአጠቃላይ ሲታይ እቅዳቸውና ሙከራቸው ስለከሸፈ ደም መፋሰሱን ለማስወገድ

> ነገሩን በሰላም እንዲጨርሱ ነበር በግሌ እሱን [ጄኔራል መርዕድን] ላግባባ የሞከርኩት። እሱ ግን ለመቀበል አልፈለገም። ታዲያ ሐሳቤን አይቀበለኝ እንጂ መጥፎ ቃል ቀርቶ በኃይለኛ ድምፅ እንኳን አልተናገረኝም። እንዲያውም አገሪቱ ወደ ጥፋት እያመራች ዝም ብለህ ማየት አለብህ ወይ? በማለት እኔኑ ሊያሳምነኝ ሞከረ። ሆኖም እጅ ከመስጠት ሌላ ምንም ዕድል እንደሌለው ደጋግሜ ብነግረውም አልሰማኝም በመጨረሻም እጃቸውን በሰላም ካልሰጡ የማጥቃት ትእዛዝ ለሠራዊቱ እንደሚተላለፍ በድምፅ ማጉሊያ ሲለፈፍ ደወለልኝና እጁን እንደማይሰጥ ነገር ግን ሬሳው በደማላትና ሁሌ በሚያስብላት የኢትዮጵያ ሰንደቅ ዓላማ ተጠቅሎ እንደሚገኝ፣ እኔ ግን እንዳስብበት፣ በአገሪቷ ላይ የተንሰራፋው የተበላሸ አስተዳደር አገሪቱን ወደ አዘቅት እየወሰዳት ዝም ብዬ ማየት እንደሌለብኝ ካስገነዘበኝ በኋላ ተሰናብቶኝ ስልኩን ዘጋው።[186]

ብለው እንዳጫወቷቸው ጽፈዋል። በተመሳሳይ በሻምበል ፍቅሬ ባዴ ጽሑፍ ላይም ጄኔራል አምኃ ጄኔራል ሥዩም ዘንድ ደውለው…

> ብዙዎች ጥለውን ሸሹ፤ አሁን እዚህ የቀረነው እኔና ጄኔራል መርዕድ ብቻ ነን። እኔ መቼም አዲስ አበባ በጄት እንዳይደበደብ ብዙ ጥረት አድርጌያለሁ። በል እንግዲህ አታገኘንምና ደኅና ሁን። ጄኔራል መርዕድ ሊያነጋግሩህ ይፈልጋሉ።

ብለው ስልኩን ለጄኔራል መርዕድ እንዳቀበሉ ይናገራሉ። ከዚያም አባታችን፡-

> እኔ መቼም ለኢትዮጵያ አንድነት፣ ለሕዝቧ ሰላምና ብልጽግና ስል እንዴ ገብቼበታለሁ።…ሬሳዬን በኢትዮጵያ ሰንደቅ ዓላማ ተጠቅልሎ ታገኘዋለህ፤ ደኅና ሁን። አንዲት ኢትዮጵያ ወይንም ሞት! አንዲት ኢትዮጵያ ወይንም ሞት! አንዲት ኢትዮጵያ ወይንም ሞት!

ብሎ ስልኩን እንደዘጋው ይናገራሉ።

እነሆ የመጨረሻዋ ሰዓት፣ የመጨረሻዋ ደቂቃ እያዘገመች መጣች። አባታችን ለአገሩ ለኢትዮጵያ ይሆናል ያለውን ሞከረ። ለአገራቸው ነፃነትና ብልጽግና ብዙ ተመኝተው ካልተሳካላቸው አያሌ ኢትዮጵያውያን መኻል አንዱ ሆነ። በመጨረሻም ምርጫው እጅን ሰጥቶ የጠላቶቹ መሳለቂያ መሆን ወይንም ራስን መሠዋት ሆነ። ለመርዕድ ንጉሤ ይህ አስቸጋሪ ምርጫ አልነበረም። የመፈንቅለ መንግሥቱ ሙከራ የማንም ሳይሆን የእኔ ኃላፊነት ነው ብሎ ኃላፊነቱን ሙሉ ለሙሉ ወሰደ። ሩጫው፣ ፈተናው ትግሉ የመጨረሻው መስመር ላይ እንደደረሱ ተረዳ። ባለ ቅኔው እንዳለው፡-

> በቃኝ ትግሌን ተገላገልኩ

186 ማሞ ለማ (ሻለቃ)፤ የወገን ጦር ትዝታዬ

ውጣ ውረዴን አከተምኩ
እፎይ ደከምኩ አስለመለምኩ
ተሽነፍኩ አዎን ተሽነፍኩ
የከበደኝ ጣር ቀለለኝ
ያታከተኝ ያደከመኝ
ያሰለቸኝ ዕድሜ ተወኝ
እፎይ ቀለለኝ ቀለለኝ
ባለወር ተራ ተተካ
ተቀበለኝ ትግሌን እንካ[187]

ብሎ የቆሰለላትን፣ የደማላትን፣ በመድፍ ጩኸት የማድመጥ ችሎታውን በከፊል ያጣላትን፣ የተሰበረ እግሩን ሥቃይ ችሎ እላይ ታች የደከመላትን ያቺን የሚወዳትን የኢትዮጵያን ሰንደቅ ዓላማ ትክ ብሎ ለአፍታ አያት፤ ተመለከታት።

ከዚያም በዚህች ታላቅ አገር ባንዲራ ራሱን ጠቀለለ። ኢትዮጵያ አቀፈችው፣ እሱም እቅፏ ውስጥ ገባ። ጠላቶቹ ባቀዱለት ሳይሆን እርሱ ራሱ በመረጠውና በፈለገው መንገድ ራሱን ሠዋ።

ግንቦት 8 ቀን 1981 ዓ.ም. በተወለደ በ55 ዓመቱ ለእኛ ለልጆቹ መሸከም ያልቻልነውን ፍቅሩን ጫንቃችን ላይ ጥሎ ሳይሰናበተን ተለየን።

187 ጸጋዬ ገብረመድኅን ፤ እሳት ወይ አበባ፡ "በቃኝ"

የግንቦት 8 ቀን 1981 ዓ.ም. መፈንቅለ መንግሥት መታሰቢያ

እዚህ ቦታ ላይ በክብር ያረፉት የኢትዮጵያ ውድ ልጆች አገራቸውን ከአረመኔያዊ ጭካኔና ጥፋት ለማላቀቅ ሲታገሉ ህይወታቸውን መስዋዕት ያደረጉ ናቸው።

ዓላማቸውም፤

- ጦርነት በአስቸኳይ እንዲቆምና የሠላም ንግግር ከተቃዋሚ ኃይሎች ጋር እንዲደረግ፣
- ከሁሉም የተቃዋሚ ኃይሎች የተወጣጣ የሽግግር መንግሥት ባስቸኳይ እንዲቋቋም፣
- አዲሱ ሕገ መንግሥት ዲሞክራሲያዊ በሆነ መንገድ የፀደቀ ስላልሆነና ሌሎች ተቃዋሚ ኃይሎችን ያልጨመረ ስለሆነ እንዲታገድ፣
- የሀገር መከላከያ ከግለሰብ አገልጋይነት ነፃ ሆኖ በአዲስ መልክ እንዲደራጅ፣
- ሕዝቡን በመለዮ ለባሹ ጠመንጃ አፈሙዝ መግዛት እንዲቆም፣
- ለሕዝቡ የጋዜጣ፣ የንግግርና የሠላማዊ ሰልፍ ነፃነት እንዲሰጠው የሚሉ ነበሩ።

ህውልቱ ዘለዓለማዊ መታሰቢያ ይሆናቸው ዘንድ ቆሟል፣

ግንቦት 22 1985 ዓ.ም.

በቅዱስ ዮሴፍ ቤተ ክርስቲያን የሚገኘው በግንቦት 8 1981 የተሠዉ ጄኔራሎች መካነ መቃብር

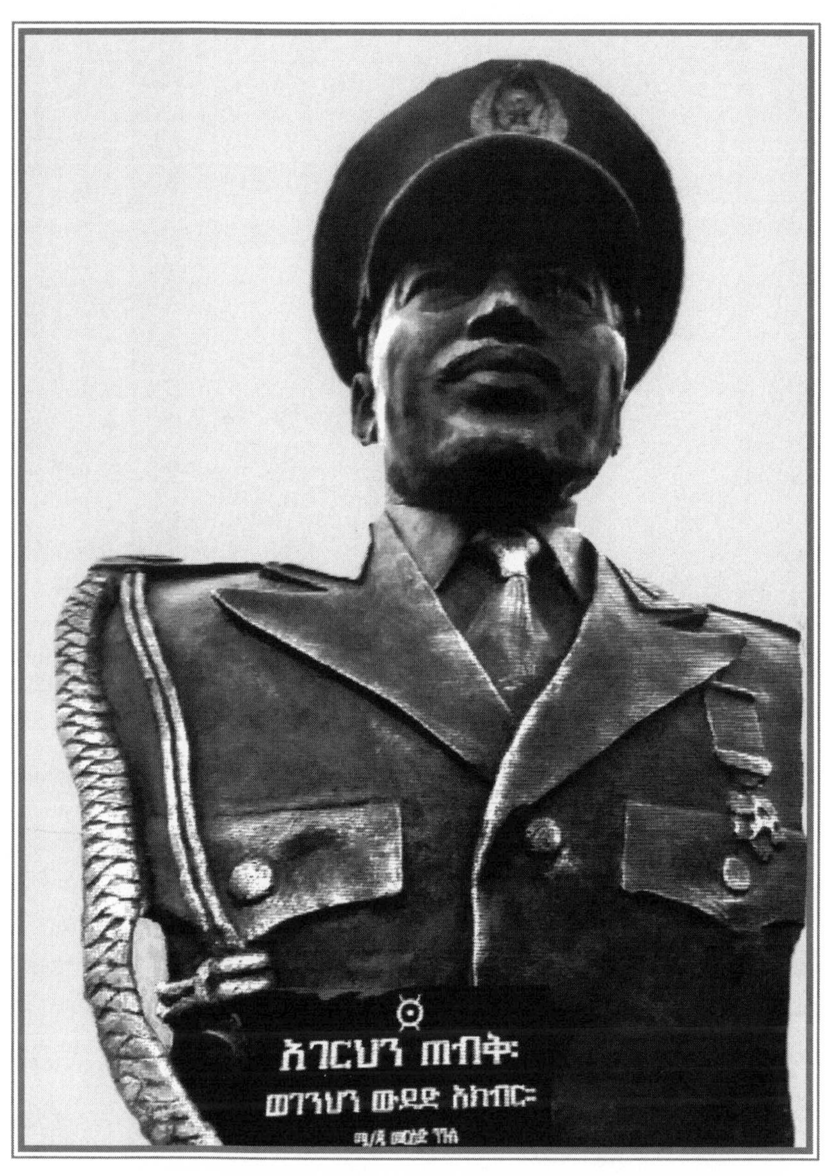

የጄኔራል መርዕድ መታሰቢያ ሐውልት ቋራ ቤታቸው

ዋቢ መጻሕፍት

ሁሴን አህመድ የሹምነሽ (ሜ/ጄኔራል) ፤ *ሬትና ማር* ፣ አሳታሚ ያልተገለጸ (2009)

ሁሴን አህመድ (ሜጀር ጄኔራል) ፤ *መስዋዕትነት እና ፅናት* ፣ ስታር ፐሪንቲንግ (1997)

መርዳሣ ሌሊሣ (ሜጀር ጄኔራል) ፤ *የኢትዮጵያዊነቴ ትውስታ* ፣ ኢንተርናሺናል ሊደርሽፕ ኢኒስቲትዩት የሕትመት ሥራ (2008)

መንግሥቱ ኃይለማርያም (ኮሎኔል) ፤ *ትግላችን፡ የኢትዮጵያ ሕዝብ አብዮታዊ ታሪክ ቅፅ ፩* ፣ ፀሐይ አሳታሚና አከፋፋይ ድርጅት (2004)

መንግሥቱ ኃይለማርያም (ሌ/ኮሎኔል) ፤ *ትግላችን፡ የኢትዮጵያ ሕዝብ አብዮታዊ የትግል ታሪክ* ፣ ፍኖት አሳታሚዎች (2008)

ማሞ ለማ (ሻለቃ) ፤ *የወገን ጦር ትዝታዬ* ፣ ሻማ ቡክስ (2001)

ስንታየሁ ካሣ (ዶ/ር) ፤ *"ታሪክ የምትመሰክርልን"* ፣ ፋኖስ መጻሐፍት፣ የፀሐይ አሳታሚ ድርጅት (2009)

ሽፈራው መንግሥቱ (አባ ኮሎኔል) ፤ *በምጥ ተወልዶ በምጥ ያደገ* ፣ ሚለኒየም ማተሚያ ቤት (2007)

በኃይሉ ክንዴ (ብ/ጄ) ፤ *የኢትዮጵያ ጠላት ማነው* ፣ (2006)

ተስፋዬ ሀብተማርያም (ብ/ጄኔራል) ፤ *የጦር ሜዳ ውሎ* ፣ ንግድ ማተሚያ ቤት (1997)

ነገደ ጎበዜ (ዶ/ር) ፤ *ይድረስ ለግንቦት ከየካቲት* ፣ ኤሶፕ አሳታሚዎች (2007)

ንጋቱ ቦጋለ (ሻለቃ) ፤ *ትውልድ ያናወጠ ጦርነት* ፣ (2004)

አምሳሉ ገብረዝጊ (ኮሎኔል) ፤ *የኤርትራ መዘዝ* ፣ ኤማይ አሳታሚዎች (2002)

ዳምጤ አሰማኸኝ ፤ ጠቅልና ሠራዊቱ

አሰፋ ተሰማ/አማረው ፤ *ከኮ/ል መንግሥቱ ኃ/ማርያም አንደበት* ፣ ግራፊክ አሳታሚዎች (2008)

ኢዮብ አባተ እንዳለ (ሻምበል) ፤ *ጄኔራሎቹ* ፣ ፋር ኢስት ትሬዲንግ (2002)

እስጢፋኖስ ገ/መስቀል (ኮሎኔል) ፤ *ለሀገር የተከፈለ መስዋዕትነት* ፣ ንግድ ማተሚያ ቤት (2003)

ካሣዬ ጨመዳ (ሊቀ ኅሩያን ብ/ጄኔራል) ፤ *የጦር ሜዳ ውሎዎች ሲቃ* ፣ ኢንስፓየር ማተሚያ ቤት (2010)

ካሣዬ ጨመዳ (ብ/ጄኔራል) ፤ *የጦር ሜዳ ውሎዎች ከምስራቅ እስከ ሰሜን (2ኛ ዕትም)* ፤ ብራና ማተሚያ ድርጅት (2000)

ከፍሉ ታደሰ ፤ *ያ ትውልድ* ፣ ኢንዲፔንደንት አሳታሚዎች

ዉበቱ ፀጋዬ (ብ/ጄኔራል) ፤ *ሁሉም ነገር ወደ ሰሜን ጦር ግንባር* ፣ አሳታሚ ያልተገለጸ (2005)

ዋስይሁን ንጋቱ (ብ/ጄኔራል) ፤ *ዕጣ ፈንታ እና መስዋዕትነት* ፣ አሳታሚ ያልተገለጸ

ዘነበ ፈለቀ ፤ *ነበር* ፣ አሳታሚ ያልተገለጸ (1996)

ዘነበ ፈለቀ ፤ *ነበር፡ ክፍል ሁለት* ፣ እሌኒ ማተሚያ ቤት (2001)

ደረጀ ደምሴ ፤ *አባቴ ያቺን ሰዓት* ፣ ኤሶፐ አሳታሚዎች (2009)

ዳዊት ወ/ጊዮርጊስ (ትርጉም፡ ደበበ እሸቱ) ፤ *የደም እንባ* ፣ ብራና ኤሌክትሮኒክስ አሳታሚ

ዳዊት ወ/ጊዮርጊስ ፤ *ከህደት በደም መሬት* ፣ ኤሶፐ አሳታሚዎች

ጀቤሣ ኤጀታ (ባላንባራስ) ፤ *የኦሮሞ ብሔር ባህልና አጭር ታሪክ* ፣ አርቲስቲክ ማተሚያ ቤት

ገስጥ ተጫኔ ፤ *የቀደምው ጦር 1927-1983* ፣ ዜድ ኤ ማተሚያ ቤት (2006)

ገነት አየለ አንበሴ ፤ *የሌተና ኮሎኔል መንግሥቱ ኃ/ማርያም ትዝታዎች* ፣ ሜጋ አሳታሚ ድርጅት (1994)

ገነት አየለ አንበሴ ፤ *የሌተና ኮሎኔል መንግሥቱ ኃ/ማርያም ትዝታዎች ቁጥር ሁለት* ፣ አልፋ አታሚዎች (2002)

ጌታቸው ገዳሙ (ሜ/ጄኔራል) ፤ *የታሪክ አሻራ* ፣ ቼምበር ማተሚያ ቤት (2005)

ፍሥሐ ደስታ (ሌ/ኮሎኔል) ፤ *አብዮቱና ትዝታዬ* ፣ ፀሐይ አሳታሚ ድርጅት (2007)

ፍቅረሥላሴ ወግደረስ ፤ *እኛና አብዮቱ* ፣ ፀሐይ አሳታሚ ድርጅት (2006)

ፍቅሬ ባዴ (ሻምበል) ፤ "ተራሮቹ በውድቀታቸው ዋዜማ" ፡ *ተራሮችን ያንቀጠቀጠ ትውልድ ቅፅ 4* ፣ ሜጋ አሳታሚዎች (1991)

Awet T. Weldemichael. "The Eritrean Long March: The Strategic Withdrawal of the Eritrean People's Liberation Front (EPLF), 1978–1979." The Journal of Military History, vol. 73, no. 4, 2009, pp. 1231-1271.

Ayele, Fantahun. The Ethiopian Army: From Victory to Collapse, 1977-1991. Northwestern UP, 2014.

Cliffe, Lionel, and Basil Davidson. The Long Struggle of Eritrea for Independence and Constructive Peace. The Red Sea P, 1988.

Connell, Dan. Against All Odds: A Chronicle of the Eritrean Revolution : with a New Foreword on the Postwar Transition. The Red Sea P, 1993.

Gilkes, Patrick. "The Battle of Af Abet and Eritrean Independence." Northeast African Studies, vol. 2, no. 3, 1995, pp. 39-51.

Hiwet, Addis. "Analysing the Ethiopian revolution." Review of African Political Economy, vol. 11, no. 30, 1984, pp. 32-47.

Korn, David A. Ethiopia, the United States, and the Soviet Union. 1986.

Markakis, John. "The Nationalist Revolution in Eritrea." The Journal of Modern African Studies, vol. 26, no. 01, 1988, p. 51.

Mesfin Berouk. "The Role of Military Power In Ethiopia's National Security (1974-1991)." 2002. Addis Ababa University - School Of Graduate Studies, Phd Dissertation.

Pateman, Roy. Eritrea: Even the Stones are Burning. The Red Sea P, 1998.

Selassie, Bereket H. Eritrea and the United Nations and Other Essays. The Red Sea P, 1989.

Shabait.com. "North Eastern Sahel Front: From Birth to Demise Part I |." | Eritrean Ministry of Information, Eritrean News and Facts, shabait.com/categoryblog/16506-north-eastern-sahel-front-from-birth-to-demise-part-i.

Shake-Up in Top Military Command Structure. wikileaks.org/plusd/cables/1977ADDIS04505. Accessed 25 July 1977.

Tareke, Gebru. Ethiopia: Power & Protest : Peasant Revolts in the Twentieth Century. Red Sea P(NJ), 1996.

Tareke, Gebru. The Ethiopian Revolution: War in the Horn of Africa. Yale UP, 2014.

Tareke, Gebru. "From Af Abet to Shire : the defeat and demise of Ethiopia's 'Red' Army 1988-89." Journal of Modern African Studies, vol. 42, no. 2, pp. 239-281. Accessed 2004.

Tareke, Gebru. "From Lash to Red Star: the pitfalls of counter-insurgency in Ethiopia, 1980–82." The Journal of Modern African Studies, vol. 40, no. 03, 2002.

Teshome Beyene. "Flashbacks to May 1989." Ethiopian Somali Democratic Council, 21 May 2014, w2w.ethiosomali.com/editorial/2360-flashbacks-to-may-1989.html.

Waal, Alexander D. Evil Days: Thirty Years of War and Famine in Ethiopia. Human Rights Watch, 1991.

Warner, Rachel. "The Workers' Part of Ethiopia." Library of Congress, 1985, Accessed 12 Oct. 1984.

Weldemichael T. Awet. "The Eritrean Long March: The Strategic Withdrawal of the Eritrean People's Liberation Front (EPLF), 1978–1979." The Journal of Military History, vol. 73, no. 4, 2009, pp. 1231-1271.

Yasin Mohammed Yasin. "Regional Dynamics of Inter-ethnic Conflicts in the Horn of Africa: An Analysis of the Afar-Somali Conflict in Ethiopia and Djibouti." Der Universtät Hamburg, PhD Dissertation.

የቤተሰብ ፎቶዎች

ደቀመሐሪ ወ/ሮ አሰለፈች ኃይለማርያም፣ እንዳልካቸው፣ መ/አለቃ ደምሴ ቡልቶ፣ አስተዋይ፣ መ/አለቃ መርዕድ፣ መ/አለቃ ጺጋዬ ወንድምአገኘሁ (ከመ/አለቃ መርዕድ ጀርባ ያሉትን ሁለቱን ማወቅ አልተቻለም)

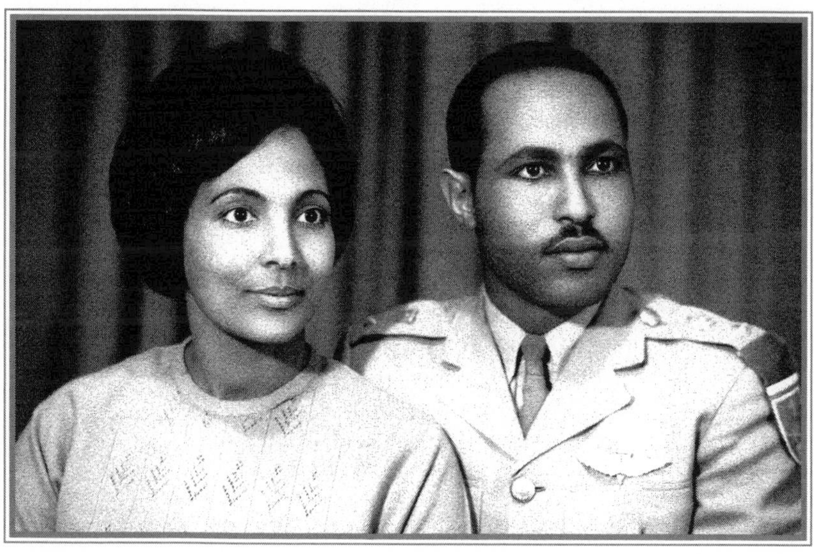

ሌ/ኮሎኔል መርዕድና ወ/ሮ አሰለፈች ኃይለማርያም

ነጌሌ ቦረና ከመሄዳችን በፊት የተነሣነው የቤተሰብ ፎቶ

ከወ/ሮ አሰለፈች ሞት በኋላ የቤተሰባችን ፎቶ

ጄኔራል መርዕድ፣ ዴቦራ መርዕድ እና ወ/ሮ ገነት መብራህቱ

የጄኔራል መርዕድ ሴት ልጆች (ዴቦራ፣ ድንቅነሽ፣ ዜናዬ፣ መታገስ እና ሶስና)

የጄኔራል መርዕድ ወንድ ልጆች (ንጉሤ፣ እንዳልካቸው፣ አስተዋይ እና ኤፍሬም)

የጄኔራል መርዕድና በግንቦት 8 መፈንቅለ መንግሥት ሙከራ የተገደሉት የጦሩ አመራሮች የቀብር ሥነ-ሥርዓት በቅዱስ ዮሴፍ ቤተ ክርስትያን

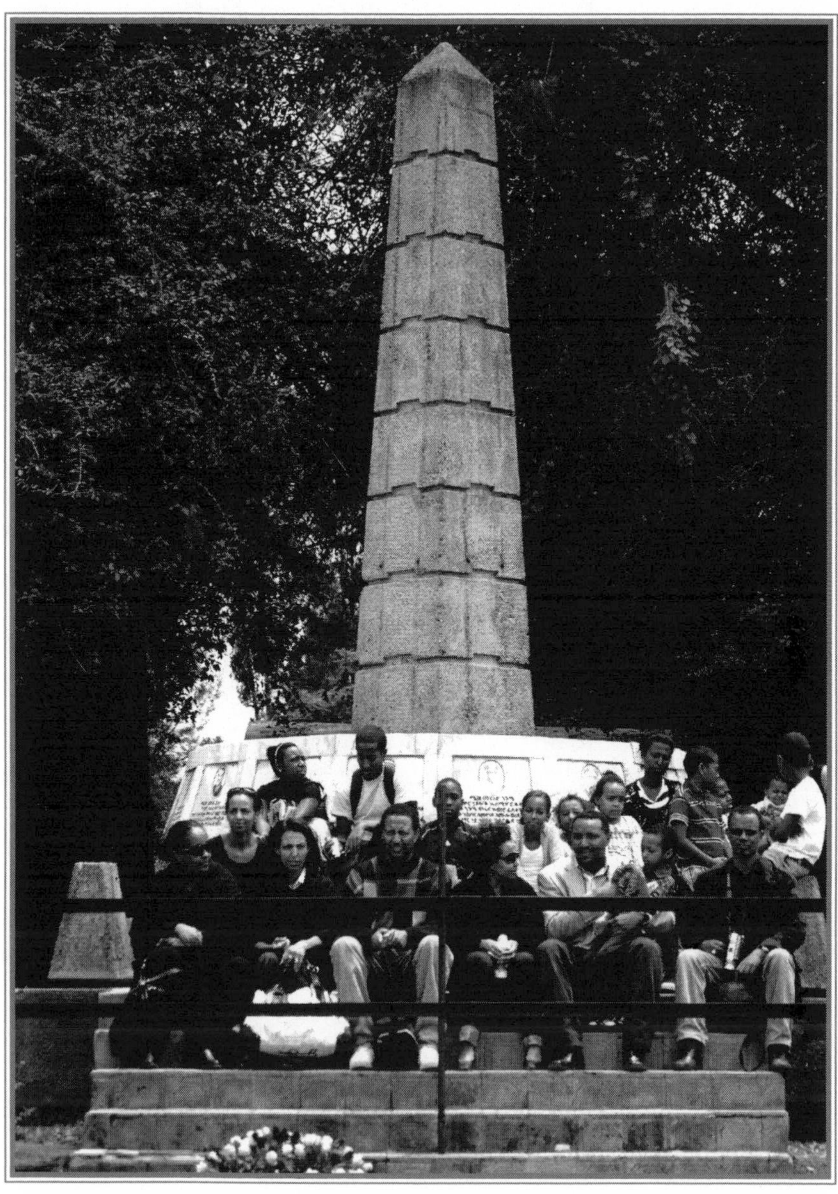

የጄኔራል መርዕድን ሃያኛ ሙት ዓመት ስናከብር

አባሪ ገጾች

በመጽሐፉ መግቢያና በየምዕራፎቹ የጽሑፋችን ዋና ምንጭ የአባታችን ማስታወሻዎች መሆናቸውን አሳይተናል። በማስታወሻዎቹ ላይ በራሱ የእጅ ጽሑፍ የተጻፉትን አንዳንዶቹን እንዳሉ ማቅረብ እንደ አባት፣ እንደ ጦር መሪ፣ እንደ አገር ወዳድ ዜጋና እንደ አሳቢ ምን ዓይነት ሰው እንደነበረ የበለጠ ለማወቅ ያስችላሉ ብለን ጥቂቶቹን ለናሙና አቅርበናል። በእጅ ከተጻፉት ሌላ ለከፍተኛ የመከላከያ አመራሮች የተላኩ ሪፖርቶችንና ደብዳቤዎችን አንባቢዎቻችን እንዲያዩት እዚህ አባሪ ላይ ጨምረናል።

ለማንበብ እንዲያመች ጽሑፎቹን ከታች እንደተመለከተው በተለያዩ አርእስቶች ከፋፍለናቸዋል።

የኢትዮጵያ መከላከያ ሠራዊት

1. እጅግ በርትቶ የመሥራትን አስፈጊነት የሚያሳስብ
2. "የለፉንበት እንዳይበላሽ" በሚል ርእስ የተገኙትን ድሎች ላለማጣት መደረግ ስለሚገባቸው ጥንቃቄዎች
3. "የመማር ቁም ነገሩ ምኑ ላይ ነው?" በሚል ርእስ የተጻፈ ስለ መረጃ አሰባሰብ አስተያየቶች
4. የሠራዊቱን ውለታ ሕዝቡ ማወቅ እንደሚገባው አስገንዝቦ ይህም በፊልም መልክ እንዴት ቀርጾ ማቅረብ እንደሚያስፈልግ የሚያሳስብ
5. ሠራዊቱን ለበለጠ ግዳጅ ለማዘጋጀት በአመራር ደረጃ ያሉ መኮንኖች ሊከተሉት የሚገባቸውን መርሖዎች የሚጠቁም
6. "ሕዝቡ ምን ይፈልጋል?" በሚል ርእስ የሠራዊቱን ኃላፊነት በተለይም የመሪዎች ኃላፊነት ላይ የሚያተኩር
7. ከሠራዊቱ አባሎች ስለጄኔራል መርዕድ የተጻፈ ምስክርነት

መመሪያዎች

1. በተለያዩ የጦር ክፍሎች በመዘዋወር የተሰጡ መመሪያዎች የተካተቱበት
2. ለትግራይ እዝ የተሰጠ መመሪያ
3. ስለ ድንበር ግጭት የሱዳን ድንበር ላይ ለነበረው ሠራዊት የተሰጠ መመሪያ
4. ኤርትራ ለመከት እዝ የተሰጠ መመሪያ

ኤርትራ

1. "በኤርትራ ክፍለ አገር ሰላምን ለማስፈን የተቻለውን ጥረት እናደርጋለን" በሚል ርእስ ተጽፎ፣ የኤርትራን ጉዳይ ሰላማዊ በሆነ መንገድ ለመፍታት ከተደረጉት

ጥረቶች አንዱ በሆነው፣ አሥመራ የአገር ሽማግሌዎች ስብሰባ ላይ የቀረበ ንግግር

2. ስለ ኤርትራ ችግሮች የሚተነትንና አንዳንድ መፍትሔ ሐሳቦችን የሚመረምር ጽሑፍ
3. ከብዙ ስብሰባዎች በኋላ መንግሥት በከፍተኛ ደረጃ ከዐማፅያኑ ጋር እየተነጋገረ ነው ስለተባለ የአገር ሽማግሌዎቹ ጥረት መቋረጡን የሚያሳይ ለዶ/ር ተፈራ ወንዴ የተጻፈ ደብዳቤ
4. የኤርትራ ጉዳይ መፍትሔ ጥናትና ጥንቃቄ የሚያሻው እንደሆነ በተለያየ ጊዜ ማስታወሻው ላይ የሰፈረ

እሳቤዎች

1. "የማን ቤት ልበለው?" በሚል ርእስ ከመከላከያ ሚኒስቴር ከሥራ ተወግዶ ጡረታ ሲባል ስለነበረበት የቤተሰብና የግል ችግር የሚያወሳ
2. "ትንሹን ከትልቁ እንለይ" በሚል የተያዘ ማስታወሻ
3. ከአሳዳጊ ሞግዚቱ የተማረውን የሚያስታውስበት
4. "ከሆነ" በሚል ርእስ ስለ ሥራ ሥርዓትና ውስጥ ለውስጥ ስለሚካሄደው ተንኮል ከጠቆመ በኋላ የአሠራር መርሖዎች ምን መሆን እንደሚገባቸው የሚተነትን
5. "በሕይወት ዘመኔ...የሚያስደንቁኝና የሚያስደስቱኝ" በሚል ርእስ በሕይወቱ ስላሳለፋቸው አንዳንድ ሁኔታዎች የሚያወሳ
6. ማንነቱን ማወቅ ያልቻልነው የአንድ ፈላስፋ ጥቅስ

ሥራ ነክ ደብዳቤዎች

1. ለጦሩ እዞች የተሰጠ መመሪያ
2. ከትግራይ ጉብኝት በኋላ ለአገር መከላከያ ሚኒስትሩ የተሰጠ ሪፖርት (ጳጉሜ 2 1980)
3. በኢትዮጵያ የነበረውን ወታደራዊ ሁኔታና ችግር የሚገልጽና መፍትሔዎች የሚጠቁም ሪፖርት (ጥር 16 1981)
4. በትግራይ ውስጥ የሚደረገው ጦርነት ጥናትም ሆነ እቅድ እንደሌለ የሚያስገነዝብ ሪፖርት (ጥር 22 1981)
5. በትግራይ የሰፈረውን ሠራዊት ለማሻሻል የቀረበ ሐሳብ (ጥር 24 1981)
6. ኮሎኔል ካሣ ገብረማርያም ከጄኔራል መርዕድ የ506ኛውን ግብረ ኃይል ግንቦት 1971 መረከባቸውን የሚያሳይ ደብዳቤ

7. ጄኔራል መርዕድ በጡረታ ከሠራዊቱ እንዲሰናበት የተወሰነበት ደብዳቤ

ሶማሊያ

1. በሶማሊያ በኩል ሊፈጠሩ ስለሚችሉ ሁኔታዎች ሐሳቦች የሰፈሩበት ማስታወሻ
2. "ሶማሊያ ኢትዮጵያን የማትወደው ለምን ይሆን?" በማለት ራስን የሚጠይቅ አጭር ጽሑፍ

ለልጆች የተጻፉ ደብዳቤዎች

1. ለልጆች የሕይወት መመሪያ እንዲሆን የተላከ ማስታወሻ
2. ለሶስና፣ መታገስና ዜናዬ መርዕድ የተላኩ ደብዳቤዎች
3. ከምጽዋ ለቤተሰብና ለዘመድ የተላኩ ደብዳቤዎች
4. ለልጆች ሁሉ የተላከ ምክር ለበስ ጽሑፍ

የኢትዮጵያ መከላከያ ሠራዊት

መስከረም ፲፱፻፸፯ OCTOBER 1984

ዐርብ ፳፭ FRIDAY 5

ያለንበት ወቅት እንደ ሚጋዝ መሥራትን ይጠይቃል።
ከዚሁ ጋዜጠኛ በተ መለዮች ያለብንም።
ይሆንና፣ መሠረታዊውን ቁልፍም ፕሮግራም ማወቅ በጽናም
መሠረት። ሚዛን፣ መቆጣጠርና መሥራትም ግንባራችንም
ይጠይቃል።
1ኛ፡- የተከመሰው ግዳጅ ተማሩትር ስራዎም።
2ኛ፡- የማይቋርጥ ተከታታይ ስልጠና ማዘጋጀት
3ኛ - በስልጠና መሠረት ትምህርት መስጠትና መደበኛ ሥራ ማቀላጠፍ
4ኛ - የአንጋቢ የስልጠና፤ የሳምንት፤ የወር (የአመራር ሁኔታ)
የመቆጣጠሪያ መዋቅር መዘጋጀትና መከታተል መቆጣጠር።
5ኛ - የስልጠና የሳምንት የወር ፕሮግራም መንደፍና
ማረጋገጥ ወደ ተግባር እንዲለወጥ ጥረት ማድረግ።
6ኛ - የአንጋቢውን ሁኔታ ያለውን ስልጠና በሥራ ላይ
ካለ ያለውን ድርጊት ሁሉ ከስልጠና ጋር።
የሚገኘውን ሁሉ እንዲያውቁ ማድረግ።
7ኛ. በተቻለ መጠን እንዲሁ ከግዳጅ ሁኔታ የሠራዊቱ
ጥንካሬ የሚጠበቅበትን ዝግጁ መሆን።
8ኛ. በግንዛቤ ስልጠን ማቋቋም ማሠልጠን ማሠማራት
★ ከልቻንጊስ ዓይ ዐር ፀበኛ ከሚረሱት ተመሳሳይ
ነገሮች እንጂ። የመለበሶች መከላከያ በመርሃብ
ማስቆጠር።

ሠራተኞች ፣ ገበሬዎች ፣ የአብዮታዊው ጦርና የአብዮታዊ ምሁራን በኢሠፓ አዝማችነት ወደፊት !

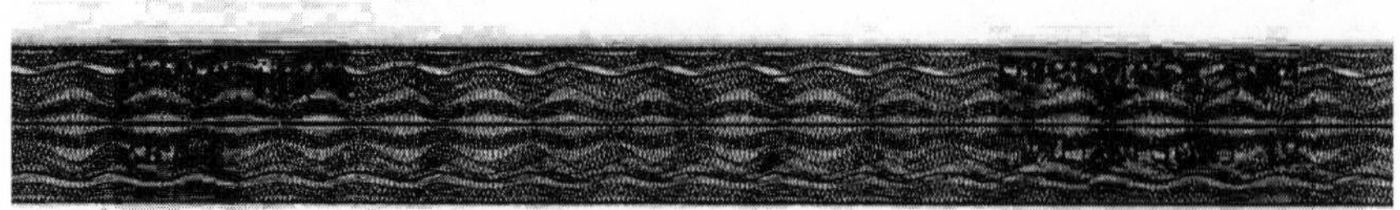

25-9-77

የዴሞክራሲ መብቶች እንዲጠበቁ

የተከለከለው [illegible] እንዲፈቀድ

የሕዝቡና የሠራተኛው [illegible] እንዲ[illegible]

[illegible] ድርጅት

ድርጅቶች እንዲፈቀዱ። [illegible] ማድረግ

አስፈላጊ ነው።

ድርጅቶች በዋናነት [illegible] መሠረታዊ

1. [illegible] በመንግሥት [illegible] የመሬት [illegible]

2. ሕዝቡን [illegible] በተከታታይ [illegible] ማንቃት

3. የሕዝቡ [illegible] የሚያስችል [illegible]

4. የሕዝቡን [illegible] በሕብረት [illegible]

ዋና [illegible] ይሆናሉ።

★ ይህንን ተግባራዊ ማድረግ ቀላል አይደለም ሆኖም ማድረግ አስፈላጊ [illegible] ነው።

★ በዚህ ተግባር [illegible] ሥራ [illegible] አለብን።

በዚህን ጊዜ [illegible] ሆኖ በተግባር ላይ [illegible] ይቀርባል።

ይህንን ለማድረግ [illegible] አስፈላጊ [illegible] ይችላል። ከዚህ ጋር በተያያዘ

ብሔራዊ ኢኮኖሚያችንን በሶሻሊስት መርህ መሠረት እንገንባለን !

ጥቅምት ፲፱፻፸፯ OCTOBER 1984

እሑድ ፲፩ SUNDAY 21

የመማር ቀዳሚነቱ ከዓይን ላይ ነው?

አውቆ አገሩን መገንባት መሬት ከመቻሉ ነው፤ ይህም ደግሞ ለኛ ነው።

ስለዚህ የተማሩ ያጠር መከላከያዎች እንደሉ በሚገባ ማደግ መሻሻሉን ለማየት?

በተከለለው ሀገራዊ ችግሮችን መሬት ነው እንጋለን፤ ሰውታር ይህንን እናውቃለን. ለዚህ መልስ አናሳይዘውም.

ማለትም በመከላከያ ውሬ መከናወን ያለበት የመሬት አሠሳር፣ ከማጥቃት በኋላ መከናወን ያለበት የመሬት ሥርዓት. በማጥቃት ጊዜና ከማጥቃት በፊት መከናወን ስለሚገባት የመሬት አሠሳር።

የመከላከያ ወሬ የመሬት አሠሳር ሥርዓት፡

1፡ የመሬት መለኪያን ጠላት ሊንቀሳቀስበት ተብሎ የሚታሰበውን ውሬ በሙሉ መሸፈን እንዲሻለው በቅድሚያ መወሰን ያስፈልጋል፡

2፡ ወሬው ውስጥ ጠላት አለ በገለጹ በዳሰሳና በጎን መስክ የተያዘ ኩሮር ስለሚያደርግ ቦታዎችን በንክር መለየት ይገባል፡

3. የመሬት ስለመሰረብሎች ወሬውን ለመቆጣጠር አውቶ በየቦታው ገዢዎች ሁሉ መጠቀም ይገባል. ማለትም መንገድ፣ ወንዝ፣ ተራራዎች፣ ኮረብታዎች፣ ተከላካይ ወዘተ...

4፡ እነዚህ የተጠቀሱትም ከሌሉም በተቻለ የቅንብር ሥራ መሥራት አለብን፤ የሚሠሩበት ቦታና መሣሪያዎች በተቻለ በቅርበት ሆኖ መመቻቸት አለባቸው.

5፡ እነዚህ ዓይነቶች ሲሠሩ በቂ መመሪያ ከሰጠው ይገባል፤ በግንባታው መሬት የሚያስፈልግ ወታደር በውስጥ መቅረብና ወደተመድቦ መስመር አለበት. ይህንን ለማድረግ ተመራጭ ኃይል በቅድሚያ መዘጋጀት

ወጣቱ ትውልድ አብዮታዊት እናት ሀገሩን ይገነባል ፤ ይጠብቃል ! ኢ.ኢ.ሠ.ኮ.፡፡

ቦታው እንደሚሆን ያለተቀመጠው መቅረት የለበትም.

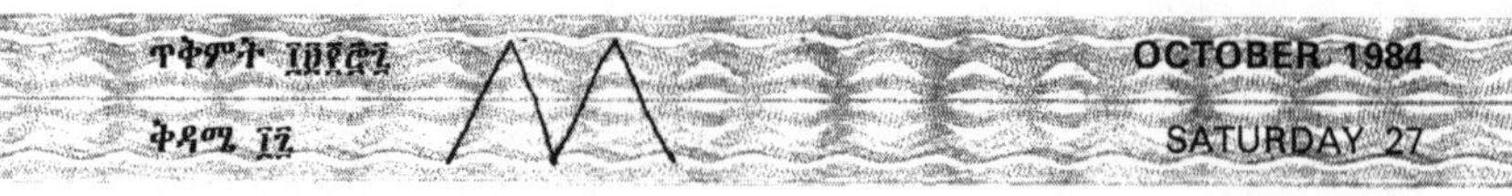

ይህ ሠራዊት ሕይወቱን እየሰጠ ዳርድንበራችንን እና ወገኑን እየጠበቀ ነው። ይህንን ድርጊቱን ሕዝቡ በሚገባ ይገነዘበዋል ወይ? ራሱስ ጦሩ በትክክል ይገነዘባል ወይ? ወይስ የሚገነዘቡት የበላዮች ናቸው?
በሰላ ትግል ሲኖር ጦሩ በተግባር እየሠለጠነ ግለሰቦችን ማስተማር አይቻልም ወይ?
ይቻላል እንጂ ለምን አይቻልም።
የሠራዊቱን ተግባር ከመጀመሪያ እስከ መጨረሻ በየዘርፉ በሠፊው ቀርቦ በማሳወቅ አገላለፅ ከማቅረብ ማቅረብ ይቻላል።
ችግር ለሆን የሚችለው፡

1. ስለ ከፍለሠራዊት ትክክለኛ ግዛዜ ከሚገኝ ሰው ይጋሩ የሚሰጡ ስጋቶች መኖር
2. ሠራዊቱን እንደሚፈለገው ለማስቀመጥ ለሌ ሃገር ዕርት በመጀመሪያ በዕቅድ በቅድሚያ ተዘጋጅቶ ከአቅሙ ጠ። ከዘሬ በኋላ ሠፊው እያቀረበ በሠፊው ውስጥ መተባበርና መገናኘት የሚገኘውን ማጣራት ነው።

በመሠረቱ እንዲያውም ሠራዊቱ ቀን ከሌሊት የሚሰራው አይደለም። ጥናት ነገር በቅርቡ መተባበር መነገር የሚገኘውን ከፍጥነቱ ጋር ማጣጣም መሆኑ ነው። ዓላማ፡ ሁለተኛው ከስራዊቱ ሠራዊት ጥሩ እንደሆነ እንደሚታይ እንደሚችልና በጦር ጣቢያ መሰለት ነው እንደሚሠራ ሠራዊቱ ለማገልገል የሚያስፈልጉትን ሲሰጥ፡ በሠለጠና በገጠር እንዲሰራ፡ እንዲያሻሽል፡ በየሠራ ዘርፍ ያሉት ሠራተኞች ጭምር እንደሚሰሩ፡ ከሕዝብ ጋር ያለው ግንኙነት፡ ሕዝቡና ወገንበሩ እንደ ቤት ለሆነ ግዜ

ኢሠፓ የሠራተኛው ግንባር ቀደም መሪ ነው !

ከጊዜ ለጊዜ ይለበት ችግር፡ ሕዝቡ ያገኘው ፍርድና ወደ መንግሥት ለሆን መንበሩን በሚገባ ስለማስተዋወቅ እንደሚቻል፡ የመሣሪያዎችን ከማቅረብ ነው። በአሁኑ ጊዜ ይህ መደረግ ከለበት ጉዳይ ነው።

ጥቅምት ፲፱፻፸፯ OCTOBER 1984

ዐርብ ፱ FRIDAY 19

[illegible]

29-9-77

△

ሠራዊታችንን ለበለጠ ግዳጅ ማዘጋጀት ያስፈልጋል፤
የዐቅማችንና [illegible] ተመጣጣኝና እስተማማኝ [illegible] ቅርጹ
የሚሰጠው ተግባር ነው።
የወገን ኃይል፤ የእግረኛ [illegible] ለማስከበርና [illegible]
ከተከታዩ ጉዳይ ለማስተካከል [illegible]
የተዘየ [illegible] እናስገ፤
ሠራተኛ ከማሠልጠን በስተቀር የምናቀርበው [illegible]
እየገነባን [illegible]
ችግሮች [illegible]
ማስገኘት እናስገ፤
[illegible]
የሚገባት [illegible] እናስገባ፤
[illegible]
[illegible]
[illegible]
[illegible]
[illegible]
[illegible]
[illegible]
[illegible]
[illegible]

gennaio - janvier - january - januar - enero

martedì
mardi
tuesday
dienstag
martes

1

1ª settimana 1-364

8 [illegible]

9 [illegible]

11 [illegible]

12 [illegible]

13 [illegible]

14 [illegible]

15 [illegible]

18 [illegible]

19 [illegible]

20

18/4/76 ዓ/ም

እኔ ወ/ 2508 ኩሌኔል አበራ ተ ደርጉ ጓዶ ሜ/ጄኔራል መርዕድ ንጉሴ 18ኛ ተራራ ክ/ጦር ለደረሰበት አርከን የጓደኛ አጥንት የሚፍቁ ቀስ ቀኝ፣ ከምልምሉ መደብ ጀምሮ ወታደራዊ ትምህርት ቤት ዉርስ ለግዴሽ ቢመጣ የተናገረት አነባሽ የቀበቀኝ ነገር ከሠራዊቱም ወጥቶ በአ/ሃገሪ አስተዳደራነት ከተመደቡ በኋላ መሪዎችና ጦሩን ባሏቸው ልዩ የሞራል ማነባቢት ዝግጅት ከፍሎን ጀገና ያደረገ መሪ በለሆኑ ከ1972 ዓ/ም እስከ 1976 ዓ/ም የ35ኛው ተራራ ብርጌድ አዛዥና በኋላም የክ/ጦሩ የኃሏ ዉርጅት አስተባባሪ ሆኜ የማውቀውን እንደመስክርላቸው ሐሴና ፣ ገሩፍኛል፤

1ኛ/ ጓዱ ሜ/ጄኔራል መርዕድ ንጉሴ በ1972 ዓ/ም 18ኛ እና 19ነኛ ተራራ ክ/ጦሮች ቢቋቋሙ በብ/ጀኔራልነት ማዕረግ የሁለቱም ክ/ጦሮች የበላይ አስተባባሪ በለነበረ እንደ አሩት አለቀነቶቸው አስተባባሪ ባይሆኑ አንደ ቅርብ አለቃ በየማሰልጠኛው መስክ እስተማሪዎችንና ተማሪዎችን በመዘዋወር የቅርብ ቁጥጥርና መሪነት ይሰጡ ነበር:: በተለይ ቀኑን በማሳስታወሰው በ1972 ዓ/ም በታህሳስ ወር ውስጥ የክ/ጦሩን ሠራዊት ሰብስበው ሲያናግሩ " ጓዶች እናንተ ከ14 ቱም ክ/ሃገር ተመልምላችሁ የመጣችሁት በክቡር መስዋእትነት የተገኘትን ድሎች ለመጠበቅና ወደፊትም በሬ ድሎችን ለማስመዝገብ ነው:: በለዚህ ግለቱ የሚደበርዱ አለሉ መሆን አለባችሁ" ያሉት ንግግር እሴንም በህይወት ባሉት አባሎች አእምሮ በመሳሰበ ይኖራል::

2ኛ/ ጓዱ ሜ/ጄኔራል መርዕድ ንጉሴ የጦር ኃይሎች ወ/ኢ/ሹም ሆነው ወራዊቱ በታጠቀና በውርስ የሚያደርገውን ምልመና ዉርስ ቁጥሩን ለለውና ከታህት ፀረ ሕዝብ ወንበዴ ለማደን ትምህርት ቤት እንደገባደደ ባይመረቁ የዘመቱትን የ18ኛ ተራራ ክ/ጦር በተለይ በመቱ ኩያ አካባቢ የነበረውን የ35ኛ እና የ37ኛ ብርጌዶችን ትጥቃቸውን እንደ ታጠቁ በሰልፍ ለግማሽ ቀን ያስመሰልቸት ቢገኙ በግል ቢያነጋግሩ ከቆዩ በኋላ ሁለቱንም ብርጌዶ ባንዱ ላይ ሰብስበው በታጠቁ ጦር ሠረር የነገሯቸውን የሚያስታውስ እንዲለ ሲጠይቁ ከተሰበሰበው ሠራዊት ከግማሽ ያላነስ ለመናገር እጃቸዉን ካነሱት መካከል ሁለቱን አባሎች ወይቶ ትክክለኛና የተሟላ መልስ ተጋግዘው የመለሱትን አባሎች አመስግነው ጥቅሱንም ሁሉም እንዲያስታውስ ደግመው በመናገር በወቅቱ የነበረውን የጠላት ሴያዬ ትግበር በመዘርዘር " ከዛሬ ጀምሮ የምትሠሩትን ታሪክ ይመዘገብዋል:: ነገ ግፈ ሰሠሩት እንደዛሬ በመሀላችሁ ቆሞ ምሥጋና ሹመት ሽልማት አሰጣለሁ:: ወራዊያችንና ሬዎቻችንም እንዲሁ ዝግጅን እንፈርሁባቸዋለን::

/ ይዞራል /

ከበፊት ትዝምታቸው ጩኸታቸውን በቅርብ ለከታተለው መቸቼ አያቸውለሁ። በሹመት በሽ ልማት ለንገናኝ ወደፊት በማለት ሠራዊቱ ለታሪክ እንዲቆም ያደረጉ ጌታ ናቸው።

3ኛ/ ከሠራዊቱ ወጥተው የክ/ሃገሩ አስተዳደሪ ከሆኑ በኋላ በ1975 ዓ/ም አሁን ም የሠራዊቱን አሰራጌት ይከታተሉ ናር ክ/ጦሩ በመለበሰ ግንባር ሾገኘውን ወሎ በማፅነቅ ከክ/ጦር አስከ ብርጌድ ያሉት የአመራር አካላት ለንቀልፍ እንዳይዘጋቸው የበለጠ ኃላፊነት እንዲሰማን በክ/ጦሩ አዘጋጆች በኩል በና በለሳኩሉን ደርጊቱ የበለጠ ቀራሳችንን የጠቀ በ በለሆነ ለክ/ጦሩ ጀግንነት የጌድ ጄኔራል ቀበቶ ከፍተኛ አስተዋጽኦ በጥቷል።

4ኛ/ ጌድ ጄኔራል መርዕድ የኤርትራ ክ/ሃገር አስተዳደሪ ሆነው በ18/2/76 ዓ/ም በክ/ጦሩ የአርማ ሽልማት በዓል ላይ ተገኝተው ለክ/ጦሩ ህክምና ክፍልና ለክ/ጦሩ አ ብዩታዊ ጠበኛች የውሃ ማደሪያና ~~[illegible]~~ በ[illegible] የማስራ መብራት ሽልማት በመስጠት የጀግና መንፈስ የበለጠ ጀግና እንዲሆን ያደረጉ የሕፍሉ አባላት ለግል ሚይሆን ለታሪክ እንዲቆሙ ያስተማሩ በተግባርም ሠራዊቱ በዓላማው እንዲጸምን ያደረጉ ጌድ መሆናቸውን እመሰክራለሁ።

እኔ ብ/ጄኔራል መርዕድ ሰለሞ የ18ኛ ተራራ ክፍለ ጦር አዛዥ ሆኜ በምሠራበት ጊዜ ጓዱ ሜ/ጄኔራል መርዕድ ንጉሤ ከታህሳስ 1972 እስከ ጥቅምት 18 ቀን 1976 ዓ/ም ለ18ኛ ተራራ ክፍለ ጦር ግንባታና በትጥቅ ትግሉ ለክ/ጦሩ ለደረሰበት ደረጃ የጓዱ ጄኔራሉ አስተዋጽኦ ጉልህ ቦታ በመያዝ ከክ/ጦሩ የጀግንነት ታሪክ ጋር ለየቅል በለሚኖር በግሌ ያየሁን እንደሚከተለው የምሥክርነት ቃሌን እሰጣለሁ::

1ኛ= በ1972 ዓ/ም ታህሳስ 1 ቀን 18ኛ እና 19ነኛ ተራራ ክ/ጦሮች በመሠረቱ ጓዱ ሜ/ጄኔራል መርዕድ ንጉሤ የበላይ አስተባባሪ ነበሩ በዚህም ጊዜ በተግባር የሁለቱ ክ/ጦር አስተባባሪ ብቻ ሳይሆኑ የቀርብ ተቆጣጣሪ፣የቀርብ መመሪያ ሰጪ፣ አበረታችና ለመሪያ ችም የቁጥጥር ዘዴንና የአመራርን አስተማሪ ነበሩ:: ይህም እንደእሩቅ አስተባባሪነታቸው የኖርዲክስ ሃላፊዎች እኛ የክፍለ ጦር አዛዦችና የብርጌድ አዛዦች እያለን ሁሉን አመራር ሰጪ አካላችን በብቦቡ ማስተማር ማወያየት ከዓላማ ቀመነዉ ከፍተኛ የሥራ ፈያደኝነት እንጂ የቀርብ የሥራ ግዴታ አልነበረባቸውም አስተማሪነታቸው በመሪያች ብቻ የተወሰነ የአንዱ ቀንና የሁለት ቀን ግደታን በየማምንቱ ከሁለት ቦበት ቀን ደሊነበ የተግባር ቁጥጥር ከማይረጋቸውም በላይ ለክ/ጦሩ ሠራዊት በሙሉ በተደጋጋሚ የሰጡት መመሪያ እስከ ዛሬ ድረስ ታላቅ የትግል መሣሪያ አድርጌ የማሠራበት በመሆኑ ለተገናዘሩቸው ሁሉ የጓዱ ጄኔራል አብዩታዊና ቁብቃዥ ነገሮች ከፍተኛ ድርሻ አላቸው::

2ኛ= ጓዱ ሜ/ጄኔራል መርዕድ ከሠራዊቱ ወደ ኤርትራ ክ/ሀገር አስተዳዳሪነት ከዛወሩ በኋላ ከተከተሉ በመልካም ጅምር ቀመሠረቱት ክፍለ ጦር በ1975 ዓ/ም በመለብ ግንባር የተቀደጀውን ሁሉ ከልብ በማዉነቅ ከክ/ጦር እስከ ብርጌድ ለሚገኙአመራር ሰጪዎች አንቀልፍና ወሳኝም እንደይዋዲናቸው ለአመራሩቸው ንቁ ክትትል እገዛ የሚያደርግ በና ከመልእክት ጋር በመላክ አሁንም በመንፈስ ከጀግናው ሠራዊት ጋር መሆናቸውን በዚህ ሁኔታ ሲገልፁ ለአመራር ሰጪዎች የተሰጠ ንቃትና ሞራል በለበጡን ለበለጠ ዉጤት እያንዳንዱን አመራር ሰጪ ገፋፍቶታል ይህም ክፍለ ጦር ላገኘው ዉጤት አስተዋጽኦ አለው::

3ኛ= ጓዱ ሜ/ጄኔራል መርዕድ በ18/2/76 ዓ/ም ክፍለ ጦሩ የላቀ የጦር ሜዳይ የዓርማ ተሸላሚ በመሆኑ የዘጋጀት በዓል ላይ ተገኝተው ለክፍለ ጦሩ የሕክምና ቁጢያ አብዩታውያን ቁስለኞች የሚጠቀሙበት የውኃ ማጣሪያና ቢቢትሪ ዲንጋይ የሚሠራ ሞብራት እገልግሉት የሚሠጥ ቁሳቁስ በመስጠት የክ/ጦሩን የውጊያ ሞራል በማደበርና ለተሸለመው የዓርማ ሜዳይ ብቃት ፋጓዱ ጄኔራል ድርሻ ከክፍለ ጦሩ ምሥረታ እስከ ሽልማትና ወደፊትም ባለበት የትንቀንቅ ትግል በክ/ጦሩ ታሪክ ጉልህ ቦታ በላለው ያስታውሟቸዋል::

ታህሳስ 18 ቀን 1976 ዓ.ም

ለጓድ ሌ/ጄኔራል ተስፋዬ ገ/ኪዳን

የኢሠፓአኮ ስራ አስፈፃሚ ኮሚቴ አባልና

የአገር መከላከያ ሚኒስትር

አዲስ አበባ

ጉዳዩ ፣ ስለ አብዮታዊ አስተዋጽኦ የምሥክርነት ቃል ማቅረብ ነው ፣

ጓድ ሜ/ጄኔራል፡ መርዕድ፡ ንጉሤ..........

የ18ኛ ተራራ ክ/ጦር በደረሰበት የዉጊያ ቦታ የአዉገት ደረጃና አብዮታዊ መንግስትና በኢሠፓአኮ ለተሸለመዉ የላቀ የጦር ሜዳ ጀብዱ ሜዳይ፣ ለተፈቀደለት የክንዱ አርማ ለማበቃትና ክፍለ ጦሩ ጠንካራ ተዋጊ የመከላከያ መቺ ኃይል ሆነዉ ለሚሰጠዉ ማንኛዉም ግዳጅ በአስተማማኝና በብቃት እንዲወጣ በጓድነትዎ የተሰጠቸዉን አብዮታዊ ትዕዛዝና መመሪያ ወደ ተግባር ለመተርጎም ሁኔታዎችን በማመቻቸት በአጋጠሟቸዉ አጋል ሁሉ በመጠቀም ክ/ጦሩን በመሣሪያ፣ በሰዉ ኃይል በመገንባትና የዉጊያ ሞራሉን ከፍ ለማድረግ የተጫወቱት ሚና በእኔና በሌሎችም የክ/ጦሩ አመራር ሠራ ጓዶች የህሊና ግምት ዉስጥ የሚደነቅና በትምህርት ሰጭነቱ እንደምሣሌነት የሚጠቀስ በአብዮታችን የመደብና የትጥቅ ትግል ሂደት ዉስጥ የአብዮታዊ ሠራዊታችን የጀግና የመስዋዕትነት ታሪክ በከፍተኛ ደርጃ ያለዉ ሲሆን በዚሁ ዉስጥ የጓድ ጄኔራል አብዮታዊ አስተዋጽኦ እና የዐይን ምሥክሮች ካስቀረብነዉ ተደብቆ በመቅረት የአፍ ታሪክና ተጨባጭነት የሌለዉ ሆኖ ስለሚቀርና መቅረት ደግሞ የሌለበት መሆኑን በማመን ያቀረብኩ መሆኔን በማክበር አመለክታለሁ፡፡

አብዮታዊት እናት ሃገር ወይም ሞት !!

የኢሠፓአኮ [illegible] ይበከል !!

እናሸንፋለን !!

ብ/ጄኔራል

መርዓሣ ሌሊሣ

የ18ኛ ተራራ ክ/ጦር አዛዥ

ምሥክር

እኔ ወ/4406 የሻምበል ሠይፉ አህመዱ የ35ኛ ተራራ ብርጌድ አዛዥ የሆንኩ ስለ ጓዱ ብ/ጄኔራል መርዕድ ንጉሤ የሰሜን ዕዝ ዋና አዛዥ አብዮታዊ ትግልና ግዳጁ አፈፃፀም አመራርና የጀግንነት ተግባር የማውቀውን እንደሚከተለው አገልፃለሁ፡፡

በ1970 ዓ.ም የሠሜን ዕዝ ዋና አዛዥ ሆነው በሚሰሩበት ጊዜ፣ ጠላት የአሥመራን ከተማ በ5 ኪ/ሜትር ርቀት ከቦ የኤርትራን ክ/ሃገር ገንጥሎ ለአደሃሪ የዓረብ መንግስታት አሳልፎ ለመስጠት በከተማይቱ ላይ የሠነዘረው ተደጋጋሚ የመጨረሻ የማጥቃት ሙከራ አልሣካለት ሲል ኃይሉን በምፅዋ ግንባር በማሰባሰብ የምፅዋን ከተማ በመያዝ የባሕር በራችንን በመቆጣጠር በክ/ሃገሩ የተሰለፈው አብዮታዊ ጦርና የሚሰጠው ሠራዊት ድርጃት እንዳይደርስለት በማድረግ ዓላማውን ለማሳካት የመጨረሻ መረባረብ በሚያደርግበት ወቅት ፤ ከጥቅምት 2 ቀን እስከ ታህሳስ ወር 1970 ዓ.ም ድረስ ጠላትን በመከላከል ውጊያ በመደምሰስ የምፅዋ አሥመራ መንገዱን ለመክፈት የተደረጉ ተደጋጋሚ ሙከራዎች ሣይሳኩ ቀርተው እንዲያውም በጦሩ ውስጥ በተከሰቱ አንዳንድ ችግሮች ምክንያት የወገንን የማጥቃት ኀይል አዳጠመረ ሲመጣ የጦሩ የመከላከል ብቃት ዝቅተኛ ሆኖ አብዛኛዎቹ ቦታዎች ተለቀው በመጨረሻም ታህሳስ 12 ቀን 1970 ዓ.ም በተሰጠም ከ1600–1830 ሰዓት ባለው ጊዜ ውስጥ የምፅዋ ጉዳይ እንዳለቀለት በመቁጠር ጠላት የባህር ኃይል ወደብን በከፊል በቁጥጥር ስር በቻለበት አስቸጋሪ ወቅት ጓዱ ብ/ጄኔራል መርዕድ ንጉሤ በዚሁ ግንባር የነበሩ የወገን ንብረቶች በመርከብ እንዲገለሉ በማድረግ ነበሩ መለዮ ለባሽ በሚሰጠው ውስጥ ጠልቆ አየገባ እንዲዋጋና በወቅቱ የነበረው የአመራር ችግር በውጊያ መሃል እንዲስተካከል በማድረግ ከጥቅ ተነቃንቀ በግንባር ቀደም በደረሰው የ23ኛ ሻለቃ አንዱ ሻምበል ጦር መልሶ ማጥቃት እንዲሰነዝር አመራር በመስጠት ፤ በተፈጠረው አስቸጋሪ ሁኔታ ፍጹም ሳይደናገጡ የእዝ ጣቢያቸውን እስከ መጨረሻው ባይለቁ በጠላት ላይ ከፍተኛ ጉዳት ደርሶ በመጨረሻም የተቃጣው ከፍተኛ አደጋ ከሽፎ ጦሩ ተረጋግቶ እንዲዋጋ የሳቀ ገምት የሚሰጠው ድርሻን የተወጡ ጀግና ቆራጥና በልህ መሪ ናቸው ፡፡

በ14/4/70 እና በ28/4/70 ዓ.ም ወንበዴ የወሸን ጦር መልሶ መቋቋም ከማድረጉና የመከላከል ብቃቱን ከማዳበሩ በፊት ምፅዋን አጥቅቶ ለመያዝ አሰቦ ያለ የሌለ ኃይሉን በማሰባሰብ የመጨረሻ መፍጨርጨር ባደረገበት ፈታኝ የውጊያ ሁኔታ ወቅት ጓዱ ጀኔራል መክንኑ ፈጣን መልሶ መቋቋም እንዲደርስና የአጋዥ መሣሪያዎች የአርዓታ ተኩስ ቅንብር በአስቸኳይ እንዲመሰረት የሳቀ አመራር በመስጠት በሁለቱም ማጥቃቶች ወቅት የተሰለፈው ከአምስት ብርጌድ የሚያንስ የጠላት ኃይል ተመትቶ የወንበዴው የጨጌያሃሳብ ከአጥቂነት ወደ ተከላካይነት እንዲለወጥና የኃይል ሚዛን ለወገን እጁ እንዲገባ በማድረግ በመጨረሻም በምፅዋ ክ/ሃገሩ ላይ የተቃጣው አደጋ ከሸፍ የሠራዊቱ ደል አድራጊነት በተከታታይ የመልሶ ማጥቃት እርምጃዎች እንዲከሰር

0/0.../2

= 2 =

ያደረጉ በልህ ባለውለታ መሪ መሆናቸው ከልብ አደንቃለሁ፡፡

በመጨረሻም ሁለቱ ተራራ ክፍለጦሮች በጥሩ መሰረት ላይ እንዲመሰረቱ ከማደረጋቸውም በላይ የኤርትራ ክ/ሃገር ዋና አስተዳዳሪ ሆነው ለአና ለ18ኛ ተራራ ክ/ጦር አመራር በጥ አካላትና ለአብዮታውያን ቁስለኞች ላደረጉት የሞራል ማበረታቻ እጅግ የሚደነቅ የመሪ ሚና የተጫወቱ ጀነራል መኮንን መሆናቸውን አውቃለሁ፡፡

ፊርማ

መመሪያዎች

2-2-80

በኮሚቴው የሚነገር ለጉባኤ

1፡ ያለንን ንብረትና መሣሪያ ማወቅ

2. ያለንን ንብረትና መሣሪያ በዝርዝር· በሰነድ መቆጣጠር፤
ለምርት ማዘጋጀት፤ ማስገባት በማቆየት፤ በመከታተል
በመጠገን፤ ተገቢ ቦታ ላይ እንዲቀመጥ በማድረግ
ንጽሕናቸውን እንዲጠበቅ በማድረግ፤ በጽሑፍ መዝግቦ
እስኪፈለግ ድረስ· እንዲቀመጥ ማድረግ.

3. ከመሥሪያ ቤቶች የሚደርሰው፤ ዘዴ፤ ሌላ ሁኔታ የሚያስገኘውን
መንገድ·

4. ከነዳጅ ዋጋ የሚያስከትሉ ሁኔታ ለሰራተኞች.

★ ጥበቃ፡ በጥምረት መንገድ ከለበት ከማኅበሩ
እስከ ድረስ ድረ፡ ለዚህ ዓይነት ላይ ቅጣት መስጠት፡

★ የንብረት ክፍል፡ ከኃላፊነት

★ የአሠራር ሥርዓት ተመሣሣይ እንዲሆን መሆኑን
ለየሥራ ዘርፍ ከተለያየ· ደንብ መዘጋጀት·

★ ገለልተ መሣሪያ መደረግ ያለበት እንዲገለገልበት
ከመቆየት· ገደብ.

★ ጥናት ያስፈልጋል· (ያለማቋረጥ)

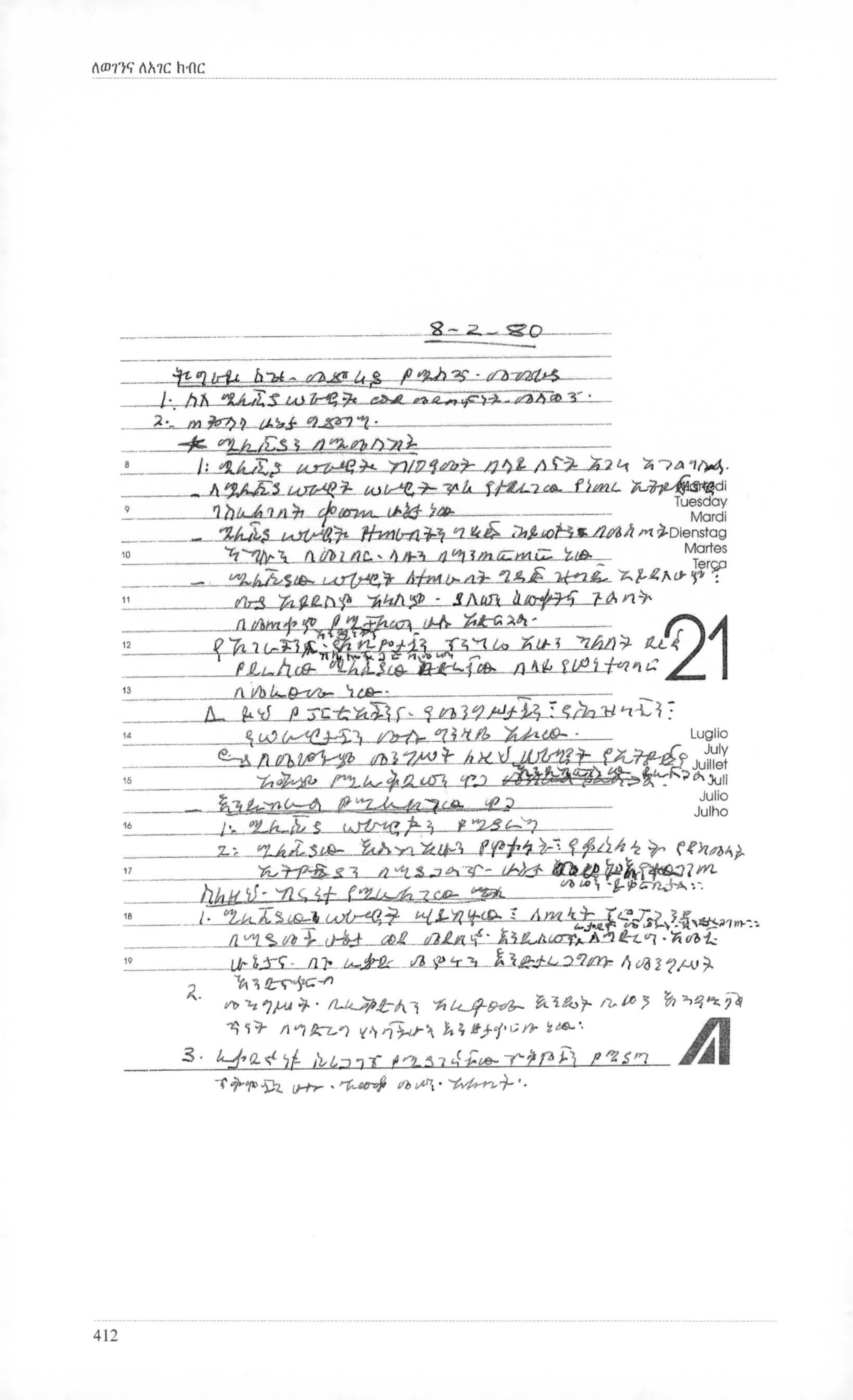

8-2-80

[illegible]

Martedi
Tuesday
Mardi
Dienstag
Martes
Terça

21

Luglio
July
Juillet
Juli
Julio
Julho

6-5-80

ከገበያ በኋላ የተሰጠ መመሪያ

1፤ ወገን ከሰሜሳ ከባለፀጋም ሰሎ ከገርን ከአገር ለማገልገት በእንቅፋ የጀመሩም ገዳይ ኑው ይህ ለለተገለጹ ከገለጸብንን ከልያዩትን ወንድም በሆነ ሀገሩ ከገርን ከሣልበን ከእንድንም ስለዚህ በዚህ ሰፈሩን ከዕሰላገሮን ዝግጁነት ለማድረግ ዐለ ማሩ ሠተያይትም ገዳይ የመግለጫም ይን በሁሉንን እንደናደርር ተጠንቅቀው ጠብቁ።

2. ለዚህ ሁሉ ጥያ መሠረት መሪዎ ከሁለቱ የመሪዎ ሰሪነቱ ስለሙያ ንግድ ያለው ይህን ዐገቶንም ተጠቀሙ። የመሪያው ከስተዳደሩ ያርዳቸው።

3. ከሠራተኞን ሁሉ ለማስበን ያቀሩ እንደዚህ ያጋሉ ቻናቸው። ወንድ ጓደ ዘሪት በሰዎ እንዲር ሰርዶ።

4. ሁሉንም ከሠመጣቸው የጠበና ሠቃተኛ ይሆን

5. ከተሞች ከንዳት ነገር በሠጠር ያሰን ማሸረግ ኪሊዩ ኝገባቸው ቆጠና - ሠሌሠ ጠበቃዎች ምዕር

6. ሠራተኞችን ከኣገባ በሳይ ከዘጋጉት ምንቃቃም ከደብዛ ከስራትጋው ንንቃቁ ብቻ ይዘሁ።

ሐምሌ ፲፱፻፸፯ JULY 1985

እሑድ ፲፬ SUNDAY 21

ወሸንት ዕዝ፡ በ1976 ዓ.ም. ይቆጣጠረው የነበረው
ወረዳና ዛሬ የሚቆጣጠረው እንደወሰነት ሥራ
ሆኖ ይገኛል፡
ከዚህ ደረጃ እንዲደርስ ለሆኑ ሰንል
1ኛ. ወልቃይቶ ከመሪዎች ወገኖች.
2ኛ. ከሠራዊቱ ተቃዋሚዎች ዓላማ ያላቸው፤ ለመቃወም ያላቸው፡
ትግሉና ቅንነት ያላቸው፤ ሕዝብ ከበሬታ የሚሰጣቸው፤
ለቅንጅት ሥራ የሚደግፉ ለአጠቃላይ ሁኔታ
ሥራ የሆነ ጊዜ ስለተሰጣቸው እንደዚህ
እንደርሳለን።
★ ይህ ሲሆን ደግሞ የመመረጥ የአንድ ማእከል ከደረሰም
ቁጥጥር መመሪያ መንግሥት በሚሰበሰብ ትግል
የሰዋዊ ሥራ ከመሰረት ከአንድ የትግል ከደረጃ
ሊያዝ ነው።
ወደ፡ ጊዜው፡ መንግሥቱም ሥራ የበላይ ድርጅት መመሪያ
ስለዚህ ለድርጅት ሁሉ ወልቃይቶ መመሪያ የሚሰጥ
ትምህርት ነው፡፡
– ሰው ከመሪነት ሠራተኛነት እንደወደር
የሚያስገድደው መሣሪያ ነው፡
– በሥራው ለትምህርት የሚደገፍ ሰው
የተሟላ ነው ለማለት ከያንዳንዱ
የወሸንት ዕዝ ሰራዊት ይህ እንደዚህ ለትግል
ተሊደግማል ከሆነም ተዘጋጅቶ መቆየት
ከለበት፡
★ የመምሪያዎች ለቅንጅት ለትጋት መሥራት
ለሠራዊቱ ለቁጥጥር መሠረት ስለሆነና ወሸንት
ለዚህ የሚደግፉ በመሰረት ጥንካሬያችን ቀይሮ ይዘናል፡፡

ኤርትራ

3/2/76 ዓ.ም.

በኤርትራ ክ/ሐገር ሠላምን ለማስፈን የሚቻለውን ሁሉ እናደርጋለን

የኤርትራ ክ/ሐገር [illegible]ተኛ መጋደል አሳሳቢነቱ ለመላው የኢትዮጵያ ሕዝብ መሆኑ ቀደም ሲል ጀምሮ የታወቀ በመሆኑ ጊዜያዊ ወታደራዊ መንግሥት ኢትዮጵያን የመምራት ኃላፊነት ከተረከበበት ማግሥት ጀምሮ ያሰበበት ነው ::

ኢትዮጵያ ከፊውዳል ሥርዓት ተላቃ በሕብረተሰብአዊት ሥርዓት እንድት መራ በታወጀ ጊዜ የውስጥ አደሃሪያችና የውጭ ጠላቶች ተባብረው እን ደመቀባት ይታወቃል:: በዚያን ወቅት በመንግሥት በኩል የነበረው ዕቅድ ከውጭ የመጣውን የሶማሌ አድሃሪ ወረራ በኃይል መቋቋምና አሣ ፍሮ መመለስ ሲሆን በሰሜን በኩል በገንጣዮች የሚደረገው በኃይል ሳይ ሆን በተቻለ መጠን በሠላም እንዲያልቅ የሚል ነበር ::

ይህም ፍላጎት በአባባል ብቻ የቀረ ሣይሆን በይፋ ተገልጾ በተለይ በዚሁ መሠረት የሚያስፈጽም ኮሚሽን መቋቋሙ የሚታወቅ ነው ::

እርግጥ ይህ በተደረገበት ጊዜ ሁኔታዎች ያልሰከኑ ስለነበረ እንደሚፈ ለገው አልሆነም ::

ይሁንም ጉዳዩ በዚህ የሚቆም ባለመሆኑ ምንጊዜም መንግሥት የሠላም እጁን አልሰበሰበም ::

ተፈጥሮ የሆነውን ኢትዮጵያዊነታቸውን ለመለወጥ ፈልገው ሣይሆን ሁኔታው አስ ገድዷቸው ባዕድ ሐገር ተሰደው የነበሩና በዱር በገደል የነበሩት በሠላም ጥሪ ተጠ ቅመው ገብተዋል እየገቡም ናቸው :: አሁንም ቢሆን የአብዮታዊ መንግሥትና የኢሠ ፓአከ ፍላጎት ሠላም ነው፤ ለሠላም ፈላጊዎች መንግሥት አቅም የፈቀደውን ሁሉ ያደ ርጋል:: መንግሥት ሠላም ፈላጊ በመሆን የሠላምን ዋጋ ይከፍላል:: ይህንን እው ነታ ለማረጋገጥ ጓዱ ሊቀመንበር መንግሥቱ አንዱ ወቅት ሲናገሩ :—

" ጠላቶቻችን እኛ ቸውን ከሰበሰቡልን ዓላማችንን ማቃወስ ከተዉና ወታደራዊ ጀብደኝነታቸውን ካቆሙ እኛ የወርነት ሱስና የእል ጦት ፍላጎት ስለሌለን መሣሪያችንን ወደ ማረሻና መዶሻ ለመለ ወጥ ዝግጁ ነን " ብለዋል ::

መርዕድ ንጉሤ
የኤርትራ ክፍለ ሀገር ዋና አስተዳዳሪ

... / ...

- 2 -

አንግዲህ የመንግሥት ፍላጎት ይህ ከሆነና የመንግሥትን ፍላጎት ወደ ተግባር የመለወጡ ኃላፊነት የኛ ከሆነ ምን ማድረግ ይኖርብናል ?

ከሁሉ በፊት ሁኔታዎችን ከመሠረቱ በዝርዝር መገንዘብ አስፈላጊ ነው ፡፡

ልዩ ትንታኔ የሚያስፈልጋቸውን ሰዎች መያዝና እነሱ ሣይጠቡ መሥራት እንደሚያ ስፈልግ መገንዘብ ነው ፡፡

መታሰር የሚገባቸውን ሁሉ ከስተፀሞ በመመዝገብ እንደየሁኔታቸው ለማስተናገዱ ልዩ ጥረት ማድረግ ቢሆን ዋና ዎቹ የሚከተሉት ናቸው ፡፡

1. የተጠናከረው ሁሉ የኢትዮጵያን የውስጥና የውጭ ፖሊሲ የማይጎዳ መሆኑን ማረጋገጥ ፤
2. የኢትዮጵያን ሕዝብ ቀንደኛ ታሪክና ባሕል የማያንቋሽሽ መሆኑን ማረጋገጥ ፤
3. የኢትዮጵያን ሕዝብ አንድነት የማይነካ መሆኑን ማረጋገጥ ፤
4. የኢትዮጵያን አቢዮት የማያደናቅፍ መሆኑን ማረጋገጥ ፤
5. የመንግሥትን ጠቅላላ አመለካከትና አሠራር የማይፃረር መሆኑን ማረጋገጥን የሥራችን መሰበ እናደርጋለን ፡፡

ከዚህ ውጭ ወቅቱ በታው በፈቀደ መጠን ለክፍለ ሀገሪቷ ሠላም ለፍፃሜ ሕዝቡ እንደልቡ እንዲወጣና እንዲገባ የሚያስችለውን ሁሉ እያመቻቸን ስለአፈጻጸሙ ፕሮግራም አዘጋጅተ በማቅረብ መንግሥት ሲፈቅድ ቅደም ተከተሉን ጠብቀን ተግባራዊ እናደርጋለን ፡፡

ይሁንና በጥናት ወቅት በቅድሚያ ሊታሰቡ ከሚገባቸው ነጥቦች የሚከተሉት ዋና ዎቹ ይሆናሉ ፡—

1. ከሁሉ በፊት የሕዝቡ የዕለት ኑሮ የሚሻሻልበትን መንገድ መሻት ፤
2. ሕዝቡ ቅር የሚሰኙባቸውንና የሚፈልገውን በተቻለ ለመለየት መሞከር ፤
3. ያገር ፍቅር ማኅበር ፤ የአንድነት ማኅበር ፤ የአርበኞች ማኅበር ፤ ሌሎች ማኅበራት የገጠሬውንና የከተማውን ሕብረት በመመስከት የሚቀራረቡበትን ዘዴ መሻት ፤

... / ...

- 3 -

ከዚህም ሌላ ኢምፔሪያሊስቶች አንድነትን ለማቢጣት አንዱ በኃይማኖት ሌላ ጊዜ ደግሞ ቋንቋ ደጋ በማለት ለተቀም አውራጃን ከአውራጃ በመለየት የዘረት መርዝ ስላላ እነኚህ ሁሉ የሚጠረበትን መንገድ መኪት ቅድሚያ ከሚያስፈልጋቸው ተግባሮች አንዱ ይሆናሉ ::

4. የኤርትራ ሕዝብ በባዕድ በንደቅ ዓላማ ሥር ሆኖ ኢትዮጵያ ወይም ሞት ብሎ የታገለው ተገዶ ወይም ተሰብኮ ወይም በጉንቁርና የተነሣ ገንዘብ ጉጉት ሳይሆን የተፈጥሮ ኢትዮጵያዊነቱን መለወጥ የማይቻል መሆኑን በማረጋገጥ እንደሆነ ዛሬ የአስተዳደር በደል ስለደረሰበት መገንጠል አለብን የሚሉት በትክክል እንዲረዱ ማድረግ ያስፈልጋል ::

5. የመገንጠል ሃሣብ የኢምፔሪያሊስቶች ገፊት መሆኑ ቢታወቅም የአስተዳደር ጉድለትም ከፍተኛ አስተዋጽኦ እንዳደረገ አምኖ የመረሚያ ዘዴ መሻት ::

6. ዛሬ ያለው ሁኔታ በአንድ ጊዜ የተፈጠረ ሣይሆን በወቅቱ ማስትም ገና በለጋነቱ ቢቀጭ ኖሮ ይህን ያህል መጠጠር እንደማይችል በመገንዘብ መሰል ስህተት እንዳገሠራ በርቱ ጥረት ማድረግና ፈጣን ዕርምጃ መውሰድ ::

7. ቀደም ሲል ኢትዮጵያ ወይም ሞት ብለው በአሸናፊነት ከወጡት የኤርትራ ተወላጆች አብዛኞቹ ዛሬም በሕይወት አሉ ::

ዛሬ በባዕድ አገርና በጫካ ሆነው የኤርትራን ሕዝብ ሠላም የሚነሱት የነኚህ አዛውንቶች ልጆች በመሆናቸው ከአባቶቻቸው ምክርና ገሣፄ ውጭ ይሆናሉ ለማለት ያስቸግራል ::

በመሆኑም ሙሉ በሙሉ ከሁለት ከፍሉ ማየት ያስቸግራል፤ እዚህ ላይ እጅ ነጣን ሲመቱት አይን ያስቅባል የሚለው የኢትዮጵያ ሰፊ ሕዝብ ትረት መዘንጋት የለበትም ::

8. በባዕዳን ገፊትነ በአስተባባሪ ልቅነትና በአስተዳደር ብልሹነት ወይም በሌሎች ምክንያቶች በባዕድ አገርና በጫካ የቆዩት ጉዳዩ በሠላም ይለቅ ቢባል ምንም እንኳ በሠላም ቢያምኑም መጠረቻው የማይበጅ መሆኑን ቢያረጋግጡም አሁ ለማለት ብዙ የሚያስቸግራቸው ነገሮች እንዳሉ በመገንዘብ የጋራ መፍትሔ መሻት ያስፈልጋል ::

መርዕድ ንጉሤ
የኤርትራ ክፍለ ሀገር ዋና አስተዳዳሪ

የኤርትራ ክ/ሀገር ዓይነተኛ ችግር ለመግለጽ ከችግሩ አነሳስ ታሪክ ጀምሮ ማወቅ የግድ አስፈላጊ ነው ፤ የሚደርሱት ጉዳይ ለመፍታት መሞከር ፤ ከሚያስቸግር በቀር ብዙ ዕከም የሚያስከትል ነው ፤ ይኸም ከነባራዊ ታሪክ ሂደትና ከተጨባጭ ነገሮች ግንዛቤ የሚገኘው ነው ፤ እንገነዘ ።

በጥልቀት ወደ ኤርትራ የመገንጠል ጥያቄና አመሰራረቱ በንሄድ ረጅምና ብዙ የሚያሸፍን የሚያናገር ስለሆነ ባጭር ባጭሩ ብቻ የመቀንጠር ወይመፍነል ሀሳቦች ማተኮሩ ይመረጣል ፤ ስለሆነም አጭር ታሪኩንም ለመፍትሔ ሀሳብ አስረጂ ለማቅረብ እንዲያስችል በማሰብ አንዷ ስለ መገንጠል ጥያቄው አመጣጥ ከኤርትራ ኮሎኒ አገዛዝ ጀምሮ እስከ ገንጣዮች ነቅናቄ መወለዱ ከአብዮታችን ፍንዳታ በዚህ ጊዜ በብዙ መድረኮች የቀነሱ ስለሆነ ነው አጭር አጽርዎ ለማቅረብ የምመከረው ።

[illegible]

ሀ / የኤርትራ ክ/ሀገር ችግር የተነሳውና የተወለደው በ[illegible]ር ጉዳይ ነው ፤ እስካሁን ድረስም ይኸንን ችግር አልተወገደም ።

ለ / ጠባብነት የመገንጠል ስሜት እስከተወለደበት ጊዜ አልነበረም ብየ አምናለሁ ፤ ከዚያ የጠባብነት ስሜት የቡ ጠባብነት ደግሞ ከመሀል አገር በሥራ ፤ በልዩ ልዩ ምክንያት የመጡ የበላ ሀይል አማካኝነት ቅራኔው አገዲገቡ በመደረጉ ለችግሩ መባባስ ተጨማሪና የከፋም እንዲሆን ዓቢይ አስተዋጽኦ አድርገዋል ።

ሐ / ኤርትራ ክ/ሀገር ያለው ችግር ከአብዮት ፍንዳታ በፊትም ሆነ በኋላ ለብዙ ባለሥልጣኖች ማሰናገድ—ማስለጠኛ—የጎተወ መፀሀፍ የወጣት መሪዎች አቅራቢ ያደረገ ሆኖዋል እስካሁንም አልተወገደም ።

መ / ችግሩን ለማስወገድ የተሞከረው የክፍለ ሀገሪቱ ተጨባጭ የሁኔታ በማጤንና የተደረገው ሙከራ እጅግ አነስተኛ ስለሆነ መፍትሔው በወቅቱና በአጭር ጊዜ ለማስገኘት እጅግ ከባድና ውስብስብ አድርጎታል ።

በ / የኤርትራ ክ/ሀገር ነዋሪ በተለይ ደገኛው ከአንድ ሺህ ዓመት በላይ መንደር ዓዲ/መስርቶ በደንዓንቶ ዓዲ ራሱን የቻለ ባህላዊ ኢኮኖሚያዊ ማህበራዊና ፖለቲካዊ ኑሮ መስርቶ የራሱን ሕግ /Local legal norms/ በቃልና በጽሑፍ ለብዙ ዘመን የሰራበት ደንቦችና ሕግጋት ከልዳንጸሊስቶች እንኳ ሳይሸረሽ የራሳቸው ስርዓት እንዲወገዱ በማድረጋቸው በፍትሕ ብሔር

...../......

- 3 -

እንዲቆም ያደረገ የነበረው? ዋናኛ በልሁቀ እንገኘው የዚህ ከ ሀገር ቢታች በወታደር ነት በማስለጠን ፀረ ጉሪላ ኢም ያለው ኃዛ ቀሳል ሆኖ በተበታተነ ኃይል ወንበዴን የሚያሰፈፅ ኃይል በመፍጠር ነበር፣ እርግጥ የጠራ አስለጠን የሕዝብ ወገናዊነት አይቀረው፣ ሌላም ስርዓቱ ሰራቡ ዘና ቤል ኃይማኖትን በማስ ቃከከ ይጠቀምበት እንጂ በተዋጋነት ስልቱና የዚህ ከ ሀገር ቢታች ተባቃሪነት በደምበ ተጠቅሞበታል፤ ይህ ዛሬ በአሁኑ አጃን ደካማ የሆነ አበራር ሆኖ ይታያል፣

በአሁኑ የወታደር አቀጣጠርና ስምሪት የኢትዮጵያ ሕዝብ በሙሉ በራሺያ አማርኛ በኤርትራ ተፈሮች ሁሉ ቢተከል ለኤርትራ ነፃነቱ ለማተፈትና የመጨረሻ መፍትሔ ለማስገኘት ረጅም ጊዜን ብዙ ገንዘብ ይጠይቃል በመጨረሻም አሸናፊነቱ አጠራጣሪ ይሆናል፣ ስለሆነም መከተል የሚገባው መንገድና ችው ቢባል እንደሚከተለው ማቅረብ እወዳለሁ ፡፡

የኤርትራ ከ ሀገር ሕዝብ በባሕርዩ አቀማመጥ ባህርዩ ዘውትር ጦረኛ ነው፣ ጦር ነትን እንደከልቸር አድርጎ ወስደታል፣ በዚህ ላይ መሬቱ ተበልቶ ያለቀ ወንጋይ ብቻ በመቅረቱ ዳርቻ የሚፈራረቅበት የፀሐት ሃርቡን ለማገኘት ያለው ዕድል በጣም የመነመነ በመሆኑ ወታደር ነት ለመቀጠር ያለው ዕድል አማራጭ የሌለው ነጻ ነው፣

ስለዚህ በዚህ ከፍለ ሀገር አጃን ጠንካራ በሆነ ዛሬ በአገሬ ተወላጆች አማካኝነት ከሁለት ብርጌዶች ያላነሰ፣ ፀረጉሪላ ነፃነቱ ትምህርትና እንቅስቃሴ ችሎታ እንዲኖራቸው ጠንካራ የአንድነት ዓላማ ባላቸው ገለሰቦች በአስቸኳይ መንግሥት ከፍተኛ ትኩረት ተሰጥቶ ማሰልጠን፣ በተደራጁ መልክ በነፍስ ወከፍና መጠነኛ የሆነ ቀላል መሳሪያዎች ኪስታጠቁ፣ ልክ እንደተገነቡ በየአገር ቤቱ ከተማ ሳይገባ እንቅስቃሴ እያደረገ ለረጅም ጊዜ ወርቃማ ስራ በበረሃ ሕዝብ ያሰፈረው የሸፍታ ወንበዴ አገሬ የተከለበት ሁሉ በማፈራረስ፣ መደምሰስ፣ ይህ በራሺያ ሄሊኮፕተር አምቡላንስ ታንክ ወንጭፍ ቢኖም አምቡላንስ የማይል መንፈስ ጠንካራና ዓላማ ያለው ለዓላማው ፅንቶ ባለው ኃይል የሚዋጋ መሆን እንዳለበት አድርጎ ማሰልጠን ያስፈልጋል፣ ይኸም የሚሆነው በዚህ ሀሳብ መግቢያ እንደገለጽኩት እምነት በሚጣልባቸው የክፍለ ሀገሬ ተወላጆች ካልሆነ በቀር ነገሬ ይበላሻል፣ ይኸም ቀልክበት ምክንያት ጠባብነቱ በኤርትራውያን ብቻ ሳይሆን ከማሀል አገር በመጡ ሰዎች አእምሮ ውስጥ ተቀርጿል፣ የዚህ አገር ተወላጅ ሁሉ ተገንጣይ አድርጎ የመቁጠር ስሜት በጣም ገልቶ ስለሚታይ ከሌላው ጋር ሲደባለቅ መጠራጠር አለመተማመን መታማት ትንሽን ስህተት ትልቅ አድርጎ ከማስቀረቱ ሌላ በዚህ ሰገር በትግርኛ እንዲ ይባላ እለ ፡ ንፁሒ ጉራዕ ወዲ ከርባርያ ይፈልጦ ትርጉም የጉራዕን ሰዉ የኩርባርያ ሰዉ ያውቀዋል ይባላል፣

....4/

- 4 -

የእኔ አስደስ ተነኩልና የዚህን አገር የማይመች ወጥመድ የአገሬ ተወላጅ ነው ብዙ የተሰቃየው፣ ማክሸፍና መደምሰስ ዳለበት የዚህ ክ/ሀገር ሕዝብ መሆን አለበት ማለት ነው ፡፡

ሁሉም ነገር ከታሪክ ነውና የምንማረው የራሳችን ታሪክ በሪነት በማጥናት ፋንታ የሌሎችን ታሪክ ማጥናት የለብንም ይኸንንም ለማለት የፈለግኩት፣ በኤርትራ ክ/ሀገር የነበረው ፈጥኖ ደራሽ ፖሊስ ታሪክ ልብ ብለን ስንገነዘበ፣ ስንቱ የዚህ ሰራዊት አባል ነው ከወንበዴው ጋር ቤተናነቅ በየተራራ የቀረው፣ ምናልባት በአብዮት ፍንዳታ አካባቢ በወንበዴው ማወናበድ በውስጥ ፀረ-አብዮቶች /የማህል አገር/ ኢሰፓ-ኢህአፓና ሌሎች ሥልጣን ፈላጊዎች አማካኝነት ሠራዊቱ ፍቶር ንጥብ በታሪክ ላይ እንዲቀሰቀም አሁንም የመሀል አገር ጠባቦች ለነዚህ በሙሉ ልጅ ወደ ወንበዴ የበደደ ወንድሙ የከበሰለ ነው፣ ሌሎችም ብዙ ምክንያቶች የሚደረዉረ መሀይማን፣ በወቅቱ የነበረ ከመሀል አገር ቁጥ በሌሬ ጠርና ሌላም ሸፍክረረ እየተባለ የሚጠረት የሚጠውቀትን እናውቃለን በማለት፣ እነዚህን ፈጥኖ ደራሾችም ሆነ ሌላው ሠብረተሰብ ከገንባዩ ወንበዴው ጋር አብሎ በመሬመዱ አለፍሳንቀ ባሳበበው ሁኔታ እንዲጠለል ከሚደረጋቸው በስተቀር ከበራዊቱ አንዱ እንስተናና በንቃት ሂሊና ማነስ ከመሆኑ በቀር እስከዚህ አልነበረም ፣

አሁንም ወታደራዊ ብዕንስን በመለስከት የጠለቀ ዕውቀት ባይኖርኝም፣ ሀብበ የምስጠው የኤርትራ የመገንጠል ሁኔታ በተጀመረ ጊዜ አንስቶ አሁን ደረስ ለ24 ዓመት በመንግሥት ሥራ ዓለም ቆስሁና በሥራዩ መስኝደት ከብዙ ሰዎች ጋር በመገናኘት በመተዋወቅ አብሮ በመስራት ሂደቱ ብዙ ያስተማረኝ በመሆኑ ነው፣ ይኸን የመሰለ ሰራዊት በመፍጠር ረገድ መንግሥት ራሱ ታማኝነታቸው ከሚያረጋግጥላቸው ሰዎች ጋር አብሮ በመስራት ለመፍጠር ለማዋጋት እራሱም በሰራዊቱ ውስጥ በመግባት ለመዋጋትና ወንበዴውን በአጭር ጊዜ በከፍለ ሀገሬ ሕዝብ በቃ ለማሰጠት ይቻላል ፡፡

ይኸንን ዘኝ ዘሬ የሸዕብያ ወንበዴ ከኤርትራ ምድር አልፎ የትግራይ ገበሬ ያችን ጥምር በአንጻል ፕሮፓጋንዳ ወደጠርነት አባት ውስጥ እየማገደ ከማታለል ባሻገር ወደወሎና ጎንደር ክ/ሀገራት በመዘለቅ የሕዝቡ ሰላማዊ ኑሮ ጋጥቶ ከመንባት አልፎ የተዘረጋ የልማት እንቅስቃሴዎች ለማደናቀፍ የሚያደርገውና ከመገንጠል ጥያቄ ወደ ዓለም ዓቀፍ ኢምፐርያሊዝም በቻነት በመሸጋገር ህልሙ ከሆነሴት አሁን ያለውን ሰርዓት አጥክዎ የራሱ የኢምፐርያሊስት አሻንጉሊት መንግሥት ለማቋቋም የሚያደርገው ጥረት የሚያከሽፍና በትግራይ ክ/ሀገር የሚደረገውን ጦርነት ወደ ኤርትራ ማዓ ሰበ ካዚህ እንዲቀር የሚያደርገው ከፍተኛ ውጥን ነው እላለሁ ፡፡

....5/

= 5 =

ይኸውም በጠል በናቅፋ አካባቢ ያለው አብዛኛው ሠራዊት የውጭ ወረራና ዓለም ዓቀፍ ጠላቶቻችንና ጠንካራ ኢትዮጵያ ማየት የማይሹትን ጎረቤት አገሮች መከቶ ፊት ለፊት ለመግጠም ሁሉ አቅር ሆኖ ለመቆየት አይደራጅም አያስፈልግም ማለት ሳይሆን አስፈላጊነቱና ተለኝታነቱ በጣም ነው ።

ከላይ ከፍ ብሎ ከክፍለ ሀገረ ሕዝብ ስለሚደረገው ሰራዊት አስፈላጊነት እንደሌሎ ምሳሌ በዚህ ክፍለ ሀገር የመንግሥት ንቅናቄ የተፈጠረ ትምህርት ሊሰጠን ይገባል ብዬ የምገምተው ለመግለጽ እፈልጋለሁ። ይኸውም በዚህ ክ/ሀገር ሁለት ግንባሮ ቡድኖች ነበሩ እነሱም ጀብሃና ሻዕቢያ ናቸው፣ በማይታረቅ ቅራኔ ውስጥ በነበሩበት ጊዜ የጀብሀ ሰራዊት የሻዕቢያን 4 እጥፍ የበለጠ ኃይል ከሻዕቢያ የበለጠ የመሳርያ ከምቾት እንደነበረው እናስታውሳለን፣ ስለሆነም ሻዕቢያ ሕብረተሰቡ በማቀፍ ረገድ የበለጠ ችሎታ ስለነበረውና፣ የትግራይም ኃይል በዘዴ በመጠቀም በሁለት ወር ውስጥ ከ60ሺህ የማያንሰውን የጀብሀ ሰራዊት ሰ/ነሚሊሺያው / ከ10ሺህ በማይበልጥ የሻዕቢያ ጦር ፍርክርኩን በማውጣት ገሚሱ ለአርብ እንዲሸሸና በዘራል ወደ መንግሥት እንደ አማራጭ በወደገብነት እንዲገቡ ሌላው ወደ ሱዳን እንዲሸሸዱና እንዲሁ ነበረ አድርጓቸዋል፣ አንድ አንዱት ሻዕቢያ በዚህ ዓይነት ለማፍረክረክ ያቀተ ናቸው፣ የሻዕቢያ መሪዎች እስከ ሌላ ፍጆር እያደረሱት የምናውቃቸው የሚያውቁትን የዚህ ክ/ሀገር ተወላጆች ናቸው ።

ስለዚህ እኛ ስለ በዚህ ክ/ሀገር የምንገኝ የአገራችንን አንድነት የምንፈልግ አባቶቻችን ያቆዩት አንድነት አረጋቸው ያመጡት ሕብረት ፀንቶ እንዲኖር የምንፈልግ ለአገራችን መስዋዕት ለመሆን የተዘጋጀውን ኤርትራዊያን ኢትዮጵያውያን እያለን፣ መደረክ፤ እንደ ሁኔታ በማየት እናቶችንና እንቶችን ተሸበበ እንኖራለን ስለ ይኸንን ሰዓ ዓሳማ ቀድሞውን ገሌበጮች በመወከል ነው፣ ዛሬ መናልቢት ጥቂት በዳቸ ልንሆን እንችላለን፣ ስለሆነም አበጋስ አፈወርቂ ከጀብሀ ሲገነጠል 6ሰዎች ብቻ ይዞ እንደነበር ማስታወሱ በቂ ማስረጃና ቀላል ማሳየት ነጥብ አደርገዋለሁ።

ሕዝቡ ግን፤ በደምብ ቀረብ ገበሬ ዘርቶ እህል እንደሚያበቅልና ጥሬ ገቢ እንዲያመልስገኝ አደርጎ ከመስለቀሰሁ ይኸው እንጥፈ ገበሬ ማሳ ነው ለማለት ስለፈለግኩ ነው ።

2. <u>በፖለቲካ ረገድ፤</u> ሻዕቢያ በአሁኑ ጊዜ ገበሬዎችን በማስገደዱ ቤት ሀብን ሳይቀር ወደመርነት አባት ውስጥ በመማገዱ ላይ ስለሆነች፤ ከሰረቶቹ በበለጠ በሕብረተሰቡ ዘንዶ ኣየገኘ መተቃወም፤ ታዲያ እኛን የከበረች የወንበዴ ድርጅት ነጻ ለመባለጊ የፖለቲካ ካድሬዎቹ አሁንም ከዚህ ክፍለ ሀገር መፍጠር ያስፈልጋል፤ እነዚህ ካድሬዎች ዛሬ ገበሬውን ማርክሲዝም ሌኒኒዝም ለማስተማር የሚዘምሩ ወይም የሬስዶ አበባ መስከት ብቻ የሚያስከትል ሳይሆን ትንሹ ካለማ በሻሌዝም በኢትዮጵያ

= 6 =

ሞቋር ማሰረን ቢሆንም፣ በክፍለ ሀገሩ ያለው ተጨባጭ ሁኔታ ከዚህ ክ/ሀገር የሚፈጠረ ከዶሬዎች የአገር አንድነት ከዶሬዎች / ናሽናሊስቶች / ከዶሬዎች ቢለ የኢሠፓአኮ አካላት ብቻ ባይሆን የመንግሥት ማቅረብ መሆን ይገባቸዋል እላለሁ፣ ምክንያቱም ማንኛውም ስርዓት መቀበል የምንችለው አገራችን ስትኖር ብቻ ነውና ነው፣ ስለዚህ የተማረ የቀረውና በነዚህ ገንዘቦች የቀበሉ በርካታ ኤርትራውያን ወጣቶች ማገገት ስለማያገኙ በሰው ትግረኛ ተናጋሪዎች ብቻ ባይሆን /Nature Eritreans/ መሆናቸውን አቀተረጋገጠ ቀደም ቢል በወታደራዊ ኃይል አደራጃጀት በቀረበው ሀሳብ በሚደራጀው ኃይል ውስጥም ሆነ በሲቪል ሥራ ውስጥ እየተፈለጉ እንዲገቡ ማድረግ ነው፣

ሌላው በአስተዳደርና በልዩ ልዩ መንግሥታዊ ድርጅቶች ውስጥ በሰራተኝነትም ሆነ በተራ አባልነት ኤርትራውያን እንዲሳተፉ ማድረግ ያስፈልጋል፣ ዛሬ የኢትዮጵያ አንድነት የሚጠሉና የዚህ መንግሥት ሀሌዎና የሚያጥሉ ገለሰቦች እንደሚያስወሩት የመሀል አገር ገዥ መደቦች ኤርትራን እንደያዙ፣ የሚገዙ ናቸው ይኸውም ቀልድ በሆኑ መንግሥትና የድርጅት የሰራተኛ አመራርነትና ሰራተኛነት ላይ ኤርትራውያን እንዲገቡ አይፈልጉም፣ ልክ እንደ ኢሳይያስና እንግሊዞች፣ በወዛደርነት በኩሊነት በተራ ሠራተኛነት ካልሆነ በቀር ለሰራተኛነት አይመደቡም ይኸም በዘበዛ ነው በማለት ያወሩና ያስወራሉ በዚህ ረገድም ቀዳሚ መንገዱ እንዳይኖር አጥብቆ መጠንቀቅና ሁኔታዎችን ማጣጣል ያስፈልጋል፣ በኢሠፓአኮ ድርጅቶችን ባይቀር ጠባብነት እንዳለ አድርገው ለማውራት ይሞክራሉ፣ ከወረዳ— አውራጃ— ክ/ሀገር ጭምር የዚህ ክ/ሀገር ሰዎች እንዲኖሩ ይኸም በዚህ በመወሰናቸው ብቻ ባይሆን በሚያበዎት ተጋዳሎና የሥራ ፍሬ ተጨባጭነት በመመልከትና የዚህ ክ/ሀገር ውስብስብ የፖለቲካ ሁኔታ ወረዶችን መገበያ ወንገዳቸውን ለማስረን ጥረት እንዲደረግ ቢሆን ፣

ሌላው በዚህ መንገዱ ፖለቲካ ቢባል አስተዳዳራዊ ወይም መንግሥታዊ መዋቅሮችን ጠምሮ የሚመለከት ስለሆነ፣ ይኸ ክፍለ ሀገር ከኮሎኒያሊስቶች በትግሉ በተከቀቀበት ማግስት፣ አንዱ የቡርዣ ኢምፔሪያሊ የሰፈነበት በኢትዮጵያ ፌደረሽን ስር ራሱን የቻለ መንግሥት እንደነበረው የታወቀ ስለሆነ፣ በዚህ አኳያ በዚህ ክ/ሀገር የሚቀረው ፖለቲካዊ አስተዳደር፣ እንደሌላው አስራ ሰባት ክ/ሀገራት አድርጎ መመልከት እንደማያስፈልግ ማሳየ ያሻል፣ ይኸውም አሁንም ቢሆን ከሌላው ሕዝብ ይበልጥ የተለየ ከሰማይ የወረደ ሕዝብ ነውና እንደሻዕቢያ አባባል የተለየ ቅኝ የፖርቲ አገሮች ይኸረው ማለት ባይሆን በመጠኑም ቢሆን፣ ያለው የገንዘቦች ከንቱ ፕሮፓጋንዳ ቅስም መስበርያ እንዲሆን፣ የፌደራል አውቶኖሚ አዘማማድ የሚቀይስ ፖለቲካ ኢኮኖሚ ስርዓት መቀየስ አንዱና ዋነኛ መፍትሔ ነው፣

....7/

- 7 -

ደረቁን ፖለቲካ ለለኢኮኖሚያዊ ዕጋዋ ውጤት አልባ መሆኑና የሚታበበው የሰሸሌት ስርዓት ንገባታ ገቡ ይመቻል በሉ ማሰብ የሕልም እንደሺ እንደሆነ ይታወቃል ፤ እውነት በኤርትራ ክፍለ ሀገር ከአበባ ፍንዳታ ወዲህ የአርሻ ኢንዱስትሪ ፋብሪካ ወዘተ አለ? የለም፤ ቀድሞ የነበረትም በወንበዴዎች በመጉዳቱ ነው አበባቃቲ መንግሥት ሳይ ከፍተኛ ወጪና ኪሣራ ማደረጓቸው ብልሬዓ ቀርቶ አይደለም፤ እመ ሁኔታ አልተ ፈጠረም ማለቱንም አቀበለ ምሁ፤ ስለሆነም በሌላ ክፍለ ሀገራት የሚታዩት ዕድገቶች የዚህ ክፍለ ሀገር ዕድገት መሆኑን በመዘንጋትም አይደለም፤ ነገር ግን ዛሬ በየጊዜው ከየአካባቢው ከወንበዴው የሚሠለበው ሕዝብ መንግሥቱ እጥቃ በየመንገዱ ከወደቀበኋላ እንደገና ለተገንግዋች ሸሎ ለመሆን እነሱን መሕረት አየጠየቀ የሚመለሰው ሕዝብም ሆነ ወደ ውጭ አገር የሚሰደደውና የሚፈልሰው ሕዝብ በናይ የሚያዝናና የሚያሳዝን ትዕይንት በመመልከት ነው ለዚህ ጉዳይ በኢኮኖሚ ሀሳብ አቀራረቤ ላይ ሊደረግ የሚገባውን አጠቃላለሁ፤ በዚህ ርእስ መቅረቡ ግን የሚያስከትለው ፖለቲካ ጉዳት ለማስመልከት ብቻ ነው ፡፡

እንግዲህ ለማጠቃለል ፖለቲካዊ እንቅስቃሴአችን ግና ዓላማ ገብ እንዲሆን ቢሆንም ከክፍለ ሀገሪቱ ተጨባጭ ሁኔታዎች ማገናዘብ ደግሞ ዓላማችን ወቅቱን ጠብቆ እንዲፈጸም ጉዳች ሊሆን የሚችለውን የዚህ ክፍለ ሀገር ውዝግብሮና የጎንጠል ዚደት በአጭር ሊደስቀር ይችላል የሚለውን ሀሳብ በአጭሩ ለማስቀመጥ ወክረአለሁ፡፡

3. <u>በኢኮኖሚ ረገድ፤</u>

ኢኮኖሚን ከፖለቲካ ለይተን ማየት እንደሌለብን ከላይ በመጠኑም ቢሆን ለመግለጽ ሙከርቻለሁና ኤርትራ ክፍለ ሀገር አሁንም ከሌላ ክፍለ ሀገራት በተለየ ሁኔታ የኢኮኖሚ ምንጭ የሌትም እንዲያው በገበርና ስራ ወይም በአርሻ ስራ ትስስካሆን ብዙ ዋናዎች ራስዋን እንደማትችል ተደርጎ ይነገራል ስለሆነም ምንም እንኳ በአገር ኢኮኖሚ ትምህርት ባይኖረኝም ብዙ መናገር መቻና ቻለበት ክፍል ውስጥ ወይም በመጽሐፍ ያስፈረውን በቻ ተቃራኒ ገልብጭ ሆኖ መወሰን የለበትም በየ ሰገሉ ሰለማምን ይሸኛ ክፍለ ሀገር በአርሻ ልኳ እንዳይደለች ለማስረዳት እሞክራለሁ፤ ነገር ግን የአርሻ ሀብታችን የመሳ አገሪቱ የኢኮኖሚ ምሰሶ እንደሆነ በመጠኑ ቢሆን ስለሚገባኝ ነው፡፡

ስለዚህ በሠራዊ አውራኛ ወበል ሜዳ በአከለጉዛይ ሀዘሞ ማዳና—ምስራቃዊ ቆላው ዓማስ ዓጋመበሰ— እስከ ከረን ያሉት ስፋፊ የአርሻ መሬቶች ቢለሙ ንዩነው ትላልቅ የኢኮኖሚ ምንጮችን ናቸው፤ ይኸውም የመረብና የዒንደሊ ወንዞችን በዘመናዊ አገባብ በመጠቀም ቢሆን፤ ዋናውና ጉረቤት አገር በማደለብ የሚገኘው የምዕራብ ቆላ አውራጃዎች ባርካ— በሰቲት ወንዝ—ጋሽና ሰቲት በዓንሰባና—ጋሽ ወንዝ— በሣሕል አውራጃው፤ በተያች ለም የአርሻ ሥራ ስናካሂዳቸው

....8/

- 8 -

የምንችል ቦታዎች ከነዚህ ከተጠቀሱት በአንዱ አገሬ የወገኖቼ አከል መሆን ችግር፣ቢኖርም፤ በራ የአርሿ በታ በማድረግ አየተንጠባጠቡ የሚመለሱት በማስገደዱ ለጠር ነን ሊዓረጉ የነበረ ጆሌዎች በማሰፈርና ስራን በማስለመድ፣በሳበቸው አንዲኖሩ አንዲደራጁ፣ ራሳቸውን ቻለው ከፀረሕዝቦች አንዲከሳከሉ ከጥቅም ጋር ማያያዝ ከፍተኛ በሕሁት ነው፤ አየተዋጋውን ይኸንኑ አንዳን አናደርገዋለን የሚል ጥያቄ ሊቀርብ ይችላል፤ መልሱ ዛሬ በደርግ ባለን አንስተኛ ዓቅም፤ የበራዊት ዋን ቀለብ በምታርሰውና በምታበርበው ገቢ አንደምትተዳደር አገወቅ የለም ወይ? እኛስ አንዴት ዳቀተናል? በመሬት መጥበብና በሕዝብ ከምችት በዛት በደጋው የተጠበ መሬት የሚኖረው ሕዝብ ወደነዚህ ቦታዎች ቀስ በቀስ በራሴ ፍላጎት አንዲፈስና አንዲሰፍር ማድረግ በሁሉም አቅጣጫ ጠቀሜታው የጎላ ነው፤

ከዚህ ሌላ በደጋው አውራጃዎችም ሆነ በቆላው የዝናብ መጠን ከዓመት ዓመት አየቀነሰ በመምጣቱ ገበሬው ቢዘርም ባይዘርም በዝናብ እጥረት የሚደመረቅ ምርቱ አያገኝም ይኸም ለረጅም ዓመታት ከክፍለ ሀ የደረሰ ችግር በመሆኑ ይኸ ችግር መወገድ የሚቻለው፣ በየመንደሩ ለአርሻ መሬቶች በሆኑት ተገቢ መሬት ላይ በከረምት የምትፈሰውን ጎርፍ ዝናብ አንዲታቆር አነስተኛ ግድቦች በየአካባቢው አንዲሰራ ማድረግ ነው፤ ይኸ በሰው ጉልበት በምግብ ለሥራ አየተሸለ የሚሰራው በቀጥታ ያልተያገዘ ስራ ረጅም ዘመን የሚጠይቅ ነው፤ ስለዚህ በቋንቋው አውራጃ ቢያንስ አራት ትራክተሮች ቢያንስ ዶዘሮች ቢያንስ ቢልዶዘሮችና አፈር የሚዝቅ የሚገለብጡ መኪናዎች ከነመለዋወጫቸው ከየዓይነቱ ከ6 የማይበዙ ተመድበው አንዲሰራ ቢደረግ በሰው ኃይል ብቻ ተጨምሮ በአጭር ጊዜ ውስጥ ፍጹም የሆነ ለውጥ ማየት ይቻላል፤ አብዛኛውም ንግሥት በደጋ ከሀገራት በዛት ዳሳቸው ትራክተሮች በማስመራት ከመንግሥት እርሻ ሌላ የማሀበራት ጉልበትን አርሻዎችን ያበረታታሉ ነው፤ አሁንም ከፍለ ሀገር በትራክተር ምትክ ዘለቄ የተጠቀሱት መሣሪያዎች ቢገኙ በአውራጃ በቋንቋው መንደር ከሁለት እስከ ስድስት ግድብ ቢሰራ፤ ተራራውም ለም መሬቱም ለምንበና በኢንዱስትሪ የሚውሉ ዛፎችን በማብቀል በአጭር ጊዜ ውስጥ ሕብረተሰቡን ከመቀለብ አልፎ በክፍለ ሀገሩ የሚተዋውን ደረቅ ወደለምነት መለወጥ ይቻላል፤ ይኸም የአገሪቱን በአብዮቱ ግንባታ ወደኋላ መቅረት የሚያ ሸንዛሬው እጥረት የሚታየው በሆነም፤ በረጅም ጊዜ ሕብረተሰቡ በርዳታ አንዲከፍሉ ቸው በበዶር ማግኘት ጥረት ማድረግ የሚቻል ይመስለኛል ፡፡

ይኸም በአንደኛ ደረጃ ወታደራዊ አንቅስቃሴ በማስመልከት ባቀረብኩት ሀሳብ ላይ ይኸ የሚደረገው ኃይል ከሸዐብያ በበለጠ ሁኔታ ራሱን አንዲችል የመፍጠር ችሎታውን አያሳበረ በአርሶ አስተራረስ ዘዴም ቢሆን ሊደርግ የሚገባውን አንቅስቃሴ ባለመዘንጋት ነው፤

....9/

መንግሥት በራሱ ጠቋሚ ግዳንና ወደፊትም በሶሻሊስት ግንባታ አገር አቀፍ ግቧን መሠረት የሚወይበት ግባኖች በማያዛንና ሁኔታ መጠነኛ ዕድገት ሊያደርግ ይችላል በማለት ያሰበኩት ስለሆነ የከበት እርምጃዎች የዛሬንና ንግድ በማስመልከት ያለውን ኢኮኖሚ ሁኔታ በዚህ መናገርም መሻፍ ይቻላል ስለሆነም እነዚህ ከላይ የገለጽኳቸው ከክፍለ ሀገሪ ችግር ጋራ መፍትሔዎች ና ዋና በየ ስለማመን በስፋት በአክሲዮን ገንዘታው መገባት አስፈላጊነው ፡፡

ማኅበራዊ ችግሮች በማስወገድ ረገድ

በክፍለ ሀገሪቱ ለ20 ዓመታት በሰፈነ ጦርነት በመከሰቱ በዚ ስር የበለጸ ማህበራዊ ችግሮች እንዳሉ የታወቀ ነው፣ ትልቅ ሥራ ፈትነትና ትምህርት ስርጭት ወደኋላ መቅረት ሴተኛ አዳሪነት በመስፋፋት ወሰን አልፎ ደረጃ መበርከት ሰብዓዊ በዚህ ያለቀጠቀሰ ችግሮች አሉ እነዚህን በመቀልበስ በአጭነት መንግሥት ዓቅም በፈቀደ አስፈላጊውን ጥረት እያደረገ ነው፣ ስለሆነም በቂ አይደለም፣ ግዛ ዓቅም በፈቀደ መጠን በዚህ ክ/ሀገር የሕዝብ አመፅ እንዳይነሳ በተቻለ መጠን ፀጥታ ውስጥ ማስገባት አስፈላጊ ነው እላለሁ።

√ **በህዝብ ዘመቻ ስለማሻሻል**

በዚህ ክ/ሀገር እጅግ ጠቃሚ የሆኑ ብሄሮች ስርዓቶች ልማዶች አሉ፣ እነዚህም ከመዳቸው መንደር አመሰራረት ጀምሮ በየማሳው ያለ ብሄረሰቦች አስተምህሮዎች ማህበራዊ እንቅስቃሴዎች በመገበ እንዲጠበቁ ማድረግ በሁሉም ዓይነት ያሉ ብሄሮች ልማዶች ስርዓቶች ጠቃሚዎች ናቸው በሰው መብት አይጋጩም፣ ስለሆነም ተገቢውን ጥናት በማድረግ ጠቃሚ የሆኑትንና ከምናካሂደው ሶሻሊስት እቅድ ጋር ሊዛመዱ የሚችሉትን እንዲዳበሩ በሶሻሊስት ስርዓት ከነበሩ አገሮች በተሻለ ሁኔታ እርምጃዎችን ለመውሰድ የሚገኙ ብሄሮች ልማዶችና ደንቦች ስለሌላቸው የራሳቸውን ለማዳበር ብሄረሰቦቹ ፊር እንዲያዙ ማድረግ የሚያስችል ስለሆነ በዚህ ረገድም በጥሩ የደረሰ አስራና ታሪካዊ ደንቦችና ወጎች ስላሉን በዚህ ረገድ የበለጠ የሰው ኃይል በክፍለ ሀገሪቱ በማሰባሰብ ጠለቅ ያለ ጥናት እንዲደረግ ለክፍለ ሀገሩ ችግር አፈታት ጠቃሚ ሀሳቦች ማግኘት ስለሚቻል እንዲታሰብበት ለማሳሰብ እፈልጋለሁ፡፡

ሸንጎውን ለማስወገድ በሕዝብ ጋዜ የሚወሰዱ ዕርምጃዎችና ውጤታቸው

ግንኙነታቸውም ምን ይመስላል ፡፡

ሰላም ማህበራዊ በተመለከተ የሚያደርጉት እንቅስቃሴዎች በመጠኑም ቢሆን ለህና ይዘት ያለውን ይዞልቀ ማጠናከርንና ሶሻሊስታዊ በይበልጥም የአንድነት ኃይል ነው

..... 10 /

በሰው የሚደምቅ ዜጎች በየምርጫ ወቅቱ በቀልና በታዎች አንዲገቡ ማድረግ ፤ ከፊውዳሊስተኛና ፊውዳሉ ስርዓት የፈጠራቸው የጎሳ—ወረዳ—አውራጃ—ልዩነቶች በንቃት በዘት ጉጂ ጉና ጉው እስከጠፉ ድረስ የሰው ኃይል ስምሪት ማዛን ዝግጠ በቀ ዝንጌሄል በሰፊ መከታተል፤ ይኸውም ለገበሬዎች—ለወረዳዎችና—ለዞደርበኞች ለገገቢዎች አመቺ መንገድ ወይም ቀዓዓ አለመከፈት በሆነ፡ተናታዊ ግስን፡አደደ ረዉ ከዓፊት ዓመት አደደጉ ስንዓመቀ ጠንካራ ከተገል ደስፈሰጋበት ስለዚህ ጀምሬ በቁም ተፈ፡ስለሆነ ከመከታተሉ በስተቀር የሚደመረቀ ውጤት የሚጠበቅበት ነውና ይደገፋል፤ በሕዝበም ዘንድ ተቀባይነት አለው ፡፡

<u>በገጠር የቀበሌ ገበሬ ማህበራት፤</u>

በዚህ ረገድ የሚደረገው እንቅስቃሴ በጣም ደካማና ውጤት አልባ ሥራና ምከንደቱም ሥራና ሠራተኛ አልተገናኙም ቅደም በየ በፖለቲካ ሥራ ለወበዉ የሚገባ ዐርምሽ ማለትም አርነራውያን ማቢተና ደልኮት ይበልቀ መደረግ የሚገባው በዚህ የሥራ ዘርፍ፡ነው፤ የገጠረን ሕዝብ በፖለቲካ የማረ ከኢሰፓአክ ጀምር እስከጫን ዊውም ዋንግሥት መዋቅር ፍጹም የአገሪ ተወሰኞች መሆን አለባቸው፤ ይኸውም ቋዐበያ በይበልቀ የመሸኘው በገጠረና በገጠር ቀመስ ከተማዎች በአብዛኛው ሰለተወበ ነች፤ የአገሪ ስርደ በዞገሬ በሬ የሚለውን የአበው ምሳሌ፡በዚህ አቀጣጫ ከፍተኛ ዋና አለው በየ አሰፋሰሁ፤ በአሁኑ ጊዜ በተለይ በገማገል ዘመቻ ሥራና በከሚያበደት ስራ ላይ ከደበበ ከፍለ ሀገራት ሕርም/ የመጨ ዘመቻች ማለት ትገርሃ ቦስተዋ ልንደቸው የሆኑ ዘመተኛል፤ አሰራረ ፍጹም ስህተን የሆነ ውጤት አልባ ነው፤ እንደ የአርም በሽረበብ የፈለገው የትምህርት ቸሎታና ዐውቀት፡የአርሙ በአርተራ ከ/ሀገር መተቀ በገበረው አካበቢ ማለት ከዞናት ጋሬው አልቸ ሌላ የማደውቀ፡ ይበልጥ ነው በመሀዩም ደረግ ደለው የገበሬ መደብ ሕዝብ አሰማርቀ በ10ዓመት ውስጥ የራሴን አስተባበበ የሚከተል አንደ ሰው ለማፍራት ስለሚቸገረው ነው፤ ከዚህም ሌላ በዚያም ለዘመቻ በቻ የተሰማሪ ስለሆነ፤ ቀንቸገረኛነት ነገ ወደ አገሬ አመለሰሰሁ፤ ለማን በቁ መስዋዕት አከፍላለሁና ገማሹ፤ በኢሰፓአክ አባልነት የተመለመለ በመሆናችው ነገ—በደርጅቱ ዛማከኛነነ ሌላ ከፍተኛ ቦታ አገኛለሁ፤ ስለዚህ ዛሬ እንደምንም አውደልዳየ ልሰሩትና ነገ አርተራ ዘመቻ ነበር ቀብየ ከፍተኛ ቦታ ለማገኘት አቸል ይሆናል በሉ፡የሕልም እንጀራ የሚበቅና፤ እንደ ኃይለሥላሴ ስርዓት ስልጣን ፈላጊዎች ልቡ የቆመና ለሥልጣን የቋመጠ ለመኖር ፈላጊ፤ ሆኑ ስለተዘራ አንዲን ውጤት ሊበሰ፡ችግርና እርሱ አየመለመለ የሚደደረገው ቀበሌና አበዓት ተበቃ በተለይ በአትኳንዴ አዘበቢ አባላትና እንደነቀ ተመልሶ የሚወጋ እንዓይሆን አጅግ በሚቆጣጠር ሁኔታ ይገኛልና አስቸኳይ መፍትሔ የሚፈልግ ነው፡፡

....11/

ለማጠቃለል በአውራጃ—በወረዳ—በገጠር የሚሰማራ ሠራተኞች ሁሉ ቆራጥ ባለው መንገድ የአካባቢውን ሕዝብ የሚመስሉ እርሱን መስለው ደግሞ ተወደራሽነታቸው ዓላማ የሚሰቡ ታጋዮና ታታሪ ሠራተኞች እየተመለመሉ ካልተመደቡ በቀር፣ የሰጠኛ ከበ ሆኖ ሲፈልጉ የሚፈርስ ሲፈልጉ የሚገነቡ ሆኖ በተለይ እንደሻዕቢያ የመሰለ ለ20 ዓመታት በላይ መሽጋ ሰርጎ ቀ ስራዎች በሰራቸበት አካባቢ የአርሱ ቀ መረብ በጥስ ለመገጣጠ ከፍተኛ ጥንቃቄ የሚያስፈልገው ስለሆነ በጥብቅ ሊታሰብበት ይገባል እላለሁ፡፡

<u>መረጃና ስለላ በሚመለከት</u>

ስለላ እንደ ከፍተኛ ጥበብ የሚጠይቅ በጣም አስፈላጊ ስራ ነው፣ እንዲሁን ሥራ ለመስራት በቂ መረጃ ከሌለ አዝዘር ሰው በዓበስ እንደሚሄድ ዓይነት በህብሰይ መስራት ማለት ነው፣ በዚህ ረገድ <u>የሻዕቢያ ረዳቶ የተነገረው</u> በራሳቸው አስተባባሪ እያለው የሚደቀርቡ ገለሰቦች የሚያዙበት ቢልሆን ደግሞ በስስተኛና አራተኛ ደረጃ የተመሰለሰ ተራ ወራ መረጃ ላይ በመስለኛል በይሆናል፣ በገምት አልፎ አልፎም ደረቅ ውሸት የሚያቀርቡ እንጂ እውነተኛ መረጃዎች በጣም ውስን ነው፣ መንግሥት ግን ለዚህ ሥራ ከፍተኛ ወጪ እንደሚያወጣ እርግጠኛ ነኝ ፡፡

ከልንደሊስተኛ ባለደኞች—እንግሊዞች በነበረበት ጊዜ ይጠቀሙበት የነበረውን ዘዴ ተመልሰን በንታዘብ እርግጠኛ መረጃ ያገኙ እንደነበረ ለመረዳት ብዙ አያዳግተኝም፣ በዚህም ረገድ ጠንቃቃ ለሥራው በተካነና በሚገባ በሰለጠነ የአካባቢ ሰው ከጠላት ኃይል ሰርጎ ቀራኔ ያለው በመምረጥ በመጠቀም ፈንታ፣ እኔ ሕዝብ ደህንነት ነኝ፣ እኔ ፖሊስ ነኝ እኔ የመንግሥት ወገን ነኝ እያለ በየሚያው ራሱን የሚያጋልጥ እራሱን ሳጥቶ የአስሳም ጥምጥም በጥንቃቄ ስለደረገ እንጂ ደውም ጠላት በቀላሉ የሚለየው በአሩና በመለበሱ ሰሳይ ነኝ እያለ የሚያወራ፣ አንዳንዱ ጊዜ በሰማይ በያኛ ለራሱ ጥቅም ስራ የሚያሰር በገንዘብ እየተገለገለ አስረኛ የሚሰቀ፣ እንዲህ ያለ አሰራር መጠቀም ከፍተኛ ኪሣራ የሚያደርስ ነው፣ ከላይ ከፍ ብዬ እንደገለጽኩት በዓላውርቃ ወይም ሣሆ ብሔረሰብ ባለበት ወይም ኩናማ ብሔረሰብ ባለበት አካባቢ ትግርኛ ተናጋሪ ሰው ለስለላ ማስቀመጥ ማለት ራስን ማጋለጥ ነው፣ ስለዚህ እንደምንገ ከዚያ ጉዳ በያኛ በመብራት መፈለግና አሳምና መውደብ እንጂ በአሥመራ ከተማ እንዓለው በሰዎችኝ ባይ በየቡና ቤቱና ጠላ ቤት ጉዳጉዳ ቢኦ ውሎ የሆነ ወሬ ለቃቅሞ አለቃዩ ጋን ይለፍል በሚል ይሉኝታ የፈጠራ ወሬ የሚያቀብል መውደብ ማለት ቀደም ብዬ እንደገለጽኩት ራስን ማታለል ስለሆነ፣ በርካታ በያኛ ከየገብረተ በቡ ተበማፍራት እነዚህም የሰለጠ መርበቦች በደምብ አውቅር እስከ እስታስ አፈወርቂ ማዕከላይ ከሚቴ ውስጥ ዘልቀ ለመግባት ባለተቻለ ፍሬ የለውምና በዚህ ረገድም ከፍተኛ

ጥረት መደረግ ያስፈልገዋል። የስለላ ስራ ለግለሰቦች የስራ ዕድል ማግኛ ባይሆን በጣም ከፍተኛ ቁም ነገር እንዲሁም የአገርና የሕዝብ ደህንነት ጥበቃ የሚካሄድበት ስለሆነ መዋቅሩ በሚገባ ከክፍለ ሀገሩ ተጨባጭ ሁኔታ አንፃር እንዲህ መስራት ያለበት ነው። ለዚህ ስራ በጣም በሥራ ልምድ የበሰሉ ታማኝነት የሚያስባቸው ሠራተኛ ፖሊስ መኮንኖችን መጠቀምና ከላይ እስከ ታች በደምብ እንቅስቃሴ ማድረግ ይቻላል። በኤርትራ ክ/ሀገር የውስጥ አስተዳደሩ። /

የተባሉ ከፍተኛ የስለላ መርበቦች የሚመራ የነበረው ከክፍለ ሀገሩ እስከ ወረዳና መንደር ድረስ የተዋቀረ አንድ ሰንሰለትም በአንድ መንደር የባከነች እንደሆነ ወይም ፀረ መንግሥት አቋም ያለው ቢገኝ ወዲያውኑ የሚያጋልጥ እንደነበረ ይታወቃል።

በዚህ ረገድ ከፍተኛ መሻሻልና ለውጥ እንደሚያስፈልግ አመን ነውና ብዙ መስራት አለብን ።

<u>ስለወታደራዊ ስልጣንና ኃላፊነት በሚመለከት።</u>

በመንግሥት ሥልጣን የተመደቡ ባለሥልጣኖች ግለሰቦች ሁሉ የተሰጣቸውን የሥራ ኃላፊነት በተግባር ለመፈጸም ያለው የመወሰን ስልጣን በጣም የተቀላጠፈና ሁሉም ነገር ወደላይ እየጠቀሰ የሚጠብቅ እንጂ በወረዳ-አውራጃ ክፍለ ሀገር ተወስኖ ተግባራዊ የሚሆን ነገር የለም። ስለዚህ እንደአከባቢው ተጨባጭ ሁኔታ እነዚህ በየደረጃው የተቀመጡ ባለሥልጣኖች የአንድ ሸቀጥ ዋጋ ወይም ካዳሬ ስልጣን የሰጣቸው ስልጣናቸው በወረቀትና በመነጋገር ደረጃ ተወስኖ የሚቀር እንጂ ምንም የሚወሰን ነገር የለም። ማዕከላዊነቱ በጣም የጠነከረና ለሥራዎች መዘርከርከርና መፍረክረክ ከፍተኛ ቀዳዳ የከፈተ ስለሆነ ይኸም ታስቦበት በወረዳ አውራጃም ሆነ ክ/ሀገር የተለያየ የመወሰን ስልጣን ሊኖር ይገባል። በተረፈ በተጠቀሰው ተያይዞ ገደል መግባት ይሆናልና ከፍተኛ መሻሻልና ለውጥ የሚያስፈልገው ነው።

ስልጣን ሲኖር ሐቅም አብሮ መኖር አለበት በተረፈ ተዘነጋግቶ በይሉኝታና በአደርባይነት የሚሰሩትን ማስወገድ ያማቸና በቁራጥነት ለአገራቸው የሚሰሩትን እንደበ ፍከፈ በማድረግ የስራ ፍሬአቸውን ለሕዝብ አይቶ ተጨባጭ ስራዎችን መስራት ያስፈልጋል ።

<u>ማ ጠ ቃ ለ ያ።</u>

እንግዲህ ሥራ ለመስራት የሰው ኃይልን ገንዘብና ሥልጣን እንደሚያስፈልግ በጣም ግልጽ ነው። ስለዚህም፡-

፲፭. ሁለት ብርጌዶች የሚሆኑ ተዋጊዎች አስፈላጊነት በተረዳሁት ሀሳብ ጠቅልለሁ። እነዚህን ለማደራጀት በጣም አስፈላጊ የሆኑ ሰዎች ለመጠቀምና ከእነሱ ጋር ለማወቅና አራቱም ተገናኝ ለማቀድ ዝግጁ ነኝ ።

.....፲፬/

- 14 -

2ኛ. በኢኮኖሚ ረገድ ያቀረብኩት ሀሳብ ዝርዝር አፈጻጸሙ ለመግለጽ ዝግጁ ነኝ፡

3ኛ. የፖለቲካ ሥራ ከአገር አንድነት ጋር በተያያዘ ሁኔታ ለመስራት የሚጠቅሙትን እንዲቀጥሉ የማይጠቅሙትን በማስወገድ ተተኪ ሲያገኙ በመምረጥ ረገድ ለመተባበር ዝግጁ ነኝ ፤

ይህን ሀሳብ ያቀረብ በስሜትና አንዳንድ ቢያጋጥም የተወሰነ ሥልጣንና ሐላፊነት ስለሚያገኙ ይረስ ሽርጉድ ብለው ዘተንጠለጠሉ በኋላ? ዓር ሁነው በማሸማጠቁ እንደሚቀጥሉ ሳይሆን መሰረታዊ የሆነ ለውጥ በተወሰነ ጊዜ ውስጥ ለማስገኘት እንዲ እንዲህ ብቻ ነበር ለማለት አይደለም ፡፡

በአጠቃላይ ግን በዚህ ክፍለ ሀገር ያለው አበራር ከዚህ በተቻለ አስተባብሮ ያለው አደገኛ አዝማሚያ ተለውጦ ሰላም ፤ ነጻነት አንድነትና ፍትሕ በልጽግና እንዲገኝ በሚደረግ የሥራ ስምሪት ሁሉ ለሕብረተሰቡ ልዕልና የሚበጀውን ተግባሮ ሥራ ለመስራት ፈቃደኛ የማልወላውል ነኝ ፡፡

የካቲት 27 ቀን 1976 ዓ.ም.

ለጓድ ተፈራ ወንዴ
የከፋ ክ/ሀገር የኢሠፓአኮ ተጠሪና
የኢሠፓአኮ ማ.ኮ.አባል
በጓድ መርዕድ ንጉሤ የከ/ሀገሩ ዋና አስተዳዳሪ በኩል
አ ሥ መ ራ ፡፡

ጓድ የከ/ሀገሩ የኢሠፓአኮ ተጠሪ፣

በዚሁ ክፍለ ሀገር ከሀያ ዓመታት በላይ ሲሳለው ሁኔታና በፀጥታው መደፍረስ ምክንያት የአስከተለውን የሁለት ወንድማማቾች ደም መፋሰስ፣ የሕይወት መስዋዕትነት፣ የንብረት ማውደም ጓድነትዎ በሰፊው የሚያውቀው ከመሆኑም በላይ ኅዳር 1 ቀን 1976 ዓ.ም. በአቀረብነው ሰፊ በዝርዝር የተገለጸ ስለሆነ፣ አሁን እንደገና ማወሳት አያሻም ፡፡

ሆኖም ቀስ በቀስ ወደ አልታሰበ ደረጃ የደረሰውንና በአሁኑ ጊዜ የአገሪቱን ከፍተኛ ችግር ሆኖ የሚገኘውን የኤርትራ ክፍለ ሀገር የሠላም መደፍረስ ሁኔታ ሕዝቡ ዝም ብሎ የሚመለከትበት ጊዜ የለም ፡፡ በየጊዜው ስብሰባ እያደረገ ተወያይቶበታል፡፡ ስለሰላም የሚጥሩ ሽማግሌዎችን መርጦ በየበረሃው እየላከ ጥረት አድርጓል ፡፡

በመጨረሻም በ1968 ዓ.ም. በአሥመራ ከተማ በተደረገው ከፍተኛ የክፍለ ሀገሩ ሕዝብ የሰላም ጉባኤ ጉዳዩ እጅግ የአሳሰበውንና ከፍተኛ ችግርም ያለ ከተለበት መሆኑን በማመን በአሰበሰበው ውሳኔ መሠረት ጉዳዩ ከጦርነት ይልቅ በንግግር ቢፈታ ውጤት ይበጣል ብሎ ስለአመነበት መንግሥትና ተገንጣይ ቡድኖች ተገናኝተው እንዲነጋገሩ የሚያቀራርብ የሰላም ጉባኤ ኮሚቴ መርጦ የተለያዩ ሙከራ አድርጓል ፡፡

መንግሥትም ቢሆን ጉዳዩ በሰላማዊ መንገድ ለማብረድ በየጊዜው ጥረት ማድረጉን እናምንበታለን ፡፡

= 2 =

ሆኖም ሕዝቡ እንደተመኘውና እንዳሰበው ባይሆን ቀርቶ አሁንም ቢሆን ችግሩ እንዳለ ነው ።

ይህንኑ ችግር የአሳሰበንና የሰላም ናፍቆትና ምኞት ያለን በአሥመራ ከተማ የምንገኝ የአገር ሽማግሌዎችና ሰላም ወዳጆች በቅርቡ ለጓድነትዎ የአቀረብነውን የሃሣብ መግለጫ ጽሁፍ መሠረት ሆኖ ጓድ መንግሥቱ ኃይለማርያም የጊዜያዊ ወታደራዊ አስተዳደር ደርግና የኢሠፖአኮ ሊቀመንበር የአብዮታዊው ጦር ጠቅላይ አዛዥ የዓመቱ የአፍሪቃ አንድነት ድርጅት ሊቀመንበር የኤርትራን ክፍለ ሀገር በጐበኙበት ጊዜ መልካም ፈቃዳቸው ሆኖ ጥር 22 ቀን 1976 ዓ.ም. ተቀብለው ለአራት ሰዓታት ያህል ስላነጋገሩን ከፍተኛ ምስጋናችንን እናቀርባለን ።

በጓድ ሊቀመንበር ፊት ቀርበን " የኤርትራ ሕዝብ ሰላም የጠማው ሕዝብ ሆኖ በከፍተኛ ችግር መገኘቱ፣ ከጓድ ሊቀመንበሩ የተሰወረ ባለመሆኑ ከረጅም ዓመታት ጀምሮ የአለውን የሰላም መደፍረስ ከጦርነት ይልቅ በሰላማዊ መንገድ እንዲፈታ መንግሥትና ተገንጣይ ቡድኖች ውይይት እንዲጀምሩ ይህንኑም ለማቀራረብ ከአሁን ቀደም ተሞክሮ የነበረውንና ተግባሩን አቋርጦ የሚገኘውን የኤርትራ ሕዝብ የሰላም ኮሚቴ ኃላፊነት በመወጣት ተልዕኮው እንዲቀጥል እንዲፈቀድልን" ልመና አቅርበን ነበር ።

ጓድ ሊቀመንበርም መንግሥት የኤርትራን ክፍለ-ሀገር ችግር በሰላማዊ መንገድ እንዲፈታ ከፍተኛ ጥረት ማድረጉንና፣ አሁንም ለጦርነት ምንም ዓይነት ምኞት የሌለው መሆኑን፣ በአገር ውስጥና በውጭ አገር የተደረጉት የሰላማዊ መፍትሔ ጥረቶች ውጤት ባለመስጠታቸው ግን መንግሥት አስፈላጊውን እርምጃ እንደወሰደ አስረድተውናል ።

መንግሥትና ተገንጣይ ቡድኖች ተገናኝተው እንዲነጋገሩ ለሰላም መፍትሔ ይሆናል በማለት ስለቀረበው ልመና ግን ቀደም ብሎ ታስቦበት ነገር የተጀመረ ስለሆኑ ከጓድ ሊቀመንበር ለመረዳት ችለናል ።

አሁን ይህንኑ ጽሑፍ ለማቅረብ ምክንያት የሆነው ቀደም ሲል ሳቀረብነው ልመና ከጓድ ሊቀመንበር መሪ ቃል የተሰጠበት መሆኑን በመግለጽ ለሰላሙ ውይይት ጠቃሚ የሚሆን አዲስ ሃሣብ ከአለን በጽሑፍ ለማቅረብ እንደምንችል ከጓድነትዎ ጓድ መርዕድ ንጉሤ የክፍለ ሀገሩ ዋና አስተዳዳሪ ባሉበት በተነገረን መሠረት ነው ።

= 3 =

በመሠረቱ ቀደም ቢል የአቀረብነው ልመና በሰላም እንዲገኝ መንግሥትና ተገንጣይ ቡድኖች ተገናኝተው እንዲነጋገሩ የሚል ነበር፤ አሁን ግን የሚፈለገው ነገር የተጀመረ መሆኑን ስለተረዳን ፡—

1. የተጀመረውን የሰላም ንግግር እንዲቀጥል ሆኖ ጉዳዩ በሰላም እንዲያርፍ እንለምናለን ።
2. ለሠላም ሲባል በሚደረገው ማንኛውም ውይይት በሽምግልና የሚ ፈቱ ነገሮች አጋጥመው ድጋፋችሁን ስጡ በምንባልበት ጊዜ ድጋፍ ለመስጠት ዝግጁ መሆናችንን በዚሁ አጋጣሚ በትህትና እና ረጋግጣለን ።

• በኤርትራ ክፍለ ሀገር ሙሉ ሰላም እንዲሰፍን ምኞታችን ነው ///...

ደጃ. ገብረዮሐንስ ተስፋማርያም — ደጃ. ፍስሃጽዮን ኃይሌ — ፊታ. ሠለሙን ተኽለ

ፊታ. ሀዓዶ ከራር — ደጃ. ሰዩኔ ኪዳነማርያም — ደጃ. አምበቶ ሃብተ

ደጃ. ወልደዮሐንስ ገብረዝጊ — ደጃ. ገብረኪዳን ተሰማ — ደጃ. ፀጋዬ ተፈሪ

ፊታ. ተወልደ ተድላ — ፊታ. ባርያጋበር በላይ — ፊታ. መሐመድ አኩድ ሀርዓ

ፊታ. ሙሣ ገዓስ — ፊታ. አበረስሰኝ አምበቆ — ፊታ. ዓስሙ ማሞ

ፊታ. አምበቆ ገሙሳሽ — ኮሎ. ገብረመድህን ሐጎስ — ኮሎ. ክፍሉ ገብረሚካኤል

... / ...

= 4 =

ኮሎ. ገብረመድህን ኣስፍሓ	ኮሎ. ደገዘው በራኺ	ቀኛ. ኣስፍሓ ስብሓት
ቀኛ. ረዘነ በርሃነ	ቀኛ. ተወልደብርሃን ገ/መድህን	ቀኛ. ኃይለማርያም ደበ
ኣቶ መሓመዱ ቀንጪል	ባሻ. ዓሊ ቢን መሓመዱ	ገራ. ወልደሚካኤል ገ/
ቀኛ. ኣርኣያ ሥዩም	ኣቶ ደበሱ ኣበበ	

ታኅሣሥ ፲፱፻፸፮ ፯ 

16 DECEMBER 1983

3. ሥጋቱ ፡ [illegible] ፡ ለማድረግ ፡ ምን ፡ ያህል ፡ [illegible]
ነው ፡ [illegible]
በ[illegible] ፡ የሚ[illegible] ፡ ሁሉ ፡ [illegible]
እስቲ ሆኖም ፡ [illegible]
ለዚህ ፡ [illegible] ፡ ምን ፡ ያህል ፡ [illegible]
እንደሆነ ፡ ይታየኛል ።
፩ [illegible]
፪ [illegible]
በመሆኑም ፡ እስካሁንም ፡ [illegible] ይሆናሉ ፡
1. [illegible]
2. [illegible]
3. ከዚህ ጋር ለተያያዙ [illegible] ሁሉ ማሰለፍ ።
4. [illegible]
5. [illegible]
6. [illegible]
7. [illegible]
8. [illegible]
★ ያለበለዚያ ? ? ? ? ?

በመጦሪያ ጊዜዎ ምንያህል ገንዘብ እንዲኖርዎት ይፈልጋሉ? ድርጅታችን ለሁሉም የሚስማማ የመጦሪያ ዋስትና አዘጋጅቶ ይጠብቅዎታል ። ይጠይቁን በደስታ እናብራራሎታለን !

መስከረም ፲፱፻፸፯ SEPTEMBER 1984

ኀሙስ ፫ THURSDAY 13

16 3-78

1. የኤርትራን ችግር ለመፍታት ካሁኑ በፊት ችግሩን መሠረት [illegible] [illegible] ነው።

2. የኤርትራን ችግር [illegible] ማወቅ ወቅቱ [illegible] የሚጠበቀው [illegible] በሃገር ውስጥ ለመከላከል ጊዜ [illegible] በማደግና በመስፋፋት ላይ [illegible] ያስከትላል። ይህ ሁኔታ [illegible] ለማድረግ አይቻልም። ይህ ከታወቀ [illegible] የሚያመለክት [illegible] ነው።

3. ስለ ኤርትራ ጉዳይ ማወቅ [illegible] [illegible] የሚያስፈልጉ በየዘርፉ ፣ [illegible] በየዘርፉ ማለትም በፖለቲካ በማኅበራዊ ፣ በወታደራዊ ፣ በኢኮኖሚ ፣ በየዘርፉ በአገር ውስጥ በውጭ ፣ በአካባቢ በአገር ውስጥና ፣ በፋብሪካ በየቦታ ፣ በመሬት ይዞታ ፣ ወዘተ ...

4. የኤርትራ ጉዳይ አንዱ ከሰፊው የሚታወቀው [illegible] በ[illegible] [illegible] አይቻልም ከ[illegible] ሁኔታ [illegible] [illegible] [illegible] በተገቢ [illegible] [illegible] [illegible] የለም፤
ለ[illegible] [illegible] [illegible] የሚያስፈልገው ተገቢ [illegible] [illegible] አይደለም [illegible] [illegible] የሚ[illegible] [illegible] [illegible] [illegible] ይጠይቃል፤
[illegible] ነው የሚጠይቀው [illegible] አሁን በየ[illegible] [illegible] የ[illegible] [illegible] የሚያስፈልጉ [illegible] [illegible] [illegible] [illegible] በ[illegible] የሚያስፈልጉ አይደለም፤
የሚ[illegible] [illegible] [illegible] [illegible] [illegible] መንገድ የሚያስፈልገው አይደለም። [illegible] [illegible] [illegible] [illegible] [illegible]

ማርክሲዝም ሌኒኒዝም መመሪያችን ነው !

መስከረም ፲፱፻፸፯	SEPTEMBER 1984
ዐርብ ፬	FRIDAY 14

5. [illegible]

6. [illegible]

7. [illegible]

8. [illegible]

9. [illegible]

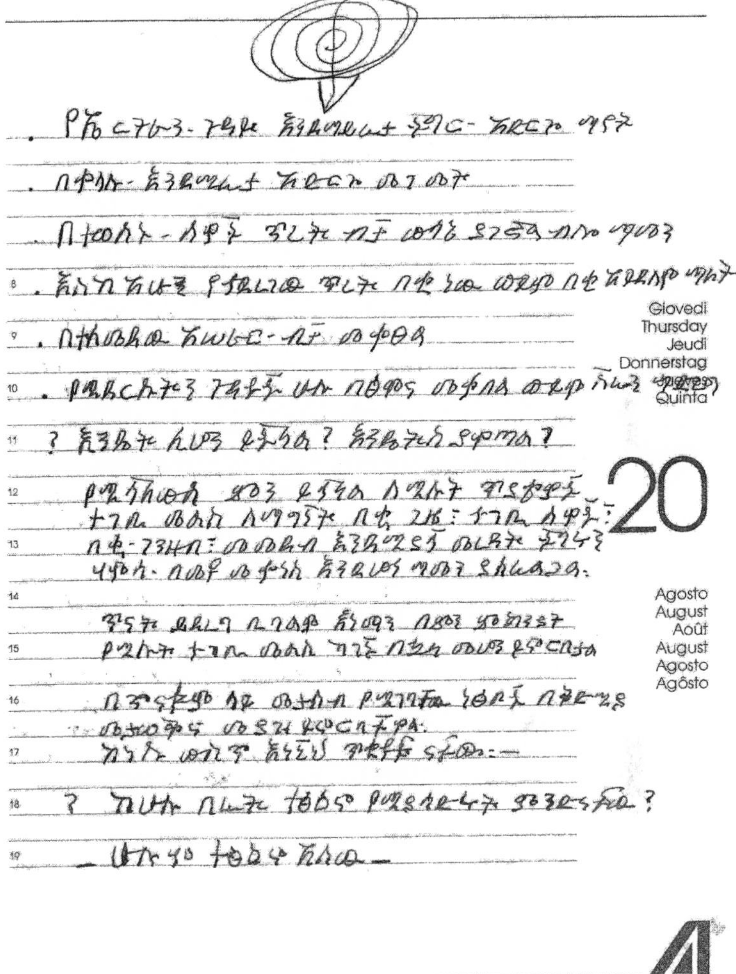

Giovedì
Thursday
Jeudi
Donnerstag
Jueves
Quinta

20

Agosto
August
Août
August
Agosto
Agôsto

እሳቤዎች

6

የማን ቤት ሳበለው፤

ከረዥም ጊዜ ያላየኋቸው ጓደኞቼ ከመሀከል ኩሉ ከመጀመሪያ በስተቀር ወይም ግን ጉዳዩ ትውውቃችን የነበራቸው ጓደኞቼ ከጊዜ ወደ ጊዜ ሲበዙ ሆነዋል ነበረው።

ከ1963 ዓ.ም. እስከ 1966 ዓ.ም. በደብረ ብርሃን በጦር ኃይሎች (ኮሌጅ አካዳሚ) ውስጥ በነበርኩበት እንደተፈቀደልኝ በጓደኞቼ እሰራ ነበር።

በ1966 ዓ.ም. መመረቅ በአብዮቱ ምክንያት ጊዜ የፈረሰ ት/ቤት ዘመን መንገድ እንደነበርኩኝ የጠራተቡን ደርግን ሥራ አስፈፃሚዎች ደርብ መስራቾች ደርሰዋል።

በ1969 ዓ.ም. መጀመሪያ ደርግ፤ ከንድ ጦር በጓሮ ጊዜ ወሰነ እንደሚሰሩ ተመለሰ በ5 ት/ክፍል በመንግሥት ማስታ በሸዋ በረዳው፤ በጉዞ በሐረርጌ በወንጀል ማሠልጠኛ ደርሶናል።

ት/ጦሩ እንደተዘጋጀ በአዛዦቹ ቀጥሎ ከሥራው ዘለቀን።

አዚያ እንደነበሩ የሰሜን ዕዝ ግ/አዛዥ ሆነው ከጎጃም ወሎ በኋላ በ1970 ዓ.ም. መጀመሪያ ጎዳ የሰሜን ዕዝ ጭራ አዛዥ ሆኖ ደህ ጓደኞቼ በወቅቱ ግን የሰሜን እንደነበር ያየ ያውቃል።

ወንዶች ግን ሁሉ አልነበሩም።

በ1972 ዓ.ም. [illegible]
[illegible]
[illegible]
በ1973 ዓ.ም. [illegible]
[illegible]
[illegible]
[illegible]
[illegible] 1200 ብር [illegible]
[illegible]
[illegible]
[illegible]
[illegible]
[illegible]
[illegible]
[illegible]
[illegible]
[illegible]
[illegible]
[illegible]
[illegible]
[illegible]
[illegible]
[illegible]
[illegible]
[illegible]
[illegible]
[illegible]

፯

ነገ· ሚታ· እንደመጣለት· ሰከው· ሄዱ·
በማግሥቱ· ሚታ· በንጉሡ· ደጅን· ቤት· በመጣት
እናደነቀበት፡ በሠራዊት· በጦሩ· እንደ ፲ወዳቸ
በጀንጋዶና· ~~[illegible]~~ በአስቃ· ማቆረብ·
በማስ· እንኪሪደህ· ወቂማ ሰብ፤
ከአለቃ· ወልወልደንና· ገብሬ· ከደሬ·ተሰለሩን· መዶዥ
የሚያስከውን· ሁሉ· እንዲደርጋለን· አሉን፤
የቤተ·ሥራ· በአሰበብና· በተከሠ· ወልንደሰባቶቹ·
ሚስሬነች· ተ፲፬ር·
በ5ኛው ቀን· ገለበተ· ከሠበታኝ· (ስደ· ከሚሥራ·ቤት) ወንዝው
በአንደ· ቀን· አርበቀ ቤት· ቀጥቶ· ዘመድ
ወዴ፲· እንደዘሠሠ· ተሰበሰበ፡
የቤተ· ሥራ· ቀንበስ· ሃሠ· ገለበት· ደርሶ
ደረሱ·

እንደቶና· በኋላ፤

፫ 75 በወዶ· በአስበስ· ነጋሪ· ሬሠን· ቀንበስ
፬· የተወስነበቶች· ገሬቶች· የወዝዝበ፤ ፋሪዳና· የዓመቱ
ዐርሻቱ· አደርገዋቸውን·

1. ተሰጣ· የእናእ (ከክፍተ) ገንዘብ፡፡ ንእበቂና፤ ዓመታት·
2. ተከፋዮ· ደግ· ከፈተና· ገዘብ· የሚጸወጣ· ብቻ
3. ጋዴሉ· ከዘነህ· የሚከፍ· ሹፈቀድ· በወስ· በዕቃና በገንዘብ·
4. ከአለቃ·ወልወልደና· ገብሬ· ከደሬ· ብቻ· በማቆረብ·
5. ገብርዬ ለሉ· ገበሉ (ከክፍተ) በገንዘብና· በዓመታ (ፊደ) ደንኋ·
በአከተቸጊል· ወዴ· ወተተ· ደባገ· የሰበቶች·ቀን· ዓመታዊ

6 [illegible] · [illegible] · በዚህ · [illegible] · [illegible]
[illegible] ·

7. [illegible] ወ/ማርያም [illegible] - [illegible] - [illegible]
[illegible] ·

8. [illegible] [illegible] - [illegible] · [illegible] [illegible]
[illegible] ·

9. [illegible] · [illegible] ገንዘብ [illegible] - [illegible] ·
[illegible] -

10. [illegible] - [illegible] · [illegible] · [illegible] · [illegible]
[illegible] · [illegible] · [illegible] - [illegible] · [illegible] -

11. [illegible] · [illegible] · [illegible] - [illegible] · [illegible]
[illegible] [illegible] · [illegible] [illegible]
[illegible] · [illegible] · [illegible] - [illegible] · [illegible]
[illegible] ፡

[illegible] - [illegible] · [illegible] · [illegible] ፤ [illegible]
[illegible] · [illegible] ·
[illegible] · [illegible] · [illegible] · [illegible] · [illegible]
[illegible] ፤
[illegible] · [illegible] · [illegible] ·
[illegible] [illegible] · [illegible] · [illegible]
[illegible] · [illegible] - [illegible] - [illegible] · [illegible] · [illegible]
[illegible] [illegible] · [illegible] ·
[illegible] · [illegible] ፤ [illegible] [illegible]
[illegible] [illegible] ፡፡

[illegible] · [illegible] [illegible] · [illegible] · [illegible] ·
[illegible] · [illegible] · [illegible] · [illegible] · [illegible] ፡፡

መስከረም ፲፱፻፸፮ ዓ.ም. **OCTOBER 19**

ማክሰኞ ፴ TUESDAY

[illegible]
[illegible]

[illegible]

[illegible]
[illegible]

[illegible]
[illegible]

መስከረም	ሰ ፩	ማ ፪	ረ ፫	ሐ ፬	ዓ ፭	ቅ ፮	እ ፯	ሰ ፰	ማ ፱	ረ ፲	ሐ ፲፩	ዓ ፲፪	ቅ ፲፫	እ ፲፬	ሰ ፲፭	ማ ፲፮	ረ ፲፯	ሐ ፲፰	ዓ ፲፱	ቅ ፳	እ ፳፩	ሰ ፳፪	ማ ፳፫	ረ ፳፬	ሐ ፳፭	ዓ ፳፮	ቅ ፳፯	እ ፳፰	ሰ ፳፱	ማ ፴	ረ	ሐ	ዓ
SEPTEMBER-OCT.	M 12	T 13	W 14	Th 15	F 16	Sa 17	S 18	M 19	T 20	W 21	Th 22	F 23	Sa 24	S 25	M 26	T 27	W 28	Th 29	F 30	Sa 1	S 2	M 3	T 4	W 5	Th 6	F 7	Sa 8	S 9	M 10	T 11	W	Th	F

ታኅሣሥ ፲፱፻፸፬ ዓ. ም. DECEMBER 1981

ቅዳሜ ፲ SATURDAY 19

8 ጃማማ ነኝ — (ሃይሌ ገብሬ የነገሩኝ).

9 ጃማማ ስለ ሃብቱ - በዙ ትንግሬናለኝ
ሃብቱ - የምንፈልገው - ገንዘብን አይደለም.
10 ክብርን ነው፤ ለወገን መገልገልን ነው
ወንድነትን ነው፤ ቆራጥነትን ነው፤
11 መሞትን ነው።
በዚህም ነው - የዘመትነ ሠራዊ በዚህ
12 እንጂ - እንደሆን - ... ተወሽረኝ - የነበረው።

1 በተቻለ ስለማሳበሪዬ ነገሩም ተከፍራኝ ነበረ -
ሌ ገቢታ አይሆኑም፤ ሌሎችን - የምንቃወም ቁርጠኛ
2 ቀን - አይደገ. ቀንን፤ የአበታው አቅቆጥ
አቅንበንገም፤ ስለተባበሩ - የአበታው
3 አቅሥዋፅ - ትእናበን፤ ጃማማ -

4 ወዲ ጃማማ - ሳይነቅ ሰፈ - ሆና ምክንያን
ሀይ - አለተበተባበሩም - እንደ - በዚ - በተማርክ
5 ነበር።
በማማ የዘመትና ጀኔ ቆምሯ - እንዲ
6 የቃ ቀበኛ - ምን ሠናዊሁ - የጸሎ ነበር - በወገኑን
እሮ - ነው - ጊዜ በገንዘ - ለምን ቁርገኛ ናዕ -
7 ማክታ - ሌላጋ - ነው፤ ጊዜ በገንዘ መገናኛን
በሌጎን ባል በቀለድ ነው።
ደህና - አምገር - የመንግሥና ዘመን መለፎ
የአበታ በቀምገገር - ነው።

እ	ሰ	ማ	ረ	ሐ	ዓ	ቅ
				፩	፪	፫
፬	፭	፮	፯	፰	፱	፲
፲፩	፲፪	፲፫	፲፬	፲፭	፲፮	፲፯
፲፰	፲፱	፳	፳፩	፳፪	፳፫	፳፬
፳፭	፳፮	፳፯	፳፰	፳፱	፴	

S	M	T	W	T	F	S
				10	11	12
13	14	15	16	17	18	19
20	21	22	23	24	25	26
27	28	29	30	31	1	2
3	4	5	6	7	8	

marzo - mars - march - märz

giovedì
jeudi
thursday
donnerstag
jueves
21

12ª settimana 80-285

"ገሀድ" 8

★ ለአገሩና ለወገን· ለሠሩት የሚገባው ለሠሩትንና ማሠራቶች· ማጣጣም ሊያቁ ነው፡ 9

★ ሁሉ የሠሩ ጩኸር ሳይደመርበት ፤ ሁሉ ያለሠሀርዘለ ሳይደመርበት ፤ ሠርቶ የሚደሰትም ደስታ ከደሙ ለሰው 10 እንደሠራ የሚሰጠው ገለና ግልፅና የሚያዝዙ ነገር ገዳዮችም ሲሆር አይቀርም፡ 11

★ በአንድ ጊዜ በዚህ ነገር· ለመለበስ· የሚሉበት ገሀን አንዴንም መመለስ አይቀርም፡ በአንድ በገዛ ለወገን በአገሩ-ማሠራት እየተሄደ፤ በአንድ በገዛ ያልተ ቅንጭና ጭቃት እየተሄደ፤ በአንድ በገዛ ቤት ገንዘብ ሰም እየተሄደ፤ በአንድ በገዛ ሌሎች አብነት· እየተጠበቀ፤ በአንድ በገዛ በሀብታም ዘንድ· መወደድ እየተሄደ ገ· ለቀምነገር መጠበቅ አይቀርም፡፡ 15

ገሀብም በዘዴ የሰማሁን አይሁ መሠረት አይቀሩ መሠረት የሚሉትንም ሉዐ ሊም ለማንዴ፤ ሠሩት ለማደናቀፍ፤ ገሀብም መርዐ ለመለወጥ የሚደረገው ጉረት· ያረቀቀና ያገባ ነው፡ ቆሀንን መሞገም እርግ አስታጋሬ· ነው ጅምንጽም በተንገበል ልቀ መገኘት· ንስሀለጋለ፤ ይህ ለታሰበ ሉንም የሚለው ቀም ቀድሞ ነገሩ ለጠፋ· ይንሳ

የሚገባው ሣቃና ይዞ የወሰደን መደር ለሆን ቀናነት ጉዳዮች፤ ጆገሩን በቅርብ መሪዎች የመቀናነት ደግሞ ትርጉም እንደሚያስጠብቅ በርካታ· አይቀርብም፡ 20

marzo - mars - march - märz

22 venerdì vendredi friday freitag viernes

12ª settimana 81-284

ተግባሬ፡ የሥራ አሬ ዐፀም።

አሟንታ - ማስጠናት -
ተዳግሮ ማስረዳት -
ሠርቶ ማሳየት -
ተቆጣጥሮ ማስፈፀም -
አስፈፅሞ ሪፖርት ማቅረብ። ይህ ነው ንጉሥነቴ የሥራ አፈፃፀም።
በተነተን፡ በነዚህ መርሆች ለመጠቀም መጠን ማስገኘት
አድሜው ትርጉም፡ በርግጥ በቅድሚያ ታጥቦትን በሚገባ ማወቅና
በሚገባ አገልግሎት ላይ ማዋል ይቻላል፡ በተለይም በዕለት
ኑሮ፡ ላይ በመሆኑ እነዚህን ቅደም ተከተሎች ይዞ መጓዝ
ለሌላ፡ መና ማደረግ - ለአማሮ ግድ (ሌሎች) በመጠን መርሆን ለመጠቀም
መንገዱ፡ አዕምሮ፡ መዕቀር ይቻላል፡—
ለዚህ እንዲያስተናብሩ በመሆናቸው ተግባሬ፡ ማድረግ ይቻላል
ማለትም፡ ከዳሰሳ በመነሳት

1. አሟንታ፡ ማስጠናት = ሰጎራ፡ ሰዓሊ፡ ሰነገ፡ ሰዘለቄታ
በየሥራ ዘርፉ፡ በየመሥሪያቤቱ፡ በቋሚር ደም፡ ይቻላል
የሚከናወን፡ አዉቆ እንደ አንገብጋቢነቱ እንደ መሠረታ
ዊነታቸው በቅድሚያ ተገቢ ማስቀመጥ ነው።

2. ተዳግሮ፡ ማስረዳት፡ በዚህ ቅንጅት ላይ የሚሠራ እንዲደረግ
አጋልና አገል የሥራው ዓላማና አፈፃፀም ገለፃ
የሉትን መረዳት፡ መዘር እንዲቀጣ ማድበስ ሃሳብ እንዲያዳብሩ
የሚረዱ ማስረጃ ትንተና እንዲረዱ። የሰዎም አመለካከት
በእንጀ መሠረት ላይ እንዲያደርጉ። ሁሉም ለጋራ አንድነት
ሥራ ማ እንዲሠሩ፡ የሥራው የሚመለከተን፡ ይሰጣል
የሚጠየቀው ሰውን ማሳወቅ ነው።

marzo - mars - march - märz

sabato
samedi
saturday
samstag
sábado

23

ttimana 82-283

3. ሠርቶ ማሠራት፡ ይህ ደግሞ ሁሉንም የላቀ ነው። የሥራ ጠባይ የሚያዘው በሥራ ነው። በብዙዎቹም በተለይም ከማሠራት ጋር በተያያዘ ኪሳራ ሥራ ሥራዎን ሲያንቀሳቅሱ የሚከፍለው መስመር ይቀርባል። ገንዘብ የሰጠው ገዢና የጠራ ሥራ በተገባር መሥራት ይኖርበታል። ከአቅሙ በላይ ሥራ የሚያሰራ ሁለት መሣሪያዎች ይኖሩታል። ሁሉንም ሥራ ጀምሮ ቀድሞ ለማሠራት ይኖርበታል። ለማስተማርም ሆነ ከሥራ ዝርዝር ዝግጅት መሆን ይጠቅማል። በዚህ ላይ ከሚሰጡት ከሚገኙም ሆነ ከሚያስገኙ ከሥራ መስጠት ማለት ነው።

4. ተቆጣጣሪ መሆን፡ መንግሥት ይቆጣጠራል ሥራ በተለይም መሬትም በሚገባው መልኩ ስለ ተግባሩ ይቆጣጠረው ግብር እንዲሰበሰብ በመንግሥት ገቢ እንዲቀርብ ከቁጥር እንዲያልፉም ሲሆን መንግሥትም እንደሚጠቀም የሚሰራ ነው። ስለዚህ እንዲህ ግብር ሲሰጥ በመንግሥት እንዲገባ በዝርዝር በመንገድ ሊመረመር ግብር በመንግሥት በመቆጣጠር እንዲሆን መሆን ሁኔታ መቀበል ይኖርበታል ማለት ነው።

5. እንዲሆን ሠራተኛ ሠራተኛ ሁኔታ መቀበል፡
የተጠና ግብር ከመንግሥት ዘርፍ ጋር ሰብሳቢ ሥራው ወደ ገበያ መድረስ እንዲገባ። የሥራው ዕድገት እንደ ዘገባ በየዕለቱ እንዲሆንም ለሠራተኛ 14 ለተማሪዎቹ መሠረት እንደተሠራ ሁሉም ከመንግሥትም ወገን እንደሚገባ። በመንግሥት በሕጋዊ ዝርዝር ሁኔታ ተቆጣጣሪ መቀበል እንዲገባ ማለት ነው።

marzo - mars - march - märz

24 *domenica dimanche sunday sonntag domingo*

12ª settimana 83-282

[illegible] ማስታወሻ

1፡ [illegible] በሚገባ [illegible] ዘንድ [illegible]
[illegible] በዚህ ወቅት [illegible]
[illegible]
[illegible] ነው፡

2፡ [illegible]
[illegible] ነው· [illegible]
[illegible]

3. [illegible]
[illegible] ነው

4. [illegible]
[illegible]
[illegible]

5. [illegible]
[illegible]
[illegible] ነው፡

6. [illegible]

7. [illegible] ሥራ ላይ [illegible]
[illegible] ከዚህ ነው· [illegible]

8. [illegible]
[illegible]
[illegible]
[illegible]

A truly strong and properly organized rear is essential to fight a war. It must supply the front with

marzo - mars - march - märz

lunedì
lundi
monday
montag
lunes
25

13ª settimana 84-281

[illegible] reinforcements, armaments and food without interruption and in sufficient quantity.

III [illegible] ግንዛቤ ለማግኘት፡

በየዘርፉ፡ ከመሠረታዊ እስከ ወቅታዊ ያለውን ሁኔታ ለ[illegible]
በግልፅ የሚያስረዱ በየዓይ ዓይ [illegible] የተገኙ ይዞታዎች
በተከታታይ የሚያዘጋጁ ጋዜጦች በማዘጋጀት በተለይ ከ[illegible]
በቋሚነት የሚቀርቡበት ሁኔታ በመቀየስ [illegible]
በመገናኛ ከመጠቀም ፕሮግራም መቀየስ።

- ከዚህም ሌላ ከንቅናቄ [illegible] ከ[illegible] ንግግር፡ [illegible]
- ከንቅናቄ [illegible] ወታደራዊ [illegible]
በቅርጸ ትምህርት [illegible] የሰፊ [illegible]
በማዘጋጀት እንዲ[illegible] እንዲያሳይ ማድረግ
- በየደረጃው ዓይ ዓይ በዓላት [illegible] ከየክፍሉ ተወካዮች
የሚገኙበትና ትምህርት የሚቀሰምበት ሁኔታ ማመቻቸት
- ጽሑፎች ፕሮግራም [illegible] ከንቅናቄ በዓል (የተ[illegible])
እያዘጋጁ እርስ በርስ የሚገናኙበትና ከንዑስ [illegible]
[illegible] ሁኔታ በማወቅ ትምህርት የሚቀስሙበትና የሚ
ቀርቡበት ሁኔታ ማመቻቸት (በተ[illegible] የሚ[illegible]
[illegible] ዘዴ መቀየስ) በዚህ ላይ [illegible] ትምህርቱ
[illegible] ማድረግ፡ [illegible] ማዘጋጀት፡
- የሠራዊቱ ከግለሰብ [illegible] [illegible]
ዘንድ እንዲ[illegible] እንዲ[illegible] በየ[illegible]
መገናኛ እንዲ[illegible] ሁኔታ ማመቻቸት።
- ሠርቶ [illegible] ከሠራዊቱ ጋር የሚቀርቡበትን ዓይ
ዓይ ዘዴዎች መፍጠር (በተለይ መጠቀ)

marzo - mars - march - märz

26 *martedì mardi tuesday dienstag martes*

13ª settimana 85-28[illegible]

— በየጦር ሠፈሩ ሠራዊቱ በየጊዜው በማየትና ፡ በመስማት
ከጸጥታው ረገድ ፡ የሚያጋጥሙትን ፡ [illegible] [illegible] ዝግጅቶችን ማድረግ
— ከግለሰብ ፡ የሚያደርሱበት [illegible] ዝግጅቶችን ፡ ማድረግ ፡፡ ሚሊሻውም
በቀበሌ በጎጥ ፡ የሚያሠለጥኑ ሌላ ሌላ ነገሮችን ፡ መሥራት ፡
☆ የሠራዊቱ ፡ ኑሮ ከጊዜ ወደ ጊዜ እየተሻሻለ በመሄዱ ምክንያ
የሚጠበቅበት ፡ በተለይ በተለየ የሚሰጡትን ሁኔታዎች እንዲጠኑ
ለተግባር ፡ የሚያበቁትን ፡ ሁኔታዎች ማመቻቸት ፡
☆ ሠራዊቱ ፡ የሠለጠነበትና ፡ መሪነት ከዘመቻዎች የሚያስወግደው
ሁኔታ [illegible] መሠረት ከዓላማው እንዳይዘገይ በሹመታቸው
ከጓዶቻቸው ፡ መቀየስ ገዢዎቹም በቋሚነት መሠረት [illegible]
ለማቃለል የሚያስችሉ ዝግጅቶች ፡ ማድረግ ፡ በመጠበቅ
ቀጥ ብሎ ለማሳደግ ፡ ሁኔታ መደረግ ያስፈልጋል ፡፡

በሕዝባዊ ወያኔ · ሓርነት · ከኢትዮጵያዊነት · ወደትግራይ
ከነሁት · መገንጠል · የሚያስከትላቸውን · የሚያስከትሉ

1 ሞንንም ፍርድን · የ ግምባር · ከለዳው
የገጠሩ ኅብረተሰብ ተወካዮች የመጠለያ · ዕድገ
ፍጹም · መገለጫ · ይከሰታል።

2 እኔ በማወቀው መሠረት ከነሱ ጋር ያለኝ ግንኙነት
መዓሚ በመሆኑ ቢስ ይሆናል።

3 ከከተሞች የተሰጠኝ ዋና · ሀሳብ · መዓሚ
መሆኑ ይከሰታል።

4 ለወራ በሚታሰብ · ስለ · የተከሰ · ጥሪት · ይቀርባበት
ጊዜ መዳረሻ · ለሚያስቡበት · ቢስ · ይሆናል።

5 ቀበሌዎች · የሰሜን · ጎንደር · ተስማሚ መረጃ · ይቀርባል
ቀጥሎ በሚመረመሩ · ቢስ · ይሆናል · በተለይም

ሀ የምዕራብ · ሀይት · እንደ · ከጎንደር · ሆዴዳ ·
የከፍተኛ መሠረት ሥራ · ለማስፋፋት · ከሠራዊት · ከነዚህ
ወገን · ሥራዊቱ · በመገናኘት · ይህ ትግሬ ግን
ቢታ · ከዚያ · ተከለ · ጦር 9ኛን · ገዐዓ · ም · ያተከመ
ግዳጅ · በመወጣት · ጣሪያ ·

ለ የምዕቀ ሀይት · ዓት · ሊሰ የከፍተኛ · ሀይት
ከተገኘ · በመሆኑ · ጋር · ለቃ መንገድ · መንግሥት
የወቅቱ · ጥሪት · ለማስቻል እስከ ጠቅላላ
ገለልተኛ ከሰሜናዊ ከሠራዊቱ ለማሳየት
ወደፊት · ያጋጥማት · በማለት · ጥር 18ቀን ገዐዓ ዓ.ም

ገስተክለሃዋርያት፡ ፀሐየገበሮ፡ ሠሠ ርቶ፡ ተንቀሳቀሱ፡
የአስመራን፡ ከተማ፡ ለማዳን፡ ዕቅድ፡ ለአጠቃላይ
~~[illegible]~~ ለኤርትራ፡ ክፍለ ሀገር፡ ጥበቃ
መሰረት፡ የኢትዮጵያ፡ ክብር፡ እንዲጠበቅ፡ የተከና
ወኑትና፡ ክብር፡ እንዲሰጣቸው፡ ይደረጋል።

6 የኢትዮጵያ ክቡርዎች - መንግሥት፡ ስሆን ግለሰብ፡
ደረጃ፡ ደረሰ፡ ማድረግ የተከበሩ ቢሮ - የሚሰጡ
ይሁን.
እንዲሁ፡ እንደተመለሱ - እንዲሁ - እንዲሁ፡ ደረጃ - እንደ
በረጋ መንገድ፡ ሣስስስ በጦርና፡ ከደረጃ -
ይጠበቃል።

dicembre - décembre - december - dezember - diciembre

21

sabato
samedi
saturday
samstag
sábado

51ª settimana 355-10

8 የኛርሊጅ · ኮንግረስ (ውሳኔዎች)
– መንግሥቱ · እንዲያመለክቱ ኮሚቴ የሚገባው
9 – የኅብረቱ ደህና ትልቅት ወጥ ጠቃሚ

10 የተጠመጠመው በዛሬ ይጠናል
ጦር ደጠቀውንም ጋዜጣ ይቀናል
11

ጌታ የሚያበግረው በወቅት ይተዛዘል
12 ሰው በናገው እንደ በገና ወጥ ይገዛል –
ይህ ቃል ኮንግረስ ስለተፈለገን በሚገባ ተገንዝበን ወደተግባር
13 መስመር · ጠቃሚ ነው።

14

15

16

17

18

ሥራ ነክ ደብዳቤዎች

ቁጥር:— ____________

ነሐሴ ቀን 1972 ዓ.ም.

ለምሥራቅ ዕዝ ዋና አዛዥ
ለደቡብ ዕዝ ም/አዛዥ
በ ያ ሉ በ ት

የሰሞኑ የምሥራቅና የደቡብ ዕዞች ዝብኝትና ሰፊ ውይይት ይታወሳል።

ጦርነት እንደአሰተ ገሞራ በአንድ ጊዜ የሚፈነዳ ነገር ሣይሆን አንዳንድ ምልክቶችን እያሣየ የሚመጣ እንደመሆኑ ሁሉ በአንድ ጊዜ ቦግ ብሎ ወዲያው የሚከስምም አንዳይደለ ይታወቃል።

ይህም ቀደሚያ ዝግጅት ለማድረግ እንደሚቻልና በውጊያ ጊዜም በተከታታይ ሊደርሱ ለሚችሉት አጥረቶች መተኪያ ማሰብ እንደሚገባ ያስገነዝባል። የዝግጅቱንም ዓይነትና መጠን የጠላት አመጣጥና የራስ አቅም ይወስነዋል።

ይሁንና ዋናውና አስፈላጊው ነገር ሁኔታዎችን በቅደሚያ በመተንበይና ከበላይ መምሪያ የሚሰጠውን መመሪያ በመከተል :—

ሀ. በየፊርጁ የሚያስፈልገውን በጊዜ ማዘጋጀት ፤

ለ. ባለው ዕቃና ሰው በትክክል ለመጠቀም አቅዱ ማዘጋጀትና በአቅዱም መሠረት ማለማመድ ፤

ሐ. ከዚህ በፊት የተሠሩት ስህተቶች እንዳይደገሙ ጥረት ማድረግ፤

ሠ. በአነስተኛ መስዋዕትነት ፍሬያማ ሥራ ለመሥራት ከልብ የሆነ ጥረት ማድረግ አማራጭ የሌለው አሠራር ሲሆን ቀጥሉ የተመለከቱት ነጥቦች የተለየ ትኩረት የሚሰጣቸው ስለሆኑ በጥልቀት አስታውሳችሁ ሥራ ላይ እንድታውሉት አስታውቃለሁ።

" የኢሠፓአኮ ተልዕኮ ይሣካል "
"በመራራው ትግላችን እናሸንፋለን"

ግልባጭ:— ለምድር ጦር ዋና አዛዥ
ለአየር ኃይል ዋና አዛዥ
ለሰሜን ዕዝ ዋና አዛዥ
ለማዕከላዊ ዕዝ ዋና አዛዥ
ለዘመቻ ዋና መምሪያ መኰንን
ለመረጃ ዋና መምሪያ መኰንን
ለድርጅት ዋና መምሪያ መኰንን
በ ያ ሉ በ ት

ለማወቅ :— ለአገር መከላከያ ሚኒስትር
ለመከላከያ ሚኒስቴር ፖለቲካ መምሪያ ኃላፊ
ለጠቅላይ ኢንስፔክተር
አዲስ አበባ

በተለይ ትኩረት ሊሰጣቸው የሚገባ ነጥቦች

ዓ ላ ማ

1. በአሁኑ ጊዜ የምናካሂደው ዘመቻ ወንበዴን ማባረር ሳይሆን መደምሰስ ነው።

ዘ መ ቻ

2. ከላይ የተገለጸውን ዓላማ በተግባር ለመተርጐም እንዲቻል የዘመቻው ክፍል በሚከተለው ላይ ማተኮር አለበት።

ሀ. ጦሩን በአሣሽና ዘ፡ ምድብ በመከፈል ወንበዴው መውጫና መግቢያ እንዲያጣ በማድረግ ለይቶ መምታት ፤

ለ5 አሣሹ ጦር ፈጣን ተነቃናቂ እንዲሆን ማቀድና አስፈላጊም በሚሆንበት ጊዜ እንደሽፍታ እንዲሠራ ማድረግ ፤

መ. የጦሩ አጠቃቀም ከግንባር ሣሣ ያለ ሆኖ በመቺ ኃይል የተጠናከረ እንዲሆን ማቀድ ፤

ሠ. የቡድን መሣሪያዎችን በየቦታው በመበታተን ለግዳጅ ከማሠማራት ይልቅ በአንድነት ሆነው በሕብረት ሊሠሩ የሚችሉበትን መንገድ መተለምና ስለአጠቃቀሙም ዝርዝር እቅድ ማዘጋጀት ፤

ረ. የአየር እርዳታን በሚመለከት ረገድ አግረኛውና አየር ኃይል በመተባበር የሚሠሩበትን ዘዴ በዝርዝር ማዘጋጀትና የጦር ክፍሉም ስለአጠቃቀሙ በሚገባ እንዲያውቅ ማድረግ ፤

ሸ. ወደጠረፍ የወገን ሠራዊት በሚጠጋበት ጊዜ ጠላት ፤

1. የመከላከያ ወረዳ እንዳናዘጋጅ በቀላልና ከባድ መሣሪያ ይዞታችንን በመደብደብ ሊያስቸግረን ይችላል።

2. በይዞታችን ላይ በቀጥታ መልስ ማጥቃት ወይም ከከባድ መሣሪያ ድብደባ በኋላ ማጥቃት ሊሠነዝር ይችላል።

../2

= 2 =

ለዚህም ፡—

.ሀ. ሌሊት በአነስተኛና በተበታተነ ጦር ሠፍራውን
በቀዳሚያ መያዝና ይህ ከተፈጸመ በኋላ
ኃይል በመጨመር በአቀቆ መሠረት የተጠናከረ
የመከላከያ ወረዳ ለመያዝ ማቀድ ፤

.ለ የመድፍና ሞርተር የፊት ተመልካቾች የሚይዙ
ትን ቦታ በጥንቃቄ መምረጥና በፍጥነት ሠፍራ
በማስያዝ ለፀረ ባትሪ ተኩስ መዘጋጀት ፤

.መ. የአየር እርዳታ በወቅቱ ሊሰጥ የሚቻልበትን
ጥናትና ዝግጅት ማድረግ ፤

ቀ. ለግዳጅ የሚሠማራው ሠራዊት በታጠቀው መሣሪያ ፍጹም በሆነ መን
ገድ ለመሥራት የሚያስችለውን ትምህርት ጊዜ በፈቀደ ሁኔታ ሁሉ
ያለማቋረጥና ያለመሰልቸት እንዲያገኝ ማድረግ ፤

በ. በመከላከያ ወረዳ ዝግጅት ወቅት ከፍተኛ የመሐንዲስ ሥራ ስለሚ
ያስፈልግ በፈንጂ መቀበር፤ በሽቦ አጥር አሠራርና በምሽግ ዝግ
ጅት በኩል የሚያስፈልገውን ሁሉ በቀዳሚያ ማቀድና ማሠናዳት፤

ተ. ለግዳጅ የሚሠማራው ሠራዊት ኃይል እንዳይሟሟ ለማድረግ ሰያችን
ተቆጣጥሮ በሥራ ላይ እንዲውሉ ያልተቋረጠ ክትትል ማድረግ ::

ቸ. ጦሩ ሊያጋጥመው የሚችለውን ያልታሰበ ሁኔታ በቁጥጥር ሥር ለማድ
ረግ ሳልተጠበቀ ደራሽ ነገሮች ሁሉ በቀዳሚያ በማሰብ መፍትሔውን
ፈልጎ ተዘጋጅቶ መቆየትና ሁኔታዎች ሲበላሹ ወዲያውኑ እርምጃ
በመውሰድ ለመቆጣጠር እንዲያስችል ማቀድ ፤

ነ. በመገናኛ በኩል በተቻለ መጠን ግንኙነቱ የተሟላ መሆኑን
ማረጋገጥ ፤

ኘ. ሠራዊቱ ለእንዳች ግዳጅ ከመንቀሳቀሱ በፊት እያንዳንዱ አባል
ከመጀመሪያ እስከ መጨረሻ በቀደም ተከተል የሚያደርገውን
ለይቶ እንዲያውቅ ማድረግ ፤

../3

= 3 =

ለ. በተቻለ መጠን በበርጌድ ውስጥ ያሉትን ሻለቆችና በክፍለ ጦር ውስጥ ያሉትን ብርጌዶች ከበርጌዶቻቸውና ከክፍለ ጦሮቻቸው በመነጣጠል ለግዳጅ አለማሠማራት ፤

ሐ. የወገበኞ /የጠላት/ ድርጊቶችና ችሎታ በመከታተል ለአደራጉታቸው ተቃራኒውን በማዘጋጀት አቅዳቸውን ለማፍረስ ያልተቋረጠ ጥናት ማድረግ ፤

ሐ. ተዋጊው ሠራዊት ለማንኛውም ግዳጅ ከመነቃነቁ በፊት ከተኩስ አርዳታና ከዕደላ አርዳታ ሰጪ ክፍሎች ጋር የሚያስተባበር እቅድ መኖሩን ማረጋገጥ፤

ወ. ከመለዩ ለባሹ ጋር የሚሠለፈው ሕዝባዊ ሠራዊት ውጤት ያለው ሥራ እንዲሠራ ለማድረግ ግዳጅ ከመስጠቱ በፊት በጥንቃቄ ማጥናትና ከአቅሙ ጋር ተመሳሳይ የሆነ ግዳጅ መምረጥና አስፈላጊም እንክብካቤ የሚደረግለትን መንገድ መተለም፡፡

<u>መረጃ</u>

3. ዘመቻ የሚታቀደው በትክክለኛ መረጃ ላይ ተመርኩዞ ስለሆነ የመረጃ ክፍሉ በሚከተሉት ላይ ማተኮር ያስፈልገዋል፡፡

ሀ. ከዘመቻ በፊት መካከልና በኋላ መረጃው ሊሰበሰብ የሚቻልበትን ዘዴ ማቀድ ፤

ለ. ከአስተዳደር ፖሊስና ከጦሩ ክፍል የተውጣጡ የመረጃ አባሎችን በማሰባሰብ ከየአቅጣጫው የሚገኘው መረጃ በማዕከላዊነት እንዲጠመቅና እንዲሠራጭ ለማድረግ የሕብረት መረጃን መዋቀር ማቋቋም፡፡

መ. ጠላት ሠርጉ በመግባት የወገንን መረጃ ለማግኘት እንዳይችል ለመከላከል የተለየ ጥንቃቄ ማድረግ ፤

ሠ. በተቻለ መጠን ሠራዊቱ ምሥጢር የመጠበቅ ችሎታ እንዲኖረው ማድረግ፤ ጠቀላላ ምሥጢር ባይጠበቅም ማባባቻ እንዲኖር ማድረግ ፤

ረ. ምርኮኞች በፍጥነት ከግንባር ተገለለው ትኩስ መረጃ እንዲሰጡ አስፈላጊው ምርመራ በወቅቱ እንዲካሄድ ለማድረግ ማቀድ ፤

../4

= 4 =

ሸ. በግዳጅ ላይ የተሰማራውም ሆነ በደጀንነት ያለው ሠራዊት ስለጠቅላላ ሁኔታ ማወቅ በሚገባው ደረጃ እንዲያውቅ ማድረግ፣

ቀ. የጠላት ሁኔታ ፣ ወቅትና የመሬት ሁኔታ በዘመቻ ላይ ከባድ ሚና ስለሚጫወት የተለየ ትኩረት መስጠት ፣

<u>አስተዳደር</u>

4. ዘመቻው የተሣካ እንዲሆን የአስተዳደር ክፍሉ ባለው የሥራ መስክ ድጋፍ መስጠት ስላለበት በሚከተሉት ነጥቦች ላይ ማተኮር አለበት ፣

ሀ. በውጊያ ላይ ጉዳት የሚደርስባቸው አባላት የተዋጊውን ኃይል ስለሚያሣሱት ተተኪ የሚገኝበትን ዘዴ ማቀድ ፣

ለ. የእሥረኞች /ምርኮኞች/ አያያዝ ሥርዓት ያለው እንዲሆን ማድረግ ፣

መ. ጠቅላላ ሠራዊቱ በስም የተመዘገበ፣ የስም ታግ ያለውና የደም ዓይነቱ ተለይቶ የታወቀ እንዲሆን ጥረት ማድረግ ፣

ሠ. የሠራዊቱ አባላት ቤተሰቦች እንዳይጉላሉ የሚሠውትን ስዎች ዝርዝር በወቅቱ በማግኘት አስፈላጊው እንዲፈጸም ለማድረግ መጣር ፣

ረ. በውጊያ ጊዜ ጀብድ የሚሠሩት አባላት የሚገባቸውን እንዳያጡና የማይገባቸውም እንዳያገኙ ልዩ ትኩረት መስጠት ፣

ሸ. የጉዳት ማመልከቻ ቀጾ በትክክል መሞላቱን ማረጋገጥ ፣

ቀ. የዘማች ቤተሰቦች እንክብካቤ የተጠበቀ መሆኑን ማረጋገጥ ፣

በ. የሠራዊቱ ሥነሥርዓት ፍጹም እንዲሆን ያልተቋጠበ ጥረት ማድረግ ፣

ተ. የሠራዊት ሞራል እንዳይነካ መብቱ በሕጉ መሠረት የተጠበቀ መሆኑን ማረጋገጥ ፣

ቸ. የክፍሎችን ወያተኛ ሁኔታ በቅርብ መከታተል፡፡

../5

= 5 =

<u>ዶ ር ጅ ት</u>

5. ዘመቻ ያለዶርጅት ድጋፍ ሊሣካ የማይችል መሆኑ የታወቀ ስለሆነ ይህ ክፍል የሚጫወተው ሚና ወሳኝ በመሆኑ በሚከተሉት ዐበይት ነጥቦች ላይ የተለየ አትኩሮት ማድረግ አለበት፡፡

ሀ. ሠራዊቱን ቀለብና ውኃ እንዳይፈታው አስፈላጊውን ግፊት በወቅቱ ማድረግ ፣

ለ. የምሽግ መቆፈሪያ ዕቃ ፣ የመከላከያ ወረዳ ማዘጋጃ ዕቃ /የማመሰሰያ መረብ፣ ግንዲላ፣ ቆርቆሮ፣ የአሸዋ ጆንያ ወዘተ../ በቅድሚያ የተዘጋጀ መሆኑን ማረጋገጥ ፣

መ. የቁስለኛ ማገለያ ዘዴዎችን ማቀድ ፣

ሠ. የሕክምና ጣቢያዎች በመድኀኒት፣ በሞያተኛና በአለን ብዛት የተሟሉ መሆናቸውን ማረጋገጥ፣

ረ. የቀላልና ከባድ መሣሪያዎች እንዲሁም የተሽከርካሪዎች ጥገና በሙያተኛና በተቻለ መጠን በመለዋወጫ የተሟላ መሆኑን ማረጋገጥ፣በሽታ ከመድረሱም በፊት ይህንኑ ለመከላከል የሚደረገውን ጥንቃቄ ሠራዊቱ እንዲያውቅ ማድረግ ፣

ሸ. የክፍሎች ጥያቄ አቅም በፈቀደ መጠን በወቅቱ መገፋቱን ማረጋገጥ ፣

ቀ. ባለው ዕቃ ሠራዊቱ የመጠቀም ልምድ እንዲኖረው ማድረግ ፣

በ. ከአቅም በላይ የሆኑትን የክፍሎች ጥያቄ በወቅቱ ለበላይ መምሪያ ማሳወቅ፣ መከታተልና ማስፈጸም፡፡

<u>ፖ ለ ቲ ካ</u>

6. የታቀደው ዘመቻ ግቡን ይመታ ዘንድ ከፖለቲካ ክፍሉ ከፍተኛ የሥራ ድርሻ ስለሚጠበቅ በሚከተሉት ነጥቦች ላይ ልዩ ትኩረት መስጠት ያስፈልጋል፡፡

../6

= 6 =

ሀ. ዘመቻው በጠመንጃ አፈሙዝ ላይ ያተኰረ ብቻ ሳይሆን በፖለቲካውም ረገድ ከፍተኛ መሰናይ በማድረግ መዝመት ስለሚያስፈልግ፣ ሕዝቡን ከወንበዴ /ከጠላት/ ለመለየት የፕሮፖጋንዳና ቅስቀሳ ሥራ ከዘመቻ በፊት፣ መካከልና በኋላ በስፋትና በጥራት ለመስጠት ልዩ ዝግጅት ማድረግ ፣

ለ. ነፃ በሚወጡት አካባቢዎች የመልሶ ማቋቋሙ ተግባር እንዲሁናወን ከሌሎች ተጠሪዎች ጋር በመመካከር ቅድሚያ ዝግጅት ማድረግ ፣ በዝግጅቱም መሠረት ብርቱ ትግል በመፈጸም ተግባራዊ ማድረግ ወዘተ.. ናቸው::

<u>ልዩ ማሳሰቢያ</u>

1. በአማካሪነት አብረውን የሚገኙ የወዳጅ አገር ጓዶች ጊዜና ቦታ ሣይለዩ ሊረዱን የመጡ ስለሆነ በሚገባ ልንጠቀምባቸው ይገባል::

2. አስታፍ መኰንኖችና የቴክኒክ ሰዎች ከሥራቸው ዋናው የማያቋርጥ ጥናት እያደረጉ ሁኔታዎችን ሃሳብ ጥምር ማቅረብና የተሰጡትን መመሪያዎችና ትዕዛዞች ለበታች ክፍሎች በማብራራት እየተከታተሉ ማስፈጸም መሆኑን አውቀው ራሣቸውን ማዘጋጀት አለባቸው::

3. ዕዝና ቁጥጥር የዘመቻ አብነት በመሆኑ አዛዦች፣ መምሪያ መኰንኖች ፣ የፖለቲካ ሰዎች የተለየ ትኩረት ሊሰጡት ይገባል::

ቁጥር 003/አመ3/ሬ/1/10/

በኅብረተሰብአዊት ኢትዮጵያ ሕዝባዊ ወታደራዊ መንግሥት
ያገር መከላከያ ሚኒስቴር ።

አዲስ አበባ ጳጉሜን 02 1980 ቀን ... ዓ.ም

የ ው ስ ጥ ማ ስ ታ ወ ሻ ፡

ምስጢር

ከ ጦር ኃይሎች ጠቅላይ ኤታ ማዦር ሹም

ለ ጓድ ሌ/ጄኔራል ኃይለ ጊዮርጊስ ሀ/ማርያም፣ የአሠፓ ማ.ኮሚቴ ሰብሳቢና

ጉዳዩ የሀገር መከላከያ ሚኒስትር

አዲስ አበባ

በቃል በሰጡኝ ትእዛዝ መሠረት በ30/12/80 ጓድ ሜ/ጄኔራል አምሐ ደስታ የአየር ኃይል ዋና አዛዥን፣ ጓድ ሻለቃ ብርሃኑ ኃይሉን፣ ከወታደራዊ መረጃ ዋና መምሪያ አባላትን በመያዝ መቀሌ በመሄድ ለጓድ ለገሠ አስፋው ሪፖርት አድርገናል ።

ከሪፖርቱ በኋላ እኛን የፈለጉን ቀደም ሲል በጓድ ፕሬዚዳንት የተሰጠው መመሪያ መሠረት በማድረግ እስከ አሁን የፈጸሙትን፣ በመፈጸም ላይ ያሉትንና ለወደፊት ያሰቡትን ከተረዳን በኋላ ከመከላከያ የሚፈለገውን በመፈጸም እንድንረዳቸው መሆኑን ገለጹልን ።

በዚሁ ቀን ከ1500 ሰዓት ጀምሮ ጓድ ለገሠ አስፋው፣ የሠአሠ ዋና አዛዥ መምሪያዎቻቸው በተገኙበት መረጃን፣ ዘመቻን፣ ድርጅትንና አስተዳደርን በተመለከተ ሙሉ ገለጻ አደረጉልን ።

ከገለጻው በኋላ ውይይት ተደረገ፣ በውይይቱ መጨረሻም የቀሩ በተመለከቱት እንድንረዳ አቅርበው ጠየቁ:—

1. ለሥራችን መሠረቱ መረጃ ሆኖ ሳለ የመረጃ ክፍላችን በሚገባ ያልተደራጀ በመሆኑ ችግር አለብን፣ ስለዚህ መረጃ ክፍሉን የኮርፕ ጥምር አጠናክሩልን፣

መርዕድ ንጉሤ
ሌ/ጄኔራል
የኢሠፓ ማዕከላዊ ኮሚቴ አባልና
ጠቅላይ ኤታ ማዦር ሹም

../2

- 2 -

2. የያዝነው ሠራዊት አብዛኛው አዲስ በመሆኑ ያልተማረ ስለሆነ ይህንን ያለሠለጠነ ጦር ይዞ የሚፈለገውን ግብ መዉጣት ስለ ማይቻል ጦራችንን ለማስተማር በምናደርገው ጥረት አስፈላጊው ድጋፍ ይደረግልን።

3. በበጀት ረገድ ይፈጸምላቸው ተብሎ በጓድ ፕሬዚዳንት ከታዘ ዘለን ወጪት አንቀ በ፬ ዕደላ ይዘጋጅላቸው የሚል ቢሆን። ይህ እስከ አሁን ስላልተፈጸመ በተቻለ መጠን እንዲፈጸምልንና ከመስከረም 3 ቀን 1981 ጀምሮ ለመሥራት ያሰብነውን ለመሥ ራት እንድንችል ይደረግልን።

4. ከመስከረም 3 ቀን 1981 ጀምሮ ለተከታታይ 7 ቀናት በሌላ ግምባር ዘመቻ እንዳይታዩ ተደርጉ መጓጓዣ ተዋጊ ሄሊኮፕ ተሮች በርከት ብለው እንዲዘጋጁልን። እንዲሁም ተዋጊ አዉሮፕ ላኖች ከአሥመራ ወይም ከባሕር ዳር እንዲረዱን አስፈላጊው ዝግጅት እንዲደረግ።

5. ሁሉም ቀደም ሲል በተሰጠው መመሪያ መሠረት።

   5.1 ቀለብ አዲገራት ድረስ ካመጣልን በኋላ ቀለብ አጅቦ የመጣው ጦር አዲገራት ኢንጪት መንገድ 15 ኪ/ሜትር ላይ ሆኖ ተወርዋሪ እንዲሆንልን።

   5.2 የመረብ ድልድይ የሚያሻግር ከሆነ ቀለቡን ሽሬ እን ዲያደርስልን እንዲታዘዝ።

6. የክፍለ ጦር ምክትል አዛዦች፣ የብርጌድ አዛዦችና የመምሪያ መኮንኖች ችግር ስላለ እነኚህን መኮንኖች የምናገኝበት ሁኔታ እንዲመቻችልን።

7. ቀደም ሲል በተደጋጋሚ ጠይቀን እንዲሠራ የተፈቀደው ማስኬጃ ገንዘብ እስከ አሁን ያልተሠራ ስለሆነ ምድር ጦር በአስቸኳይ እንዲያ ሠራልን እንዲደረግ።

[illegible] ንጉሴ
ሜ/ጄኔራል
የኢሠፓ ማዕከላዊ ኮሚቴ አባል
[illegible]

../፫

. 3 .

8. ሁለሠና ሠለሠ በተበበር መሥራት ጠቃሚ ስለሆነ ውስላስያ የሚ ያስተባበርበት ሁኔታ እንዲመቻች፤

9. ሁሉ ነገር ወደ ጦር ግምባር በተባለ ጊዜ ጠቅላላ ዓላማው የማ ያጋጥም ዘመቻ በማድረግ ጠላቶቻችንን መደምሰስ ስለሆነና እስከ አሁንም ከኛ የሚጠበቀውን በገሠራ የቆየነው በዚሁ መንፈስ ስለ ሆነ ለወደፊቱም በዚሁ መቀፀል ስላለብን ይህንን ለማድረግ የሚ ያስችል ሁኔታ እንዲመቻች የሚሉ ና ቸው።

<u>የውሣኔ ሃሳብ፤</u>

1. መረጃን በተመለከተ የመረጃ ክፍሎቻቸውን በመገንባት በሚገባ ያለ ተደራጁ መሆኑን አረጋግጫለሁ፤ ዝርዝሩንም በዝርዝር ይዤ መጥ ቻለሁ፤ ስለዚህ ጓድ ብ/ጄኔራል ታደሰ፤ የወታደራዊ መረጃ ዋ መምሪያ ኃላፊ አስፈላጊውን ጥናት ካደረጉ በኋላ አሥፍራው ድረስ ሄደው እንዲያደራጁላቸው ቢደረግ፤

2. ሥልጠናን በተመለከተ የምድር ጦር ትምህርት መምሪያ እዚያው ድረስ በመሄድ ሁኔታውን ተረድቶ እንዲረዳቸው ቢደረግ፤

3. ድርጅትን በተመለከተ ዋና ው ችግር በዲሲ-3 እና በዓሸ-5 የሚደረገው ቀለብ ማጓጓዝ በቂ ስላልሆነ ሲ-130 አውሮፕላን የሚረዳበት ሁኔታ እንዲመቻችና ሌሎች ዕደላዎችም በበቂ መጠን አሥመራና መቀሌ ላይ እንዲከማችላቸው የሚፈልጉ ስለሆነ ጉዳዩ የሚመለከታቸው ጓዶች ይህ ሊሆን የሚችልበትን ካጠኑ በኋላ ሥፍራው ላይ ተገኝተው ሥራው እንዲያያዝ ቢያደርጉ፤

4. መጋጋዥ ተዋጊ ሄሊኮፕተሮች እንዲሁም ተዋጊ አውሮፕላኖች ሁኔታ ከአየር ኃይል ጋር በዝርዝር ሠርተን ሁኔታውን በና መቻች፤

5. ሁለሠ ሠለሠን በሚፈለገው መሠረት መርዳት መቻሉን በና ረጋገጥ፤

መርዕድ ንጉሤ
ሌ/ጀኔራል
የኢሠፓ ማዕከላዊ ኮሚቴ አባልና
ጠቅላይ ኤታ ማዦር ሹም

../4

- 4 -

6. አዛዦቹንና መምሪያ መኰንኖችን በተመለከተ ያለው ችግር ጠቅላላ ስለሆነ በወቅቱ ማድረግ የሚቻል የለም፤ ለወደፊቱ ልንወያይበት የሚገባ ነው፤

7. የማስታገኛ አስፈላጊነት የሚያጠያይቅ ባለመሆኑ ምድር ጦር በተሰጠው ትእዛዝ መሠረት እንዲፈጸም ቢደረግ፤

8. ሁአሠገና ሠአሠገ ማስተባበር አስፈላጊነቱ የሚታመን ቢሆንም አፈጻጸሙ መመሪያ የሚያስፈልገው በመሆኑ ከበላይ አካል ጋር በመነጋገር መመሪያ ቢሰጡን፤

9. ዘመቻውን በተከታታይ ለመቀፀል የሚፈለጉ ነገሮች ብዙ በመሆናቸው ጉዳዩ የሚመለከተን ሁሉ እንድንወያይ ሁኔታ ቢመቻች የተሻለ መሆኑን በማክበር አሳስባለሁ ::

" ኢትዮጵያ ትቅደም "

3/12/80

መርዕድ ንጉሤ
ሜ/ጀኔራል
የኢሠፓ ማዕከላዊ ኮሚቴ አባልና
ጠቅላይ ኤታ ማዦር ሹም

መ/ር/ጸመር/ሠ/1/641/81

ቀን 16/3/1981

ጥብቅ ምሥጢር

ከጦር ኃይሎች ጠቅላይ ኢ/ማ/ሹም

ለጓድ ሜ/ጄ ኃይለጊዮርጊስ ሀ/ማርያም፣ የኢሠፓ ማዕከላዊ ኮሚቴ አባልና

የሀገር መከላከያ ሚኒስትር

አዲስ አበባ

የመከላከያ ም/ቤት ሕዳር 14 ቀን 1981 ባደረገው ስብሰባ ከ9ኛው የኢሠፓ ማ/ኮ መደበኛ ስብሰባ ውሳኔዎች ውስጥ መከላከያን በተመለከተ በ1981 በተለይም በሰሜኑ ክ/አገራችን በኩል በጦር ግምባርና በልማት አንፃር ምን መደረግ እንዳለበት ከመከረበት በኋላ የሚከተሉት ተግባራዊ እንዲሆኑ መወሰኑ ይታወሳል፡፡

1. በቀይ ባሕር ውስጥና በአካባቢ እንዲሠራ የታሰበው የልማት ሥራ ማዕድን ሚኒስቴር ባቀደው መሠረት እንዲፈፀም መከላከያ ለተበጀው ሁኔታ እንዲያመቻች፣
2. ሶአሠ ፈጣን ዝግጅት በማድረግ ወምበዴን እንዲያሳድድና እንዲደመስስ፣
3. ሁአሠ መጀመሪያ ጠንካራ መከላከያ በማዘጋጀት ጠላትን እንዲገታ፣ ሶአሠ ማጥቃቱን እንደጨረሰና የበላይ አካልም ለሁአሠ የሚያስፈልገውን እንዳደራጀ በወምበዴዎች ላይ የማጥቃት እርምጃ እንዲወስድ፣
4. መከላከያ ለነዚህ ሥራዎች አፈፃፀም የሚረዱትን ሁሉ አቅም በፈቀደ መጠን እንዲያመቻች የሚል ነበር፡፡

መከላከያ ሁኔታ እንዲያመቻች የሚለው በአብዛኛው ሁአሠን እና ሶአሠን በሎጂስቲክና በአንዳንድ አስተዳደራዊ ጉዳዮች መርዳት ሲሆን በሁለተኛ ደረጃ አጣናቢራና ተተኪ ጦር እንዲዘጋጅ ማድረግ ነው፡፡

የልማቱን ሥራ በሚመለከትም ጉዳዩ ለሚመለከተው የጦር ክፍሎች መመሪያ በመስጠት ክትትሉ ማስፈፀም ነው፡፡

መርዕድ ንጉሤ
ሜ/ጄኔራል
የኢሠፓ ማዕከላዊ ኮሚቴ አባልና
ጠቅላይ ኢታ ማዦር ሹም

../

— 2 —

በዚህም መሠረት የሚከተሉት እየተፈፀሙ ናቸው::

<u>የልማትን ሥራን በተመለከተ::</u>

1. ከግድቡት ሥራዎች በቀርጡ መጀመር ያለበት በፕሮግራሙ መሠረት ከጥር 8 ቀን 1981 ጀምሮ እየተሠራ ነው::
2. ሌላው በቀ ያለጊዜ የተያዘ ድርጅት የሚጠይቀው ግን ባይጀመርም እየታሰበበት ነው::

<u>ተተኪና አጠናካሪ ጦር በተመለከተ::</u>

1. ለተተኪነት የታሰቡትን 50,000 ምልምሎችን ከታህሳስ ወር ጀምሮ በ4 ወር ጊዜ ውስጥ ማሠልጠን ሲሆን በገንት ምክንያት ከተባለው ቁጥር ስይደረስ እንጂ ከ38,000 በላይ በሥልጠና ላይ ይገኛሉ::
   በጉደለውም ለማሟላት ጥረት ተደርጓል::በመሠረቱ 50,000 ለመጀመሪያ ጊዜ እንጂ ሠለጥኑ ቢወስንም በአጠቃላይ ከፍላጎታችን አንፃር መሠልጠን የነበረበት100,000 ነበር::አሁን እንደታየው ከሆነ እንጂያስ 100,000 ምሳ ሺህ ማግኘቱም የሚያመራጥር በለሆነ ጉዳዩ የሚያነጋገር ነው::
2. በአጠናካሪነት ከሚታሰቡት እንዱ ግ/ኃይል 80 በመሆኑ የሱ ሥልጠና በተቻለ መጠን እየተፋጠነ ነው::ሆኖም የመሳሪያ ሰዎች በማግኘት ረገድ እንደምንፈልገው በሳለ ተካ ባለን ለማሟላት ጥረት ተደርጓል::
3. ሌላ አጠናካሪ ጦር ማግኘት የሚቻለው ከአሰብ ከአሩሠ በመሆኑ በነዚህ ግምባሮች ካሉት ወቅታዊ ሁኔታዎች ጋር በተገናዘበ መልክ አንዳንድ ጦሮች መንቀው በተጠባባቂነት እንዲሠለጥኑ ተደርጎ በሂደት ላይ ይገኛል::

<u>ድርጅትን በተመለከተ</u>

ከድርጅት ውስጥ አጀግ አባባቢ የሆነው

1. የከባድ መሣሪያዎች ጥይት፣
2. ወታደራዊ ተሽከርካሪዎች፣
3. የመገናኛ ሬዲዮኖች ዋ ያቸ/ሲሆኑ በነዚህ ረገድ እስከአሁን የሚያመረታ መረጃ አላታወቀም::

መርዕድ ንጉሤ
ሌ/ጄኔራል
የኢሠፓ ማዕከላዊ ኮሚቴ አባልና
ጠቅላይ ኤታ ማዦር ሹም

\- 3 -

መሪዎችን በተመለከተ

በግምባር ጉዳተው ከሚታዩት ችግሮች አንዱ የመሪዎች እጥረት ነው። ይህንን ማቃለል የሚያስቸግሩ፤

1. በየደረጃው በማሠልጠኛ በመመደብ፣
2. ከቦታ ቦታ አዘዋወር በመመደብ፣
3. ሹመት እየሰጡ በመመደብ ስለሆነ የሚከተሉት እርምጃዎች እየተወሰዱ ነው።
   - 3.1 ሠራዊቶች ጊዜ ቦታ በፈቀደላቸው መጠን የቦታቸው ኮማንደቶችን እንዲያስተምሩ፣ ለመኮንኖች ቢሮ እንዲሰጡ፣ ምድር ጦር እንዲያስተባብር እንዲደግፉ፣
   - 3.2 ምድር ጦር አቅሙ በፈቀደ መጠን የብርጌድ የሻለቃ አዛዦችን ሆለታ ጦር ት/ቤት፣
   - 3.3 እጩ መኮንኖችን ሐረር ጦር ት/ቤት ውስጥ፣
   - 3.4 የቴክኒክ ትምህርትን በተለያዩ ቦታዎች እያሠለጠነ ነው። ችግር ሆኖ የተገኘው መግር የሚገባቸውን ከግምባር ለማግኘት ያለመቻል ነው።
   - 3.5 ከቦታ ቦታ አዘዋወር የመመደቡ ጉዳይ ችግር በሚፈጠር ባለው መጠን ገድ ስለሆነ ሃብስ ለበላይ ቁርቦ ውሳኔ በመጠባበቅ ላይ ነው።
   - 3.6 መሾም የሚገባቸውን በክፍሉ ያለ ባይሆን በተፈላጊነት/በአክሠለረሽን/ መሾም የሚገባቸው ቀርቧል።

/አዛዦችንና የመምሪያ መኮንኖችን በተመለከተ ፈጣን ውሳኔ እንዲሰጥ አስፈላጊ ከመሆኑም በላይ በተከታታይም ምን መደረግ እንዳለበት ማጤንም ተገቢ ይሆናል።

የሰሜን ግምባር በተመለከተ

1. ሥጋት

ትንተና:- ቀደም ሲል እንደታሰበው የሕውሃት ወምበዴን በሽሬ አካባቢ መቶ መንገድ ለመክፈት ተነድፎ የነበረው ዕቅድ ካለመሳካቱም ሌላ በወገን ጦርና በመካናይዝድ ጦራችን ላይ ጉዳት ደርሷል። ወገን የነበረ ሁኔታ ላይ ላለ መድረስ ጦር ከሌላ ግምባር በማምጣት ሽሬ አካባቢን አጠናክሯል።

መርዕድ ንጉሤ
ሜ/ጀኔራል
የኢሠፓ ማዕከላዊ ኮሚቴ አባልና
ጠቅላይ ኤታ ማዦር ሹም

\- 4 -

ወምበዴ መሣሪያ መኖና ዕቃ ከወገን በመውሰዱ ብዙ ወራቸንን በመጉዳቱ በመማረኩ ቀራሱ ከፍ ብሏል::በዚህ ደሱ የተነሣ የሕዝቡን ወኝዊት ይበልጥ አትርፏል::

ወምበዴው እንደዚህ ዓይነት ያለጠበቀው ዕድል ስላጋጠመው፤

1. በሽሬ አከባቢ ያለውን ጦር ዘገቶ በመያዝ ሌሎች ተነጣይ ጦሮችን በመረባረብ እንደሚመታ ይገመታል፤የሰከተቸም ታይተዋል::
2. በሽሬ አከባቢ ያሉት ጦሮችም ኀ ስላልተደራጁ በቀርብ ቀን ውስጥ መያዊ ሥራ ይሠራሉ የሚያስኝ ሁኔታ የለም::
3. አዲግራትና ሁመራ ሌላም ቦታ ነጠለ ብለው ያሉ ጦሮች ራሳቸውን ጠመከላከለና አከባቢአቸውን ለመቆጣጠር ያላቸው ችሎታ አስተማማኝ አይደለም::
4. የሁመራው ጦር እስከመጨረሻው ከመከላከል ሌላ ምርጫ የለውም::
5. የአዲግራት ጦር ውጊኔ ከተሰጠና በወቅቱ ከሆነ ወደ መቀሌ መሄዱ ይችል ይሆናል::ይህ መሆን የሚችለው በጠላት ገፊት ሣይሆን በወገን ዕቅድ . ሲሆን ብቻ ነው::ይህ ካልሆነ በጠላት ገፊት ከለቀቀ ከባድ ጉዳት ሊደርስበት ይችላል::በተለይም 10ኛ ክ/ጦር ከራማ ሲለቀ ወምበዴው ወዲያው ስለሚረባረበበት ወደአድርትራ ይሄዱ እንደሁ እንጂ ወደ መቀሌ ለመሄድ ችግር ይገጥመዋል::
6. ሁመራና አዲግራት ያሉት ጦሮች አሠላለፍና አዚያ መቆየት ጥቅም ሲታይ፤
   - የሁመራው ወታደራዊ ጠቀሜታ ሲ°ረው
   - የአዲግራት ፖለቲካ እንጂ ወታደራዊ ጠቀሜታው ይህን ያህል አይደለም ቆሁ ቢባለም በችግር ምክንያት መልቀቅ በበዙ መልኩ ጉዳት እንዳለው የሚዘነጋ አይደለም::

<u>ኤርትራ</u>

እስከአሁን በአንደኛው ደረጃ አሳሳቢ ሆኖ ያለው የኤርትራ ጉዳይ ነው:: በመሆኑም ለሱ በቂ ዝግጅት ማድረግ አስፈላጊነቱ ስለታመነ የሚቻለው ሁሉ እየተደረገ ነው::

መርዕድ ንጉሤ
ሌ/ጀኔራል
የኢሠፓ ማዕከላዊ ኮሚቴ አባልና
ጠቅላይ ኤታ ማዦር ሹም

../

\- 5 -

ሁኔታ በአገሩ በኩል ወንበዴዎች ፋታ ሳይሰጡን ያለ ቻሉ ሲሆን፤ በሌ .

በኩል ደግሞ ለዚህ የታሰቡ ሁሉ እንደሚፈለገው መሄዱ ያለ ቻሉ በመሆኑ ደግሞ

ደጋግሞ ማሰብ ግድ ሆኗል። ...

በአሁኑ ጊዜ በኤርትራ በኩል አሳሳቢ የሆኑ ሁኔታዎች፤

1. የከረን—ምገባር
2. ከረን—አሥመራ መንገድ
3. ሰሜ ቁ ባሕርይ አሥመራ—ምፅዋ መንገድና ወደብ
4. ምፅዋ ወደብ
5. ምፅዋ—ወደብ የባሕር ክልል አሰብን ወደብ።

በመሠረቱ የሁለቱ ሠራዊት ማጥቃት ቢደርስም መከላከል እንደሚችል ይገመት ነበር፤ ኋላ ግን አንዳንዱ ሁኔታዎች በመለወጣቸው ለመከላከል ያለው ችሎታውም አጠራጣሪ ሆኗል።

ተጓቶች ምክንያቶች

1. ለሰላሠ ዱጋና ክ/ጦር በመላኩ
2. ፍር ሌሣሌሳ አካባቢ የሚይዝ ጦር በመላኩ
3. በቂ ለዘቦች በየግምባሩ ያለመኖራቸው
4. የከባድ መሣሪያ ጥይቶች እጥረት
5. ጦር ከቦታ ቦታ እንቅስቃሴ ለመቆጣጠር የሚያስችል ወታደራዊ መኪናዎች ያለ መገኘት ችግሮች ናቸው።

ከላይ የተጠቀሱትንና ወቅሳሳውን ሁኔታ አገናዝበን ሰፊ በቅድሚያ ሊታሰብባቸውና ወዲኑ ሊሰጣቸው ፈጣን እርምጃም ተወስደባቸው ተግባራዊ መሆን ያለባቸው፤

1. ኃይል ማግኘት
2. መሪያዎች "
3. ድርጅት ማሟላት
4. ሊገጢየቸው ከጀችን እንዳይወጣ ማድረግ ጥያቄ ሆነው እናገኛለን።

የመፍትሔ ሃሳብ

የትግራይና የኤርትራ ጉዳይ ከፍተኛ ኃላፊነትና ሥልጣን ባላቸው ጓዶቻችን የተያዙ በመሆኑ ቸው ዘረውት ከፍተኛ አደጋ ይፈጠራል ብሎ መናገር ባይቻልም ከጠቀሳለው ሁኔታ ጋር እየተገናዘበና ነገሮች ከሥር ከሥር እየታዩ ፈጣን ውሳኔ እንዲሰጣቸው ካለ

መርዐድ ንጉሤ

\- 6 -

በተጨማሪም ጅነገ ለዘለቄታ ያስፈልጋሉ የሚባሉት እየተጠቀሱ ዛሬውኑ ካልተወጠኑ ውሎ አደር ችግሩ መጠጠሩ አይቀርም።

<u>ስለዚህ</u>

ከላይ የተመለከቱትና የችግራችን ማቃለያ የሆኑትን ለማግኘት ልዩ ጥረት ማድረግ ያስፈልጋል ማለትም፤

1. በአሰሠና በአፋብ ውስጥ እንዲቋቋሙ የተባሉት እንዲፋጠኑ ማድረግ።
2. ከ50,000 የጐደሉት በተቻለ በፍጥነት ተቀጥረው ሥልጠናቸው እንዲፋፋም ማድረግ።
3. ሐረር ጦር ት/ቤት ያሉት ዕጩ መኮንኖች ሥልጠና የሚፋጠንበትን ሁኔታ መፍጠር።
4. በሚቀጥለው ጊዜ ምልምል ለማግኘት የሚያስችል ሁኔታ ከወዲሁ ማጥናት።
5. በአሁኑ ጊዜ ከሚዋጉት [illegible] በግዳጅ [illegible] በነሱ ለማዘዋወሪያ ሲቪል መከላከል የሚጀመርበትን ሁኔታ ማመቻቸት።
6. በቀይ ባሕር አካባቢ የባሕር ሚሊሺያ የማቋቋም ሃሳብ ተግባራዊ ማድረግ።
7. በጥናት ላይ ያለውን ማዕገ ክማንደ ተግባራዊ ማድረግ።
8. የወደቦች ጥበቃን በተመለከተ መንግሥታዊ ሕዝባዊ ድርጅቶችን የሚያካትት ስለ ሀነ ደህ ተግባራዊ የሚሆንበትን ሁኔታ ማመቻቸት።
9. ጥይት፤ ትራንስፖርትና መኪናን በተመለከተ ያለንበት ሁኔታ ታውቆ ለየት ያለ እርምጃ መውሰድ የመንደርደሪያ ሃሳብ ሆነው በርስዎ ሰብሳቢነት በዚሁ ጉዳይ ላይ ውይይት ቢደረግ ጥሩ ጥሩ ሐሳቦች ይመጣሉ የሚል እምነት፣ አደንጋ ተይዞ እንድንወያይበት በትህትና አሳስባለሁ።//

"ኢትዮጵያ ትቅደም"

16/5/81

መርዕድ ንጉሤ

ሜ/ጄነራል

የኢሠፓ ማዕከላዊ ኮሚቴ አባል

ጠቅላይ ኢታ ማዦር ሹም

ቁጥር፡ 103/[illegible]

ጥር፡ 22. 1981

ጦር ኃይሎች ጠ/ኢ/ሚ/ሹም

ጓድ ሜ/ጀ ኃይለጊዮርጊስ ሀ/ማርያም፣ የኢሠፓ ማዕከላዊ ኮሚቴ አባልና
የሀገር መከላከያ ሚኒስትር።

አዲስ አበባ

ከ17/5/81 ጀምሮ በሰአሠ ቀጣና ውስጥ በመገኘትና ጠቅላላ ሁኔታውን በመረዳት በመከላከያ በኩል መደረግ ሲቻል ያልተደረገ ካለ አስፈላጊውን እንዲፈጸም በተሰጠኝ መመሪያ መሠረት እስከ 20/5/81 በመቆየት ሁኔታውን ተከታትያለሁ።

1. <u>የጠላት ሁኔታና የሰአሠን ሃሳብ በተመለከተ።</u>

 1.1 ሠለክላካ ዙሪያ የነበረው ጠላት በድንገት በመሠወሩ ማይበሪዛን ለማጥቃት ታስቦ የነበረው ቀርቷል።

 1.2 ለጊዜው 2 የወያኔ ብርጌዶች ወደ ፀዓዕምበሳ መሄዳቸውና 1 ብርጌድ ደግሞ ዓዓር ተከላይ ላይ መሆኑ ሲጠቆም ሌሎች ያሉበት አልታወቀም።

 1.3 ለጊዜው ያሉበት ያልታወቁ የወያኔ ብርጌዶች አራት ያህል ስለሆኑ ይህ አራት ብርጌድ በአዲግራት፣ በሀመራ፣ በጉንደር፣ በደሴ—መቀሌ መንገድ ወይም መቀሌ ከተማ ላይ አደጋ መጣል ይችላሉ የሚል ሥጋት አሳድሯል።

 1.4 <u>በመሆኑም በሰአሠ የሚከተለውን እርምጃ ወስዷል።</u>

  1.4.1 ከላይ በተጠቀሱት ሥፍራዎች ላይ ያሉት ጦሮች በርቱ ጥንቃቄ እንዲያደርጉ፣

  1.4.2 የጠላትን ሁኔታ ለማወቅ ልዩ ልዩ ጥረቶች እንዲደረጉ፣

  1.4.3 ተጠባባቂ ጦሮች አማካይ በሆኑ ቦታዎች ላይ ተዘጋጅተው እንዳስፈላጊነቱ ለመወርወር ትዕዛዝ እንዲጠባበቁ፣

  1.4.4 ሠለክላካ አካባቢ ያሉት ጦሮች ቀስ በቀስ በአካባቢአቸው ያለውን ጠላት እየመቱ እስከ አድዋ ያለውን መሬት እንዲቆጣጠሩ የሚል ነው።

መርዕድ ንጉሤ
ሌ/ጀኔራል
የኢሠፓ ማዕከላዊ ኮሚቴ አባልና
ጠቅላይ ኢታ ማዦር ሹም

\- 2 -

2\. <u>ችግሮችን በተመለከተ፡፡</u>

በወቅቱ ቀጥሎ የተመለከቱት ችግሮች አሉባቸው፡፡

2.1 የክ/ጦርና የክ/ጦር ዋ/አዛዦች እጥረት፣

2.2 የድርጅት መኮንን፣

2.3 የሬዲዮ እጥረት በተለይ ከሻለቃ ጀምሮ ወደታች፣

2.4 ወታደራዊ መኪናዎች እጥረት፣

2.5 ለከባድ መሣሪያ ማስተኰሻ ለተመልካቾች የሚሆን የጦር ሜዳ መነፅሮች እጥረት፣

2.6 ሬዲዮንና መነፅሮችን በተመለከተ ማድረግ የሚቻለውን ለማድረግ ጥረት እናደርጋለን፣

በተለይም ኢሌክትሪክ ባለበት አካባቢ እየሞሉ መጠቀም እንዲችሉ በክብደቱ ምክንያት የሚጠሉትን በጂፕ ቦታ ላይ አድርገው መጠቀም እንደሚገባ ተስማምተናል፡፡

2.7 ስለሌሎቹ ችግሮች የታወቀ ቢሆንም በመጠኑም ቢሆን የሚረዳበትን ዘዴ መሻት ያስፈልጋል፡፡

3\. <u>ማጠቃለያ</u>

3.1 በሶስቱ ቀጠና ውስጥ ያለው ለጊዜው ይህንን የሚመስል ቢሆን በተከታታይ ይወሰዳል ክፍሉ የሚጠብቀው የወቅቱን ሁኔታ የሚያሟላ ጥናትም ሆነ ዕቅድ ስለሌለ እንደ ሌላ ጥናት ማስፈለጉ ይታያል፡፡

3.2 በጥናቱ እንቅስቃሴ ስለተያያዘው በወቅቱ በነበረው አስቸኳይ ሁኔታ በመሆኑ የደረጃ ክፍል ስላልሆነ ምናልባት ከላይ እንዳቸ ደረሰ የሚጠና ከርበትና የሚጠቀስበትን ለመሥራት የሚችል መሆኑ ሊረጋገጥ የሚገባ መሆኑን በአክብሮት እገልፃለሁ፡፡//

" ኢትዮጵያ ትቅደም "

22/5/81

መርዕድ ንጉሤ

ሜ/ጀኔራል

የኢሠፓ ማዕከላዊ ኮሚቴ አባልና

ጠቅላይ ኤታ ማዦር ሹም

ቁጥር [illegible]/90/1/3/81

ጥር 24 1981

ጦር ኃይሎች ጠ/ኢ/ሚ/ሹም

ጓዱ ሜ/ጄ ኃይለጊዮርጊስ ሀ/ማርያም፣ የኢሠፓ ማዕከላዊ ኮሚቴ አባልና የሀገር መከላከያ ሚኒስትር፡፡

አዲስ አበባ

በአሠገ ለማሻሻል አነስተኛ የሰውና የማቴሪያል ድጋፍ እንዲሰጥ እንደሚገባ የቀረበ ሃሳብ፡፡

በአሠ የተደቀመው በስልታዊ መምሪያ መሆኑ እርግጥ ነው፡፡ በዚህ መልክ የተደቀመውም በምክንያት እንደሆነ አያጠራጥርም፡፡ አሁን ካለው ሁኔታ አንፃር ሲገመገም ግን መሻሻል እንዳለበት ይታያል፡፡

መሻሻል ያለበትም፡-

1. መምሪያው በበዛትም ሆነ በጥራት በመኮንንም ሆነ በባሻ ካልተጠናከረ በአሁኑ ጊዜ እንዲሠራ የሚጠበቅበትን በአጥጋቢ ሁኔታ መሥራት ስለሚያጠራጥር ዝርዝሩ ታይቶ መሻሻል ይኖርበታል፡፡ይህም ሰው በመጨመር፣ በማሻሻል ወይም በማስተማር ሊሆን ይችላል፡፡

2. የሠራዊትንም ጠቅላላ ኮምፖዚሽን ስንመለከት ቢቻል በትምህርት ያለበለዚያም ሌላ አስተማማኝ የሆነ ጦር ተፈልጎ ካልተቀላቀለ በስተቀር ያለውን ሁኔታ መደገፍ ይቻላል የሚያሰኝ ሁኔታ የለም፡፡ምክንያቱም አሁን ያለው ሠራዊት ተዋፅኦ/ኮምፖዚሽን/መደበኛ 26520 በ/ውትድርና 32171 ሕ.ሠ.16802 ነው፡፡

3. በመሪያች በኩልም በአዛዦች፣ በመምሪያ መኮንኖችና በበታች ሹማምንቶች በበዛትም ሆነ በጥራት ከሚፈለገው በታች ነው፡፡

4. በአገሪቱ ወምበዴው ከጊዜ ወደ ጊዜ ቁጥሩን የጨመረ ከመሆኑም ሌላ አንዳንድ ጊዜያዊ ድል በማግኘቱ ሞራሉ ከፍ ስላለ በሠራዊታችን ላይ ጉዳት ማሳደሩ አልቀረም፡፡

ስለዚህ የወምበዴውን ቅስም ሠብሮ የሚፈራ እንጂ የሜቀ ሠራዊት ያለመሆኑን በተግባር የሚያሳይ ጦር እስካልተገኘ የምንፈልገውን መወጣት አስቸጋሪ ሊሆን ይችላል፡፡

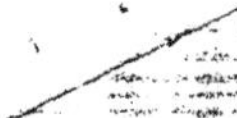

= ፪ =

የሚያስፈልገው ምን እንደሆነ በትክክል ተገንዝቦ ትክክለኛ ውሳኔ ለመስጠትና ተረባርቦ ለማስተካከል ደግሞ በየሥራ ዘርፉ መገምገም ዓይነተኛ አሠራር ስለሚሆን ገምግማው፤

1፡ በየሥራ ምድቡ ላይ ሰው መኖሩን፣

2. የተቀመጡት ሰዎች ብቁ መሆና ቸውን፣

3. በቦታው ላይ ያሉት ሰዎች የሚሠሩበት ዕቃዎች መኖራ ቸውን፣

4. ለአሠራሮች በቂ መምሪያዎች መኖራ ቸውን፣

5. ባለ ኃይልና ዕቃ በጥንቃቄ የመጠቀም ባሕርይ መኖሩን፣

6. እነኚህ የተባሉት በሚፈለገው መልክ ባይኖሩ በየደረጃውና በየፈርጁ እርምጃ የሚወሰድና ከዓቅም በላይ ለሆነው መፍትሔ ሃሳብ የሚያቀርብ ኮሚቴ ተቋቁሞ እንዲያረጋግጥ ቢደረግ የተሻለ ውጤት ስለሚያስገኝ በዚህ መልክ መመሪያ ማዘጋጀት ይቻል ዘንድ ለውሳኔ ቀርቧል::

" ኢትዮጵያ ትቅደም "

24/5/81

መርዕድ ንጉሤ
ሜ/ጀነራል
የኢሠፓ ማዕከላዊ ኮሚቴ አባልና
ጠቅላይ ኤታ ማዦር ሹም

ግንቦት 23 ቀን 1971 ዓ/ም

እኔ የጦር ሠራዊት ቁጥር መ/1260 ኰሎኔል ካሣ ገብረማርያም በያዝሁት ሥራ ላይ በጊዜያዊነት የ506 ግብረ ሀይል አዛዥ እንድሆን ከብሔራዊ አብዮታዊ ዘመቻ ቀዳሚ መምሪያ በቁጥር ብአዘቀመ1/ም/6/3/5770 በ21/9/71 ዓ/ም በታዘዝኩት መሠረት ከታች የተመዘገቡትን ከፍተኛ ምስጢርነት ያላቸውን ዶኩመንቶች እና አንድ የመገናኛ ሬዲዮ የግብረ ሀይሉን ዕዝ ከጓድ ብ/ጄኔራል መርዕድ ንጉሤ መረከቤን በፊርማዬ አረጋግጣለሁ፡፡

ተ/ቁ	የሠነድ ዓይነት	የገጽ ብዛት	ልዩ መግለጫ
1=	በ7/12/70 ዓ/ም የተጻፈ ከአሥመራ ሰሜን እስከ ከረን የጠላት ጊዜያዊ ሁኔታ 02.......	11	ከ1 አባሪ ንድፍ ጋር
2=	በቁጥር አመቁ 7/1630/71 በ5/2/71 ዓ/ም የተጻፈ ከአሥመራ ሰሜን ሰሜን ምዕራብ የሚደረገው የማጥቃት ውጊያ ቅኘት 01..............	3	ከ1 አባሪ ንድፍ ጋር
3=	በቁጥር መ/ቁመ/7/1630/71 በ14/2/71 ዓ/ም የተጻፈ ከአሥመራ ሰሜን ሰሜን ምዕራብ እስከ ከረን የጠላት ጊዜያዊ ሁኔታ 05........	7	ከ1 አባሪ ንድፍ ጋር
4=	ልዩ ልዩ የአየር ፎቶግራፎች	6	
5=	የግንኙነት አሠራር መመሪያ 2–7/71.........	58	በጥራዝ
6=	ቢአርሲ 74 የመገናኛ ሬዲዮ	1	ከነሙሉ ዕቃው

አስረካቢ፡ ______ ተረካቢ፡ ______

መ/2066 ብ/ጄኔራል መርዕድ ንጉሤ መ/1260 ኰሎኔል ካሣ ገብረማርያም

<u>አረካከቡ ያዩ፡</u>

1ኛ ኰሎኔል ፈቃዴ ዋከኔ፡ ______

2ኛ= " ከበደ ወ/ሚካኤል፡ ______

3ኛ= ሌ/ኰሎ መኰንን ተሰማ፡ ______

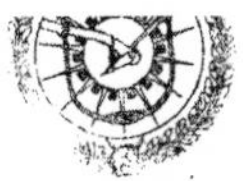

ኅብረተሰብአዊት ኢትዮጵያ ጊዜያዊ ወታደራዊ መንግሥት
የብሔራዊ መከላከያ ሚኒስቴር
Provisional Military Government of Socialist Ethiopia
Ministry of National Defence

ቁጥር መጸ1/2/34/708
ቀን ጥር 16 ቀን 1973 ዓ.ም

ለብ/ጄኔራል መርዕድ ንጉሤ
አዲስ አበባ

ጉዳዩ፡— ጥር 5 ቀን 1973 ዓ.ም. በመከላከያ ሚኒስቴር ዋና መሥሪያ ቤት በምድር ኃይሎች ጠቅላይ ኢታ ማዦር ሹም ቢሮ ውስጥ ስለተፈጸመው የፀረ ዲሲፕሊን ድርጊት የተሰጠ ውሳኔ ::

1. አዲሱን የመከላከያ ሚኒስቴር አቋም ካወቀርንበትና የአብዮታዊ መንግሥትን ይሁንታ አግኝተን ተግባራዊ እንዲሆን ካደረግንበት ከአንድ ዓመት ወዲህ ጀምሮ በአብዮታችን ሂደት ውስጥ በአበረከቱት ከፍተኛ አስተዋፅኦና ባሳዩትም የሥራ ችሎታ ተመርጠው የምድር ኃይሎች ጠቅላይ ኢታ ማዦር ሹም እንዲሆኑ ተመድበው ነበር :: በዚህ ሂደት ውስጥ በርስዎና በብ/ጄኔራል ገብረ ክርስቶስ ቡሊ መካከል አለፍ አለፍ ይታይ የነበረውን አለመግባባት ሁላችንም በምንመራበት በአብዮታዊ ሥነ ሥርዓት መሠረት የተመደባችሁበትን የሥራ ኃላፊነት እንድትወጡ ከዚያም ባሻገር መለስተኛ ቅራኔያችን በጓዳዊ ስሜት በሂስ በግለ ሂስ እንድትፈቱ ከአንዴም ሁለት ጊዜ ምክርና ማስጠንቀቂያ መሰጠቱን ያስታውሳሉ :: ይሁን እንጂ በአብዮታዊ መንግሥት በተጣለብዎት ኃላፊነትና በተሰጠዎት ሙሉ ሥልጣን በቀጥታ ዕዝዎ ሥር የሚገኙትን የዘመቻ መኰንን አስፈላጊውን አመራር በመስጠት ሲያጠፉም ማረም፣ መቅጣት ወይንም ማስቀጣት ሲችሉ ይህንን ተግባር ሳይወጡት ቀርተው ጉዳዩን በማድበስበስ አቅርበው ከአብዮታዊ ሥነ ሥርዓት ውጭ በሆነ ፊውዳላዊ ግልፍተኝነት መኰንኑን በመደብደብዎና ከሁሉም በላይ በአብዮታዊ ሠራዊታችን አመራር ላይ ጥቁር ነጥብ እንዲሰፍር በማድረግዎ ከዚህ ጉድፍ ጋር በማናቸውም ደረጃ በአብዮታዊ ሠራዊታችን ውስጥ አገልግሎትዎ አስፈላጊ ሆኖ ስላልተገኘ በያዙት በብ/ጄኔራልነት ማዕረግ ከጥር 13 ቀን 1973 ዓ.ም. ጀምሮ ወደ ጡረታ እንዲገለሉ በአብዮታዊ መንግሥት ተወስኗል ::

2. ስለዚህ ውሳኔው ይህ መሆኑን ተረድተው ማንኛቸውንም የመንግሥት ሠነዶች፣ ንብረቶችና መሣሪያዎች ከጥር 16 ቀን 1973 ዓ.ም. በፊት እንዲያስረክቡ አስታውቃለሁ ::

" ኢትዮጵያ ትቅደም "

ተስፋዬ ገብረ ኪዳን
ብ/ጄኔራል
የሀገር መከላከያ ሚኒስትር
የደርግ የቋሚ የኢሠፓአኮ
የሥራ አስፈጻሚ ኮሚቴ አባል

ግልባጭ፡— ለአብዮታዊ ጦር ዋና ...
ለመከላከያ ሚኒስቴር ም/ሚኒስትሮች
ለኃይል አዛዦች
ለመከላከያ ሚኒስቴር ዋና መ/...
ለዕዝ አዛዦች
በያሉበት

ሶማሊያ

ጥቅምት ፲፱፻፸፬ ዓ. ም.
ማክሰኞ ፫

OCTOBER 1981
TUESDAY 13

[illegible]
[illegible]

1. [illegible]
[illegible]
[illegible]
2. [illegible]
[illegible]
3. [illegible]

4. [illegible]
[illegible]
[illegible]
[illegible]
[illegible]

እ	ሰ	ማ	ረ	ሐ	ዓ	ቅ
፩	፪	፫	፬	፭	፮	፯
፰	፱	፲	፲፩	፲፪	፲፫	፲፬
፲፭	፲፮	፲፯	፲፰	፲፱	፳	፳፩
፳፪	፳፫	፳፬	፳፭	፳፮	፳፯	፳፰
፳፱	፴					

S	M	T	W	T	F	S
11	12	13	14	15	16	17
18	19	20	21	22	23	24
25	26	27	28	29	30	31
1	2	3	4	5	6	7
8	9					

ታኅሣሥ ፲፱፻፸፬ ዓ. ም. ★ ★ ★ ★ ★ JANUARY 1982

ዓርብ ፳፫ FRIDAY 1

8 ከንዲዳይ· ኒራብ ስለ ሱማሌ-

1· ሱማሌ ኢትዮጵያን የወንጀለኞችና ዘራፊዎች
እንዲጠበቅ - የጸረ-ሰላም ኃይሎች - ቀናው ምዕራባውያን -
10 (ዩኤስ ኤ፣ ሲ) ምንድርነው? ሽፍታ·

11 ዐረብ፡ ሰውነትዋ የተበተነ· ምዕራባውያን ደግሞ
እንዲረዱን· በትዕቢት ቆዩ· የአሻጥር
12 ሽፍታ·ማን-ገዢ-ነው-
- የኢትዮጵያን· ሠራዊት ቀርቶ በመሰልጠን ተከፋ
1 ሱማሌ የሚገኘው· ስለሆነ· ለማደራጀ
- ከኬንያ ከተፋ· ያለው ሠራዊት በመሆኑ
2 ዛሬም በዐረቦችና የነጠሉ ጠለ- ሱዳንም
የአሜሪካ· ቤተሰብ- ሁሉ የሱማሌ· ጎሳና ከአሜሪካ
3 በማለት·
- ሱማሌና ተባባሪዎቹ· ሁሉ- ያለበት ቤት
4 ሁሉ - የሱማሌ ሰላም· ከሚሉ ሠራዊቱ
በማለት·
5 - ሃብት· እንደ ኢትዮጵያ የምዕራባውያን ከገር
የለዩ- ሃብት- ሠረገላ ከማሉ ከገና ከኬንያ
6 በለፉ· ሲሆን· እዚህ ያሉን የጸረ ገዳ ሠራ
በጀው ደኢጅ- በማለት-
7 - በቻዳ· በሃሰብ ጉዳ (ምሬ-ቱ) የተከሰተው
ጎሳኅ· ማዕከል· ከአሜሪካ· በማለት- ነው
እንደተባለ· ቁጣ ነው-

እ	ሰ	ማ	ረ	ሐ	ዓ	ቅ
				፩	፪	፫
፬	፭	፮	፯	፰	፱	፲
፲፩	፲፪	፲፫	፲፬	፲፭	፲፮	፲፯
፲፰	፲፱	፳	፳፩	፳፪	፳፫	፳፬
፳፭	፳፮	፳፯	፳፰	፳፱	፴	

S	M	T	W	T	F	S
				10	11	12
13	14	15	16	17	18	19
20	21	22	23	24	25	26
27	28	29	30	31	1	2
3	4	5	6	7	8	

ለልጆች የተጻፉ ደብዳቤዎች

12-9-73

ወደፊት· ስለው· እንዲደረጉልህ፤ መልካም· ዘጋ· እንዲደረጉልህ·
ራሳችሁን· ጭንቅላ· ለአለቆች· አባቶችና· እንዲደረጉልህ·
ለጋብቻ· መዘጋጀትህ፤ የማታውቃት· እርጉዝ· እንደሆነች
ነው· ወይም· ቀ[illegible]ንስ ።

ዳቦና· እንጀራ· ሁሉ· ሥጋ· የሚያስፈልገው፤ ከተራበው· ለመዳን
የሚያስችለው፤ ቀለም· ስሜት· ከብር· ነው፤ በሁሉ· መተማመን
ከብሮች· ጠቃሚ· የመረዳት· ልማዶች· ከብሮች· የሚገኝ· ከሆነ
ተጠቃሚ· ያልሆነ· ከሆነ፤ የተባለው· ከብሮች· ነው ።
እህትህ· ሁሉ· ልምድ· የሚያሳዩት· ደግሞ· ሁሉንም·
ነገር· በመመራመር፤ ምስጢሩን· ለመረዳት· በመጠየቅ·
ተገቢ· ክብር· ለመረዳት· የሚያስገባ· ከሆነ· በመስጠት
ከአዝሀ· ሲገባ· ብዙ· በማንበብ፤ በሁሉም· ነጻ· ነፃ
በጥናቶች· በመመዝገብ· መደገፍ· ሲገኝ· ራስን·
በመተማመን· ማስረዳት፤ ለአገር· የሚያገለግሉ· ጥሩ·
ክብር· በመቀበል· ነው ።

ማንኛውንም· ነገር· ማመስገን· ወይም· መሠረት· ይገባል·
ከሌሎች· ጋር· በዕለ· ምንጊዜም· በትጋት· መሆን·
ከሰዎች፤ ከንቱ· ሲል· መሳሳት· ብቻ· ሥራውን·
በተመለከተ· መሆን· ይገባዋል ።

ለሌሎች· ከመታመን· ያለበት· ነገር· ያለው· ደግ· ሰው
የሚገኘው· በግልጽና· በዐዋቂ· ነው ። ወይም· መማር
የሚያስችል· ጥበብ· መቀበል· ብቻ· ከዚ· መሆን· የ12ኛ
ክፍል· ተማሪ· የሚጠብቀው· ግዴታ· ከአለቆች፤ ተገቢ
ሥራ· መሥራት· ከአለቆች፤ ደግ· ደግሞ· ይቻላል

-፪-

ከነሠላምታው

የፃፉት፡ ቀን፡ ንሬት፤ በገዳይ፡ የሆከገ ቀርጦ፡
መነሻ፡ ገው ።
ስለዚህ፡ በዓመቱ፡ መመሪያ፡ የሚደረገው፡ ገደብ፡ ይዘጋው
በመግባት፡ እንደታዘዝን፤ በተሰበ፡ እንደታሣዘዝን፤
የወደፊቱ፡ ሕይወታችሁንም፡ እንደታወቅበታችሁ፤
በጊዜያችሁ፡ ሥራ፡ እንደታፈሩ፤ እናንም፡ በአገናኝ
ከመናገር፡ እንዲሰፍር።
ከዛሬ፡ ሰዓት፡ ጀምራችሁ፡ የሚቀዛገ፡ ትወ ማህም፡
በማዘጋጀት፤ ሚወጣና፡ ስለሠን፡ ሁሉ፡ እርግጥ
ከደርጋችሁ፡ በመታው፡ ጥረታችሁን፡ ሥራ፡ ።
ከኔ፡ የምትፈልጉት፡ እርዳታ፡ ካለ፤ ሕይወቴንም፡
ቢሆን፡ ለመስጠት፡ ከልጠሬ ጥርም፡
የሆነ፡ ይሰሆና ምጀመሩ ከዕምበልም፡

ወንድም፡ ለመታችሁ፡ የሚመቸው

መርዕድ

[illegible]

የሰላም ጊዜያት ኪዳኔን ስለማይደፍሩ ማንኛውም ቀስቃሽ ርምጃን ገልፀን እንጂ
ፅሑፌን እፈልጋለሁ። እኔም የማደርገው እንደዚሁ ነው።

ትምህርቴንና ጠቃሚ ዕውቀቴን በሚመለከት ብዙ ጉዳይ ማድረግ እንደሚገባኝ
እንደ አዲስ አድራጊ ገልጫለሁ። ከዛሬው አዝማድ ወጣ ሆኖ በአንድ ቀን
ሊያስጨንቀኝ በአሜሪካ ጊዜ ውስጥ ለአንድ ነገር መገንዘብ እንደሚገባኝ በአገሬ
ያለውን ጊዜ ሁሉ እንደምጠቀምበት እንዲሁም እንደተገነዘቡት አምናለሁ።

በመሠረቱ የአሁኑ ላይ አንድ የሚያደርግ ፍርድቤትን የሚያስፈልገው መሆኑ [illegible]
በሰው ላይ መወሰን ሥልጣን ለሌ ማንኛውም ቀደም ሆነ ከመንግሥት ጋር ሁኔታ
መሆን ይገባል በግል በማኅበረሰብ አስፈላጊ እንደሆነ መዘንጋት የለብንም
የዚህ መሰረታዊ ሰላም ማግኘት በመንግሥት መቀበል ነው መንገዱም
ግን የኔንና ያደረግሁ ነው፣ ለዚህ መሰረት እንደምታስፈልገኝ ተገልፆ
ፅኑ ነው። እንዲገነዘቡ ያደረጉትን መገንዘብ ያሻል፤

ሰዎች ከሃገር ቀጥለው መሰማት የሚያስፈልገው ለዓለም የሠለጠኑትን የሰውን
ገቢ ንዋይ ነው። ይህንን ካደረግን ለፍርድ ባለሟል ሰላም እንዲታይ ማረጋገጥ አለብኝ
እንደሚታሰብ፤ በዓለም ላይ ያለ ዕድገትና ልማትም ቀጣዩ ወደፊት [illegible]
መመዝገብ፤ ትልቅነቱ የሰው ነፃነት ነው። በአሁኑ ጊዜ የሠለጠነ
ተግባራዊ ከሆኑ በመንግሥት ዕርምጃ ባደረገ የት እንዳለ ማየት እችላለሁ።

ከዚህ በተረፈ [illegible]
[illegible]
[illegible]
[illegible]
[illegible] በርቱ ጠንክሩ ደስ አለኝ።

[illegible] መርዕድ ንጉሤ [illegible]

የካቲት 12 ቀን 76ዓ.ም

ሰሊ! እንደምን ሰነበታችሁ· እኔ ደህና ነኝ።
ቤተሰቦቻችሁን· በሙሉ· ደህና· ናቸው· እግዜር፤ ዓመ
በእጠቃሚ ደህና ነኝ የሚደርስብኝ· እንዴ
የሚደርስ ነገር· እንዳይሆን· ነገር· ያለኝ·
ይህ· ደግሞ· ሰላም· ሰሆኑን ይሰዬን።

ሰሰዎ· ሁለት· ደብዳቤ ሆኗል· በጎዳና·
ቀን· ለዩ ነገ· ለለ ደረሰች በጣም ደስ·
ብለኛል። እንደዚያው· ደብዳቤ· ላከልኝ·
በዚህ ዘመን· ነይ መሆንሽን ለማረጋገጥ ሁለትና
ሌላት· በሚገባ መልስ ትሰጪን· የሚያስገርም
ነው።

ባይ ሰሊ! ሰላማ· መር ፅደ· ን ንፋስ! በብዙዎች
ከተከበቡትን ፍቅራችሁ ቀናት መሐሪ· ያልተናገርን
መልስ· በሚገኙበት(በሚመስለኝ) በዚህ· ዕለት
የተሰማኝ· ደስታ· ገደ መሆኑን· ስገልፅልሽ
እወዳለሁ· ደስታና ሰላም· የተቀላቀለበት
ፈቃይ· ብዙ ለመናገር· የማልችለው ስሜት
ነው የሚያዘኝ· ነው።

ሰሊ! ይህ· ደህንነቱ· ምክንያት· በዚህ ጊዜ
ሰውን· የሚነበበውን· ስለዚያ ደብዳቤ· ለማወቅ
የሚበለጠው· እንደሆነ· እንዲሁ· እያሳወቀኝ
ከዚህ· ቃል· እንደገባሁ· ያለፈው· መልስ· ለማ
ደረሰ· ትልቅ· እድገት· እንደምትመርጭን·
በማስመርጥ· ነው

ስለዚህ፡ በዚህ ጊዜ በዚህ ነገር ተነጋግረናል
ዲሞክራሲ ሰፊ ጉዳይ ይህንም ማድረግ ቀር ጠ· ከተሞክ
እንደ ደርግም፡ የሚከተለው፡ ነገር፡ የለም፡ ዘሬ በዲሞክራሲም
ጎዳ፡ ተፈንጥረው፡ የሚታዩ። ቀድሞ፡ ሊል ታሪካዊ
ሰሌዳ፡ ሠርተው ለማምጣት ሐሳብ ሁሉም፡ የሚያውቀው
ሁሉ፡ በዚህ ዲሞክራሲ ቀርጠው በወቅቱ ... ያለ
ማድረግ፡ በመሠረታዊው፡ ነው።
በተለይም እንደ ጊዜ ሊቀ ሊቀ፡ ወደፊት፡ ከዚህ
ወደ ሄደ፡ የሚያስቀር፡ ነገር፡ ያለ እዚህ በሚሰማኝ
ከሁሉም፡ በጎዳ፡ ያለሌላቸው፡ ሲሆኑ በማህበረሰብ
ትርፍ፡ ሊገዛ፡ የደመራ ላይ፡ የወሰኑ ናቸው፡ በማሳየት
እስጠኝ፡ ወደኋላ፡ የመቀላቀል፡ ነው።
በዚህ ዓይነቱ ከሁሉም ቀደም ተከተል እንዳለኝ

ሁሉ፡ ገብ ወደፊት፡ ከላይ የተጠቀሰ-ሰዎች
ተሠርቷል፡ ማለት፡ እንደዚሁም፡ ቀደም ነገሩ፡
እንደ፡ ቀጥር፡ ምንጊዜም ቻምፒዮን ወደፊት
ያለ መዘንጋት፡ ነው። እሁን፡ ...
...
...
...
ሰለ፡ ...

ስለዚህ፡ ከላይ፡ ነገር፡ ደብዳቤ፡ እየደረሳችሁም
በሚገባችሁ፡ ሠንደቅ ዓላማችንን፡ እያቀፋችሁ፡ ሠራዊታችን፡
ተገቢ፡ ነው፡ ሠራዊቱ ወደ፤ ወሰናችሁ፤ ሠላም
ያለ ለው የደብዳቤ ሠላምታ ሃብ ያህል፡ እንደሆነ
በእጅጉ ወደ ገዘብ የማይረሳ ወሰናችሁ-
እያገሩን፡ ይሁንና፡ ከእንግዲህ ሁላችሁም
በሙሉ ገሀም- እንደ ሁሉም ሆነባት እኩል፡
ያህል ስለ ላችሁ፡ ቀና ጉዞ፡ እንደማይልላ
ነው።

ከሁሉ፡ በላይ፡ ከደብዳቤው ሠላም፡ ዓለም፡ የነገሩ
ነገር፡ ቤተሰብ፡ ለሁሉ ወደፊት፡ ትምህርታችሁ የሚጠቅም
ነው። ስለዚህ፡ ለእናንተ በማለት የላከብ-
ተቀበሉ፡ በወላጆች፡ ተቀበሉ- እንደ- ይደርሳችሁ
ይሁንና- እንደሚያስፈልጋችሁ- የሚታዩ- ደብዳቤ
የሚያስተምር- በወላጆች፡ በተጻፈ ወሰን-
የሚያደርገው ነገር- እየቀረበ ሚያስፈልጋችሁ
ትምህርት- እያደረጋችሁ። ትምህርት- ቀጥ የሚያደርገው
ደግሞ- እንዲሁ- ለ በረታ- ለሁሉ- ለደብዳቤ-
ምክር እንደሆነ- በዚህ ላይ- ሁሉን- ያለ እንደዚህ
ደብዳቤም ደግሞ ሆኖ ገብቶ ቢሆን- ዓይ እንደሚያደርጉ
ደረሳችሁ።

ከ ሰላምታ- ጋር እንደተለመደው-
ገዳማት- ሰላም- ሠላም በደብዳቤ-
ያንተው [illegible]

ለሲ.—
ከአሊሳን ኣድብሯ·

ሁሉንም ነገር በጭንቅላቴ ለመያዝ ይከብደኛል·
ዛሬ ነገ ከዘለፋታ ወን ይስከተሉ· ማለት—
ለሠራሁ ያለ መታከል— በግምም ያለ መዘዛኛት·
ለምንም ነገር በጊዜያዊ ለጊት· ያለ መምጣት፡

ምንም ነገር ያለ መፍራት፤ ያለ መመኘት፡ ንንገሩ ካቻ፡

የሚጠበቁ ማንኛውንም መመሪያ በሚገባ መረዳት
ተበታትነው የሚሰሙ— ስለኛ ስለ ክብር ነው
ያለ ማለት· ወደም የማያስፈልግ ምክንያት ያለ ማዘግየት·

ሁኔታዎችን ለመረዳት ያለ መዘግየት፡ ፊትዮ· ማወቅ

ፈጣን ውሳኔ ለመስጠት· ያለፈታና· ለምግብ
ከሰሌዳ መሠረታዊ ያለ መዘናጋት·

ንፅህና· ቤት ስሬ በሚገባ መጠበቅ - ከጀግ
ከሰሌዳ መሆኑን ያለ መዘናጋት·

ስለ· ለነገሮች የምሬላችሁ ከንድን· ነገር· በቀጥታ· መፈጸም
የሚቻለው ታሪካዊ ከመማጥ ሰታወቅ - ስለሆነ· መቻሉ ገለ መሰየ
ለሊከሠርት· ታሪክ በተለይም የዓለም መርሃዎችን ሁኔታ· የሰ፡ ያንኗን
ማወቅ· ቁጠቃማል ለጀግ ብቻ ሁሉም ነገር ገለት ጋር የተያያዘ ነው
የሁሉ ነገር· ሀገሩ ለመጣን ጠንጋ ነው መርሃዎች የፈሳሾች ማለፊያቸ
ነው፡ በአጠቃላይ ሁሉገብ All Rounder ከመሆን ውጭ· ማለት·
ደህ ከሠርር ጎይስመንት በዚህ ከአንዲደርግ ቻሩ· ነው
በደ· ጽንሳሌ የኛኛት· ጋዜሬ፤ ጽንድፋነት· ነቀም
ያንቺው መራዉ

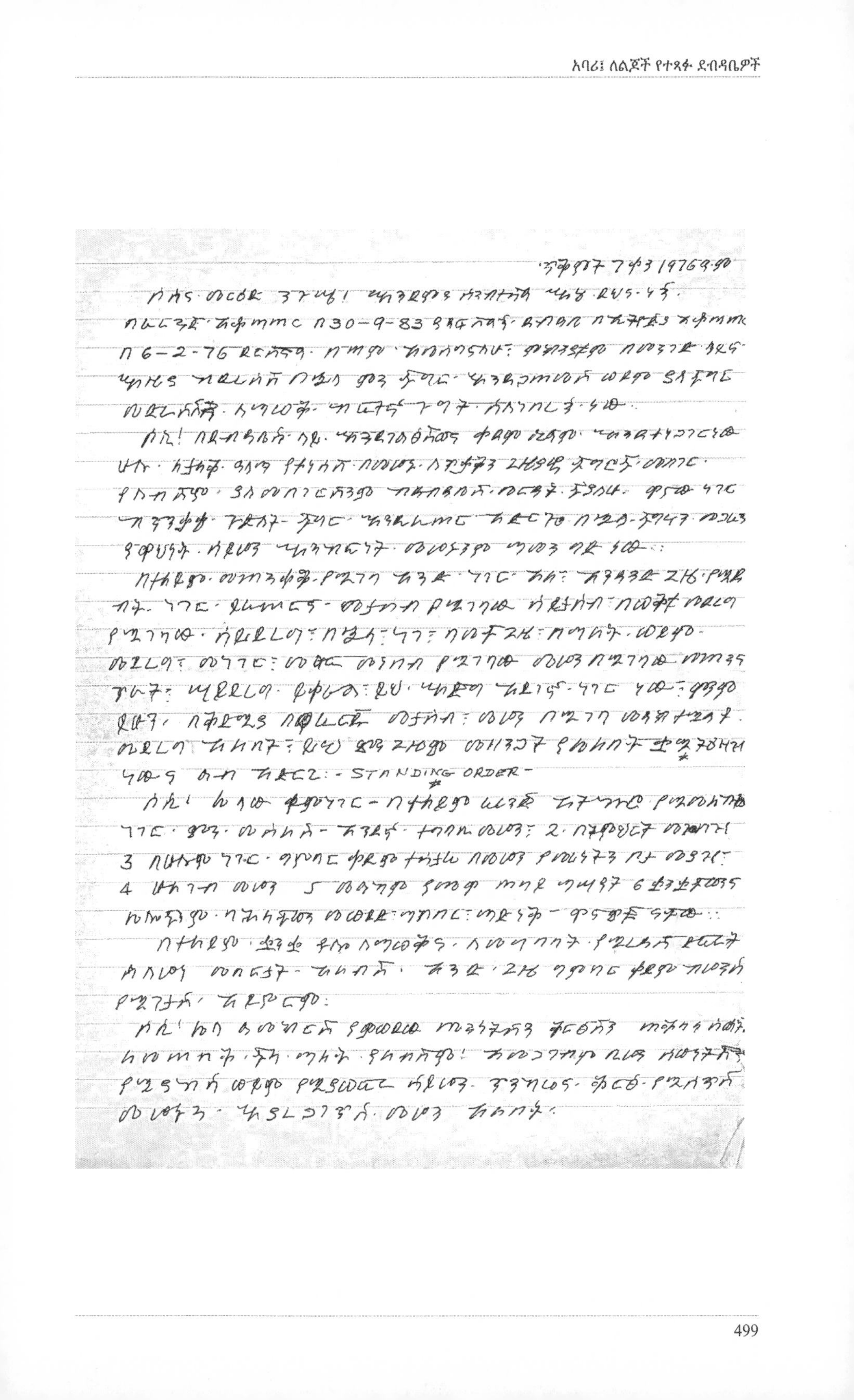

[illegible]

በአጠቃላይ ዓምፀፈረርው ሁሉ· በችግር ሁለት ጊዜ የታሰበ ከዛሬና ከዘላቂ የሚረዳ· መሆኑ እንደተረጋገጠ መሆን አለበት።
ስለ! በዛሬው ደህንነ መጽሐና· ከሆነም ሁኔታ ማስቀደም ቅድሚያ የሚያስጠብቀው ቅሬታንገር ሰላሆና· ፍላጎና በፀ ባገኙት· ምክር ተመቅደ። ሕዝቡም· ለነገ· ይላሉ· ህፃናት ገንዘብ የሚጠበቅበትም· ሴትዝምሬ·
በዚህ በኩል በተጨማሪ ችግሮች በስተቀር ምንም ነገር· ማስብ እንደሆ ሁሉም· ከሆነም ደግሞ ደጋግሞ ሳስገነዘበው እመኛለሁ።
ስለ! ይህንን ቢሆን· ለም መለየም ደህነገነ በጥቂ· ደስ ያሰኛል· በተመለከትም ገዘርናትም ያለማመናቸው ለስለዳ ዓለዚህ ያደፍ ቢቀ ሰዎችና ለተምህርት· ቅድ· ነው፡ በቅርቡ በተገ ይለዋም ርቀት መጠና ስለሆነ ቅጣር· ይሰው እደርሰኛለም:
500 ብር ሠላሳም ይሆን ተቋቁሞ ያምትቀር· አደማስለኝም በሰሆኑም እንደ እሱላሁኔታ ዕርዳታ· እንወስዳለን· አታሰብ·
አዚመሬ አምቴቶች በመሄዱ· የተወግን ዱላ ፀጉና ታዳጊ እንደዚሁ መገለፅ አልቻሉም በተለይ ደግሞ አንድም የተወሰዱ· መሆኑን ግራ የሰሩበት ደስታ· ስንጭና— በመሠረቱ ልጆች ገበያ ስለ የሚጠበቀው ለደሆን· ባለበት· የሚፈልጉው መልኩም ገባይ እንደገለፀለት ሁሉ ማስገና መደረግ የሚገባስን· በሠፀምት· ቅር የሚያሰኝ ነገር· ለመጣ አይደለም። ከምንከሄ· በተምህርትሽ ጊዜ· ቻሉ አደርገሽ በመጽሐን ቻሉ· ወጣት በመሆንሽ ደስታ· ስሌጅ ሬጠርሽ· ማለትኛ በልሆና ወን· ትምህርቱ ደወጣሉ· ያሰትም ጉዳይ መሠረት· ባለሆት· ነው ያሸስው በዚህ· አስተሳሰብ· ነው።
አደራሽ አስበብ ባሉት· ጋር በያዐለት እንደተመደረው እያተገኛን ከለና ደህንነታቸውን· አረጋግጫለሁ— ያለ ስተቀደ የወደሉት ትርም ቻሉ እንደሚሆን ቢሄ· አስና· አሆን· እንዲህ አንድንድ ደህና· ሁሉም፤· እያደገ ነው፡ በአጠቃላይ· ሁሉንም በናአስንስ· ባበረታ የወደሠት· ትርክቶን ባሳይ· እንደሚሆን· ደተናፍል·(ተስፋዬ· ፅንኖ)
ስለ· አንጻንደ· ገንዘብ ደብደቤ የሚጠብቁ ሰዎቹ· መምሬቶችን ስለአጣሁ· እንደምትዘግም ብለን· ደሀይደ· እንደደንደም በዛ ጊዜ መደተኛን· በተዘዐደ ቅር የሚሰቶች በተርህ· አንድር· ስለሆነ በልጆቹ ላይ ያምንጠለው በገዛም እንዳደደርጉ· ተጠንቀቁ፡ ስለተከለልኝ በቅርቡ ሥሠን ጽሑፍ ሰላም ሁኑ አደደለሁ፡

[illegible] መርዕድ ንጉሤ

27-8-81

ሚያዝያ 14 ቀን 1978 ዓ.ም

ጎንደር፣ [illegible]

ናፍቆት፣ እንደምን ሰንብታችሁ? እኔ ደህና ነኝ። [illegible]

[illegible]

ሀገሬም [illegible]

[illegible]

1፡ በልጆችና በቤተሰብ መካከል [illegible]

2፡ ልጆች ከወላጆቻቸው [illegible]

[illegible]

STRUGGLE FOR power. ([illegible]) [illegible] Supper power [illegible] Supper power [illegible]

[illegible]

[illegible] Reich [illegible] 1ኛ Reich the holy Roman Empire ከ 9th C እስከ 1806 [illegible] 2ኛ Reich ከ1871-1918 [illegible] 3ኛ Reich የናዚ (NAZI) regime [illegible] ከ1933-1945 [illegible] በ1933 [illegible]

[illegible] NATO [illegible] WARSOW [illegible]

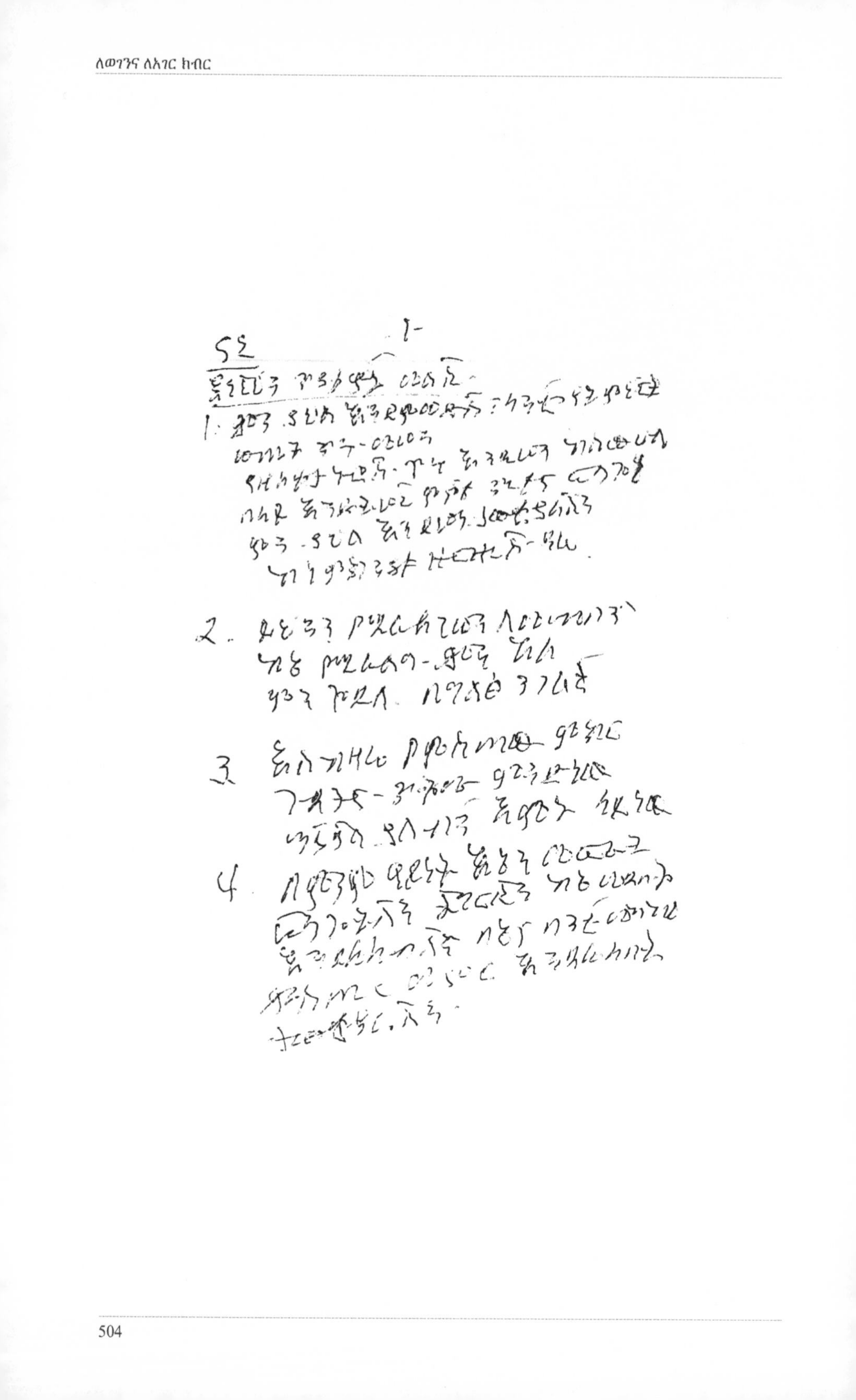

-1-

[illegible]

[illegible]

1. [illegible]

2. [illegible]

3. [illegible]

4. [illegible]

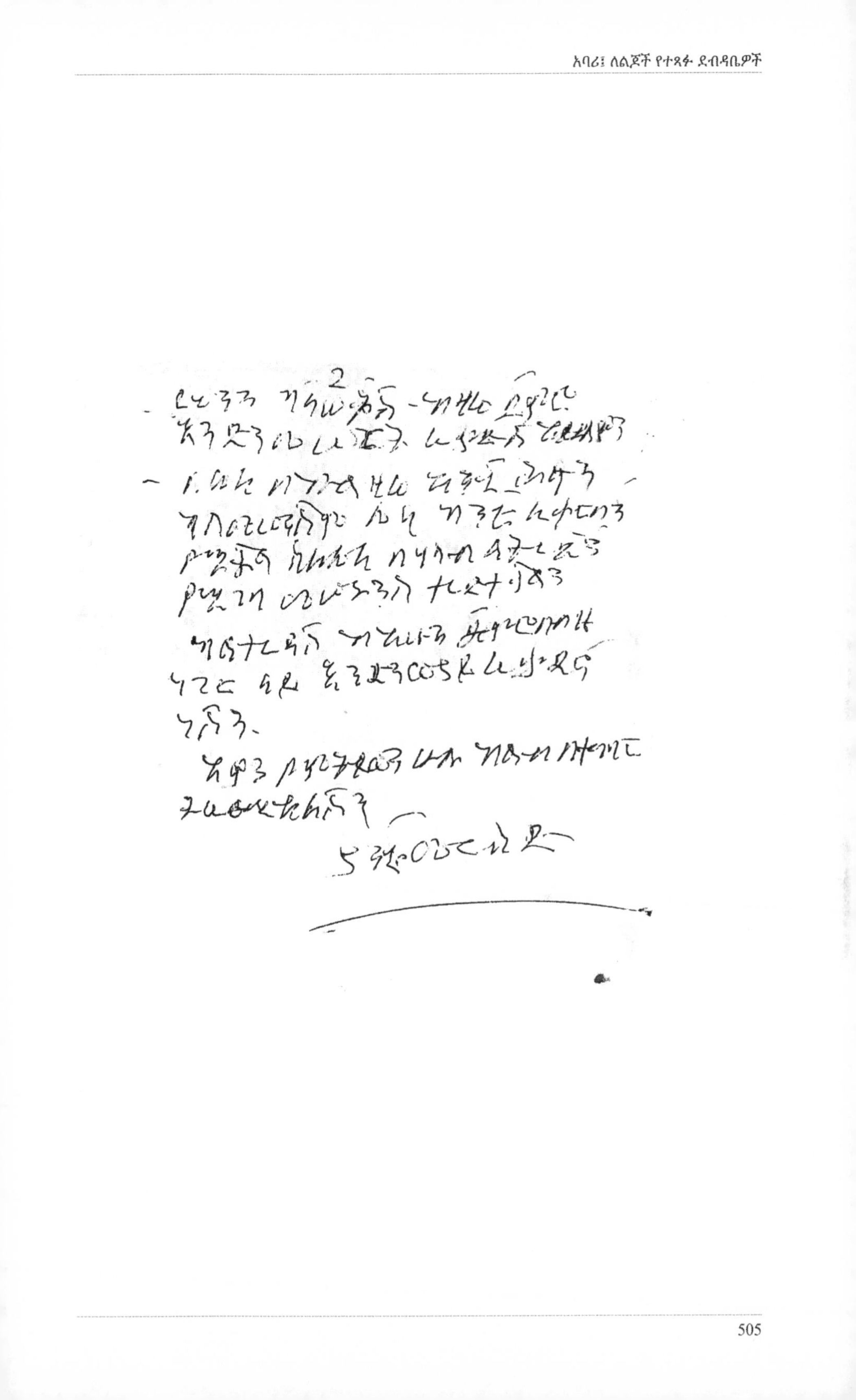

2

[illegible]

መስከረም ፲፱፻፸፱
ረቡዕ ፳፰

OCTOBER 1986
WEDNESDAY 8

ፕሮፌ. ደሣለኝ [illegible]
[illegible] ማግኘት አለብኝ።

ዓላማው፦ የሥራው ዓላማ ምንድነው፦
በዓላማው መሠረት
ምን?
ማን?
የት?
እንዴት
በማን
ለምን

የአገሪቱ ወቅታዊ ሁኔታ፡ አንዳንድ [illegible]

★ [illegible]
[illegible] ነው፡
[illegible]
[illegible]
[illegible] ነው።
[illegible]
[illegible]

★ [illegible]
[illegible]
[illegible]

ማስታወሻ NOTES [illegible]

መስከረም ፲፱፻፸፱
ኀሙስ ፳፱

OCTOBER 1986
THURSDAY 9

★ [illegible]

★ [illegible]

★ [illegible]

★ [illegible]

★ [illegible]

★ [illegible]

መስከረም Sept. - Oct.

ሰ M	ማ T	ረ W	ኀ T	ዐ F	ቅ S	እ S
			1 11	2 12	3 13	4 14
5 15	6 16	7 17	8 18	9 19	10 20	11 21
12 22	13 23	14 24	15 25	16 26	17 27	18 28
19 29	20 30	21 1	22 2	23 3	24 4	25 5
26 6	27 7	28 8	29 9	30 10		

EPC

ETH. NAVY NUMBER

MESSAGE FORM

FOR COMM CEN/SIGNALS USE

PRECEDENCE—ACTION	PRECEDENCE—INFO DEFFERED	DATE—TIME GROUP	MESSAGE INSTRUCTIONS
FROM			PREFIX GR
TO			SECURITY CLASSIFICATION
INFO			[illegible] 26 ቀን 70 ዓ.ም

[illegible]

እግዚአብሔር ይመስገን ፡ እኔ ደህና ነኝ

[illegible]

[illegible signature]

Page___of___Pages	REFERS TO MESSAGE CLASSIFIED ☐ YES ☐ NO	DRAFTERS NAME	OFFICE	TEL No.

FOR OPRS USE	IN	DATE	TIME	SYSTEM	OPERATOR	OUT	DATE	TIME	SYSTEM	OPERATOR	RELEASING OFFICER'S SIGNATURE RANK

ETH. NAVY

NUMBER

MESSAGE FORM

FOR COMM CEN/SIGNALS USE

PRECEDENCE—ACTION	PRECEDENCE—INFO DEFFERED	DATE—TIME GROUP	MESSAGE INSTRUCTIONS
			PREFIX GR

FROM

TO

INFO

SECURITY CLASSIFICATION

26-470

ለክብሩና · ወዳጆ · እንደምን · ሰነበ · በዚያ · በደህና ተቀርቃችሁ·
እኔ · መደበኛውንና ከባታችሁ · ደህና · ደህና ነኝ · ቀድ በአሉቹን
ለዘለቄታ · የሰራው ከተዳደሩ ለዚህ · እንደሆነ · እናቆዳ · ከመከለከያ
ጋር · ሆኜ · በመተገል ለዚ · ነኝ = እንደተባለ · በሙሉ · ገዜ · ገባኝሁ
ቀጥር · ከምርጫ · ከትሆን · ደብዳቤ · መደሰበ · ከቁጣሬ · መስፍ·
የከመዳ · እንደ · በገዴ · ከነመር በኋላ · ከተደፋ · ለደርሰኛ
በክ ጠቀሰሰ ሁሉንም ከርሃን · ይቆጣጠሩ ታዳስ ፎርሃንን ·
መጠየቅ ግንኙነት = እዚህ · ከንበተው ነው የፍጹም·
ለሰ · ወለ · በአስከን · የምሰራው · ነገር · የለም · ፍሬ · ሬሳ ·
በሠላም · በ ደገፍኛ · በተጨማሪ · እንጠብቃለን · ቀደም
ቀጠገር · ይጋባሉ · እንደሚገናኙ ሁሉ ጠንካር በሚያ
ሚገኛቸው ነገር · በፍርሃ · ሥራ · ሁኔታው · በዚያ ·
ነገር · ከመስቀ · ተገና · በር · ማስት · ሥራ · ተከናወነ
ከሴኔ · በእውነት · ሃሰበ · እንደሚገባችሁ · ቀድሞ · ፀሐይ
በቻ · ነው ·

በተራ በሠላም ደግኛን ·

[illegible]

[illegible]

Page___of___Pages	REFERS TO MESSAGE CLASSIFIED ☐ YES ☐ NO	DRAFTERS NAME	OFFICE	TEL. No.

FOR OPRS USE	IN	DATE	TIME	SYSTEM	OPERATOR	OUT	DATE	TIME	SYSTEM	OPERATOR	RELEASING OFFICER'S SIGNATURE RANK

ማሳሰቢያ፤ መሠረታዊ በአጋጣሚ የሆነ ሠራዊቱ በማያሻማ
መሆኑን ለማረጋገጥ ጉዳዩ ይደረ
ይህንን ለማድረግ የሚታዩትን መሠረታዊ አስተሳሰቦችና
አሠራሮችን የሚገልጹ ደንቦች ተቀምጠዋል።

1. ያለማወላወል ህዝብን ማገልገል፡ ለመንግሥቱ ታማኝ መሆን
2. ለጀግኖቻችንና ለሰማዕታቶቻችን ቀና አመለካከት ሁልጊዜም
   በአንድነት ማክበርና ማስጠበቅ።
3. ቁርጠኛ የሆነ ዝግጁነት ዓላማ ይኑርህ
4. በማያወላውል አቋምና ዲሲፕሊን መኖር
5. በዘመናዊ ዕውቀትና መሣሪያ ተገልገል
6. የዘመኑን የሰለጠነ መጠን ከመሳሪያ ጋር ማስተባበር
7. ያለፈውን ፤ ያለውን ፤ የሚመጣውን እያመዛዘንክ
   አስተውለው።
8. በቅድሚያ ዝግጁነትና በሥነ-ሥርዓት ስሜት
9. ትልቅ የትንንሾች ድምር መሆኑን በመገንዘብ
   ከትንንሽ ነገሮች ትግልህን ጀምር
10. የሰው ሃብትን ከመከላከል ተቀዳሚ ነው፡
    ክብሩን ጠብቅ
10. ቋሚነት ባለመፈለግ የሰላም ወዳጅ
    እንደሚሆን በመጠኑ መንግሥትም ለሰላም
    ለቋሚነት ጠብቅ
12. የወገንና የአገር ክብር ከፍተኛ ለጋራ
    የሚቆረቆር መሆንን በመገንዘብ ዓላማ
    ጠንቅቀህ አድርግ
13. የሰው አስተዳደር በብቃት ማስተዋልና ዓላማ
    ማስተካከል ይሆን
14. በመቀራረብና በመደጋገፍ ስሜት፤ ለህዝቡ ማገልገል
    ዝግጁ አትሁን
15. ከቶ አትደብድብ ተበቀሎ ትግል ስሜት ...

-2-

16. የሚሰማህን ሁሉ በማዳመጥ መረዳትህ ላይ ከማተኮር
እንድትጠነክር፡

17. በመማር ጊዜና ቦታ አትለይ

18. ከክፉዎች ጓደኞችህ ይልቅ ደጎቹን ተከተል

19. ሰው ለሰው የሚደረገው ሥራ መሆኑን ከልብ በመገንዘብ
ለማንኛውም በጎ ሥራ መተባበር ቀዳሚ ነው·

20. ደስ ይበልህ፡ ደክመህ፤ ፈጽመህ፤ የማይገኝ መሆኑን
ከባለሙያዎች ስለሚገኝ ከመማር አትቦዝን·

21. የአገሩ ልምዶችና ባህሎችን ልዩ ልዩ አመለካከት
በማስተዋል ከመሰረታዊ ሀሳብ አንጻር
ለማስተካከልም አትዘንጋ

22. የሚደገፉህን፣ የሚደግፍዋቸውን፣ የሚያስቡ
ጓደኞችና የሚያበረታቱህን በማወቅ ለማመስገን
በመንገዳገድም መካከል ፍቅር ተመሳሳይ ነው፡

23. ትዕግሥት እንዲኖርህ የሚያስችል ብዙ ዘዴም
እንደሚገኝ እንደሚታወቅ ልብህ
እንዳይዘነጋ የሚረዳ ነገር፡

24. ያለንበት ዘመን የሚጠይቀውን የሥራ ትጋት
ያለመጠቀም በማይሳተፍበት ጊዜ ተግባራዊ
ለማድረግ በትጋት ሥራ

25. ለማንኛውም መልካም ዕድል ይሁን ሐ/2-87
ዮሐ

መልካም ዕድል ለልጆቼ
ደስታዬ መማር መሆን ነው

★ በአንድ ጊዜ በዚ ነገር- በመሰለኝ-የሚረባ ከሆነ
እንደዚህም በመሠለኝ አደረግሁም፡ በአንድ በኩል
ከወገኔ በአገሬ-መሬቴ እንደተወለድኩ፡ በአንድ በኩል
ደሀ ችግርና ጭቆና እንደተወለድኩ፡ በአንድ በኩል
ወላጅም ዘም እንደተወለድኩ፡ በአንድ በኩል በወጣት
እናቴ- እየተጠበቀ፡ በአንድ በኩል በሰላም
ዘንድ-በመሰደድ እንደተወለድኩ ግን ለቋሚነገር መገዛት
አልፈቀድኩም።

ገበሬም ሰራ የከተማዎች አብሮ መሥራት አደረጉ
መምህራን የሚሰሩት ቤት ቤም በመጋበዝ። የሀገሪቱን
ለማደራጀት፡ ገበሬም ሠርቶ ከመሰረታዊ የሚደረገው
ጥረት ያረቀቀና ያነሣ ነው። ቆይቶ ወታደሩም
አንድ አስተዳዳሪ ነው ምክንያቱም ለትግሉ ሲቀ
መንግሥት ፀረሕዝብ ነው። ደሀ ለተሰቃ ለግዳ የሠራ
ቀኝ ቀድመው ነገሩ ለመሻሻል ይኸሳ

የማንኛውም ሃቀኛ ዜጋ የወገኔ ሥራ ከሆነ ቋሚነት
ጎደሎ፡ ጃንሆይ ለቀናት ሠልጥኖ የማቋቋሚያ ሥራ
ትግሬም እንደሚያስተላልፉ በርካታ እድገቶችም።

[illegible]

1. [illegible]
2. [illegible]
3. [illegible]
4. [illegible]
5. [illegible]
6. [illegible]
7. [illegible]
8. [illegible]
9. [illegible]
10. [illegible]
11. [illegible]
12. [illegible]
13. [illegible]
14. [illegible]
15. [illegible]
16. [illegible]
17. [illegible]
18. [illegible]
19. [illegible]
20. [illegible]
21. [illegible]
22. [illegible]
23. [illegible]
24. [illegible]
25. [illegible]

[illegible]